ಭಾರತೀಯ ಮುಸ್ಲಿಮರ ನಡೆ, ಉಜ್ವಲ ಭವಿಷ್ಯದ ಕಡೆ

'ಮುಸಲ್ಮಾನರೇಕೆ ಎಲ್ಲಾ ಸ್ಥರಗಳಲ್ಲೂ ಹಿಂದುಳಿದಿರುವರು, ಅದಕ್ಕಾಗಿ ಏನು ಮಾಡಬೇಕಾಗಿದೆ'

ಕನ್ನಡ ಅನುವಾದ: ಡಾ. ಉದಯ ಶಂಕರ ಪುರಾಣಿಕ

ಕೆ. ರಹಮಾನ್ ಖಾನ್

ISBN
Hardcase- 979-8-88641-520-9
Paperback- 979-8-88555-973-7

ಭಾರತದ ಸಂವಿಧಾನ ಪ್ರಸ್ತಾವನೆ

ಭಾರತದ ಜನತೆಯಾದ ನಾವು ಭಾರತವನ್ನು,

ಸಾರ್ವಭೌಮ ಸಮಾಜವಾದಿ,

ಮತಧರ್ಮ ನಿರಪೇಕ್ಷ ಪ್ರಜಾಸತ್ತಾತ್ಮಕ

ಗಣರಾಜ್ಯವನ್ನಾಗಿ ರೂಪಿಸುವುದಕ್ಕಾಗಿ

ಭಾರತದ ಎಲ್ಲ ನಾಗರಿಕರಿಗೆ

ಸಾಮಾಜಿಕ, ಆರ್ಥಿಕ ಮತ್ತು ರಾಜಕೀಯ ನ್ಯಾಯ,

ವಿಚಾರ, ಅಭಿವ್ಯಕ್ತಿ, ನಂಬಿಕೆ, ಧರ್ಮ ಮತ್ತು

ಉಪಾಸನೆಯ ಸ್ವಾತಂತ್ರ್ಯ,

ಸ್ಥಾನಮಾನ, ಅವಕಾಶಗಳ ಸಮಾನತೆ

ದೊರೆಯುವಂತೆ ಮಾಡುವ,

ವ್ಯಕ್ತಿ ಗೌರವ, ದೇಶದ ಏಕತೆ ಮತ್ತು ಸಮಗ್ರತೆಗಾಗಿ

ಎಲ್ಲರಲ್ಲಿ ಭ್ರಾತೃತ್ವದ ಭಾವನೆ ಮೂಡಿಸುವ

ಧೃಡಸಂಕಲ್ಪ ಮಾಡಿ ನಮ್ಮ ಸಂವಿಧಾನ ಸಭೆಯಲ್ಲಿ

1949 ನವೆಂಬರ್ 26ನೇ ದಿನದಂದು

ಈ ಸಂವಿಧಾನವನ್ನು ನಮಗೆ ನಾವೇ

ಅರ್ಪಿಸಿಕೊಂಡು ಅಂಗೀಕರಿಸಿ, ಶಾಸನವಾಗಿ

ವಿಧಿಸಿಕೊಂಡಿದ್ದೇವೆ

ಅತ್ಯಂತ ಕರುಣಾಮಯಿ, ಅತ್ಯಂತ ದಯಾಳು

ಆದ ಅಲ್ಲಾನ ನಾಮಸ್ಮರಣೆಯಲ್ಲಿ

"ಪೂರ್ವ ಮತ್ತು ಪಶ್ಚಿಮವು ಅಲ್ಲಾಹನಿಗೇ ಸೇರಿದೆ. ನೀವು ಯಾವೆಡೆಗೆ ತಿರುಗಿದರೂ, ಅಲ್ಲಾಹನ ಸಾನಿಧ್ಯವು ಅಲ್ಲಿದೆ. ಅಲ್ಲಾಹನು ಖಂಡಿತ ಸರ್ವವ್ಯಾಪಿಯಾಗಿದ್ದಾನೆ ಮತ್ತು ಬಲ್ಲವನಾಗಿದ್ದಾನೆ"

– ಕುರ್‌ಆನ್ (2:115)

ಅರ್ಪಣೆ

ನನ್ನ ಪ್ರೀತಿಗೆ ಪಾತ್ರರಾದ

ನನ್ನ ತಾಯಿ ಖೈರುನ್ನಿಸಾ ಮತ್ತು ತಂದೆ ಖಾಸಿಂ ಖಾನ್‌ರವರ
ಸ್ಮರಣಾರ್ಥ ಈ ಕೃತಿಯನ್ನು ಅರ್ಪಿಸುತ್ತೇನೆ.

ಪರಿವಿಡಿ

Dr. M. VEERAPPA MOILY

Former Chief Minister of Karnataka

Former Union Minister

Former Chairman, 2nd Administrative Reforms Commission

Former Chairman, Parliamentary Standing Committee on Finance

Phone : 080-23430491

Tele Fax : 080-23430491

Cell : +919845536333

Email : vmoily1940@gmail.com

ಮುನ್ನುಡಿ

ಕೆ. ರಹಮಾನ್ ಖಾನ್ ನನಗೆ ನಾಲ್ಕು ದಶಕಗಳಿಗಿಂತ ಹೆಚ್ಚು ಕಾಲದಿಂದ ಆತ್ಮೀಯರಾಗಿದ್ದಾರೆ. ಇವರು ತಮ್ಮ ವೃತ್ತಿ ಜೀವನವನ್ನು ಚಾರ್ಟ್‌ಡ್ ಅಕೌಂಟೆಂಟ್ ಆಗಿ ಪ್ರಾರಂಭಿಸಿ, ಬಹಳ ಯಶಸ್ವಿಯಾದರು. ನಂತರದ ದಿನಗಳಲ್ಲಿ ಪ್ರಧಾನ ಮಂತ್ರಿ ಡಾ.ಮನಮೋಹನ ಸಿಂಗ್‌ರವರ ಸಚಿವ ಸಂಪುಟದಲ್ಲಿ ಅಲ್ಪಸಂಖ್ಯಾತಖಾತೆಯ ಸಚಿವರಾಗಿ ಮತ್ತು ಉತ್ತಮ ಆಡಳಿತಗಾರರಾಗಿ ಇವರು ಹೆಸರು ಗಳಿಸಿದ್ದಾರೆ.

ಕೆ. ರಹಮಾನ್ ಖಾನ್, ಕರ್ನಾಟಕ ರಾಜ್ಯ ವಿಧಾನ ಪರಿಷತ್ತು ಸದಸ್ಯರಾಗಿ ಮತ್ತು ಸಭಾಧ್ಯಕ್ಷರಾಗಿ,ನಂತರ ರಾಜ್ಯಸಭೆಯ ಸದಸ್ಯರಾಗಿ ಹಾಗೂ ಉಪಸಭಾಪತಿಗಳಾಗಿ ಸುಧೀರ್ಘವಾದ ಮತ್ತು ಅಪಾರವಾದ ಅನುಭವವನ್ನು ಹೊಂದಿದ್ದಾರೆ. ಇವರು ಯಾವುದೇ ಸ್ಥಾನದಲ್ಲಿದ್ದರೂ, ಬಹಳ ಉತ್ತಮವಾದ ಕೆಲಸವನ್ನು ಮಾಡಿದ್ದಾರೆ.

ನಾನು, 1992–1994ರ ಅವಧಿಯಲ್ಲಿ ಕರ್ನಾಟಕ ರಾಜ್ಯದ ಮುಖ್ಯಮಂತ್ರಿಯಾಗಿದ್ದಾಗ, ಕೆ. ರಹಮಾನ್ ಖಾನ್ ಕರ್ನಾಟಕ ಅಲ್ಪಸಂಖ್ಯಾತರ ಆಯೋಗದ ಅಧ್ಯಕ್ಷರಾದರು. ಕರ್ನಾಟಕದಲ್ಲಿರುವ ಅಲ್ಪಸಂಖ್ಯಾತರ ಸಾಮಾಜಿಕ, ಆರ್ಥಿಕ ಮತ್ತು ಶೈಕ್ಷಣಿಕ ಸ್ಥಿತಿಗತಿಯನ್ನು ಕುರಿತು ಇವರು ವಿಶೇಷವಾದ ಮತ್ತು ಐತಿಹಾಸಿಕವಾದ ವರದಿಯನ್ನು ಸಿದ್ಧಪಡಿಸಿದರು.ಈ ವರದಿಯ ಕಾರಣ, ಕರ್ನಾಟಕ ರಾಜ್ಯದಲ್ಲಿ ಮುಸ್ಲಿಮರಿಗೆ ಮೀಸಲಾತಿಯನ್ನು ನೀಡಲು ಸಾಧ್ಯವಾಯಿತು.

ಕೇಂದ್ರ ಸರ್ಕಾರದಲ್ಲಿ ಅಲ್ಪಸಂಖ್ಯಾತಖಾತೆಯ ಸಚಿವರಾಗಿ ಕೆ. ರಹಮಾನ್ ಖಾನ್, ತಮ್ಮ ಇಲಾಖೆಯಲ್ಲಿ ಜಾರಿಗೆ ತಂದ ಸುಧಾರಣೆಗಳು, ಇಂದಿಗೂ ಬಹಳ ಮಹತ್ವದಾಗಿವೆ. ಉದಾಹರಣೆಗೆ, ಇವರು, ಸಮಾನ ಅವಕಾಶಗಳ ಆಯೋಗದ ರಚನೆಗಾಗಿ ಪ್ರಸ್ತಾವನೆಯನ್ನು ಸಂಸತ್ತಿನಲ್ಲಿ ಮಂಡಿಸಿದ್ದರು. ಈ ಪ್ರಸ್ತಾವನೆಯನ್ನು ಸಿದ್ಧಪಡಿಸುವ ಸಮಯದಲ್ಲಿ, ನಾನು ಅವರೊಂದಿಗೆ ಚರ್ಚೆ ಮಾಡಿದ್ದೆ. ಅಲ್ಪಸಂಖ್ಯಾತರಿಗೆ ಅನುಕೂಲವಾಗುವುದರ ಜೊತೆಗೆ ಉದ್ಯೋಗ ಮತ್ತು ಶಿಕ್ಷಣದಲ್ಲಿ ಸಮಾನ ಅವಕಾಶ ವಂಚಿತರಾದ ಎಲ್ಲಾ ಸಮುದಾಯಗಳಿಗೂ ಸಮಾನ ಅವಕಾಶವನ್ನು ಕಲ್ಪಿಸುವುದು ಈ ಪ್ರಸ್ತಾವನೆಯ ಮುಖ್ಯ ಉದ್ದೇಶವಾಗಿತ್ತು.

ದುರದೃಷ್ಟವಶಾತ್, ನಮ್ಮಲ್ಲಿ ಕೆಲವರು, ಕೆಲವೊಮ್ಮೆ ಕೆಲವು ವಿಷಯಗಳನ್ನು ಕೋಮು ಭಾವನೆಯಿಂದ ಮಾತ್ರ ನೋಡುತ್ತೇವೆ. ಆಗ ನಾವು ಅಸಮಾನತೆಯಿಂದ ಹಲವಾರು ವರ್ಷಗಳಿಂದ ನರಳುವ ಕೆಲವು ಸಮುದಾಯಗಳ ನೋವನ್ನು ಪರಿಗಣಿಸುವುದಿಲ್ಲ. ಈ ಪ್ರಸ್ತಾವನೆಯನ್ನು ನಾನು, ಕೆ. ರಹಮಾನ್ ಖಾನ್ ಮತ್ತು ಕೆಲವು ಸದಸ್ಯರು ಮಾತ್ರ ಬೆಂಬಲಿಸಿದೆವು. ಕೋಮುವಾದದ ದಳ್ಳುರಿಯಲ್ಲಿ ಸಿಲುಕಿರುವ ನಮ್ಮ ದೇಶ, ಮುಂದೊಂದು ದಿನ ಸಮಾನ ಅವಕಾಶಗಳ ಪ್ರಸ್ತಾವನೆಯನ್ನು ಸ್ವೀಕರಿಸಿ, ಅನುಷ್ಠಾನಗೊಳಿಸುತ್ತದೆ ಎಂದು ನಾನು ನಂಬಿದ್ದೇನೆ.

ಪವಿತ್ರ ಕುರ್‌ಆನ್ (49:13)ರಲ್ಲಿ ಹೀಗೆ ಹೇಳಲಾಗಿದೆ;

> **"ಮಾನವರೇ ಖಂಡಿತವಾಗಿಯೂ ನಾವು ನಿಮ್ಮೆಲ್ಲರನ್ನೂ ಒಬ್ಬ ಪುರುಷ ಮತ್ತು ಒಬ್ಬ ಸ್ತ್ರೀಯಿಂದ ಸೃಷ್ಟಿಸಿರುವೆವು. ತರುವಾಯ, ನೀವು ಪರಸ್ಪರ ಗುರುತಿಸುವಂತಾಗಲು ನಿಮ್ಮನ್ನು (ವಿವಿಧ) ಜನಾಂಗಗಳಾಗಿ ಹಾಗೂ ಪಂಗಡಗಳಾಗಿ ರೂಪಿಸಿರುವೆವು. ಅಲ್ಲಾಹನ ದೃಷ್ಟಿಯಲ್ಲಿ ನಿಮ್ಮ ಪೈಕಿ ಅತ್ಯಧಿಕ ಧರ್ಮನಿಷ್ಠನಾಗಿರುವವನೇ ನಿಮ್ಮಲ್ಲಿನ ಅತ್ಯುತ್ತಮನಾಗಿರುವನು. ಅಲ್ಲಾಹನು ಖಂಡಿತವಾಗಿಯೂ ಬಲ್ಲವನು ಹಾಗೂ ಅರಿವು ಉಳ್ಳವನಾಗಿದ್ದಾನೆ"**

ದೇಶ, ಧರ್ಮ ಬೇರೆಯಾಗಿದ್ದರೂ, ಎಲ್ಲರೂ ಇಂತಹ ಮಾನವತೆಯ ಸಂದೇಶವನ್ನು ನೆನಪಿಡಬೇಕು. ಹೀಗೆ ಮಾಡುವುದರಿಂದ ಎಲ್ಲರೂ ಶಾಂತಿ ಮತ್ತು ಸೌಹಾರ್ದತೆಯಿಂದ ಜೀವಿಸಲು ಸಾಧ್ಯವಾಗುತ್ತದೆ.

ಹಲವಾರು ವಿಷಯಗಳನ್ನು ಕುರಿತು ಆಳವಾದ ಅಧ್ಯಯನ ಮಾಡಿ, ಪ್ರಾಮಾಣಿಕತೆ ಮತ್ತು ಕಾಳಜಿಯಿಂದ ಕೆ. ರಹಮಾನ್ ಖಾನ್, ಈ ಪುಸ್ತಕದಲ್ಲಿ ವಿಶ್ಲೇಷಣೆ ಮಾಡಿದ್ದಾರೆ. ಒಬ್ಬ ದೇಶ ಪ್ರೇಮಿಯಾಗಿ, ಸಮಾನತೆ, ಮಾನವೀಯ ಮೌಲ್ಯಗಳು, ಶಾಂತಿ ಮತ್ತು ಸೌಹಾರ್ದತೆಯಿಂದ ಕೂಡಿದ ಭಾರತದ ಸಮಾಜವನ್ನು ನಿರ್ಮಿಸುವ ಉದ್ದೇಶವನ್ನು ಇವರು ಹೊಂದಿದ್ದಾರೆ. ಈ ಪುಸ್ತಕದಲ್ಲಿ ಮುಸ್ಲಿಮರು ಎದುರಿಸುವ ಸಮಸ್ಯೆಗಳನ್ನು ಮಾತ್ರವಲ್ಲದೆ, ನಮ್ಮ ದೇಶವು ಎದುರಿಸುತ್ತಿರುವ ಸಮಸ್ಯೆಗಳನ್ನು ಕೂಡ

ವಿವರಿಸಲಾಗಿದೆ. ದೇಶದ ವಿಭಜನೆ ಮತ್ತು ವಿಭಜನೆಯಿಂದ ಆದ ಪರಿಣಾಮಗಳು ಮತ್ತು ವಿಶೇಷವಾಗಿ ಪಟ್ಟಭದ್ರ ಹಿತಾಸಕ್ತಿಗಳು ನಡೆಸಿರುವ ಕೋಮು ಧ್ರುವೀಕರಣದ ಪ್ರಯತ್ನಗಳನ್ನು ಕುರಿತು ಶ್ರೀಕೆ.ರೆಹಮಾನ್‌ಖಾನ್ ವಿವರಿಸಿದ್ದಾರೆ.

ಭಾರತದ ಮುಸ್ಲಿಮರು ವಿವಿಧ ಕ್ಷೇತ್ರಗಳಲ್ಲಿ ಮತ್ತು ವಿಶೇಷವಾಗಿ ಶಿಕ್ಷಣ ಕ್ಷೇತ್ರದಲ್ಲಿ ಹಿಂದುಳಿದಿರುವುದನ್ನು ಕೆ. ರಹಮಾನ್ ಖಾನ್ ವಿವರಿಸಿದ್ದಾರೆ. ಶಿಕ್ಷಣ ಮತ್ತು ಆರ್ಥಿಕವಾಗಿ ಅಭಿವೃದ್ಧಿ ಹೊಂದಲು ಭಾರತದ ಮುಸ್ಲಿಮರು ಏನು ಮಾಡಬೇಕಾಗಿದೆ ಎಂದು ಇವರು ಅನೇಕ ಸಲಹೆಗಳನ್ನು ನೀಡಿದ್ದಾರೆ. ಅದೇ ರೀತಿ ಸೌಹಾರ್ದತೆ ಮತ್ತು ನ್ಯಾಯಯುತವಾದ ಭಾರತೀಯ ಸಮಾಜ ನಿರ್ಮಾಣಕ್ಕಾಗಿ ಏನು ಮಾಡಬೇಕು ಎಂದು ಹಲವಾರು ಸಲಹೆಗಳನ್ನು ಇವರು ನೀಡಿದ್ದಾರೆ. ಧರ್ಮ, ಆರ್ಥಿಕತೆ ಮತ್ತು ಸಾಮಾಜಿಕವಾಗಿ ಹಿಂದುಳಿದವರನ್ನು ಕುರಿತು ಜನರ ಮನಸ್ಸಿನಲ್ಲಿರುವ ಕೆಲವು ಪೂರ್ವಾಗ್ರಹ ಚಿಂತನೆಗಳನ್ನು ಕುರಿತು ಇವರು ವಿವರಿಸಿದ್ದಾರೆ. ಇವರು ಮಾಡಿರುವ ವಿಶ್ಲೇಷಣೆ ಪ್ರಾಮಾಣಿಕವಾಗಿದೆ.

ಯಾವುದೇ ದೇಶದಲ್ಲಿ ಸೌಹಾರ್ದತೆಯನ್ನು ಬೆಳೆಸುವಾಗ, ಧರ್ಮಾಂದತೆಯ ದೊಡ್ಡ ಸವಾಲನ್ನು ಎದುರಿಸಬೇಕಾಗುತ್ತದೆ. ಪುರೋಹಿತಶಾಹಿಗಳ ಪ್ರಾಬಲ್ಯವು ಒಂದು ದೇಶದ ಮೌಲ್ಯಗಳನ್ನು ಹಾಳು ಮಾಡಬಲ್ಲದು. ಕೋಮುವಾದವು ಮಾನವ ಸಮಾಜವನ್ನು ವಿಭಜಿಸುತ್ತದೆ. ಪ್ರತಿಯೊಂದು ಧರ್ಮದಲ್ಲಿರುವ ಬಲಪಂಥೀಯ ಮೂಲಭೂತವಾದವನ್ನು ಸಮರ್ಥವಾಗಿ ಎದುರಿಸಿದಾಗ ಮಾತ್ರ ಜನರು ಸಮಾನತೆ ಮತ್ತು ಸೌಹಾರ್ದತೆಯಿಂದ ಬದುಕಲು ಸಾಧ್ಯವಾಗುತ್ತದೆ. ಇದು ಸಾಧ್ಯವಾಗಬೇಕಾದರೆ ಜನರ ಮನಸ್ಥಿತಿ ಸಂಪೂರ್ಣವಾಗಿ ಬದಲಾಗಬೇಕಾಗಿದೆ.

ದೇಶದ ಅಭಿವೃದ್ಧಿಗಾಗಿ ಎಲ್ಲಾ ಧರ್ಮದವರು ಒಂದಾಗಿ ಕೆಲಸ ಮಾಡಬೇಕು ಎನ್ನುವ ಸಂದೇಶದ ಮೂಲಕ,ಶ್ರೀ ಕೆ. ರಹಮಾನ್ ಖಾನ್ ರಾಷ್ಟ್ರೀಯತೆಯ ಮೌಲ್ಯಗಳನ್ನು ಪ್ರತಿಪಾದಿಸಿದ್ದಾರೆ.

ಈ ಹಿನ್ನಲೆಯಲ್ಲಿ ಕುರ್‌ಆನ್ (13.11)ರನ್ನು ಲೇಖಕರು ಉಲ್ಲೇಖಿಸಿರುವದಕ್ಕೆ ನನ್ನ ಸಹಮತವಿದೆ.

"ಅಲ್ಲಾಹನ ಅಪ್ಪಣೆಯಂತೆ, ಸರದಿ ಪ್ರಕಾರ ಬಂದು ಅವನನ್ನು (ಮಾನವನನ್ನು) ರಕ್ಷಿಸುವ ಕಾವಲುಗಾರರು ಅವನ ಮುಂದೆಯೂ ಹಿಂದೆಯೂ ಸದಾ ಇರುತ್ತಾರೆ. ಒಂದು ಸಮುದಾಯವು ಸ್ವತಃ ತನ್ನ ಸ್ಥಿತಿಯನ್ನು ಬದಲಿಸುವ ತನಕ, ಅಲ್ಲಾಹನು ಅದರ ಸ್ಥಿತಿಯನ್ನು ಖಂಡಿತ ಬದಲಿಸುವುದಿಲ್ಲ. ಇನ್ನು ಅಲ್ಲಾಹನು ಒಂದು ಸಮುದಾಯಕ್ಕೆ ಕೇಡನ್ನು ಬಗೆದರೆ, ಅದನ್ನು ನಿವಾರಿಸಬಲ್ಲವರು ಯಾರೂ ಇಲ್ಲ ಮತ್ತು ಅವರಿಗೆ ಅವನ ಹೊರತು ಬೇರಾರೂ ಸಹಾಯಕರಿಲ್ಲ."

ಮಹಾತ್ಮಾ ಗಾಂಧೀಜಿಯವರ ಸಂದೇಶ ಇಲ್ಲಿ ನೆನಪಾಗುತ್ತದೆ,

"ನೀವು ಜಗತ್ತಿನಲ್ಲಿ ನೋಡಲು ಬಯಸುವ ಬದಲಾವಣೆ, ನಿಮ್ಮಿಂದ ಪ್ರಾರಂಭವಾಗಲಿ"

ನಮ್ಮನ್ನು ನಾವು ಬದಲಾಯಿಸಿಕೊಳ್ಳಲು ಸಾಧ್ಯವಾದರೆ, ಜಗತ್ತನ್ನು ಕೂಡಾ ಬದಲಾಯಿಸಬಹುದು. ಮನುಷ್ಯ ತನ್ನ ಸ್ವಭಾವವನ್ನು ಬದಲಾಯಿಸಿಕೊಂಡಾಗ, ಜಗತ್ತು ಅವನನ್ನು ನೋಡುವ ರೀತಿ ಬದಲಾಗುತ್ತದೆ. ಈ ಬದಲಾವಣೆ ನಮ್ಮ ದೇಶದ ಎಲ್ಲಾ ರಾಜಕೀಯ ಪಕ್ಷಗಳು ಮತ್ತು ಜನಸಾಮಾನ್ಯರಲ್ಲಿ ಅತ್ಯಗತ್ಯವಿದೆ.

ಈ ಪುಸ್ತಕವು ಮನುಕುಲಕ್ಕೆ ಮತ್ತು ವಿಶೇಷವಾಗಿ ಭಾರತದ ಜನತೆಗೆ ದಾರಿದೀಪವಾಗಿದೆ.

1947ರಲ್ಲಿ ಮಹಾತ್ಮಾ ಗಾಂಧೀಜಿಯವರು ನೀಡಿದ ಒಂದು ಸಂದೇಶವನ್ನು ಇಲ್ಲಿ ಉಲ್ಲೇಖಿಸುತ್ತಿದ್ದೇನೆ.

"ನಾನು ನನ್ನ ಧರ್ಮದ ಮೇಲೆ ಪ್ರಮಾಣ ಮಾಡುತ್ತೇನೆ. ನಾನು ಧರ್ಮಕ್ಕಾಗಿ ಪ್ರಾಣ ಬೇಕಾದರೂ ಕೊಡುತ್ತೇನೆ. ಆದರೆ ಇದು ನನ್ನ ವೈಯಕ್ತಿಕ ಜೀವನಕ್ಕೆ ಸಂಬಂಧಿಸಿದೆ. ಇದರಲ್ಲಿ ಪ್ರಭುತ್ವದ ಪಾತ್ರವಿಲ್ಲ. ಪ್ರಭುತ್ವವು ಕೋಮು ಸಾಮರಸ್ಯ ಕಾಪಾಡಬೇಕೇ ಹೊರತು ನನ್ನ ಅಥವಾ ನಿಮ್ಮ ಧರ್ಮವನ್ನು ಅಲ್ಲ. ಇದು ಪ್ರತಿಯೊಬ್ಬರ ವೈಯಕ್ತಿಕ ವಿಷಯವಾಗಿದೆ"

19 ಜುಲೈ 1961ರಂದು ಶ್ರೀನಗರದಲ್ಲಿ ಪ್ರಧಾನ ಮಂತ್ರಿ ಜವಹರ್‌ಲಾಲ್ ನೆಹರು ಅವರು ನೀಡಿದ ಸಂದೇಶವನ್ನು ಇಲ್ಲಿ ಉಲ್ಲೇಖಿಸುತ್ತಿದ್ದೇನೆ.

"ಕೋಮುವಾದದ ಜೊತೆಗೆ ರಾಷ್ಟ್ರೀಯತೆ ಇರಲು ಸಾಧ್ಯವಿಲ್ಲ. ರಾಷ್ಟ್ರೀಯತೆಯೆಂದರೆ ಹಿಂದೂ ರಾಷ್ಟ್ರೀಯತೆ, ಮುಸ್ಲಿಮ್ ರಾಷ್ಟ್ರೀಯತೆ ಅಥವಾ ಸಿಖ್ ರಾಷ್ಟ್ರೀಯತೆ ಅಲ್ಲ. ಹಿಂದು, ಸಿಖ್ ಅಥವಾ ಮುಸ್ಲಿಮರನ್ನು ಕುರಿತು ನೀವು ಮಾತನಾಡಲು ಪ್ರಾರಂಭಿಸಿದ ಕ್ಷಣವೇ, ಭಾರತ ಕುರಿತು ಮಾತನಾಡುವುದನ್ನು ನಿಲ್ಲಿಸುವಿರಿ. ಪ್ರತಿಯೊಬ್ಬರು ಈ ಪ್ರಶ್ನೆಯನ್ನು ನಮಗೆ ನಾವೇ ಕೇಳಿಕೊಳ್ಳಬೇಕು "ನಾವು ಭಾರತವನ್ನು ಒಂದು ದೇಶವಾಗಿಯೋ, ಒಂದು ರಾಷ್ಟ್ರವಾಗಿಯೋ, ಮಾಡಲು ನಮಗೆ ಇಷ್ಟವಿದೆಯೋ ಅಥವಾ ಶಕ್ತಿ ಮತ್ತು ಸಾಮರ್ಥ್ಯ ಕಳೆದುಕೊಂಡು ಮತು ಸಣ್ಣಕಂಪನವಾದರೂ ಸಾಕು ಚೂರು ಚೂರಾಗಿಸುವ ಅಥವಾ 10, 20 ಅಥವಾ 25 ದೇಶಗಳಾಗಿ ಹರಿದು ಹಂಚಿಹೋಗುವ ದೇಶವನ್ನು ಮಾಡಲು ನಮಗೆ ಇಷ್ಟವಿದೆಯೋ?"

ಈ ಅದ್ಭುತವಾದ ಮತ್ತು ಜ್ಞಾನ ದೀಪದಂತಿರುವ ಪುಸ್ತಕವನ್ನು ನಾನು ಪ್ರಶಂಸಿಸುತ್ತೇನೆ.

ಡಾ.ವೀರಪ್ಪ ಮೊಯಲಿ
ಮಾಜಿ ಮುಖ್ಯಮಂತ್ರಿಗಳು ಕರ್ನಾಟಕ
ಮಾಜಿಕೇಂದ್ರ ಸಚಿವರು,
ಮಾಜಿ ಅಧ್ಯಕ್ಷರು, 2ನೆಯ ಆಡಳಿತ ಸುಧಾರಣಾ ಆಯೋಗ
ಮಾಜಿ ಅಧ್ಯಕ್ಷರು, ಹಣಕಾಸು ಕುರಿತು ಸಂಸತ್ತಿನ ಸ್ಥಾಯಿ ಸಮಿತಿ
ಸಾಹಿತಿಗಳು ಮತ್ತು ಕವಿಗಳು.

ಪ್ರತಿಫಲನ

ಭಾರತದ ಸೇವೆಗಾಗಿ ತಮ್ಮ ಜೀವನದ ಐವತ್ತು ವರ್ಷಗಳಿಗೂ ಹೆಚ್ಚು ಕಾಲವನ್ನು ಮೀಸಲಾಗಿಟ್ಟ, ಧೀಮಂತ ನಾಯಕ, ರಾಷ್ಟ್ರೀಯವಾದಿ ಮತ್ತು ಮಾನವತಾವಾದಿಯಾದ ಕೆ. ರಹಮಾನ್ ಖಾನ್ ಈ ಪುಸ್ತಕವನ್ನು ಬರೆದಿದ್ದಾರೆ. ಈ ಪುಸ್ತಕದಲ್ಲಿ ಭಾರತೀಯ ಮುಸ್ಲಿಮರು ಎದುರಿಸುತ್ತಿರುವ ಹಲವಾರು ಸಮಸ್ಯೆಗಳನ್ನು ಮತ್ತು ಈ ಸಮಸ್ಯೆಗಳಿಗೆ ಮೂಲ ಕಾರಣಗಳೇನು ಹಾಗೂ ಪರಿಹಾರಗಳೇನು ಎಂದು ಇವರು ವಿವರಿಸಿದ್ದಾರೆ. ರಾಜಕೀಯವಾಗಿ, ಸಾಮಾಜಿಕವಾಗಿ, ಆರ್ಥಿಕವಾಗಿ, ಧಾರ್ಮಿಕವಾಗಿ ಅಥವಾ ಶೈಕ್ಷಣಿಕವಾಗಿ ಭಾರತದ ಮುಸ್ಲಿಮರು ಎದುರಿಸುತ್ತಿರುವ ಎಲ್ಲಾ ಪ್ರಮುಖ ಸಮಸ್ಯೆಗಳನ್ನು ಕುರಿತು ಈ ಪುಸ್ತಕದಲ್ಲಿ ಪ್ರಸ್ತಾಪಿಸಲಾಗಿದೆ.

ಭಾರತದಲ್ಲಿ ಹಿಂದು ಮತ್ತು ಮುಸ್ಲಿಮರು, ನೂರಾರು ವರ್ಷಗಳು ಸಹೋದರರಂತೆ ಬಾಳಿದ್ದಾರೆ. ಆದರೆ 19ನೇ ಶತಮಾನದ ಮಧ್ಯಭಾಗದಲ್ಲಿ ಉರ್ದು–ಹಿಂದಿ ಭಾಷಾ ವಿವಾದ ಸೃಷ್ಟಿಯಾಯಿತು. ಈ ಭಾಷಾ ವಿವಾದದ ಜೊತೆಗೆ, ಇತಿಹಾಸವನ್ನು ತಿರುಚಿ, ಕೋಮು ಗಲಭೆಯನ್ನು ಸೃಷ್ಟಿಸುವ ಕೆಲಸವು ನಡೆಯಿತು. ಹಿಂದು ಮತ್ತು ಮುಸ್ಲಿಮರ ನಡುವೆ ಇರುವ ಸಮಾನತೆಯನ್ನು ನಿರ್ಲಕ್ಷಿಸಿ, ಎರಡೂ ಸಮುದಾಯಗಳ ಒಗ್ಗಟ್ಟನ್ನು ಒಡೆಯುವ ಕೆಲಸ ಮಾಡಲಾಯಿತು. ಇದೆಲ್ಲದರ ಫಲವಾಗಿ ದೇಶದ ವಿಭಜನೆ ಆಯಿತು. ಈ ಪುಸ್ತಕದಲ್ಲಿ ಚರ್ಚಿಸಲಾಗಿರುವ ಹಲವಾರು ಪ್ರಮುಖ ಸಮಸ್ಯೆಗಳಿಗೆ ದೇಶದ ವಿಭಜನೆ ಪ್ರಮುಖ ಕಾರಣವಾಗಿದೆ.

ಭಾರತೀಯ ಮುಸ್ಲಿಮರು ಎದುರಿಸುತ್ತಿರುವ ಸಮಸ್ಯೆಗಳಿಗೆ ಹಲವಾರು ಪರಿಹಾರೋಪಾಯಗಳನ್ನು ಈ ಪುಸ್ತಕದಲ್ಲಿ ನೀಡಲಾಗಿರುವುದು ವಿಶೇಷವಾಗಿದೆ. ತಮ್ಮ ಭವಿಷ್ಯದ ಹಿತದೃಷ್ಟಿಯಿಂದ, ಭಾರತೀಯ ಮುಸ್ಲಿಮರು ಆತ್ಮಾವಲೋಕನ ಮಾಡಿಕೊಳ್ಳಬೇಕಾಗಿದೆ. ಈಗ ತಾವಿರುವ ಪರಿಸ್ಥಿತಿಗೆ ಬೇರೆಯವರು ಕಾರಣ ಎಂದು ದೂರುವುದನ್ನು ಬಿಟ್ಟು, ಮುಸ್ಲಿಮರು ತಮ್ಮ ವರ್ತನೆ, ಮನೋಭಾವ, ಜೀವನ ಶೈಲಿ, ಚಿಂತನೆ ಮತ್ತು ನಡೆನುಡಿ ಕುರಿತು ಯೋಚಿಸಬೇಕಾಗಿದೆ. ಈ ದೇಶದಲ್ಲಿ ಅಲ್ಪಸಂಖ್ಯಾತರಾದ ಪಾರ್ಸಿಗಳು, ಕ್ರೈಸ್ತರು, ಸಿಖ್ ಮತ್ತು ಜೈನರು ಅಭಿವೃದ್ಧಿ ಹೊಂದುತ್ತಿರುವಾಗ, ಮುಸ್ಲಿಮರಿಗೂ ಉಜ್ವಲ ಭವಿಷ್ಯವನ್ನು ಹೊಂದುವ ಅವಕಾಶವಿದೆ. ಭಾರತದ ಸಮಾಜದ ಅಭಿವೃದ್ಧಿಯಲ್ಲಿ ಬೇರೆ ಅಲ್ಪಸಂಖ್ಯಾತ ಸಮುದಾಯಗಳು ಮಹತ್ವದ ಕೊಡುಗೆಯನ್ನು ನೀಡುತ್ತಿರುವುದು, ಅವರ ಸಮುದಾಯದ ಅಭಿವೃದ್ಧಿಗೆ ಪ್ರಮುಖ ಕಾರಣವಾಗಿದೆ. ಇದೇ ರೀತಿ, ಭಾರತೀಯ ಸಮಾಜದ ಅಭಿವೃದ್ಧಿಗೆ, ತಾವು

ಅತ್ಯಗತ್ಯವೆಂದು ಮುಸ್ಲಿಮರು ನಿರೂಪಿಸಬೇಕೆಂದು ಲೇಖಕರ ಅಭಿಪ್ರಾಯವಾಗಿದೆ. ದೀಪ ತಾನು ಬೆಂಕಿಯಲ್ಲಿ ಸುಟ್ಟರೂ, ಬೇರೆಯವರಿಗೆ ಬೆಳಕು ನೀಡುತ್ತದೆ. ಮರವನ್ನು ಕಡಿಯಲು ಬಂದವನಿಗೂ, ಮರ ನೆರಳು ನೀಡುತ್ತದೆ. ಹೀಗೆ ಪರೋಪಕಾರ ಕುರಿತು ಅನೇಕ ಉದಾಹರಣೆಗಳನ್ನು ನಾವು ಕಾಣಬಹುದು.

ಮುಸ್ಲಿಮರು ಸಕಾರಾತ್ಮಕ ಮನೋಭಾವವನ್ನು ಬೆಳಸಿಕೊಳ್ಳಬೇಕು. ಧರ್ಮದ ಪಾಲನೆಯ ಜೊತೆಗೆ ಶಿಕ್ಷಣಕ್ಕೆ ಕೂಡಾ ಮಹತ್ವ ನೀಡಬೇಕಾಗಿದೆ. ಸಮುದಾಯಕ್ಕೆ ಅಗತ್ಯವಾದ ನೆರವು ನೀಡಲು ಸ್ವಯಂಸೇವಕರ ಅಗತ್ಯವಿದೆ. ತಮ್ಮ ದೌರ್ಬಲ್ಯಗಳನ್ನು ಗುರುತಿಸಿ, ಅವುಗಳನ್ನು ಪರಿಹರಿಸಲು ಏಕಾಗ್ರತೆಯಿಂದ ಕೆಲಸ ಮಾಡಬೇಕಾಗಿದೆ. ಸೋಮಾರಿತನ, ನಿರ್ಲಕ್ಷ, ಮತಾಂಧತೆ ಮತ್ತು ಅಹಂಕಾರವನ್ನು ಬಿಡಬೇಕು. ಎಲ್ಲಾ ಧರ್ಮಗಳನ್ನು ಗೌರವಿಸಬೇಕು. ಭಾವನಾತ್ಮಕವಾಗುವುದು, ಉಗ್ರವಾದ, ಹತಾಶೆ ಮತ್ತು ನಿರಾಸೆಯಿಂದ ದೂರವಿರಬೇಕು. ತಮ್ಮೊಳಗೆ ಸಹಿಷ್ಣುತೆ, ಉತ್ತಮಚಾರಿತ್ರ್ಯ, ಉದಾರತೆ ಮತ್ತು ಪರೋಪಕಾರದ ಗುಣಗಳನ್ನು ಬೆಳಸಿಕೊಳ್ಳಬೇಕಾಗಿದೆ.

ಈಗಿರುವ ರಾಜಕೀಯ ಮತ್ತು ಧಾರ್ಮಿಕ ಮುಸ್ಲಿಮ್ ಮುಖಂಡರನ್ನು ಕುರಿತು ಈ ಪುಸ್ತಕದಲ್ಲಿ ಚರ್ಚಿಸಲಾಗಿದೆ. ಮುಸ್ಲಿಮರು ಎದುರಿಸುತ್ತಿರುವ ಸಮಸ್ಯೆಗಳನ್ನು ಪರಿಹರಿಸಲು ಈ ಮುಖಂಡರು ಸಂಪೂರ್ಣವಾಗಿ ವಿಫಲರಾಗಿದ್ದಾರೆ. ಶಾ ಬಾನೊ ವ್ಯಾಜ್ಯ, ಬಾಬ್ರಿ ಮಸೀದಿ, ತ್ರಿವಳಿ ತಲಾಕ್‌ನಂತಹ ವಿಷಯಗಳ ಬಗ್ಗೆ ಹೆಚ್ಚು ಸಮಯ, ಸಂಪನ್ಮೂಲ, ಶಕ್ತಿ ಮತ್ತು ಶ್ರಮ ವ್ಯರ್ಥವಾಗಿದೆ. ಅಲ್ಪಸಂಖ್ಯಾತರಾಗಿ ತಮ್ಮಗಿರುವ ಸೀಮಿತ ಅವಕಾಶಗಳ ಬಗ್ಗೆ ಮುಸ್ಲಿಮರು ಅರ್ಥ ಮಾಡಿಕೊಳ್ಳಬೇಕಾಗಿದೆ. ಯಾವುದನ್ನು ಗೆಲ್ಲುವುದು ಅಸಾಧ್ಯವಾಗಿದೆಯೋ,ಅದನ್ನು ಬಿಟ್ಟುಕೊಡುವುದು ಅನಿವಾರ್ಯವಾಗುತ್ತದೆ. ಹುದೈ ಬಿಯ್ಯಾಹ್‌ನಲ್ಲಿ ಕುರೈಶ್ ವಿರೋಧಿಗಳ ಜೊತೆಯಲ್ಲಿ ಪೂಜ್ಯರಾದ ಪ್ರವಾದಿ ಮೊಹಮ್ಮದ್(ಶಾಂತಿ ಅವರ ಜೊತೆಗಿರಲಿ), ಶಾಂತಿ ಸಂಧಾನ ಮಾಡಿಕೊಂಡರು. ಕುರ್‌ಆನ್ ಈ ಘಟನೆಯನ್ನು "ಸ್ಪಷ್ಟವಾದ ವಿಜಯ"ವೆಂದು ಕರೆದಿದೆ. ಮುಸ್ಲಿಮ್ ಸಮುದಾಯದಲ್ಲಿ ಪ್ರಭಾವಿಗಳಾಗಿರುವ ಧಾರ್ಮಿಕ ಮುಖಂಡರು, ವಿಶೇಷವಾಗಿ ಈ ವಿಷಯವನ್ನು ಗಮನಿಸಬೇಕಾಗಿದೆ.

ದುರದೃಷ್ಟವಶಾತ್, ಮುಸ್ಲಿಮ್ ಮುಖಂಡರಲ್ಲಿ ಏಕತೆ ಇಲ್ಲ. ಧಾರ್ಮಿಕ ಮುಖಂಡರು ಸಮುದಾಯವನ್ನು ವಿವಿಧ ಉಪ ಸಮುದಾಯಗಳನ್ನಾಗಿ ವಿಭಜಿಸಿದ್ದಾರೆ ಮತ್ತು ಪ್ರತಿಯೊಂದು ಉಪ ಸಮುದಾಯವೂ ತನ್ನ ಬೆಂಬಲಿಗರ ಸಂಖ್ಯೆಯನ್ನು ಹೆಚ್ಚಿಸಿಕೊಳ್ಳಲು ಯತ್ನಿಸುತ್ತಿದೆ. ಪ್ರಪಂಚದಲ್ಲಿರುವ ಎಲ್ಲಾ ಮನುಷ್ಯರು ಒಗ್ಗಟಾಗಿರುವುದು ಮತ್ತು ಒಬ್ಬರೇ ದೇವರನ್ನು ಪೂಜಿಸುವುದು ಎನ್ನುವ ಇಸ್ಲಾಮ್ ಧರ್ಮದ ಮೂಲ ಉದ್ದೇಶವನ್ನು ಪ್ರಚಾರ ಮಾಡುವುದರ ಬದಲಾಗಿ ಸಣ್ಣ ಪುಟ್ಟ ವಿಷಯಗಳಲ್ಲಿ ಈ ಮುಖಂಡರು ಮಗ್ನರಾಗಿದ್ದಾರೆ. ಒಬ್ಬರೇ ದೇವರು ಎನ್ನುವುದು ಇಮಾನ್ ಮತ್ತು ಎಲ್ಲಾ ಮನುಷ್ಯರು ಒಗ್ಗಟ್ಟಾಗಿರುವುದು ಇನ್‌ಸಾನ್ ಆಗಲು ನೆರವಾಗುತ್ತದೆ. ನಾವು ಬೇರೆಯವರಿಗೆ ಕೊಡುವುದು ನಮ್ಮ ಆಸ್ತಿ ಆಗುತ್ತದೆ ಹೊರತು ನಾವು ಬೇರೆಯವರಿಂದ

ಪಡೆದುಕೊಳ್ಳುವುದು ನಮ್ಮ ಆಸ್ತಿಯಾಗುವುದಿಲ್ಲ. ನಾವು ಮಾಡುವ ಪ್ರಾರ್ಥನೆಯಂತೆ, ಸದ್ಭಾವನೆಯನ್ನು, ಸೌಹಾರ್ದತೆ ಮತ್ತು ಸಾಮರಸ್ಯವನ್ನು ಹರಡುವುದು ಮತ್ತು ಪರೋಪಕಾರವನ್ನು ಮಾಡುವುದು ನಮ್ಮ ಕರ್ತವ್ಯವಾಗಿದೆ.

ನಮ್ಮ ಧಾರ್ಮಿಕ ಮುಖಂಡರಂತೆ, ರಾಜಕೀಯ ಮುಖಂಡರು ನಿರಾಸೆ ಉಂಟು ಮಾಡಿದ್ದಾರೆ. ಸಮುದಾಯ ಎದುರಿಸುತ್ತಿರುವ ಈಗಿನ ತುರ್ತುಪರಿಸ್ಥಿತಿಯಲ್ಲಿ ಅನೇಕ ರಾಜಕೀಯ ಮುಖಂಡರು ತಮ್ಮ ಸ್ವಾರ್ಥ ಸಾಧನೆಗಾಗಿ ಕೆಲಸ ಮಾಡುತ್ತಿದ್ದಾರೆ. ಹೆಸರು ಮಾಡಬೇಕು, ಪ್ರಸಿದ್ಧರಾಗಬೇಕು ಎನ್ನುವುದು ಅವರ ಆದ್ಯತೆಯಾಗಿದೆ. ಚುನಾವಣೆಗಳಲ್ಲಿ ಸ್ಪರ್ಧಿಸಿದಾಗ ವಿಪರೀತ ಹಣ ಖರ್ಚು ಮಾಡುತ್ತಾರೆ ಮತ್ತು ನಂತರ ಖರ್ಚು ಮಾಡಿದ ಹಣ ಮತ್ತೆ ಹೊಂದಿಸಿಕೊಳ್ಳಲು ಕಷ್ಟಪಡುತ್ತಾರೆ. ಅಹಂಕಾರ, ನಾಯಕತ್ವದ ಕೊರತೆ, ಸೇವಾ ಮನೋಭಾವ ಇಲ್ಲದಿರುವುದು, ಸ್ವಾರ್ಥ ಸಾಧನೆಯಲ್ಲಿ ಆಸಕ್ತಿ ಮತ್ತು ದೊಡ್ಡ ಸಾಧನೆಯನ್ನು ಮಾಡಲು ವಿಫಲರಾಗುವುದು, ಇಂತಹ ಗುಣಲಕ್ಷಣಗಳನ್ನು ಹಲವು ರಾಜಕೀಯ ಮುಖಂಡರಲ್ಲಿ ಗುರುತಿಸಬಹುದಾಗಿದೆ.

ಈ ಪುಸ್ತಕದಲ್ಲಿ ಚರ್ಚಿಸಲಾಗಿರುವ ಮತ್ತೊಂದು ಪ್ರಮುಖ ವಿಷಯವೆಂದರೆ ಶೈಕ್ಷಣಿಕವಾಗಿ ಮುಸ್ಲಿಮರು ಹಿಂದುಳಿದಿರುವುದಾಗಿದೆ. ಸಾಕ್ಷರತೆ ಅಥವಾ ಪದವಿ ಪಡೆಯುವುದು ಶಿಕ್ಷಣವಲ್ಲ. ಶಿಕ್ಷಣವೆಂದರೆ ವಿವೇಕದ ಬೀಜಗಳನ್ನು ಬಿತ್ತಿ, ಅದರ ಫಲಗಳು ಸೌಹಾರ್ದತೆಯಿಂದ ಬಾಳುವ ಮನುಕುಲಕ್ಕೆ ದೊರೆಯುವಂತೆ ಮಾಡುವುದಾಗಿದೆ. ಬೇರೆಯವರೊಡನೆ ನಾವು ಗೌರವದಿಂದ ಮತ್ತು ಸೌಹಾರ್ದತೆಯಿಂದ ಬಾಳುವುದು ಶಿಕ್ಷಣ. ಮನಸ್ಸು, ದೇಹ ಮತ್ತು ಆತ್ಮದ ಉನ್ನತಿಗಾಗಿ ಶಿಕ್ಷಣ ಅಗತ್ಯವಿದೆ. ಸೃಜನಶೀಲತೆ, ಒಳ್ಳೆಯ ಅಭಿರುಚಿ ಮತ್ತು ಉದಾತ್ತ ಚಿಂತನೆಗಳ ಮೂಲಕ ನಮ್ಮ ಚಾರಿತ್ರ್ಯವನ್ನು ಬೆಳೆಸಿಕೊಳ್ಳಲು ನೆರವಾಗುವುದು ಶಿಕ್ಷಣ. ವೈಜ್ಞಾನಿಕ ಮನೋಭಾವ, ವೈಚಾರಿಕತೆ ಮತ್ತು ವೃತ್ತಿಯಲ್ಲಿ ನೈತಿಕತೆಯನ್ನು ಶಿಕ್ಷಣ ಪ್ರೋತ್ಸಾಹಿಸಬೇಕು. ಅಗತ್ಯ ಕೌಶಲಗಳನ್ನು ಪಡೆದು ವಿದ್ಯಾರ್ಥಿಗಳು ತಮ್ಮ ಜೀವನ ಮಟ್ಟವನ್ನು ಸುಧಾರಿಸಲು ಶಿಕ್ಷಣ ನೆರವಾಗಬೇಕು. ವೈಯಕ್ತಿಕ ಮೌಲ್ಯಗಳು,ರಾಷ್ಟ್ರೀಯ ಚಿಂತನೆ ಮತ್ತು ಧಾರ್ಮಿಕ ಮೌಲ್ಯಗಳನ್ನು ನೀಡುವ ಶಿಕ್ಷಣ ನಮಗೆ ಅಗತ್ಯವಿದೆ. ನಮಗೆ ಸರಿಯಾದ ಶಿಕ್ಷಣವು ಅತ್ಯಗತ್ಯವಾಗಿದೆ.

ಈ ಪುಸ್ತಕದಲ್ಲಿ ಭಾರತೀಯ ಮುಸ್ಲಿಮರ ಆರ್ಥಿಕ ಮತ್ತು ಸಾಮಾಜಿಕ ಪರಿಸ್ಥಿತಿ ಎಷ್ಟು ಶೋಚನಿಯವಾಗಿದೆ ಎಂದು ವಿವರಿಸಲಾಗಿದೆ. ಮುಸ್ಲಿಮರ ಜನಸಂಖ್ಯೆಗೆ ಹೋಲಿಸಿದರೆ ವ್ಯಾಪಾರ,ಉದ್ಯಮ, ವಿವಿಧ ವೃತ್ತಿಗಳು ಮತ್ತು ಸರ್ಕಾರಿ ಸೇವೆಗಳಲ್ಲಿರುವ ಮುಸ್ಲಿಮರ ಸಂಖ್ಯೆ ಬಹಳ ಕಡಿಮೆ ಇದೆ. ಈ ಸಮಸ್ಯೆಯನ್ನು ಪರಿಹರಿಸಲು ಏನು ಮಾಡಬೇಕು ಎಂದು ಹಲವು ಸಲಹೆಗಳನ್ನು ಈ ಪುಸ್ತಕದಲ್ಲಿ ನೀಡಲಾಗಿದೆ. ವಕ್ಫ್ ಆಸ್ತಿಗಳನ್ನು ಸರಿಯಾಗಿ ಬಳಸಿದರೆ, ಪರಿಸ್ಥಿತಿಯಲ್ಲಿ ಬಹಳಷ್ಟು ಸುಧಾರಣೆಯನ್ನು ಕಾಣಬಹುದು. ಜಕಾತ್ ನಿಧಿಗಳನ್ನು ಸರಿಯಾದ ರೀತಿಯಲ್ಲಿ ಬಳಸಿಕೊಂಡರೆ ಮತ್ತು

ಬೈತುಲ್– ಮಾಲ್‌ಗಳು ಸರಿಯಾಗಿ ಕರ್ತವ್ಯ ನಿರ್ವಹಿಸಿದರೆ, ಆರ್ಥಿಕ ಸಂಕಷ್ಟದಲ್ಲಿ ಸುಧಾರಣೆ ಆಗುತ್ತದೆ. ಮುಸ್ಲಿಮ್ ಸಮುದಾಯದ ಅಭಿವೃದ್ಧಿಗಾಗಿ ಅಗತ್ಯವಾದ ಹಣ ಸಂಗ್ರಹವನ್ನು ಹೇಗೆ ಮಾಡಬಹುದು ಎಂದು ತಮಿಳು ನಾಡಿನಲ್ಲಿರುವ ಮೊಹಲ್ಲಾ ಕೇಂದ್ರಿತ ಬೈಯತುಲ್– ಮಾಲ್ ಮತ್ತು ಮಲೇಷ್ಯಾ ದೇಶದ ಹಜ್ ನಿಧಿ, ತಬಾಂಗ್ ಹಾಜಿಯ ಉದಾಹರಣೆಗಳನ್ನು ಈ ಪುಸ್ತಕದಲ್ಲಿ ನೀಡಲಾಗಿದೆ.

ಈ ಪುಸ್ತಕದಲ್ಲಿ ಭಾರತೀಯ ಮುಸ್ಲಿಮರು ಹೇಗೆ ಶಾಂತಿ, ಸಾಮರಸ್ಯ, ವಿಶ್ವಾಸ ಮತ್ತು ಸುರಕ್ಷತೆಯಿಂದ ದೇಶದಲ್ಲಿರುವ ಬೇರೆ ಸಮುದಾಯಗಳ ಜೊತೆ ಬಾಳಬಹುದು ಎಂದು ವಿವರವಾಗಿ ಚರ್ಚಿಸಲಾಗಿದೆ. ಇದು ಸಾಧ್ಯವಾಗಬೇಕಾದರೆ ಮುಸ್ಲಿಮರ ಮನೋಭಾವ, ನಡತೆ ಮತ್ತು ಅನುಸಂಧಾನದಲ್ಲಿ ಬದಲಾವಣೆ ಆಗಬೇಕು. ಹೃದಯ, ಮನಸ್ಸು ಮತ್ತು ಆತ್ಮದ ಸಂಪೂರ್ಣ ಪರಿವರ್ತನೆಯಾಗಬೇಕಾಗಿದೆ. ಬೇರೆ ಸಮುದಾಯಗಳ ಜೊತೆಗೆ ಸಾಮರಸ್ಯ ಹೆಚ್ಚು ಮಾಡಿ, ಭೇದಭಾವವನ್ನು ಕಡಿಮೆ ಮಾಡಬೇಕಾಗಿದೆ.

ಈ ಹಿನ್ನೆಲೆಯಲ್ಲಿ, ಹಲವಾರು ದಶಕಗಳ ಹಿಂದೆ ಮೌಲಾನಾ ಆಜಾದ್‌ರವರು ಹೇಳಿದ್ದು ನೆನಪಾಗುತ್ತದೆ. **"1100 ವರ್ಷಗಳ ಸಹ ಬಾಳ್ವೆಯ ಇತಿಹಾಸದಲ್ಲಿ ಒಗ್ಗಟ್ಟಿನಿಂದ ಭಾರತಕ್ಕೆ ಕೊಡುಗೆ ನೀಡಿದ್ದೇವೆ. ನಮ್ಮ ಸಹಬಾಳ್ವೆಯ ಫಲಶ್ರುತಿಯನ್ನು ನಮ್ಮ ಭಾಷೆಗಳು, ನಮ್ಮ ಕವಿತೆಗಳು, ನಮ್ಮ ಸಾಹಿತ್ಯ, ನಮ್ಮ ಸಂಸ್ಕೃತಿ, ನಮ್ಮ ಕಲೆ, ನಮ್ಮ ಉಡುಗೆ, ನಮ್ಮ ರೀತಿ ರಿವಾಜುಗಳು ಮತ್ತು ನಮ್ಮ ದೈನಂದಿನ ಬದುಕಿನಲ್ಲಿ ನಡೆಯುವ ಅಸಂಖ್ಯಾತ ಘಟನೆಗಳಲ್ಲಿ ನಾವು ಕಾಣುತ್ತೇವೆ.ಈ ಸಹಬಾಳ್ವೆ ಇಲ್ಲದ ಜೀವನವಿಲ್ಲ"**[i]. ಈ ಒಗ್ಗಟ್ಟು ಮತ್ತು ಸಹಬಾಳ್ವೆಯನ್ನು ನಾವು ಎತ್ತಿ ಹಿಡಿಯಬೇಕಾಗಿದೆ.

ಈ ಪುಸ್ತಕದಲ್ಲಿ ಮುಸ್ಲಿಮರು, ತಾವು ಬೇರೆ ಧರ್ಮದವರಿಗೆ ಅತ್ಯಗತ್ಯವಾಗಿರುವುದನ್ನು ನಿರೂಪಿಸಬೇಕೆಂದು ಒತ್ತಾಯಿಸಲಾಗಿದೆ. ಮುಸ್ಲಿಮರು ಬೇರೆ ಧರ್ಮದವರಿಗೆ ನೆರವಾಗಬೇಕು, ಹೆಚ್ಚು ನೀಡಬೇಕು ಮತ್ತು ಅವರ ವಿಶ್ವಾಸವನ್ನು ಗಳಿಸಬೇಕು. ದೇಶದಲ್ಲಿರುವ ಇತರೆ ಅಲ್ಪಸಂಖ್ಯಾತರಾದ ಪಾರ್ಸಿಗಳು, ಸಿಖ್, ಕ್ರೈಸ್ತರು ಮತ್ತು ಜೈನರು ಸಮಾಜಕ್ಕೆ ನೀಡುತ್ತಿರುವ ಒಳ್ಳೆಯ ಕೊಡುಗೆಗಳನ್ನು ಗುರುತಿಸಿ, ಅದರಿಂದ ನಾವು ಪ್ರೇರಣೆ ಪಡೆಯಬೇಕು. ಮುಸ್ಲಿಮರು ಬೇರೆ ಧರ್ಮದವರನ್ನು ಗೌರವಿಸಬೇಕು, ಸರ್ವಧರ್ಮ ಸಮಾನತೆಯನ್ನು ಬೆಳಸಬೇಕು, ಬೇರೆಯವರಿಗೆ ನೆರವಾಗಬೇಕು, ಸಹಕಾರ ನೀಡಬೇಕು ಮತ್ತು ಸ್ನೇಹದಿಂದ ಇರಬೇಕು. ಇದೇ ಸಮಯದಲ್ಲಿ ಪ್ರತ್ಯೇಕತಾವಾದ ಹಾಗೂ ಸಮಾಜದಲ್ಲಿ ಬೇರೆಯದೆ ದ್ವೇಷದಂತಿರುವ ಮನೋಭಾವ ಹಾಗೂ ನಡತೆಗಳಿಂದ ದೂರವಿರಬೇಕು ಎಂದು ಲೇಖಕರು ಸರಿಯಾಗಿ ಪ್ರತಿಪಾದಿಸಿದ್ದಾರೆ. ಮುಸ್ಲಿಮರು ಮಾತ್ರವಲ್ಲ ಎಲ್ಲಾ ಧರ್ಮದವರಿಗೂ ನೆರವಾಗುವ

ಸರ್ಕಾರೇತರ ಸಂಸ್ಥೆ (ಎನ್‌ಜಿಒ)ವನ್ನು ಮುಸ್ಲಿಮರು ಸ್ಥಾಪಿಸಬೇಕು ಎಂದು ಲೇಖಕರು ಹೇಳಿರುವುದು ಸೂಕ್ತವಾಗಿದೆ.

ಈ ಪುಸ್ತಕವನ್ನು ಭಾರತದ ಮುಸ್ಲಿಮರ ಉಜ್ವಲ ಭವಿಷ್ಯಕ್ಕಾಗಿ ಒಂದು ಮಾರ್ಗಸೂಚಿ ಮತ್ತು ಕ್ರಿಯಾಯೋಜನೆ ಎಂದು ಪರಿಗಣಿಸಬೇಕಾಗಿದೆ. ನಾವು ಎಚ್ಚೆತ್ತು ಕೊಳ್ಳಲು ಇಲ್ಲಿ ಸಂದೇಶವಿದೆ. ನಾವು ಹತಾಶರಾಗಬೇಕಿಲ್ಲ. ಈ ದೇಶದಲ್ಲಿ ಜ್ಯಾತ್ಯಾತೀತತೆ ಮತ್ತು ಮಾನವೀಯತೆಯ ಮೌಲ್ಯಗಳನ್ನು ಆಚರಿಸುವ ಮತ್ತು ಸೌಮ್ಯ ಸ್ವಾಭಾವದ ಜನರು ಅತಿ ಹೆಚ್ಚಿನ ಸಂಖ್ಯೆಯಲ್ಲಿದ್ದಾರೆ. ನಾವು ಕರುಣೆ ಮತ್ತು ಸೇವೆಯಿಂದ ಇವರೆಲ್ಲರ ವಿಶ್ವಾಸವನ್ನು ಗಳಿಸಬೇಕಾಗಿದೆ.

ಭಾರತದ ಮುಸ್ಲಿಮರಿಗೆ ಉಜ್ವಲ ಭವಿಷ್ಯದ ಹಾದಿಯನ್ನು ತೋರಿಸುವುದರ ಮೂಲಕ ಲೇಖಕರು ಅತ್ಯಮೂಲ್ಯ ಸೇವೆಯನ್ನು ಮಾಡಿದ್ದಾರೆ. ಈ ಪುಸ್ತಕ ಕುರಿತು ಹೆಚ್ಚು ಚರ್ಚೆ ನಡೆಯಬೇಕು ಮತ್ತು ಈ ಪುಸ್ತಕದ ಚಿಂತನೆಗಳು ಸಮುದಾಯದ ಎಲ್ಲರನ್ನೂ ತಲುಪಬೇಕು. ಮೌಲಾನಾ ಹಾಲಿಯವರ ಮುಸಾದ್ದಾಸಗಳಿಗೆ[ii] ದೊರೆತ ಜನಪ್ರಿಯತೆ ಮತ್ತು ಪ್ರಭಾವ ಈ ಪುಸ್ತಕಕ್ಕೂ ದೊರೆಯಬೇಕು. ಪ್ರಸ್ತುತ ಪರಿಸ್ಥಿತಿಯಲ್ಲಿ ಭಾರತದ ಮುಸ್ಲಿಮರ ಸ್ಥಿತಿಗತಿಯನ್ನು ಕುರಿತು ಸಮಗ್ರ ವಿವರಗಳನ್ನು ಮತ್ತು ಚಿಂತನೆಗಳನ್ನು ನೀಡುವ ಈ ಪುಸ್ತಕ ಬಹಳ ಮುಖ್ಯವಾಗಿದೆ.

ಭಾರತದಲ್ಲಿರುವ ಮುಸ್ಲಿಮರಿಗೆ ಎಚ್ಚರಿಕೆಯ ಗಂಟೆಯಾಗಿ ಈ ಪುಸ್ತಕದಲ್ಲಿರುವ ಚಿಂತನೆಗಳನ್ನು ಒಳಗೊಂಡ ಕ್ರಿಯಾಯೋಜನೆಯ ಸಾರಾಂಶವನ್ನು ಉಚಿತವಾಗಿ ಹಂಚಬೇಕು ಎಂದು ನಾನು ಸಲಹೆ ನೀಡುತ್ತಿದ್ದೇನೆ. ಲೇಖಕರ ಚಿಂತನೆಗಳನ್ನು ಕಾರ್ಯರೂಪಕ್ಕೆ ತರುವುದರ ಮೂಲಕ ನಾವು ಈ ಲೇಖಕರಿಗೆ ದೊಡ್ಡ ಗೌರವವನ್ನು ನೀಡಲು ಸಾಧ್ಯವಾಗುತ್ತದೆ.

ಪ್ರೊ.ಬಿ.ಶೇಕ್‌ಅಲಿ
ವಿಶ್ರಾಂತ ಉಪಕುಲಪತಿಗಳು
ಮಂಗಳೂರು ಮತ್ತು ಗೋವಾ ವಿಶ್ವವಿದ್ಯಾಲಯಗಳು

ಪ್ರಸ್ತಾವನೆ

ನಾನು ಈ ಪುಸ್ತಕದಲ್ಲಿ ಭಾರತೀಯ ಮುಸ್ಲಿಮರು ಎದುರಿಸುತ್ತಿರುವ ವಿವಿಧ ಸಮಸ್ಯೆಗಳು, ಸಮಸ್ಯೆಗಳ ವಿಶ್ಲೇಷಣೆ ಮತ್ತು ತಮ್ಮ ಭವಿಷ್ಯದ ದೃಷ್ಟಿಯಿಂದ ಭಾರತೀಯ ಮುಸ್ಲಿಮರು ಏನು ಮಾಡಬಹುದು ಎಂದು ಸಲಹೆಗಳನ್ನು ನೀಡಿದ್ದೇನೆ. ಇಲ್ಲಿ ಪ್ರಸ್ತಾಪಿಸಿರುವ ಕೆಲವು ಪ್ರಮುಖ ಸಮಸ್ಯೆಗಳು ಹೀಗಿವೆ;

1) ಸಾಮಾಜಿಕವಾಗಿ ಮತ್ತು ಆರ್ಥಿಕವಾಗಿ, ಭಾರತೀಯ ಮುಸ್ಲಿಮರು ಹಿಂದುಳಿಯಲು ಕಾರಣಗಳೇನು? ಈ ಪರಿಸ್ಥಿತಿಗೆ ರಾಜಕೀಯ ಮತ್ತು ಧಾರ್ಮಿಕ ಮುಖಂಡರು ಎಷ್ಟರ ಮಟ್ಟಿಗೆ ಕಾರಣರಾಗಿದ್ದಾರೆ?

2) ಭಾರತೀಯ ಮುಸ್ಲಿಮರು ಶಿಕ್ಷಣ, ಸಾಮಾಜಿಕ ಮತ್ತು ಆರ್ಥಿಕ ಕ್ಷೇತ್ರದಲ್ಲಿ ಪ್ರಗತಿಯನ್ನು ಸಾಧಿಸಲು ಏನು ಮಾಡಬಹುದು?

3) ಪ್ರಸ್ತುತ ಸಾಮಾಜಿಕ ಮತ್ತು ರಾಜಕೀಯ ಪರಿಸ್ಥಿತಿಯಲ್ಲಿ ಮುಸ್ಲಿಮರು ಹೇಗೆ ರಚನಾತ್ಮಕವಾಗಿ ಮತ್ತು ಸಕಾರಾತ್ಮಕವಾಗಿ ಸ್ಪಂದಿಸಬಹುದು?

4) ಭಾರತದಲ್ಲಿರುವ ಬೇರೆ ಧರ್ಮದವರ ಸದ್ಭಾವನೆಯನ್ನು ಗಳಿಸಲು ಮುಸ್ಲಿಮರು ಏನು ಮಾಡಬಹುದು?

5) ಸರ್ವಧರ್ಮ ಸಮನ್ವಯ ಮತ್ತು ಕೋಮು ಸೌಹಾರ್ದತೆಯನ್ನು ಬೆಂಬಲಿಸಲು ಮತ್ತು ದೇಶದ ಅಭಿವೃದ್ಧಿಗಾಗಿ ಮುಸ್ಲಿಮರು ಏನು ಮಾಡಬಹುದು?

ಇಂತಹ ಹಲವಾರು ಸಮಸ್ಯೆಗಳನ್ನು ಕುರಿತು ವಿಶ್ಲೇಷಣೆ ಮತ್ತು ಪರಿಹಾರೋಪಾಯಗಳನ್ನು ಕಂಡುಕೊಳ್ಳುವ ಮೂಲಕ ಮಾನವೀಯ ಮೌಲ್ಯಗಳು, ಶಾಂತಿ, ಸೌಹಾರ್ದತೆಯ ಭಾರತವನ್ನು ಬೆಳೆಸುವ ಪ್ರಯತ್ನವನ್ನು ಈ ಪುಸ್ತಕದಲ್ಲಿ ಮಾಡಲಾಗಿದೆ.

ಸಮಾಜಸೇವಕ, ಶಿಕ್ಷಣತಜ್ಞ, ವೃತ್ತಿಪರ, ರಾಜಕೀಯ ಮುಖಂಡ ಮತ್ತು ಸಂಸದನಾಗಿ ಕಳೆದ ಐವತ್ತಕ್ಕೂ ಹೆಚ್ಚು ವರ್ಷಗಳ ಅನುಭವದಲ್ಲಿ, ನಮ್ಮ ಸಮಾಜ ಎದುರಿಸುತ್ತಿರುವ ಸಮಸ್ಯೆಗಳನ್ನು ನಾನು ಅರಿತುಕೊಂಡಿದ್ದೇನೆ. ಅಂತರಾಷ್ಟ್ರೀಯ ಮಟ್ಟದಲ್ಲಿ ನಾವು ಹೆಮ್ಮೆ ಪಡುವ ನಮ್ಮ ದೇಶದ ಬಹುತ್ವ ಏಕೆ ಇಂದು ಆತಂಕದ ಪರಿಸ್ಥಿತಿಯಲ್ಲಿದೆ? ಭಾರತೀಯ ಮುಸ್ಲಿಮರಲ್ಲಿ ಒಬ್ಬನಾಗಿ ಈ ಪರಿಸ್ಥಿತಿ ಉಂಟಾಗಲು ಕಾರಣಗಳೇನು ಎಂದು ನಾನು ಯೋಚಿಸಿದ್ದೇನೆ. ಈ ಪರಿಸ್ಥಿತಿಯುಂಟಾಗಲು ಭಾರತೀಯ ಮುಸ್ಲಿಮರು ಎಷ್ಟರ ಮಟ್ಟಿಗೆ ಕಾರಣರು ಎನ್ನುವ ಪ್ರಶ್ನೆ ಎದುರಾಗುತ್ತದೆ. ದೇಶ

ವಿಭಜನೆ ಕಲಿಸಿದ ಪಾಠಗಳನ್ನು ಮತ್ತು ಬೇರೆ ಧರ್ಮದವರ ಜೊತೆ ಉತ್ತಮ ಸಂಬಂಧವನ್ನು ಹೊಂದಿರುವುದನ್ನು ಭಾರತೀಯ ಮುಸ್ಲಿಮರು ಮರೆತಿರಬಹುದಾ?

ಇಂತಹ ಪ್ರಶ್ನೆಗಳ ಹಿನ್ನಲೆಯಲ್ಲಿ, ದೇಶದ ಪ್ರಗತಿಯ ದೃಷ್ಟಿಯಿಂದ ಭಾರತೀಯ ಮುಸ್ಲಿಮರು ಮತ್ತು ಬೇರೆ ಧರ್ಮದವರ ನಡುವೆ ಉತ್ತಮ ಸ್ನೇಹ, ಸಂಬಂಧಗಳು ಅತ್ಯಗತ್ಯವಿದೆ ಎಂದು ಈ ಪುಸ್ತಕದಲ್ಲಿ ನಾನು ಮುಖ್ಯವಾಗಿ ಪ್ರತಿಪಾದಿಸಿದ್ದೇನೆ. ನಮ್ಮ ದೇಶದಲ್ಲಿ ಸರ್ವಧರ್ಮ ಸಮನ್ವಯ ಮತ್ತು ಕೋಮು ಸೌಹಾರ್ದತೆಯನ್ನು ಬೆಳಸಲು ಭಾರತೀಯ ಮುಸ್ಲಿಮರು ಸಕ್ರೀಯ ಪಾತ್ರವನ್ನು ವಹಿಸಬೇಕು ಎಂದು ಈ ಪುಸ್ತಕದ ಮೂಲಕ ನಾನು ಮನವಿಯನ್ನು ಮಾಡಿಕೊಂಡಿದ್ದೇನೆ.

ವರ್ತಮಾನದಿಂದ ಭವಿಷ್ಯದೆಡೆಗೆ ಭಾರತೀಯ ಮುಸ್ಲಿಮರ ನಡೆ ಹೇಗಿರಬೇಕು ಎನ್ನುವುದು ಈ ಪುಸ್ತಕದ ಮೂಲ ಆಶಯವಾಗಿದೆ. ನಮ್ಮನ್ನು ಬಲಿಪಶು ಮಾಡಲಾಗಿದೆ ಎನ್ನುವ ಮನಸ್ಥಿತಿಯಿಂದ ಹೊರಬಂದು, ನಮ್ಮ ಸ್ವಂತ ಶಕ್ತಿ ಮತ್ತು ಪರಿಶ್ರಮದ ಮೂಲಕ ಶೈಕ್ಷಣಿಕವಾಗಿ ಮತ್ತು ಆರ್ಥಿಕವಾಗಿ ಬೆಳೆಯಲು ಭಾರತೀಯ ಮುಸ್ಲಿಮರು ಕೆಲಸ ಮಾಡಬೇಕಾಗಿದೆ. ನಮ್ಮ ಧರ್ಮದ ಆಧ್ಯಾತ್ಮಿಕ ಮೌಲ್ಯಗಳನ್ನು ದೈನಂದಿನ ಜೀವನದಲ್ಲಿ ಅಳವಡಿಸಿಕೊಂಡು, ಸಮಾಜದಲ್ಲಿ ಒಂದಾಗಿ ದೇಶದ ಅಭಿವೃದ್ಧಿಗಾಗಿ ನಾವು ಕೆಲಸ ಮಾಡಬೇಕಾಗಿದೆ. ಭಾರತದ ಅಭಿವೃದ್ಧಿ ಮತ್ತು ಸಮಾಜಕ್ಕೆ ಭಾರತೀಯ ಮುಸ್ಲಿಮರ ಅಗತ್ಯ ಮತ್ತು ಕೊಡುಗೆಯನ್ನು ಬೇರೆ ಧರ್ಮದವರಿಗೆ ಮನವರಿಕೆ ಮಾಡಿಕೊಟ್ಟು ಅವರ ಸದ್ಭಾವನೆಯನ್ನು ಗಳಿಸುವುದು ಭಾರತೀಯ ಮುಸ್ಲಿಮರಿಗೆ ಅತ್ಯಗತ್ಯವಾಗಿದೆ ಎಂದು ಈ ಪುಸ್ತಕದ ಮೂಲಕ ನಾನು ಪ್ರತಿಪಾದಿಸಿದ್ದೇನೆ.

ಇದು ಭಾರತೀಯ ಮುಸ್ಲಿಮರ ಭವಿಷ್ಯದ ಪಥ ಕೂಡಾ ಆಗಿದೆ.

****

ಮುನ್ನೆಡೆಯುವುದು, ಯಥಾಸ್ಥಿತಿಯಲ್ಲಿರುವುದು ಅಥವಾ ಹಿನ್ನಡೆಯುವುದು— ಈ ಮೂರು ಆಯ್ಕೆಗಳು ವ್ಯಕ್ತಿ ಮತ್ತು ಸಮುದಾಯಕ್ಕೆ ದೊರೆಯುತ್ತವೆ. ವರ್ತಮಾನ ಹೇಗೆ ಇರಲಿ, ಭಾರತೀಯ ಮುಸ್ಲಿಮರು ಉಜ್ವಲ ಭವಿಷ್ಯದ ಪಥವನ್ನು ಆಯ್ಕೆ ಮಾಡಿಕೊಳ್ಳುತ್ತಾರೆ ಎಂದು ನಾನು ಆಶಾವಾದಿಯಾಗಿದ್ದೇನೆ.

ವೈದ್ಯರ ಹತ್ತಿರ ಗಂಭೀರ ಕಾಯಿಲೆಯಿಂದ ನರಳುತ್ತಿರುವ ಒಬ್ಬ ರೋಗಿ ಹೋಗುತ್ತಾನೆ. ರೋಗಿಯ ಆರೋಗ್ಯ ಸಮಸ್ಯೆ ಏನು ಮತ್ತು ಸೂಕ್ತ ಚಿಕಿತ್ಸೆ ಪಡೆಯದಿದ್ದರೆ, ಮುಂದಿನ ದಿನಗಳಲ್ಲಿ ರೋಗಿ ಎಷ್ಟು ನೋವು ಅನುಭವಿಸಬೇಕಾಗುತ್ತದೆ ಮತ್ತು ನರಳಬೇಕಾಗುತ್ತದೆ ಎಂದು ತಿಳಿಸುವುದು ವೈದ್ಯರ ಆದ್ಯತೆಯಾಗಿರುವುದಿಲ್ಲ. ಕಾಯಿಲೆ ಹೇಗೆ ಬಂತು ಮತ್ತು ಈ ಕಾಯಿಲೆ ಬರಲು ಯಾರು ಕಾರಣರಾಗಿರಬಹುದು ಎಂದು ವಿವರಿಸುವುದರಿಂದ ರೋಗಿ ಗುಣವಾಗುವುದಿಲ್ಲ. ಹೀಗಾಗಿ ವೈದ್ಯರು,

ರೋಗಿಗುಣವಾಗಲು ಏನು ಮಾಡಬೇಕು ಎಂದು ಯೋಚಿಸುತ್ತಾರೆ. ಸೂಕ್ತವಾದ ಚಿಕಿತ್ಸಾಕ್ರಮವನ್ನು ರೋಗಿಗೆ ವಿವರಿಸಿ, ಅವನು ಗುಣವಾಗಲು ವೈದ್ಯರು ನೆರವಾಗುತ್ತಾರೆ.

ಸಾಮಾಜಿಕವಾಗಿ, ಆರ್ಥಿಕವಾಗಿ ಮತ್ತು ಶೈಕ್ಷಣಿಕವಾಗಿ ಹಿಂದಿರುವುದು, ಕೋಮುವಾದ ಮತ್ತು ಪ್ರತ್ಯೇಕತಾವಾದದ ಅಪಾಯ, ಮೊದಲಾಗಿ ಭಾರತೀಯ ಮುಸ್ಲಿಮರು ಎದುರಿಸುತ್ತಿರುವ ಸಮಸ್ಯೆಗಳು, ಈ ಸಮಸ್ಯೆಗಳಿಗೆ ಕಾರಣಗಳೇನು ಮತ್ತು ಕಾರಣಕರ್ತರು ಯಾರು ಎಂದು ಹಲವಾರು ಭಾಷಣಗಳು, ಲೇಖನಗಳು ಮತ್ತು ಪುಸ್ತಕಗಳ ರೂಪದಲ್ಲಿ ಚರ್ಚೆಯಾಗಿದೆ. ನನ್ನ ಅಭಿಪ್ರಾಯದಲ್ಲಿ, ರೋಗಿಗುಣವಾಗಲು ಸೂಕ್ತ ಚಿಕಿತ್ಸೆ ನೀಡುವ ವೈದ್ಯರಂತೆ, ಈ ಪುಸ್ತಕವು ಭಾರತೀಯ ಮುಸ್ಲಿಮರು ಎದುರಿಸುತ್ತಿರುವ ಸಮಸ್ಯೆಗಳಿಗೆ ಪರಿಹಾರವನ್ನು ನೀಡುತ್ತದೆ. ವರ್ತಮಾನದಿಂದ ಉಜ್ವಲ ಭವಿಷ್ಯದ ಕಡೆ ಭಾರತೀಯ ಮುಸ್ಲಿಮರು ನಡೆಯಲು ಈ ಪುಸ್ತಕ ನೆರವಾಗುತ್ತದೆ.

****

ಭಾರತದಲ್ಲಿ, ಹಿಂದೂ, ಸಿಖ್, ಬೌದ್ಧ, ಕ್ರೈಸ್ತರು ಮೊದಲಾದ ಧರ್ಮದವರೊಡನೆ ಸಹಭಾಳ್ವೆ ನಡೆಸುವ ಅಗತ್ಯ ಭಾರತೀಯ ಮುಸ್ಲಿಮರಿಗೆ ಇದೆ. ನಮ್ಮ ದೇಶ ಸರ್ವಧರ್ಮದವರಿಗೂ ಮನೆಯಾಗಿದೆ. ನನ್ನ ಅಭಿಪ್ರಾಯದಲ್ಲಿ ಸರ್ವಧರ್ಮೀಯರು ಒಗ್ಗಟ್ಟಾಗಿ ಈ ದೇಶದಲ್ಲಿರುವುದು ಭಗವಂತನ ಸಂಕಲ್ಪವಾಗಿದೆ. ಯಾವುದೇ ಧರ್ಮ, ಜಾತಿ, ಸಮುದಾಯಕ್ಕೆ ಸೇರಿದ್ದರೂ, ಭಾರತೀಯ ಪ್ರಜೆಗಳಾಗಿ ಎಲ್ಲರೂ ಒಗ್ಗಟ್ಟಾಗಿ ದೇಶದ ಅಭಿವೃದ್ಧಿಗಾಗಿ ನಾವು ಕೆಲಸ ಮಾಡಬೇಕಾಗಿದೆ. ಹೀಗೆ ಮಾಡಲು, ಒಬ್ಬ ವ್ಯಕ್ತಿಗೆ ಪ್ರೇರಣೆಯನ್ನು ಈ ಪುಸ್ತಕ ನೀಡಿದರೂ, ನಾನು ಈ ಪುಸ್ತಕ ಬರೆದಿರುವುದು ಸಾರ್ಥಕವೆಂದು ಭಾವಿಸುತ್ತೇನೆ.

ಕೃತಜ್ಞತೆಗಳು

ಜೂನ್ 2020. ಆಗ ಕೋವಿಡ್–19ರ ಸಂಕಷ್ಟದಲ್ಲಿ ಇಡೀ ಜಗತ್ತು ನಲುಗಿತ್ತು. ಕೊಟ್ಯಾಂತರ ಜನರಂತೆ ನಾನು ಕೂಡಾ ಮನೆಯಲ್ಲಿದ್ದು ಲಾಕ್‌ಡೌನ್ ನಿಯಮಗಳನ್ನು ಪಾಲಿಸುತ್ತಿದೆ. ನಕಾರಾತ್ಮಕ ಚಿಂತನೆಗಳಿಗೆ ಆಸ್ಪದ ಕೊಡಲು ನನಗೆ ಇಷ್ಟವಿರಲಿಲ್ಲ. ಹೀಗಾಗಿ ಭಾರತೀಯ ಮುಸ್ಲಿಮರು ಎದುರಿಸುತ್ತಿರುವ ಸಮಸ್ಯೆಗಳು ಮತ್ತು ಉಜ್ವಲ ಭವಿಷ್ಯಕ್ಕಾಗಿ ಅವರು ಏನು ಮಾಡಬಹುದು ಎಂದು ನನ್ನ ಚಿಂತನೆಗಳು ಮತ್ತು ಸಲಹೆಗಳನ್ನು ಬರೆಯಲಾರಂಭಿಸಿದೆ. ಇದು ಈಗ ಪುಸ್ತಕ ರೂಪದಲ್ಲಿ ನಿಮ್ಮ ಕೈ ಸೇರಿದೆ.

ದಯಾಮಯಿಯನಾದ ಭಗವಂತನ ಕೃಪೆಯಿಲ್ಲದಿದ್ದರೆ, ಈ ಪುಸ್ತಕ ಬರೆಯಲು ಅಗತ್ಯವಾದ ಆರೋಗ್ಯ, ಚೈತನ್ಯ ಮತ್ತು ಸಕಾರಾತ್ಮಕ ಚಿಂತನೆಗಳು ನನಗೆ ದೊರೆಯುತ್ತಿರಲಿಲ್ಲ. ಭಗವಂತನಿಗೆ ನಾನು ಸದಾ ಕೃತಜ್ಞನಾಗಿರುತ್ತೇನೆ.

ನನ್ನ ಜೀವನದಲ್ಲಿ ಯಾವಾಗಲೂ ಪ್ರೋತ್ಸಾಹ ನೀಡುತ್ತಿರುವ ಪತ್ನಿ ಆಯೇಷಾ ಮತ್ತು ಮಕ್ಕಳು ಹಾಗೂ ಕುಟುಂಬ ಸದಸ್ಯರಿಗೆ ನಾನು ಕೃತಜ್ಞನಾಗಿದ್ದೇನೆ. ಕರ್ನಾಟಕದ ಮಾಜಿ ಮುಖ್ಯಮಂತ್ರಿ ಮತ್ತು ಮಾಜಿ ಕೇಂದ್ರ ಸಚಿವರು ಹಾಗೂ ಪ್ರಸಿದ್ಧ ಸಾಹಿತಿಗಳಾದ ಡಾ.ವೀರಪ್ಪ ಮೊಯಲಿಯವರು, ಈ ಪುಸ್ತಕಕ್ಕೆ ಮುನ್ನುಡಿಯನ್ನು ಬರೆದು ಕೊಟ್ಟಿದ್ದಾರೆ. ಅವರಿಗೆ ನಾನು ಕೃತಜ್ಞನಾಗಿದ್ದೇನೆ. ಮಂಗಳೂರು ಮತ್ತು ಗೋವಾ ವಿಶ್ವವಿದ್ಯಾಲಯಗಳ ನಿವೃತ್ತ ಉಪಕುಲಪತಿ ಮತ್ತು ಪ್ರಸಿದ್ಧ ಇತಿಹಾಸ ತಜ್ಞರು ಆದ ಪ್ರೊ.ಡಾ.ಬಿ.ಶೇಖ್‌ಅಲಿಯವರು ಈ ಪುಸ್ತಕ ಕುರಿತು ತಮ್ಮ ಅಭಿಪ್ರಾಯವನ್ನು ಬರೆದುಕೊಟ್ಟಿದ್ದಾರೆ. ಅವರಿಗೂ ನಾನು ಕೃತಜ್ಞನಾಗಿದ್ದೇನೆ. ನನಗೆ ನೆರವು ನೀಡಿದ ಕುಮಾರಿ ನಿಗಾರ್‌ರವರಿಗೆ ನಾನು ಕೃತಜ್ಞನಾಗಿದ್ದೇನೆ. ಶ್ರೀಮತಿ ಸುಮಾರವರು, ಈ ಪುಸ್ತಕ ಬರೆಯುವಾಗ ಮತ್ತು ಪ್ರಕಟಿಸುವಾಗ ಅನೇಕರ ಜೊತೆ ಸಂವಾದ ನಡೆಸಲು ಮತ್ತು ಪುಸ್ತಕದ ಕನ್ನಡ ಅನುವಾದಕ್ಕೆ ನನಗೆ ನೆರವಾಗಿದ್ದಾರೆ, ಅವರಿಗೂ ಮತ್ತು ಪುಸ್ತಕವನ್ನು ಪ್ರಕಟಿಸಿದ ನೋಷನ್ ಪ್ರೆಸ್‌ನವರಿಗೂ ನಾನು ಕೃತಜ್ಞನಾಗಿದ್ದೇನೆ. ಪುಸ್ತಕದ ಆಂಗ್ಲ ಆವೃತ್ತಿಯನ್ನು ನೋಷನ್ ಪ್ರೆಸ್ ಮೇ 2021ರಂದು ಪ್ರಕಟಿಸಿದೆ.

ಅಂತರಾಷ್ಟ್ರೀಯ ಖ್ಯಾತಿಯ ವಿಜ್ಞಾನಿ, ಸಾಹಿತಿ ಮತ್ತು ಇಂಗ್ಲೀಷ್, ಕನ್ನಡ ಮೊದಲಾಗಿ ಹಲವು ಭಾಷೆಗಳಲ್ಲಿ ಪ್ರಭುತ್ವ ಹೊಂದಿರುವ ಡಾ.ಉದಯ ಶಂಕರ ಪುರಾಣಿಕರವರು, ಈ ಕೃತಿಯನ್ನು ಕನ್ನಡಕ್ಕೆ ಭಾಷಾಂತರ ಮಾಡಿಕೊಟ್ಟಿದ್ದಾರೆ. "ನಿಜವಾದ ಭಾಷಾಂತರ

ಪರಕಾಯ ಪ್ರವೇಶವಿದ್ದಂತೆ" ಎಂಬ ವಿಲಮೋವಿಟ್ಟನ ಹೇಳಿಕೆಯು ಮೂಲ ಲೇಖಕನ ಮತ್ತು ಭಾಷಾಂತರಕಾರನ ನಡುವೆ ಏರ್ಪಡ ಬೇಕಾದ ತಾದ್ಯಾತ್ಮವನ್ನು ಸೂಚಿಸುತ್ತದೆ. ಮೂಲ ಲೇಖಕನಾದ ನನ್ನ ಜೊತೆ ಇಂತಹ ತಾದ್ಯಾತ್ಮವನ್ನು ಸಾಧಿಸಿ, ಈ ಕೃತಿಯನ್ನು ಕನ್ನಡ ಭಾಷೆಗೆ ಭಾಷಾಂತರ ಮಾಡಿಕೊಟ್ಟಿರುವ ಡಾ.ಉದಯ ಶಂಕರ ಪುರಾಣಿಕರವರಿಗೆ ನನ್ನ ಧನ್ಯವಾದಗಳನ್ನು ಸಲ್ಲಿಸುತ್ತೇನೆ. ಕನ್ನಡ ಆವೃತ್ತಿಯನ್ನು ವಿಮರ್ಶಿಸಿದ ಹಳೋ ಮೈಸೂರಿನ ಪರ್ತಕರ್ತರಾದ ಶ್ರೀ.ಟಿ.ಗುರುರಾಜರವರು ಮತ್ತು ಕವಿ ಮತ್ತು ರಂಗ ನಟರಾದ ಶ್ರೀ ಚಾಂದ್ ಭಾಷ, ಅರಸೀಕೆರೆರವರಿಗೂ,ಅವಿನಾಶ್ ಪಾಳೆಗಾರ್‌ರವರಿಗೂ ನನ್ನ ಧನ್ಯವಾದಗಳು.

ಇತಿಹಾಸ ಮತ್ತು ವರ್ತಮಾನವನ್ನು ಕುರಿತು ನನಗೆ ಅರ್ಥವಾಗಿರುವಂತೆ, ಸಮಸ್ಯೆಗಳನ್ನು ಕುರಿತು ಮತ್ತು ಉಜ್ವಲ ಭವಿಷ್ಯಕ್ಕಾಗಿ ಏನು ಮಾಡಬೇಕು ಎಂದು ನನ್ನ ಚಿಂತನೆಗಳನ್ನು ಈ ಪುಸ್ತಕದಲ್ಲಿ ವ್ಯಕ್ತಪಡಿಸಿದ್ದೇನೆ. ಈ ಪುಸ್ತಕವನ್ನು ಬರೆಯುವಾಗ ನಾನು ಉರ್ದು ಕುರಾನಿನ ಕನ್ನಡ ಆವೃತ್ತಿಯಲ್ಲಿರುವ ಹಾಗೇ ಉರ್ದು ಕುರಾನಿನ ಪದ್ಯಗಳನ್ನು ಮಾರ್ಪಡಿಸದೇ ಯತ್ತಾವತ್ತಾಗಿ ಬಳಸಿದ್ದೇನೆ. ನನ್ನಿಂದ ಏನಾದರೂ ತಪ್ಪುಗಳಾಗಿದ್ದರೆ, ಅದಕ್ಕಾಗಿ ಕ್ಷಮೆ ಕೋರುತ್ತೇನೆ.

ಸರ್ವಶಕ್ತ ಭಗವಂತ, ನಿಮ್ಮೆಲ್ಲರಿಗೂ ಸಕಲ ಆಶೀರ್ವಾದಗಳನ್ನು ನೀಡಲಿ.

ಕೆ. ರಹಮಾನ್ ಖಾನ್

ಭಾರತೀಯ ಮುಸ್ಲಿಮರು – ಪ್ರಸ್ತುತ ಪರಿಸ್ಥಿತಿ

"ಆಕಾಶಗಳಲ್ಲಿ ಮತ್ತು ಭೂಮಿಯಲ್ಲಿರುವ ಎಲ್ಲವೂ ಯಾರಿಗೆ ಸೇರಿವೆಯೋ ಆ ಅಲ್ಲಾಹನ ದಾರಿಯೆಡೆಗೆ ತಿಳಿದಿರಲಿ! ಎಲ್ಲಾ ವಿಷಯಗಳು ಅಂತಿಮವಾಗಿ ಅಲ್ಲಾಹ ನೆಡೆಗೇ ತಲುಪುತ್ತವೆ"

—ಕುರ್‌ಆನ್ (42.53)

2011ರ ಜನಗಣತಿಯ ಪ್ರಕಾರ, ಭಾರತದ ಜನಸಂಖ್ಯೆಯಲ್ಲಿ ಶೇಕಡಾ 14.2ರಷ್ಟು ಮುಸ್ಲಿಮರಿದ್ದಾರೆ. ಈ ಮೌಲ್ಯವನ್ನು ಈಗಿನ ಜನಸಂಖ್ಯೆಗೆ ಹೋಲಿಸಿದರೆ, ಸುಮಾರು 20ಕೋಟಿ ಅಥವಾ ಹೆಚ್ಚು ಭಾರತೀಯ ಮುಸ್ಲಿಮರಿದ್ದಾರೆ[iii]. ಅಂದರೆ ಜಗತ್ತಿನ ಹಲವಾರು ದೇಶಗಳ ಜನಸಂಖ್ಯೆಗಿಂತ ಹೆಚ್ಚು ಜನ ಮುಸ್ಲಿಮರು ಭಾರತದಲ್ಲಿದ್ದಾರೆ ಎಂದು ಹೇಳಬಹುದು.

ಭಾರತೀಯ ಮುಸ್ಲಿಮರು ಭಾರತದ ಅವಿಭಾಜ್ಯ ಅಂಗವಾಗಿದ್ದಾರೆ. ಬೇರೆ ಧರ್ಮದವರಂತೆ ಭಾರತೀಯ ಮುಸ್ಲಿಮರು ಕೂಡಾ ದೇಶಭಕ್ತರಾಗಿದ್ದಾರೆ. ಆದರೆ ದೇಶ ವಿಭಜನೆ ಮತ್ತು ಅದಕ್ಕೂ ಮೊದಲು ಭಾರತದಲ್ಲಿ ಮುಸ್ಲಿಮ್ ಆಳ್ವಿಕೆ ಮೊದಲಾದ ಕಾರಣಗಳಿಂದಾಗಿ ಭಾರತೀಯ ಮುಸ್ಲಿಮರ ಬಗ್ಗೆ ನಕಾರಾತ್ಮಕ ಭಾವನೆಯನ್ನು ಹಲವರು ಹೊಂದಿದ್ದಾರೆ. ಕೋಮು ಧ್ರುವೀಕರಣದಿಂದಾಗಿ ಭಾರತೀಯ ಮುಸ್ಲಿಮರ ಮೇಲೆ ಗಂಭೀರ ಪರಿಣಾಮವಾಗಿದೆ. ಭಾರತೀಯ ಮುಸ್ಲಿಮರು ಸಾಮಾಜಿಕವಾಗಿ, ಬೇರೆ ಧರ್ಮದವರಿಗಿಂತ ಹಿಂದುಳಿದಿದ್ದಾರೆ. ಭಾರತೀಯ ಮುಸ್ಲಿಮರ ಪ್ರಸ್ತುತ ಪರಿಸ್ಥಿತಿಯನ್ನು ವಿಶ್ಲೇಷಿಸುವಾಗ, ಈ ಎಲ್ಲಾ ಅಂಶಗಳನ್ನು ಪರಿಗಣಿಸಬೇಕಾಗುತ್ತದೆ.

ಭಾರತೀಯ ಮುಸ್ಲಿಮರ ಪ್ರಸ್ತುತ ಪರಿಸ್ಥಿತಿ ಕುರಿತು ಮತ್ತು ಈ ಪರಿಸ್ಥಿತಿಗೆ ಕಾರಣಗಳನ್ನು ಕುರಿತು ಅನೇಕರು ಲೇಖನಗಳನ್ನು, ಪುಸ್ತಕಗಳನ್ನು ಬರೆದಿದ್ದಾರೆ. ನನ್ನ ಅಭಿಪ್ರಾಯದಲ್ಲಿ,ಸಕಾರಾತ್ಮಕವಾಗಿ ಈ ಪರಿಸ್ಥಿತಿಗೆ ಪರಿಹಾರೋಪಾಯಗಳನ್ನು ಕಂಡು ಕೊಳ್ಳುವುದು ಮುಖ್ಯವಾಗಿದೆ.

ಭಾರತದ ವಿಭಜನೆಯನ್ನು ತಡೆಯಲು ಅನೇಕ ಹಿಂದೂ, ಮುಸ್ಲಿಮ್ ಮತ್ತು ಬೇರೆ ಧರ್ಮಗಳ ದೇಶ ಭಕ್ತರು ಸರ್ವಪ್ರಯತ್ನ ಮಾಡಿದರು. ಆದರೂ ನಾವು 1947ರಲ್ಲಿ ಬ್ರಿಟೀಷರಿಂದ ಸ್ವಾತಂತ್ರ್ಯ ಪಡೆಯಲು, ದೇಶ ವಿಭಜನೆಯ ಬಹಳ ದೊಡ್ಡ ಬೆಲೆಯನ್ನು

ತೆರಬೇಕಾಯಿತು. ಲಕ್ಷಾಂತರ ಜನ ಮನೆಮಠ ಕಳೆದು ಕೊಂಡರು ಮತ್ತು ವಿವಿಧ ಧರ್ಮಗಳಿಗೆ ಸೇರಿದ ಸಾವಿರಾರು ಜನರ ಮಾರಣಹೋಮ ನಡೆಯಿತು. ದೇಶ ವಿಭಜನೆಯಿಂದ ಕೋಮುವಾದ ಅಂತ್ಯವಾಗಲಿಲ್ಲ ಬದಲಾಗಿ ಮತ್ತಷ್ಟು ಹೆಚ್ಚಾಯಿತು. ನಂತರದ ದಿನಗಳಲ್ಲಿ ಉಂಟಾದ ಕೋಮು ಧ್ರುವೀಕರಣದಿಂದಾಗಿ, ಎಲ್ಲರೂ ದುರಂತವನ್ನು ಎದುರಿಸಬೇಕಾಯಿತು.

ದೇಶ ವಿಭಜನೆಗೆ ಕಾರಣವಾದ ಸನ್ನಿವೇಶ ಮತ್ತು ಘಟನೆಗಳು ಹಾಗೂ ದೇಶ ವಿಭಜನೆಯಿಂದಾಗಿ ಸೃಷ್ಟಿಯಾದ ಹಿಂಸೆ ಮತ್ತು ಸಾವು, ನೋವುಗಳನ್ನು ಕುರಿತು ಅನೇಕ ಲೇಖನಗಳು, ಪುಸ್ತಕಗಳು ಪ್ರಕಟವಾಗಿವೆ. ದೇಶ ವಿಭಜನೆಯ ಕರಾಳ ನೆನಹು ಜನ ಸಾಮಾನ್ಯರ ಮನಸ್ಸಿನಲ್ಲಿ ಅಚ್ಚಳಿಯದೆ ಉಳಿದಿದೆ. ದೇಶ ವಿಭಜನೆಯ ನಂತರದ ವರ್ಷಗಳಲ್ಲಿ ಈ ಕರಾಳ ನೆನಪುಗಳು ಕೋಮುವಾದಕ್ಕೆ ಪುಷ್ಟಿ ನೀಡಿದವು.

ದೇಶ ವಿಭಜನೆಯ ನಂತರದ ದಶಕಗಳಲ್ಲಿ ಕೋಮು ಧ್ರುವೀಕರಣ ಹೆಚ್ಚಾಗಿದೆ. ತಮ್ಮ ರಾಜಕೀಯ ಮತ್ತು ಸಾಮಾಜಿಕ ಲಾಭಗಳಿಗಾಗಿ ಧರ್ಮ, ಆಚರಣೆ ಮತ್ತು ದೇಶಿಯ ಅಸ್ಮಿತೆಯ ಹೆಸರಿನಲ್ಲಿ ಕೆಲವರು ದೊಡ್ಡ ಪ್ರಮಾಣದಲ್ಲಿ ಪ್ರಚಾರ ಮಾಡಿದರು. ಇಂತಹ ನಾಯಕರ ರಾಜಕೀಯ ಉದ್ದೇಶಗಳನ್ನು ಸಾಕಾರಗೊಳಿಸಲು, ಜನಸಾಮಾನ್ಯರ ಧಾರ್ಮಿಕ ಭಾವನೆಗಳನ್ನು ತಿರುಚಿ, ಶೋಷಣೆ ಮಾಡಲಾಯಿತು. ಅನೇಕ ಕಡೆ ದೊಡ್ಡ ಪ್ರಮಾಣದಲ್ಲಿ ಹಿಂಸಾಚಾರ ನಡೆಯಿತು. ಇಂತಹ ಘಟನೆಗಳು ದಕ್ಷಿಣ ಏಷ್ಯಾದಾದ್ಯಂತ ನಡೆದು, ದೊಡ್ಡ ದುರಂತಗಳಾಗಿರುವುದನ್ನು ಇಲ್ಲಿ ಗಮನಿಸಬೇಕಾಗುತ್ತದೆ.

ದಕ್ಷಿಣ ಏಷ್ಯಾದಲ್ಲಿ ಅಸ್ಮಿತೆಯ ಹೆಸರಿನಲ್ಲಿ ನಡೆದ ರಾಜಕಾರಣದಿಂದಾಗಿ ವ್ಯಾಪಕ ಹಿಂಸಾಚಾರ, ಸಾವು ನೋವುಗಳು ಸಂಭವಿಸಿರುವುದನ್ನು ಕುರಿತು ಅನೇಕ ಲೇಖನಗಳು, ಪುಸ್ತಕಗಳನ್ನು ಬರೆಯಲಾಗಿದೆ. ಆಧ್ಯಾತ್ಮದ ಹಿನ್ನಲೆಯಲ್ಲಿ ನಿಜವಾದ ಧರ್ಮವು ದೇವರಲ್ಲಿ ಭಕ್ತಿ ಮತ್ತು ಜನರಲ್ಲಿ ಉತ್ತಮ ಮೌಲ್ಯಗಳು, ಚಾರಿತ್ರ್ಯ ಹಾಗೂ ಸಹೋದರತ್ವವನ್ನು ಪ್ರತಿಪಾದಿಸುತ್ತದೆ. ಆದರೆ ಧರ್ಮ ಮತ್ತು ಅಸ್ಮಿತೆ ಹೆಸರಿನಲ್ಲಿ ನಡೆಯುವ ರಾಜಕಾರಣದಿಂದಾಗಿ ದಕ್ಷಿಣ ಏಷ್ಯಾದಲ್ಲಿ ಅಮಾನವೀಯ ಕೃತ್ಯಗಳು ಮತ್ತು ಘೋರ ಘಟನೆಗಳು ನಡೆದಿವೆ.

ಧರ್ಮ ಮತ್ತು ಅಸ್ಮಿತೆಯ ಹೆಸರಿನಲ್ಲಿ ನಡೆದ ರಾಜಕಾರಣವು, ದೇಶ ವಿಭಜನೆಗೆ ಮತ್ತು ದೊಡ್ಡ ಪ್ರಮಾಣದಲ್ಲಿ ಕೋಮು ಧ್ರುವೀಕರ್ಣಕ್ಕೆ ಪ್ರಮುಖ ಕಾರಣವಾಯಿತು. ಆದರೆ ದುರಂತವೆಂದರೆ, ದೇಶ ವಿಭಜನೆಯ ನಂತರದ ದಿನಗಳಲ್ಲಿ ಕೂಡಾ ದಕ್ಷಿಣ ಏಷ್ಯಾದಲ್ಲಿ ಈ ರೀತಿಯ ರಾಜಕಾರಣ ಮುಂದುವರೆಯಿತು. ಇದರಿಂದಾಗಿ ಅಲ್ಪಸಂಖ್ಯಾತ ಸಮುದಾಯದವರು ಹೆಚ್ಚು ನೋವು ಮತ್ತು ನಕಾರಾತ್ಮಕ ಪರಿಣಾಮಗಳನ್ನು ಎದುರಿಸಬೇಕಾಯಿತು. ಉದಾಹರಣೆಗೆ, ಪಾಕಿಸ್ತಾನದ ರಚನೆಯ ಮೊದಲು ಆ ಪ್ರದೇಶಗಳಲ್ಲಿ ಹಿಂದೂ ಮತ್ತು ಸಿಖ್ ಧರ್ಮದವರು ಸಾಕಷ್ಟು ಸಂಖ್ಯೆಯಲ್ಲಿ

ವಾಸವಾಗಿದ್ದರು. ಆದರೆ ದೇಶ ವಿಭಜನೆಯಿಂದಾಗಿ ಇವರಲ್ಲಿ ಅನೇಕರು ಭಾರತಕ್ಕೆ ವಲಸೆ ಬರಬೇಕಾಯಿತು. ದೇಶ ವಿಭಜನೆಯ ಸಮಯದಲ್ಲಿ ಅನೇಕರು ಜೀವ ಕಳೆದುಕೊಂಡರು. ಈಗ ಪಾಕಿಸ್ತಾನದಲ್ಲಿ ಬಹಳ ಕಡಿಮೆ ಜನ ಹಿಂದೂಗಳು ಮತ್ತು ಸಿಕ್ಖರು ವಾಸವಾಗಿದ್ದಾರೆ ಮತ್ತು ಅನೇಕ ರೀತಿಯ ದೌರ್ಜನ್ಯಗಳನ್ನು ಎದುರಿಸುತ್ತಿದ್ದಾರೆ. ಇಸ್ಲಾಂ ಹೆಸರಿನಲ್ಲಿ ಕೆಲವು ರಾಜಕೀಯ ಸಂಘಟನೆಗಳು, ಪಾಕಿಸ್ತಾನದಲ್ಲಿರುವ ಅಲ್ಪಸಂಖ್ಯಾತರ ಜೀವನವನ್ನು ನರಕದಂತೆ ಮಾಡುತ್ತಿವೆ. ಪಾಕಿಸ್ತಾನದಂತೆ, ಮುಸ್ಲಿಮರು ಬಹುಸಂಖ್ಯಾತರಾಗಿರುವ ಅನೇಕ ದೇಶಗಳಲ್ಲಿ ಅಲ್ಪಸಂಖ್ಯಾತರನ್ನು ಉದ್ದೇಶ ಪೂರ್ವಕವಾಗಿ ನಿರ್ಲಕ್ಷಿಸಲಾಗುತ್ತಿದೆ ಮತ್ತು ಅವರಿಗೆ ಕನಿಷ್ಠ ಮಾನವ ಹಕ್ಕುಗಳನ್ನು ಕೂಡಾ ನೀಡುತ್ತಿಲ್ಲ. ಕೆಲವೊಮ್ಮೆ ಇವರ ಮೇಲೆ ಹಿಂಸಾಚಾರ ಕೂಡಾ ನಡೆಸಲಾಗುತ್ತಿದೆ.

ಭಾರತದಲ್ಲಿ ಕೂಡಾ ಕೋಮು ಧ್ರುವೀಕರಣ ಮತ್ತು ಧರ್ಮ ಹಾಗೂ ಅಸ್ಮಿತೆಯ ಹೆಸರಿನಲ್ಲಿ ನಡೆದಿರುವ ರಾಜಕಾರಣದಿಂದಾಗಿ ದುರಂತಗಳಾಗಿವೆ. ಪ್ರಜಾಪ್ರಭುತ್ವ, ಜಾತ್ಯಾತೀತತೆ, ಸಾಮಾಜಿಕ ನ್ಯಾಯ ಮತ್ತು ಮಾನವ ಹಕ್ಕುಗಳ ಸಂರಕ್ಷಣೆಗೆ ಇಂತಹ ರಾಜಕಾರಣದಿಂದಾಗಿ ದೊಡ್ಡ ಸವಾಲು ಎದುರಾಗಿದೆ. ಈ ವಿಷಯ ಕುರಿತು ಅನೇಕ ಲೇಖನಗಳು ಮತ್ತು ಪುಸ್ತಕಗಳನ್ನು ಬರೆಯಲಾಗಿದೆ.

ಕೋಮು ಧ್ರುವೀಕರಣ ಹೆಚ್ಚಾದಂತೆ, ಸಾಮಾಜಿಕ, ಶೈಕ್ಷಣಿಕ ಮತ್ತು ಆರ್ಥಿಕವಾಗಿ ಮುಸ್ಲಿಮರು ಹೆಚ್ಚು ಹಿನ್ನಡೆ ಅನುಭವಿಸುತ್ತಾರೆ. ಹಲವಾರು ದಶಕಗಳಿಂದ ಭಾರತೀಯ ಮುಸ್ಲಿಮರು ಈ ಸಮಸ್ಯೆಯನ್ನು ಎದುರಿಸುತ್ತಿದ್ದಾರೆ. ಹೀಗಾಗಿ ಕೋಮು ಸೌಹಾರ್ದವನ್ನು ಹೆಚ್ಚಿಸುವುದು ಮತ್ತು ಸಾಮಾಜಿಕ, ಶೈಕ್ಷಣಿಕ ಮತ್ತು ಆರ್ಥಿಕವಾಗಿ ಅಭಿವೃದ್ಧಿ ಸಾಧಿಸುವುದು ಭಾರತೀಯ ಮುಸ್ಲಿಮರ ಭವಿಷ್ಯದ ದೃಷ್ಟಿಯಿಂದ ಅತ್ಯಗತ್ಯವಾಗಿದೆ.

ಈ ಹಿನ್ನಲೆಯಲ್ಲಿ,

1) ನಮ್ಮ ದೇಶದಲ್ಲಿ ಕೋಮು ಸೌಹಾರ್ದತೆ ಹೆಚ್ಚಾಗಲು ಮತ್ತು ಎಲ್ಲಾ ಪ್ರಜೆಗಳಿಗೂ ಸಂವಿಧಾನ ನೀಡಿರುವ ಹಕ್ಕುಗಳನ್ನು ರಕ್ಷಿಸಲು ಏನು ಮಾಡಬೇಕು ಎಂದು ಯೋಚಿಸಬೇಕಾಗಿದೆ.

2) ಭಾರತೀಯ ಮುಸ್ಲಿಮರು ಸಾಮಾಜಿಕ, ಶೈಕ್ಷಣಿಕ ಮತ್ತು ಆರ್ಥಿಕವಾಗಿ ಪ್ರಗತಿ ಸಾಧಿಸಲು ಏನು ಮಾಡಬೇಕು ಎಂದು ಯೋಚಿಸಬೇಕಾಗಿದೆ.

ಅರ್ಥಾತ್, ಭಾರತೀಯ ಮುಸ್ಲಿಮರು ಬೇರೆ ಧರ್ಮದವರೊಡನೆ ಶಾಂತಿ, ಸೌಹಾರ್ದತೆಯಿಂದ ವಾಸವಾಗಿರಲು ಹಾಗೂ ಸಾಮಾಜಿಕ, ಶೈಕ್ಷಣಿಕ ಮತ್ತು ಆರ್ಥಿಕವಾಗಿ ಪ್ರಗತಿ ಸಾಧಿಸಲು, ಭವಿಷ್ಯದ ನಡೆ ಹೇಗಿರಬೇಕು ಎಂದು ಯೋಚಿಸಬೇಕಾಗಿದೆ.

ಈ ಪುಸ್ತಕದಲ್ಲಿ ಇಂತಹ ಹಲವಾರು ವಿಷಯಗಳನ್ನು ನಾನು ಚರ್ಚಿಸಿದ್ದೇನೆ.

ಪ್ರಸ್ತುತ ಪರಿಸ್ಥಿತಿಯಲ್ಲಿ, ಮೌಲಾನಾಅಬುಲ್ ಕಲಾಂ ಆಜಾದ್ ಮತ್ತು ಬಾಬಾ ಸಾಹೇಬ ಡಾ.ಭೀಮರಾವ್ ಅಂಬೇಡ್ಕರ, ಭಾರತದ ಈ ಇಬ್ಬರು ಮಹಾನ್ ನಾಯಕರ ಜೀವನ ಮತ್ತು ಸಂದೇಶಗಳು ಭಾರತೀಯ ಮುಸ್ಲಿಮರಿಗೆ ಮುಖ್ಯವಾಗುತ್ತವೆ.

ಅಬುಲ್ ಕಲಾಂ ಗುಲಾಮ್ ಮೊಹಿಯುದ್ದೀನ್ ಅಹಮದ್ ಬಿನ್ ಖೈರುದ್ದೀನ್ ಅಲ್–ಹುಸೇನಿ(1888–1958),ಇವರು ಮೌಲಾನಾ ಆಜಾದ್ ಎಂದು ಜನಪ್ರಿಯರಾದವರು. ಇವರ ಹಿತವಚನವನ್ನು ಭಾರತೀಯ ಮುಸ್ಲಿಮರು ಕೇಳಿದ್ದರೆ, ಇಂದಿನ ಪರಿಸ್ಥಿತಿಯನ್ನು ಖಂಡಿತವಾಗಿ ಎದುರಿಸುತ್ತಿರಲಿಲ್ಲ.

ಮೌಲಾನಾ ಆಜಾದ್‌ರವರ ತಂದೆಯವರು ಅಫಘಾನ್ ಮೂಲದವರಾದ ಬೆಂಗಾಲಿ ಮುಸ್ಲಿಮರಾಗಿದ್ದು ತಮ್ಮ ಅಜ್ಜನ ಜೊತೆಯಲ್ಲಿ ದೆಹಲಿಯಲ್ಲಿ ಮತ್ತು ನಂತರದ ದಿನಗಳಲ್ಲಿ ಮಕ್ಕಾಹ್(ಮೆಕ್ಕಾ)ದಲ್ಲಿ ವಾಸವಾಗಿದ್ದರು. ಅಂದಿನ ದಿನಗಳಲ್ಲಿ ಮೆಕ್ಕಾ ಒಟ್ಟೋಮನ್ ಸಾಮ್ರಾಜ್ಯದ ಭಾಗವಾಗಿತ್ತು. ಮೌಲಾನಾ ಆಜಾದ್‌ರವರ ತಂದೆಯವರು ಸೂಫಿ ಪರಂಪರೆಗೆ ಸೇರಿದವರಾಗಿದ್ದು, ಅಸಂಖ್ಯಾತ ಶಿಷ್ಯರನ್ನು ಹೊಂದಿದ್ದರು. ಮದೀನಾಹ್(ಮೆದೀನಾ)ದ ಸುಪ್ರಸಿದ್ಧ ವಿದ್ವಾಂಸರ ಮಗಳನ್ನು ಇವರು ಮದುವೆಯಾಗಿದ್ದರು.

1890ರಲ್ಲಿ ಪುಟ್ಟ ಮಗುವಾಗಿದ್ದ ಮೌಲಾನಾ ಆಜಾದ್‌ರವರ ಜೊತೆಯಲ್ಲಿ ಅವರ ತಂದೆ ತಾಯಿ ಕೊಲಕತ್ತಾಗೆ ಬಂದು ನೆಲಸಿದರು. ಬಾಲ್ಯದಲ್ಲಿ ಮನೆಯಲ್ಲಿ ಶಿಕ್ಷಣ ಪಡೆದ ಮೌಲಾನಾ ಆಜಾದ್, ನಂತರದ ದಿನಗಳಲ್ಲಿ ಕುಟುಂಬದವರು ನೇಮಕ ಮಾಡಿದ ಶಿಕ್ಷಕರಿಂದ ಹಲವಾರು ಭಾಷೆಗಳನ್ನು, ಇಸ್ಲಾಮಿಕ್ ಸಿದ್ಧಾಂತಗಳು ಮತ್ತು ಗಣಿತ, ತತ್ವಶಾಸ್ತ್ರ, ಇತಿಹಾಸ ಹಾಗೂ ವಿಜ್ಞಾನವನ್ನು ಕಲಿತರು. ಕಿರಿಯ ವಯಸ್ಸಿನಲ್ಲಿ ಬರೆಯಲು ಪ್ರಾರಂಭಿಸಿದ ಮೌಲಾನಾ ಆಜಾದ್, ಮುಂದಿನ ದಿನಗಳಲ್ಲಿ ಸಾಮಾಜಿಕ, ರಾಜಕೀಯ, ಆಧ್ಯಾತ್ಮ ಮತ್ತು ಧಾರ್ಮಿಕ, ಹೀಗೆ ಅನೇಕ ವಿಷಯಗಳನ್ನು ಕುರಿತು ವಿದ್ವತ್‌ಪೂರ್ಣ ಲೇಖನಗಳನ್ನು ಬರೆದರು. ಬ್ರಿಟೀಷರಿಂದ ಭಾರತ ಸ್ವಾತಂತ್ರ್ಯ ಪಡೆಯಬೇಕು ಎಂದು ಪ್ರತಿಪಾದಿಸುವ ಪತ್ರಕರ್ತನಾಗಿ ಇವರು ಜನಪ್ರಿಯತೆ ಗಳಿಸಿದರು. ಭಾರತಕ್ಕೆ ಸ್ವಾತಂತ್ರ್ಯ ಪಡೆಯಲು ಗಾಂಧೀಜಿಯವರ ಅಹಿಂಸೆ ಮತ್ತು ಸತ್ಯಾಗ್ರಹವನ್ನು ಬೆಂಬಲಿಸಿದ ಮೌಲಾನಾ ಆಜಾದ್‌ರವರು, ಮುಂದಿನ ದಿನಗಳಲ್ಲಿ ಭಾರತೀಯ ರಾಷ್ಟ್ರೀಯ ಕಾಂಗ್ರೆಸ್ ಪಕ್ಷದ ಪ್ರಮುಖ ನಾಯಕರಾಗಿ ಭಾರತದ ಸ್ವಾತಂತ್ರ್ಯ ಹೋರಾಟದಲ್ಲಿ ಭಾಗವಹಿಸಿದರು.

ಹಿಂದು–ಮುಸ್ಲಿಮ ಏಕತೆ ಮತ್ತು ಅಖಂಡ ಭಾರತ ಕುರಿತು ಮೌಲಾನಾ ಆಜಾದ್ ದೃಢ ನಿಲುವು ಹೊಂದಿದ್ದರು. 1924ರಲ್ಲಿ, ತಮ್ಮ 24ನೆಯ ವಯಸ್ಸಿನಲ್ಲಿ ಅಲ್‌ಹಿಲಾಲ್ (''ದಕ್ರಸೆಂಟ್'') ಹೆಸರಿನ ಪತ್ರಿಕೆಯನ್ನು ಪ್ರಾರಂಭಿಸಿದ ಮೌಲಾನಾ ಆಜಾದ್, ಭಾರತದ ಸ್ವಾತಂತ್ರ್ಯ ಹೋರಾಟದಲ್ಲಿ ಹಿಂದೂಗಳ ಜೊತೆಯಲ್ಲಿ ಮುಸ್ಲಿಮರು ಒಗ್ಗಟ್ಟಾಗಿ ಭಾಗವಹಿಸಲು ಕರೆ ನೀಡಿದರು[iv]. 1923ರಲ್ಲಿ, ತಮ್ಮ 35ನೆ ವಯಸ್ಸಿನಲ್ಲಿ ಭಾರತೀಯ

ರಾಷ್ಟ್ರೀಯ ಕಾಂಗ್ರೆಸ್ ಪಕ್ಷದ ಅತ್ಯಂತ ಕಿರಿಯ ವಯಸ್ಸಿನ ಅಧ್ಯಕ್ಷರಾಗಿ ಆಯ್ಕೆಯಾದರು. ಮತ್ತೊಮ್ಮೆ 1940ರಲ್ಲಿ ಭಾರತೀಯ ರಾಷ್ಟ್ರೀಯ ಕಾಂಗ್ರೆಸ್ ಪಕ್ಷದ ಅಧ್ಯಕ್ಷರಾಗಿ ಆಯ್ಕೆಯಾದ ಮೌಲಾನಾ ಆಜಾದ್, 1946ರವರೆಗೆ ಈ ಸ್ಥಾನದಲ್ಲಿದ್ದು ಸೇವೆ ಸಲ್ಲಿಸಿದರು[v]. ಹಿಂದು ಮತ್ತು ಮುಸ್ಲಿಮರ ಏಕತೆಯನ್ನು ಪ್ರತಿಪಾದಿಸುತ್ತಿದ್ದ ಮೌಲಾನಾ ಆಜಾದ್‌ರವರು, ಎರಡೂ ಧರ್ಮದವರನ್ನು ಬೇರೆ ಮಾಡುವ ಪ್ರತ್ಯೇಕ ಮತದಾನ ವ್ಯವಸ್ಥೆಯನ್ನು ವಿರೋಧಿಸಿದರು. ಜಿನ್ನಾ ನೇತೃತ್ವದ ಮುಸ್ಲಿಮ್ ಲೀಗ್‌ನ ಪ್ರತ್ಯೇಕತಾ ವಾದವನ್ನು ಭಾರತೀಯ ಮುಸ್ಲಿಮರ ಮರಣ ಶಾಸನವೆಂದು ಕರೆದ ಮೌಲಾನಾ ಆಜಾದ್, ಕೋಮುವಾದ ಆಧಾರಿತ ರಾಜಕಾರಣವನ್ನು ತೀವ್ರವಾಗಿ ವಿರೋಧಿಸಿದರು. ಅಖಂಡ ಭಾರತವನ್ನು ಉಳಿಸಿಕೊಳ್ಳಲು ಭಾರತೀಯ ಮುಸ್ಲಿಮರು ಹಿಂದೂ ಮತ್ತು ಇತರ ಧರ್ಮದವರ ಜೊತೆ ಸೇರಿ ಕೆಲಸ ಮಾಡಬೇಕು ಎಂದು ಇವರು ಪ್ರತಿಪಾದಿಸಿದರು. ಎಲ್ಲಾ ಧರ್ಮ ಮತ್ತು ಸಮುದಾಯದವರು ಅಖಂಡ ಭಾರತದಲ್ಲಿ ಶಾಂತಿಯಿಂದ ಜೊತೆಯಾಗಿ ಇರಬೇಕು ಎಂದು ಅವರ ನಂಬಿಕೆಯಾಗಿತ್ತು.

ಮುಸ್ಲಿಮ್ ಲೀಗ್ ಬೇಡಿಕೆಯಾದ ದೇಶ ವಿಭಜನೆಯನ್ನು ಕೊನೆಯವರೆಗೂ ಮೌಲಾನಾ ಆಜಾದ್ ತೀವ್ರವಾಗಿ ವಿರೋಧಿಸಿದರು[vi]. ಮುಸ್ಲಿಮ್ ಲೀಗ್‌ನ ನಾಯಕರ ವಿರೋಧವನ್ನು ಲೆಕ್ಕಿಸದೆ, ಹಿಂದು ಮುಸ್ಲಿಮ್ ಏಕತೆಗಾಗಿ ಮೌಲಾನಾ ಆಜಾದ್ ಕೆಲಸ ಮಾಡಿದರು. ಎಲ್ಲಾ ಧರ್ಮದವರು ಶಾಂತಿಯಿಂದ ಇರುವ ಅಖಂಡ ಭಾರತವನ್ನು ಬೆಂಬಲಿಸಿದ ಮೌಲಾನಾ ಆಜಾದ್, ಪಾಕಿಸ್ತಾನಕ್ಕಾಗಿ ಮುಸ್ಲಿಮ್ ಲೀಗ್ ಒತ್ತಾಯಿಸುವುದನ್ನು ಖಂಡಿಸಿದರು. ಈ ರೀತಿ ಭಾರತದ ಸ್ವಾತಂತ್ರ್ಯ, ಅಖಂಡತೆ ಮತ್ತು ಹಿಂದು–ಮುಸ್ಲಿಮ್ ಏಕತೆಗಾಗಿ ಮೌಲಾನಾ ಆಜಾದ್ ನಿರಂತರವಾಗಿ ಪ್ರತಿಪಾದಿಸಿದರು.

ಮೌಲಾನಾ ಆಜಾದ್‌ರವರ ತೀವ್ರ ವಿರೋಧದ ನಡುವೆ 1947ರಲ್ಲಿ ಭಾರತದ ವಿಭಜನೆ ನಡೆಯಿತು. ಭಾರತ ಮತ್ತು ಪಾಕಿಸ್ತಾನ, ಎರಡೂ ದೇಶಗಳಿಂದ ಲಕ್ಷಾಂತರ ಜನ ವಲಸೆ ಹೋದರು. ಈ ಸಂದರ್ಭದಲ್ಲಿ ದೆಹಲಿಯ ಐತಿಹಾಸಿಕ ಜಮ್ಮಾ ಮಸೀದಿಯ ಮೆಟ್ಟಿಲುಗಳ ಮೇಲೆ ನಿಂತು, ಭಾರತೀಯ ಮುಸ್ಲಿಮರನ್ನು ಉದ್ದೇಶಿಸಿ ಮೌಲಾನಾ ಆಜಾದ್ ಮಾಡಿದ ಭಾಷಣದ ಕನ್ನಡ ಅನುವಾದ ಹೀಗಿದೆ;

"ನನ್ನ ಸಹೋದರರೆ,

ಇವತ್ತು ನಾನು ಇಲ್ಲಿಗೆ ಯಾಕೆ ಬಂದಿದ್ದೇನೆ ಎಂದು ನಿಮಗೆ ಗೊತ್ತಾಗಿದೆ. ಈ ಐತಿಹಾಸಿಕ ಶಾಹಜಹಾನ್‌ನ ಮಸೀದಿಯ ಮುಂದೆ ನೆರೆದಿರುವ ಬೃಹತ್ ಜನಸ್ತೋಮ ನನಗೆ ಹೊಸದಲ್ಲ. ಈ ಮೊದಲು, ನಾನು ಹಲವಾರು ಬಾರಿ ಇದೇ ಸ್ಥಳದಲ್ಲಿ ನಿಮ್ಮನ್ನು ಉದ್ದೇಶಿಸಿ ಮಾತನಾಡಿದ್ದೇನೆ. ಅಂದಿನಿಂದ ಹಲವಾರು ಏರಿಳಿತಗಳಿಗೆ ನಾವು ಸಾಕ್ಷಿಯಾಗಿದ್ದೇವೆ. ಆಗ, ನಿಮ್ಮ ಮುಖದಲ್ಲಿ ದಣಿವಿನ ಬದಲು ಶಾಂತಿಯಿತ್ತು, ನಿಮ್ಮ ಹೃದಯದಲ್ಲಿ ಅಪನಂಬಿಕೆಯ ಬದಲು ಆತ್ಮವಿಶ್ವಾಸವಿತ್ತು. ಆದರೆ ಇಂದು ನಿಮ್ಮ ಮುಖದಲ್ಲಿ ಅಸಹನೆ ಮತ್ತು ಹೃದಯಲ್ಲಿ ಹತಾಶೆಯನ್ನು ನಾನು ನೋಡಿದಾಗ, ಕಳೆದ ಹಲವು ವರ್ಷಗಳಲ್ಲಿ ನಡೆದ ಘಟನೆಗಳು ನನಗೆ ನೆನಪಾಗುತ್ತಿದೆ.

ನಿಮಗೆ ನೆನಪಿದೆಯಾ? ನಾನು ನಿಮಗೆ ಕರೆ ನೀಡಿದಾಗ, ನನ್ನ ನಾಲಿಗೆಯನ್ನು ಕತ್ತರಿಸಿದಿರಿ. ನಾನು ಲೇಖನಿಯನ್ನು ಹಿಡಿದಾಗ, ನನ್ನ ಕೈಯನ್ನು ಕತ್ತರಿಸಿದಿರಿ. ನಾನು ಮುಂದೆ ಹೋಗಲು ಯತ್ನಿಸಿದಾಗ ನನ್ನ ಕಾಲುಗಳನ್ನು ಮುರಿದಿರಿ ಮತ್ತು ಟಡಲು ಯತ್ನಿಸಿದಾಗ ನನ್ನ ಬೆನ್ನಿಗೆ ಇರಿದಿರಿ. ಕಳೆದ ಏಳು ವರ್ಷಗಳಲ್ಲಿ ದ್ವೇಷ ರಾಜಕಾರಣ ಪರಾಕಾಷ್ಠ ತಲುಪಿದಾಗ, ಪ್ರತಿಯೊಂದು ಅಪಾಯದ ಸೂಚನೆಯಲ್ಲೂ ನಾನು ನಿಮ್ಮನ್ನು ಎಚ್ಚರಿಸಲು ಪ್ರಯತ್ನಿಸಿದೆ. ಆದರೆ ನೀವು ನನ್ನನ್ನು ನಿರ್ಲಕ್ಷ ಮಾಡಿದಿರಿ. ಇತಿಹಾಸದಲ್ಲಿ ಮಾಡಿದಂತೆ ನಿರ್ಲಕ್ಷ ಮತ್ತು ನಿರಾಕರಣೆಯ ಸಂಪ್ರದಾಯಗಳನ್ನು ಮತ್ತೆ ಈಗಲೂ ಆಚರಿಸಿದಿರಿ.ಇದರ ಪ್ರತಿಫಲವಾಗಿ, ಹಿಂದೆ ಸತ್ಯದ ಮಾರ್ಗದಿಂದ ನಿಮ್ಮನ್ನು ವಿಮುಖಗೊಳಿಸಿದ ಅದೇ ಅಪಾಯಗಳು ಇಂದು ನಿಮ್ಮನ್ನು ಸುತ್ತುವರಿದಿವೆ.

ಇವತ್ತು, ಅಸಹಾಯಕಕತೆ, ಅರಣ್ಯರೋಧನೆ ಮತ್ತು ನನ್ನ ಮಾತೃಭೂಮಿಯಲ್ಲೇ ಅನಾಥನಾದ ಪರಿಸ್ಥಿತಿ ನನ್ನದಾಗಿದೆ. ಇದರ ಅರ್ಥ, ನಾನು ಪ್ರತಿಪಾದಿಸಿದ ಮೌಲ್ಯಗಳಲ್ಲಿ ನಾನು ಬಂಧಿಯಾಗಿದ್ದೇನೆ ಅಥವಾ ನನಗೆ ಇರಲು ಮನೆಯಿಲ್ಲ ಎಂದು ಅರ್ಥವಲ್ಲ. ನಾನು ಧರಿಸಿದ ಉಡುಪು, ನೀವು ನೆರವಿಗಾಗಿ ಚಾಚುವ ಕೈಗಳಿಗೆ ಸಿಕ್ಕು ಬಡವಾಗಿದೆ. ನನ್ನ ಭಾವನೆಗಳಿಗೆ ಘಾಸಿಯಾಗಿದೆ ಮತ್ತು ಹೃದಯ ಭಾರವಾಗಿದೆ. ಒಂದು ಕ್ಷಣ ನೀವು ಯೋಚಿಸಿ. ನೀವು ಯಾವ ದಾರಿಯನ್ನು ಆಯ್ಕೆ ಮಾಡಿಕೊಂಡಿರಿ? ನಿಮ್ಮ ಸಂವೇದನೆ ಸತ್ವ ಕಳೆದುಕೊಂಡಿಲ್ಲವೆ? ನಿರಂತರವಾದ ಭಯದಲ್ಲಿ ನೀವು ಬದುಕುತ್ತಿಲ್ಲವೆ? ನಿಮ್ಮ ಕೃತ್ಯಗಳ ಪ್ರತಿಫಲವಾಗಿ ಈ ಅವ್ಯಕ್ತ ಭಯ ಸೃಷ್ಟಿಯಾಗಿದೆ.

ಎರಡು ರಾಷ್ಟ್ರ ಬೇಡಿಕೆಯನ್ನು ತಿರಸ್ಕರಿಸಿ, ಇದು ಗೌರವದಿಂದ ಬಾಳುವವರಿಗೆ ಮರಣ ಶಾಸನವಾಗಲಿದೆ ಎಂದು ನಾನು ನಿಮಗೆ ಎಚ್ಚರಿಕೆ ನೀಡಿದ್ದೆ. ಆಸರೆಯೆಂದು ನೀವು ಒರಗಿಕೊಂಡಿರುವ ಕಂಬಗಳು ಕೊನೆಯಲ್ಲಿ ಕುಸಿದು ಬೀಳುತ್ತವೆ ಎಂದು ವಿವರಿಸಿದ್ದೆ. ಆದರೆ ನೀವು ನನ್ನ ಮಾತು ಕೇಳಲಿಲ್ಲ. ಅನಗತ್ಯ ವಿವಾದಗಳು ಮತ್ತು ಸಮಸ್ಯೆಗಳು ಎದುರಾಗಬಾರದು ಎಂದು ನಾನು ವ್ಯಕ್ತಿಗಳು ಮತ್ತು ರಾಜಕೀಯವನ್ನು

ಪ್ರತ್ಯೇಕವಾಗಿಟ್ಟು ಮಾತನಾಡುತ್ತಿದ್ದನ್ನು ನೀವು ತಿಳಿದುಕೊಳ್ಳಲಿಲ್ಲ. ಭಾರತದ ವಿಭಜನೆಯಾಗಿದ್ದು ದೊಡ್ಡ ತಪ್ಪಾಗಿದೆ. ಧರ್ಮದ ಹೆಸರಿನಲ್ಲಿ ಪ್ರಚೋದನೆ ನೀಡಿದವರಿಂದಾಗಿ, ಎಂತಹ ದುರಂತ ನಡೆಯಿತು ಎಂದು ನಾವು ಕಣ್ಣಾರೆ ನೋಡಿದ್ದೇವೆ. ಇನ್ನೂ ಕೆಲವು ಪ್ರದೇಶಗಳಲ್ಲಿ ದುರಂತ ಮುಂದುವರೆದಿರುವುದು ನೋವಿನ ಸಂಗತಿಯಾಗಿದೆ.

ಕಳೆದ ಐದು ವರ್ಷಗಳಲ್ಲಿ ನಡೆದ ಘಟನೆಗಳನ್ನು ಕುರಿತು ಈಗ ಯೋಚಿಸುವುದರಿಂದ ಯಾವ ಪ್ರಯೋಜನವಿಲ್ಲ. ಆದರೆ ಮುಸ್ಲಿಮ್ ಲೀಗ್ ನಾಯಕರು ಮಾಡಿದ ಘೋರ ತಪ್ಪುಗಳಿಂದಾಗಿ ಭಾರತೀಯ ಮುಸ್ಲಿಮರು ದೊಡ್ಡ ಬೆಲೆ ತೆರುತ್ತಿದ್ದಾರೆ. ನಾನು ಮೊದಲಿನಿಂದಲೂ ಇಂತಹ ಘಟನೆಗಳು ನಡೆಯಬಹುದು ಎಂದು ನಿರೀಕ್ಷಿಸಿದ ಕಾರಣ, ಈಗಿನ ದುರಂತದಿಂದ ನನಗೆ ಆಶ್ಚರ್ಯವಾಗಿಲ್ಲ.

ಹೊಸ ದಿಕ್ಕಿನಲ್ಲಿ ಸಾಗಿರುವ ಭಾರತದ ರಾಜಕಾರಣದಲ್ಲಿ ಮುಸ್ಲಿಮ್ ಲೀಗ್‌ಗೆ ಸ್ಥಾನವಿಲ್ಲ. ನಾವು ಸಕಾರಾತ್ಮಕವಾಗಿ ಯೋಚಿಸಲು ಸಾಧ್ಯವಿದೆ ಅಥವಾ ಇಲ್ಲವೆನ್ನುವುದು ನಮ್ಮ ಮುಂದಿರುವ ಪ್ರಶ್ನೆಯಾಗಿದೆ. ಈ ಪ್ರಶ್ನೆಯನ್ನು ಕುರಿತು ಚರ್ಚೆ ಮಾಡಲು, ನವೆಂಬರ್ ಎರಡನೆಯ ವಾರದಲ್ಲಿ, ಭಾರತದ ಮುಸ್ಲಿಮ್ ಮುಖಂಡರನ್ನು ದೆಹಲಿಗೆ ಬರುವಂತೆ ನಾನು ಆಹ್ವಾನ ನೀಡಿದ್ದೇನೆ.

ನಿಮ್ಮ ಜೀವನವನ್ನು ಆವರಿಸಿರುವ ಕತ್ತಲು ತಾತ್ಕಾಲಿಕವಾಗಿದೆ. ನಮ್ಮ ಹೊರತಾಗಿ ನಮ್ಮನ್ನು ಯಾರೂ ಸೋಲಿಸಲು ಸಾಧ್ಯವಿಲ್ಲವೆಂದು ನಿಮಗೆ ಹೇಳಲು ಬಯಸುತ್ತೇನೆ. ನಾನು ಹಲವಾರು ಬಾರಿ ಹೇಳಿದ್ದನ್ನು, ಈಗ ಮತ್ತೆ ಹೇಳಲು ಇಷ್ಟ ಪಡುತ್ತೇನೆ. ದೃಢವಾದ ನಿರ್ಧಾರ ಕೈಗೊಳ್ಳದಿರುವುದು, ಅಪನಂಬಿಕೆ ಮತ್ತು ದುರ್ವರ್ತನೆಯನ್ನು ನೀವು ನಿಲ್ಲಿಸಬೇಕು. ಈ ಮೂರು ಅಲಗಿನ ಆಯುಧವು ಮಾರಣಾಂತಿಕ ಗಾಯವನ್ನುಂಟು ಮಾಡುವ ಎರಡು ಅಲಗಿನ ಖಡ್ಗಗಿಂತ ಹೆಚ್ಚು ಅಪಾಯಕಾರಿಯಾಗಿದೆ.

ಪವಿತ್ರ ಹಿಜ್ರನ ನಾಮಸ್ಮರಣೆ ಮಾಡಿ, ನೀವು ಆಯ್ಕೆ ಮಾಡಿಕೊಂಡಿರುವ ಪಲಾಯನವಾದ ಕುರಿತು ಮತ್ತೊಮ್ಮೆ ಯೋಚಿಸಿ. ನಿಮ್ಮ ಮೆದಳನ್ನು ಪಳಗಿಸಿ ಮತ್ತು ಮನಸ್ಸನ್ನು ಸದೃಢಗೊಳಿಸಲು ಅಭ್ಯಾಸ ಮಾಡಿಕೊಳ್ಳಿ. ಆಗ ಮಾತ್ರ, ನೀವು ಕೈಗೊಂಡ ನಿರ್ಧಾರಗಳು ಎಷ್ಟು ಅಪ್ರಬುದ್ಧವಾಗಿದ್ದವು ಎಂದು ನಿಮಗೆ ಅರಿವಾಗುತ್ತದೆ.

ನೀವು ಎಲ್ಲಿಗೆ ಮತ್ತು ಯಾಕೆ ಹೋಗಲು ಬಯಸುತ್ತಿರುವಿರಿ? ಕಣ್ಣರೆದು ನೋಡಿ. ಜಾಮಾ ಮಸೀದಿಯ ಮಿನಾರ್‌ಗಳು ನಿಮ್ಮನ್ನು ಪ್ರಶ್ನಿಸುತ್ತಿವೆ. ನಿಮ್ಮ ಭವ್ಯಇತಿಹಾಸದ ಹುಟಗಳನ್ನು ಎಲ್ಲಿ ಕಳೆದುಕೊಂಡಿರುವಿರಿ? ಜಮುನಾ ನದಿಯತೀರದಲ್ಲಿ ನಿಸ್ನೆಯಷ್ಟೇ ನಿಮ್ಮ ಕ್ಯಾರಾವಾನ್‌ಗಳು ವಜೂ ಆಚರಿಸಿದ್ದವು[vii]. ಇವತ್ತು ಇಲ್ಲಿ ವಾಸವಾಗಿರಲು ಭಯ ಪಡುತ್ತಿರುವಿರಿ. ನೆನಪಿಡಿ, ದೆಹಲಿಯನ್ನು ನಿಮ್ಮ ರಕ್ತ ನೀಡಿ ಬೆಳೆಸಿರುವಿರಿ. ಸಹೋದರರೇ, ನಿಮ್ಮಲ್ಲಿ ಮೂಲಭೂತ ಬದಲಾವಣೆಯನ್ನು ಮಾಡಿಕೊಳ್ಳಿ. ನಿನ್ನೆ ನೀವು

ಮಾಡಿದ ಸಂಭ್ರಮಾರಚನೆಯಷ್ಟೇ ಇವತ್ತು ನೀವು ಪಡುತ್ತಿರುವ ಭಯ ಕೂಡಾ ತಪ್ಪಾಗಿದೆ.

ಮುಸ್ಲಿಮ್ ಎನ್ನುವಾಗ ಹೇಡಿ ಮತ್ತು ಮತಿ ಹೀನನೆಂದು ಎಂದೂ ಬಳಸಲು ಸಾಧ್ಯವಿಲ್ಲ. ನಿಜವಾದ ಮುಸ್ಲಿಮ್ ಭಯ ಪಡುವುದಿಲ್ಲ ಮತ್ತು ದ್ವೇಷ ಸಾಧಿಸುವುದಿಲ್ಲ. ಕೆಲವರು ಕಣ್ಮರೆಯಾದರು ಎಂದು ನೀವು ಹೆದರಬೇಡಿ. ಅವರು ಪಲಾಯನ ಮಾಡಲು ಸುಲಭವಾಗಲಿ ಎಂದು ನಿಮ್ಮನ್ನು ಗುಂಪಾಗಿ ಸೇರುವಂತೆ ಮಾಡಿದರು.ಇವತ್ತು ಅವರು ನಿಮ್ಮ ಕೈಕೊಸರಿಕೊಂಡು ಓಡಿ ಹೋದ ಮಾತ್ರಕ್ಕೆ ಏನೂ ಆಗುವುದಿಲ್ಲ. ಅವರು ನಿಮ್ಮ ಹೃದಯದೊಡನೆ ಓಡಿ ಹೋಗದಂತೆ ನೋಡಿಕೊಳ್ಳಿ. ನಿಮ್ಮ ಹೃದಯದಲ್ಲಿ ದೇವರು ನೆಲಸುವಂತೆ ಮಾಡಿ. ಸುಮಾರು 1300 ವರ್ಷಗಳ ಹಿಂದೆ, ಅರಬ್‌ಸಂತರ ಮೂಲಕ, ದೇವರು ಹೇಳಿದ್ದು ಹೀಗೆ."ಯಾರು ದೇವರಲ್ಲಿ ದೃಢವಾದ ನಂಬಿಕೆಯನ್ನು ಹೊಂದಿದ್ದಾರೆ, ಅವರಿಗೆ ಭಯ ಅಥವಾ ದುಃಖವಿರುವುದಿಲ್ಲ". ಗಾಳಿ ಬೀಸುವಾಗ, ಬಿರುಗಾಳಿ ಉಂಟಾದರೂ, ಅದು ತಾತ್ಕಾಲಿಕವಾಗಿ ಮಾತ್ರ. ಪರೀಕ್ಷೆಯ ಸಮಯ ಅಂತ್ಯವಾಗುತ್ತಿದೆ. ಇಷ್ಟು ಸಂಕಷ್ಟ ಪರಿಸ್ಥಿತಿಯಲ್ಲಿ ನೀವು ಎಂದೂ ಇರಲಿಲ್ಲವೆನ್ನುವಂತೆ ನಿಮ್ಮನ್ನು ಬದಲಾಯಿಸಿಕೊಳ್ಳಿ.

ನಾನು ವಾಗ್ವಾದಕ್ಕೆ ಇಳಿಯುವುದಿಲ್ಲ. ಆದರೆ ನಿಮ್ಮ ದಿವ್ಯ ನಿರ್ಲಕ್ಷ್ಯಕ್ಕೆ ನಾನು ಗುರಿಯಾಗಿದ್ದರೂ, ಮತ್ತೊಮ್ಮೆ ಹೇಳಲು ಬಯಸುತ್ತೇನೆ. ಮೂರನೆಯ ಶಕ್ತಿಯೊಂದು, ತನ್ನ ಪೊಳ್ಳು ಆಡಂಬರದೊಡನೆ ಹೊರಟು ಹೋಗಿದೆ. ಏನಾಗಬೇಕಿತ್ತು ಅದೆಲ್ಲವೂ ಆಗಿದೆ. ನಿಮ್ಮ ಹೃದಯ ಮತ್ತು ಮನಸ್ಸು ಪರಿವರ್ತನೆಯಾಗಿಲ್ಲವೆಂದರೆ, ಅದು ಮತ್ತೊಂದು ವಿಷಯವಾಗುತ್ತದೆ. ಆದರೆ ನೀವು ಬದಲಾವಣೆಯನ್ನು ಬಯಸಿದರೆ, ಇತಿಹಾಸದ ಪುಟಗಳಿಂದ ಕಲಿತು, ನಿಮ್ಮನ್ನು ಹೊಸ ವ್ಯಕ್ತಿಯನ್ನಾಗಿ ಪರಿವರ್ತನೆ ಮಾಡಿಕೊಳ್ಳಿ. ಭಾರತದ ಇತಿಹಾಸದಲ್ಲಿ ಕ್ರಾಂತಿಯ ದಿನಗಳನ್ನು ಕಳೆದ ನಂತರ, ಕೆಲವು ಖಾಲಿ ಪುಟಗಳು ಉಳಿದಿವೆ. ನಿಮಗೆ ಇಷ್ಟೆ ಇದ್ದರೆ, ಈ ಖಾಲಿ ಪುಟಗಳನ್ನು ತುಂಬಿದವರು ನೀವು ಎಂದು ಹೆಮ್ಮೆ ಪಡಬಹುದು.

ಬದಲಾವಣೆಯೊಂದಿಗೆ ನೀವು ಬದಲಾಗಬೇಕು ಸಹೋದರೆ. ನಾನು ಬದಲಾಗಲು ಇನ್ನೂ ಸಿದ್ಧನಾಗಿಲ್ಲ ಎಂದು ಹೇಳಬೇಡಿ. ನಕ್ಷತ್ರಗಳು ಉರುಳಿರಬಹುದು ಆದರೆ ಸೂರ್ಯ ಇನ್ನೂ ಬೆಳಗುತ್ತಿದ್ದಾನೆ. ಸೂರ್ಯನ ಕೆಲವು ಕಿರಣಗಳನ್ನು ಪಡೆದು, ಕತ್ತಲು ತುಂಬಿರುವ ನಿಮ್ಮ ಜೀವನದಲ್ಲಿ ಬೆಳಕು ಮೂಡುವಂತೆ ಮಾಡಿ.

ಹೊಸ ಆಡಳಿತದಿಂದ ನೀವು ಪ್ರಮಾಣ ಪತ್ರವನ್ನು ಪಡೆಯಬೇಕು ಎಂದು ನಾನು ಕೇಳುತ್ತಿಲ್ಲ. ವಿದೇಶಿ ಆಡಳಿತದಲ್ಲಿ ಹೊಗಳು ಭಟ್ಟರ ಜೀವನ ನಡೆಸಿದಂತೆ, ಈಗಲೂ ನಡೆಸಬೇಡಿ ಎಂದು ನಾನು ಕೇಳುತ್ತಿದ್ದೇನೆ. ಪೂರ್ವಜರ ಪರಿಶ್ರಮದಿಂದಾಗಿ ನಮ್ಮ ಸುತ್ತಲು ಬೆಳಕು ಕಾಣುತ್ತಿದ್ದೇವೆ. ಪೂರ್ವಜರನ್ನು ಮರೆಯಬೇಡಿ ಮತ್ತು ಅವರನ್ನು

ಕೈಬಿಡಬೇಡಿ. ಪೂರ್ವಜರು ಹೆಮ್ಮೆ ಪಡುವಂತಹ ಸಂತತಿಯಾಗಿ ನೀವು ಬದುಕಬೇಕು. ನೀವು ಪಲಾಯನ ಮಾಡುವುದಿಲ್ಲವೆಂದು ನಿರ್ಧರಿಸಿದರೆ, ಯಾರೂ ಕೂಡಾ ನಿಮ್ಮನ್ನು ಪಲಾಯನ ಮಾಡುವಂತೆ ಮಾಡಲು ಸಾಧ್ಯವಿಲ್ಲವೆಂದು ಮರೆಯಬೇಡಿ. ಬನ್ನಿ, ಇವತ್ತು ಈ ದೇಶ ನಮ್ಮದು, ದೇಶವಾಸಿಗಳಾದ ನಮ್ಮ ಸಹಮತವಿಲ್ಲದೆ, ದೇಶದ ಭವಿಷ್ಯ ಕುರಿತು ಯಾವುದೇ ನಿರ್ಧಾರಗಳನ್ನು ಕೈಗೊಳ್ಳಲು ಸಾಧ್ಯವಿಲ್ಲವೆಂದು ಪ್ರತಿಜ್ಞ ಮಾಡೋಣ.

ಒಂದು ಕಾಲದಲ್ಲಿ ವಸ್ತುಶ: ಭೂಕಂಪವಾದ ನೀವು, ಇಂದು ಭೂಮಿ ನಡುಗುತ್ತಿದೆ ಎಂದು ಹೆದರುತ್ತಿರುವಿರಿ. ಒಂದು ಕಾಲದಲ್ಲಿ ಬೆಳಕಿನ ಮೂಲವಾಗಿದ್ದ ನೀವು, ಇಂದು ಕತ್ತಲೆಯಿಂದು ಹೆದರುತ್ತಿರುವಿರಿ ಕೊಳಕು ನೀರಿನ ಮಳೆಯಾಗಿದೆಯೆಂದು ನಿಮ್ಮ ಪೈಜಾಮಗಳನ್ನು ಮಡಚಿಕೊಂಡಿರುವಿರಿ. ಧೈರ್ಯವಾಗಿ ಸಮುದ್ರದ ಆಳಕ್ಕೆ ಜಿಗಿದವರು, ದೊಡ್ಡ ಪರ್ವತಗಳನ್ನು ಏರಿ ನಿಂತವರು, ಸಿಡಿಲಿಗೆ ಹೆದರದೆ ನಕ್ಕವರು, ಬಿರುಗಾಳಿಯನ್ನು ಹಿಮ್ಮೆಟಿಸಿದವರು, ಚಂಡಮಾರುತಗಳನ್ನು ಎದುರಿಸಿ, ಅವುಗಳ ದಿಕ್ಕು ಬದಲಾಯಿಸಿದವರು, ಬೇರೆ ಯಾರು ಅಲ್ಲ, ಅವರು ನಿಮ್ಮ ಪೂರ್ವೀಕರು. ಒಂದು ಕಾಲದಲ್ಲಿ ಚಕ್ರವರ್ತಿಗಳ ಕತ್ತಿನ ಪಟ್ಟಿಯನ್ನು ಹಿಡಿದವರು, ಇಂದು ತಮ್ಮ ಕತ್ತನ್ನು ಹಿಸುಕಿಕೊಳ್ಳುತ್ತಿದ್ದಾರೆ. ದೇವರಲ್ಲಿ ಎಂದೂ ನಂಬಿಕೆಯಿಲ್ಲದವರಂತೆ ಇಂದು ದೇವರ ಅಸ್ತಿತ್ವವನ್ನು ಮರೆತಿರುವುದು ನೋಡಿದರೆ, ಧರ್ಮದ ಅವನತಿಯ ಸೂಚನೆಗಳಂತೆ ಕಾಣುತ್ತಿದೆ.

ಸಹೋದರರೆ, ನಾನು ಹೊಸ ಪರಿಹಾರವನ್ನು ನಿಮಗೆ ನೀಡುತ್ತಿಲ್ಲ. ಪವಿತ್ರ ಕುರಾನ್‌ದಲ್ಲಿ ಇಡೀ ಮನುಕುಲಕ್ಕೆ ನೀಡಲಾಗಿರುವ ಪರಿಹಾರವನ್ನು ನಾನು ಇಲ್ಲಿ ಮತ್ತೆ ಹೇಳುತ್ತಿದ್ದೇನೆ. "ಹೆದರಬೇಡಿ, ದುಃಖ ಪಡಬೇಡಿ. ನಿಮಗೆ ದೇವರಲ್ಲಿ ನಂಬಿಕೆ ಇದ್ದರೆ, ನೀವು ಜೀವನದಲ್ಲಿ ಎಂತಹ ಕಷ್ಟ ಬಂದರೂ ಗೆಲವು ಸಾಧಿಸುವಿರಿ."

ಈ ಸಭೆ ಮುಕ್ತಾಯವಾಗಲಿದೆ. ನಾನು ಹೇಳಬೇಕಾಗಿರುವುದನ್ನು ಹೇಳಿದ್ದೇನೆ. ಮತ್ತೊಮ್ಮೆ ನಿಮ್ಮ ಮೇಲೆ ಪ್ರಜ್ಞೆಯ ಮೇಲೆ ಹಿಡಿತವನ್ನು ಸಾಧಿಸಿರಿ ಎಂದು ಹೇಳುತ್ತೇನೆ. ನಿಮಗೆ ಬೇಕಾದ ಪರಿಸರ ಮತ್ತು ಜಗತ್ತನ್ನು ಕಟ್ಟುವುದನ್ನು ನೀವು ಕಲಿಯಿರಿ. ಇದನ್ನು ನಮ್ಮ ಊರಿನ ಮಾರುಕಟ್ಟೆಯಲ್ಲಿ ನಾನು ಖರೀದಿಸಲು ಸಾಧ್ಯವಿಲ್ಲ. ಒಳ್ಳೆಯ ಕೆಲಸಗಳನ್ನು ಮಾಡಿದ ಹಣವನ್ನು ನೀಡಿ ನೀವು ಹೃದಯದ ಮಾರುಕಟ್ಟೆಯಲ್ಲಿ ಮಾತ್ರ ಖರೀದಿಸಬಹುದು.

ದೇವರ ದಯೆ ನಿಮ್ಮ ಮೇಲಿರಲಿ"[viii]

****

ದೇಶ ವಿಭಜನೆಯಾಗಿ 75 ವರ್ಷಗಳಾದವು. ಮೌಲಾನಾ ಆಜಾದ್‌ರವರು ನಮ್ಮನ್ನು ಅಗಲಿ ಸುಮಾರು 63 ವರ್ಷಗಳಾದವು. ಆದರೆ, ಮೌಲಾನಾ ಆಜಾದ್‌ರವರು ಯಾವ ಮೌಲ್ಯಗಳಿಗಾಗಿ ಹೋರಾಡಿದರೋ, ಅವು ಇಂದಿಗೂ ಪ್ರಸ್ತುತವಾಗಿವೆ. ಸರ್ವಧರ್ಮದವರು, ಭೇದಭಾವಗಳನ್ನು ಮರೆತು, ಸಹಬಾಳ್ವೆ ಮತ್ತು ಶಾಂತಿಯಿಂದ ಬಾಳುವ ಅಖಂಡ ಭಾರತ, ಮೌಲಾನಾ ಆಜಾದ್‌ರವರ ಕಲ್ಪನೆಯಾಗಿತ್ತು. ಮೌಲಾನಾ ಆಜಾದ್‌ರವರು ಎಲ್ಲ ರೀತಿಯ ಕೋಮುವಾದವನ್ನು ವಿರೋಧಿಸಿದ್ದು ಮತ್ತು ಎಲ್ಲಾ ಧರ್ಮದವರು ಸಹಬಾಳ್ವೆಯಿಂದ ಬಾಳುವ ಅಗತ್ಯವನ್ನು ಪ್ರತಿಪಾದಿಸಿದ್ದು, ಇಂದಿಗೂ ಪ್ರಸ್ತುತವಾಗಿದೆ. ಈಗ ವಿಶ್ವದಾದ್ಯಂತ ಧರ್ಮದ ಹೆಸರಿನಲ್ಲಿ ದ್ವೇಷ ಮತ್ತು ಹಿಂಸಾಚಾರ ವ್ಯಾಪಕವಾಗಿ ಹರಡುತ್ತಿದೆ. ಮೌಲಾನಾ ಆಜಾದ್‌ರವರು ಪ್ರತಿಪಾದಿಸಿದ ಮೌಲ್ಯಗಳು, ಎಲ್ಲಾ ಧರ್ಮದವರು ಒಗ್ಗಟ್ಟಿನಿಂದ ಮನುಕುಲದ ಒಳಿತಾಗಿ ಕೆಲಸ ಮಾಡುವ ಅಗತ್ಯವನ್ನು ಒತ್ತಿ ಹೇಳುತ್ತವೆ. ಸಮಾಜದಲ್ಲಿ ಸರ್ವಧರ್ಮ ಸಾಮರಸ್ಯ ಮತ್ತು ಏಕತೆಗಾಗಿ ಇಸ್ಲಾಂ ದೊಡ್ಡ ಕೊಡುಗೆಯನ್ನು ನೀಡುತ್ತದೆ ಎಂದು ಅವರು ನಮಗೆ ಕಲಿಸಿದರು. ಒಬ್ಬರು ಸಂಪ್ರದಾಯವಾದಿ ಮುಸ್ಲಿಮ್ ಆಗಿರುವುದರ ಜೊತೆಗೆ ಸರ್ವಧರ್ಮ ಸಾಮರಸ್ಯಕ್ಕಾಗಿ ಕೆಲಸ ಮಾಡುವುದು ಮತ್ತು ಆಧ್ಯಾತ್ಮಿಕ ಸಾಧನೆಯನ್ನು ಮಾಡಲು ಸಾಧ್ಯವಿದೆ ಎಂದು ಅವರು ತಮ್ಮ ನಡೆನುಡಿಗಳ ಮೂಲಕ ತೋರಿಸಿಕೊಟ್ಟಿದ್ದಾರೆ.

****

ಇಸ್ಲಾಮಿಕ್ ವಿದ್ವಾಂಸರು ಅಥವಾ ಮೌಲಾನಾರವರಾಗಿದ್ದ ಮೌಲಾನಾ ಆಜಾದ್‌ರವರು, ಹಿಂದು–ಮುಸ್ಲಿಮ್ ಏಕತೆ ಹಾಗೂ ಅಖಂಡ ಭಾರತದ ಪರವಾಗಿದ್ದವರು. ಕುರಾನ್ ಹಾಗೂ ವಿವಿಧ ಧರ್ಮಗಳ ನಡುವಿನ ಸಮಾನತೆ ಕುರಿತು ಅವರಿಗೆ ಅಪಾರವಾದ ಜ್ಞಾನವಿತ್ತು. ಹೀಗಾಗಿ ಅವರು, ಸರ್ವಧರ್ಮ ಸಮಾನತೆ ಮತ್ತು ಕೋಮು ಸಾಮರಸ್ಯಕ್ಕಾಗಿ ಕೆಲಸ ಮಾಡಿದರು.

ಇವತ್ತು ಭಾರತ ಮಾತ್ರವಲ್ಲ, ವಿಶ್ವದಾದ್ಯಂತ ಸರ್ವಧರ್ಮ ಸಾಮರಸ್ಯದ ಅಗತ್ಯವಿದೆ. ಈ ಹಿನ್ನೆಲೆಯಲ್ಲಿ ಸರ್ವಧರ್ಮ ಸಾಮರಸ್ಯಕ್ಕಾಗಿ ಮೌಲಾನಾ ಆಜಾದರವರು ಮಾಡಿದ ಕೆಲಸ ಈಗ ಹೆಚ್ಚು ಪ್ರಸ್ತುತವಿದೆ. ಕುರಾನ್ ಹಿನ್ನೆಲೆಯಲ್ಲಿ ಮೌಲಾನಾ ಆಜಾದರವರು ವಿವಿಧ ಧರ್ಮಗಳ ನಡುವೆ ಸಾಮರಸ್ಯ ತರಲು ಮಾಡಿರುವ ಕೆಲಸ ಕುರಿತು ಸಾಕಷ್ಟು ಚರ್ಚೆಗಳಾಗಿವೆ. ಹೀಗಾಗಿ, ಈ ಚರ್ಚೆಗಳ ಸಾರಾಂಶವನ್ನು ಇಲ್ಲಿ ಪ್ರಸ್ತಾಪ ಮಾಡುತ್ತಿದ್ದೇನೆ.

1920ರಲ್ಲಿ ಮೌಲಾನಾ ಆಜಾದ್‌ರವರು ಕುರಾನ್ ಕುರಿತು ಅದರ ಅನುವಾದ ಮತ್ತು ವರ್ಣನೆ ಬರೆಯಲು ಪ್ರಾರಂಭಿಸಿದರು. ಆದರೆ ಅವರಿಗೆ ತರ್ಜುಮಾನ್–ಉಲ್– ಕುರಾನ್ ಪೂರ್ತಿಯಾಗಿ ಬರೆಯಲು ಆಗಲಿಲ್ಲ. ಸುಪ್ರಸಿದ್ಧ ಇಸ್ಲಾಮಿಕ್ ವಿದ್ವಾಂಸರಾದ ಅಖ್ತರುಲ್ ವಾಸಿಯವರ ಅಭಿಪ್ರಾಯದಲ್ಲಿ ಮೌಲಾನಾ ಆಜಾದ್‌ರವರ ಅಪಾರ ಜ್ಞಾನ ಮತ್ತು

ಆಧ್ಯಾತ್ಮಿಕ ಸಾಧನೆಯನ್ನು ಈ ಕೃತಿ ಪ್ರತಿಬಿಂಬಿಸುತ್ತದೆ[ix]. ಹೀಗಾಗಿ ಈ ಕೃತಿಗೆ ನಾವು ಹೆಚ್ಚು ಗೌರವವನ್ನು ನೀಡಬೇಕಾಗಿದೆ. ಕುರಾನ್ ಮತ್ತು ಬೇರೆ ಧರ್ಮಗಳ ಕುರಿತು ತಮಗೆ ಇದ್ದ ಆಳವಾದ ಜ್ಞಾನದ ಹಿನ್ನೆಲೆಯಲ್ಲಿ ಸರ್ವಧರ್ಮ ಸಾಮರಸ್ಯವನ್ನು ಮೌಲಾನಾ ಆಜಾದ್ ಪ್ರತಿಪಾದಿಸಿದರು. ಬ್ರಿಟಿಷ್ ಆಳ್ವಿಕೆಯ ಭಾರತದಲ್ಲಿ ಕೋಮುವಾದ ಹೆಚ್ಚಾಗುತ್ತಿದ್ದ ಸಮಯದಲ್ಲಿ ಮೌಲಾನಾರವರು ಕೋಮು ಸಾಮರಸ್ಯ ಕುರಿತು ಬರೆಯುತ್ತಿದ್ದರು ಎನ್ನುವುದನ್ನು ನಾವು ಮರೆಯಬಾರದು[x]. ಧರ್ಮಗಳ ನಡುವೆ ಸಾಮರಸ್ಯ ಸಾಧ್ಯವಿಲ್ಲ ಎನ್ನುವ ವಾದವನ್ನು ತಿರಸ್ಕರಿಸುತ್ತಿದ್ದ ಮೌಲಾನಾರವರು ವಿವಿಧ ಧರ್ಮಗಳ ನಡುವಿನ ಸಾಮರಸ್ಯವನ್ನು ಜನಸಾಮಾನ್ಯರಿಗೆ ತಿಳಿಸಿಕೊಡುತ್ತಿದ್ದರು.

ಸುಮಾರು ಒಂದು ನೂರು ವರ್ಷಗಳ ಹಿಂದೆ ಮೌಲಾನಾ ಆಜಾದ್‌ರವರು ಬರೆಯಲು ಪ್ರಾರಂಭಿಸಿದ ಈ ಕೃತಿಯು, ಭಾರತದಲ್ಲಿ ಕೋಮು ಸಾಮರಸ್ಯವಿರಲು ಮಹತ್ತ್ವದ ಕೊಡುಗೆಯನ್ನು ನೀಡಿದೆ. ಈಗ ಅನೇಕ ದೇಶಗಳಲ್ಲಿ ವಿವಿಧ ಧರ್ಮದವರು ವಾಸವಾಗಿದ್ದಾರೆ. ಹೀಗಾಗಿ ಸರ್ವಧರ್ಮ ಸಾಮರಸ್ಯವು ವಿಶ್ವದಾದ್ಯಂತ ವಿವಿಧ ಧರ್ಮದವರು ಶಾಂತಿಯಿಂದ ಜೊತೆಯಾಗಿ ಬಾಳಲು ಅತ್ಯಗತ್ಯವಾಗಿದೆ. ಅಸ್ಗರ್ ಅಲಿ ಇಂಜಿನಿಯರ್‌ರವರ ಅಭಿಪ್ರಾಯದಲ್ಲಿ ಪ್ರಾಯಶಃ ಮೌಲಾನಾ ಆಜಾದ್‌ರವರಿಗೆ ಮುಂಬರುವ ವರ್ಷಗಳಲ್ಲಿ ವಿಶ್ವದಾದ್ಯಂತ ಸರ್ವಧರ್ಮ ಸಾಮರಸ್ಯದ ಅಗತ್ಯವಿದೆ ಎಂದು ಗೊತ್ತಾಗಿರಬಹುದು. ಹೀಗಾಗಿ, ಅವರ ಸಮಯದಲ್ಲೇ ಸರ್ವಧರ್ಮ ಸಾಮರಸ್ಯ ಮತ್ತು ಏಕತೆಗಾಗಿ ಕೆಲಸ ಮಾಡಲು ಪ್ರಾರಂಭಿಸಿದ್ದರು[xi].

ಸರ್ವಧರ್ಮ ಸಾಮರಸ್ಯ ಬಗ್ಗೆ ಪ್ರತಿಪಾದಿಸುವಾಗ ಮೌಲಾನಾರವರಿಗೆ, ವಿವಿಧ ಧರ್ಮಗಳ ಆಚರಣೆಗಳಲ್ಲಿರುವ ವಿಭಿನ್ನತೆಯ ಅರಿವಿತ್ತು. ಹೀಗಾಗಿ ವಿವಿಧ ಧರ್ಮಗಳ ನಡುವೆ ಇರುವ ಸಮಾನತೆಯನ್ನು ವಿವರಿಸುವಾಗ, ಆಚರಣೆ ಮತ್ತು ಕಾನೂನು ವಿಷಯದಲ್ಲಿ ಇರುವ ವ್ಯತ್ಯಾಸವನ್ನು ಮೌಲಾನಾರವರು ವಿವರಿಸುತ್ತಿದ್ದರು. ಇಸ್ಲಾಮಿಕ್ ರೀತಿಯಲ್ಲಿ ವಿವರಿಸುವುದಾದರೆ, ಮೌಲಾನಾರವರು, "ದೀನ್" ಅಂದರೆ ಧರ್ಮದ ಮೂಲ ಉದ್ದೇಶ ಹಾಗೂ "ಷರಿಯಾ" ಅಥವಾ ಆಚರಣೆಯ ನಿಯಮಗಳು, ಕಾನೂನು ಇತ್ಯಾದಿಗಳ ನಡುವಿನ ವ್ಯತ್ಯಾಸವನ್ನು ತಿಳಿದುಕೊಂಡು, ಬೇರೆಯವರಿಗೆ ಮನವರಿಕೆ ಮಾಡಿಕೊಡುತ್ತಿದ್ದರು. ಪವಿತ್ರಕುರಾನ್‌ನಲ್ಲಿ ಕೂಡಾ ದೀನ್ ಕುರಿತು ವಿವರಿಸಲಾಗಿದೆ. ದೇವರು ಎಲ್ಲಾ ಸಮುದಾಯಗಳಿಗಾಗಿ ದೂತರನ್ನು ಕಳುಹಿಸಿದರು ಎಂದು ಪವಿತ್ರಕುರ್‌ಆನ್‌ನಲ್ಲಿ ಹೇಳಲಾಗಿದೆ ಉದಾಹರಣೆಗೆ, **ಕುರ್‌ಆನ್(16:36)ರಲ್ಲಿ "ಅಲ್ಲಾಹನನ್ನು ಮಾತ್ರ ಆರಾಧಿಸಿರಿ ಹಾಗೂ ಎಲ್ಲಾ ಮಿಥ್ಯ ದೇವರುಗಳಿಂದ ದೂರ ಉಳಿಯಿರಿ"ಎಂದು** ಸಾರುವ ದೂತರನ್ನು ನಾವು ಎಲ್ಲಾ ಸಮುದಾಯಗಳಲ್ಲೂ ಕಳುಹಿಸಿದ್ದೇವೆ. ಅವರಲ್ಲಿ ಕೆಲವರಿಗೆ (ಕೆಲವು ಸಮುದಾಯಗಳಿಗೆ) ಅಲ್ಲಾಹನು ಸನ್ಮಾರ್ಗ ತೋರಿದರೆ ಮತ್ತ ಕೆಲವರ ಪಾಲಿಗೆ ದಾರಿಗೇಡಿತನವೇ ಗತಿಯಾಗಿ ಬಿಟ್ಟಿತು. ನೀವು ಭೂಮಿಯಲ್ಲಿ

ನಡೆದಾಡಿ, (ಸತ್ಯವನ್ನು) ತಿರಸ್ಕರಿಸುವವರ ಅಂತ್ಯ ಏನಾಯಿತೆಂದು ನೋಡಿರಿ"ಎಂದು ಹೇಳಲಾಗಿದೆ. ಇದೇ ರೀತಿ ಕುರ್‌ಆನ್(10:47)ರಲ್ಲಿ "ಪ್ರತಿಯೊಂದು ಸಮುದಾಯಕ್ಕೂ ಒಬ್ಬ ದೇವದೂತರಿದ್ದಾರೆ. ಅವರ ದೂತರು ಅವರ ಬಳಿ ಬಂದಾಗ, ಅವರ ನಡುವೆ ನ್ಯಾಯೋಚಿತವಾದ ತೀರ್ಮಾನ ನಡೆದು ಬಿಡುತ್ತದೆ. ಅವರ ಮೇಲೆ ಯಾವುದೇ ಅನ್ಯಾಯ ನಡೆಯುವುದಿಲ್ಲ"ಎಂದು ಹೇಳಲಾಗಿದೆ. ಇಸ್ಲಾಮಿಕ್ ಸಿದ್ಧಾಂತದ ಪ್ರಕಾರ, ಪ್ರತಿಯೊಬ್ಬ ಪ್ರವಾದಿಯೂ, ಸ್ವಯಂ ಪ್ರೇರಣೆಯಿಂದ ಒಬ್ಬ ದೇವರಿಗೆ ಸಂಪೂರ್ಣವಾಗಿ ಶರಣಾಗತಿ ಮತ್ತು ದೇವರ ಇಚ್ಛೆಗೆ ವಿಧೇಯನಾಗಿರುವ ಜೀವನ ನಡೆಸುವುದು ಎಂದು ಒಂದೇ ಧರ್ಮವನ್ನು ಕುರಿತು ಭೋದಿಸಿದ್ದಾರೆ. ಹೀಗಾಗಿ ಹಲವಾರು ಶತಮಾನಗಳಿಂದ ದೇವರು ಕಳುಹಿಸಿರುವ ಎಲ್ಲಾ ಪ್ರವಾದಿಗಳು, ಮನುಕುಲಕ್ಕೆ ನೀಡಿರುವ ಭೋದನೆ ಒಂದೇ ಆಗಿದೆ. ಪರಿಯಾಗೆ ಸಂಬಂಧಿಸಿದಂತೆ ಕೆಲವು ಅಚರಣೆಗಳು, ನಿಯಮಗಳು ಮತ್ತು ಕಾನೂನುಗಳಲ್ಲಿ ಕೆಲವು ವ್ಯತ್ಯಾಸಗಳನ್ನು ನಾವು ನೋಡಬಹುದಾಗಿದೆ. ಹೀಗಾಗಿ ಪ್ರತಿಯೊಂದು ಧರ್ಮವ್ಯ ಕೂಡಾ ತನ್ನ ಮೂಲ ಸಿದ್ಧಾಂತದಲ್ಲಿ ಸರ್ವಧರ್ಮಗಳ ನಡುವಿನ ಸಮಾನತೆಯ ಜೊತೆಗೆ ಕೆಲವು ವ್ಯತ್ಯಾಸಗಳನ್ನು ಹೊಂದಿದೆ.

ಮೌಲಾನಾ ಆಜಾದ್‌ರವರ ಪ್ರಕಾರ, ಧರ್ಮದಲ್ಲಿ ಒಬ್ಬ ದೇವರಲ್ಲಿ, ದೇವರು ಕಳುಹಿಸಿರುವ ಪ್ರವಾದಿಗಳಲ್ಲಿ, ಧರ್ಮಗ್ರಂಥಗಳಲ್ಲಿ ಅಚಲವಾದ ನಂಬಿಕೆಯನ್ನು ಹೊಂದಿರುವುದನ್ನು ಪ್ರತಿಪಾದಿಸಲಾಗಿದೆ. ವಿವಿಧ ಧರ್ಮಗಳ ಸಿದ್ಧಾಂತವನ್ನು ಉಲ್ಲೇಖಿಸುವುದರ ಮೂಲಕ ಮೌಲಾನಾರವರು ಧರ್ಮ ಕುರಿತು ತಮ್ಮ ಅಭಿಪ್ರಾಯವನ್ನು ಮಂಡಿಸುತ್ತಿದ್ದರು. ಸರ್ವಧರ್ಮ ಸಾಮರಸ್ಯ ಕುರಿತು ಹೇಳುವಾಗ ಒಂದುಕಡೆ ಅಧ್ಯಾತ್ಮಿಕ ಸಿದ್ಧಾಂತಗಳು ಮತ್ತೊಂದು ಕಡೆ ಧಾರ್ಮಿಕ ಮೌಲ್ಯಗಳನ್ನು ಕುರಿತು ಮೌಲಾನಾರವರು ಪ್ರತಿಪಾದಿಸುತ್ತಿದ್ದರು. ಆಸ್ಗರ್ ಅಲಿ ಇಂಜಿನಿಯರ್ ಪ್ರಕಾರ, ವಿವಿಧ ಧರ್ಮಗಳ ಅಧ್ಯಾತ್ಮಿಕ ಸಿದ್ಧಾಂತಗಳು ಮತ್ತು ಧಾರ್ಮಿಕ ಮೌಲ್ಯಗಳ ನಡುವೆ ಸಮಾನತೆಯನ್ನು ಮೌಲಾನರವರು ತಿಳಿದುಕೊಂಡಿದ್ದರು. ವಿವಿಧ ಸಮುದಾಯಗಳಲ್ಲಿ, ಕಾಲಮಾನಗಳಲ್ಲಿ ಮತ್ತು ಸಾಮಾಜಿಕ–ಸಾಂಸ್ಕೃತಿಕ ಹಿನ್ನೆಲೆಯಲ್ಲಿ ವಿವಿಧ ಧರ್ಮಗಳ ಆಚರಣೆ ಪ್ರಾರಂಭವಾಗಿದೆ. ಹೀಗಾಗಿ, ಧರ್ಮ ಒಂದೇ ಆದರೂ, ಪರಿಯಾಗಳು ಬೇರೆ ಬೇರೆಯಾಗಿರುವುದನ್ನು ನಾನು ಕಾಣುತ್ತೇವೆ. ಸ್ಥಳೀಯ ಸಂಪ್ರದಾಯಗಳು ಮತ್ತು ಆಚರಣೆಗಳ ಆಧಾರದ ಮೇಲೆ ನ್ಯಾಯ ನಿರ್ಣಯವಾಗುತ್ತಿರುವಂತಹ ಕೆಲವು ಸಮುದಾಯಗಳಲ್ಲಿ, ಧಾರ್ಮಿಕ ಆಚರಣೆಗಳು ಮತ್ತು ನಿಯಮಗಳು ಬೇರೆಯಾಗಿರುತ್ತವೆ. ಉದಾಹರಣೆಗೆ, ಮದುವೆ, ವಿಚ್ಛೇದನೆ, ವಂಶಪಾರಂಪರ್ಯ ಮೊದಲಾದ ವಿಷಯಗಳು ಸ್ಥಳೀಯ ಸಂಸ್ಕೃತಿ ಮೇಲೆ ಹೆಚ್ಚು ಅವಲಂಬನೆಯಾಗುವ ಕಾರಣ, ಎಲ್ಲಾ ಧರ್ಮಗಳಲ್ಲಿ ಒಂದೇ ರೀತಿಯಾಗಿರುವುದು ಸಾಧ್ಯವಿಲ್ಲ. ಆದರೆ ಮೂಲ ಧರ್ಮದತತ್ವ ಚಿಂತನೆಗಳು ಮತ್ತು ಕೆಲವು ಅಧ್ಯಾತ್ಮಿಕ ಸಿದ್ಧಾಂತಗಳು ಎಲ್ಲಾ ಧರ್ಮಗಳಲ್ಲಿ ಒಂದೇ ಆಗಿರುತ್ತವೆ.

ವಿವಿಧ ಧರ್ಮಗಳ ನಡುವಿನ ಕೆಲವು ವ್ಯತ್ಯಾಸಗಳನ್ನು ಈ ಹಿನ್ನೆಲೆಯಲ್ಲಿ ನಾವು ಗುರುತಿಸಬಹುದಾಗಿದೆ.

ಮೌಲಾನಾ ಆಜಾದ್‌ರವರು ಸರ್ವಧರ್ಮ ಸಾಮರಸ್ಯ ಮತ್ತು ಧರ್ಮಗಳ ನಡುವೆ ಇರುವ ವ್ಯತ್ಯಾಸಗಳನ್ನು ಅರ್ಥ ಮಾಡಿಕೊಂಡಿದ್ದರು ಎಂದು ಅಸ್ಗರ್ ಅಲಿ ಇಂಜಿನಿಯರ್ ಹೇಳುವುದು,[xii] ಈಗಿನ ಪರಿಸ್ಥಿತಿಯಲ್ಲಿ, ಸರ್ವಧರ್ಮ ಸಾಮರಸ್ಯ ಅತ್ಯಗತ್ಯವಾಗಿದೆ ಎನ್ನುವ ಚಿಂತನೆಗೆ ಪೂರಕವಾಗಿದೆ.

"ಹಲವಾರು ಪ್ರಭಾವಿ ಮತ್ತು ಪಟ್ಟಭದ್ರ ಹಿತಾಸಕ್ತಿಗಳು ಧರ್ಮಗಳ ನಡುವಿನ ವ್ಯತ್ಯಾಸಗಳನ್ನು ದುರ್ಬಳಕೆ ಮಾಡಿಕೊಂಡು ವಿವಿಧ ಧರ್ಮೀಯರ ನಡುವೆ ಹಿಂಸೆಗೆ ಪ್ರಚೋದನೆ ನೀಡುತ್ತಿದ್ದಾರೆ. ಇಂತಹ ಪಟ್ಟಭದ್ರಹಿತಾಸಕ್ತಿಗಳನ್ನು ನಾವು ಎಲ್ಲಾ ಧರ್ಮದವರಲ್ಲೂ ಕಾಣಬಹುದಾಗಿದೆ. ಒಂದು ಧರ್ಮದ ಕೆಲವು ಸಿದ್ಧಾಂತಗಳನ್ನು ಬಳಸಿಕೊಂಡು, ಬೇರೆ ಧರ್ಮೀಯರ ವಿರುದ್ಧ ಹಿಂಸೆಗೆ ಮತ್ತು ಕೆಲವೊಮ್ಮೆ ಯುದ್ಧ ಸಾರಲು ಪ್ರಚೋದನೆಯನ್ನು ಈ ಪಟ್ಟಭದ್ರ ಹಿತಾಸಕ್ತಿಗಳು ನೀಡುತ್ತಿವೆ. ತಮ್ಮ ರಾಜಕೀಯ ಉದ್ದೇಶಗಳು ಈಡೇರಲು ವಿವಿಧ ಧರ್ಮಗಳ ನಡುವೆ ಹಿಂಸೆಯನ್ನು ಪ್ರಚೋದಿಸುವ ಇಂತಹ ಶಕ್ತಿಗಳನ್ನು ನಾವು ಸಮರ್ಥವಾಗಿ ಎದುರಿಸಬೇಕಾಗಿದೆ. ಮೌಲಾನಾರವರು ಪ್ರತಿಪಾದಿಸಿದ ಸರ್ವಧರ್ಮ ಸಾಮರಸ್ಯ ಮತ್ತು ಪರಿಯಾಗಳಲ್ಲಿ ವ್ಯತ್ಯಾಸಗಳಿರಲು ಕಾರಣವೇನು ಎಂದು ಜನಸಾಮಾನ್ಯರಲ್ಲಿ ಅರಿವು ಮೂಡಿಸುವ ಮೂಲಕ, ಪಟ್ಟಭದ್ರ ಹಿತಾಸಕ್ತಿಗಳ ದುಷ್ಟ ಪ್ರಭಾವದಿಂದ ಜನರನ್ನು ಕಾಪಾಡಬೇಕಾಗಿದೆ".[xiii]

ಇಂದಿನ ಭಾರತದ ಮುಸ್ಲಿಮರು, ಮೌಲಾನಾ ಆಜಾದ್‌ರವರ ಜೀವನ ಮತ್ತು ಸಂದೇಶಗಳಿಂದ ಕಲಿಯಬೇಕಾದ ಕೆಲವು ಪ್ರಮುಖ ವಿಷಯಗಳು ಹೀಗಿವೆ;

1. ದೇವರಲ್ಲಿ ಸದಾ ಅರಿವು ಇರಲಿ.

2. ಕೋಮುವಾದವನ್ನು ತಿರಸ್ಕರಿಸಬೇಕು. ಇಸ್ಲಾಮ್ ಮತ್ತು ಮುಸ್ಲಿಮ್ ಹೆಸರಿನಲ್ಲಿ ಕೋಮುವಾದವನ್ನು ಹರಡುವ ಸಂಘಟನೆಗಳಿಂದ ದೂರವಿರಬೇಕು.

3. ಸ್ವಧರ್ಮೀಯರು ಮಾತ್ರವಲ್ಲ, ಎಲ್ಲಾ ಜನರ ಹಿತವನ್ನು ಬಯಸಬೇಕು.

4. ಸರ್ವಧರ್ಮ ಸಾಮರಸ್ಯ ಮತ್ತು ಕೋಮು ಸಾಮರಸ್ಯವನ್ನು ಪ್ರತಿಪಾದಿಸುವುದು, ಜೀವನದ ಮೊದಲ ಆದ್ಯತೆಗಳಾಗಿರಲಿ.

5. ಮನುಕುಲದ ಒಳಿತಿಗಾಗಿ ಮತ್ತು ಒಗ್ಗಟ್ಟಿಗಾಗಿ, ಧರ್ಮದ ಬಳಕೆಯಾಗಬೇಕು ಎಂದು ಪ್ರತಿಯೊಬ್ಬರು ತಿಳಿದುಕೊಳ್ಳಬೇಕು.

6. ಬೇರೆ ಧರ್ಮಗಳಲ್ಲಿರುವ ಒಳ್ಳೆಯ ವಿಷಯಗಳು ಮತ್ತು ವಿವಿಧ ಧರ್ಮಗಳ ನಡುವಿನ ಸಾಮರಸ್ಯವನ್ನು ಗೌರವಿಸಬೇಕು.

7. ಧರ್ಮ ಅಥವಾ ಆಧ್ಯಾತ್ಮದ ಬಹುತ್ವ ಮತ್ತು ಒಳಗೊಳ್ಳುವಿಕೆಯ ಆಧಾರದ ಮೇಲೆ ವಿಶ್ವ ಮಟ್ಟದ ಚಿಂತನೆಯನ್ನು ಮಾಡುವುದನ್ನು ಎಲ್ಲರೂ ಕಲಿಯಬೇಕು.

8. ಎಲ್ಲಾ ಸಮುದಾಯಗಳ ಒಳಿತಿಗಾಗಿ ಬೇರೆ ಧರ್ಮ ಮತ್ತು ಸಮುದಾಯದವರ ಜೊತೆ ಸೇರಿ ಪ್ರಾಮಾಣಿಕವಾಗಿ ಕೆಲಸ ಮಾಡಬೇಕು.

ವಿವಿಧ ಸಮುದಾಯಗಳನ್ನು ಒಳಗೊಂಡಿರುವ ಬಹುತ್ವದ ಸಮಾಜದಲ್ಲಿ, ಸಮಾನತೆ, ಸರ್ವಧರ್ಮ ಸಾಮರಸ್ಯ, ಸಾಮಾಜಿಕ ನ್ಯಾಯ ಮತ್ತು ಮಾನವ ಹಕ್ಕುಗಳ ರಕ್ಷಣೆ ಬಹಳ ಮುಖ್ಯವಾಗುತ್ತವೆ. ಈ ಕುರಿತು ಸಂಬಂಧಪಟ್ಟ ಸಂಸ್ಥೆಗಳು ಮತ್ತು ಸಂಘಟನೆಗಳು ಕೆಲಸ ಮಾಡಿದಾಗ ಮಾತ್ರ ಸಮಾಜದಲ್ಲಿ ಶಾಂತಿ, ಸಾಮರಸ್ಯ ಮತ್ತು ನ್ಯಾಯ ದೊರೆಯುತ್ತದೆ. ಒಟ್ಟು ಸಮಾಜದ ಒಳಿತಿಗಾಗಿ ಈ ಕೆಲಸ ಆಗಲೇ ಬೇಕಾಗಿದೆ.

ಅನೇಕ ದೇಶಗಳು ಈಗ ಬಹುತ್ವದ ಸಮಾಜಗಳಾಗಿವೆ. ವಿವಿಧ ಜನಾಂಗ, ಧರ್ಮ, ಭಾಷೆ ಮತ್ತು ಸಂಸ್ಕೃತಿಯ ತವರೂರಾಗಿವೆ. ಇಂತಹ ಅನೇಕ ಸಮಾಜಗಳಲ್ಲಿ, ಒಂದು ಸಮುದಾಯವು ಜನಸಂಖ್ಯೆ ಮತ್ತು ರಾಜಕೀಯ ಅಧಿಕಾರದ ದೃಷ್ಟಿಯಲ್ಲಿ ಪ್ರಾಬಲ್ಯ ಸಾಧಿಸಿರುತ್ತದೆ. ಈ ಸಮುದಾಯವಲ್ಲದೆ ಜನಸಂಖ್ಯೆ ಮತ್ತು ಪ್ರಾಯಶಃ ರಾಜಕೀಯವಾಗಿ ಹೆಚ್ಚು ಪ್ರಾಮುಖ್ಯತೆ ಪಡೆಯದೆ ಇರುವ ಅನೇಕ ಅಲ್ಪಸಂಖ್ಯಾತ ಸಮುದಾಯಗಳು ಕೂಡಾ ಬಹುತ್ವದ ಸಮಾಜದ ಭಾಗವಾಗಿವೆ.

ವರ್ಣ, ಜನಾಂಗ, ಧರ್ಮ, ಜಾತಿ, ವರ್ಗ ಹೀಗೆ ಅನೇಕ ರೀತಿಯಲ್ಲಿ ಸಮಾಜದಲ್ಲಿ ವಿವಿಧ ಗುಂಪುಗಳನ್ನು ಗುರುತಿಸಬಹುದು. ಆದರೆ ಅಧಿಕಾರ ಮತ್ತು ಪ್ರಭಾವ ಹೊಂದಿರುವ ಗುಂಪುಗಳು, ಸಮಾಜದಲ್ಲಿ ಹೆಚ್ಚು ಪ್ರಾಬಲ್ಯವನ್ನು ಹೊಂದಿರುತ್ತವೆ. ಪ್ರಪಂಚದ ಯಾವುದೇ ದೇಶದಲ್ಲೂ ಕೂಡಾ ಇಂತಹ ಸಾಮಾಜಿಕ ವ್ಯವಸ್ಥೆಯನ್ನು ನಾವು ನೋಡಬಹುದಾಗಿದೆ. ಆದರೆ ಒಂದು ಸಾಮಾಜಿಕ ವ್ಯವಸ್ಥೆಯಿಂದ ಮತ್ತೊಂದು ಸಾಮಾಜಿಕ ವ್ಯವಸ್ಥೆಯ ನಡುವೆ ಪ್ರಾಬಲ್ಯ ಹೊಂದಿರುವ ಸಮುದಾಯಗಳು ಬೇರೆಯಾಗಿರುತ್ತವೆ. ಪ್ರಜಾಪ್ರಭುತ್ವದ ಬುನಾದಿಯನ್ನು ಹೊಂದಿರುವ ಸಮಾಜಗಳಲ್ಲಿ ಹೆಚ್ಚು ಜನಸಂಖ್ಯೆ ಹೊಂದಿರುವ ಸಮುದಾಯ ಪ್ರಾಬಲ್ಯ ಸಾಧಿಸುತ್ತದೆ. ಇದು ಸಹಜ ಕೂಡಾ. ಆದರೆ ಹೆಚ್ಚು ಜನಸಂಖ್ಯೆ ಇರುವ ಸಮುದಾಯದ ಪ್ರಾಬಲ್ಯದ ನಡುವೆ ಅಲ್ಪಸಂಖ್ಯಾತ ಸಮುದಾಯಗಳ ಹಕ್ಕುಗಳನ್ನು ಸಂರಕ್ಷಿಸುವುದು ಕೂಡಾ ಪ್ರಗತಿಪರ ಸಮಾಜದ ಕರ್ತವ್ಯವಾಗುತ್ತದೆ. ಪ್ರಜಾಪ್ರಭುತ್ವ ಯಶಸ್ವಿಯಾಗಲು, ಅಲ್ಪಸಂಖ್ಯಾತರ ಹಕ್ಕುಗಳ ಸಂರಕ್ಷಣೆ ಮತ್ತು ಸುರಕ್ಷತೆ ಮುಖ್ಯವಾಗುತ್ತದೆ. ಪ್ರಜಾಪ್ರಭುತ್ವ ಹೊಂದಿರುವ ಅನೇಕ ದೇಶಗಳಲ್ಲಿ ಭಾಷೆ, ಧರ್ಮ ಮತ್ತುಜನಾಂಗೀಯ ಆಧಾರದ ಮೇಲೆ ಹೆಚ್ಚು ಜನಸಂಖ್ಯೆಯನ್ನು ಹೊಂದಿರುವ ಸಮುದಾಯಗಳು, ರಾಜಕೀಯ ಅಧಿಕಾರವನ್ನು ಹೊಂದಿರುತ್ತವೆ. ಪ್ರಜಾಪ್ರಭುತ್ವದಲ್ಲಿ ಹೆಚ್ಚಿನ ಬೆಂಬಲವಿರುವವರಿಗೆ ಅಧಿಕಾರ ದೊರೆಯುವುದು ಸಹಜ. ಹೆಚ್ಚಿನ ಜನಸಂಖ್ಯೆಯನ್ನು ಹೊಂದಿರುವ ಸಮುದಾಯಗಳಿಂದ ಬಂದಿರುವ ಜನ ಪ್ರತಿನಿಧಿಗಳು ಚುನಾವಣೆಯಲ್ಲಿ ಗೆಲ್ಲುತ್ತಾರೆ. ಆದರೆ ಚುನಾವಣೆ

ಆಧಾರಿತ ಪ್ರಜಾಪ್ರಭುತ್ವದ ಜೊತೆಯಲ್ಲಿ ಸಂವಿಧಾನ ಆಧಾರಿತ ಪ್ರಜಾಪ್ರಭುತ್ವ ವ್ಯವಸ್ಥೆಯಲ್ಲಿ ದೇಶದ ಎಲ್ಲಾ ಪ್ರಜೆಗಳಿಗೂ ಸಮಾನ ಹಕ್ಕುಗಳು ದೊರೆಯುತ್ತವೆ. ದೇಶದಲ್ಲಿರುವ ಧಾರ್ಮಿಕ ಮತ್ತು ಜನಾಂಗೀಯ ಅಲ್ಪಸಂಖ್ಯಾತರ ಹಕ್ಕುಗಳನ್ನು ಸಂವಿಧಾನವು ಸಂರಕ್ಷಿಸುತ್ತದೆ.

ಸಮಾಜದಲ್ಲಿರುವ ಎಲ್ಲಾ ಸಮುದಾಯಗಳ ಮೂಲಭೂತ ಹಕ್ಕುಗಳ ಸಂರಕ್ಷಣೆ, ಸಾಮಾಜಿಕ ನ್ಯಾಯ ಮತ್ತು ಸಮಾನತೆಯನ್ನು ಕಾಪಾಡಲು ಅನೇಕ ದೇಶಗಳು ಕ್ರಮಕೈಗೊಂಡಿವೆ. ಇದರಿಂದಾಗಿ ಪ್ರಾಬಲ್ಯ ಹೊಂದಿರುವ ಸಮುದಾಯಗಳು, ಸಮಾಜದಲ್ಲಿ ಜನಸಂಖ್ಯೆಯ ದೃಷ್ಟಿಯಿಂದ ಅಲ್ಪಸಂಖ್ಯಾತ ಸಮುದಾಯಗಳನ್ನು ನಿರ್ಲಕ್ಷಿಸುವ ಅಥವಾ ಭೇದಭಾವ ಮಾಡುವುದು ತಪ್ಪುತ್ತದೆ. ಅನೇಕ ದೇಶಗಳಲ್ಲಿ, ಸರ್ಕಾರವು, ಸಮಾಜದಲ್ಲಿರುವ ಎಲ್ಲಾ ಸಮುದಾಯಗಳ ಹಕ್ಕುಗಳನ್ನು ಸಂರಕ್ಷಿಸಲು ಮತ್ತುಯಾವುದೇ ಅಲ್ಪಸಂಖ್ಯಾತ ಸಮುದಾಯವೂ ಅಭಿವೃದ್ಧಿ ವಂಚಿತವಾಗದಂತೆ ತಡೆಯಲು ಅಗತ್ಯ ಕ್ರಮಗಳನ್ನು ಕೈಗೊಳ್ಳುತ್ತಿದೆ. ಇದಲ್ಲದೆ, ಐತಿಹಾಸಿಕವಾಗಿ ಮೂಲೆ ಗುಂಪಾಗಿರುವ ಸಮುದಾಯಗಳ ಅಭಿವೃದ್ಧಿಗಾಗಿ ವಿಶೇಷ ಯೋಜನೆಗಳನ್ನು ಅನೇಕ ದೇಶಗಳು ಅನುಷ್ಠಾನಗೊಳಿಸುತ್ತಿವೆ.

ಪ್ರಸ್ತುತ ಪರಿಸ್ಥಿತಿಯಲ್ಲಿ ಭಾರತದ ಮುಸ್ಲಿಮರಿಗೆ, ಮೌಲಾನಾ ಆಜಾದ್‌ರವರ ಜೀವನ ಮತ್ತು ಕೋಮು ಸಾಮರಸ್ಯ ಕುರಿತು ಅವರ ಸಂದೇಶ ಹೇಗೆ ಅತ್ಯಮೂಲ್ಯವಾಗಿದೆ ಎಂದು ಇದುವರೆಗೂ ತಿಳಿದುಕೊಂಡೆವು. ಭಾರತದ ಬಹುತ್ವದ ಸಮಾಜದಲ್ಲಿರುವ ಎಲ್ಲಾ ಪ್ರಜೆಗಳಿಗೂ ಮೂಲಭೂತ ಹಕ್ಕುಗಳು, ಸಮಾನತೆ ಮತ್ತು ಸಾಮಾಜಿಕ ನ್ಯಾಯ ಒದಗಿಸಲು ತಮ್ಮ ಜೀವನವನ್ನು ಮುಡಿಪಾಗಿಟ್ಟ ಬಾಬಾ ಸಾಹೇಬ್ ಡಾ.ಭೀಮರಾವ್ ಅಂಬೇಡ್ಕರ್(1891–1956)ರವರು ಈಗಿನ ಪರಿಸ್ಥಿತಿಯಲ್ಲಿ ಭಾರತದ ಮುಸ್ಲಿಮರಿಗೆ ಏಕೆ ಅತ್ಯಗತ್ಯವಾಗುತ್ತಾರೆ ಎಂದು ಮುಂದೆ ತಿಳಿದುಕೊಳ್ಳೋಣ.

ದಲಿತ ಕುಟುಂಬದಲ್ಲಿ 1891ರಲ್ಲಿ ಜನಿಸಿದ ಬಾಬಾ ಸಾಹೇಬ್ ಅಂಬೇಡ್ಕರ್‌ರವರು, ಸಮಾಜದಲ್ಲಿ ದಲಿತರ ಮೇಲೆ ನಡೆಯುತ್ತಿರುವ ಅನ್ಯಾಯ ಮತ್ತು ದೌರ್ಜನ್ಯವನ್ನು ನೋಡಿದವರು ಮತ್ತು ಅನುಭವಿಸಿದವರು. ಇದರಿಂದಾಗಿ ಬಹಳ ನೊಂದುಕೊಂಡು, ಭಾರತದಲ್ಲಿರುವ ದಲಿತರ ಸರ್ವತೋಮುಖ ಅಭಿವೃದ್ಧಿಗಾಗಿ ಬಾಬಾ ಸಾಹೇಬ್ ಅಂಬೇಡ್ಕರ್‌ರವರು ತಮ್ಮ ಜೀವನವನ್ನು ಮುಡಿಪಾಗಿಟ್ಟರು.ದಲಿತರಿಗೆ ಶಿಕ್ಷಣವಕಾಶಗಳು ದೊರೆಯುವಂತೆ ಮಾಡುವುದು, ಅವರ ಹಕ್ಕುಗಳ ರಕ್ಷಣೆಗಾಗಿ ಹೋರಾಡುವುದು, ಅಸ್ಪೃಶ್ಯತೆ ಆಚರಣೆಯನ್ನು ವಿರೋಧಿಸುವುದು ಮತ್ತು ವಿವಿಧ ವೇದಿಕೆಗಳ ಮೂಲಕ ದಲಿತರ ಹಿತಾಸಕ್ತಿಗಳನ್ನು ಕುರಿತು ಮಾತನಾಡುವುದು, ಹೀಗೆ ಅನೇಕ ರೀತಿಯಲ್ಲಿ ಬಾಬಾ ಸಾಹೇಬ್ ಅಂಬೇಡ್ಕರ್‌ರವರು ಕೆಲಸ ಮಾಡಿದರು. ದಲಿತರ ಹಕ್ಕುಗಳು ಮತ್ತು ಹಿತಾಸಕ್ತಿಗಳ ರಕ್ಷಣೆಗಾಗಿ ಕಾನೂನುಗಳು ಜಾರಿಗೆ ಬರಬೇಕೆಂದು ಅವರು ಒತ್ತಾಯಿಸಿದರು. ಭಾರತ ಸ್ವಾತಂತ್ರ್ಯ ಪಡೆದ ನಂತರ ದೇಶದ ಮೊದಲ ಕಾನೂನು

ಸಚಿವರಾಗಿ ಬಾಬಾಸಾಹೇಬ್‌ಅಂಬೇಡ್ಕರ್‌ರವರು ಸೇವೆ ಸಲ್ಲಿಸಿದರು. ಭಾರತದ ಸಂವಿಧಾನದ ರಚನೆಯಲ್ಲಿ ಇವರು ಅತ್ಯಮೂಲ್ಯ ಕೊಡುಗೆಯನ್ನು ನೀಡಿದ್ದಾರೆ.

ಸಾಮಾಜಿಕ ನ್ಯಾಯಕ್ಕಾಗಿ ಬಾಬಾ ಸಾಹೇಬ್ ಅಂಬೇಡ್ಕರರವರು ತಮ್ಮನ್ನು ಸಮರ್ಪಿಸಿಕೊಂಡಿದ್ದರು. ಹಲವಾರು ಶತಮಾನಗಳಿಂದ ದೌರ್ಜನ್ಯ ಮತ್ತು ಅಸ್ಪೃಶ್ಯತೆಗೆ ಒಳಗಾದವರ ನಡುವೆ ಹುಟ್ಟಿದ ಅವರಿಗೆ, ದಲಿತರ ಆಳವಾದ ನೋವು ಅರ್ಥವಾಗಿತ್ತು. ಅವರು ಪಡುತ್ತಿದ್ದ ಕಷ್ಟ ಕಾರ್ಪಣ್ಯಗಳನ್ನು ಅವರು ಸ್ವತಃ ನೋಡಿದ್ದರು ಮತ್ತು ಅನುಭವಿಸಿದ್ದರು. ದಲಿತರ ಹಕ್ಕುಗಳು ಮತ್ತು ಹಿತಾಸಕ್ತಿಗಳ ರಕ್ಷಣೆಯಾಗಬೇಕಾದರೆ, ಕಾನೂನು ಮತ್ತು ಸಂವಿಧಾನದ ರಕ್ಷಣೆ ಅಗತ್ಯವಿದೆ ಎಂದು ಅವರು ನಂಬಿದ್ದರು. ಸ್ಟೇಟ್ಸ್‌ಅಂಡ್ ಮೈನಾರಿಟೀಸ್ ಪುಸ್ತಕದಲ್ಲಿ ಮೂಲಗುಂಪಾದ ಸಮುದಾಯಗಳ ಹಕ್ಕುಗಳ ರಕ್ಷಣೆಗಾಗಿ ಅವರಿಗಿದ್ದ ಅಪಾರವಾದ ಕಾಳಜಿಯನ್ನು ಅರ್ಥ ಮಾಡಿಕೊಳ್ಳಬಹುದು.

"ಸ್ವಾತಂತ್ರ‍್ಯ ಭಾರತದ ಸಂವಿಧಾನರಚನೆಯ ಕೆಲಸವನ್ನು ಸಂವಿಧಾನರಚನಾ ಸಭೆಗೆ ವಹಿಸುವುದು ಸ್ಪಷ್ಟವಾದಾಗ, ಅಖಿಲ ಭಾರತ ಪರಿಶಿಷ್ಟ ಜಾತಿಗಳ ಒಕ್ಕೂಟದವರು, ತಮ್ಮ ಪರವಾಗಿ ಪರಿಶಿಷ್ಟ ಜಾತಿಗಳ ಹಕ್ಕುಗಳ ರಕ್ಷಣೆಗಾಗಿ ಮನವಿ ಪತ್ರವನ್ನು ರಚಿಸಿ, ಸಂವಿಧಾನರಚನಾ ಸಭೆಗೆ ಸಲ್ಲಿಸಲು ನನ್ನನ್ನು ಕೇಳಿಕೊಂಡರು. ನಾನು ಸಂತೋಷದಿಂದ ಈ ಕೆಲಸವನ್ನು ಮಾಡಲು ಒಪ್ಪಿಕೊಂಡೆ. ನಾನು ಮಾಡಿರುವ ಕೆಲಸವನ್ನು ಈ ಕೃತಿಯಲ್ಲಿ ನೀವು ನೋಡಬಹುದು"[xiv]

ಬಾಬಾ ಸಾಹೇಬ್ ಅಂಬೇಡ್ಕರರವರು, 1946ರಲ್ಲಿ ಅಖಿಲ ಭಾರತ ಪರಿಶಿಷ್ಟ ಜಾತಿಗಳ ಒಕ್ಕೂಟದವರ ಪರವಾಗಿ ರಚಿಸಿ, ಸಂವಿಧಾನರಚನಾ ಸಭೆಗೆ ಸಲ್ಲಿಸಿದ ಮನವಿ ಪತ್ರಕ್ಕೆ "ಸ್ಟೇಟ್ಸ್‌ಅಂಡ್ ಮೈನಾರಿಟೀಸ್" ಎಂದು ಕರೆಯಲಾಗಿದೆ.[xv] ಪ್ರಜೆಗಳ ಮೂಲಭೂತ ಹಕ್ಕುಗಳು, ಮೂಲಭೂತ ಹಕ್ಕುಗಳ ಉಲ್ಲಂಘನೆಯನ್ನು ತಡೆಯಲು ಮಾರ್ಗೋಪಾಯಗಳು, ಅಲ್ಪಸಂಖ್ಯಾತರು ಮತ್ತು ಪರಿಶಿಷ್ಟ ಜಾತಿಗಳ ರಕ್ಷಣೆಗಾಗಿ ನಿಬಂಧನೆಗಳು, ಹೀಗೆ ವಿವಿಧ ವಿಷಯಗಳನ್ನು ಕುರಿತು ಈ ಕೃತಿಯಲ್ಲಿ ವಿವರಿಸಲಾಗಿದೆ. ಈ ಕೃತಿಯಲ್ಲಿ ಪ್ರಸ್ತಾಪಿಸಲಾಗಿರುವ ವಿವಿಧ ವಿಷಯಗಳನ್ನು ಓದಿದಾಗ, ನ್ಯಾಯ, ಪ್ರಜಾಪ್ರಭುತ್ವ, ಜ್ಯಾತ್ಯಾತೀತತೆ, ಅಲ್ಪಸಂಖ್ಯಾತರು ಮತ್ತು ಮೂಲೆಗುಂಪಾದ ಸಮುದಾಯಗಳ ಹಕ್ಕುಗಳನ್ನು ಕುರಿತು ಅಂಬೇಡ್ಕರ್‌ರವರಿಗೆ ಇದ್ದ ಅಪಾರವಾದ ಕಾಳಜಿಯನ್ನು ಅರ್ಥ ಮಾಡಿಕೊಳ್ಳಬಹುದು. ಈಗಿನ ಪರಿಸ್ಥಿತಿಯಲ್ಲಿ, ಈ ವಿಷಯಗಳು ಮತ್ತೆ ಹೆಚ್ಚು ಪ್ರಸ್ತುತವಾಗಿವೆ. (ಸ್ಟೇಟ್ಸ್‌ಅಂಡ್ ಮೈನಾರಿಟೀಸ್ ಕೃತಿಯ ಆಯ್ದ ಭಾಗಗಳನ್ನು ಈ ಪುಸ್ತಕದ ಅನುಬಂಧ ವಿಭಾಗದಲ್ಲಿ ನೀಡಲಾಗಿದೆ)

ಸ್ವತಂತ್ರ ಭಾರತದಲ್ಲಿ, ಸಂವಿಧಾನದ ಚೌಕಟ್ಟಿನಲ್ಲಿ ಮೂಲೆಗುಂಪು ಮಾಡಲಾಗಿದ್ದ ಸಮುದಾಯಗಳಿಗೆ ಅಗತ್ಯವಾದ ನಿಬಂಧನೆಗಳನ್ನು ಕುರಿತು ಬಾಬಾ ಸಾಹೇಬ್ ಅಂಬೇಡ್ಕರ್‌ರವರು ಕೆಲಸ ಮಾಡಿದ್ದಾರೆ. ವಿವಿಧ ಧರ್ಮಗಳು, ಜಾತಿಗಳು, ಜನಾಂಗಗಳು,

ಭಾಷೆಗಳು ಮತ್ತು ಪ್ರದೇಶಗಳನ್ನು ಹೊಂದಿರುವ ಭಾರತವು, ಬಹುತ್ವದ ನಾಡಾಗಿದೆ ಎಂದು ಬಾಬಾ ಸಾಹೇಬ್ ಅಂಬೇಡ್ಕರ್‌ರವರಿಗೆ ಮನವರಿಕೆಯಾಗಿತ್ತು. ಐತಿಹಾಸಿಕವಾಗಿ ಮೂಲೆಗುಂಪು ಮಾಡಲಾಗಿದ್ದ ಸಮುದಾಯಗಳ ಹಕ್ಕುಗಳ ರಕ್ಷಣೆಗೆ ಪ್ರಭುತ್ವವು ಅಗತ್ಯ ಕ್ರಮಗಳನ್ನು ಕೈಗೊಳ್ಳಬೇಕು ಎಂದು ಅವರು ಪ್ರತಿಪಾದಿಸಿದ್ದರು. ಅನೇಕ ಪೂರ್ವಾಗ್ರಹ ಚಿಂತನೆಗಳು ಸಮಾಜದಲ್ಲಿರುವುದನ್ನು ಗುರುತಿಸಿದ್ದ ಅವರು, ಸ್ವತಂತ್ರ ಭಾರತದ ಸಂವಿಧಾನದ ಚೌಕಟ್ಟಿನಲ್ಲಿ ಈ ಸಮಸ್ಯೆಗಳಿಗೆ ಪರಿಹಾರವನ್ನು ಕಲ್ಪಿಸಲು ಹೋರಾಡಿದ್ದರು. ಸ್ವತಂತ್ರ ಭಾರತದಲ್ಲಿರುವ ಎಲ್ಲಾ ಪ್ರಜೆಗಳು ಸಮಾನತೆ, ಸಹೋದರತ್ವ ಮತ್ತು ಸ್ವಾತಂತ್ರ್ಯವನ್ನು ಅನುಭವಿಸಲು ಆಡಳಿತ ವ್ಯವಸ್ಥೆಗೆ ಸೂಕ್ತವಾದ ಮಾರ್ಗಸೂಚಿಯಿರಬೇಕು ಎಂದು ಅವರು ಪ್ರತಿಪಾದಿಸಿದ್ದರು.

31 ಡಿಸೆಂಬರ್ 1930ರಂದು ಭಾರತದಲ್ಲಿರುವ ದಮನಿತ ವರ್ಗದವರ ಪ್ರತಿನಿಧಿಯಾಗಿ ಲಂಡನ್‌ನಲ್ಲಿ ನಡೆದ ದುಂಡು ಮೇಜಿನ ಸಭೆಯಲ್ಲಿ, ಬಾಬಾ ಸಾಹೇಬ್ ಅಂಬೇಡ್ಕರ್‌ರವರು ಐತಿಹಾಸಿಕ ಭಾಷಣವನ್ನು ಮಾಡಿದರು. ಭಾರತದಲ್ಲಿ ಬ್ರಿಟಿಷರ ಆಡಳಿತ ಅಂತ್ಯವಾಗಿ, ಭಾರತೀಯರ ಪ್ರಜಾಪ್ರಭುತ್ವ ಸರ್ಕಾರಕ್ಕೆ ಅಧಿಕಾರವನ್ನು ಹಸ್ತಾಂತರ ಮಾಡುವುದು ಖಚಿತವೆಂದು ಹೇಳಿದ ಅವರು, ಈ ಪ್ರಜಾಪ್ರಭುತ್ವ ಸರ್ಕಾರದಲ್ಲಿ ಬಹುಸಂಖ್ಯಾತ ಸಮುದಾಯಗಳ ಪ್ರಾಬಲ್ಯವಿರುವುದನ್ನು ಕುರಿತು ಆತಂಕ ವ್ಯಕ್ತಪಡಿಸಿದ್ದರು. ಭಾರತದಲ್ಲಿ ಹಿಂದುಗಳು ಬಹುಸಂಖ್ಯಾತರಾಗಿರುವ ಕಾರಣ, ಹೊಸ ಸರ್ಕಾರದಲ್ಲಿ ಹಿಂದೂಗಳ ಪ್ರಾಬಲ್ಯ ಹೆಚ್ಚಾಗಿರುತ್ತದೆ. ಈ ಸಂದರ್ಭದಲ್ಲಿ ಅಲ್ಪಸಂಖ್ಯಾತರು ಮತ್ತು ದಮನಿತ ಸಮುದಾಯಗಳು ಅಪಾಯವನ್ನು ಎದುರಿಸ ಬೇಕಾಗಬಹುದು ಎಂದು ಅವರು ಪ್ರತಿಪಾದಿಸಿದ್ದರು. ಶಾಸನ ಅಥವಾ ಆಡಳಿತ ಅಥವಾ ಪ್ರಜೆಗಳ ಸಾರ್ವಜನಿಕ ಹಕ್ಕುಗಳ ವಿಷಯದಲ್ಲಿ ಅಲ್ಪಸಂಖ್ಯಾತರು ಮತ್ತು ದಮನಿತ ಸಮುದಾಯಗಳ ವಿರುದ್ಧ ತಾರತಮ್ಯ ನಡೆಯಬಹುದು ಎನ್ನುವ ಆತಂಕ ಅವರಿಗಿತ್ತು. ಹೀಗಾಗಿ ಅಲ್ಪಸಂಖ್ಯಾತರು ಮತ್ತು ದಮನಿತ ಸಮುದಾಯಗಳ ಸಾಂವಿಧಾನಿಕ ಹಕ್ಕುಗಳನ್ನು ರಕ್ಷಿಸಬೇಕು ಮತ್ತು ಸಂಸತ್ತು ಹಾಗೂ ವಿಧಾನ ಸಭೆಗಳಲ್ಲಿ ಅವರಿಗೆ ಸೂಕ್ತ ಪ್ರಾತಿನಿಧ್ಯ ನೀಡಬೇಕು ಎಂದು ಅವರು ಒತ್ತಾಯಿಸಿದ್ದರು. (ಉಲ್ಲೇಖ ; ಭಾರತ ಸರ್ಕಾರವು ಪ್ರಕಟಿಸಿರುವ ಡಾ.ಬಾಬಾಸಾಹೇಬ್‌ಅಂಬೇಡ್ಕರ್‌ರವರ ಭಾಷಣಗಳು ಮತ್ತು ಲೇಖನಗಳು (ಎರಡನೆಯ ಸಂಪುಟ)

ಭಾರತದ ಸಂವಿಧಾನ ಶಿಲ್ಪಿಯೆಂದು ಎಲ್ಲರಿಂದ ಗೌರವಿಸಲ್ಪಡುವ ಬಾಬಾ ಸಾಹೇಬ್ ಅಂಬೇಡ್ಕರರವರ ಚಿಂತನೆಗಳು, ಈಗಿನ ಪರಿಸ್ಥಿತಿಯಲ್ಲಿ ಹೆಚ್ಚು ಪ್ರಸ್ತುತವಾಗಿವೆ. ಸಮಾನತೆ, ಜ್ಯಾತ್ಯಾತೀತತೆ, ಸಾಮಾಜಿಕ ನ್ಯಾಯ, ಅಲ್ಪಸಂಖ್ಯಾತರ ಹಕ್ಕುಗಳ ರಕ್ಷಣೆ ಮತ್ತು ಸಾಮಾಜಿಕವಾಗಿ ಮೂಲೆ ಗುಂಪು ಮಾಡಲಾಗಿರುವ ಸಮುದಾಯಗಳ ಅಭಿವೃದ್ಧಿಗಾಗಿ ಕ್ರಿಯಾಯೋಜನೆ ಕುರಿತು ಹಲವಾರು ದಶಕಗಳ ಹಿಂದೆ ಬಾಬಾ ಸಾಹೇಬ್ ಅಂಬೇಡ್ಕರರವರು ನೀಡಿದ್ದ ಸಲಹೆಗಳು ಈಗಲೂ ಪ್ರಸ್ತುತವಾಗಿವೆ. ಈಗಿನ ಪರಿಸ್ಥಿತಿಯಲ್ಲಿ ವ್ಯಾಪಕವಾಗಿರುವ ಕೋಮು ಧ್ರುವೀಕರಣ, ಮತಾಂಧತೆ, ವಿವಿಧ ರೀತಿಯ

ದುರಾಭಿಮಾನ, ಬೆಳೆಯುತ್ತಿರುವ ಸಾಮಾಜಿಕ ಮತ್ತು ಆರ್ಥಿಕ ಅಸಮಾನತೆ, ಜ್ಯಾತ್ಯಾತೀತತೆ, ಮಾನವ ಹಕ್ಕುಗಳು ಮತ್ತು ಪ್ರಜಾಪ್ರಭುತ್ವ ಎದುರಿಸುತ್ತಿರುವ ಸವಾಲುಗಳು, ಮೂಲೆಗುಂಪು ಮಾಡಲಾಗಿರುವ ಸಮುದಾಯಗಳನ್ನು ಅತ್ಯಂತ ಜರ್ಜರಿತಗೊಳಿಸಿವೆ. ಕೋಮು ಸೌಹಾರ್ದತೆ, ಪ್ರಜಾಪ್ರಭುತ್ವ, ಮಾನವಹಕ್ಕುಗಳು, ಸಾಮಾಜಿಕ ನ್ಯಾಯಮತ್ತು ಭಾರತದ ಅಭಿವೃದ್ಧಿಯನ್ನು ಬಯಸುವ ಪ್ರತಿಯೊಬ್ಬರಿಗೂ ಬಾಬಾ ಸಾಹೇಬ್‌ಅಂಬೇಡ್ಕರರವರ ಮೌಲ್ಯಗಳು ಆದ್ಯತೆಯ ವಿಷಯವಾಗಿರಬೇಕಾಗಿದೆ.

ನವಭಾರತದ ಶಿಲ್ಪಿ, ಭಾರತದ ಭವಿಷ್ಯವನ್ನು ರೂಪಿಸಿದ ಮತ್ತು ಭಾರತದ ಮೊದಲ ಪ್ರಧಾನಮಂತ್ರಿಗಳಾದ ಪಂಡಿತ್ ಜವಹಾರ್ ಲಾಲ್ ನೆಹರುರವರು ಪ್ರತಿ ಹದಿನ್ನೆದು ದಿನಗಳಿಗೊಮ್ಮೆ ಎಲ್ಲಾ ರಾಜ್ಯಗಳ ಮುಖ್ಯಮಂತ್ರಿಗಳಿಗೆ ಪತ್ರಗಳನ್ನು ಬರೆಯುತ್ತಿದ್ದರು. ಈ ಪತ್ರಗಳಲ್ಲಿ ಅವರು ಪ್ರಸ್ತಾಪಿಸಿದ್ದ ವಿಷಯಗಳಲ್ಲಿ ಎರಡು ಪ್ರಮುಖ ವಿಷಯಗಳು ಈಗಲೂ ಪ್ರಸ್ತುತವಾಗಿವೆ.

ಅಲ್ಪಸಂಖ್ಯಾತರು ಮತ್ತು ಅವರ ನಿಷ್ಠೆ – 1 ಮಾರ್ಚ್, 1950. ಈ ಪತ್ರದಲ್ಲಿ, "ಭಾರತವು ಅಭಿವೃದ್ಧಿ ಹೊಂದಬೇಕಾದರೆ, ದೇಶದಲ್ಲಿರುವ ಅಲ್ಪಸಂಖ್ಯಾತರನ್ನು ಮತ್ತು ವಿಶೇಷವಾಗಿ ಮುಸ್ಲಿಮರನ್ನು, ನಮ್ಮವರೆಂದು ನಾವು ಸ್ವೀಕರಿಸಬೇಕು." ಎಂದು ನೆಹರುವರು ಹೇಳಿದ್ದಾರೆ. ಆಜ್ಞೆ ಮಾಡುವುದರಿಂದ ಅಥವಾ ಹೆದರಿಸುವುದರಿಂದ ನಿಷ್ಠೆಯನ್ನು ಪಡೆಯಲು ಸಾಧ್ಯವಿಲ್ಲ. ಪರಿಸ್ಥಿತಿ ಅನುಕೂಲವಾಗಿರುವಾಗ, ನಿಷ್ಠೆಯನ್ನುವುದು ಸ್ವಾಭಾವಿಕವಾಗಿ ಬೆಳೆಯುತ್ತದೆ ಮತ್ತು ಧೀರ್ಘಕಾಲೀನ ಲಾಭವನ್ನು ನೀಡುತ್ತದೆ. "ಇಂತಹ ಅನುಕೂಲಕರವಾದ ಪರಿಸ್ಥಿತಿಯನ್ನು ಸೃಷ್ಟಿಸಲು ನಾವು ಕೆಲಸ ಮಾಡಬೇಕಾಗಿದೆ" ಎಂದು ಅವರು ವಿವರಿಸಿದ್ದಾರೆ. "ನಮ್ಮ ದೇಶದಲ್ಲಿರುವ ಎಲ್ಲಾ ಅಲ್ಪಸಂಖ್ಯಾತರು ಸುರಕ್ಷಿತವಾಗಿದ್ದೇವೆ ಎಂದು ಭಾವಿಸಬೇಕು ಹಾಗೂ ಬಹುಸಂಖ್ಯಾತರು ಮತ್ತು ಅಲ್ಪಸಂಖ್ಯಾತರ ನಡುವೆ ರಾಜಕೀಯ ಉದ್ದೇಶದಿಂದ ಸೃಷ್ಟಿಯಾಗಿರುವ ಭಿನ್ನಾಭಿಪ್ರಾಯಗಳನ್ನು ನಿವಾರಿಸಬೇಕು. ಹೀಗೆ ಮಾಡಲು ಸಮಯ ಬೇಕಾಗುತ್ತದೆ ನಿಜ. ಆದರೆ ಈ ಗುರಿಯನ್ನು ಮುಟ್ಟಲು ನಾವು ಪ್ರತಿಯೊಂದು ಹೆಜ್ಜೆಯನ್ನು ಮುಂದೆ ಇಡಬೇಕಾಗಿದೆ" ಎಂದು ಅವರು ಬರೆದಿದ್ದಾರೆ.

ಸಂಕುಚಿತವಾದ ರಾಷ್ಟ್ರೀಯವಾದದಿಂದಾಗುವ ಅಪಾಯಗಳು – 20 ಸೆಪ್ಟೆಂಬರ್, 1953. ಈ ಪತ್ರದಲ್ಲಿ, "ಭಾರತದಲ್ಲಿರುವ ಅಲ್ಪಸಂಖ್ಯಾತರ ಸ್ಥಿತಿಗತಿ ಹದೆಗೆಡುತ್ತಿದೆ ಎಂದು ಆತಂಕವನ್ನು ನೆಹರುರವರು ವ್ಯಕ್ತಪಡಿಸಿದ್ದಾರೆ. ಸರ್ಕಾರಿ ಸೇವೆಗಳಲ್ಲಿರುವ ಅಲ್ಪಸಂಖ್ಯಾತರ ಸಂಖ್ಯೆ ಕಡಿಮೆಯಾಗುತ್ತಿದೆ. ಕೆಲವು ಇಲಾಖೆಗಳಲ್ಲಿ ಅತ್ಯಂತ ಕಡಿಮೆ ಅಲ್ಪಸಂಖ್ಯಾತರು ಕೆಲಸ ಮಾಡುತ್ತಿದ್ದಾರೆ ಎಂದು ಹೇಳಬಹುದು" ಎಂದು ಅವರು ಬರೆದಿದ್ದಾರೆ.

ರಾಷ್ಟ್ರೀಯತೆಯೆನ್ನುವುದು ವ್ಯಕ್ತಿಗೆ ಮತ್ತು ದೇಶಕ್ಕೆ ವಿಕಸನದ ಪರಿಪೂರ್ಣ ಅನುಭವ ನೀಡುತ್ತದೆ ಎಂದು ಈ ಪತ್ರದಲ್ಲಿ ನೆಹರುರವರು ವಿವರಿಸಿದ್ದಾರೆ. ವಿದೇಶಿಯರ ಆಳ್ವಿಕೆಯಲ್ಲಿರುವ ದೇಶದಲ್ಲಿ, ರಾಷ್ಟ್ರೀಯತೆಯು ಜನಸಾಮಾನ್ಯರನ್ನು ಒಗ್ಗೂಡಿಸುವ ಮತ್ತು ಅವರಿಗೆ ಶಕ್ತಿ ನೀಡುವ ಕೆಲಸವನ್ನು ಮಾಡುತ್ತದೆ. "ಆದರೆ ಒಂದು ಹಂತದ ಬಳಿಕ ರಾಷ್ಟ್ರೀಯತೆಯು ಸಂಕುಚಿತ ಮನೋಭಾವವನ್ನು ಸೃಷ್ಟಿಸುತ್ತದೆ. ಯುರೋಪಿನಲ್ಲಿ ನಡೆದಂತೆ ಕೆಲವು ಸಲ, ರಾಷ್ಟ್ರೀಯತೆಯ ದುರಂಹಕಾರ ಮತ್ತು ಆಕ್ರಮಣಶೀಲ ಮನಸ್ಥಿತಿಗೆ ಕಾರಣವಾಗುತ್ತದೆ. ಬೇರೆ ದೇಶಗಳು ಮತ್ತು ಸಮುದಾಯಗಳ ಮೇಲೆ ಪ್ರಭುತ್ವ ಸಾಧಿಸಲು ಪ್ರೇರೇಪಿಸುತ್ತದೆ" ಎಂದು ಅವರು ಬರೆದಿದ್ದಾರೆ. "ಸಂಕುಚಿತ ಮನೋಭಾವ ಹೆಚ್ಚಾಗಿ, ದೇಶದಲ್ಲಿರುವ ಬಹುಸಂಖ್ಯಾತರು ತಮಗೆ ಮಾತ್ರ ಈ ದೇಶವೆಂದು ಭಾವಿಸುವುದು ಮತ್ತು ಅಲ್ಪಸಂಖ್ಯಾತರನ್ನು ಸ್ವೀಕರಿಸುವ ಬದಲಾಗಿ ಪ್ರತ್ಯೇಕವಾಗಿಸುವ ಸಂಕುಚಿತರಾಷ್ಟ್ರೀಯತೆ ಬಹಳ ಅಪಾಯಕಾರಿ" ಎಂದು ಅವರು ಆತಂಕ ವ್ಯಕ್ತಪಡಿಸಿದ್ದಾರೆ.

ನೆಹರುರವರು ಬರೆದಿರುವ **ವಿವರವಾದ ಪತ್ರಗಳನ್ನು ಜಾಲತಾಣ https://thewire.in/government/three-letters-nehru-wrote-chief-ministrs-indians-today-need-read** ಅನುಬಂಧದಲ್ಲಿ ನೋಡಬಹುದಾಗಿದೆ[xvi].

ಕೋಮು ಸೌಹಾರ್ದತೆ, ಬಹುತ್ವ, ಪ್ರಜಾಪ್ರಭುತ್ವ, ಒಗ್ಗಟ್ಟು, ಮಾನವ ಹಕ್ಕುಗಳ ಸಂರಕ್ಷಣೆ ಮತ್ತು ಪ್ರಚಾರ, ಸಾಮಾಜಿಕ ನ್ಯಾಯ ಮತ್ತು ಸಮಾನತೆ— ಈ ವಿಷಯಗಳು ನವಭಾರತದ ಮಹಾನ್ ನಾಯಕರಾದ ಪಂಡಿತ್ ಜವಹರಲಾಲ್ ನೆಹರು, ಮೌಲಾನ ಆಜಾದ್ ಮತ್ತು ಬಾಬಾ ಸಾಹೇಬ್ ಅಂಬೇಡ್ಕರರವರಿಗೆ ಅತ್ಯಂತ ಆಪ್ತವಾಗಿದ್ದವು. ಅವರ ದೂರದೃಷ್ಟಿ ಮತ್ತು ಸಂದೇಶಗಳು, ವಿಶೇಷವಾಗಿ ಭಾರತೀಯ ಮುಸ್ಲಿಮರಿಗೆ ಅತ್ಯಂತ ಪ್ರಸ್ತುತವಾಗಿವೆ. ಈ ಮಹಾನ್ ವ್ಯಕ್ತಿಗಳ ಸಾಧನೆ ಮತ್ತು ಸಂದೇಶಗಳು, ಅವರ ಆದರ್ಶಗಳನ್ನು ಪ್ರಚಾರ ಮಾಡಲು ನಮಗೆ ಪ್ರೇರಣೆಯನ್ನು ನೀಡಲಿ.

ಭಾರತೀಯ ಮುಸ್ಲಿಮರ ನಾಯಕತ್ವದ ಕುರಿತು ಚಿಂತನೆ

"ನಾವು ಎಲ್ಲಾ ಮಾನವರನ್ನೂ ಅವರ ನಾಯಕರ ಜೊತೆ ಕರೆದು ಕೂಡಿಸುವ ದಿನ. (ಕರ್ಮಗಳ) ಗ್ರಂಥವನ್ನು ಬಲಗೈಯಲ್ಲಿ ನೀಡಲಾದವರು ತಮ್ಮ ಗ್ರಂಥವನ್ನು ಓದುವವರು ಮತ್ತು ಅವರ ಮೇಲೆ ಕಿಂಚಿತ್ತೂ ಅನ್ಯಾಯವಾಗದು. ಇಲ್ಲಿ (ಈ ಲೋಕದಲ್ಲಿ, ಸತ್ಯದ ಪಾಲಿಗೆ) ಕುರುಡಾಗಿದ್ದವನು ಪರಲೋಕದಲ್ಲೂ ಕುರುಡನಾಗಿರುವನು ಮತ್ತು ಇನ್ನಷ್ಟು ದಾರಿಗೆಟ್ಟಿರುವನು"

ಕುರ್ಆನ್ (17–71–72)

ಸಮುದಾಯದಲ್ಲಿ ನಾಯಕರು ಎಷ್ಟು ಪ್ರಮುಖ ಪಾತ್ರವನ್ನು ನಿರ್ವಹಿಸುತ್ತಾರೆ ಎಂದು ವಿವರಿಸಬೇಕಾಗಿಲ್ಲ. ಜನಸಾಮಾನ್ಯರ ಅಭಿಮತವನ್ನು ಮತ್ತು ಚಿಂತನೆಗಳನ್ನು ನಾಯಕರು ರೂಪಿಸುತ್ತಾರೆ. ಜನಸಾಮಾನ್ಯರ ಆದ್ಯತೆಗಳನ್ನು ಅವರು ಗುರುತಿಸಿ, ಅಗತ್ಯ ಮಾರ್ಗದರ್ಶನ ನೀಡುತ್ತಾರೆ. ಸಮಸ್ಯೆಗಳನ್ನು ಹೇಗೆ ಸಕಾರಾತ್ಮಕವಾಗಿ ಎದುರಿಸಬೇಕು ಎಂದು ಸಮುದಾಯದ ಸದಸ್ಯರಿಗೆ ಮಾರ್ಗದರ್ಶನ ನೀಡುವುದು ಒಳ್ಳೆಯ ನಾಯಕನ ಲಕ್ಷಣವಾಗಿದೆ. ಹೀಗೆ ಸಮುದಾಯದ ನಾಯಕರನ್ನು ಕುರಿತು ಅನೇಕ ರೀತಿಯ ವಿವರಣೆಯನ್ನು ನೀಡಬಹುದಾಗಿದೆ.

ಅನೇಕ ರೀತಿಯ ನಾಯಕರು ಇರುತ್ತಾರೆ. ಆದರೆ ಈ ಪುಸ್ತಕದಲ್ಲಿ ಭಾರತದ ಮುಸ್ಲಿಮರಲ್ಲಿ ಇರುವ ರಾಜಕೀಯ ನಾಯಕರು ಮತ್ತು ಧಾರ್ಮಿಕ ಮುಖಂಡರನ್ನು ಕುರಿತು ಚರ್ಚಿಸಲಾಗಿದೆ. ಬಹುಸಂಖ್ಯಾತ ಮುಸ್ಲಿಮರ ಜೀವನವನ್ನು ರೂಪಿಸುವಲ್ಲಿ ಈ ಇಬ್ಬರೂ ನಾಯಕರು ಪ್ರಮುಖ ಪಾತ್ರವನ್ನು ಹಿಂದೆ ಮತ್ತು ಈಗಲೂ ವಹಿಸಿದ್ದಾರೆ. ಇವತ್ತು ಭಾರತೀಯ ಮುಸ್ಲಿಮರು ಎದುರಿಸುತ್ತಿರುವ ಪರಿಸ್ಥಿತಿಗೆ ಹಿಂದಿನ ಹಲವಾರು ದಶಕಗಳಲ್ಲಿ ನಡೆದ ಕೆಲವು ಘಟನೆಗಳು ಕಾರಣವಾಗಿವೆ. ಇಂತಹ ಘಟನೆಗಳಲ್ಲಿ ಮಹತ್ವದ ಪಾತ್ರವನ್ನು ಮುಸ್ಲಿಮ್ ನಾಯಕರು ವಹಿಸಿದ್ದಾರೆ. ಭಾರತದ ಮುಸ್ಲಿಮ್ ಸಮುಯದಾಯದಲ್ಲಿ ಹಲವು ರಾಜಕೀಯ ನಾಯಕರು ಮೂಲತಃ ಮದರಸಾದಲ್ಲಿ ಶಿಕ್ಷಣ ಪಡೆದ ಧರ್ಮಗುರು ಅಥವಾ ಉಲೇಮಾ ಆಗಿದ್ದರೆ, ಉಲೇಮಾ ಆಗಿರದಿದ್ದರೂ, ಕೆಲವು ರಾಜಕೀಯ ನಾಯಕರು ಧರ್ಮದ ಹೆಸರಿನಲ್ಲಿ ರಾಜಕೀಯ ಮಾಡುತ್ತಿದ್ದಾರೆ.

ಮುಸ್ಲಿಮರ ರಾಜಕೀಯ ನಾಯಕತ್ವ

ಸ್ವಾತಂತ್ರ್ಯ ಪೂರ್ವದಲ್ಲಿ ಆಧುನಿಕ ಶಿಕ್ಷಣ ಪಡೆದ ಹಲವಾರು ಮುಸ್ಲಿಮರು ಭಾರತದಲ್ಲಿದ್ದರು. ಇವರಲ್ಲಿ ರಾಜಕೀಯ ನಾಯಕರಾದವರು ವಿವಿಧ ರಾಜಕೀಯ ಪಕ್ಷಗಳೊಂದಿಗೆ ಗುರುತಿಸಿಕೊಂಡಿದ್ದರು ಮತ್ತು ಬಹಳ ವಿಶಾಲವಾದ ರಾಜಕೀಯ ಚಿಂತನೆಯನ್ನು ಹೊಂದಿದ್ದರು. ದೇಶ ವಿಭಜನೆಯಾದಾಗ, ವಿಶೇಷವಾಗಿ ಉತ್ತರ ಭಾರತದಿಂದ ಇಂತಹ ಅನೇಕ ಮುಸ್ಲಿಮರು ಪಾಕಿಸ್ತಾನಕ್ಕೆ ವಲಸೆ ಹೋದರು. ಭಾರತದಲ್ಲಿ ಉಳಿದುಕೊಂಡ ಮುಸ್ಲಿಮರಲ್ಲಿ ಅನೇಕರು ಸಾಮಾಜಿಕ ಮತ್ತು ಆರ್ಥಿಕವಾಗಿ ಬಡವರು ಮತ್ತು ಕೆಳಮಧ್ಯಮ ವರ್ಗಕ್ಕೆ ಸೇರಿದವರಾಗಿದ್ದರು. ಅವರಿಗೆ ತಮ್ಮ ಸುರಕ್ಷತೆ ಕುರಿತು ಬಹಳ ಆತಂಕವಿತ್ತು. ನೆಹರೂರವರ ಕಾಲದಲ್ಲಿ ಕಾಂಗ್ರೆಸ್ ಪಕ್ಷವು ಭಾರತೀಯ ಮುಸ್ಲಿಮರಲ್ಲಿ ವಿಶ್ವಾಸವನ್ನು ಮೂಡಿಸಿತ್ತು. ಬೇರೆ ಧರ್ಮದವರಂತೆ ಮುಸ್ಲಿಮರಿಗೂ ಗೌರವ ಮತ್ತು ಸ್ಥಾನಮಾನವನ್ನು ನೀಡುವ ಸಂಯುಕ್ತ ಭಾರತದ ರಾಷ್ಟ್ರೀಯತೆಯನ್ನು ಪ್ರತಿಪಾದಿಸುವ ಕಾಂಗ್ರೆಸ್ ಪಕ್ಷವನ್ನು ಭಾರತೀಯ ಮುಸ್ಲಿಮರು ಬೆಂಬಲಿಸಿದರು.

ಆಧುನಿಕ ಶಿಕ್ಷಣ ಪಡೆದ ಅನೇಕ ಮುಸ್ಲಿಮರು ಭಾರತದಿಂದ ಪಾಕಿಸ್ತಾನಕ್ಕೆ ವಲಸೆ ಹೋದಾಗ, ಭಾರತೀಯ ಮುಸ್ಲಿಮರ ನಾಯಕತ್ವದಲ್ಲಿ ದೊಡ್ಡ ಕೊರತೆ ಉಂಟಾಯಿತು. ಹೀಗಾಗಿ, ಸಾಂಪ್ರದಾಯಿಕವಾಗಿ ಮುಸ್ಲಿಮ್ ಧಾರ್ಮಿಕ ಶಿಕ್ಷಣ ಪಡೆದ ಅಥವಾ ಉಲೇಮಾಗಳಲ್ಲಿ ಹಲವರು ಭಾರತೀಯ ಮುಸ್ಲಿಮರ ನಾಯಕತ್ವವನ್ನು ವಹಿಸಿಕೊಂಡರು. ಈ ಉಲೇಮಾಗಳಲ್ಲಿ ಹಲವರು ಬಹಿರಂಗವಾಗಿ ವಿವಿಧ ರಾಜಕೀಯ ಪಕ್ಷಗಳನ್ನು ಸೇರಿಕೊಂಡರು ಅಥವಾ ಬೆಂಬಲ ಘೋಷಿಸಿದರು. ಇವರಲ್ಲದೆ ವಿವಿಧ ರಾಜಕೀಯ ಪಕ್ಷಗಳಿಗೆ ಸೇರಿದ ಕೆಲವರು, ತಾವು ಮುಸ್ಲಿಮರ ನಾಯಕರೆಂದು ಹೇಳಿಕೊಳ್ಳಲು ಪ್ರಾರಂಭಿಸಿದರು.

ಚುನಾವಣೆ ಸಮಯದಲ್ಲಿ, ಈ ಮುಸ್ಲಿಮ್ ನಾಯಕರು, ತಮ್ಮ ಪಕ್ಷದ ಅಭ್ಯರ್ಥಿಗಳ ಪರವಾಗಿ ಭಾರತದ ಮುಸ್ಲಿಮರ ಬೆಂಬಲವನ್ನು ಗಳಿಸಲು ಪ್ರಯತ್ನಿಸುತ್ತಿದ್ದರು. ಮುಸ್ಲಿಮರನ್ನು ಸಂತೋಷ ಪಡಿಸಲು ಚುನಾವಣೆ ಸಂದರ್ಭದಲ್ಲಿ ಕೆಲವು ಆಶ್ವಾಸನೆಗಳನ್ನು ಘೋಷಿಸಲಾಗುತ್ತಿತ್ತು ಆದರೆ ಇದರಿಂದ ಮುಸ್ಲಿಮರ ಸಾಮಾಜಿಕ, ಆರ್ಥಿಕ ಮತ್ತು ಶೈಕ್ಷಣಿಕ ಸ್ಥಿತಿಗತಿಗಳಲ್ಲಿ ಏನೂ ಬದಲಾವಣೆಯಾಗುತ್ತಿರಲಿಲ್ಲ. ಆದರೆ ಮುಸ್ಲಿಮರ ಬೆಂಬಲವಿದೆಯೆಂದು ತೋರಿಸಿಕೊಳ್ಳುವ ಮೂಲಕ, ಇಂತಹ ರಾಜಕೀಯ 'ನಾಯಕರು' ಮತ್ತಷ್ಟು ಪ್ರಾಮುಖ್ಯತೆ ಪಡೆದುಕೊಳ್ಳುತ್ತಿದ್ದರು. ವಿವಿಧ ರಾಜಕೀಯ ಪಕ್ಷಗಳು ಇಂತಹ ನಾಯಕರಿಗೆ ಪಕ್ಷದಲ್ಲಿ ಸ್ಥಾನಮಾನ ನೀಡಿ, ಅವರನ್ನು 'ಮುಸ್ಲಿಮ್ ನಾಯಕರು' ಎಂದು ಪ್ರಚಾರ ಮಾಡಿದರು. ಕೆಲವು ಮಾಧ್ಯಮಗಳು ಇಂತಹ ನಾಯಕರನ್ನು ಇಡೀ ಮುಸ್ಲಿಮ್ ಸಮುದಾಯದ ಪ್ರತಿನಿಧಿಗಳೆಂದು ಕರೆದವು. ಆದರೆ ವಾಸ್ತವದಲ್ಲಿ ಇಂತಹವರು ಮುಸ್ಲಿಮ್ ಸಮುದಾಯದ ಪ್ರತಿನಿಧಿಗಳಾಗಿರಲಿಲ್ಲ.

ಇವೆಲ್ಲದರ ನಡುವೆ ಕೆಲವು ಮುಸ್ಲಿಮ್ ನಾಯಕರು, ಸಮುದಾಯಕ್ಕೆ ಅತ್ಯಗತ್ಯವಾದ ಸಕಾರಾತ್ಮಕ ದೃಷ್ಟಿಕೋನ ಮತ್ತು ಮಾರ್ಗದರ್ಶನವನ್ನು ನೀಡಿದ್ದಾರೆ.

ಪಾಕಿಸ್ತಾನ ಸೃಷ್ಟಿಯಾಗಿದ್ದು, ಭಾರತೀಯ ಮುಸ್ಲಿಮರಿಗೆ ಅನೇಕ ಸಮಸ್ಯೆಗಳನ್ನುಂಟು ಮಾಡಿತು. ಕೋಮು ಧ್ರುವೀಕರಣ ಮತ್ತು ಹಿಂಸಾಚಾರದಿಂದಾಗಿ ಅವರ ಪರಿಸ್ಥಿತಿ ಹದೆಗೆಟ್ಟಿತು. ಇದೆಲ್ಲದರ ನಕಾರಾತ್ಮಕ ಪರಿಣಾಮವಾಗಿ, ಸಾಮಾಜಿಕವಾಗಿ ಮತ್ತು ಆರ್ಥಿಕವಾಗಿ ಭಾರತದ ಮುಸ್ಲಿಮರು ಹಿಂದುಳಿದರು. ಇಂತಹ ಪರಿಸ್ಥಿತಿಯಲ್ಲಿ, ಭಾರತದಲ್ಲಿ ಕೋಮು ಸೌಹಾರ್ದತೆಯನ್ನು ಹರಡುವ, ಆರ್ಥಿಕವಾಗಿ, ಸಾಮಾಜಿಕವಾಗಿ ಮತ್ತು ಶೈಕ್ಷಣಿಕವಾಗಿ ಮುಸ್ಲಿಮರ ಅಭಿವೃದ್ಧಿಗಾಗಿ ಅಗತ್ಯ ಮಾರ್ಗದರ್ಶನ ನೀಡುವ ಪ್ರಾಮಾಣಿಕ ಮತ್ತು ಸಮರ್ಥ ನಾಯಕರ ಅಗತ್ಯವಿತ್ತು. ಆದರೆ ಮೌಲಾನ ಆಜಾದ್‌ರವರ ನಿಧನದ ನಂತರ ಇಂತಹ ಪ್ರಾಮಾಣಿಕ ಮತ್ತು ಸಮರ್ಥರಾಜಕೀಯ ನಾಯಕರನ್ನು ಭಾರತದ ಮುಸ್ಲಿಮರು ಪಡೆಯಲಿಲ್ಲ. ನಂತರ ಬಂದ ಮುಸ್ಲಿಮ್ ರಾಜಕೀಯ ನಾಯಕರು, ಭಾರತದ ಮುಸ್ಲಿಮರಲ್ಲಿ ಹೆಚ್ಚಾಗುತ್ತಿರುವ ಸಾಮಾಜಿಕ ಸಮಸ್ಯೆಗಳು, ಬಡತನ, ಅನಕ್ಷರತೆ ಮತ್ತು ಮುಸ್ಲಿಮ್ ಮಹಿಳೆಯರಿಗೆ ನ್ಯಾಯ ಕೊಡಿಸುವಂತಹ ಅನೇಕ ವಿಷಯಗಳನ್ನು ಪರಿಹರಿಸಲು ಹೆಚ್ಚು ಆಸಕ್ತಿ ತೋರಿಸಲಿಲ್ಲ. ಕೋಮುವಾದ ಸಮಸ್ಯೆಯನ್ನು ಸಮರ್ಥವಾಗಿ ಎದುರಿಸಲು ಈ ನಾಯಕರಾಗಲಿ ಅಥವಾ ಅವರು ಸೇರಿದ್ದ ರಾಜಕೀಯ ಪಕ್ಷಗಳಾಗಲಿ ಅಗತ್ಯವಾದ ಪ್ರಯತ್ನವನ್ನು ಮಾಡಲಿಲ್ಲ.

ಅನೇಕ ಮುಸ್ಲಿಮ್ ರಾಜಕೀಯ ನಾಯಕರು, ಮುಸ್ಲಿಮ್ ಮತ ಬ್ಯಾಂಕ್ ರಾಜಕೀಯ, ಭಾವನಾತ್ಮಕವಾಗಿ ಪ್ರಚೋದಿಸಲಾಗುವ ಮುಸ್ಲಿಮ್ ಅಸ್ಮಿತೆಯ ರಾಜಕೀಯವನ್ನು ಬೆಳಸುವುದರ ಮೂಲಕ ತಾವು ಸೇರಿದ್ದ ರಾಜಕೀಯ ಪಕ್ಷಗಳ ಉದ್ದೇಶಗಳನ್ನು ಈಡೇರಿಸಲು ಕೆಲಸ ಮಾಡಿದರು. ಚುನಾವಣೆ ಪ್ರಚಾರದಲ್ಲಿ ಇಂತಹ ನಾಯಕರು ಮಾಡಿರುವ ಭಾಷಣಗಳನ್ನು ವಿಶ್ಲೇಷಣೆ ಮಾಡಿದರೆ, ಸಾಮಾಜಿಕವಾಗಿ, ಆರ್ಥಿಕವಾಗಿ ಮತ್ತು ಶೈಕ್ಷಣಿಕವಾಗಿ ಮುಸ್ಲಿಮರು ಎದುರಿಸುತ್ತಿರುವ ಸಮಸ್ಯೆಗಳು ಮತ್ತು ಉದ್ಯೋಗ ಕುರಿತು ಬಹಳ ಕಡಿಮೆ ಪ್ರಸ್ತಾಪವಿರುವುದನ್ನು ನೋಡಬಹುದಾಗಿದೆ. ಹೀಗೇಕಾಯಿತು ಎಂದು ವಾದ–ವಿವಾದ ಮಾಡಬಹುದು ಆದರೆ ಇಂತಹ ಕೆಲವು ನಾಯಕರಿಗೆ, ತಾವು ದೊಡ್ಡಮಟ್ಟದ "ನಾಯಕರು" ಎಂದು ತೋರಿಸಿಕೊಳ್ಳಲು ಮುಸ್ಲಿಮರು ಹಿಂದುಳಿದದ್ದಷ್ಟೂ ಅನುಕೂಲವಾಗುತ್ತಿತ್ತು ಎನ್ನುವ ಅನುಮಾನ ಮೂಡುತ್ತದೆ. ಶಿಕ್ಷಣ ಮತ್ತು ಸಾಮಾಜಿಕವಾಗಿ ಅಭಿವೃದ್ಧಿ ಪಡೆದಿದ್ದರೆ, ಮುಸ್ಲಿಮ್‌ಸಮುದಾಯ, ಇಂತಹ "ನಾಯಕ"ರನ್ನು ನಾಯಕರೆಂದು ಒಪ್ಪಿಕೊಳ್ಳುವ ಸಾಧ್ಯತೆ ಬಹಳ ಕಡಿಮೆ ಇತ್ತು.

ಮುಸ್ಲಿಮರು ಎದುರಿಸುತ್ತಿದ್ದ ಸಾಮಾಜಿಕ, ಆರ್ಥಿಕ ಮತ್ತು ಶೈಕ್ಷಣಿಕ ಸಮಸ್ಯೆಗಳನ್ನು ಪರಿಹರಿಸುವ ಬದಲಾಗಿ ಮುಸ್ಲಿಮ್ ಸಮುದಾಯಕ್ಕೆ ಸೇರಿದ ಅಥವಾ ಧರ್ಮಕ್ಕೆ ಸೇರಿದ ವಿಷಯವೆಂದು ಹೇಳಲಾದ ವಿಷಯಗಳಲ್ಲಿ ಇಂತಹ ಅನೇಕ

ನಾಯಕರಿಗ ಆಸಕ್ತಿ ಇತ್ತು. ಇಂತಹ ನಾಯಕರು ಮತ್ತು ಅವರು ಸೇರಿದ ರಾಜಕೀಯ ಪಕ್ಷಗಳು, ಮುಸ್ಲಿಮರ ಮತ ಪಡೆಯಲು ಇಂತಹ ವಿಷಯಗಳನ್ನು ದುರುಪಯೋಗ ಮಾಡಿಕೊಂಡರು. ಮುಸ್ಲಿಮರ ಅಸ್ಮಿತೆಯ ಹೆಸರಿನಲ್ಲಿ ತಮ್ಮ ರಾಜಕೀಯ ಉದ್ದೇಶಗಳನ್ನು ಈಡೇರಿಸಿಕೊಳ್ಳಲು ಪ್ರಾರಂಭಿಸಿದಾಗ, ಅನಗತ್ಯ ವಿವಾದಗಳು ಸೃಷ್ಟಿಯಾದವು ಮತ್ತು ಇದರಿಂದಾಗಿ ಮುಸ್ಲಿಮ್ ಸಮುದಾಯಕ್ಕೆ ಹಾನಿ ಮತ್ತು ಕೆಲವೊಮ್ಮೆ ಪ್ರಾಣಹಾನಿ ಕೂಡಾ ಆಯಿತು.ಇಂತಹ ನಾಯಕರು ಮಾಡಿದ ರಾಜಕೀಯದಿಂದಾಗಿ ಅನೇಕ ಸಲ ಕೋಮು ಧ್ರುವೀಕರಣ ಹೆಚ್ಚಾಯಿತು. ಇಂತಹ ನಾಯಕರು ಅಸಮಂಜಸವಾದ ಬೇಡಿಕೆಗಳು ಮಂಡಿಸಿದರು. ಇದರಿಂದಾಗಿ ಬೇರೆ ಸಮುದಾಯಗಳ ಜೊತೆಗಿನ ಸಂಬಂಧ ಬಹಳಷ್ಟು ಹಾಳಾಯಿತು.

ಆರ್ಥಿಕ, ಸಾಮಾಜಿಕ ಮತ್ತು ಶೈಕ್ಷಣಿಕವಾಗಿ ಅಭಿವೃದ್ಧಿ ಹೊಂದುವುದು ಮತ್ತು ಬೇರೆ ಸಮುದಾಯಗಳ ಜೊತೆಗೆ ಉತ್ತಮ ಸಂಬಂಧ ಹೊಂದುವುದು ಭಾರತೀಯ ಮುಸ್ಲಿಮರಿಗೆ ಅತ್ಯಗತ್ಯವೆಂದು ನಾವು ಪ್ರತಿಪಾದಿಸಿದ್ದೇವೆ. ತಮ್ಮನ್ನು ಮುಸ್ಲಿಮರ ರಾಜಕೀಯ ನಾಯಕರು ಎಂದು ಹೇಳಿಕೊಂಡವರಲ್ಲಿ ಎಷ್ಟು ಜನ ಈ ವಿಷಯಗಳನ್ನು ಕುರಿತು ಕೆಲಸ ಮಾಡಿದ್ದಾರೆ ಎಂದು ಯೋಚಿಸಬೇಕಾಗಿದೆ.

ಮುಸ್ಲಿಮ್ ಸಮುದಾಯಕ್ಕೆ ಇಂತಹ ರಾಜಕೀಯ ನಾಯಕರು ಏನು ಕೊಡುಗೆ ನೀಡಿದ್ದಾರೆ ಎಂದು ಯಾರಾದರೂ ಅಧ್ಯಯನ ಮಾಡಿದರೆ, ಆರ್ಥಿಕವಾಗಿ, ಸಾಮಾಜಿಕವಾಗಿ, ಶೈಕ್ಷಣಿಕವಾಗಿ ಮುಸ್ಲಿಮರು ಅಭಿವೃದ್ಧಿ ಹೊಂದಲು ಮತ್ತು ಬೇರೆ ಸಮುದಾಯಗಳ ಜೊತೆಯಲ್ಲಿ ಉತ್ತಮ ಸಂಬಂಧ ಹೊಂದಲು ಬೆರಳೆಣಿಕೆಯಷ್ಟು ರಾಜಕೀಯ ನಾಯಕರು ಮಾತ್ರ ಪ್ರಯತ್ನ ಮಾಡಿರುವುದು ಗೊತ್ತಾಗುತ್ತದೆ. ಅನೇಕ ಪ್ರಸಂಗಗಳಲ್ಲಿ ಮುಸ್ಲಿಮ್ ಸಮುದಾಯಕ್ಕೆ ತೊಂದರೆಯಾಗುವಂತೆ ಇಂತಹ ನಾಯಕರು ಕೆಲಸ ಮಾಡಿದ್ದಾರೆ. ಅತ್ಯಂತ ಕಡಿಮೆ ರಾಜಕೀಯ ನಾಯಕರು ಮುಸ್ಲಿಮರಿಗಾಗಿ ಶಾಲೆಗಳನ್ನು ಪ್ರಾರಂಭಿಸುವುದು, ವಿದ್ಯಾರ್ಥಿ ವೇತನ ನೀಡುವುದು, ಕೌಶಲ ಆಭಿವೃದ್ಧಿಗಾಗಿ ಯೋಜನೆಗಳನ್ನು ಜಾರಿಗೆ ತರುವುದು, ಉದ್ಯೋಗಕ್ಕಾಗಿ ಮಾರ್ಗದರ್ಶನ ನೀಡುವುದು ಮೊದಲಾದ ಸಮುದಾಯಮುಖಿ ಕೆಲಸಗಳನ್ನು ಮಾಡಿದ್ದಾರೆ. ಕೆಲವು ರಾಜಕೀಯ ನಾಯಕರು, ಬೇರೆ ಸಮುದಾಯಗಳ ಜೊತೆ ಉತ್ತಮ ಸಂಬಂಧವನ್ನು ಹೊಂದಲು ಯಾವ ಪ್ರಯತ್ನವನ್ನೂ ಮಾಡಿಲ್ಲ. ಮುಸ್ಲಿಮ್ ಅಸ್ಮಿತೆಯ ಹೆಸರಿನಲ್ಲಿ ಇಂತಹ ರಾಜಕೀಯ ನಾಯಕರು, ತಮ್ಮ ಸ್ವಾರ್ಥಕ್ಕಾಗಿ ಮಾಡಿದ ರಾಜಕಾರಣದಿಂದ ಬೇರೆ ಸಮುದಾಯಗಳ ಜೊತೆಗಿನ ಸಂಬಂಧ ಹಾಳಾಯಿತು.

ಇವತ್ತು ಭಾರತದ ಮುಸ್ಲಿಮರು ಎದುರಿಸುತ್ತಿರುವ ಸಮಸ್ಯೆಗಳಿಗೆ, ತಾವು ಕೂಡಾ ಕಾರಣ ಎನ್ನುವುದನ್ನು ಮುಸ್ಲಿಮ್ ರಾಜಕೀಯ ನಾಯಕರು ಮತ್ತು ಧಾರ್ಮಿಕ ಮುಖಂಡರು ತಿಳಿದುಕೊಳ್ಳಬೇಕಾಗಿದೆ. ಬೇರೆ ಧರ್ಮದವರ ಜೊತೆಗೆ ಸಹಕಾರ ಮತ್ತು ಸಹಭಾಗಿತ್ವ ಹೆಚ್ಚು ಮಾಡಲು ಅಗತ್ಯವಾದ ಕ್ರಮಗಳನ್ನು ಕೈಗೊಳ್ಳಲು ಇವರು

ವಿಫಲರಾದರು. ಇಸ್ಲಾಮ್ ಕುರಿತು ಸರಿಯಾದ ರೀತಿಯಲ್ಲಿ ಪ್ರಚಾರ ಮಾಡಲು ಅನೇಕ ಮುಸ್ಲಿಮ್ ಧಾರ್ಮಿಕ ಮುಖಂಡರು ವಿಫಲರಾದರು. ಇದರಿಂದಾಗಿ ಇಸ್ಲಾಮ್ ಮತ್ತು ಮುಸ್ಲಿಮರನ್ನು ಕುರಿತು ಬೇರೆ ಸಮುದಾಯದವರಲ್ಲಿ ಅನೇಕ ತಪ್ಪು ಅಭಿಪ್ರಾಯಗಳು ಸೃಷ್ಟಿಯಾಗಿವೆ. ಸಾಮಾಜಿಕ, ಆರ್ಥಿಕ ಮತ್ತು ಶೈಕ್ಷಣಿಕ ಕ್ಷೇತ್ರಗಳಲ್ಲಿ ಮುಸ್ಲಿಮರ ಅಭಿವೃದ್ಧಿ ಕುರಿತು ಅನೇಕ ಮುಸ್ಲಿಮ್ ನಾಯಕರು ಅಗತ್ಯವಾದ ಕೆಲಸ ಮಾಡಿಲ್ಲ. ಕೋಮು ಸೌಹಾರ್ದತೆ ಮತ್ತು ಸಾಮಾಜಿಕ, ಆರ್ಥಿಕ ಮತ್ತು ಶೈಕ್ಷಣಿಕ ಕ್ಷೇತ್ರಗಳಲ್ಲಿ ಅಭಿವೃದ್ಧಿ, ಭಾರತದ ಮುಸ್ಲಿಮರಿಗೆ ಅತ್ಯಂತ ಮುಖ್ಯವಾದ ಈ ಎರಡು ವಿಷಯಗಳಲ್ಲಿ, ನಾಯಕರು ಎಂದು ಹೇಳಿಕೊಂಡವರಲ್ಲಿ ಅನೇಕರು, ನಕಾರಾತ್ಮಕವಾಗಿ ಕೆಲಸ ಮಾಡಿದ್ದಾರೆಂದು ನನ್ನ ಅಭಿಪ್ರಾಯವಾಗಿದೆ.

****

ದೇಶ ವಿಭಜನೆಯ ನಂತರ, ಭಾರತದ ಮುಸ್ಲಿಮ್ ಸಮುದಾಯವನ್ನು ಪರಿಗಣಿಸಿದಾಗ, ಇತರೆ ಸಮುದಾಯಗಳಿಗಿಂತ ಅಭಿವೃದ್ಧಿಯಲ್ಲಿ ಹಿಂದುಳಿದಿರುವುದರ ಜೊತೆಗೆ ಕೋಮು ಧ್ರುವೀಕರಣ ಮತ್ತು ಹಿಂಸಾಚಾರದ ಸಮಸ್ಯೆಗಳನ್ನು ಎದುರಿಸಿದರು. ಆದರೆ ಈ ಸಮಸ್ಯೆಗಳನ್ನು ಪರಿಹರಿಸಲು ಅಗತ್ಯವಾದ ಕೆಲಸವಾಗಲಿಲ್ಲ. ವಿವಿಧ ರಾಜಕೀಯ ಪಕ್ಷಗಳು ಮತ್ತು ಮುಸ್ಲಿಮ್ ನಾಯಕರು ಕೂಡಾ ಈ ಸಮಸ್ಯೆಗಳನ್ನು ಪರಿಹರಿಸಲು ಆಸಕ್ತಿ ತೋರಿಸಲಿಲ್ಲ. ಹಲವಾರು ವರ್ಷಗಳಲ್ಲಿ ಈ ಸಮಸ್ಯೆಗಳು ಹಾಗೂ ಮುಸ್ಲಿಮ್ ಸಮುದಾಯ ಕುರಿತು ನಿರ್ಲಕ್ಷ ಹೆಚ್ಚಾಯಿತು. ಚುನಾವಣೆ ಸಂದರ್ಭದಲ್ಲಿ ಮುಸ್ಲಿಮರು ಅಥವಾ ಧಾರ್ಮಿಕ ಅಲ್ಪಸಂಖ್ಯಾತರ ಅಭಿವೃದ್ಧಿ ಹೆಸರಿನಲ್ಲಿ ಆಶ್ವಾಸನೆಗಳನ್ನು ನೀಡುವ ರಾಜಕೀಯ ಪಕ್ಷಗಳು, ಒಂದು ವೇಳೆ ಚುನಾವಣೆಯಲ್ಲಿ ಗೆದ್ದು ಅಧಿಕಾರಕ್ಕೆ ಬಂದಾಗಲೂ, ಇಂತಹ ಅನೇಕ ಆಶ್ವಾಸನೆಗಳನ್ನು ಈಡೇರಿಸಲಿಲ್ಲ.

ಹಲವಾರು ದಶಕಗಳಿಂದ ಇರುವ ಕೋಮು ಧ್ರುವೀಕರಣ, ಸಾಮಾಜಿಕ, ಆರ್ಥಿಕ ಮತ್ತು ಶೈಕ್ಷಣಿಕ ಕ್ಷೇತ್ರದಲ್ಲಿ ಹಿಂದುಳಿದಿರುವುದು, ಮೊದಲಾದ ಅನೇಕ ಸಮಸ್ಯೆಗಳನ್ನು ಇಂದು ಕೂಡಾ ಭಾರತದ ಮುಸ್ಲಿಮರು ಎದುರಿಸುತ್ತಿದ್ದಾರೆ.

ಮುಸ್ಲಿಮ್ ನಾಯಕರು ಮಾಡಿದ ತಪ್ಪುಗಳು

80 ವರ್ಷಗಳಿಗಿಂತ ಮೊದಲು, ದಕ್ಷಿಣ ಭಾರತದಲ್ಲಿರುವ ಒಂದು ಸಣ್ಣ ಊರಿನಲ್ಲಿ ನನ್ನ ಜನನವಾಯಿತು. ಶೇಕಡಾ 90ರಷ್ಟು ಹಿಂದೂಗಳು ಇರುವ ಈ ಊರಿನಲ್ಲಿ ಮುಸ್ಲಿಮರನ್ನು ಕುರಿತು ದ್ವೇಷ ಅಥವಾ ವಿರೋಧವನ್ನು ನಾನು ಎಂದಿಗೂ ನೋಡಿಲ್ಲ. ಬದಲಾಗಿ ಮುಸ್ಲಿಮರ ಜೊತೆ ಉತ್ತಮ ಸಂಬಂಧವನ್ನು ಹಿಂದೂಗಳು ಹೊಂದಿದ್ದರು. ಚಿಕ್ಕಂದಿನಿಂದ ಹಿಂದೂ ಸ್ನೇಹಿತರ ಜೊತೆಗೆ ನಾನು ಬೆಳೆದಿದ್ದೇನೆ. ಊರಿನಲ್ಲಿ ಪುಟ್ಟದಾದ ಕಿರಾಣ ಮತ್ತು ಔಷಧ ಅಂಗಡಿ ನಡೆಸುತ್ತಿದ್ದ ನನ್ನ ತಂದೆಯವರ ಪ್ರಾಮಾಣಿಕತೆ, ಸರಳತೆ ಮತ್ತು ಆದರ್ಶಗಳನ್ನು ಮೆಚ್ಚಿ, ಅವರನ್ನು ಎಲ್ಲಾ ಧರ್ಮದವರೂ ಗೌರವಿಸುತ್ತಿದ್ದರು.

ಮೂವತ್ತು ವರ್ಷಗಳ ಹಿಂದೆ ನನ್ನತಂದೆ ನಿಧನರಾದರು. ಆದರೆ ಇಂದಿಗೂ, ಆ ಊರಿನ ಜನ ಅವರನ್ನು ಪ್ರೀತಿಯಿಂದ, ಗೌರವದಿಂದ ನೆನಪು ಮಾಡಿಕೊಳ್ಳುತ್ತಾರೆ. ನನ್ನ ಜೀವನದಲ್ಲಿ ಅನೇಕ ಉನ್ನತ ಸ್ಥಾನಮಾನಗಳನ್ನು ನಾನು ಪಡೆದಿದ್ದೇನೆ. ಆದರೆ ಯಾವ ಸಂದರ್ಭದಲ್ಲೂ ನಾನು ಮುಸ್ಲಿಮ್ ಎಂದು ಯಾರೂ ಅಡ್ಡಿ ಪಡಿಸಿಲ್ಲ. ನಾನು ಮುಸ್ಲಿಮ್ ಎಂದು ನಾನು ಯಾವತ್ತೂ ಭಯ ಮತ್ತು ಅಸುರಕ್ಷತೆಯನ್ನು ಅನುಭವಿಸಿಲ್ಲ.

ಇವತ್ತು ಕೋಮು ಧ್ರುವೀಕರಣ ದೊಡ್ಡ ಸಮಸ್ಯೆಯಾಗಿದೆ. ಸಮಕಾಲೀನ ಭಾರತದಲ್ಲಿ ಕೋಮುವಾದ ಕುರಿತು ಅನೇಕರು ಚರ್ಚಿಸಿದ್ದಾರೆ. ಇಂದಿನ ಕೋಮುವಾದಕ್ಕೆ ಕಾರಣಗಳೇನು ಎಂದು ಅನೇಕ ರೀತಿಯ ಅಭಿಪ್ರಾಯಗಳು ವ್ಯಕ್ತವಾಗಿವೆ. ಹಾಗೆ ನೋಡಿದರೆ, ಇಂದಿನ ಕೋಮುವಾದಕ್ಕೆ ಅನೇಕ ಸಂಘಟನೆಗಳು, ವ್ಯಕ್ತಿಗಳು, ಮೂಲಭೂತವಾದಿಗಳು, ಸಂಸ್ಥೆಗಳು ಮತ್ತು ಘಟನೆಗಳು ಕಾರಣವಾಗಿವೆ. ಕೋಮು ಧ್ರುವೀಕರಣ ಹೆಚ್ಚಾಗಲು ಮತ್ತು ಇಷ್ಟು ವ್ಯಾಪಕವಾಗಿ ಬೆಳೆಯಲು, ತಮ್ಮ ಕೊಡುಗೆಯನ್ನು ನೀಡಿದ ಕೆಲವು ಮುಸ್ಲಿಮ್ ರಾಜಕೀಯ ನಾಯಕರು ಮತ್ತು ಧಾರ್ಮಿಕ ಮುಖಂಡರನ್ನು ಕುರಿತು ಭಾರತದ ಮುಸ್ಲಿಮರು ಚಿಂತಿಸಬೇಕಾಗಿದೆ.

ಕೆಲವು ಮುಸ್ಲಿಮ್ ನಾಯಕರಲ್ಲಿ ದೂರಾಲೋಚನೆಯ ಕೊರತೆಯಿಂದಾಗಿ, ಇವತ್ತು ಅನೇಕ ಸಮಸ್ಯೆಗಳನ್ನು ಭಾರತದ ಮುಸ್ಲಿಮರು ಎದುರಿಸುತ್ತಿದ್ದಾರೆ. ಸ್ವಾತಂತ್ರ್ಯ ಪಡೆದ ನಂತರ ಭಾರತದಲ್ಲಿ ಮುಸ್ಲಿಮರು ಅಲ್ಪಸಂಖ್ಯಾತರಾಗುತ್ತಾರೆ ಎಂದು ಎಲ್ಲರಿಗೂ ಗೊತ್ತಿತ್ತು. ಸ್ವತಂತ್ರ ಭಾರತದಲ್ಲಿ ಬೇರೆ ಸಮುದಾಯಗಳ ವಿಶ್ವಾಸ ಮತ್ತು ಸದ್ಭಾವನೆಯನ್ನು ಮುಸ್ಲಿಮರು ಗಳಿಸುವ ಮೂಲಕ, ತಮ್ಮ ಹಕ್ಕುಗಳು ಮತ್ತು ಹಿತಾಸಕ್ತಿಗಳನ್ನು ಕಾಪಾಡಿಕೊಳ್ಳಬೇಕು ಎಂದು ಕೂಡಾ ಎಲ್ಲರಿಗೂ ಗೊತ್ತಿತ್ತು. ಹೀಗಿದ್ದರೂ, ಬಹುತ್ವದ ಭಾರತದಲ್ಲಿ, ಬೇರೆ ಸಮುದಾಯಗಳ ಜೊತೆಯಲ್ಲಿ ಶಾಂತಿ, ಸಹಕಾರ ಮತ್ತು ಸದ್ಭಾವನೆಯಿಂದ ಮುಸ್ಲಿಮರು ಇರುವ ಅಗತ್ಯವಾದ ಮಾರ್ಗಸೂಚಿಯನ್ನು ಮುಸ್ಲಿಮ್ ನಾಯಕರು ಸಿದ್ಧಪಡಿಸಲಿಲ್ಲ. ಆಗಿನ ಮುಸ್ಲಿಮ್ ನಾಯಕರಲ್ಲಿ ಹೆಚ್ಚಾಗಿ ಧಾರ್ಮಿಕ ಮುಖಂಡರು ಇದ್ದರು. ಈ ಮುಖಂಡರು ತಿಳಿದುಕೊಂಡಂತೆ ಅಥವಾ ವ್ಯಾಖ್ಯಾನ ಮಾಡುವಂತಹ ಧರ್ಮದ ಕುರಿತು ಅವರಿಗೆ ಹೆಚ್ಚು ಆಸಕ್ತಿ ಇತ್ತು. ಇದರ ಪರಿಣಾಮವಾಗಿ ಇಂದು ಮುಸ್ಲಿಮರು ದೊಡ್ಡ ಬೆಲೆಯನ್ನು ತೆರಬೇಕಾಗಿದೆ. ಈಗ ಕೋಮು ಧ್ರುವೀಕರಣ ಹೆಚ್ಚಾಗುತ್ತಿರುವ ಹಿನ್ನೆಲೆಯಲ್ಲಿ ನೋಡಿದಾಗ, ಮುಸ್ಲಿಮರು ಬೆಂಬಲ ನೀಡಿದ್ದ ರಾಜಕೀಯ ಪಕ್ಷಗಳ ಜನಪ್ರಿಯತೆ ಬಹಳ ಕಡಿಮೆಯಾಗಿದೆ ಮತ್ತು ಇಂತಹ ಅನೇಕ ರಾಜಕೀಯ ಪಕ್ಷಗಳು ಮುಸ್ಲಿಮರ ಸಮಸ್ಯೆಗಳನ್ನು ಕುರಿತು ಆಸಕ್ತಿಯನ್ನು ಕಳೆದುಕೊಂಡಿವೆ.

ಒಂದು ಕಾಲದಲ್ಲಿ, ಕೆಲವು ಜ್ಯಾತಾತೀತ ಪಕ್ಷಗಳಿಗೆ ಚುನಾವಣೆಯಲ್ಲಿ ಗೆದ್ದು, ಅಧಿಕಾರ ಪಡೆಯಲು ಮುಸ್ಲಿಮರ ಮತಗಳು ನಿರ್ಣಾಯಕವಾಗಿತ್ತು.ಆದರೆ ಈ ಪರಿಸ್ಥಿತಿ ಬದಲಾಯಿತು. ಬಾಬ್ರಿ ಮಸೀದಿ ವಿವಾದ, ಶಾ ಬಾನೋ ಪ್ರಕರಣ, ತ್ರಿವಳಿ ತಲಾಕ್

ವಿವಾದ, ಮುಸ್ಲಿಮ್ ವೈಯಕ್ತಿಕ ಕಾನೂನು ಮತ್ತು ಏಕರೂಪ ನಾಗರೀಕ ಸಂಹಿತ ಮೊದಲಾದ ವಿಷಯಗಳಲ್ಲಿ ಮುಸ್ಲಿಮರು ಭಾಗವಹಿಸಿದ್ದು ಪರಿಸ್ಥಿತಿಯ ಬದಲಾವಣೆಗೆ ಕಾರಣವಾಯಿತು. ಮೂಲತಃ ಕಾನೂನಿಗೆ ಸಂಬಂಧಪಟ್ಟ ಈ ಸಮಸ್ಯೆಗಳನ್ನು ಧಾರ್ಮಿಕ ವಿವಾದಗಳನ್ನು ಎಂದು ಬದಲಾಯಿಸಿದ್ದು ಅಥವಾ ಪ್ರಚಾರ ಮಾಡಿದ್ದು, ಭಾರತದ ಸಮಾಜದಲ್ಲಿ ಕೋಮುದೃಢ್ಯೀಕರಣ ಹೆಚ್ಚಾಗಲು ಕಾರಣವಾಯಿತು.

ಪ್ರಜಾಪ್ರಭುತ್ವ ವ್ಯವಸ್ಥೆಯಲ್ಲಿ ಅಸ್ಮಿತೆಯಂತಹ ಭಾವನಾತ್ಮಕ ವಿಷಯಗಳನ್ನು ಆಧರಿಸಿ ಮತದಾರರನ್ನು ಓಲೈಸುವುದು, ಕೆಲವೊಮ್ಮೆ ಅಲ್ಪಸಂಖ್ಯಾತರ ಹಿತ್ತಾಸಕ್ತಿಗೆ ವಿರುದ್ಧ ಪರಿಣಾಮವನ್ನು ಬೀರುತ್ತದೆ. ಉದಾಹರಣೆಗೆ, ದೂರದೃಷ್ಟಿಯ ಕೊರತೆಯಿರುವ ಮುಸ್ಲಿಮ್ ನಾಯಕರು ಈ ಮೊದಲು ಪ್ರಸ್ತಾಪಿಸಿದ ವಿವಾದಗಳನ್ನು ಬೆಳೆಸಿದ್ದು, ಭಾರತದ ಮುಸ್ಲಿಮರ ಹಿತಾಸಕ್ತಿಗೆ ವಿರುದ್ಧ ಪರಿಣಾಮವನ್ನು ಉಂಟು ಮಾಡಿದೆ.

ಮುಸ್ಲಿಮ್ ರಾಜಕೀಯ ನಾಯಕರು ಮತ್ತು ಧಾರ್ಮಿಕ ಮುಖಂಡರು ಮಾಡಿದ ಹಲವು ತಪ್ಪುಗಳು ಕೂಡಾ, ಭಾರತದಲ್ಲಿ ಕೋಮು ದೃಢ್ಯೀಕರಣ ಹೆಚ್ಚಾಗಲು ಕಾರಣವಾಗಿವೆ. ಈ ಹಿನ್ನೆಲೆಯಲ್ಲಿ ಎರಡು ಪ್ರಮುಖ ವಿವಾದಗಳಾದ ಬಾಬ್ರಿ ಮಸೀದಿ ವಿವಾದ ಮತ್ತು ಶಾ ಬಾನೋ ಪ್ರಕರಣವನ್ನು ಇಲ್ಲಿ ಪ್ರಸ್ತಾಪಿಸುತ್ತೇನೆ. ಭಾರತದ ಇತಿಹಾಸವನ್ನು ಈ ಎರಡು ವಿವಾದಗಳು ಬದಲಾಯಿಸಿದವು. ಯಾವುದೇ ಪೂರ್ವಾಗ್ರಹ ಚಿಂತನೆಗಳು ಇಲ್ಲದೆ, ಸಮಾಧಾನದಿಂದ ಈ ಎರಡೂ ಘಟನೆಗಳನ್ನು ಅಧ್ಯಯನ ಮಾಡಿದರೆ, ಮುಸ್ಲಿಮ್ ಧಾರ್ಮಿಕ ಮುಖಂಡರು ಮತ್ತು ಕಾಂಗ್ರೆಸ್ ಪಕ್ಷದಿಂದಾದ ಪ್ರಮಾದಗಳು ಅರ್ಥವಾಗುತ್ತವೆ. ಈ ಎರಡೂ ವಿವಾದಗಳು ಮುಸ್ಲಿಮರು ಮತ್ತು ಕಾಂಗ್ರೆಸ್ ಪಕ್ಷದ ಮೇಲೆ ಘೋರವಾದ ಪರಿಣಾಮವನ್ನು ಉಂಟು ಮಾಡಿವೆ.

6 ಡಿಸೆಂಬರ್ 1992ರಂದು ಬಾಬರಿ ಮಸೀದಿಯನ್ನು ಧ್ವಂಸ ಮಾಡಲಾಯಿತು. ಆಗ ಕೇಂದ್ರದಲ್ಲಿ ಶ್ರೀ ಪಿ.ವಿ.ನರಸಿಂಹ ರಾವ್ ನೇತೃತ್ವದ ಕಾಂಗ್ರೆಸ್ ಸರ್ಕಾರವಿತ್ತು. ಮಸೀದಿಯನ್ನು ಧ್ವಂಸ ಮಾಡುವುದನ್ನು ತಡೆಯಲು ಅಗತ್ಯ ಕ್ರಮಗಳನ್ನು ಸರ್ಕಾರ ಏಕೆ ಕೈಗೊಳ್ಳಲಿಲ್ಲ ಎನ್ನುವ ಪ್ರಶ್ನೆಗೆ, ತೃಪ್ತಿಕರವಾದ ಉತ್ತರ ಸಿಗಲಿಲ್ಲ. ಮಸೀದಿ ಧ್ವಂಸವಾದಾಗ, ಮುಸ್ಲಿಮರಿಗೆ ಬಹಳ ನಿರಾಸೆ ಮತ್ತು ನೋವುಂಟಾಯಿತು. ಬಾಬರಿ ಮಸೀದಿ ಧ್ವಂಸವಾದ ನಂತರದ ಹಿಂಸಾಚಾರದಲ್ಲಿ ಅನೇಕರು ಮೃತರಾದರು. ಅಯೋಧ್ಯಾ ವಿವಾದ ಮತ್ತು ಈ ವಿವಾದ ಕುರಿತು ಪ್ರಮುಖ ಮುಸ್ಲಿಮ್ ರಾಜಕೀಯ ನಾಯಕರು ಮತ್ತು ಧಾರ್ಮಿಕ ಮುಖಂಡರು ನಡೆದು ಕೊಂಡರೀತಿ, ದೇಶದಾದ್ಯಂತ ಕೋಮು ದೃಢ್ಯೀಕರಣ ವ್ಯಾಪಕವಾಗಿ ಹರಡಲು ಕಾರಣವಾಯಿತು. ಇದರ ಪರಿಣಾಮ ಮುಸ್ಲಿಮರು ಮತ್ತಷ್ಟೂ ಅನಾದರ ಮತ್ತು ಕಡೆಗಣಿಸುವಿಕೆಗೆ ಗುರಿಯಾದರು.

ಶಾ ಬಾನೋ ವಿವಾದದಲ್ಲಿ ಮುಸ್ಲಿಮ್ ರಾಜಕೀಯ ನಾಯಕರು ಮತ್ತು ಧಾರ್ಮಿಕ ಮುಖಂಡರು ತಳೆದ ನಿಲುವಿನಿಂದ ಮುಸ್ಲಿಮರಿಗೆ ಹೆಚ್ಚು ಸಮಸ್ಯೆಗಳಾದವು.

ಮೊಹಮ್ಮದ್‌ಖಾನ್ ಮತ್ತು ಶಾ ಬಾನೋ ನಡುವೆ ನ್ಯಾಯಾಲಯದಲ್ಲಿದಾಖಲಾದ ಪ್ರಕರಣ (1985) ವನ್ನು ಶಾ ಬಾನೋ ಪ್ರಕರಣವೆಂದು ಕರೆಯಲಾಗುತ್ತದೆ ಮತ್ತು ಭಾರತದಲ್ಲಿ ಹೆಚ್ಚು ವಿವಾದ ಸೃಷ್ಟಿಸಿದ ನ್ಯಾಯಾಂಗ ಪ್ರಕರಣವಾಗಿದೆ. ಈ ಪ್ರಕರಣದಲ್ಲಿ ತೀರ್ಪು ನೀಡಿದ ಸುಪ್ರೀಂಕೋರ್ಟ್, ವಿಚ್ಛೇದಿತ ಮುಸ್ಲಿಮ್ ಮಹಿಳೆಗೆ ಆಕೆಯ ಮಾಜಿ ಪತಿ ಜೀವನಾಂಶವನ್ನು ನೀಡಬೇಕು ಎನ್ನುವ ವಾದವನ್ನು ಪುರಸ್ಕರಿಸಿತು.

ಮಧ್ಯ ಪ್ರದೇಶದ ಇಂದೋರ್‌ಗೆ ಸೇರಿದ 62 ವರ್ಷದ, ಐದು ಮಕ್ಕಳ ತಾಯಿ ಶಾ ಬಾನೋರವರಿಗೆ ಆಕೆಯ ಪತಿ 1978ರಲ್ಲಿ ವಿಚ್ಛೇದನ ನೀಡಿದರು. ಸುಪ್ರೀಂಕೋರ್ಟ್‌ನಲ್ಲಿ ಕ್ರಿಮಿನಲ್‌ಕೇಸ್ ದಾಖಲಿಸಿದ ಶಾ ಬಾನೋ, ತನ್ನ ಪತಿಯಿಂದ ಜೀವನಾಂಶ ಪಡೆಯುವ ಹಕ್ಕನ್ನು ಪಡೆದರು. ಆದರೆ ಕೆಲವು ಮುಸ್ಲಿಮ್ ರಾಜಕಾರಣಿಗಳು ಈ ತೀರ್ಪುರದ್ದಾಗಬೇಕು ಎಂದು ಪ್ರತಿಭಟನೆ ಪ್ರಾರಂಭಿಸಿದರು. ಮುಸ್ಲಿಮ್ ಧಾರ್ಮಿಕ ಮುಖಂಡರು ಹೆಚ್ಚಾಗಿರುವ ಅಖಿಲ ಭಾರತ ಮುಸ್ಲಿಮ್ ವೈಯಕ್ತಿಕ ಕಾನೂನು ಮಂಡಳಿ (ಎಐಎಂಪಿಎಲ್‌ಬಿ), ಈ ತೀರ್ಪನ್ನು ವಿರೋಧಿಸಿತು ಮತ್ತು ಈ ವಿಷಯದಲ್ಲಿ ಕ್ರಮಕೈಗೊಳ್ಳಲು ಆಗ ಪ್ರಧಾನಮಂತ್ರಿಗಳಾದ ಶ್ರೀರಾಜೀವಗಾಂಧಿಯವರ ಮೇಲೆ ಒತ್ತಡ ಹಾಕಲು ಪ್ರಾರಂಭಿಸಿತು. ಹೀಗೆ ಒತ್ತಡ ತಂದ ಸಂಘಟನೆಗಳಿಗೆ ಸ್ಪಂದಿಸಿದ ಆಗಿನ ಕಾಂಗ್ರೆಸ್ ಸರ್ಕಾರ, ಸುಪ್ರೀಂಕೋರ್ಟ್ ತೀರ್ಪಿಗೆ ವ್ಯತಿರಿಕ್ತವಾದ ಕಾನೂನು ಜಾರಿಗೆ ತಂದಿತು. ಸುಪ್ರೀಂಕೋರ್ಟ್ ತೀರ್ಪನ್ನು ದುರ್ಬಲಗೊಳಿಸಿದ ಮುಸ್ಲಿಮ್ ಮಹಿಳೆಯರ (ವಿಚ್ಛೇದನ ಹಕ್ಕುಗಳ ರಕ್ಷಣೆ) ಕಾನೂನು, 1986, ವಿಚ್ಛೇದಿತ ಮುಸ್ಲಿಮ್ ಮಹಿಳೆಯರಿಗೆ ಅವರ ಮಾಜಿ ಪತಿಯಿಂದ ವಿಚ್ಛೇದನ ನಂತರ 90 ದಿನಗಳವರೆಗೆ ಮಾತ್ರ ಜೀವನಾಂಶ ಪಡೆಯುವ ಸೀಮಿತವಾದ ಹಕ್ಕನ್ನು ನೀಡಿತು(ಇದ್ದತ್‌ಅವಧಿ).

ಭಾರತದ ಕಾನೂನಿನಲ್ಲಿ ಮುಸ್ಲಿಮೇತರ ಮಹಿಳೆಯರಿಗೆ ಜೀವನಾಂಶ ಪಡೆಯಲು ನೀಡಿರುವ ಅವಕಾಶವನ್ನು ಮುಸ್ಲಿಮ್ ಮಹಿಳೆಯರಿಗೆ ನೀಡದೆ, ಸೀಮಿತ ಅವಧಿಯ ಜೀವನಾಂಶ ಪಡೆಯುವ ಹಕ್ಕನ್ನು ನೀಡಿದ ಈ ಕಾನೂನು ತಾರತಮ್ಯವೆಸಗಿದೆ ಎಂದು ಆಕ್ರೋಶ ವ್ಯಕ್ತವಾಯಿತು. ಭಾರತದಲ್ಲಿರುವ ವಿವಿಧ ಧರ್ಮದವರಿಗೆ ಪ್ರತ್ಯೇಕ ಕಾನೂನು ವಿಷಯ ಕುರಿತು ದೊಡ್ಡ ವಿವಾದ ಸೃಷ್ಟಿಯಾಯಿತು.

ಈ ಎರಡೂ ವಿವಾದಗಳ ಅಂತ್ಯದಲ್ಲಿ ಮುಸ್ಲಿಮರಿಗೆ ದೊರೆತಿದ್ದಾರೂ ಏನು? ಕೋಮು ಧ್ರುವೀಕರಣ ವ್ಯಾಪಕವಾಗಿ, ಮುಸ್ಲಿಮರು ಮತ್ತಷ್ಟು ಕಡೆಗಣಿಸಲ್ಪಟ್ಟರು. ಇಂತಹ ಹಲವಾರು ವಿವಾದಗಳಲ್ಲಿ ಮುಸ್ಲಿಮರು ಹೆಚ್ಚು ಕಳೆದುಕೊಂಡಿರುವುದು ಸ್ಪಷ್ಟವಾಗಿದೆ.

****

ಕಳೆದ 70 ವರ್ಷಗಳಲ್ಲಿ, ಬಾಬ್ರಿ ಮಸೀದಿ ಮತ್ತು ಶಾ ಬಾನೋ ವಿವಾದಗಳು ಸೇರಿದಂತೆ ನಡೆದಿರುವ ಹಲವಾರು ಘಟನೆಗಳಿಂದ ಏನಾದರೂ ಪಾಠಗಳಿದ್ದರೆ, ಅವುಗಳಿಂದ

ಕಲಿಯುವ ಪ್ರಯತ್ನವನ್ನು ಮುಸ್ಲಿಮರು ಮಾಡಿದ್ದಾರಾ? ಈ ಪ್ರಶ್ನೆಗೆ ಉತ್ತರ ದೊರೆಯಲು ಮುಸ್ಲಿಮರು ಸ್ವತಃ ತಮಗೆ, ಉಲೇಮಾರವರಿಗೆ, ಮುಸ್ಲಿಮ್ ಬುದ್ಧಿಜೀವಿಗಳಿಗೆ ಮತ್ತು ಮುಸ್ಲಿಮ್‌ರಾಜಕೀಯ ನಾಯಕರಿಗೆ ಕೆಲವು ಪ್ರಶ್ನೆಗಳು ಕೇಳಬೇಕು. ಮುಸ್ಲಿಮರು ಆತ್ಮಾವಲೋಕನ ಮಾಡಿಕೊಳ್ಳಬೇಕು. ಅನುವಂಶಿಕವಾಗಿ ಬಂದಿರುವ ಕೆಲವು ಚಿಂತನೆಗಳಿಂದಾಗಿ, ಯಾವುದೇ ವಿಷಯವನ್ನು ತರ್ಕಬದ್ಧವಾಗಿ ಪರಿಹರಿಸದೆ, ಭಾವನಾತ್ಮಕವಾಗಿ ಪ್ರತಿಕ್ರಿಯೆ ನೀಡುತ್ತಿದ್ದೇವೆ ಎಂದು ಮುಸ್ಲಿಮರು ಮನಗಾಣಬೇಕು. ಮೇಲ್ನೋಟಕ್ಕೆ ಬೇರೆಯವರಿಗಿಂತ ನಮ್ಮ ಧರ್ಮ ಶ್ರೇಷ್ಠವಾದದ್ದು ಎನ್ನುವ ಭಾವನೆಯನ್ನು ಅನೇಕರು ಹೊಂದಿರುವುದರಿಂದ, ಈ ಕುರಿತು ಕೂಡಾ ಮುಸ್ಲಿಮರು ಯೋಚಿಸಬೇಕಾಗಿದೆ. ಬೇರೆ ಸಮುದಾಯಗಳ ಜೊತೆ ರಾಜಿಯಾಗದಿರುವುದು ಮತ್ತು ಅವರ ಅಭಿಪ್ರಾಯಗಳನ್ನು ಸ್ವೀಕರಿಸದಿರುವ ವರ್ತನೆ ಕುರಿತು ಮುಸ್ಲಿಮರು ಯೋಚಿಸಬೇಕಾಗಿದೆ. ಬೇರೆ ಧರ್ಮದವರಿಗಿಂತ ನಮ್ಮ ಧರ್ಮ ಶ್ರೇಷ್ಠವೆನ್ನುವ ವಾದದ ಮೂಲಕ ಕೆಲವು ಮುಸ್ಲಿಮರು, ಕೋಮು ಧ್ರುವೀಕರಣಕ್ಕೆ ಪ್ರೋತ್ಸಾಹ ನೀಡುತ್ತಿದ್ದಾರೆ. ಬಹುತ್ವದ ಸಮಾಜದಲ್ಲಿ ಪ್ರತ್ಯೇಕತೆ ಮತ್ತು ಸಂಕುಚಿತ ಮನೋಭಾವದ ಚಿಂತನೆಗೆ ಅವಕಾಶವಿಲ್ಲ. ತಮ್ಮ ಸಮುದಾಯದಲ್ಲಿ ಇಂತಹ ಧೋರಣೆ ಹೊಂದಿರುವವರನ್ನು ಕುರಿತು ಕೂಡಾ ಮುಸ್ಲಿಮರು ಯೋಚಿಸಬೇಕು.

ಇಂದಿನ ಪರಿಸ್ಥಿತಿಯಲ್ಲಿ ನಾವು ಏನು ಮಾಡಬೇಕು?

ಆಧುನಿಕ ಭಾರತದಲ್ಲಿ ಮುಸ್ಲಿಮ್ ರಾಜಕಾರಣ ಮತ್ತು ರಾಜಕೀಯದಲ್ಲಿ ಪ್ರಾತಿನಿಧ್ಯ ಕುರಿತು ಸಾಕಷ್ಟು ಚರ್ಚೆಗಳಾಗಿವೆ. ಈಗ ದೇಶದಲ್ಲಿರುವ ರಾಜಕೀಯ ಪರಿಸ್ಥಿತಿ ಮತ್ತು ಅದರಿಂದ ಮುಸ್ಲಿಮ್ ಸಮುದಾಯದ ಮೇಲಾಗುವ ಪರಿಣಾಮಗಳನ್ನು ಕುರಿತು ಕೂಡಾ ಚರ್ಚೆಗಳಾಗಿವೆ. ಈಗಾಗಲೇ ಚರ್ಚೆಯಾಗಿರುವ ಈ ವಿಷಯಗಳನ್ನು ಇಲ್ಲಿ ಮತ್ತೆ ಪ್ರಸ್ತಾಪಿಸುವ ಅಗತ್ಯವಿಲ್ಲ.

ಮುಸ್ಲಿಮರ ಮುಂದಿನ ದಾರಿ ಕುರಿತು ಇಲ್ಲಿ ಆದ್ಯತೆ ನೀಡೋಣ. ಇಂದಿನ ಪರಿಸ್ಥಿತಿಯಲ್ಲಿ ತಮ್ಮ ಅನುಸಂಧಾನ ಹೇಗಿರಬೇಕು ಎಂದು ಮುಸ್ಲಿಮರು ಯೋಚಿಸಬೇಕು. ಇಂದಿನ ಪರಿಸ್ಥಿತಿಯಲ್ಲಿ ಹೇಗೆ ಮುಸ್ಲಿಮರು ಸೃಜನಶೀಲವಾಗಿ ಮತ್ತು ಸಕಾರಾತ್ಮಕವಾಗಿ ಸ್ಪಂದಿಸಬೇಕು? ಈಗಾಗಲೇ ಆಗಿರುವುದನ್ನು ಕುರಿತು ರೋಧಿಸುವುದಕ್ಕಿಂತ, ಈಗಿನಿಂದ ಯಾವ ರೀತಿಯ ಸಕಾರಾತ್ಮಕ ದೃಷ್ಟಿಕೋನವನ್ನು ಮುಸ್ಲಿಮರು ಹೊಂದಬೇಕು?

ಆಡಳಿತದಲ್ಲಿ ಪ್ರಾತಿನಿಧ್ಯ ಕುರಿತು ಯೋಚಿಸುವಾಗ, ಅನೇಕ ಪಾಶ್ಚಾತ್ಯ ದೇಶಗಳಲ್ಲಿರುವ ಮುಸ್ಲಿಮರ ಪರಿಸ್ಥಿತಿ ಮತ್ತು ಭಾರತದ ಮುಸ್ಲಿಮರ ಪರಿಸ್ಥಿತಿಯ ನಡುವೆ ಸಾಮತ್ಯಗಳಿವೆ. ನಿಕಟ ಭವಿಷ್ಯದಲ್ಲಿ ಭಾರತದ ಮುಸ್ಲಿಮರಿಗೆ ಆಡಳಿತದಲ್ಲಿ ಹೆಚ್ಚು ಪ್ರಾತಿನಿಧ್ಯ ದೊರೆಯುವ ಸಾಧ್ಯತೆಗಳು ಬಹಳ ಕಡಿಮೆ. ಪರಿಸ್ಥಿತಿ ಹೀಗಿರುವಾಗ, ರಾಜಕೀಯವಾಗಿ ಸಂಘಟಿತರಾಗಿ, ಚುನಾವಣೆಯಲ್ಲಿ ಬಹುಮತ ಪಡೆದು ಆಡಳಿತ

ನಡೆಸುತ್ತೇವೆ ಎನ್ನುವ ಅವಾಸ್ತವಿಕ ಮತ್ತು ಅವಿವೇಕದ ಚಿಂತನೆಗಳಿಂದ ಮುಸ್ಲಿಮರು ದೂರವಿರಬೇಕು. ಇಂತಹ ಉದ್ದೇಶಗಳಿಗಾಗಿ ತಮ್ಮ ಸಮಯ ಮತ್ತು ಶ್ರಮವನ್ನು ಮುಸ್ಲಿಮರು ವಿನಿಯೋಗಿಸಬಾರದು. ಹಾಗೆಂದು, ರಾಜಕೀಯದಿಂದ ಸಂಪೂರ್ಣವಾಗಿ ಮುಸ್ಲಿಮರು ಹೊರಬರಬೇಕು ಎಂದು ಹೇಳುತ್ತಿಲ್ಲ. ಇಂದಿನ ಪರಿಸ್ಥಿತಿಯಲ್ಲಿ ನಾವು ಬದುಕುಳಿದು, ಅಭಿವೃದ್ಧಿ ಹೊಂದಲು ರಾಜಕೀಯವೊಂದರಿಂದ ಸಾಧ್ಯವೆನ್ನುವ ನಿರೀಕ್ಷೆಗಳನ್ನು ಮುಸ್ಲಿಮರು ಇಟ್ಟುಕೊಳ್ಳಬಾರದು. ಇಂದಿನ ಪರಿಸ್ಥಿತಿಯಲ್ಲಿ, ಸಾಮಾಜಿಕವಾಗಿ, ಶೈಕ್ಷಣಿಕವಾಗಿ ಅಭಿವೃದ್ಧಿ ಹೊಂದುವುದು ಮತ್ತು ಬೇರೆ ಸಮುದಾಯದವರೊಡನೆ ಸೇರಿ ಸಮಾಜದ ಹಾಗೂ ದೇಶದ ಅಭಿವೃದ್ಧಿಗಾಗಿ ಕೆಲಸ ಮಾಡುವುದು ಹಾಗೂ ಬೇರೆ ಸಮುದಾಯದವರ ವಿಶ್ವಾಸವನ್ನು ಗಳಿಸುವುದು ಮುಸ್ಲಿಮರ ಆದ್ಯತೆಯಾಗಬೇಕು.

****

ಮುಸ್ಲಿಮ್ ಧಾರ್ಮಿಕ ಮುಖಂಡರ ಕುರಿತು ಚಿಂತನೆ

ದೇಶ ವಿಭಜನೆಯ ಸಮಯದಲ್ಲಿ, ವಿಶೇಷವಾಗಿ ಉತ್ತರ ಭಾರತದಿಂದ, ಭಾರತೀಯ ಮುಸ್ಲಿಮ್ ರಾಜಕೀಯ ಮತ್ತು ಬುದ್ಧಿಜೀವಿ ವರ್ಗದ ಅನೇಕ ಗಣ್ಯರು ಪಾಕಿಸ್ತಾನಕ್ಕೆ ವಲಸೆ ಹೋದರು. ಭಾರತೀಯ ಮುಸ್ಲಿಮರ ನಾಯಕ್ವದಲ್ಲಿ ಉಂಟಾದ ಕೊರತೆಯನ್ನು ಹೆಚ್ಚಾಗಿ ಮುಸ್ಲಿಮ್ ಉಲೇಮಾ ತುಂಬಿದರು. ಇಂದಿಗೂ, ಅನೇಕ ಮುಸ್ಲಿಮರು ಕೆಲವು ಧಾರ್ಮಿಕ ಮುಖಂಡರನ್ನು ತಮ್ಮ ನಾಯಕರೆಂದು ಪರಿಗಣಿಸುತ್ತಾರೆ ಮತ್ತು ವಿವಿಧ ರಾಜಕೀಯ ಪಕ್ಷಗಳು ಮತ್ತು ಕೆಲವು ಮಾಧ್ಯಮಗಳು ಕೂಡಾ ಇವರನ್ನು ನಾಯಕರೆಂದು ಪ್ರಚಾರ ಮಾಡುತ್ತಾರೆ. ಅನೇಕ ಮುಸ್ಲಿಮ್ ಧಾರ್ಮಿಕ ಮುಖಂಡರು ಮಸೀದಿಗಳಲ್ಲಿ ಪ್ರಾರ್ಥನೆಯನ್ನು ನಡೆಸುವುದು, ಮದರಸಾಗಳನ್ನು ನಡೆಸುವುದು, ಧರ್ಮಕುರಿತು ಶಿಕ್ಷಣ ನೀಡುವುದು ಮೊದಲಾದ ಧಾರ್ಮಿಕ ಕಾರ್ಯಗಳಲ್ಲಿ ತಮ್ಮನ್ನು ಸಂಪೂರ್ಣವಾಗಿ ತೊಡಗಿಸಿಕೊಂಡಿದ್ದಾರೆ. ಆದರೆ ಕೆಲವು ಧಾರ್ಮಿಕ ಮುಖಂಡರು ರಾಜಕೀಯದಲ್ಲಿ ಕೂಡಾ ತಮ್ಮನ್ನು ಗುರುತಿಸಿಕೊಂಡಿದ್ದಾರೆ. ಇದು ಹೊಸ ಬೆಳವಣಿಗೆ ಅಲ್ಲ. ಉದಾಹರಣೆಗೆ, ಬ್ರಿಟೀಷ್ ಆಳ್ವಿಕೆಯ ಭಾರತದಲ್ಲಿ ಕೂಡಾ ಅನೇಕ ಪ್ರಸಿದ್ಧರಾದ ಉಲೇಮಾ, ರಾಜಕೀಯದಲ್ಲಿ ತಮ್ಮನ್ನು ಗುರುತಿಸಿಕೊಂಡಿದ್ದರು.

ಧಾರ್ಮಿಕ ವಿಷಯಗಳಲ್ಲಿ ಅನೇಕ ಉಲೇಮಾರವರಿಗೆ ಅಪಾರವಾದ ಜ್ಞಾನ ಮತ್ತು ಪಾಂಡಿತ್ಯವಿದೆ. ಅನೇಕರು ಉತ್ತಮ ಮಾನವೀಯತೆಯ ಗುಣಗಳನ್ನು ಹೊಂದಿದ್ದಾರೆ ಕೂಡಾ. ಆದರೆ ಈಗಿನ ಪರಿಸ್ಥಿತಿಯಲ್ಲಿ ಮುಸ್ಲಿಮರಿಗೆ ಅತ್ಯಗತ್ಯವಾದ ಮಾರ್ಗದರ್ಶನವನ್ನು ಎಷ್ಟು ಜನಧಾರ್ಮಿಕ ಮುಖಂಡರು ನೀಡುತ್ತಿದ್ದಾರೆ?

ಸಾಮಾಜಿಕವಾಗಿ, ಆರ್ಥಿಕವಾಗಿ, ಶೈಕ್ಷಣಿಕವಾಗಿ ಮತ್ತು ಅಧ್ಯಾತ್ಮಿಕವಾಗಿ ಅಭಿವೃದ್ಧಿ ಹೊಂದಲು ಮತ್ತು ದೇಶದಲ್ಲಿರುವ ಬೇರೆ ಸಮುದಾಯಗಳ ಜೊತೆ ಸೌಹಾರ್ದತೆ ಮತ್ತು

ಉತ್ತಮ ಸಂಬಂಧವನ್ನು ಹೊಂದಲು, ಮುಸ್ಲಿಮರಿಗೆ ಅಗತ್ಯವಾದ ಮಾರ್ಗದರ್ಶನವನ್ನು ನೀಡುವ ಧಾರ್ಮಿಕ ಮುಖಂಡರ ಅಗತ್ಯವಿದೆ. ವೈಯಕ್ತಿಕ ಹಕ್ಕುಗಳು, ಚಿಂತನೆ ಮತ್ತು ಅಭಿವ್ಯಕ್ತಿ ಸ್ವಾತಂತ್ರ್ಯ, ಪರಿಸರ ಸಂರಕ್ಷಣೆ, ಲಿಂಗ ನ್ಯಾಯ, ಸಮಾನತೆ, ಸರ್ವಧರ್ಮ ಸಮನ್ವಯತೆ, ವಿವಿಧ ಮುಸ್ಲಿಮ್ ಪಂಗಡಗಳ ನಡುವೆ ಮಾತುಕತೆ ಮತ್ತು ಸೌಹಾರ್ದತೆ, ಪ್ರಜಾಪ್ರಭುತ್ವ, ಜ್ಯಾತ್ಯಾತೀತತೆ, ಬಹುತ್ವದ ಸಮಾಜ ಹೀಗೆ ಅನೇಕ ಸಮಕಾಲೀನ ವಿಷಯಗಳನ್ನು ಕುರಿತು ಅರ್ಥಮಾಡಿಕೊಳ್ಳಲು, ಧರ್ಮವನ್ನು ಕುರಿತು ಮುಸ್ಲಿಮರಿಗೆ ಸರಿಯಾಗಿ ತಿಳಿಸಿ ಹೇಳುವ ಧಾರ್ಮಿಕ ಮುಖಂಡರ ಅಗತ್ಯವಿದೆ. ಬಹಳ ವೇಗವಾಗಿ ಬದಲಾಗುತ್ತಿರುವ ಜಗತ್ತಿನಲ್ಲಿ ಮುಸ್ಲಿಮರು ಕೂಡಾ ಸಕಾರಾತ್ಮಕವಾಗಿ ಭಾಗವಹಿಸಲು ಮತ್ತು ಮಹತ್ವದ ಕೊಡುಗೆಯನ್ನು ನೀಡಲು ಅಗತ್ಯವಾದ ಮಾರ್ಗದರ್ಶನ ನೀಡುವ ಧಾರ್ಮಿಕ ಮುಖಂಡರ ಅಗತ್ಯವಿದೆ.

ಈ ಹಿನ್ನಲೆಯಲ್ಲಿ, ಇಂದಿನ ಪರಿಸ್ಥಿತಿ ಹೇಗಿದೆ ಎಂದು ಅರ್ಥ ಮಾಡಿಕೊಳ್ಳೋಣ. ಧಾರ್ಮಿಕ ಮುಖಂಡರಲ್ಲಿ ಹೆಚ್ಚಾಗಿ ಸಾಂಪ್ರದಾಯಿಕ ಮದರಾಸಗಳಲ್ಲಿ ಶಿಕ್ಷಣ ಪಡೆದವರಿದ್ದಾರೆ. ಭಾರತದಲ್ಲಿರುವ ಅಪಾರ ಸಂಖ್ಯೆಯ ಮದರಾಸಗಳು, ಯಾವುದಾದರೂ ಒಂದು ಮುಸ್ಲಿಮ್ ಪಂಥ ಅಥವಾ ಮಸಲಕ್‌ನ ಅಂಗಸಂಸ್ಥೆಗಳಾಗಿವೆ. (ಭಾರತದಲ್ಲಿ ಅಪಾರ ಸಂಖ್ಯೆಯಲ್ಲಿ ಇಂತಹ ಪಂಥಗಳಿವೆ). ಹಲವಾರು ಶತಮಾನಗಳಿಂದ, ಜನಪ್ರಿಯತೆಗಳಿಸಿದ ಮುಸ್ಲಿಮ್ ಧಾರ್ಮಿಕ ಮುಖಂಡರ ಚಿಂತನೆಗಳು, ಪಂಥಗಳ ರಚನೆಗೆ ಕಾರಣವಾದವು. ಆದರೆ ಕುರ್‌ಆನ್ ಮತ್ತು ಸುನ್ನಾಹ್‌ಗಿಂತ ಮಿಗಿಲಾದ ವಿಚಾರಧಾರೆ ಅಥವಾ ಹೆಚ್ಚುಗಾರಿಕೆ ಹೊಂದಲು ಯಾವ ಪಂಥಗಳಿಗೂ ಸಾಧ್ಯವಿಲ್ಲ. ಆದರೆ ವಾಸ್ತವದಲ್ಲಿ, ದುರಂಹಕಾರ ಹೊಂದಿರುವ ಅನೇಕ ಧಾರ್ಮಿಕ ಮುಖಂಡರು, ತಮ್ಮ ಪಂಥದ ಚಿಂತನೆಗಳಿಗೆ ಹೆಚ್ಚು ಪ್ರಾಮುಖ್ಯತೆ ನೀಡುತ್ತಿದ್ದಾರೆ.

ಸೈದ್ಧಾಂತಿಕವಾಗಿ ನೋಡಿದರೆ, ಇಸ್ಲಾಮ್ ಧರ್ಮದಲ್ಲಿ ಯಾವುದೇ ಪಂಥಗಳಿಲ್ಲ. ಆದರೆ ವಾಸ್ತವದಲ್ಲಿ ಮುಸ್ಲಿಮರು ಹಲವಾರು ಪಂಥಗಳಲ್ಲಿ ಹಂಚಿಹೋಗಿದ್ದಾರೆ. ಕಳೆದ 1400 ವರ್ಷಗಳಲ್ಲಿ ಸೃಷ್ಟಿಯಾದ ಪಂಥಗಳು, ಮುಸ್ಲಿಮರ ಒಗ್ಗಟ್ಟನ್ನು ಭಿನ್ನಗೊಳಿಸಿವೆ. ಪ್ರವಾದಿ(ಶಾಂತಿ ಅವರ ಮೇಲೆ ಇರಲಿ)ಗಳ ನಂತರ ಹಲವಾರು ಶತಮಾನಗಳಲ್ಲಿ ಬಂದ ಧಾರ್ಮಿಕ ಮುಖಂಡರು ತಮ್ಮ ವ್ಯಾಖ್ಯಾನ, ಸಿದ್ಧಾಂತ ಮತ್ತು ನಂಬಿಕೆಗಳ ಆಧಾರದ ಮೇಲೆ ಹೊಸ ಪಂಥಗಳ ಸೃಷ್ಟಿಗೆ ಕಾರಣರಾದರು.

ದುರದೃಷ್ಟವಶಾತ್, ಅನೇಕ ಮುಸ್ಲಿಮರು ಕುರ್‌ಆನ್‌ಗಿಂತ ವಿವಿಧ ಪಂಥಗಳ ವಿದ್ವಾಂಸರ ಅಭಿಪ್ರಾಯಗಳಿಗೆ ಹೆಚ್ಚು ಮಹತ್ವ ನೀಡುತ್ತಿದ್ದಾರೆ. ಇದರಿಂದಾಗಿ ಮುಸ್ಲಿಮರ ನಡುವಿನ ಸಂಘರ್ಷಗಳು ಹೆಚ್ಚಾಗುತ್ತಿವೆ. ಈ ಸಂಘರ್ಷಗಳು ಭಾರತವೂ ಸೇರಿದಂತೆ ಜಗತ್ತಿನಾದಂತ್ಯ ಮುಸ್ಲಿಮ್ ಸಮುದಾಯಗಳಲ್ಲಿ ಒಡಕು ಮೂಡಿಸಿವೆ. ಇಷ್ಟೊಂದು ಒಡೆದಿರುವ ಸಮಾಜ, ಅಭಿವೃದ್ಧಿ ಸಾಧಿಸುವುದು ಸಾಧ್ಯವಾಗುವುದಿಲ್ಲ. ಭಾರತ

ಮಾತ್ರವಲ್ಲ ವಿಶ್ವದಂತ್ಯ ಮುಸ್ಲಿಮರು ಹಿಂದುಳಿದಿರುವುದಕ್ಕೆ ಇದು ಕೂಡಾ ಒಂದು ಪ್ರಮುಖ ಕಾರಣವಾಗಿದೆ.

ವಿವಿಧ ಪಂಥಗಳಿಗೆ ಸೇರಿದ ಅನೇಕ ಧಾರ್ಮಿಕ ಮುಖಂಡರಗಳ ನಡುವೆ ಜಗಳಗಳಿವೆ. ಹೀಗಾಗಿ, ತಮಗಾಗಿ ಪ್ರತ್ಯೇಕ ಮಸೀದಿಗಳು ಮತ್ತು ಮದರಸಾಗಳನ್ನು ಇವರು ಸ್ಥಾಪಿಸಿಕೊಂಡಿದ್ದಾರೆ. ಬೇರೆ ಪಂಥದ ಮುಸ್ಲಿಮರನ್ನು ಅವಮಾನ ಮಾಡುವುದರ ಮೂಲಕ ಪಂಥಗಳನ್ನು ಕುರಿತು ಪೂರ್ವಾಗ್ರಹ ಚಿಂತನೆಗಳಿಗೆ ಪ್ರಚೋದನೆ ನೀಡುವ ಮತ್ತು ಉತ್ತೇಜಿಸುವ ಕೆಲಸವನ್ನು ಅನೇಕ ಧಾರ್ಮಿಕ ಮುಖಂಡರು ಮಾಡುತ್ತಿದ್ದಾರೆ. ಇದರಿಂದಾಗಿ, ಭಾರತ ಮಾತ್ರವಲ್ಲ, ಜಗತ್ತಿನಾದಂತ್ಯ ಮುಸ್ಲಿಮರು ವಾಸವಾಗಿರುವಲ್ಲಿ ಪಂಥಗಳ ನಡುವಿನ ಸಂಘರ್ಷ ವ್ಯಾಪಕವಾಗುತ್ತಿದೆ. ಈ ರೀತಿ ಜಗತ್ತಿನಾದಂತ್ಯ ಮುಸ್ಲಿಮರಲ್ಲಿ ಒಡಕು ಮೂಡಿಸಲು ಈ ಪಂಥಗಳ ಮುಖಂಡರು ಕಾರಣರಾಗಿದ್ದಾರೆ. ಬೇರೆ ಪಂಥಗಳನ್ನು ಕುರಿತು ತಮ್ಮ ವ್ಯಾಖ್ಯಾನಗಳ ಮೂಲಕ, ಮುಸ್ಲಿಮರನ್ನು ವಿವಿಧ ಪಂಥಗಳಾಗಿ ಒಡೆದಿರುವ, ಧಾರ್ಮಿಕ ಮುಖಂಡರು ಮುಸ್ಲಿಮ್ ಸಮುದಾಯಕ್ಕೆ ದೊಡ್ಡ ಪ್ರಮಾಣದ ಹಾನಿಯನ್ನುಂಟು ಮಾಡಿದ್ದಾರೆ. ಎಲ್ಲರನ್ನೂ ಒಳಗೊಳ್ಳುವ, ಬಹುತ್ವದ ಸಮಾಜದಲ್ಲಿ ಇರುವುದು ಹೇಗೆ ಮತ್ತು ಪರಸ್ಪರ ಮಾತುಕತೆಯ ಮಹತ್ವವನ್ನು ಮುಸ್ಲಿಮರಿಗೆ ಕಲಿಸುವ ಯಾವುದೇ ಪ್ರಯತ್ನವನ್ನು ಈ ಧಾರ್ಮಿಕ ಮುಖಂಡರು ಮಾಡಿಲ್ಲ. ಪಂಥದ ಹೆಸರಿನಲ್ಲಿ ಕೂಡಾ ಪ್ರತ್ಯೇಕತೆ ಬಯಸುವ ಮತ್ತು ಪ್ರತ್ಯೇಕತೆಯನ್ನು ಬೆಂಬಲಿಸುವ ಇಂತಹ ಮುಖಂಡರು, ಮುಸ್ಲಿಮರಿಗೆ ಏಕತೆ ಕುರಿತು ಏನು ತಾನೆ ಹೇಳಿಕೊಡಲು ಸಾಧ್ಯವಿದೆ?

ಅನೇಕ ಧಾರ್ಮಿಕ ಮುಖಂಡರು, ಇಸ್ಲಾಮ್ ಕುರಿತು ತಮ್ಮ ವ್ಯಾಖ್ಯಾನ ಹಾಗೂ ಅಭಿಪ್ರಾಯವೇ ಸರಿ ಎಂದು ಭಾವಿಸುತ್ತಾರೆ. ಧಾರ್ಮಿಕ ವಿಷಯಗಳಲ್ಲಿ ಬೇರೆ ಅಭಿಪ್ರಾಯಗಳಿರುವುದು ಸಹಜ ಮತ್ತು ನಾವು ಗೌರವಿಸಬೇಕು. ಆದರೆ ತಮ್ಮನ್ನು ಕಣ್ಮುಚ್ಚಿ ಹಿಂಬಾಲಿಸುವ ಬೆಂಬಲಿಗರ ಸಂಖ್ಯೆಯನ್ನು ಹೆಚ್ಚು ಮಾಡಿಕೊಳ್ಳುವ ಸ್ವಾರ್ಥವಿರುವಂತಹ ಧಾರ್ಮಿಕ ಮುಖಂಡರು ಬೇರೆಯವರ ಅಭಿಪ್ರಾಯಗಳನ್ನು ಕೇಳುವುದಿಲ್ಲ. ಧಾರ್ಮಿಕ ವಿಚಾರಗಳನ್ನು ಕುರಿತು ಚರ್ಚೆ ಮತ್ತು ಅಭಿಪ್ರಾಯಗಳ ವಿನಿಮಯವನ್ನು ಇಸ್ಲಾಮ್ ಪ್ರೋತ್ಸಾಹಿಸುತ್ತದೆ. ಆದರೆ ಅನೇಕ ಧಾರ್ಮಿಕ ಮುಖಂಡರು, ಪರಸ್ಪರ ಭಿನ್ನಾಭಿಪ್ರಾಯಗಳನ್ನು ಉಳಿಸಿಕೊಳ್ಳಲು ಆಸಕ್ತಿ ಹೊಂದಿರುವ ಕಾರಣ,ಧಾರ್ಮಿಕ ವಿಷಯಗಳನ್ನು ಕುರಿತು ಪರಸ್ಪರ ಮಾತುಕತೆ ಮತ್ತು ಚರ್ಚೆಗಳಿಗೆ ಅವಕಾಶವಿಲ್ಲದಂತಾಗಿದೆ.

ಕೆಲವು ಮದರಸಾಗಳಲ್ಲಿ ಕೆಲವು ಆಧುನಿಕ ವಿಷಯಗಳ ಬಗ್ಗೆ ಶಿಕ್ಷಣ ಪ್ರಾರಂಭಿಸಲಾಗುತ್ತಿದೆ. ಆದರೆ ಭಾರತದಲ್ಲಿರುವ ಮದರಸಾ ಪಠ್ಯಕ್ರಮದಲ್ಲಿ ಹೆಚ್ಚಾಗಿ ಬದಲಾವಣೆಯಾಗುತ್ತಿಲ್ಲ. ಪರಿಸರ ಸಂರಕ್ಷಣೆ, ಬಹುತ್ವ, ಮಾನವ ಹಕ್ಕುಗಳು ಮೊದಲಾದ ಸಮಕಾಲೀನ ವಿಷಯಗಳನ್ನು ಕುರಿತು ಆಧುನಿಕ ಚಿಂತನೆಗಳನ್ನು

ವಿದ್ಯಾರ್ಥಿಗಳಿಗೆ ಕಲಿಸುವ ಮದರಸಾಗಳ ಸಂಖ್ಯೆ ಬಹಳ ಕಡಿಮೆ ಇದೆ. ಬೇರೆ ಧರ್ಮಗಳು, ಸಂಸ್ಕೃತಿ ಮತ್ತು ಜೀವನ ಶೈಲಿ ಅಥವಾ ಬೇರೆ ಮುಸ್ಲಿಮ್ ಪಂಥಗಳ ಬಗ್ಗೆ, ವಸ್ತುನಿಷ್ಠವಾಗಿ ಮತ್ತು ಸಮತೂಕದ ಶಿಕ್ಷಣವನ್ನು ಪಡೆಯುವ ಅವಕಾಶವನ್ನು ತಮ್ಮ ವಿದ್ಯಾರ್ಥಿಗಳಿಗೆ ನೀಡಿರುವ ಮದರಸಾಗಳು ಇಲ್ಲವೇ ಇಲ್ಲವೆನ್ನಬಹುದು. ಹೀಗಾಗಿ, ಮದರಸಾಗಳಲ್ಲಿ ಹಲವಾರು ವರ್ಷಗಳನ್ನು ಕಳೆದರೂ, ವಿದ್ಯಾರ್ಥಿಗಳಿಗೆ ಆಧುನಿಕ ಸಿದ್ಧಾಂತಗಳು ಮತ್ತು ಆರ್ಥಿಕ ವ್ಯವಸ್ಥೆಗಳನ್ನು ಕುರಿತು ಏನೂ ಗೊತ್ತಿರುವುದಿಲ್ಲ. ಹಾಗೆ ನೋಡಿದರೆ, ಪ್ರಜಾಪ್ರಭುತ್ವ, ವಿವಿಧ ಧರ್ಮೀಯರ ನಡುವಿನ ಸಂಬಂಧಗಳು, ವಿಜ್ಞಾನ ಮತ್ತು ಧರ್ಮ, ಲಿಂಗ ನ್ಯಾಯ ಮೊದಲಾದ ಸಮಕಾಲೀನ ವಿಷಯಗಳನ್ನು ಮುಸ್ಲಿಮರಿಗೆ ತಿಳಿಸಿ ಕೊಡಲು, ಇಸ್ಲಾಮಿನಲುದಾತ್ತ ಚಿಂತನೆಗಳನ್ನು ಬಳಸಿಕೊಂಡು ಪ್ರಗತಿಪರ ಮುಸ್ಲಿಮ್ ವಿದ್ವಾಂಸರು ಕೆಲಸ ಮಾಡುತ್ತಿದ್ದಾರೆ ಎಂದುಕೂಡಾ ಈ ಮದರಸಾ ವಿದ್ಯಾರ್ಥಿಗಳಿಗೆ ಗೊತ್ತಿರುವುದಿಲ್ಲ.

ಉರ್ದು, ತಕ್ಕಮಟ್ಟಿಗೆ ಅರೇಬಿಕ್ ಮತ್ತು ಪ್ರಾಯಶಃ ಸ್ಥಳೀಯ ಭಾಷೆ, ಇಷ್ಟರ ಹೊರತಾಗಿ ಮದರಸಾ ವಿದ್ಯಾರ್ಥಿಗಳಿಗೆ ಬೇರೆ ಭಾಷೆಗಳು ಗೊತ್ತಿರುವುದಿಲ್ಲ. ಇದೇ ರೀತಿ, ಬದಲಾಗುತ್ತಿರುವ ಕಾಲಮಾನಕ್ಕೆ ತಕ್ಕಂತೆ ಮದರಸಾ ಶಿಕ್ಷಣದ ಉನ್ನತೀಕರಣವಾಗದಿರುವುದರಿಂದ, ವಿದ್ಯಾರ್ಥಿಗಳಿಗೆ ಎಷ್ಟು ನಷ್ಟವಾಗುತ್ತಿದೆ ಎಂದು ಹಲವಾರು ಉದಾಹರಣೆಗಳನ್ನು ನೀಡಬಹುದು.

ಮುಸ್ಲಿಮರಿಗೆ ಸಂಬಂಧಪಟ್ಟ ಪ್ರತಿಯೊಂದು ವಿಷಯದಲ್ಲೂ ಅನೇಕ ಧಾರ್ಮಿಕ ಮುಖಂಡರು ತಮ್ಮ ಅಭಿಪ್ರಾಯ ಹೇಳಲು ಮುಂದಾಗುತ್ತಿರುವುದು, ಮುಸ್ಲಿಮರು ಎದುರಿಸುತ್ತಿರುವ ಮತ್ತೊಂದು ಗಂಭೀರ ಸಮಸ್ಯೆಯಾಗಿದೆ. ಪ್ರತಿಯೊಂದು ವಿಷಯವನ್ನು ಇವರು, ತಮಗೆ ಗೊತ್ತಿರುವಂತಹ ಧಾರ್ಮಿಕ ನೆಲಗಟ್ಟಿನಲ್ಲಿ ನೋಡಲು ಬಯಸುತ್ತಾರೆ. ಕುರ್‌ಆನ್ ಮತ್ತು ಪ್ರವಾದಿಯವರ(ಶಾಂತಿ ಅವರ ಮೇಲಿರಲಿ) ಸುನ್ನಾಹ್‌ದಲ್ಲಿ ಪ್ರಸ್ತಾಪವಿರದ ಆಚರಣೆಗಳನ್ನು ಶರಿಯಾದ ಭಾಗವಾಗಿದೆ ಎಂದು ಕೆಲವು ಧಾರ್ಮಿಕ ಮುಖಂಡರು ಸಮರ್ಥಿಸಿಕೊಳ್ಳುತ್ತಾರೆ ಮತ್ತು ಪ್ರಚಾರ ಮಾಡುತ್ತಿದ್ದಾರೆ. ಆದರೆ ಬಹುತ್ವದ ಸಮಾಜದಲ್ಲಿ ಮುಸ್ಲಿಮರು ಎದುರಿಸುತ್ತಿರುವ ಸಾಮಾಜಿಕ ಸಮಸ್ಯೆಗಳನ್ನು ಪರಿಹರಿಸಲು ಇಂತಹ ಮುಖಂಡರಿಗೆ ಆಸಕ್ತಿಯಿಲ್ಲ.

ಮುಸ್ಲಿಮರಿಗೆ ಮತ್ತು ಮದರಸಾ ವಿದ್ಯಾರ್ಥಿಗಳಿಗೆ ಧರ್ಮಕುರಿತು ಹೇಳಿಕೊಡುವ ಜೊತೆಗೆ, ಮುಸ್ಲಿಮ್ ಧಾರ್ಮಿಕ ಮುಖಂಡರು, ಪ್ರಜಾಪ್ರಭುತ್ವ ಕುರಿತು ಹೇಳಿಕೊಡಬೇಕಾಗಿತ್ತು. ಇವರು ಬಹುತ್ವ ಸಮಾಜದ ಸದಸ್ಯರಾಗಿ ನಮ್ಮ ಕರ್ತವ್ಯಗಳನ್ನು ಮತ್ತು ಜೀವನೋಪಾಯಕ್ಕೆ ಅಗತ್ಯವಾದ ಕೌಶಲಗಳನ್ನು ಕುರಿತು ಮುಸ್ಲಿಮರಿಗೆ ತಿಳಿಸಿಕೊಡಬೇಕಾಗಿತ್ತು. ಶೈಕ್ಷಣಿಕವಾಗಿ ಮತ್ತು ಆರ್ಥಿಕವಾಗಿ ಮುಸ್ಲಿಮರ ಅಭಿವೃದ್ಧಿ ಯೋಜನೆಗಳು ಹಾಗೂ ಬೇರೆ ಸಮುದಾಯದವರೊಡನೆ ಮಾತುಕತೆ, ಸೌಹಾರ್ದತೆಯನ್ನು ಬೆಳೆಸಲು ಧಾರ್ಮಿಕ ಮುಖಂಡರು ಮುಂದಾಗಬೇಕಿತ್ತು. ಆದರೆ ಇಂತಹ ಹಲವಾರು

ಅಗತ್ಯವಾದ ಕೆಲಸಗಳನ್ನು ಮಾಡುವಲ್ಲಿ ಅನೇಕ ಧಾರ್ಮಿಕ ಮುಖಂಡರು ವಿಫಲರಾಗಿದ್ದಾರೆ.

ಹಲವಾರು ಶತಮಾನಗಳ ಹಿಂದೆ ಕೆಲವು ಪ್ರಾಚೀನ ವಿದ್ವಾಂಸರು ಮಾಡಿರುವ ಕೆಲವು ವ್ಯಾಖ್ಯಾನ ಮತ್ತು ಆಚರಣೆಗಳನ್ನು ಅನೇಕ ಧಾರ್ಮಿಕ ಮುಖಂಡರು, ಈಗಿನ ಪರಿಸ್ಥಿತಿಯಲ್ಲಿ ಜಾರಿಗೆ ತರಲು ಪ್ರಯತ್ನಿಸುತ್ತಿರುವುದು ಕೂಡಾ ಮುಸ್ಲಿಮರು ಹಿಂದುಳಿಯಲು ಕಾರಣವಾಗಿದೆ. ಅನೇಕ ಧಾರ್ಮಿಕ ಮುಖಂಡರು ಇಂದಿನ ಮುಸ್ಲಿಮರನ್ನು ಶತಮಾನಗಳಷ್ಟು ಹಿಂದಿನ ಪರಿಸ್ಥಿತಿಗೆ ಕಳುಹಿಸಲು ಪ್ರಯತ್ನಿಸುವಾಗ, ಸಮುದಾಯದ ಅಭಿವೃದ್ಧಿಯಾಗುವುದಾದರೂ ಹೇಗೆ ಸಾಧ್ಯ? ಕಾಲಮಾನ ಬದಲಾಯಿಸಿದಂತೆ, ಅಗತ್ಯವಿದ್ದರೆ ಕೆಲವು ನಿಯಮಗಳನ್ನು ಪರಿಷ್ಕರಣೆ ಮಾಡಿಕೊಳ್ಳಲು (ಇಜ್ತಿಹಾದ್) ಇಸ್ಲಾಮ್ ಅನುಮತಿ ನೀಡುತ್ತದೆ.

ಮೌಲಾನಾ ಅಬ್ದುಲ್ ಹಸನ್ ನದ್ವಿ, ಮೌಲಾನಾ ಶಿಬ್ಲಿ ನೊಮಾನಿ, ಮೌಲನಾ ವಾಹಿದುದ್ದೀನ್ಖಾನ್ ಮೊದಲಾದ ಭಾರತದ ಮಹಾನ್ ದಾರ್ಶನಿಕ ಮುಸ್ಲಿಮ್ ಧಾರ್ಮಿಕ ಮುಖಂಡರು ಪರಿಸ್ಥಿತಿಯಲ್ಲಿ ಬದಲಾವಣೆಯಾದಾಗ ಅಗತ್ಯವಿದ್ದರೆ ಕಾಲಕ್ಕೆ ತಕ್ಕಂತೆ ಮುಸ್ಲಿಮರು ಕೂಡಾ ಬದಲಾಗಬೇಕು ಎಂದು ಪ್ರತಿಪಾದಿಸಿದ್ದಾರೆ. ಇಸ್ಲಾಮ್ ಸಹಮತವಿಲ್ಲದ ಹಲವಾರು ಶತಮಾನಗಳ ಹಿಂದಿನ ವ್ಯಾಖ್ಯಾನಗಳು, ನಂಬಿಕೆಗಳು ಮತ್ತು ಅಚರಣೆಗಳಿಗೆ ಮುಸ್ಲಿಮರು ಮಹತ್ವ ನೀಡುತ್ತಿದ್ದರೆ, ಅಭಿವೃದ್ಧಿಯಾಗಲು ಸಾಧ್ಯವಿಲ್ಲ ಮತ್ತು ಸಮಕಾಲೀನ ಜಗತ್ತಿನಲ್ಲಿ ಮಹತ್ವದ ಕೊಡುಗೆಯನ್ನು ನೀಡಲು ಸಾಧ್ಯವಿಲ್ಲ.

ಧರ್ಮದ ಜೊತೆಗೆ ರಾಜಕಾರಣ ಸೇರಿದಾಗ ಸೃಷ್ಟಿಯಾಗುವ ಸಮಸ್ಯೆಗಳು ಬಹಳ ಹಾನಿಯನ್ನುಂಟು ಮಾಡುತ್ತವೆ. ಪ್ರಜಾಪ್ರಭುತ್ವವಿರುವ ಮತ್ತು ಜ್ಯಾತ್ಯಾತೀತ ದೇಶದಲ್ಲಿ, ಮುಸ್ಲಿಮರು ಧರ್ಮ ಮತ್ತು ರಾಜಕಾರಣವನ್ನು ಪ್ರತ್ಯೇಕವಾಗಿ ಸ್ವೀಕರಿಸಬೇಕು. ಯಾವ ದೇಶದಲ್ಲಿ ವಾಸವಾಗಿದ್ದಾರೋ, ಆ ದೇಶದ ಸಂವಿಧಾನವನ್ನು ಗೌರವಿಸಬೇಕು. ಇಸ್ಲಾಮ್‌ನ ಮೂಲ ಉದ್ದೇಶಗಳಿಗೆ ಸಹಮತವಿಲ್ಲದ ಧಾರ್ಮಿಕ ಆಚರಣೆಗಳನ್ನು ಜನರು ಸ್ವೀಕರಿಸುವಂತೆ ಮಾಡಿದಾಗ, ವ್ಯೆಯಕ್ತಿಕ ಹಕ್ಕುಗಳ ಜೊತೆ ಸಂಘರ್ಷ ಉಂಟಾಗುತ್ತದೆ ಮತ್ತು ಇದರಿಂದಾಗಿ ಹೊಸ ಸಮಸ್ಯೆಗಳು ಸೃಷ್ಟಿಯಾಗುತ್ತವೆ. ಇಂತಹ ಪರಿಸ್ಥಿತಿಯಲ್ಲಿ, ದೇಶದ ಕಾನೂನಿನಂತೆ ಎಲ್ಲರೂ ನಡೆದುಕೊಳ್ಳಬೇಕು. ಸಂವಿಧಾನ ಮತ್ತು ಕಾನೂನು ಕುರಿತು ಕೆಲವು ಮುಸ್ಲಿಮ್ ಧಾರ್ಮಿಕ ಮುಖಂಡರಿಗೆ ಸರಿಯಾದ ತಿಳುವಳಿಕೆ ಇಲ್ಲದಿರುವುದರಿಂದ, ಮುಸ್ಲಿಮ್ ಸಮುದಾಯಕ್ಕೆ ಅಪಾರ ನಷ್ಟವಾಗಿದೆ. ಉದಾಹರಣೆಗೆ, ಒಂದೇ ಸಂದರ್ಭದಲ್ಲಿ ತ್ರಿವಳಿ ತಲಾಕ್ ನೀಡುವ ಆಚರಣೆಯನ್ನು ಗಮನಿಸಿ. ಈ ಆಚರಣೆಯನ್ನು ಪಾಲಿಸಲು ಕುರ್‌ಆನ್‌ನಲ್ಲಿ ಅನುಮತಿ ನೀಡಿಲ್ಲ. ಆದರೂ ಕೂಡಾ ಅನೇಕ ಧಾರ್ಮಿಕ ಮುಖಂಡರು ಈ ಆಚರಣೆಯನ್ನು ಸಮರ್ಥಿಸಿಕೊಂಡರು. ಸಮಾಜ ವಿರೋಧಿ ಮತ್ತು ಮಹಿಳೆಯರ ಹಕ್ಕುಗಳ ವಿರೋಧಿಯಾಗಿರುವ ಈ ಆಚರಣೆಯನ್ನು

ಸಮರ್ಥಿಸಿಕೊಳ್ಳಲು ಎರಡು ದಶಕಗಳ ಕಾಲ, ಅನೇಕ ಮುಸ್ಲಿಮ್ ಧಾರ್ಮಿಕ ಮುಖಂಡರು ಹೋರಾಡಿದರು. ಈ ಹೋರಾಟಕ್ಕೆ ಒಂದು ಕಡೆ ಅಮೂಲ್ಯ ಸಮಯ ಮತ್ತು ಸಂಪನ್ಮೂಲಗಳು ವ್ಯರ್ಥವಾದರೆ, ಮತ್ತೊಂದು ಕಡೆ ಕೋಮು ಧ್ರುವೀಕರಣ ಮತ್ತು ಮುಸ್ಲಿಮ್‌ರ ವಿರುದ್ಧ ಪೂರ್ವಾಗ್ರಹ ಚಿಂತನೆಗಳು ಹೆಚ್ಚಾದವು. ಕೊನೆಯಲ್ಲಿ ಇವರ ವಾದ ವಿಫಲವಾಯಿತು. ಅದೃಷ್ಟವಶಾತ್ ಭಾರತದ ಸುಪ್ರೀಂಕೋರ್ಟ್, ಒಂದೇ ಸಂದರ್ಭದಲ್ಲಿ ತ್ರಿವಳಿ ತಲಾಕ್ ನೀಡುವ ಆಚರಣೆಯನ್ನು ಸಂವಿಧಾನ ವಿರೋಧಿ ಎಂದು ಘೋಷಿಸಿತು.

ಧರ್ಮದ ಹೆಸರಿನಲ್ಲಿ ಭಾವನಾತ್ಮಕವಾಗಿ ಪ್ರತಿಕ್ರಿಯೆ ನೀಡಿ, ಕೊನೆಯಲ್ಲಿ ಮುಸ್ಲಿಮರಿಗೆ ಹಾನಿಯುಂಟು ಮಾಡಿದ ಇಂತಹ ಹಲವಾರು ಉದಾಹರಣೆಗಳನ್ನು ನೀಡಬಹುದು. ಮತ್ತೊಂದು ಉದಾಹರಣೆಗೆ, ಯಾರಾದರೂ ಮುಸ್ಲಿಮರ ಭಾವನೆಗಳಿಗೆ ನೋವುಂಟು ಮಾಡುವಂತೆ ಮಾತನಾಡಿದರೆ ಅಥವಾ ಬರೆದರೆ, ಎಷ್ಟು ಬೇಗ ಕೋಪೋದ್ರೇಕದಿಂದ ಅನೇಕ ಮುಸ್ಲಿಮರು ಪ್ರತಿಭಟಿಸುತ್ತಾರೆ ಎನ್ನುವ ಸನ್ನಿವೇಶವನ್ನು ನೋಡೋಣ. ಇಂತಹ ಭಾವನಾತ್ಮಕ ಪ್ರತಿಕ್ರಿಯೆಗಳು ಅನೇಕ ಸಲ ಗಂಭೀರವಾದ ಕಾನೂನು ಮತ್ತು ಸುವ್ಯವಸ್ಥೆ ಸಮಸ್ಯೆಗಳಿಗೆ ಕಾರಣವಾಗಬಹುದು. ಈ ರೀತಿಯ ಭಾವನಾತ್ಮಕ ಪ್ರತಿಭಟನೆಗಳು ಮುಸ್ಲಿಮರಿಗೆ ಹೆಚ್ಚು ಸಮಸ್ಯೆಗಳನ್ನುಂಟು ಮಾಡುತ್ತವೆ ಎಂದು ಎಲ್ಲಾ ಮುಸ್ಲಿಮರು ಅರ್ಥ ಮಾಡಿಕೊಳ್ಳಬೇಕಾಗಿದೆ. ಅಭಿವೃದ್ಧಿ ವಂಚಿತ ಮುಸ್ಲಿಮರ ಗಮನವನ್ನು ಬೇರೆ ಕಡೆಗೆ ತಿರುಗಿಸಲು ಮತ್ತು ಮುಸ್ಲಿಮರ ಭಾವನೆಗಳನ್ನು ಕೆರಳಿಸುವ ಮೂಲಕ ತಮ್ಮ ಸ್ವಾರ್ಥವನ್ನು ಈಡೇರಿಸುವ ಉದ್ದೇಶವಿರುವ ಕೆಲವು ಮುಖಂಡರು ಇಂತಹ ಸಮಸ್ಯೆಗಳನ್ನು ಸೃಷ್ಟಿಸುತ್ತಿದ್ದಾರೆ ಎಂದು ಮುಸ್ಲಿಮರು ಅರ್ಥ ಮಾಡಿಕೊಳ್ಳಬೇಕು. ಇಂತಹ ವಿವಾದಗಳಿಗೆ ಬೇಗ ಪ್ರತಿಕ್ರಿಯಿಸುವ ಸಾಮಾನ್ಯ ಮುಸ್ಲಿಮರು, ಸರ್ವಧರ್ಮ ಸಾಮರಸ್ಯ ಹಾಳಾಗಲು ಮತ್ತು ಸಮಾಜದಲ್ಲಿ ಶಾಂತಿ ಭಂಗವಾಗಲು ಒಂದು ಕಾರಣವಾಗುತ್ತಾರೆ. ಅನೇಕ ದಶಕಗಳಿಂದ ಇಂತಹ ಘಟನೆಗಳು ನಡೆದಿವೆ ಮತ್ತು ಮುಸ್ಲಿಮರು ಹಿಂದುಳಿಯಲು ಒಂದು ಪ್ರಮುಖಕಾರಣವಾಗಿವೆ. ಈ ರೀತಿಯ ಪ್ರತಿಕ್ರಿಯೆಗಳು ಮುಸ್ಲಿಮರಿಗೆ ಹಾನಿಕಾರಕ ಮತ್ತು ಕೆಲವೊಮ್ಮೆ ವಿನಾಶಕಾರಿಯೆಂದು ಮುಸ್ಲಿಮರು ಅರ್ಥ ಮಾಡಿಕೊಳ್ಳಬೇಕು.

ದುರದೃಷ್ಟವಶಾತ್, ದೂರದೃಷ್ಟಿಯಿಲ್ಲದ ಹಲವು ಮುಸ್ಲಿಮ್ ಮುಖಂಡರು, ಯಾವುದೇ ಸಮಸ್ಯೆಗೆ ಪ್ರತಿಯಾಗಿ ಮುಸ್ಲಿಮ್ ಸಮುದಾಯದ ಭಾವನೆಗಳನ್ನು ಪ್ರಚೋದಿಸುವ ಮತ್ತು ರಾಜಕೀಯವಾಗಿ ದೊಡ್ಡ ವಿವಾದಗಳನ್ನು ಸೃಷ್ಟಿಸುವ ಯಾವ ಅವಕಾಶವನ್ನು ಕಳೆದುಕೊಳ್ಳಲು ಇಷ್ಟಪಡುವುದಿಲ್ಲ. ಉದಾಹರಣೆಗೆ, ಶಾ ಬಾನೋ ಪ್ರಕರಣದ ಪ್ರತಿಭಟನೆ, ಒಂದೇ ಸಂದರ್ಭದಲ್ಲಿ ತ್ರಿವಳಿ ತಲಾಕ್ ನೀಡುವಆಚರಣೆ, ಬಾಬ್ರಿ ಮಸೀದಿ ವೈಫಲ್ಯ, ಹೀಗೆ ಅನೇಕ ವಿವಾದಗಳಲ್ಲಿ ಸಾಮಾನ್ಯ ಮುಸ್ಲಿಮರು ಅನಗತ್ಯವಾಗಿ ಭಾಗಿಯಾದರು. ಇದೆಲ್ಲದರ ಪರಿಣಾಮವಾಗಿ ದೇಶದಲ್ಲಿ ಕೋಮು ಧ್ರುವೀಕರಣ

ಹೆಚ್ಚಾಯಿತು ಮತ್ತು ಮುಸ್ಲಿಮರು ಸೇರಿದಂತೆ ಸಮಾಜಕ್ಕೆ ದೊಡ್ಡ ಹಾನಿಯಾಯಿತು. ಇಂತಹ ವಿವಾದಗಳಲ್ಲಿ ಅನೇಕ ಮುಸ್ಲಿಮ್ ಮುಖಂಡರು ಪ್ರಮುಖ ಪಾತ್ರವಹಿಸಿದ್ದಾರೆ. ಮುಸ್ಲಿಮ್ ಸಮುದಾಯದ ಭಾವನೆಗಳನ್ನು ಇವರು ಕೆರಳಿಸಿ, ಕೊನೆಯಲ್ಲಿ ಕೋಮು ಧ್ರುವೀಕರಣ ಹೆಚ್ಚಾಗಿ ಮುಸ್ಲಿಮರಿಗೆ ಹೆಚ್ಚು ಹಾನಿಯಾಗುವಂತೆ ಮಾಡಿದರು.

ಧರ್ಮ ಮತ್ತು ರಾಜಕಾರಣವನ್ನು ಪ್ರತ್ಯೇಕಿಸದ ಅನೇಕ ಮುಸ್ಲಿಮ್ ಮುಖಂಡರಿಂದಾಗಿ ಭಾರತೀಯ ಮುಸ್ಲಿಮರು ಬಹಳಷ್ಟು ಕಳೆದುಕೊಂಡಿದ್ದಾರೆ. ಈ ಹಿನ್ನೆಲೆಯಲ್ಲಿಒಂದು ಪ್ರಮುಖ ಪ್ರಶ್ನೆ ಎದುರಾಗುತ್ತದೆ : ಈ ಹಿಂದೆ ಮಾಡಿರುವ ತಪ್ಪುಗಳಿಂದ, ಈ ಮುಸ್ಲಿಮ್ ಮುಖಂಡರು ಏನಾದರೂ ಪಾಠ ಕಲಿತಿದ್ದಾರೆ ಅಥವಾ ಇಲ್ಲ?

ಬೇರೆ ಸಮುದಾಯಗಳ ಜೊತೆ ಸಂಪರ್ಕ ಸಾಧಿಸಿ, ಸ್ನೇಹ ಮತ್ತು ಸೌಹಾರ್ದತೆಯನ್ನು ಮುಸ್ಲಿಮ್ ನಾಯಕರು ಬೆಳಸಿದ್ದರೆ, ಇವತ್ತು ಇಷ್ಟು ವ್ಯಾಪಕವಾಗಿ ಕೋಮು ಧ್ರುವೀಕರಣವಾಗುತ್ತಿರಲಿಲ್ಲ. ಅನೇಕ ಧಾರ್ಮಿಕ ಮುಖಂಡರ ಏಕಾಂತತೆ, ವೈರಾಗ್ಯ ಮತ್ತು ಕೆಲವೊಮ್ಮೆ ಅನಗತ್ಯ ಮೇಲರಿಮೆಯನ್ನು ಹೊಂದಿರುವುದು ಕೂಡಾ ಕೋಮು ಧ್ರುವೀಕರಣ ಮತ್ತು ಕೋಮುವಾದ ವ್ಯಾಪಕವಾಗಿ ಹರಡಲು ಕಾರಣಗಳಾಗಿವೆ. ಮುಸ್ಲಿಮ್ ಧಾರ್ಮಿಕ ಮುಖಂಡರು ಬೇರೆ ಧರ್ಮದವರೊಡನೆ ಮಾತುಕತೆ ನಡೆಸಿ ಸ್ನೇಹ ಮತ್ತು ಸೌಹಾರ್ದತೆಯನ್ನು ಬೆಳಸಲು ಈಗಲೂ ಕಾಲ ಮಿಂಚಿಲ್ಲ. ಹೆಸರಾಂತ ಭಾರತೀಯ ವಿದ್ವಾಂಸರಲ್ಲಿ ಒಬ್ಬರಾದ ದಿವಂಗತ ಮೌಲಾನಾ ಅಬುಲ್ ಹಸನ್ ಅಲಿ ನದ್ವಿ(ನಿಧನ 1999), ಬೇರೆ ಧರ್ಮದವರೊಡನೆ ಸ್ನೇಹ ಸಂಬಂಧ ಸಾಧಿಸಲು ಪಯಾಮ್–ಇ–ಇನ್ಸಾನಿಯತ್ (ಮಾನವತೆಯ ಸಂದೇಶ) ಅಭಿಯಾನವನ್ನು ಪ್ರಾರಂಭಿಸಿದ್ದರು. ಮತ್ತೊಬ್ಬ ಹೆಸರಾಂತ ಧಾರ್ಮಿಕ ಮುಖಂಡರಾದ ಮೌಲಾನಾ ವಹಿಯುದ್ದೀನ್‌ಖಾನ್‌ರು ನವದೆಹಲಿಯವರು. ಇವರು ಶಾಂತಿ ಮತ್ತು ಆಧ್ಯಾತ್ಮದ ಸಂದೇಶವನ್ನು ಸಾರುತ್ತಿದ್ದಾರೆ ಮತ್ತು ಧರ್ಮದಲ್ಲಿ ಸಂಯಮವನ್ನು ಹೇಳಿಕೊಡುತ್ತಿದ್ದಾರೆ. ಇದಲ್ಲದೆ ಇವರು ಬೇರೆ ಧರ್ಮದವರೊಡನೆ ವ್ಯಾಪಕವಾದ ಚರ್ಚೆಗಳನ್ನು ನಡೆಸುತ್ತಿದ್ದಾರೆ.

ವಿಶೇಷವಾಗಿ ಯುವ ಮುಸ್ಲಿಮ್ ಧಾರ್ಮಿಕ ಮುಖಂಡರು ಹೆಚ್ಚಿನ ಸಂಖ್ಯೆಯಲ್ಲಿ ಮುಂದೆ ಬಂದು, ಮಾನವತೆ ಮತ್ತು ಮಾನವೀಯ ಮೌಲ್ಯಗಳನ್ನು ಒತ್ತು ನೀಡಿ ನಿಜವಾದ ಆಧ್ಯಾತ್ಮವನ್ನು ಪ್ರಚಾರ ಮಾಡಬೇಕಾಗಿದೆ. ಕೋಮುವಾದವನ್ನು ಸೋಲಿಸಲು ಮತ್ತು ಕೋಮು ಸೌಹಾರ್ದತೆಯನ್ನು ಪ್ರಚಾರ ಮಾಡಲು ಮುಸ್ಲಿಮರಿಗೆ ಇದು ಅತ್ಯಗತ್ಯವಾಗಿದೆ. ಮುಸ್ಲಿಮ್ ಧಾರ್ಮಿಕ ಮುಖಂಡರು ಈ ವಿಷಯವನ್ನು ಎಷ್ಟು ಬೇಗ ಅರ್ಥ ಮಾಡಿಕೊಳ್ಳುತ್ತಾರೋ ಅಷ್ಟು ಅವರಿಗೂ ಮತ್ತು ಎಲ್ಲರಿಗೂ ಒಳ್ಳೆಯದಾಗುತ್ತದೆ.

****

ಮುಸ್ಲಿಮ್ ನಾಯಕತ್ವ ಕುರಿತು ಕೆಲವು ಸಲಹೆಗಳು

ಉಜ್ವಲ ಭವಿಷ್ಯಯನ್ನು ಪಡೆಯಲು ತಮಗೆ ಬೇರೆ ಯಾವುದೇ ಸುಲಭವಾದ ದಾರಿ ಇಲ್ಲವೆಂದು ಮುಸ್ಲಿಮ್ ಧಾರ್ಮಿಕ ಮುಖಂಡರು, ರಾಜಕೀಯ ನಾಯಕರು ಮತ್ತು ಮುಸ್ಲಿಮರೆಲ್ಲರೂ ಅರ್ಥ ಮಾಡಿಕೊಳ್ಳಬೇಕು. ಭಾರತದ ಬಹುತ್ವ ಸಮಾಜದಲ್ಲಿ ಬೇರೆ ಧರ್ಮದವರೊಡನೆ ಸಹೋದರ–ಸಹೋದರಿಯಂತೆ ಬಾಳಬೇಕು ಮತ್ತು ದೇಶದ ಅಭಿವೃದ್ಧಿಗಾಗಿ ತಮ್ಮ ಕೊಡುಗೆಯನ್ನು ನೀಡಬೇಕು. ತಾವು ಹುಟ್ಟಿದ ದೇಶ ಭಾರತದಲ್ಲೇ ತಾವು ಬೇರೆ ಸಮುದಾಯಗಳ ಜೊತೆಯಲ್ಲಿ ಬದುಕಿ ಬಾಳಬೇಕು ಎಂದು ಭಾರತೀಯ ಮುಸ್ಲಿಮರು ಅರ್ಥ ಮಾಡಿಕೊಳ್ಳಬೇಕು. ಎಲ್ಲರ ಒಳಿತಿಗಾಗಿ, ಬೇರೆ ಸಮುದಾಯದವರ ಜೊತೆಗೆ ಸೇರಿ ಕೆಲಸ ಮಾಡಬೇಕು. ಧರ್ಮ ಮತ್ತು ರಾಜಕಾರಣವನ್ನು ಪ್ರತ್ಯೇಕಿಸಿ, ಮುಸ್ಲಿಮ್ ನಾಯಕರು, ಭಾರತ ಸಮಾಜದ ಮುಖ್ಯವಾಹಿನಿಯಲ್ಲಿ ಬೆರೆಯ ಬೇಕಾಗಿರುವುದು ಅತ್ಯಗತ್ಯವಾಗಿದೆ. ಮತಬ್ಯಾಂಕ್ ರಾಜಕಾರಣದ ಬಲಿಪಶುಗಳಾಗಲು ಮುಸ್ಲಿಮರು ನಿರಾಕರಿಸಬೇಕು. ಮುಸ್ಲಿಮ್ ಧಾರ್ಮಿಕ ಮುಖಂಡರು ಹೇಳುವ "ಮುಸ್ಲಿಮ್" ವಿಷಯಗಳಿಗೆ ಮಾತ್ರ ಸೀಮಿತವಾಗದೆ, ಎಲ್ಲರ ಒಳಿತಿಗಾಗಿ ಮಾಡುವ ಕೆಲಸಗಳಲ್ಲಿ ಕೂಡಾ ಮುಸ್ಲಿಮ್ ರಾಜಕೀಯ ನಾಯಕರು ಭಾಗವಹಿಸಬೇಕು. ದೇಶದ ಸಮಗ್ರ ಅಭಿವೃದ್ಧಿಗಾಗಿ ಕೆಲಸ ಮಾಡುವ ರಾಜಕೀಯ ಪಕ್ಷಗಳನ್ನು ಮುಸ್ಲಿಮರು ಬೆಂಬಲಿಸಬೇಕು. ಸಂವಿಧಾನ ನೀಡಿರುವ ಹಕ್ಕುಗಳ ರಕ್ಷಣೆಯ ಹೆಸರಿನಲ್ಲಿ ರಾಜಕೀಯ ಪಕ್ಷಗಳಿಂದ ಮುಸ್ಲಿಮರು ವಿಶೇಷ ಸವಲತ್ತುಗಳನ್ನು ಕೇಳಬಾರದು. ಅವರ ಹಕ್ಕುಗಳಿಗೆ ಧಕ್ಕೆಯಾದರೆ, ಸಾಂವಿಧಾನಿಕ ರೀತಿಯಲ್ಲಿ ಮಾತ್ರ ಪರಿಹಾರವನ್ನು ಕೇಳಬೇಕು. ತಾವು ಅಲ್ಪಸಂಖ್ಯಾತರು ಎನ್ನುವ ಕೀಳರಿಮೆಯನ್ನು ಮುಸ್ಲಿಮರು ಬಿಡಬೇಕು ಮತ್ತು ಸರ್ಕಾರದಿಂದ ಅಲ್ಪಸಂಖ್ಯಾತರ ಹೆಸರಿನಲ್ಲಿ ವಿಶೇಷ ಸವಲತ್ತುಗಳನ್ನು ನಿರೀಕ್ಷಿಸಬಾರದು.

ಭಾರತದಲ್ಲಿ ವಿವಿಧ ಧರ್ಮೀಯರು ಮತ್ತು ಸಮುದಾಯದವರು ಬಾಳಿ ಬದುಕುತ್ತಿದ್ದಾರೆ. ಹೀಗಾಗಿ, ಧಾರ್ಮಿಕವಾಗಿ ಬಹುತ್ವ ಹೊಂದಿರುವ ಸಮಾಜದಲ್ಲಿ ಸೌಹಾರ್ದತೆಯಿಂದ ಬಾಳುವುದು ಭಾರತೀಯ ಮುಸ್ಲಿಮರಿಗೆ ಅತ್ಯಗತ್ಯವಾಗಿದೆ. ಆದರೆ ಭಾರತಕ್ಕೆ ಸ್ವಾತಂತ್ರ್ಯ ಬಂದಾಗಿನಿಂದ ಬೇರೆ ಧರ್ಮದವರೊಡನೆ ಸ್ನೇಹ ಮತ್ತು ಸೌಹಾರ್ದತೆಯನ್ನು ಬೆಳಸುವ ಯಾವ ಪ್ರಯತ್ನವನ್ನು ಮುಸ್ಲಿಮ್ ನಾಯಕರು ಮಾಡಿಲ್ಲ. ಇಂದು ಹೆಚ್ಚಾಗುತ್ತಿರುವ ಕೋಮು ಧೃವೀಕರಣದ ನಡುವೆ ಮುಸ್ಲಿಮರು ಎದುರಿಸುತ್ತಿರುವ ಅಸಾಮಾನ್ಯ ಪರಿಸ್ಥಿತಿಗೆ ಇದು ಕೂಡಾ ಭಾಗಶಃ ಕಾರಣವಾಗಿದೆ. ಮೊದಲ ದಿನದಿಂದ ತಾವು ದೇಶದಲ್ಲಿ ಅಲ್ಪಸಂಖ್ಯಾತರಾಗಿ ಬದುಕಬೇಕು ಎಂದು ಮುಸ್ಲಿಮರಿಗೆ ತಿಳಿದಿತ್ತು. ಹೀಗಿರುವಾಗ ಬೇರೆ ಸಮುದಾಯದವರ ಜೊತೆಯಲ್ಲಿ ಸ್ನೇಹ ಸಂಬಂಧಗಳನ್ನು ಹೊಂದಲು ಮತ್ತು ಸರ್ವಧರ್ಮ ಸಮನ್ವತೆಯನ್ನು ಎತ್ತಿ ಹಿಡಿಯಲು, ಮುಸ್ಲಿಮರು ಕೆಲಸ ಮಾಡಬೇಕು ಎಂದು ಕೂಡಾ ಮುಸ್ಲಿಮ್ ನಾಯಕರಿಗೆ

ಗೊತ್ತಿರಬೇಕಾಗಿತ್ತು. ತಮ್ಮಿಂದ ಆಗಿರುವ ತಪ್ಪುಗಳನ್ನು ಮುಸ್ಲಿಮರು ಒಪ್ಪಿಕೊಳ್ಳಬೇಕು. ಇವತ್ತು ತಾವು ಎದುರಿಸುತ್ತಿರುವ ಪರಿಸ್ಥಿತಿಯಿಂದಾಗಿ, ಮುಸ್ಲಿಮ್‌ರಿಗೆ ತಮ್ಮ ನಡತೆ ಮತ್ತು ಮನೋಭಾವದಲ್ಲಿ ದೊಡ್ಡ ಪ್ರಮಾಣದ ಬದಲಾವಣೆ ಮಾಡಿಕೊಳ್ಳುವುದು ಅನಿವಾರ್ಯವೆಂದು ಮನವರಿಕೆಯಾಗಬೇಕಾಗಿದೆ.

ವಿವಿಧ ಧರ್ಮಗಳ ಜೊತೆ ಮಾತುಕತೆ ಮತ್ತು ಸೌಹಾರ್ದತೆಯನ್ನು ಭಾರತೀಯ ಮುಸ್ಲಿಮರು ಹೆಚ್ಚು ಸಕ್ರಿಯವಾಗಿ ಪ್ರಚಾರ ಮಾಡಬೇಕು. ಸಾಮಾನ್ಯ ಹಿಂದುವೊಬ್ಬ, ಬೇರೆ ಧರ್ಮಗಳನ್ನು ಗೌರವಿಸುತ್ತಾನೆ ಮತ್ತು ಧಾರ್ಮಿಕ ಬಹುತ್ವ ಕುರಿತು ಸಹಿಷ್ಣುತೆಯನ್ನು ಹೊಂದಿದ್ದಾನೆ. ಮುಸ್ಲಿಮರು ಕೂಡಾ ಇದನ್ನು ಅರ್ಥ ಮಾಡಿಕೊಳ್ಳಬೇಕು ಮತ್ತು ಗೌರವಿಸಬೇಕು. ಹಿಂದೂಗಳ ಜೊತೆಗೆ ಸ್ನೇಹ ಸಂಬಂಧಗಳನ್ನು ಬೆಳಸಲು ಮುಸ್ಲಿಮರು ಮುಂದಾಗಬೇಕು. ಭಾರತ ಮತ್ತು ಇತರೆ ದೇಶಗಳಲ್ಲಿ ಕ್ರೈಸ್ತರು ವಿವಿಧ ಧರ್ಮೀಯರೊಡನೆ ಸಂವಾದವನ್ನು ಉತ್ತೇಜಿಸುತ್ತಿದ್ದಾರೆ. ಈ ಉತ್ತಮ ಕೆಲಸದಲ್ಲಿ ಮುಸ್ಲಿಮರು ಕೂಡಾ ಕ್ರೈಸ್ತರ ಜೊತೆಗೆ ಕೈ ಜೋಡಿಸಬೇಕು. ಎಲ್ಲಾ ಧರ್ಮೀಯರ ಜೊತೆಗೆ ಉತ್ತಮ ಸಂಬಂಧ, ಸೌಹಾರ್ದತೆಯನ್ನು ಮುಸ್ಲಿಮರು ಹೊಂದಬೇಕು. ಇವತ್ತು ವಿವಿಧ ಧರ್ಮಗಳ ನಡುವೆ ಸಾಮರಸ್ಯ ಮತ್ತು ಸೌಹಾರ್ದತೆ ಅತ್ಯಗತ್ಯವಾಗಿವೆ. ಬೇರೆ ಧರ್ಮೀಯರ ಜೊತೆ ಉತ್ತಮ ಸ್ನೇಹ ಸಂಬಂಧಗಳನ್ನು ಹೊಂದುವುದು ಮುಸ್ಲಿಮರಿಗೆ ಆದ್ಯತೆಯ ವಿಷಯವಾಗಬೇಕು. ವಿವಿಧ ಧರ್ಮಗಳ ನಡುವಿನ ಸಂವಾದವು ಧಾರ್ಮಿಕ ಚಿಂತನೆಗಳಿಗೆ ಸೀಮಿತವಾಗದೆ, ವಿವಿಧ ಧರ್ಮೀಯರ ನಡುವೆ ಉತ್ತಮ ವೈಯಕ್ತಿಕ ಸಂಬಂಧ ಹಾಗೂ ಎಲ್ಲರ ಒಳಿತಾಗಿ ಎಲ್ಲಾ ಧರ್ಮೀಯರು ಒಂದಾಗಿ ಕೆಲಸ ಮಾಡುವುದನ್ನು ಪ್ರೋತ್ಸಾಹಿಸಬೇಕು.

ಮುಸ್ಲಿಮರು ತಮಗಷ್ಟೇ ಅಲ್ಲ, ತಮ್ಮಿಂದ ಎಲ್ಲಾ ಸಮುದಾಯದವರಿಗೂ ಒಳ್ಳೆಯದಾಗುತ್ತದೆ ಎಂದು ಅರ್ಥ ಮಾಡಿಕೊಳ್ಳಬೇಕು. ದೇವರು ಕೂಡಾ ಎಲ್ಲಾ ಮನುಷ್ಯರು ಹೀಗೆ ವರ್ತಿಸಬೇಕು ಎಂದು ಹೇಳಿದ್ದಾರೆ.

ಹಿಂದೆ ನಡೆದ ಘಟನೆಗಳಿಂದ ಪಾಠಗಳನ್ನು ಕಲಿಯುವ ಅವಕಾಶ ಈಗ ಭಾರತೀಯ ಮುಸ್ಲಿಮರಿಗೆ ದೊರೆತಿದೆ. ಶೈಕ್ಷಣಿಕವಾಗಿ ಮತ್ತು ಆರ್ಥಿಕವಾಗಿ ಅಭಿವೃದ್ಧಿ ಹೊಂದುವುದು ಮತ್ತು ಬೇರೆ ಧರ್ಮೀಯರ ಜೊತೆ ಉತ್ತಮ ಸ್ನೇಹ ಸಂಬಂಧ ಹೊಂದುವುದು ಹೇಗೆ ಎಂದು ಸ್ಪಷ್ಟವಾದ ಮಾರ್ಗಸೂಚಿಯನ್ನು ಮುಸ್ಲಿಮರು ಸಿದ್ಧಪಡಿಸಬೇಕಾಗಿದೆ. ಧಾರ್ಮಿಕ ಸ್ವಾತಂತ್ರ್ಯ ಮತ್ತು ಮಾನವ ಹಕ್ಕುಗಳನ್ನು ರಕ್ಷಿಸುವ ಸಂವಿಧಾನ ಆಧಾರಿತ ಮತ್ತು ಜ್ಯಾತ್ಯಾತೀತವಾದ ಪ್ರಜಾಪ್ರಭುತ್ವವನ್ನು ಮುಸ್ಲಿಮರು ಬೆಂಬಲಿಸಬೇಕು. ಭಾರತದ ಸಂವಿಧಾನದಲ್ಲಿ ಎಲ್ಲಾ ಮುಸ್ಲಿಮರು ನಂಬಿಕೆ ಇಡಬೇಕು. ತಾವು ಅಲ್ಪಸಂಖ್ಯಾತರು ಎನ್ನುವ ಕೀಳರಿಮೆಯಿಂದ ಮುಸ್ಲಿಮರು ಹೊರಬರಬೇಕು. ತಮ್ಮನ್ನು ಅಲ್ಪಸಂಖ್ಯಾತರು ಎಂದು ಹೇಳಿಕೊಂಡಷ್ಟು ಮುಸ್ಲಿಮರು ಕಡೆಗಣಿಸಲ್ಪಡುತ್ತಾರೆ. 20 ಕೋಟಿಗೂ ಅಧಿಕ ಜನಸಂಖ್ಯೆಯನ್ನು ಹೊಂದಿರುವ ಭಾರತದ ಮುಸ್ಲಿಮರು ದೇಶಕ್ಕೆ

ದೊಡ್ಡ ಆಸ್ತಿಯಾಗಬಹುದು. ಬೇರೆ ಅಲ್ಪಸಂಖ್ಯಾತ ಸಮುದಾಯಗಳು ಹೇಗೆ ಅಭಿವೃದ್ಧಿ ಹೊಂದುತ್ತಿವೆ ಮತ್ತು ಬಹುತ್ವದ ಸಮಾಜದಲ್ಲಿ ಗೌರವಯುತ ಸ್ಥಾನವನ್ನು ಪಡೆಯುತ್ತಿವೆ ಎಂದು ನೋಡಿ ಮುಸ್ಲಿಮರು ಕಲಿಯಬೇಕಾಗಿದೆ.

ಭಾರತದ ಮುಸ್ಲಿಮರಿಗೆ ಹೊಸ ಮಾರ್ಗದರ್ಶನದ ಅಗತ್ಯವಿದೆ. ಒಂದು ಕಡೆ ವಿವಿಧ ಸಮುದಾಯಗಳ ಜೊತೆ ಸಾಮರಸ್ಯವನ್ನು ಹೊಂದಲು ಅವರು ಕೆಲಸ ಮಾಡಬೇಕು ಮತ್ತೊಂದು ಕಡೆ ತಮ್ಮ ಸಮುದಾಯದವರು ಶೈಕ್ಷಣಿಕವಾಗಿ ಮತ್ತು ಆರ್ಥಿಕವಾಗಿ ಅಭಿವೃದ್ಧಿ ಹೊಂದಲು ಕೆಲಸ ಮಾಡಬೇಕು.ಈ ವಿಷಯದಲ್ಲಿ ಭಾರತದ ಮುಸ್ಲಿಮರಿಗೆ ಅಗತ್ಯವಾದ ಮಾರ್ಗದರ್ಶನವನ್ನು ನೀಡಲು ಹೊಸ ಪೀಳಿಗೆಯ ಮುಸ್ಲಿಮ್ ನಾಯತ್ವ ಸೃಷ್ಟಿಯಾಗಲಿದೆ ಎಂದು ಆಶಿಸೋಣ. ಈ ಹೊಸ ಪೀಳಿಗೆಯ ನಾಯಕತ್ವಕ್ಕೆ ಸರ್ವಧರ್ಮ ಸಾಮರಸ್ಯ ಮತ್ತು ಸೌಹಾರ್ದತೆಯನ್ನು ಬೆಳೆಸುವುದು ಆದ್ಯತೆಯಾಗಬೇಕು. ಬಹುತ್ವದ ಸಮಾಜದಲ್ಲಿ ಭಾರತೀಯ ಮುಸ್ಲಿಮರು ದೇಶದಲ್ಲಿರುವ ಎಲ್ಲಾ ಧರ್ಮೀಯರ ವಿಶ್ವಾಸ ಗಳಿಸಿ, ಸೌಹಾರ್ದತೆಯಿಂದ ಬದುಕಿ ಬಾಳಬೇಕು ಎನ್ನುವುದು ಹೊಸ ಪೀಳಿಗೆಯ ನಾಯಕತ್ವಕ್ಕೆ ಗೊತ್ತಾಗಬೇಕು. ಸಾಮಾಜಿಕವಾಗಿ, ಆರ್ಥಿಕವಾಗಿ ಮತ್ತು ಶೈಕ್ಷಣಿಕವಾಗಿ ಮುಸ್ಲಿಮ್ ಸಮುದಾಯ ಅಭಿವೃದ್ಧಿಯಾಗುವುದು ಈ ನಾಯಕತ್ವಕ್ಕೆ ಮತ್ತೊಂದು ಆದ್ಯತೆಯಾಗಬೇಕು. ಈ ಎರಡು ಆದ್ಯತೆಯ ವಿಷಯಗಳನ್ನು ಕುರಿತು ಮುಸ್ಲಿಮ್ ನಾಯಕರು ಗಮನವಿಟ್ಟು ಕೆಲಸ ಮಾಡಿದರೆ, ಮುಸ್ಲಿಮರಿಗೆ ಮತ್ತು ಇಡೀ ದೇಶಕ್ಕೆ ಬಹಳಷ್ಟು ಲಾಭ ತರುವ ಬಹಳ ದೊಡ್ಡ ಬದಲಾವಣೆಯಾಗುವುದು ಸಾಧ್ಯವಿದೆ.

ಭಾರತೀಯ ಮುಸ್ಲಿಮರು, ತಮ್ಮನ್ನು ಭಾರತೀಯರು ಎಂದು ಗುರುತಿಸಿಕೊಂಡಿದ್ದಾರೆ. ಅವರಿಗೆ ದೇಶಪ್ರೇಮವಿದೆ ಮತ್ತು ದೇಶದ ಅಭಿವೃದ್ಧಿಗಾಗಿ ಕೆಲಸ ಮಾಡಲು ಉತ್ಸಾಹವಿದೆ. ಹೀಗಾಗಿ, ದೇಶದ ಪ್ರತಿಯೊಂದು ವಿದ್ಯಮಾನದಲ್ಲಿ ಭಾಗವಹಿಸಿ, ದೇಶದ ಅಭಿವೃದ್ಧಿಗೆ ಕೊಡುಗೆಯನ್ನು ನೀಡಲು ಭಾರತೀಯ ಮುಸ್ಲಿಮರಿಗೆ ಈಗ ಸೂಕ್ತವಾದ ಸಮಯ ದೊರೆತಿದೆ. ಈ ಅವಕಾಶವನ್ನು ಬಳಸಿಕೊಂಡು, ತಮಗಷ್ಟೇ ಅಲ್ಲ, ಬೇರೆ ಧರ್ಮೀಯರಿಗೂ ನೆರವಾಗಲು ಭಾರತೀಯ ಮುಸ್ಲಿಮರು ಮೊದಲು ಮುಂದಾಗಬೇಕಾಗಿದೆ.

****

ಶೈಕ್ಷಣಿಕವಾಗಿ, ಆರ್ಥಿಕವಾಗಿ ಮತ್ತು ಸಾಮಾಜಿಕವಾಗಿ ಹಿಂದುಳಿದಿರುವ ಮುಸ್ಲಿಮರು

"ಭೂಮಿಯಲ್ಲಿನ ಪ್ರತಿಯೊಂದು ಜೀವಿಯ ಆಹಾರದ ಹೊಣೆಯು ಅಲ್ಲಾಹನ ಮೇಲಿದೆ. ಅದರ ವಾಸಸ್ಥಾನವನ್ನು ಮತ್ತು ಅದರ ಅಂತಿಮ ನೆಲೆಯನ್ನು ಅವನು ಚೆನ್ನಾಗಿ ಬಲ್ಲನು. ಎಲ್ಲವೂ ಒಂದು ಸ್ಪಷ್ಟವಾದ ಗ್ರಂಥದಲ್ಲಿದೆ."

ಕುರ್‌ಆನ್(11:6)

ಜಗತ್ತಿನಲ್ಲಿರುವ ವಿವಿಧ ಸಮುದಾಯಗಳು ಹೇಗೆ ಅಭಿವೃದ್ಧಿ ಹೊಂದಿ, ಸಮಾಜದಲ್ಲಿ ಗೌರವಾನ್ವಿತ ಸ್ಥಾನವನ್ನು ಗಳಿಸಿದವು ಎಂದು ಇತಿಹಾಸವನ್ನು ಅಧ್ಯಯನ ಮಾಡಿದರೆ, ಭಾರತೀಯ ಮುಸ್ಲಿಮರಿಗೆ ಅನುಕರಣೀಯವಾದ ಅನೇಕ ವಿಷಯಗಳು ಗೊತ್ತಾಗುತ್ತವೆ.

ಯಶಸ್ವಿಯಾಗಲು ಅನೇಕ ಸಮುದಾಯಗಳು, ಶಿಕ್ಷಣಕ್ಕೆ ಹೆಚ್ಚು ಆದ್ಯತೆಯನ್ನು ನೀಡಿವೆ. ಉತ್ತಮಗುಣಮಟ್ಟದ ಶಿಕ್ಷಣವು ಸಮುದಾಯದ ಅಭಿವೃದ್ಧಿಗೆ ಮುಖ್ಯವಾಗಿದೆ. 15ನೇ ಶತಮಾನದಲ್ಲಿ ಪ್ರಿಂಟಿಂಗ್ ಪ್ರೆಸ್ ಆವಿಷ್ಕಾರದೊಂದಿಗೆ ಪಾಶ್ಚಾತ್ಯ ದೇಶಗಳಲ್ಲಿ ಸಾಮೂಹಿಕ ಶಿಕ್ಷಣ ಮತ್ತು ವೈಚಾರಿಕ ಚಿಂತನೆ ವ್ಯಾಪಕವಾಗಿ ಬೆಳೆಯಲು ಸಾಧ್ಯವಾಯಿತು ಮತ್ತು ಇದರಿಂದಾಗಿ ಸಮುದಾಯಗಳು ಅಭಿವೃದ್ಧಿ ಹೊಂದಿದವು. ಪ್ರಿಂಟಿಂಗ್ ಪ್ರೆಸ್ ಬಳಸಿ ಅಪಾರ ಸಂಖ್ಯೆಯಲ್ಲಿ ಪುಸ್ತಕಗಳ ಮುದ್ರಣ ಮಾಡಿ, ದೇಶಾದಂತ್ಯ ಜನಸಾಮಾನ್ಯರಿಗೆ ಪುಸ್ತಕಗಳನ್ನು ತಲುಪಿಸಲಾಯಿತು. ಹೆಚ್ಚಿನ ಸಂಖ್ಯೆಯಲ್ಲಿ ಪುಸ್ತಕಗಳನ್ನು ಓದುವ ಪ್ರವೃತ್ತಿ, ಜ್ಞಾನಾರ್ಜನೆಯನ್ನು ಪ್ರೋತ್ಸಾಹಿಸಿತು. ಜನಸಾಮಾನ್ಯರು ಧಾರ್ಮಿಕ ವಿಚಾರಗಳನ್ನು ಅರ್ಥ ಮಾಡಿಕೊಳ್ಳುವುದು ಸೇರಿದಂತೆ, ಸಮಾಜದಲ್ಲಿದೊಡ್ಡ ಪರಿವರ್ತನೆ ಉಂಟಾಯಿತು. ವಿದ್ಯಾರ್ಹತೆ, ಜ್ಞಾನ ಮತ್ತು ಕೌಶಲ್ಯಗಳನ್ನು ಹೆಚ್ಚು ಜನರು ಗಳಿಸಿದ್ದು ಮುಂದೆ ಪಾಶ್ಚಿಮಾತ್ಯ ದೇಶಗಳಲ್ಲಿ ಕೈಗಾರಿಕಾ ಕ್ರಾಂತಿಗೆ ಕಾರಣವಾಯಿತು. ಜನಸಾಮಾನ್ಯರ ಜೀವನಮಟ್ಟ ಸುಧಾರಣೆ ಹಾಗೂ ಆರ್ಥಿಕವಾಗಿ ಅಭಿವೃದ್ಧಿ ಹೊಂದಲು ಕೈಗಾರಿಕಾ ಕ್ರಾಂತಿ ಮಹತ್ವದ ಕೊಡುಗೆಯನ್ನು ನೀಡಿದೆ. ತಮ್ಮ ಹಕ್ಕುಗಳನ್ನು ಸ್ಥಾಪಿಸಲು ಅನೇಕ ಸಾಮಾಜಿಕ ಸಂಘಟನೆಗಳು ಸೃಷ್ಟಿಯಾದವು ಮತ್ತು ಪ್ರಜಾಪ್ರಭುತ್ವ ಹೆಚ್ಚು ಶಕ್ತಿಶಾಲಿಯಾಯಿತು.

ಈ ಅನುಭವದ ಹಿನ್ನೆಲೆಯಲ್ಲಿ, ಅಭಿವೃದ್ಧಿಯ ಬೀಗ ತೆಗೆಯಲು, ಸಾಮೂಹಿಕ ಶಿಕ್ಷಣವೆನ್ನುವ ಕೀಲಿಕೈನಿಂದ ಸಾಧ್ಯವಿದೆ ಎಂದು ಹೇಳಬಹುದು. ಮುಸ್ಲಿಮ್ ಸಮುದಾಯವು ಶೈಕ್ಷಣಿಕವಾಗಿ ಅಭಿವೃದ್ಧಿ ಹೊಂದುವಂತೆ ಮಾಡುವುದು, ಮುಸಿಮ್ ನಾಯಕರ ಅತ್ಯಂತ ಆದ್ಯತೆಯ ವಿಷಯಗಳಲ್ಲಿ ಒಂದಾಗಬೇಕು. ಕನಿಷ್ಠ ಹದಿನಾಲ್ಕು ವಯಸ್ಸಿನವರೆಗೂ ಮುಸ್ಲಿಮ್ ಮಗುವಿಗೆ ಉಚಿತ ಮತ್ತು ಉತ್ತಮ ಗುಣಮಟ್ಟದ ಶಿಕ್ಷಣ ದೊರೆಯಬೇಕು. ಸಮುದಾಯದಲ್ಲಿ ವೈಚಾರಿಕ ಚಿಂತನೆಯನ್ನು ಬೆಳೆಸಬೇಕು.

ಅಭಿವೃದ್ಧಿ ಹೊಂದಿದ ಸಮುದಾಯಗಳಲ್ಲಿ ಪ್ರಜಾಪ್ರಭುತ್ವಕ್ಕೆ ಮಹತ್ವ ನೀಡಿರುವುದನ್ನು ನೋಡಬಹುದು. ಪರಸ್ಪರ ಸಮಾಲೋಚನೆಯ ಮೂಲಕ ಸಮುದಾಯಕ್ಕೆ ಸೇರಿದ ನಿರ್ಧಾರಗಳನ್ನು ಕೈಗೊಳ್ಳುವುದಕ್ಕೆ ಇಸ್ಲಾಮಿಕ್ ಸಂಪ್ರದಾಯದಲ್ಲಿ ಅವಕಾಶವನ್ನು ನೀಡಲಾಗಿದೆ. ಮುಸ್ಲಿಮ್ ರಾಜಕೀಯ ನಾಯಕರು ಮತ್ತು ಧಾರ್ಮಿಕ ಮುಖಂಡರು ಸಮುದಾಯಕ್ಕೆ ಉತ್ತರದಾಯಿತ್ವವನ್ನು ಹೊಂದಬೇಕು. ಸಮುದಾಯದ ಅಭಿವೃದ್ಧಿಯ ವಿಷಯಗಳಿಗೆ ಈ ನಾಯಕರು ಆದ್ಯತೆಯನ್ನು ನೀಡಬೇಕು. ಸಮುದಾಯದ ಎಲ್ಲಾ ವರ್ಗದವರ ಜೊತೆ ಸಮಾಲೋಚನೆ ಮಾಡಿದ ನಂತರ ನಾಯಕರು ತಮ್ಮ ನಿರ್ಧಾರವನ್ನು ಪ್ರಕಟಿಸಬೇಕು. ಅಭಿವ್ಯಕ್ತಿ ಸ್ವಾತಂತ್ರ್ಯ ಹಾಗೂ ನಾಯಕರನ್ನು ಪ್ರಶ್ನೆ ಮಾಡುವುದನ್ನು ಸಮುದಾಯದಲ್ಲಿ ಪ್ರೋತ್ಸಾಹಿಸಬೇಕು.

ಅಭಿವೃದ್ಧಿ ಹೊಂದಿದ ಸಮುದಾಯಗಳಲ್ಲಿ ನ್ಯಾಯಾಂಗಕ್ಕೆ ಅಪಾರ ಗೌರವ ನೀಡಲಾಗುತ್ತಿದೆ. ಹೀಗಾಗಿ ಮುಸ್ಲಿಮ್ ಸಮುದಾಯದಲ್ಲಿ ಉತ್ತರದಾಯಿತ್ವವನ್ನು ಪ್ರೋತ್ಸಾಹಿಸಬೇಕು. ಸತ್ಯವನ್ನು ಹೇಳುವುದು ಮತ್ತು ನ್ಯಾಯದ ಪರವಾಗಿ ನಿಲ್ಲುವುದು ಸಮುದಾಯದ ಪ್ರತಿಯೊಬ್ಬ ಸದಸ್ಯರ ಕರ್ತವ್ಯವಾಗಬೇಕು.

ಅಭಿವೃದ್ಧಿ ಹೊಂದಿರುವ ಸಮುದಾಯಗಳಲ್ಲಿ ಸಹನೆ, ಚಿಂತನ–ಮಂಥನಕ್ಕೆ ಆದ್ಯತೆ ನೀಡಲಾಗುತ್ತಿದೆ. ಸಮಾಧಾನದಿಂದ ಮತ್ತು ಒಳಿತು ಕೆಡಕುಗಳನ್ನು ಕುರಿತು ಸಮಗ್ರವಾಗಿ ಯೋಚಿಸಿದ ನಂತರ ನಿರ್ಧಾರಗಳನ್ನು ಕೈಗೊಳ್ಳಬೇಕು. ತತ್ಕ್ಷಣದ ಹಾಗೂ ಭಾವನಾತ್ಮಕ ಪ್ರತಿಕ್ರಿಯೆಗಳನ್ನು ನಿಲ್ಲಿಸಬೇಕು. ಯಾವುದೇ ನಿರ್ಧಾರವನ್ನು ಕೈಗೊಳ್ಳುವ ಮೊದಲು, ಅದರಿಂದಾಗುವ ದೂರಗಾಮಿ ಪರಿಣಾಮಗಳನ್ನು ಕುರಿತು ಯೋಚಿಸಬೇಕು. ಸಮುದಾಯದ ಪ್ರತಿಯೊಬ್ಬ ಸದಸ್ಯರಿಗೂ ತಮ್ಮ ಅಭಿಪ್ರಾಯವನ್ನು ವ್ಯಕ್ತ ಪಡಿಸಲು ಅವಕಾಶ ನೀಡಬೇಕು. ಹೀಗೆ ಮಾಡುವಾಗ ಜಗಳ ಮತ್ತು ಗೊಂದಲಕ್ಕೆ ಅವಕಾಶ ನೀಡಬಾರದು.

ಅಭಿವೃದ್ಧಿ ಹೊಂದಿರುವ ಸಮುದಾಯಗಳ ಕೆಲವು ಉತ್ತಮ ವಿಚಾರಗಳನ್ನು ಮೇಲೆ ನೀಡಲಾಗಿದೆ. ಇವುಗಳನ್ನು ಕುರಿತು ಯೋಚಿಸಿ, ಸಮುದಾಯದಲ್ಲಿ ಜಾರಿಗೆ ತರಲು ಮುಸ್ಲಿಮರು ಮುಂದಾಗಬೇಕು. ಈ ವಿಷಯದಲ್ಲಿ ಮುಸ್ಲಿಮ್ ಧಾರ್ಮಿಕ ಮುಖಂಡರು ಮತ್ತು ರಾಜಕೀಯ ನಾಯಕರಿಗೆ ಹೆಚ್ಚು ಜವಾಬ್ದಾರಿಯಿದೆ. ಬಹುತ್ವದ ಸಮಾಜದಲ್ಲಿ

ಹೇಗೆ ಬದುಕಿ ಬಾಳಬೇಕು, ಈಗಿನ ಮುಸ್ಲಿಮರ ಆರ್ಥಿಕ ಮತ್ತು ಶೈಕ್ಷಣಿಕ ಸಮಸ್ಯೆಗಳೇನು ಎಂದು ಇವರು ಅರ್ಥ ಮಾಡಿಕೊಳ್ಳಬೇಕು ಮತ್ತು ತಮ್ಮ ಮನೋಭಾವ ಹಾಗೂ ವರ್ತನೆಯನ್ನು ಬದಲಾಯಿಸಿಕೊಳ್ಳಬೇಕು. ಹೀಗೆ ಮಾಡದೆ ಹೋದರೆ, ಈ ನಾಯಕರು ಮುಸ್ಲಿಮರಿಗೆ ಅಗತ್ಯವಾದ ಮಾರ್ಗದರ್ಶನವನ್ನು ನೀಡಲು ವಿಫಲರಾಗುತ್ತಾರೆ. ನಾವು ಕೇವಲ ಧಾರ್ಮಿಕ ಆಚರಣೆಗಳಿಗೆ ಮಾತ್ರ ಆದ್ಯತೆ ನೀಡಿದರೆ, ಸಮಾಜದಲ್ಲಿ ಅತ್ಯಂತ ಕೆಳಗಿನ ಹಂತದಲ್ಲೇ ಮುಸ್ಲಿಮರು ಉಳಿಯುತ್ತಾರೆ ಎನ್ನುವುದನ್ನು ಈ ನಾಯಕರು ಅರ್ಥ ಮಾಡಿಕೊಳ್ಳಬೇಕು.

ಇಂದಿನ ಪರಿಸ್ಥಿತಿಗೆ ಯಾರು ಕಾರಣ?

ದೆಹಲಿ ಹೈಕೋರ್ಟನ ನಿವೃತ್ತ ಮುಖ್ಯ ನ್ಯಾಯಾಧೀಶರಾದ ಶ್ರೀ ರಾಜೇಂದ್ರ ಸಾಚಾರ್ (ನಿಧನ 2018)ರವರ ನೇತೃತ್ವದಲ್ಲಿ ಉನ್ನತ ಮಟ್ಟದ ಸಮಿತಿಯನ್ನು ರಚಿಸಿ, ಭಾರತದ ಮುಸ್ಲಿಮರ ಶೈಕ್ಷಣಿಕ, ಆರ್ಥಿಕ ಮತ್ತು ಸಾಮಾಜಿಕ ಸ್ಥಿತಿಗತಿಯನ್ನು ಕುರಿತು ಅಧ್ಯಯನ ಮಾಡಲು ಪ್ರಧಾನಮಂತ್ರಿ ಡಾ.ಮನಮೋಹನ್ ಸಿಂಗ್‌ರವರು ಆದೇಶ ನೀಡಿದ್ದರು. 2006ರಲ್ಲಿ ಈ ಸಮಿತಿಯು ತನ್ನ ವರದಿಯನ್ನು ಸರ್ಕಾರಕ್ಕೆ ಸಲ್ಲಿಸಿತು. ಸಾಚಾರ್ ಸಮಿತಿಯ ವರದಿ ಎಂದು ಜನಪ್ರಿಯವಾಗಿರುವ ಈ ವರದಿಯಲ್ಲಿ ಭಾರತದ ಮುಸ್ಲಿಮರ ಶೈಕ್ಷಣಿಕ ಮತ್ತು ಸಾಮಾಜಿಕ ಸ್ಥಿತಿಗತಿ ಬಹಳ ಶೋಚನೀಯವಾಗಿದೆ ಎಂದು ತಿಳಿಸಿದೆ.

ಅಲ್ಪಸಂಖ್ಯಾತರ ಸಚಿವಾಲಯವು ಶ್ರೀಅಮಿತಾಭ್‌ಕುಂದುರವರ ನೇತೃತ್ವದಲ್ಲಿ ಸಮಿತಿಯೊಂದನ್ನು ರಚಿಸಿ, ಸಾಚಾರ ವರದಿಯ ಮೌಲ್ಯಮಾಪನವನ್ನು ಮಾಡಲು ತಿಳಿಸಿತು. ಶ್ರೀ ಅಮಿತಾಭ್‌ಕುಂದುರವರ ಪ್ರಕಾರ,"ಮುಸ್ಲಿಮರಿಗೆ ಅಗತ್ಯವಾದ ಉದ್ಯೋಗವಕಾಶಗಳು ಸಿಗುತ್ತಿಲ್ಲ." ಮುಸ್ಲಿಮರ ಆದಾಯ, ಪ್ರತಿ ತಿಂಗಳು ಮಾಡುವ ಖರ್ಚುವೆಚ್ಚ, ಮುಸ್ಲಿಮರಿಗೆ ಲಭ್ಯವಿರುವ ಆಸ್ಪತ್ರೆ ಮೊದಲಾದ ಆರೋಗ್ಯ ಸೌಲಭ್ಯಗಳು, ಶಿಕ್ಷಣ ಮತ್ತು ಮೂಲಭೂತ ಸೌಕರ್ಯಗಳು, ಹೀಗೆ ಅನೇಕ ಆಯಾಮಗಳನ್ನು ಕುಂದು ಸಮಿತಿ ಅಧ್ಯಯನ ಮಾಡಿತು. ಆಗ, ಇಂತಹ ಅನೇಕ ವಿಷಯಗಳಲ್ಲಿ ಮುಸ್ಲಿಮರಿಗೆ ಕನಿಷ್ಟ ಸೌಲಭ್ಯವೂ ದೊರೆಯುತ್ತಿಲ್ಲವೆಂದು ಗೊತ್ತಾಯಿತು[xvii].

ಭಾರತಕ್ಕೆ ಸ್ವಾತಂತ್ರ್ಯ ಬಂದು 70 ವರ್ಷಗಳ ನಂತರ ಭಾರತೀಯ ಮುಸ್ಲಿಮರ ಸ್ಥಿತಿಗತಿಯನ್ನು ಕುರಿತು ಅಧ್ಯಯನ ಮಾಡಿದ ಫ್ರಾನ್ಸ್ ದೇಶದ ರಾಜಕೀಯ ವಿಜ್ಞಾನಿ ಕ್ರಿಸ್ಟೋಫ್ ಜಾಫ್ರೆಲೋರವರು ಇತ್ತೀಚೆಗೆ ಸುವಿಸ್ತಾರವಾದ ವರದಿಯನ್ನು ಪ್ರಕಟಿಸಿದ್ದಾರೆ. ದಕ್ಷಿಣ ಏಷ್ಯಾದಲ್ಲಿ ಅಧ್ಯಯನ ಕುರಿತು ಅಪಾರ ಅನುಭವವನ್ನು ಹೊಂದಿರುವ ಇವರು, ಭಾರತದಲ್ಲಿ ವಿವಿಧ ಕ್ಷೇತ್ರಗಳಲ್ಲಿ ಅತ್ಯಂತ ಕಡಿಮೆ ಸಂಖ್ಯೆಯ ಮುಸ್ಲಿಮರಿಗೆ ಅವಕಾಶ ದೊರೆತಿದೆ ಮತ್ತು ರಾಜಕಾರಣದಲ್ಲಿ ಮುಸ್ಲಿಮರ ಸಂಖ್ಯೆ ಕಡಿಮೆಯಾಗುತ್ತಿದೆ ಎಂದು ವಿವರಿಸಿದ್ದಾರೆ. ಮುಸ್ಲಿಮರಲ್ಲಿ ಹೆಚ್ಚಾಗುತ್ತಿರುವ ನಿರುದ್ಯೋಗ ಕುರಿತು ಇವರು ಆತಂಕ ವ್ಯಕ್ತಪಡಿಸಿದ್ದಾರೆ.

ತಮ್ಮ ಪರಿಸ್ಥಿತಿಯನ್ನು ಕುರಿತು ಮುಸ್ಲಿಮರು ಮರುಗುತ್ತಾರೆ ಆದರೆ ಪರಿಸ್ಥಿತಿಯನ್ನು ಸುಧಾರಿಸಲು ಎಷ್ಟು ಜನ ಮುಸ್ಲಿಮರು ಸಕಾರಾತ್ಮಕವಾಗಿ ಕೆಲಸ ಮಾಡಲು ಮುಂದಾಗಿದ್ದಾರೆ? ತಾವು ಎಲ್ಲಿ ತಪ್ಪು ಮಾಡಿದ್ದೇವೆ ಎಂದು ಮುಸ್ಲಿಮರು ಆತ್ಮಾವಲೋಕನ ಮಾಡಿಕೊಳ್ಳಬೇಕು. ತಮ್ಮ ತಪ್ಪುಗಳನ್ನು ತಿದ್ದಿಕೊಂಡು, ಸಮುದಾಯದ ಅಭಿವೃದ್ಧಿಗಾಗಿ ಸರಿಯಾದ ಯೋಜನೆಗಳನ್ನು ರೂಪಿಸಿ, ಆದ್ಯತೆಯಿಂದ ಜಾರಿಗೆ ತರಬೇಕು.

ತಾವು ಹಿಂದುಳಿದಿರುವುದಕ್ಕೆ ತಾವು ಕೂಡಾ ಕಾರಣ ಎಂದು ಕೆಲವು ಮುಸ್ಲಿಮರು ಒಪ್ಪುವುದಿಲ್ಲ. ಇಂತಹ ನಕಾರಾತ್ಮಕ ಚಿಂತನೆಯಿಂದ ಸಮುದಾಯಕ್ಕೆ ಅಪಾರ ಹಾನಿಯಾಗುತ್ತದೆ. ಜಗತ್ತಿನಲ್ಲಿರುವ ನಿಯಮದ ಪ್ರಕಾರ, ಒಬ್ಬರು ಏನು ಕೊಡುತ್ತಾರೆ, ಅದನ್ನೇ ಅವರು ಮರಳಿ ಪಡೆಯುತ್ತಾರೆ. ಆದ್ದರಿಂದ ತಮ್ಮ ಈಗಿನ ಪರಿಸ್ಥಿತಿಗೆ ತಾವು ಕೂಡಾ ಕಾರಣವೆಂದು ಮುಸ್ಲಿಮರು ಒಪ್ಪಿಕೊಳ್ಳಬೇಕು. ಇಷ್ಟು ದೊಡ್ಡ ಜನಸಂಖ್ಯೆ ಮತ್ತು ಸಂಪನ್ಮೂಲಗಳನ್ನು ಹೊಂದಿರುವ ಭಾರತೀಯ ಮುಸ್ಲಿಮರು, ಸಮುದಾಯಕ್ಕೆ ಅಗತ್ಯವಿರುವಷ್ಟು ಉತ್ತಮಗುಣಮಟ್ಟದ ಶಾಲೆಗಳು ಮತ್ತು ಕಾಲೇಜುಗಳನ್ನು ಹೊಂದಿಲ್ಲವೇಕೆ? ಮುಸ್ಲಿಮರು ನಡೆಸುತ್ತಿರುವ ಅನೇಕ ಸಂಸ್ಥೆಗಳು ಒಳರಾಜಕೀಯ ಮತ್ತು ಅಸಮರ್ಥತತೆಯಿಂದ ನರಳುತ್ತಿರುವುದು ಏಕೆ? ಇಂತಹ ಪರಿಸ್ಥಿತಿ ಉಂಟಾಗಲು ತಾವು ಕಾರಣ ಹೊರತು ಬೇರೆ ಧರ್ಮದವರು ಕಾರಣವಲ್ಲ ಎಂದು ಮುಸ್ಲಿಮರು ಅರ್ಥ ಮಾಡಿಕೊಳ್ಳಬೇಕು. ಕಳಪೆ ಆಡಳಿತ, ಕೆಲವು ವ್ಯಕ್ತಿಗಳ ದಬ್ಬಾಳಿಕೆ, ಯಜಮಾನಿಕೆ, ಪ್ರಭಾವಿ ವ್ಯಕ್ತಿ ಮತ್ತುಕುಟುಂಬ ಓಲೈಕೆ ಮಾಡುವ ಕಚೇರಿಯ ವಾತಾವರಣ, ವೃತ್ತಿಪರತೆ ಮತ್ತು ಪಾರದರ್ಶಕತೆಯ ಕೊರತೆ, ಪ್ರಜಾಪ್ರಭುತ್ವದ ವ್ಯವಸ್ಥೆ ಇಲ್ಲದಿರುವುದು, ದೂರದೃಷ್ಟಿಯ ಚಿಂತನೆಯ ಕೊರತೆ, ಪದಾಧಿಕಾರಿಗಳ ಉಡಾಫೆ ವರ್ತನೆ, ಉತ್ತರದಾಯಿತ್ವ ಇಲ್ಲದಿರುವುದು, ಸ್ಪರ್ಧಾತ್ಮಕ ಮನೋಭಾವದ ಕೊರತೆ, ಹೀಗೆ ಅನೇಕ ಸಮಸ್ಯೆಗಳು ಅನೇಕ ಮುಸ್ಲಿಮ್ ಸಂಸ್ಥೆಗಳನ್ನು ಕಾಡುತ್ತಿವೆ.ಇಂತಹ ಸಂಸ್ಥೆಗಳನ್ನು ನಡೆಸುವ ಮುಸ್ಲಿಮರು, ಇಂದಿನ ಶೋಚನೀಯ ಪರಿಸ್ಥಿತಿಗೆ ಕಾರಣರಾಗಿದ್ದಾರೆ.

ಭಾರತದ ಬಹುತ್ವದ ಸಮಾಜದಲ್ಲಿ ಗೌರವಯುತ ಸ್ಥಾನ ಪಡೆಯಬೇಕಾದರೆ ಮುಸ್ಲಿಮರು ತಮ್ಮ ಚಿಂತನೆಯನ್ನು ಸಂಪೂರ್ಣವಾಗಿ ಬದಲಾಯಿಸಿಕೊಳ್ಳಬೇಕು. ತಮ್ಮ ಪರಿಸ್ಥಿತಿ ಸುಧಾರಿಸಲು ಏನೂ ಮಾಡದೆ, ಕೇವಲ ಮರುಗುವುದನ್ನು ಎಷ್ಟು ದಿನ ಮಾಡುವಿರಿ? ನಮ್ಮನ್ನು ಬಲಿಪಶು ಮಾಡಲಾಗಿದೆ ಎನ್ನುವ ಮನಸ್ಥಿತಿಯಿಂದ ಹೊರಗೆ ಬಂದು, ನಾವು ಅಭಿವೃದ್ಧಿಯಾಗಲು ನಾವೇ ಒಗ್ಗಟ್ಟಿನಿಂದ ಪ್ರಯತ್ನ ಮಾಡೋಣ ಎಂದು ಮುಂದಾಗಬೇಕು. ಮುಸ್ಲಿಮರು ಆರ್ಥಿಕವಾಗಿ ಮತ್ತು ಸಾಮಾಜಿಕವಾಗಿ ಹಿಂದುಳಿದಿರುವುದಕ್ಕೆ ಶೈಕ್ಷಣಿಕವಾಗಿ ಹಿಂದುಳಿದಿರುವುದು ಪ್ರಮುಖ ಕಾರಣವಾಗಿದೆ. ಆದ್ದರಿಂದ ಸಮುದಾಯದ ಶೈಕ್ಷಣಿಕ ಗುಣಮಟ್ಟ ಸುಧಾರಣೆ ಮುಸ್ಲಿಮರ ಅತ್ಯಂತ ಆದ್ಯತೆಯ ವಿಷಯಗಳಲ್ಲಿ ಒಂದಾಗಬೇಕು. ಉತ್ತಮ ಗುಣಮಟ್ಟದ ಶಿಕ್ಷಣದಿಂದ ವ್ಯಕ್ತಿ,

ಕುಟುಂಬ ಮತ್ತು ಸಮಾಜದಲ್ಲಿ ದೊಡ್ಡ ಪ್ರಮಾಣದ ಬದಲಾವಣೆಯನ್ನು ನೋಡಲು ಸಾಧ್ಯವಿದೆ.

****

ಅನೇಕ ಮುಸ್ಲಿಮರು ನಕಾರಾತ್ಮಕ ಮತ್ತು ಪರಾಜಿತ ಮನೋಭಾವ ಹೊಂದಿರುವುದು, ಮುಸ್ಲಿಮರ ಅಭಿವೃದ್ಧಿಗೆ ದೊಡ್ಡ ಸಮಸ್ಯೆಯಾಗಿದೆ. ಸಮಾಜದಲ್ಲಿ ವೈರಸ್‌ನಂತೆ ವ್ಯಾಪಕವಾಗಿ ಹರಡಿರುವ ಈ ಮನೋಭಾವವನ್ನು ಬದಲಾಯಿಸಲು ಏನು ಮಾಡಬೇಕು? ಮೊದಲನೆಯದಾಗಿ ತಮ್ಮ ಹಿರಿಯರಿಂದ ಬಂದಿರುವ ಇಂತಹ ನಕಾರಾತ್ಮಕ ಮನೋಭಾವವನ್ನು ಯುವಕರು ಬಿಡಬೇಕು. ಕಷ್ಟಪಟ್ಟು ಕೆಲಸ ಮಾಡುವುದು, ಸಕಾರಾತ್ಮಕ ಧೋರಣೆ ಮತ್ತು ಬೇರೆ ಸಮುದಾಯಗಳ ಜೊತೆ ಸಹಕರಿಸುವುದರಿಂದ ಮುಸ್ಲಿಮ್ ಯುವಕರು ಯಶಸ್ವಿಯಾಗುತ್ತಾರೆ ಮತ್ತು ಬೇರೆ ಸಮುದಾಯಗಳ ವಿಶ್ವಾಸವನ್ನು ಗಳಿಸುತ್ತಾರೆ.

ಬೇರೆ ಸಮುದಾಯದವರ ಮೇಲೆ ಅವಲಂಬಿತರಾಗದೆ, ತಮ್ಮ ಕಾಲಿನ ಮೇಲೆ ತಾವೇ ನಿಲ್ಲಲು ಭಾರತೀಯ ಮುಸ್ಲಿಮರು ಕಲಿಯಬೇಕು. ಮುಸ್ಲಿಮ್ ಉಲೇಮಾ, ಬುದ್ಧಿಜೀವಿಗಳು, ರಾಜಕೀಯ ನಾಯಕರು, ಶ್ರೀಮಂತರು ಹೀಗೆ ಸಮಗ್ರ ಮುಸ್ಲಿಮ್ ನಾಯಕತ್ವ, ಈ ಕೆಲಸ ಮಾಡಲು ಮುಂದಾಗಬೇಕು. ವಿವಿಧ ಕ್ಷೇತ್ರಗಳಲ್ಲಿ ಮುಸ್ಲಿಮರು ಎಷ್ಟು ಹಿಂದುಳಿದಿದ್ದಾರೆ ಎಂದು ಮುಸ್ಲಿಮ್ ನಾಯಕರು ಅರ್ಥ ಮಾಡಿಕೊಳ್ಳಬೇಕು. ದೇಶದಲ್ಲಿರುವ ಸಿಖ್, ಕ್ರೈಸ್ತ ಮೊದಲಾದ ಅಲ್ಪಸಂಖ್ಯಾತ ಸಮುದಾಯಗಳ ಮಟ್ಟಕ್ಕಾದರೂ ಮುಸ್ಲಿಮ್ ಸಮುದಾಯ ಅಭಿವೃದ್ಧಿ ಹೊಂದಲು ಅಗತ್ಯವಾದ ಯೋಜನೆಗಳನ್ನು ಸಮರೋಪಾದಿಯಲ್ಲಿ ರೂಪಿಸಿ, ಜಾರಿಗೆ ತರಬೇಕು. ಬೇರೆ ಅಲ್ಪಸಂಖ್ಯಾತ ಸಮುದಾಯಗಳು ಅಭಿವೃದ್ಧಿಯಾಗಲು, ದೂರದೃಷ್ಟಿಯಿಂದ ಕೆಲಸ ಮಾಡುವ ಅವರ ಧಾರ್ಮಿಕ ಮುಖಂಡರು, ಬುದ್ಧಿಜೀವಿಗಳು ಮತ್ತು ರಾಜಕೀಯ ನಾಯಕರು ಕಾರಣರಾಗಿದ್ದಾರೆ. ಉದಾಹರಣೆಗೆ ಕ್ರೈಸ್ತ ಸಮುದಾಯದ ಅಭಿವೃದ್ಧಿಯಲ್ಲಿ ಕ್ಯಾಥೋಲಿಕ್ ಚರ್ಚ್, ಸಿಖ್ ಸಮುದಾಯದ ಅಭಿವೃದ್ಧಿಯಲ್ಲಿ ಶಿರೋಮಣಿ ಗುರುದ್ವಾರಾ ಪ್ರಬಂಧಕ ಸಮಿತಿ ದೊಡ್ಡ ಪಾತ್ರವನ್ನು ವಹಿಸಿಕೊಂಡಿವೆ. ಆದರೆ ಮುಸ್ಲಿಮ್ ಸಮುದಾಯದ ಅಭಿವೃದ್ಧಿಯಲ್ಲಿ ಮುಸ್ಲಿಮ್ ಧಾರ್ಮಿಕ ಮುಖಂಡರು ಇಂತಹ ಪಾತ್ರವನ್ನು ವಹಿಸಿಕೊಂಡಿಲ್ಲ. ತಾವು ಸೇರಿದ ಪಂಥಗಳು ಅರ್ಥ ಮಾಡಿಕೊಂಡಿರುವಂತೆ ಮತ್ತು ವ್ಯಾಖ್ಯಾನ ಮಾಡುವಂತೆ ಧರ್ಮ ಮತ್ತು ನಂಬಿಕೆಗಳನ್ನು ಪ್ರಚಾರ ಮಾಡುವುದಕ್ಕೆ ಮಾತ್ರ ಅನೇಕ ಮುಸ್ಲಿಮ್ ಧಾರ್ಮಿಕ ಮುಖಂಡರು ಆಸಕ್ತಿ ಹೊಂದಿದ್ದಾರೆ. ಬೇರೆ ಸಮುದಾಯಗಳಲ್ಲಿರುವಂತೆ ಮುಸ್ಲಿಮ್ ಸಮುದಾಯದಲ್ಲಿ ಕೂಡಾ ಉತ್ತಮ ಗುಣಮಟ್ಟದ ಶಿಕ್ಷಣ ಸಂಸ್ಥೆಗಳನ್ನು ಸ್ಥಾಪಿಸಲು, ಶೈಕ್ಷಣಿಕವಾಗಿ ಸಮುದಾಯ ಅಭಿವೃದ್ಧಿ ಹೊಂದಲು, ಮುಸ್ಲಿಮ್ ರಾಜಕೀಯ ನಾಯಕರು ಕೂಡಾ ಆಸಕ್ತಿ ತೋರಿಸಿಲ್ಲ. ಮುಸ್ಲಿಮರು ಹಿಂದುಳಿದಿರಲು ಈ ವಿಷಯಗಳು ಕೂಡಾ ಭಾಗಶಃಕಾರಣವಾಗಿವೆ.

ಮುಂದಿನ ಪುಟಗಳಲ್ಲಿ, ಮುಸ್ಲಿಮ್ ಸಮುದಾಯ ಶೈಕ್ಷಣೆಕವಾಗಿ ಅಭಿವೃದ್ಧಿ ಹೊಂದಲು ಏನು ಮಾಡಬೇಕು ಎಂದು ಸಲಹೆಗಳನ್ನು ನೀಡಲಾಗಿದೆ.

ಶೈಕ್ಷಣೆಕವಾಗಿ ಮುಸ್ಲಿಮರ ಅಭಿವೃದ್ಧಿ

ಉಪಯುಕ್ತವಾದ ಜ್ಞಾನವನ್ನು ಗಳಿಸಲು ಇಸ್ಲಾಮ್ ಪ್ರೋತ್ಸಾಹ ನೀಡುತ್ತದೆ. ಉತ್ತಮಗುಣಮಟ್ಟದ ಶಿಕ್ಷಣದ ಅಗತ್ಯವನ್ನು ಕುರಿತು ಇಸ್ಲಾಮ್‌ನಲ್ಲಿ ಸವಿಸ್ತಾರವಾಗಿ ತಿಳಿಸಲಾಗಿದೆ. ಹೀಗಿದ್ದರೂ, ಭಾರತದಲ್ಲಿ ಮಾತ್ರವಲ್ಲ ಜಗತ್ತಿನಾದ್ಯಂತ ಮುಸ್ಲಿಮರು ಶೈಕ್ಷಣೆಕವಾಗಿ ಅತ್ಯಂತ ಹಿಂದುಳಿದ ಸಮುದಾಯಗಳಲ್ಲಿ ಒಬ್ಬರಾಗಿದ್ದಾರೆ.

ಇಸ್ಲಾಮ್ ಜ್ಞಾನವನ್ನು ಗಳಿಸಲು ಹೇಳಿದಾಗ, ಕೇವಲ ಧಾರ್ಮಿಕಜ್ಞಾನವನ್ನು ಗಳಿಸಿ ಎಂದು ಹೇಳಿದೆ ಎನ್ನುವ ತಪ್ಪುಕಲ್ಪನೆ ಅನೇಕ ಮುಸ್ಲಿಮರು ಸೇರಿದಂತೆ ಬೇರೆಯವರಲ್ಲಿ ಇದೆ. ವಾಸ್ತವವಾಗಿ, ಎಲ್ಲಾ ರೀತಿಯ ಉಪಯುಕ್ತವಾದ ಜ್ಞಾನವನ್ನು ಗಳಿಸಬೇಕು ಎಂದು ಇಸ್ಲಾಮ್ ಸ್ಪಷ್ಟವಾಗಿ ಹೇಳಿದೆ. ಪ್ರವಾದಿ ಮೊಹಮದ್(ಶಾಂತಿ ಅವರ ಮೇಲೆ ಇರಲಿ)ರವರಿಗೆ ಸೇರಿದ್ದುಎಂದು ಹೇಳಲಾಗುವ ಉಲ್ಲೇಖವೊಂದರಲ್ಲಿ, ಮುಸ್ಲಿಮರು ಚೀನಾದಷ್ಟು ದೂರ ಹೋಗಿ ಜ್ಞಾನವನ್ನು ಗಳಿಸಬೇಕು ಎಂದು ಹೇಳಲಾಗಿದೆ. ಆಗಿನ ದಿನಗಳಲ್ಲಿ ಚೀನಾದಲ್ಲಿ ಇಸ್ಲಾಮ್ ಇರಲಿಲ್ಲ, ಹೀಗಾಗಿ ಈ ಉಲ್ಲೇಖದಲ್ಲಿ ಜ್ಞಾನವೆಂದು ಹೇಳಿರುವುದನ್ನು ಕೇವಲ ಇಸ್ಲಾಮಿಕ್ ಜ್ಞಾನ ಗಳಿಸಬೇಕು ಎಂದು ತಪ್ಪಾಗಿ ತಿಳಿದುಕೊಳ್ಳುವುದು ಬೇಡ.

ವೈದಕೀಯ, ಗಣಿತ ಮತ್ತು ವಿಜ್ಞಾನದಲ್ಲಿ ಪ್ರಾಚೀನಕಾಲದ ಮುಸ್ಲಿಮರು ಮಹತ್ವದ ಕೊಡುಗೆಯನ್ನು ನೀಡಿದ್ದಾರೆ. ಅದರೆ ಮುಂದಿನ ದಿನಗಳಲ್ಲಿ ಸಂಪ್ರದಾಯವಾದಿ ಮುಸ್ಲಿಮ್ ಧಾರ್ಮಿಕ ನಾಯಕರು ಸಮುದಾಯದ ನಾಯಕತ್ವ ವಹಿಸಿಕೊಂಡಾಗ, "ಧಾರ್ಮಿಕಜ್ಞಾನ" ಮತ್ತು "ಪ್ರಾಪಂಚಿಕಜ್ಞಾನ" ಎಂದು ಜ್ಞಾನವನ್ನು ಎರಡು ಭಾಗವಾಗಿ ಮಾಡಲಾಯಿತು. ಇಸ್ಲಾಮ್‌ನಲ್ಲಿ ಹೀಗೆ ಜ್ಞಾನವನ್ನು ಎರಡು ಭಾಗ ಮಾಡಿಲ್ಲವೆಂದು ನಾವು ಮರೆಯಬಾರದು. ಜ್ಞಾನವನ್ನು ಎರಡು ಭಾಗ ಮಾಡಿದ ನಂತರದ ದಿನಗಳಲ್ಲಿ ಬಾಹ್ಯಾಕಾಶ ಕುರಿತು ಸಂಶೋಧನೆ, ವಿಜ್ಞಾನ ಮೊದಲಾದ ವಿಷಯಗಳನ್ನು ಕುರಿತು ಸಮುದಾಯದಲ್ಲಿ ನಿರಾಸಕ್ತಿ ಬೆಳೆಯತೊಡಗಿತು. ಪ್ರಭಾವಿ ಧಾರ್ಮಿಕ ಮುಖಂಡರ ಬಲವಂತದಿಂದಾಗಿ, ವಿಜ್ಞಾನ, ತಂತ್ರಜ್ಞಾನ ಮೊದಲಾದ ಕ್ಷೇತ್ರಗಳಲ್ಲಿ ಮುಸ್ಲಿಮರು ಹಿನ್ನಡೆ ಅನುಭವಿಸಿದರು. ಇದೇ ಸಮಯದಲ್ಲಿ ಪಾಶ್ಚಿಮಾತ್ಯ ದೇಶಗಳು ಈ ಕ್ಷೇತ್ರಗಳಲ್ಲಿ ಮುಸ್ಲಿಮರನ್ನು ಹಿಂದೆ ಸರಿಸಿ, ಬೇಗ ಮುನ್ನಡೆ ಸಾಧಿಸಿದವು. ಭಾರತವೂ ಸೇರಿದಂತೆ ಜಗತ್ತಿನಾದ್ಯಂತ ಇರುವ ಮುಸ್ಲಿಮರು ಭೌದಿಕವಾಗಿ ಹಿಂದುಳಿಯಲು ಇದು ಕೂಡಾ ಒಂದು ಪ್ರಮುಖಕಾರಣವಾಗಿದೆ.

****

ಈಗ, ಭಾರತದ ಶಿಕ್ಷಣ ಕ್ಷೇತ್ರದಲ್ಲಿ ಮುಸ್ಲಿಮರು ಅತ್ಯಂತ ಕೆಳಗಿನ ಸ್ಥಾನದಲ್ಲಿದ್ದಾರೆ. ಉನ್ನತ ಶಿಕ್ಷಣ ಪಡೆಯಲು ಅತ್ಯಂತ ಕಡಿಮೆ ವಿದ್ಯಾರ್ಥಿಗಳು ಮುಸ್ಲಿಮ್ ಸಮುದಾಯದಿಂದ ಬರುತ್ತಾರೆ. ಪ್ರಾಥಮಿಕ, ಮಾಧ್ಯಮಿಕ ಮತ್ತು ಹೈಸ್ಕೂಲ್ ಮಟ್ಟದ ಶಾಲೆಗಳಲ್ಲಿ ಮುಸ್ಲಿಮ್ ವಿದ್ಯಾರ್ಥಿಗಳು ಹೆಚ್ಚಿನ ಸಂಖ್ಯೆಯಲ್ಲಿ ಶಾಲೆ ಬಿಡುತ್ತಿರುವುದು, ಪಿಯುಸಿ ಹಂತದಲ್ಲಿ ಕಡಿಮೆ ಮುಸ್ಲಿಮ್ ವಿದ್ಯಾರ್ಥಿಗಳು ಭರ್ತಿಯಾಗುತ್ತಿರುವುದು, ಸಮುದಾಯದಲ್ಲಿ ಬಾಲ ಕಾರ್ಮಿಕರು ಹೆಚ್ಚಾಗಿರುವುದು, ಬಡತನ ಮತ್ತು ಅನೇಕ ಮುಸ್ಲಿಮರು ತಮ್ಮ ಮಕ್ಕಳನ್ನು ಶಾಲೆಗಳ ಬದಲಾಗಿ ಮದರಾಸಗಳಿಗೆ ಸೇರಿಸುತ್ತಿರುವುದು, ಹೀಗೆ ಅನೇಕ ಕಾರಣಗಳಿಂದ ಶೈಕ್ಷಣಿಕವಾಗಿ ಭಾರತೀಯ ಮುಸ್ಲಿಮರ ಪರಿಸ್ಥಿತಿ ಶೋಚನೀಯವಾಗಿದೆ. ಇಂತಹ ಪರಿಸ್ಥಿತಿ ಉಂಟಾಗಲು ಮುಸ್ಲಿಮ್ ರಾಜಕೀಯ ನಾಯಕರು ಮತ್ತು ಧಾರ್ಮಿಕ ಮುಖಂಡರು ಕೂಡಾ ಕಾರಣರಾಗಿದ್ದಾರೆ.

ಮುಸ್ಲಿಮ್ ಸಮುದಾಯದಲ್ಲಿ ಸಾಕ್ಷರತೆ ಪ್ರಮಾಣ ಸುಮಾರು 68.5% ಎಂದು ಹೇಳಲಾಗಿದೆ. ಅಂದರೆ ಪ್ರತಿ ಮೂರು ಜನ ಮುಸ್ಲಿಮರಲ್ಲಿ ಒಬ್ಬರಿಗೆ ಓದಲು ಮತ್ತು ಬರೆಯಲು ಬರುವುದಿಲ್ಲವೆಂದು ಹೇಳಬಹುದು. ಭಾರತದಲ್ಲಿ ಸರಾಸರಿ ಸಾಕ್ಷರತೆ ಪ್ರಮಾಣ ಸುಮಾರು 80% ಎಂದು ಹೇಳಲಾಗಿದೆ. ತಮ್ಮ ಸಮುದಾಯದ ಸಾಕ್ಷರತೆ ಪ್ರಮಾಣವು ದೇಶದ ಸರಾಸರಿ ಸಾಕ್ಷರತಾ ಪ್ರಮಾಣದಷ್ಟಾದರೂ ಹೆಚ್ಚಾಗುವಂತೆ ಏನು ಮಾಡಬೇಕು ಎಂದು ಮುಸ್ಲಿಮರು ಯೋಚಿಸಬೇಕು.ಇತ್ತೀಚಿನ ದಿನಗಳಲ್ಲಿ ಕೆಲವು ಮುಸ್ಲಿಮ್ ಕುಟುಂಬಗಳಲ್ಲಿ ದೊಡ್ಡ ಮಟ್ಟದ ಬದಲಾವಣೆಯನ್ನು ಕಾಣಬಹುದು. ಇಂತಹ ಕುಟುಂಬಗಳಲ್ಲಿ ಮೊದಲ ಸಲ ಪದವಿ, ಸ್ನಾತಕೋತ್ತರ ಪದವಿ ಮತ್ತು ಪಿಹೆಚ್ಡಿ ಪಡೆದವರನ್ನು ನೋಡಬಹುದು. ಆದರೆ ಶೈಕ್ಷಣಿಕ ಕ್ಷೇತ್ರದಲ್ಲಿ ಬೇರೆ ಸಮುದಾಯಗಳಿಗೆ ಹೋಲಿಸಿದರೆ ಮುಸ್ಲಿಮರು ಬಹಳ ಹಿಂದೆ ಇದ್ದಾರೆ.

ವಿವಿಧ ಧಾರ್ಮಿಕ ಪಂಥಗಳ ನಡುವಿನ ಭಿನ್ನಾಪ್ರಾಯಗಳನ್ನು ಬಿಟ್ಟು, ಎಲ್ಲಾ ಮುಸ್ಲಿಮರು ಒಂದಾಗಿ, ಪ್ರಾಥಮಿಕ ಶಾಲೆ ಹಂತದಿಂದ ಮುಸ್ಲಿಮ್ ಸಮುದಾಯವು ಶಿಕ್ಷಣ ಕ್ಷೇತ್ರದಲ್ಲಿ ಅಭಿವೃದ್ಧಿ ಹೊಂದಲು ಕೆಲಸ ಮಾಡಬೇಕು. ಪ್ರತಿಯೊಂದು ಮುಸ್ಲಿಮ್ ಮಗು, ಶಾಲೆಗೆ ಸೇರಿಕೊಂಡು,ಕಡ್ಡಾಯವಾಗಿ ಹೋಗುವಂತೆ ಮಾಡಬೇಕಾಗಿದೆ.

ಭಾರತದಲ್ಲಿ ಅತ್ಯಂತ ಗುಣಮಟ್ಟದ ಶಿಕ್ಷಣ ಸಂಸ್ಥೆಗಳನ್ನು ಸ್ಥಾಪಿಸಿ, ನಡೆಸುತ್ತಿರುವ ವಿವಿಧ ಧರ್ಮಗಳಿಗೆ ಸೇರಿದ ಧಾರ್ಮಿಕ ಮುಖಂಡರಿದ್ದಾರೆ. ತಮ್ಮ ಧರ್ಮಕ್ಕೆ ಮಾತ್ರ ಸೀಮಿತವಾಗದೆ, ಇಡೀ ಮನುಕುಲಕ್ಕೆ ಒಳ್ಳೆಯದನ್ನು ಬಯಸುವ ಕರುಣೆ ಮತ್ತು ಕಾಳಜಿಯನ್ನು ಇವರು ಹೊಂದಿದ್ದಾರೆ. ಆದರೆ ಇಂತಹ ಮನೋಭಾವ ಇರುವ ಧಾರ್ಮಿಕ ಮುಖಂಡರಲ್ಲಿ ನಾವು ಎಷ್ಟು ಜನ ಮುಸ್ಲಿಮ್ ಧಾರ್ಮಿಕ ಮುಖಂಡರನ್ನು ನೋಡಲು ಸಾಧ್ಯವಿದೆ? ಏಕೆ ಹೀಗಾಗುತ್ತಿದೆ?

ವಿವಿಧ ಧರ್ಮಗಳ ಮಹಾನ್ ಧಾರ್ಮಿಕ ಮುಖಂಡರನ್ನು ಭೇಟಿಯಾಗುವ ಮತ್ತು ಒಟ್ಟು ಮನುಕುಲದ ಒಳಿತಿಗಾಗಿ ಅವರು ಮಾಡುತ್ತಿರುವ ಕೆಲಸಗಳನ್ನು ತಿಳಿದುಕೊಳ್ಳುವ ಸದವಕಾಶ ನನಗೆ ದೊರೆತಿದೆ. ಉದಾಹರಣೆಗೆ, ಮೈಸೂರಿನಲ್ಲಿರುವ ಸುತ್ತೂರು ಮಠ, ಸುಮಾರು 1000 ವರ್ಷಗಳ ಇತಿಹಾಸ ಹೊಂದಿದೆ. ಆದರೆ ಬದಲಾಗುತ್ತಿರುವ ಕಾಲಮಾನಕ್ಕೆ ತಕ್ಕಂತೆ ತನ್ನ ಭಕ್ತರಿಗೆ ಬದಲಾವಣೆ ಮಾಡಿಕೊಳ್ಳಲು ಸೂಕ್ತ ಮಾರ್ಗದರ್ಶನ ನೀಡುವುದರ ಜೊತೆಗೆ ನರ್ಸರಿ ಶಾಲೆಯಿಂದ ಹಿಡಿದು ಕಾಲೇಜುಗಳು, ಸಂಶೋಧನೆ ಸಂಸ್ಥೆಗಳು ಸೇರಿದಂತೆ 300ಕ್ಕೂ ಹೆಚ್ಚು ಶಿಕ್ಷಣ ಸಂಸ್ಥೆಗಳನ್ನು, ಈ ಮಠದಿಂದ ಸ್ಥಾಪಿಸಿ ನಿರ್ವಹಿಸಲಾಗುತ್ತಿದೆ. ಪ್ರತಿದಿನ ಸಾವಿರಾರು ಜನ ವಿದ್ಯಾರ್ಥಿಗಳಿಗೆ ಉಚಿತವಾಗಿ ಊಟವನ್ನು ಈ ಮಠದಿಂದ ನೀಡಲಾಗುತ್ತಿದೆ. ಇಂತಹ ಸುಪ್ರಸಿದ್ಧ ಮಠದ ಈಗಿನ ಜಗದ್ಗುರುಗಳಾಗಿರುವ, ಶ್ರೀ ಶಿವರಾತ್ರಿ ದೇಶಿಕೇಂದ್ರ ಮಹಾಸ್ವಾಮಿಜಿಯವರು, ನಾನು ನನ್ನ ಜೀವನದಲ್ಲಿ ಇದುವರೆಗೂ ನೋಡಿರುವ ಅತ್ಯುತ್ತಮ ಮಾನವರಲ್ಲಿ ಒಬ್ಬರಾಗಿದ್ದಾರೆ. ಅನೇಕ ಧಾರ್ಮಿಕ ಮತ್ತು ಶಿಕ್ಷಣ ಸಂಸ್ಥೆಗಳು ಇವರ ನೇತೃತ್ವದಲ್ಲಿ ಮತ್ತು ಮಾರ್ಗದರ್ಶನದಲ್ಲಿ ಕೆಲಸ ಮಾಡುತ್ತಿವೆ. ಈ ಮಠ ಮತ್ತು ಸ್ವಾಮಿಜಿಯವರು ಶಿಕ್ಷಣ ಕ್ಷೇತ್ರದಲ್ಲಿ ಮಾಡುತ್ತಿರುವ ಕೆಲಸ ಮತ್ತು ವಿದ್ಯಾರ್ಥಿಗಳಿಗೆ ನೀಡುತ್ತಿರುವ ಸೌಲಭ್ಯಗಳಿಗೆ ಸರಿಸಾಟಿಯಾಗುವಂತಹ ಉದಾಹರಣೆಯನ್ನು ಮುಸ್ಲಿಮ್‌ರಲ್ಲಿ ಮತ್ತು ಮುಸ್ಲಿಮ್ ನಾಯಕರಲ್ಲಿ ಕಾಣಲು ಸಾಧ್ಯವಿಲ್ಲ.

ವಿವಿಧ ಧರ್ಮಗಳಿಗೆ ಸೇರಿದ ಧಾರ್ಮಿಕ ಮುಖಂಡರು ಭಾರತದಲ್ಲಿ ಉತ್ತಮ ಗುಣಮಟ್ಟದ ಶಿಕ್ಷಣ ಸಂಸ್ಥೆಗಳನ್ನು ಸ್ಥಾಪಿಸಿ, ಮುನ್ನೆಡೆಸುತ್ತಿರುವ ಅನೇಕ ಉದಾಹರಣೆಗಳನ್ನು ನಾವು ನೋಡಬಹುದು. ಸಮಾಜದ ಎಲ್ಲಾ ವರ್ಗದವರಿಗೂ ಮತ್ತು ವಿಶೇಷವಾಗಿ ಆರ್ಥಿಕವಾಗಿ ಹಿಂದುಳಿದವರಿಗೆ ಇವರು ನಡೆಸುತ್ತಿರುವ ಶಿಕ್ಷಣ ಸಂಸ್ಥೆಗಳಿಂದ ಬಹಳ ಉಪಯೋಗವಾಗುತ್ತಿದೆ. ಮುಸ್ಲಿಮ್ ಸಮುದಾಯ ಶೈಕ್ಷಣಿಕವಾಗಿ ಅಭಿವೃದ್ಧಿ ಹೊಂದಲು, ಇಂತಹ ಉದಾಹರಣೆಗಳನ್ನು ಪರಿಗಣಿಸಬೇಕು.

ಇನ್ನು ಕ್ರೈಸ್ತರಿಗೆ ಉತ್ತಮ ಶಿಕ್ಷಣ ಸಂಸ್ಥೆಗಳನ್ನು ಸ್ಥಾಪಿಸಿ, ಮುನ್ನಡೆಸುವುದು ಅವರ ಧರ್ಮ ಪ್ರಚಾರದ ಭಾಗವಾಗಿದೆ. ಹೀಗೆ ಮಾಡುವುದರಿಂದ ಬೇರೆ ಸಮುದಾಯದವರ ಸದ್ಭಾವನೆಯನ್ನು ಕ್ರೈಸ್ತರು ಗಳಿಸಲು ಸಾಧ್ಯವಾಗುತ್ತಿದೆ. ಆದರೆ ಮುಸ್ಲಿಮರ ವಿಷಯದಲ್ಲಿ ಇದಕ್ಕೆ ವ್ಯತಿರಿಕ್ತವಾದ ಪರಿಸ್ಥಿತಿಯನ್ನು ನೋಡಬಹುದು. ಮುಸ್ಲಿಮರು ಬಹುಸಂಖ್ಯಾತರಾಗಿರುವ ಪ್ರದೇಶಗಳು ಸೇರಿದಂತೆ ದೇಶದ ಯಾವುದೇ ಪ್ರದೇಶದಲ್ಲಿ ಮುಸ್ಲಿಮರು ನಡೆಸುತ್ತಿರುವ ಉತ್ತಮ ಗುಣಮಟ್ಟದ ಶಿಕ್ಷಣ ಸಂಸ್ಥೆಗಳು ಸಿಗುವುದಿಲ್ಲ. ಆಧುನಿಕ ಶಿಕ್ಷಣದಿಂದ ದೊರೆಯುವ ಪ್ರಯೋಜನ ಕುರಿತು ಅನೇಕ ಮುಸ್ಲಿಮ್ ರಾಜಕೀಯ ನಾಯಕರು ಮತ್ತು ಧಾರ್ಮಿಕ ಮುಖಂಡರು ಆಸಕ್ತಿ ತೋರಿಸುತ್ತಿಲ್ಲವೇಕೆ? ಭಾರತದ ಕ್ರೈಸ್ತ ಸಹೋದರ ಮತ್ತು ಸಹೋದರಿಯರಿಂದ ಭಾರತದ ಮುಸ್ಲಿಮರು ಅನೇಕ ಒಳ್ಳೆಯ ವಿಷಯಗಳನ್ನು ಕಲಿಯಬಹುದು. ತಮ್ಮ ಸಮುದಾಯದ ಜೊತೆಗೆ

ಬೇರೆಯವರ ಅಭಿವೃದ್ಧಿಗಾಗಿ ಕೆಲಸ ಮಾಡಲು ಕ್ರೈಸ್ತರು ಬಹಳ ಉತ್ಸಾಹದಿಂದ ಇರುತ್ತಾರೆ. ಕ್ರೈಸ್ತರು ನಡೆಸುವ ಹೆಸರಾಂತ ಶಾಲೆ ಮತ್ತು ಕಾಲೇಜುಗಳು ಎಷ್ಟು ಉತ್ತಮಗುಣಮಟ್ಟವನ್ನು ಹೊಂದಿವೆಯೆಂದರೆ, ಬೇರೆ ಧರ್ಮದವರು ತಮ್ಮ ಮಕ್ಕಳನ್ನು ಹೇಗಾದರೂ ಮಾಡಿ ಈ ಶಿಕ್ಷಣ ಸಂಸ್ಥೆಗಳಿಗೆ ದಾಖಲು ಮಾಡಬೇಕೆಂದು ಪ್ರಯತ್ನಿಸುತ್ತಾರೆ. ಆದರೆ ಭಾರತಾದ್ಯಂತ ಹೆಚ್ಚೆಂದರೆ ಐದು ಅಥವಾ ಆರು ಉತ್ತಮ ಗುಣಮಟ್ಟದ ಶಾಲೆಗಳನ್ನು ಮುಸ್ಲಿಮರು ನಡೆಸುತ್ತಿರುವುದನ್ನು ಕಾಣಬಹುದು. ಮುಸ್ಲಿಮರು ನಡೆಸುವ ಶಾಲೆಗಳಲ್ಲಿ ಬಹಳಷ್ಟು ಶಾಲೆಗಳು ಏಕೆ ಇಷ್ಟು ಕಳಪೆಯಾಗಿವೆ? ಪ್ರತಿವರ್ಷ ಭಾರತದ ಶ್ರೀಮಂತ ಮುಸ್ಲಿಮ್ ಕುಟುಂಬಗಳು, ಅಪಾರ ಪ್ರಮಾಣದಲ್ಲಿ ಹಣವನ್ನು ಜಕಾತ್ ಪದ್ಧತಿಯ ಅನುಸಾರ ಸಾಮಾಜಿಕ ದಾನದತ್ತಿ ಕೆಲಸಗಳಿಗಾಗಿ ನೀಡುತ್ತಿದ್ದಾರೆ. ಅಂದರೆ ವಿಶ್ವಮಟ್ಟದ ಶಾಲೆಗಳು ಮತ್ತು ಕಾಲೇಜುಗಳನ್ನು ಸ್ಥಾಪಿಸಲು ಅಗತ್ಯವಾದ ಹಣ, ಮುಸ್ಲಿಮ್ ಸಮುದಾಯದಲ್ಲಿ ಲಭ್ಯವಿದೆಯೆಂದಾಯಿತು. ಹೀಗಿದ್ದೂ ಇಂತಹ ಗುಣಮಟ್ಟದ ಶಾಲೆಗಳನ್ನು ಮತ್ತು ಕಾಲೇಜುಗಳನ್ನು ಇದುವರೆಗೂ ಸ್ಥಾಪಿಸಿಲ್ಲ ಏಕೆ? ಇಂತಹ ಅನೇಕ ಪ್ರಶ್ನೆಗಳಿಗೆ ಉತ್ತರ ಹುಡುಕಲು ಭಾರತದ ಮುಸ್ಲಿಮರು ಆತ್ಮ ವಿಮರ್ಶೆ ಮಾಡಿಕೊಳ್ಳಬೇಕಾಗಿದೆ.

ಹಿಂದಿನ ಕಾಲದಲ್ಲಿ ಸಾಧಾರಣ ಗುಣಮಟ್ಟದ ಕೆಲವು ಶಿಕ್ಷಣ ಸಂಸ್ಥೆಗಳು ಮತ್ತು ಸಂಘಗಳನ್ನು ಭಾರತದ ಮುಸ್ಲಿಮರು ಸ್ಥಾಪಿಸಿದರು. ಇವುಗಳ ಹೊರತಾಗಿ, ಭಾರತದಲ್ಲಿ ಮುಸ್ಲಿಮರು ಸ್ಥಾಪಿಸಿ ನಡೆಸುತ್ತಿರುವ ಶಿಕ್ಷಣ ಸಂಸ್ಥೆಗಳ ಗುಣಮಟ್ಟದಲ್ಲಿ ಬಹಳ ಸುಧಾರಣೆಯಾಗಬೇಕಾಗಿದೆ.ಒಟ್ಟಾರೆಯಾಗಿ ಬೇರೆ ಸಮುದಾಯಗಳು ನಡೆಸುವ ಶಿಕ್ಷಣ ಸಂಸ್ಥೆಗಳ ಗುಣಮಟ್ಟಕ್ಕೆ ಹೋಲಿಸಿದರೆ ಮುಸ್ಲಿಮರು ನಡೆಸುವ ಶಿಕ್ಷಣ ಸಂಸ್ಥೆಗಳು ಬಹಳ ಕಳಪೆಯಾಗಿವೆ. ಹೀಗಾಗಿ ಭಾರತದಲ್ಲಿ ಶೈಕ್ಷಣಿಕ ಕ್ಷೇತ್ರದಲ್ಲಿ ಅತ್ಯಂತ ಹಿಂದುಳಿದಿರುವ ಸಮುದಾಯಗಳಲ್ಲಿ ಮುಸ್ಲಿಮ್ ಸಮುದಾಯವೂ ಒಂದಾಗಿದೆ.

ಭಾರತದಲ್ಲಿ ಬೇರೆ ಸಮುದಾಯಗಳು ಸಾಮಾಜಿಕವಾಗಿ, ಆರ್ಥಿಕವಾಗಿ ಮತ್ತು ಶೈಕ್ಷಣಿಕವಾಗಿ ಅಭಿವೃದ್ಧಿ ಹೊಂದಬೇಕು ಎಂದು ದೂರದೃಷ್ಟಿಯಿಂದ, ನಿಷ್ಠೆಯಿಂದ ಈ ಸಮುದಾಯಗಳಿಗೆ ಸೇರಿದ ರಾಜಕೀಯ ನಾಯಕರು ಮತ್ತು ಧಾರ್ಮಿಕ ಮುಖಂಡರು ಕೆಲಸ ಮಾಡಿದ್ದಾರೆ. ಹೀಗಾಗಿ ಈ ಸಮುದಾಯಗಳು ಅಭಿವೃದ್ಧಿ ಹೊಂದಲು ಸಾಧ್ಯವಾಗಿದೆ. ತದ್ವಿರುದ್ಧವಾಗಿ ಮುಸ್ಲಿಮ್ ನಾಯಕರು ತಮ್ಮ ನಡುವೆ ಜಗಳ ಮತ್ತು ತಿಕ್ಕಾಟಗಳಲ್ಲಿ, ದುರಂಹಕಾರದಿಂದಾಗುವ ಸಂಘರ್ಷಗಳಲ್ಲಿ ಮತ್ತು ರಾಜಕೀಯ ಪಕ್ಷಗಳು ನೀಡುವ ಆಶ್ವಾಸನೆಗಳು ನಿಜವಾಗುತ್ತವೆ ಎನ್ನುವ ಭ್ರಮೆಯಲ್ಲಿ ಕಾಲ ಕಳೆದಿದ್ದಾರೆ.

ಐತಿಹಾಸಿಕವಾಗಿ ಮುಸ್ಲಿಮರಿಗೆ ಇಂಗ್ಲೀಷ್ ಶಿಕ್ಷಣ ಪದ್ಧತಿಯನ್ನು ನೀಡುವುದನ್ನು ಉಲೇಮಾದಲ್ಲಿರುವ ಅನೇಕರ ಪ್ರಭಾವಿಗಳು ವಿರೋಧಿಸಿದ್ದರ ಫಲವಾಗಿ, ಇಂದಿಗೂ ಒಂದಿಲ್ಲ ಒಂದು ರೀತಿಯಲ್ಲಿ ಮುಸ್ಲಿಮರು ಸಮಸ್ಯೆಗಳನ್ನು ಎದುರಿಸುತ್ತಿದ್ದಾರೆ. ಅಲಿಗರ್ ಅಭಿಯಾನವನ್ನು ಪ್ರಾರಂಭಿಸಿದ ಸರ್ ಸೈಯದ್ ಅಹಮದ್ ಖಾನ್, ಇಂಗ್ಲೀಷ್

ಭಾಷೆಯನ್ನು ಕಲಿಯುವುದನ್ನು ವಿರೋಧಿಸಬೇಡಿ ಎಂದು ಮನವಿ ಮಾಡಿಕೊಂಡಿದ್ದರು. ಆದರೆ, ಸ್ವತಃ ಧಾರ್ಮಿಕ ವಿದ್ವಾಂಸರಾಗಿದ್ದ ಸರ್ ಸೈಯದ್‌ರವರು ಧರ್ಮಭ್ರಷ್ಟರಾದವರೆಂದು ಆರೋಪಿಸಲಾಗಿತ್ತು. ಪ್ರಭಾವಿ ಉಲೇಮಾಗಳ ವಿರೋಧವನ್ನು ಲೆಕ್ಕಿಸದೆ 1875ರಲ್ಲಿ ಸರ್ ಸೈಯದ್‌ರವರು ಮೊಹಮಡನ್ ಆಂಗ್ಲೋ–ಓರಿಯಂಟಲ್ ಕಾಲೇಜನ್ನು ಪ್ರಾರಂಭಿಸಿದರು. 1920ರಲ್ಲಿ ಈ ಕಾಲೇಜು ಅಲಿಗರ್ ವಿಶ್ವವಿದ್ಯಾಲಯವಾಯಿತು. ಅಂದಿನ ದಿನಗಳಲ್ಲಿ ಉಲೇಮಾದಲ್ಲಿ ಅನೇಕರು, ಇಂಗ್ಲೀಷ್ ಶಿಕ್ಷಣವನ್ನು ವಿರೋಧಿಸುವುದರ ಬದಲಾಗಿ ಧಾರ್ಮಿಕ ಶಿಕ್ಷಣದ ಜೊತೆ ಅದನ್ನು ಅಳವಡಿಸಿಕೊಂಡಿದ್ದರೆ, ಇಂದಿನ ಭಾರತೀಯ ಮುಸ್ಲಿಮರ ಪರಿಸ್ಥಿತಿ ಬೇರೆಯಾಗಿರುತ್ತಿತ್ತು. ದುರದೃಷ್ಟವಶಾತ್ ಸರ್ ಸೈಯದ್‌ರವರ ದೂರದೃಷ್ಟಿಯನ್ನು ಆಗ ಉಲೇಮಾದಲ್ಲಿ ಅನೇಕರು ಬೆಂಬಲಿಸಲಿಲ್ಲ. ಅದರ ಪರಿಣಾಮವಾಗಿ, 150 ವರ್ಷಗಳಾದ ನಂತರ ಅಂದಿನ ಸಂಕುಚಿತ ಮನೋಭಾವಕ್ಕೆ ದೊಡ್ಡ ಬೆಲೆಯನ್ನು ತೆರುತ್ತಿರುವ ಇಂದಿನ ಮುಸ್ಲಿಮ್ ಸಮುದಾಯ, ಬಹಳ ಪ್ರಶ್ಚಾತ್ತಾಪ ಪಡುತ್ತಿದೆ.

ಅದೃಷ್ಟವಶಾತ್ ದಕ್ಷಿಣ ಭಾರತದಲ್ಲಿ ಅನೇಕ ಪ್ರಗತಿಪರ ಮುಸ್ಲಿಮ್ ನಾಯಕರಿದ್ದರು. ಸುಮಾರು ನೂರು ವರ್ಷಗಳ ಹಿಂದೆ, ತಮಿಳುನಾಡಿನ ತಿರುಚ್ಚಿಯಲ್ಲಿ ಜಮಾಲ್ ಮೊಹಮ್ಮದ್ ಕಾಲೇಜನ್ನು ಮತ್ತು ವನಿಯಂಬಾಡಿಯಲ್ಲಿ ಇಸ್ಲಾಮಿಯಾ ಕಾಲೇಜನ್ನು ಪ್ರಾರಂಭಿಸಲಾಯಿತು. 1951ರಲ್ಲಿ ದಕ್ಷಿಣ ಭಾರತ ಮುಸ್ಲಿಮ್ ಶಿಕ್ಷಣ ಸಂಸ್ಥೆಯು ಆಗಿನ ಮದ್ರಾಸ್ (ಈಗ ಚೆನ್ನೈ)ನಲ್ಲಿ ನ್ಯೂ ಕಾಲೇಜನ್ನು ಪ್ರಾರಂಭಿಸಿತು. ಇದೇ ರೀತಿ ಕೇರಳದಲ್ಲಿ ಕೂಡಾ ಮುಸ್ಲಿಮರು ಶಿಕ್ಷಣ ಸಂಸ್ಥೆಗಳನ್ನು ಆರಂಭಿಸಿದರು. 1966ರಲ್ಲಿ ಅಲ್–ಅಮೀನ್ ಶಿಕ್ಷಣ ಸೊಸೈಟಿಯನ್ನು ಬೆಂಗಳೂರಿನಲ್ಲಿ ಪ್ರಾರಂಭಿಸಲಾಯಿತು. ಹೀಗೆ, ದಕ್ಷಿಣ ಭಾರತದ ಪ್ರಗತಿಪರ ಮುಸ್ಲಿಮ್ ನಾಯಕರು, ಆಧುನಿಕ ಶಿಕ್ಷಣ ಪದ್ಧತಿ ಆಧಾರಿತ ಶಿಕ್ಷಣ ಸಂಸ್ಥೆಗಳನ್ನು ಪ್ರಾರಂಭಿಸಿದ್ದು, ದಕ್ಷಿಣ ಭಾರತದಲ್ಲಿರುವ ಮುಸ್ಲಿಮರ ಸಾಮಾಜಿಕ, ಆರ್ಥಿಕ ಮತ್ತು ರಾಜಕೀಯ ಸ್ಥಿತಿಗತಿಗಳ ಮೇಲೆ ಬಹಳ ಉತ್ತಮ ಪರಿಣಾಮವನ್ನು ಬೀರಿದೆ[xviii].

ಶಿಕ್ಷಣವಿಲ್ಲದ ಕತ್ತಲಿನಲ್ಲಿ ಭಾರತೀಯ ಮುಸ್ಲಿಮರು ಯಾವಾಗಲೂ ಇರಬೇಕಾಗಿಲ್ಲ. ಅವರ ಭವಿಷ್ಯದ ಬಾನಂಚಿನಲ್ಲಿ ಭರವಸೆಯ ಬೆಳಕು ಕಾಣುತ್ತಿದೆ. ಇತ್ತೀಚಿನ ವರ್ಷಗಳಲ್ಲಿ ಹಲವು ಧಾರ್ಮಿಕ ವಿದ್ವಾಂಸರು ಆಧುನಿಕ ಶಿಕ್ಷಣವನ್ನು ದೇಶದ ವಿವಿಧ ಪ್ರದೇಶಗಳಲ್ಲಿರುವ ಮುಸ್ಲಿಮರಿಗೆ ನೀಡಲು ಪ್ರಯತ್ನ ಮಾಡುತ್ತಿದ್ದಾರೆ. ಉದಾಹರಣೆಗೆ, ಹೆಸರಾಂತ ಶಿಯಾ ಧಾರ್ಮಿಕ ವಿದ್ವಾಂಸರಲ್ಲಿ ಒಬ್ಬರಾದ ಮತ್ತು ಮುಖಂಡರಾದ ದಿವಂಗತ ಮೌಲಾನಾ ಖಲ್ಬೇ ಸಾದಿಕ್ ಉತ್ತರ ಪ್ರದೇಶದ ಲಕ್ನೋದಲ್ಲಿ ಮೆಡಿಕಲ್ ಕಾಲೇಜ್ ಪ್ರಾರಂಭಿಸಲು ನೆರವಾದರು. ಲಕ್ನೋದಲ್ಲಿರುವ ಸುಪ್ರಸಿದ್ಧ ಇಸ್ಲಾಮಿಕ್ ಶಿಕ್ಷಣ ಕೇಂದ್ರವಾದ ನದ್ವಾತ್ ಉಲ್–ಉಲೇಮಾದವರ ನೆರವಿನಿಂದ, 1993ರಲ್ಲಿ ಇಂಜಿನಿಯರಿಂಗ್ ಕಾಲೇಜು ಪ್ರಾರಂಭಿಸಲಾಯಿತು. ನಂತರದ ದಿನಗಳಲ್ಲಿ ಈ ಕಾಲೇಜು ಖಾಸಗಿ ವಿಶ್ವವಿದ್ಯಾಲಯವಾಗಿ ಬೆಳೆಯಿತು. ಆಧುನಿಕ ಶಿಕ್ಷಣ ಸಂಸ್ಥೆಗಳನ್ನು ಆರಂಭಿಸಲು ಉಲೇಮಾದವರು ಹೇಗೆ ನೆರವಾಗಬಹುದು ಎನ್ನುವುದಕ್ಕೆ ಇದೊಂದು ಉತ್ತಮ

ಉದಾಹರಣೆಯಾಗಿದೆ. ರಾಜಸ್ತಾನದ ಜೈಪುರದಲ್ಲಿರುವ ಜಮಾಯಿತ್ ಉಲ್–ಹಿದಿಯಾದ ಮೌಲಾನಾ ಮೊಹಮ್ಮದ್ ಫಜಲೂರ್ ರಹೀಂ ಮುಜಾದಿದ್ದಿಯವರು, ಜೈಪುರದಲ್ಲಿ ಉತ್ತಮ ಶಿಕ್ಷಣ ಸಂಸ್ಥೆ ಮತ್ತು ಲೋಕ ಸೇವಾ ಆಯೋಗದ ಪರೀಕ್ಷೆಗಳಲ್ಲಿ ಯಶಸ್ವಿಯಾಗಲು ಮುಸ್ಲಿಮ್ ವಿದ್ಯಾರ್ಥಿಗಳಿಗೆ ತರಬೇತಿ ನೀಡುವ ಕೇಂದ್ರವನ್ನು ಸ್ಥಾಪಿಸಿದ್ದಾರೆ. ಹೀಗೆ ಮಾಡುವುದರ ಮೂಲಕ ಅವರ ತಾತ ಮತ್ತು ತಂದೆಯವರು, ಮುಸ್ಲಿಮರಿಗಾಗಿ ಉತ್ತಮ ಶಿಕ್ಷಣ ಸಂಸ್ಥೆಯನ್ನು ಪ್ರಾರಂಭಿಸಬೇಕು ಎನ್ನುವ ಕನಸಿನ ಯೋಜನೆಯನ್ನು ಯಶಸ್ವಿಯಾಗಿ ಜಾರಿಗೆ ತಂದಿದ್ದಾರೆ.

ಗುಜರಾತಿನ ಹೆಸರಾಂತ ಮುಸ್ಲಿಮ್ ಧಾರ್ಮಿಕ ವಿದ್ವಾಂಸರಲ್ಲಿ ಒಬ್ಬರಾದ ಮೌಲಾನಾ ಗುಲಾಂ ಮೊಹಮ್ಮದ್ ವಸ್ತಾನ್ವಿ 1996ರಲ್ಲಿ ಕೇವಲ ಆರು ವಿದ್ಯಾರ್ಥಿಗಳೊಂದಿಗೆ ಇಸ್ಲಾಮಿಕ್ ಶಾಲೆಯೊಂದನ್ನು ಒಂದು ಗುಡಿಸಿನಲ್ಲಿ ಆರಂಭಿಸಿದರು. ನಂತರ ಹಲವು ವರ್ಷಗಳಲ್ಲಿ ಇವರು ಮೆಡಿಕಲ್ ಕಾಲೇಜು, ನೂರ್ ಆಸ್ಪತ್ರೆ, ಜಾಮಿಯಾ ಇಂಜಿನಿಯರಿಂಗ್ ಕಾಲೇಜು, ಜಾಮಿಯಾ ಯುನಾನಿ ಕಾಲೇಜು, ಜಾಮಿಯಾ ಪಾಲಿಟೆಕ್ನಿಕ್ ಕಾಲೇಜು, ಜಾಮಿಯಾ ಎಜುಕೇಷನ್ ಕಾಲೇಜು ಮತ್ತು ಫಾರ್ಮಸಿ ಕಾಲೇಜೊಂದನ್ನು ಆರಂಭಿಸಿದ್ದಾರೆ. ತಮ್ಮ ಜ್ಞಾನ ಮತ್ತು ಸಮುದಾಯದಲ್ಲಿರುವ ಪ್ರಭಾವವನ್ನು ಬಳಸಿಕೊಂಡು ಸಮುದಾಯ ಹಾಗೂ ಮನುಕುಲದ ಒಳಿತಿಗಾಗಿ ಹೇಗೆ ಕೆಲಸ ಮಾಡಬಹುದು ಎಂದು ಮೌಲಾನಾ ವಾಸ್ತಾನ್ವಿಯವರು, ಬೇರೆ ಉಲೇಮಾದವರಿಗೆ ಉತ್ತಮ ಉದಾಹರಣೆಯಾಗಿದ್ದಾರೆ.

ಪ್ರಗತಿ ಪರ ಮುಸ್ಲಿಮ್ ಧಾರ್ಮಿಕ ಮುಖಂಡರ ಕೆಲವು ಉದಾಹರಣೆಗಳನ್ನು ಇಲ್ಲಿ ನೀಡಲಾಗಿದೆ. ದೂರದೃಷ್ಟಿಯಿರುವ ಅನೇಕರು ತಮ್ಮದೇ ಆದ ವಿಧಾನದಲ್ಲಿ ಮುಸ್ಲಿಮ್ ಸಮುದಾಯದ ಶೈಕ್ಷಣಿಕ ಮಟ್ಟವನ್ನು ಸುಧಾರಿಸಲು ಕೆಲಸ ಮಾಡುತ್ತಿದ್ದಾರೆ. ಇಸ್ಲಾಮಿಕ ಶಿಕ್ಷಣದ ಜೊತೆಯಲ್ಲಿ ಆಧುನಿಕ ಶಿಕ್ಷಣವನ್ನು ನೀಡಲು ಆಸಕ್ತಿ ಹೊಂದಿರುವ ಮುಸ್ಲಿಮರಿಗೆ ಇಂತಹ ಪ್ರಗತಿ ಪರ ಧಾರ್ಮಿಕ ನಾಯಕರು ಪ್ರೇರಣೆಯನ್ನು ನೀಡುತ್ತಾರೆ.

****

ಗುಣಮಟ್ಟದ ಶಿಕ್ಷಣವನ್ನು ತಮ್ಮ ಮಕ್ಕಳಿಗೆ ನೀಡಲು ಅಗತ್ಯವಾದಷ್ಟು ಹಣವಿಲ್ಲದ ಮುಸ್ಲಿಮ್ ಕುಟುಂಬಗಳು, "ಮುಕ್ತ ಶಾಲೆ"ಅಥವಾ "ಓಪನ್ ಸ್ಕೂಲಿಂಗ್" ವ್ಯವಸ್ಥೆಯನ್ನು ಬಳಸಿಕೊಳ್ಳಲು ಮುಂದಾಗಬೇಕು. ಹೀಗೆ ಮಾಡುವುದರಿಂದ ಕೂಡಾ ಶೈಕ್ಷಣಿಕವಾಗಿ ಮುಸ್ಲಿಮ್ ಸಮುದಾಯ ಹಿಂದುಳಿದಿರುವ ಸಮಸ್ಯೆಗೆ ಒಂದು ಪರಿಹಾರ ನೀಡಬಹುದಾಗಿದೆ. ಅನೇಕ ಕಾರಣಗಳಿಂದಾಗಿ, 10+2 ಶಿಕ್ಷಣವನ್ನು ಪೂರೈಸಲಾಗದೆ ಶಾಲೆ ಬಿಟ್ಟ ವಿದ್ಯಾರ್ಥಿಗಳು, ಸಾಂಪ್ರದಾಯಿಕ ಶಾಲೆಗಳಿಗೆ ಹೋಗದೆ ಇದ್ದರೂ ಕೂಡಾ ನ್ಯಾಷನಲ್ ಇನ್ಸ್ಟಿಟ್ಯೂಟ್ ಆಫ್ ಓಪನ್ ಸ್ಕೂಲಿಂಗ್ (ಎನ್ಐಟಿಎಸ್) ಮೂಲಕ ತಮ್ಮ ಶಿಕ್ಷಣ ಮುಂದುವರೆಸಿ, 10+2 ಶಿಕ್ಷಣವನ್ನು ಪೂರೈಸಬಹುದಾಗಿದೆ. ಹೀಗೆ ಎನ್ಐಟಿಎಸ್

ಮೂಲಕ ತಮ್ಮ 10+2 ಶಿಕ್ಷಣ ಪೂರೈಸಲು ಎಲ್ಲಾ ವಯಸ್ಸಿನ ವಿದ್ಯಾರ್ಥಿಗಳಿಗೂ ಅವಕಾಶವಿದೆ. ವಿದ್ಯಾರ್ಥಿಗಳಿಗೆ ಅನುಕೂಲವಾದ ಭಾಷೆಯಲ್ಲಿ, ಅವರಿಗೆ ಸಮಯ ಸಿಕ್ಕಾಗ ಓದಲು ಸಾಧ್ಯವಾಗುವಂತೆ ಎನ್ಐಓಎಸ್ ಪಠ್ಯಕ್ರಮವನ್ನು ರೂಪಿಸಲಾಗಿದೆ. ಇವತ್ತು ಯಾವುದೇ ವಯಸ್ಸಿನವರಾದರೂ ಕೂಡಾ ಶಿಕ್ಷಣವನ್ನು ಪೂರೈಸಲು ನೆರವಾಗುವ ಎನ್ಐಓಎಸ್ ಬಹಳ ಜನಪ್ರಿಯವಾಗಿದೆ. 19 ಲಕ್ಷಕ್ಕೂ ಹೆಚ್ಚು ವಿದ್ಯಾರ್ಥಿಗಳು ಈ ಶಿಕ್ಷಣ ವ್ಯವಸ್ಥೆಯಲ್ಲಿ ದಾಖಲಾಗಿದ್ದಾರೆ. ಎನ್ಐಓಎಸ್ ನಂತಹ ಸೌಲಭ್ಯಗಳಲ್ಲಿ ಕಡಿಮೆ ಖರ್ಚಿನಲ್ಲಿ ಶಿಕ್ಷಣ ಪಡೆಯಬಹುದು. ಆರ್ಥಿಕವಾಗಿ ಹಿಂದುಳಿದವರಿಗೂ ಕೂಡಾ ಉತ್ತಮ ಗುಣಮಟ್ಟದ ಶಿಕ್ಷಣ ಪಡೆಯುವ ಅವಕಾಶವನ್ನು ಇಂತಹ ಸೌಲಭ್ಯಗಳು ನೀಡುತ್ತಿವೆ.

ಎನ್ಐಓಎಸ್ ನಂತಹ ಸೌಲಭ್ಯಗಳನ್ನು ಬಳಸಿ ದೂರ ಶಿಕ್ಷಣ ಕಲಿಕೆಯನ್ನು ಪಡೆಯುವ ಪ್ರಯೋಜನವನ್ನು ಮುಸ್ಲಿಮ್ ನಾಯಕರು ಮತ್ತು ತಜ್ಞರು ಅರ್ಥ ಮಾಡಿಕೊಂಡು, ಮುಸ್ಲಿಮ್ ಸಮುದಾಯದಲ್ಲಿ ಇದನ್ನು ಜನಪ್ರಿಯಗೊಳಿಸಬೇಕು. ಸಾಂಪ್ರದಾಯಿಕ ಶಾಲೆಗಳಲ್ಲಿ ದಾಖಲಾತಿ ಮಾಡಿಕೊಳ್ಳಲು ಸಾಧ್ಯವಾಗದ ಮುಸ್ಲಿಮ್ ವಿದ್ಯಾರ್ಥಿಗಳಿಗೆ ಎನ್ಐಓಎಸ್ ವರದಾನವಾಗಿದೆ. ಲಕ್ಷಾಂತರ ಜನ ವಯಸ್ಕ ನಿರಕ್ಷರಿಗೆ ಮತ್ತು ಶಾಲೆಯನ್ನು ಬಿಟ್ಟಿರುವ ವಿದ್ಯಾರ್ಥಿಗಳಿಗೆ ಸಾಂಪ್ರದಾಯಿಕ ಶಾಲೆಗಳು ಮತ್ತು ವೃತ್ತಿ ಶಿಕ್ಷಣ ಸಂಸ್ಥೆಗಳ ಅವಕಾಶವಿರುವುದಿಲ್ಲ. ಬದಲಾಗಿ ಎನ್ಐಓಎಸ್ ವ್ಯವಸ್ಥೆಯನ್ನು ಇವರು ಬಳಸಿಕೊಂಡು ತನ್ನ ಶಿಕ್ಷಣ ಹಾಗೂ ವೃತ್ತಿಯಲ್ಲಿ ಮುಂದುವರೆಯಬಹುದಾಗಿದೆ. ಮದರಸಾಗಳಿಗೂ ಎನ್ಐಓಎಸ್ ವ್ಯವಸ್ಥೆಯಿಂದ ಲಾಭವಿದೆ. ಮದರಸಾದಲ್ಲಿ ಓದುವ ಪ್ರತಿಯೊಬ್ಬ ವಿದ್ಯಾರ್ಥಿ ಎನ್ಐಓಎಸ್‌ನಲ್ಲಿ ಕೂಡಾ ದಾಖಲಾಗಬೇಕು. ಹೀಗೆ ಮಾಡುವುದರಿಂದ, ಮದರಾಸದಲ್ಲಿ ತನ್ನ ಶಿಕ್ಷಣವನ್ನು ಮುಗಿಸುವ ಹೊತ್ತಿಗೆ, 10+2 ಶಿಕ್ಷಣವನ್ನು ಕೂಡಾ ವಿದ್ಯಾರ್ಥಿ ಪಡೆಯುತ್ತಾನೆ. ನಂತರ ಅವನಿಗೆ ಇಷ್ಟವಾದ ಶಿಕ್ಷಣವನ್ನು ಆಯ್ಕೆ ಮಾಡಿಕೊಳ್ಳಬಹುದು.

ಇಂದಿರಾ ಗಾಂಧಿ ರಾಷ್ಟ್ರೀಯ ಮುಕ್ತ ವಿಶ್ವವಿದ್ಯಾಲಯ (ಐಜಿಎನ್ಓಯು)ವನ್ನು ಉನ್ನತ ಕಲಿಕೆಗಾಗಿ ಮೀಸಲಾದ ದೂರ ಶಿಕ್ಷಣ ವಿಶ್ವವಿದ್ಯಾಲಯವಾಗಿ 1985ರಲ್ಲಿ ಪ್ರಾರಂಭಿಸಲಾಯಿತು. ಎಲ್ಲಾ ವರ್ಗದವರಿಗೂ ಶಿಕ್ಷಣ ಅವಕಾಶ ನೀಡುವ ಮೂಲಕ ಜ್ಞಾನಾಧಾರಿತ ಸಮಾಜವನ್ನು ಕಟ್ಟುವ ಉದ್ದೇಶವನ್ನು ಈ ವಿಶ್ವವಿದ್ಯಾಲಯ ಹೊಂದಿದೆ. ಭಾರತವೂ ಸೇರಿದಂತೆ ವಿವಿಧ ದೇಶಗಳ 30 ಲಕ್ಷಕ್ಕೂ ಹೆಚ್ಚು ವಿದ್ಯಾರ್ಥಿಗಳು ಈ ವಿಶ್ವವಿದ್ಯಾಲಯದಲ್ಲಿ ಕಲಿಯುತ್ತಿದ್ದಾರೆ. ಉನ್ನತ ಶಿಕ್ಷಣದಲ್ಲಿ ಮುಸ್ಲಿಮ್ ವಿದ್ಯಾರ್ಥಿಗಳ ಸಂಖ್ಯೆ ಹೆಚ್ಚಾಗಲು ಐಜಿಎನ್ಓಯು ಒಳ್ಳೆಯ ಅವಕಾಶವನ್ನು ನೀಡುತ್ತಿದೆ.

ವಿಶ್ವಾದ್ಯಂತ ಅನೇಕ ಸಂಸ್ಥೆಗಳು ದೂರ ಶಿಕ್ಷಣ ಸೌಲಭ್ಯವನ್ನು ನೀಡುತ್ತಿವೆ ಮತ್ತು ಕಳೆದ 30 ವರ್ಷಗಳಲ್ಲಿ ದೂರ ಶಿಕ್ಷಣ ಜನಪ್ರಿಯವಾಗಿದೆ. ಭಾರತೀಯ ಮುಸ್ಲಿಮರ ಉಜ್ವಲ ಭವಿಷ್ಯಕ್ಕಾಗಿ ದೂರ ಶಿಕ್ಷಣ ವ್ಯವಸ್ಥೆ ಒಂದು ವರದಾನವಾಗಿದೆ. ಆದರೆ ಎಷ್ಟು ಜನ ಮುಸ್ಲಿಮರು ಈ ಅವಕಾಶವನ್ನು ಬಳಸಿಕೊಳ್ಳುತ್ತಿದ್ದಾರೆ? ಉಲೇಮಾದಲ್ಲಿ ಎಷ್ಟು

ಜನ ಈ ಶಿಕ್ಷಣ ವ್ಯವಸ್ಥೆಯಿಂದ ಆಗುವ ಲಾಭವನ್ನು ಮುಸ್ಲಿಮ್ ಸಮುದಾಯದಲ್ಲಿ ತಿಳಿಸಿ ಹೇಳುತ್ತಿದ್ದಾರೆ?

ಮುಸ್ಲಿಮ್ ಸಮುದಾಯ ಅಭಿವೃದ್ಧಿಯಾಗಬೇಕಾದರೆ, ಉತ್ತಮ ಗುಣಮಟ್ಟದ ಶಿಕ್ಷಣ ದೊರೆಯಲೇ ಬೇಕು. ಭಾರತೀಯ ಮುಸ್ಲಿಮರ ಮೇಲೆ ಅಪಾರವಾದ ಪ್ರಭಾವವನ್ನು ಬೀರುವ ಹಾಗೂ ಅವರ ನಂಬಿಕೆಗಳು, ಅನುಸಂಧಾನ ಮತ್ತು ವರ್ತನೆಯನ್ನು ರೂಪಿಸುವಲ್ಲಿ ದೊಡ್ಡಮಟ್ಟದ ಪಾತ್ರವನ್ನು ಹೊಂದಿರುವ ಕೆಲವು ಪ್ರಮುಖ ಧಾರ್ಮಿಕ ಸಂಘಟನೆಗಳು ಮತ್ತು ಧಾರ್ಮಿಕ ಶಿಕ್ಷಣ ಸಂಸ್ಥೆಗಳಿವೆ. ಭಾರತದ ಮುಸ್ಲಿಮರು ಶೈಕ್ಷಣಿಕವಾಗಿ ಅಭಿವೃದ್ಧಿ ಹೊಂದಲು ಇಂತಹ ಎಲ್ಲಾ ಸಂಸ್ಥೆಗಳು ಮತ್ತು ಸಂಘಟನೆಗಳು ಒಂದು ವೇದಿಕೆಗೆ ಬಂದು ಕೆಲಸ ಮಾಡಬೇಕು. ಭಾರತೀಯ ಮುಸ್ಲಿಮರ ಶೈಕ್ಷಣಿಕ ಅಭಿವೃದ್ಧಿಗಾಗಿ ಮಾರ್ಗಸೂಚಿಯನ್ನು ರೂಪಿಸುವ ಜವಾಬ್ದಾರಿಯನ್ನು ಅಖಿಲ ಭಾರತ ಮುಸ್ಲಿಮ್ ಶಿಕ್ಷಣ ಪರಿಷತ್ತು ಅಥವಾ ಅಂತಹ ಯಾವುದಾದರೂ ಸಂಸ್ಥೆ ವಹಿಸಿಕೊಳ್ಳಬೇಕು. ಪ್ರಾಥಮಿಕ ಶಾಲಾ ಶಿಕ್ಷಣದಿಂದ ಹಿಡಿದು ವಿಶ್ವವಿದ್ಯಾಲಯ ಮತ್ತು ವೃತ್ತಿಪರ ಶಿಕ್ಷಣದವರೆಗೆ ಈ ಮಾರ್ಗಸೂಚಿ ರಚನೆಯಾಗಬೇಕು. ಶಿಕ್ಷಣ ತಜ್ಞರು ಮತ್ತು ಮುಸ್ಲಿಮರಲ್ಲಿ ಇರುವ ವಿವಿಧ ದೃಷ್ಟಿಕೋನದ ಪ್ರಮುಖರನ್ನು ಒಳಗೊಂಡು ಅಖಿಲ ಭಾರತ ಮಟ್ಟದಲ್ಲಿ ಈ ಸಂಸ್ಥೆ ಕೆಲಸ ಮಾಡಬೇಕು.

****

ಸಾಂಪ್ರದಾಯಿಕ ಶಿಕ್ಷಣದ ಜೊತೆಗೆ ಉತ್ತಮ ಚಾರಿತ್ರ್ಯದ ಅಭಿವೃದ್ಧಿ ಕೂಡಾ ನಡೆಯಬೇಕು. ಅತ್ಯಂತ ವಿದ್ಯಾವಂತ ವ್ಯಕ್ತಿಯಿಂದ ಮಾತ್ರಕ್ಕೆ ಆತನಿಗೆ ಉತ್ತಮ ಚಾರಿತ್ರ್ಯವು ಇದೆ ಎಂದು ಹೇಳಲು ಆಗುವುದಿಲ್ಲ. ವೃತ್ತಿಪರ ಶಿಕ್ಷಣ ಅಥವಾ ಉನ್ನತ ಶಿಕ್ಷಣವನ್ನು ಪಡೆಯುವುದರಿಂದ ವ್ಯಕ್ತಿಗೆ ಉದ್ಯೋಗ ದೊರೆಯಬಹುದು ಆದರೆ ಈ ಪದವಿಗಳಿಂದ ವ್ಯಕ್ತಿಯ ಚಾರಿತ್ರ್ಯವನ್ನು ಹೇಳಲು ಆಗುವುದಿಲ್ಲ. ಸಮಾಜದಲ್ಲಿ ಉತ್ತಮ ಚಾರಿತ್ರ್ಯವಿರುವವರ ಸಂಖ್ಯೆ ಹೆಚ್ಚಾಗಬೇಕು ಎನ್ನುವುದು ಮೂಲ ಉದ್ದೇಶವಾಗಿರಬೇಕು.

ಪ್ರವಾದಿ ಮೊಹಮ್ಮದ್‌ರವರು (ಶಾಂತಿ ಅವರ ಮೇಲೆ ಇರಲಿ), "ನಿಮ್ಮಲ್ಲಿ ಉತ್ತಮ ಚಾರಿತ್ರ್ಯವನ್ನು ಹೊಂದಿದವರು, ಉತ್ತಮ ವ್ಯಕ್ತಿಗಳು" ಎಂದು ಹೇಳಿದ್ದಾರೆ ಎಂದು ಹೇಳಲಾಗುತ್ತದೆ. ಮತ್ತೊಂದು ಉಲ್ಲೇಖದ ಪ್ರಕಾರ ಅವರು "ಉತ್ತಮ ಚಾರಿತ್ರ್ಯವನ್ನು ರೂಪಿಸಲು ನನ್ನನ್ನು ಕಳುಹಿಸಲಾಗಿದೆ" ಎಂದು ಹೇಳಿದ್ದಾರೆ.

ಉತ್ತಮ ಚಾರಿತ್ರ್ಯವನ್ನು ರೂಪಿಸುವುದು ಧರ್ಮದ ಮೂಲ ಉದ್ದೇಶವಾಗಿದೆ. ಆಧ್ಯಾತ್ಮದಲ್ಲಿ ಉತ್ತಮ ನಡತೆ ಮತ್ತು ಚಾರಿತ್ರ್ಯಕ್ಕೆ ಬೆಲೆ ಇದೆ ಹೊರತು ಡಿಗ್ರಿಗಳು ಮತ್ತು ವಿದ್ಯಾಭ್ಯಾಸಕ್ಕಲ್ಲ. ಅನಕ್ಷರಸ್ಥನಿರಬಹುದು ಅಥವಾ ಪ್ರಕಾಂಡ ಪಂಡಿತನಿರಬಹುದು, ಎಲ್ಲರೂ ಉತ್ತಮ ಚಾರಿತ್ರ್ಯವನ್ನು ಹೊಂದಿರಬೇಕು. ಬೇರೆಯವರ ಬಗ್ಗೆ ಕರುಣೆ, ಸಂವೇದನೆ ಮತ್ತು ನ್ಯಾಯುತವಾಗಿ ವರ್ತಿಸಬೇಕು. ಆದರೆ ಶೈಕ್ಷಣಿಕವಾಗಿ ಅಭಿವೃದ್ಧಿ

ಹೊಂದಬೇಕು ಎನ್ನುವ ಅವಸರದಲ್ಲಿ, ಉತ್ತಮ ಚಾರಿತ್ರ್ಯವನ್ನು ಅಭಿವೃದ್ಧಿ ಮಾಡುವುದನ್ನು ಅಲಕ್ಷ ಮಾಡಲಾಗುತ್ತಿದೆ. ಕ್ರೂರಿ, ವಂಚಕ, ಜಿಪುಣನಾದ ವ್ಯಕ್ತಿಗೆ ಎಷ್ಟು ಕಾಲೇಜುಗಳ ಮತ್ತು ವಿಶ್ವವಿದ್ಯಾಲಯಗಳ ಪದವಿ ಪುರಸ್ಕಾರಗಳು ದೊರೆತರೂ ಫಲವೇನು? ಉತ್ತಮಚಾರಿತ್ರ್ಯವನ್ನು ಹೊಂದಿರುವ ಅನಕ್ಷರಸ್ಥನು, ಅನೇಕ ಪದವಿಗಳನ್ನು ಗಳಿಸಿದರೂ ಸ್ವಾರ್ಥಿಯಾಗಿರುವ ವ್ಯಕ್ತಿಗಿಂತ ಹಲವು ಪಾಲು ಉತ್ತಮನಾಗುತ್ತಾನೆ. ಶಿಕ್ಷಣ ಕ್ಷೇತ್ರದಲ್ಲಿ ಮುಸ್ಲಿಮರ ಅಭಿವೃದ್ಧಿಗಾಗಿ ಮಾರ್ಗಸೂಚಿ ರೂಪಿಸುವಾಗ, ಅವರಿಗೆ ಉತ್ತಮಚಾರಿತ್ರ್ಯವನ್ನು ನೀಡುವುದನ್ನು ನಾವು ಮರೆಯಬಾರದು.

ಮದರಸಾಗಳು ಮತ್ತು ಮದರಾಸಗಳ ಸುಧಾರಣೆ

ಮುಸ್ಲಿಮರ ಶಿಕ್ಷಣ ಕುರಿತು ನಡೆಯುವ ಚರ್ಚೆಗಳಲ್ಲಿ ಸಾಮಾನ್ಯವಾಗಿ ಮದರಸಾ ಶಿಕ್ಷಣ ಕುರಿತು ಕೂಡಾ ಪ್ರಸ್ತಾಪವಾಗುತ್ತದೆ.

ಮದರಸಾ ಅಂದರೆ ಅರೇಬಿಕ್ ಭಾಷೆಯಲ್ಲಿ ಶಾಲೆಯಂದು ಅರ್ಥವಿದೆ. ಪ್ರಾಚೀನ ಭಾರತದಲ್ಲಿದ್ದ ಮದರಸಾಗಳಲ್ಲಿ ಧಾರ್ಮಿಕ ಶಿಕ್ಷಣದ ಜೊತೆಯಲ್ಲಿ ವಿವಿಧ ಭಾಷೆಗಳನ್ನು ಕಲಿಸುವುದು ಮತ್ತು ವಿಜ್ಞಾನ ಕುರಿತು ಶಿಕ್ಷಣವನ್ನು ನೀಡಲಾಗುತ್ತಿತ್ತು. ಆದರೆ ಕಾಲಕ್ರಮೇಣ ಧಾರ್ಮಿಕ ಮುಖಂಡರು ಮದರಸಾಗಳ ಮೇಲೆ ಪ್ರಾಬಲ್ಯ ಸಾಧಿಸಿದರು. ಈಗ ಮದರಸಾಗಳೆಂದರೆ ಇಸ್ಲಾಮಿಕ್ ಶಿಕ್ಷಣ ನೀಡುವ ಕೇಂದ್ರವೆಂದು ಗುರುತಿಸಲಾಗುತ್ತಿದೆ. ಹಾಗೆ ನೋಡಿದರೆ, ಭಾರತದಲ್ಲಿರುವ ಮದರಸಾಗಳು ಹೆಚ್ಚಾಗಿ ಇಸ್ಲಾಮಿಕ ಶಾಲೆಗಳಾಗಿ ಕೆಲಸ ಮಾಡುತ್ತಿವೆ.

ಒಂದು ಧರ್ಮದ ಅನುಯಾಯಿಗಳಿಗೆ ಧಾರ್ಮಿಕ ಶಿಕ್ಷಣವನ್ನು ನೀಡುವುದು ತಪ್ಪಲ್ಲ. ಕ್ರೈಸ್ತರಿಗೆ ಧಾರ್ಮಿಕ ಶಿಕ್ಷಣ ನೀಡಲು ಶ್ರದ್ಧಾ ಕೇಂದ್ರಗಳಿವೆ. ಬೌದ್ಧರಿಗೆ ಧಾರ್ಮಿಕ ಶಿಕ್ಷಣ ನೀಡಲು ಬೌದ್ಧವಿಹಾರಗಳಿವೆ. ಇದೇ ರೀತಿ ವಿವಿಧ ಧರ್ಮಗಳ ಅನುಯಾಯಿಗಳಿಗೆ ಧಾರ್ಮಿಕ ಶಿಕ್ಷಣ ನೀಡಲು ಕೇಂದ್ರಗಳಿವೆ. ಭಾರತದಲ್ಲಿ ಅನೇಕ ಇಸ್ಲಾಮಿಕ ಶಾಲೆಗಳು ಅಥವಾ ಮದರಸಾಗಳು ಇರುವುದು ಸ್ವಾಗತಾರ್ಹ. ಆದರೆ ಮೂಲ ಉದ್ದೇಶಕ್ಕೆ ತಕ್ಕಂತೆ ಎಷ್ಟು ಮದರಸಾಗಳು ಕೆಲಸ ಮಾಡುತ್ತಿವೆ ಎಂದು ಮುಸ್ಲಿಮರು ಯೋಚಿಸಬೇಕಾಗಿದೆ.

ಭಾರತದಲ್ಲಿರುವ ಹೆಚ್ಚಿನ ಮದರಸಾಗಳು ಕಳೆದ ಸುಮಾರು ನೂರು ವರ್ಷಗಳ ಆಸುಪಾಸಿನಲ್ಲಿ ಸ್ಥಾಪನೆಯಾಗಿವೆ. ಅನೇಕ ಮದರಸಾಗಳನ್ನು ಮದರಸಾಗಳಲ್ಲಿ ಶಿಕ್ಷಣ ಪಡೆದವರು ಸ್ಥಾಪಿಸಿದ್ದಾರೆ. ಮದರಸಾಗಳಿಗೆ ಬರುವ ವಿದ್ಯಾರ್ಥಿಗಳಲ್ಲಿ ಹೆಚ್ಚು ಜನ ಆರ್ಥಿಕವಾಗಿ ಹಿಂದುಳಿದಿರುವ ಮುಸ್ಲಿಮ್ ಕುಟುಂಬಗಳಿಗೆ ಸೇರಿದವರಾಗಿದ್ದಾರೆ. ಸಾಂಪ್ರದಾಯಿಕ ಶಾಲೆಗಳಿಗೆ ಮಕ್ಕಳನ್ನು ಸೇರಿಸಲಾಗದ ಇಂತಹ ಕುಟುಂಬಗಳು, ಅವರನ್ನು ಮದರಸಾಗಳಿಗೆ ಕಳುಹಿಸುತ್ತಿವೆ. ಅನೇಕ ಮದರಸಾಗಳು ವಿದ್ಯಾರ್ಥಿಗಳಿಗೆ ಉಚಿತ ಊಟ ಮತ್ತು ವಸತಿ ಹಾಗೂ ಉಚಿತವಾಗಿ ಧಾರ್ಮಿಕ ಶಿಕ್ಷಣವನ್ನು ನೀಡುತ್ತಿವೆ.

ಶ್ರೀಮಂತ ಮುಸ್ಲಿಮರಿಂದ ದೇಣಿಗೆ ರೂಪದಲ್ಲಿ ಹಣ ಕೂಡಿಸಿ, ಮದರಸಾಗಳನ್ನು ನಡೆಸಲಾಗುತ್ತಿದೆ.

ಭಾರತದಲ್ಲಿರುವ ಮದರಸಾಗಳನ್ನು ಕುರಿತು ಅನೇಕ ಚರ್ಚೆಗಳಾಗಿವೆ. ಒಟ್ಟಾರೆಯಾಗಿ ಹೇಳುವುದಾದರೆ ಮದರಸಾ ಶಿಕ್ಷಣ ಪದ್ಧತಿ ಬಹಳ ಸಂಪ್ರದಾಯವಾದಿಯಾಗಿದೆ. ಉನ್ನತ ಮಟ್ಟದ ಧಾರ್ಮಿಕ ಶಿಕ್ಷಣವನ್ನು ನೀಡುವ ಜಾಮಿಯಾಗಳಿವೆ. ಏಳರಿಂದ ಹತ್ತು ವರ್ಷಗಳ ಅವಧಿಯ ಶಿಕ್ಷಣವನ್ನು ಜಾಮಿಯಾಗಳಲ್ಲಿ ನೀಡಲಾಗುತ್ತಿದೆ. ಜಾಮಿಯಾಗಳಲ್ಲಿ ಶಿಕ್ಷಣ ಪಡೆದವರು ಧಾರ್ಮಿಕ ಮುಖಂಡರು ಮತ್ತು ನಾಯಕರಾಗುತ್ತಿದ್ದಾರೆ. ಆದರೆ ಅನೇಕ ವರ್ಷಗಳ ಧಾರ್ಮಿಕ ಶಿಕ್ಷಣ ಪಡೆದರೂ ಅವರಿಗೆ ಆಧುನಿಕ ಶಿಕ್ಷಣವಿಲ್ಲದಿರುವುದರಿಂದ ಸಮಾಜದಲ್ಲಿ ಸಂವಹನ ದೊಡ್ಡ ಸಮಸ್ಯೆಯಾಗುತ್ತಿದೆ. ಹೀಗಾಗಿ ವಿವಿಧ ಸಮುದಾಯಗಳನ್ನು ಒಳಗೊಂಡಿರುವ ಸಮಾಜದಲ್ಲಿ ಪೂರ್ಣ ಪ್ರಮಾಣದಲ್ಲಿ ತೊಡಗಿಸಿಕೊಳ್ಳಲು ಮತ್ತು ಒಟ್ಟಾರೆ ಸಮಾಜದ ಅಭಿವೃದ್ಧಿಗಾಗಿ ಕೆಲಸ ಮಾಡಲು ಅವರಿಗೆ ಸಾಧ್ಯವಾಗುತ್ತಿಲ್ಲ.

ಚಿಕ್ಕ ಮಕ್ಕಳಿಗೆ ಧಾರ್ಮಿಕ ಶಿಕ್ಷಣ ನೀಡಲು ಕೆಳಹಂತದ ಮದರಸಾಗಳು ಕೆಲಸ ಮಾಡುತ್ತಿವೆ. ಹೆಚ್ಚಾಗಿ ಆರ್ಥಿಕವಾಗಿ ಸಂಕಷ್ಟದಲ್ಲಿರುವ ಮುಸ್ಲಿಮ್ ಕುಟುಂಬಗಳಿಂದ ಏಳು ಅಥವಾ ಎಂಟು ವರ್ಷಗಳ ಬಾಲಕರು ಇಂತಹ ಮದರಸಾಗಳಲ್ಲಿ ದಾಖಲಾಗುತ್ತಾರೆ. ಅವರಿಗೂ ಉಚಿತ ವಸತಿ ಮತ್ತು ಊಟ ನೀಡಲಾಗುತ್ತದೆ[xix]. ಪವಿತ್ರ ರಂಜಾನ್ ಮಾಸದಲ್ಲಿ, ಜಕಾತ್ ಮತ್ತು ಸದಾಖ ಮೂಲಕ ದೇಣಿಗೆಯನ್ನು ಸಂಗ್ರಹಿಸಿ, ಇಂತಹ ಮದರಸಾಗಳನ್ನು ನಡೆಸಲಾಗುತ್ತಿದೆ.

ಹೆಚ್ಚಿನ ಸಂಖ್ಯೆಯ ಮದರಸಾಗಳು ಬಿಹಾರ ಮತ್ತು ಉತ್ತರ ಪ್ರದೇಶ ರಾಜ್ಯಗಳಲ್ಲಿ ಇವೆ. ಪ್ರತಿ ವರ್ಷ ಅನೇಕ ಯುವಕರು ಮದರಸಾ ಶಿಕ್ಷಣ ಪೂರ್ತಿಗೊಳಿಸುತ್ತಾರೆ ಆದರೆ ಧಾರ್ಮಿಕ ಸಂಸ್ಥೆಗಳ ಹೊರತಾಗಿ ಅವರಿಗೆ ಬೇರೆ ಕಡೆ ಸೂಕ್ತ ಉದ್ಯೋಗವಕಾಶ ದೊರೆಯುವುದಿಲ್ಲ. ವಿವಿಧ ಕ್ಷೇತ್ರಗಳಲ್ಲಿ ಉದ್ಯೋಗ ಪಡೆಯಲು ಅಗತ್ಯವಾದ ಕೌಶಲ್ಯಗಳು ಇಲ್ಲದಿರುವುದು ಅವರಿಗೆ ಹಿನ್ನಡೆಯಾಗಿದೆ. ಹೀಗಾಗಿ, ಮದರಸಾಗಳಲ್ಲಿ ಶಿಕ್ಷಕರಾಗಿ, ಮಸೀದಿಗಳಲ್ಲಿ ಇಮಾಮ್ ಮತ್ತು ಮೌಜಿನ್ಸ್, ಹೀಗೆ ಅವರಿಗೆ ಕೆಲಸ ನೀಡಲಾಗುತ್ತಿದೆ. ಇಂತಹ ಕೆಲಸವೂ ಸಿಗದಿದ್ದರೆ, ಮುಸ್ಲಿಮ್ ಸಮುದಾಯದಿಂದ ಚಂದಾ ಸಂಗ್ರಹಿಸಿ, ತಮ್ಮದೇ ಆದ ಹೊಸ ಮದರಸಾವನ್ನು ಇವರು ಪ್ರಾರಂಭಿಸಬೇಕಾಗುತ್ತದೆ.

ಕಳೆದ ಹಲವು ದಶಕಗಳಲ್ಲಿ, ಹೆಚ್ಚಿನ ಸಂಖ್ಯೆಯ ಮದರಸಾಗಳನ್ನು ಹೊಂದಿರುವ ಉತ್ತರ ಭಾರತದಲ್ಲಿ ಶಿಕ್ಷಣ ಮುಗಿಸಿದ ಅನೇಕರು ದಕ್ಷಿಣ ಭಾರತಕ್ಕೆ ಬಂದು ಹೊಸ ಮದರಸಾಗಳನ್ನು ಸ್ಥಾಪಿಸಿದ್ದಾರೆ. ಈ ಸಂದರ್ಭದಲ್ಲಿ ಒಂದು ಘಟನೆಯನ್ನು ನಾನು ಹಂಚಿಕೊಳ್ಳುತ್ತಿದ್ದೇನೆ. ಬಿಹಾರದ ಮದರಸಾದಲ್ಲಿ ಶಿಕ್ಷಣ ಪಡೆದ ಧಾರ್ಮಿಕ ಮುಖಂಡರೊಬ್ಬರು, ತಮ್ಮದೇ ಆದ ಮದರಸಾ ಸ್ಥಾಪಿಸಲು ನನ್ನ ನೆರವು ಕೇಳಿ

ಬಂದಿದ್ದರು. ನನ್ನ ಸ್ನೇಹಿತರೊಬ್ಬರ ಪರಿಚಯದಿಂದ ಬಂದಿದ್ದ ಅವರನ್ನು ಮದರಸಾವನ್ನು ಎಲ್ಲಿ ಸ್ಥಾಪಿಸುವಿರಿ ಎಂದು ಕೇಳಿದೆ. ದಾನಿಯೊಬ್ಬರು ಹಳ್ಳಿಯೊಂದರಲ್ಲಿ ಒಂದು ಎಕರೆ ಜಾಗವನ್ನು ಕೊಡಲು ಒಪ್ಪಿರುವುದರಿಂದ ಮದರಸಾವನ್ನು ಅಲ್ಲಿ ಪ್ರಾರಂಭಿಸುತ್ತೇನೆ ಎಂದು ಅವರು ಉತ್ತರಿಸಿದರು. ಆದರೆ ಆ ಹಳ್ಳಿಯಲ್ಲಿ ಮುಸ್ಲಿಮರ ಸಂಖ್ಯೆ ಬಹಳ ಕಡಿಮೆ ಇತ್ತು. ಮದರಸಾಗೆ ಸೇರಲು ಮಕ್ಕಳು ಇಲ್ಲದಂತಹ ಪ್ರದೇಶದಲ್ಲಿ ಮದರಸಾ ಸ್ಥಾಪಿಸುವುದರಿಂದ ಆಗುವ ಪ್ರಯೋಜನವೇನು ಎಂದು ನಾನು ಅವರನ್ನು ಕೇಳಿದೆ. ಅದಕ್ಕೆ ಬಿಹಾರದಿಂದ ವಿದ್ಯಾರ್ಥಿಗಳನ್ನು ಕರೆತಂದು ಈ ಮದರಸಾದಲ್ಲಿ ಕಲಿಸುವುದಾಗಿ ಅವರು ಉತ್ತರಿಸಿದರು. ಹಾಗಿದ್ದರೆ ಬಿಹಾರದಿಂದ ಕರ್ನಾಟಕದವರೆಗೆ ಇಷ್ಟು ದೂರ ಮಕ್ಕಳನ್ನು ಕರೆದುಕೊಂಡು ಬಂದು ಶಿಕ್ಷಣ ನೀಡುವ ಬದಲಾಗಿ ಬಿಹಾರದಲ್ಲಿ ನೀವು ಮದರಸಾ ಪ್ರಾರಂಭಿಸಬಹುದು ಅಲ್ಲವೇ ಎಂದು ನಾನು ಕೇಳಿದ ಪ್ರಶ್ನೆಗೆ ಅವರಲ್ಲಿ ಉತ್ತರವಿರಲಿಲ್ಲ.

****

ಈಗ ಇಸ್ಲಾಮಿಕ್ ಅಥವಾ ಧಾರ್ಮಿಕ ಶಿಕ್ಷಣವೆಂದು ಕರೆಯಲಾಗುವ ವಿಷಯಗಳು ಮತ್ತು ಈಗ ಜ್ಯಾತ್ಯಾತೀತವೆಂದು ಕರೆಯಲಾಗುವ ವಿಷಯಗಳನ್ನು ಮೊಘಲ್ ಸಾಮ್ರಾಜ್ಯದಲ್ಲಿದ್ದ ಮದರಸಾಗಳಲ್ಲಿ ಹೇಳಿ ಕೊಡಲಾಗುತ್ತಿತ್ತು. ಆದರೆ ಬ್ರಿಟೀಷ್ ಆಡಳಿತದಲ್ಲಿ ಮದರಸಾಗಳ ಸ್ಥಾನವನ್ನು ಅನೇಕ ಇಂಗ್ಲೀಷ್ ಮಾಧ್ಯಮ ಶಾಲೆಗಳು ಪಡೆದುಕೊಂಡವು. ಕ್ರೈಸ್ತ ಧರ್ಮಪ್ರಚಾರಕರು, ಇಂತಹ ಶಾಲೆಗಳನ್ನು ಭಾರತಾದ್ಯಂತ ಪ್ರಾರಂಭಿಸಿದರು. ಮದರಸಾಗಳು ಅರೇಬಿಕ್, ಕುರ್ಆನ್ ಮತ್ತು ಮುಸ್ಲಿಮ್ ಕಾನೂನುಗಳಂತಹ ವಿಷಯಗಳಲ್ಲಿ ಶಿಕ್ಷಣ ನೀಡಲು ಸೀಮಿತಗೊಂಡವು. ಮುಸ್ಲಿಮರಲ್ಲಿ ಧರ್ಮಭ್ರಷ್ಟತೆ ಉಂಟಾಗುತ್ತದೆ ಎಂದು ಇಂಗ್ಲೀಷ್ ಮತ್ತು ಪಾಶ್ಚಿಮಾತ್ಯ ಶೈಲಿಯ ಶಿಕ್ಷಣವನ್ನು ಅನೇಕ ಮದರಸಾದವರು ತೀವ್ರವಾಗಿ ವಿರೋಧಿಸಿದರು. ಇಂಗ್ಲೀಷ್ ಮತ್ತು ಪಾಶ್ಚಿಮಾತ್ಯ ಶಿಕ್ಷಣ ವಿರೋಧಿಸಿ ಅಭಿಯಾನವನ್ನು ಇವರು ಪ್ರಾರಂಭಿಸಿದರು. ಇದರಿಂದಾಗಿ ಮುಸ್ಲಿಮರಿಗೆ ದೊರೆಯುವ ಶಿಕ್ಷಣ ಮತ್ತು ಬೇರೆ ಸಮುದಾಯಗಳಿಗೆ ದೊರೆಯುವ ಶಿಕ್ಷಣದ ನಡುವೆ ಅಂತರ ಹೆಚ್ಚಾಗುತ್ತಾ ಹೋಯಿತು. ಅಂತಿಮವಾಗಿ ಬೇರೆ ಸಮುದಾಯಗಳಿಗೆ ಹೋಲಿಸಿದರೆ ಶೈಕ್ಷಣಿಕವಾಗಿ ಮುಸ್ಲಿಮರು ಬಹಳಷ್ಟು ಹಿಂದುಳಿಯುವಂತಾಗಿದೆ.

ಮದರಸಾಗಳ ಸುಧಾರಣೆಗಾಗಿ ಮುಸ್ಲಿಮ್ ಸಮುದಾಯ ಆದ್ಯತೆಯಿಂದ ಕೆಲಸ ಮಾಡುವ ಅಗತ್ಯವಿದೆ. ಮದರಸಾಗಳ ಸುಧಾರಣೆ ಕುರಿತು ಒಳ್ಳೆಯ ಉದ್ದೇಶದಿಂದ ಹೇಳುವವರಿಗೆ, ಧಾರ್ಮಿಕ ಶಿಕ್ಷಣವನ್ನು ನಿಲ್ಲಿಸಬೇಕು ಎನ್ನುವ ಉದ್ದೇಶವಿಲ್ಲ. ಮುಸ್ಲಿಮ್ ಮಕ್ಕಳಿಗೆ ಧಾರ್ಮಿಕ ಶಿಕ್ಷಣದ ಜೊತೆಗೆ ಜ್ಯಾತ್ಯಾತೀತ ಶಿಕ್ಷಣ ನೀಡುವುದು ಬಹಳ ಅಗತ್ಯವಿದೆ.ಆದರೆ ತಪ್ಪು ಕಲ್ಪನೆಗಳಿಂದಾಗಿ ಉಲೇಮಾದಲ್ಲಿ ಕೆಲವರು, ಧಾರ್ಮಿಕ

ಶಿಕ್ಷಣದ ಜೊತೆಗೆ ಆಧುನಿಕ ಶಿಕ್ಷಣವನ್ನು ನೀಡುವುದನ್ನು ವಿರೋಧಿಸುತ್ತಿದ್ದಾರೆ. ಇಂತಹವರು ತಮ್ಮ ಅಭಿಪ್ರಾಯವನ್ನು ಬದಲಾಯಿಸಿಕೊಳ್ಳಬೇಕಾಗಿದೆ.

ಮದರಸಾಗಳ ಸುಧಾರಣೆಯನ್ನು ಕುರಿತು ಕೆಲವು ಸಲಹೆಗಳು ಈ ರೀತಿ ಇದೆ:

1) ಧಾರ್ಮಿಕ ಶಿಕ್ಷಣದ ಜೊತೆಯಲ್ಲಿ ತಮ್ಮ ಎಲ್ಲಾ ವಿದ್ಯಾರ್ಥಿಗಳಿಗೂ, ಪ್ರಾಥಮಿಕ ಹಂತದ ಜ್ಯಾತ್ಯಾತೀತ ಶಿಕ್ಷಣವನ್ನು ಮದರಸಾಗಳು ನೀಡಬೇಕು. ಮದರಸಾಗಳ ವಿದ್ಯಾರ್ಥಿಗಳನ್ನು ನ್ಯಾಷನಲ್ ಇನ್ಸ್ಟಿಟ್ಯೂಟ್ ಆಫ್ ಓಪನ್ ಸ್ಕೂಲಿಂಗ್(ಎನ್ಐಓಎಸ್)ನಲ್ಲಿ ದಾಖಲು ಮಾಡಬೇಕು. ಹೀಗೆ ಮಾಡುವುದರಿಂದ ವಿದ್ಯಾರ್ಥಿಗಳು ಮದರಸಾ ಶಿಕ್ಷಣ ಮುಗಿಸುವ ಹೊತ್ತಿಗೆ 10+2 ಶಿಕ್ಷಣವನ್ನು ಮುಗಿಸಿರುತ್ತಾರೆ. ಇದಾದ ನಂತರ ವಿದ್ಯಾರ್ಥಿಗಳು, ತಮಗೆ ಇಷ್ಟವಾದ ಶಿಕ್ಷಣವನ್ನು ಮುಂದುವರಿಸುವ ಆಯ್ಕೆಯನ್ನು ಅವರಿಗೆ ಬಿಡಬೇಕು.

2) ಹೆಸರಾಂತ ಮುಸ್ಲಿಮ್ ವಿದ್ವಾಂಸರನ್ನು ಒಳಗೊಂಡ ಸಮಿತಿಯೊಂದನ್ನು ರಚಿಸಬೇಕು. ಹೊಸ ಮದರಸಾ ಸ್ಥಾಪನೆಯ ಪ್ರಸ್ತಾವನೆಯನ್ನು ಈ ಸಮಿತಿ ಪರಿಶೀಲಿಸಿ, ಅನುಮತಿ ನೀಡುವಂತಾಗಬೇಕು.

3) ಪ್ರತಿಯೊಂದು ಮದರಸಾ ಕೂಡಾ ಧಾರ್ಮಿಕ ಶಿಕ್ಷಣದ ಜೊತೆಯಲ್ಲಿ ವಿದ್ಯಾರ್ಥಿಗಳಿಗೆ ಅಗತ್ಯವಾದ ಕೌಶಲ ಅಭಿವೃದ್ಧಿ ತರಬೇತಿಯನ್ನು ನೀಡಬೇಕು.

ಮಸೀದಿಗಳ ಪಾತ್ರ ಕುರಿತು

ದೇವರು ವಾಸವಾಗಿರುವ ಮನೆಯೆಂದು ಮಸೀದಿಗಳನ್ನು ಪರಿಗಣಿಸಲಾಗುತ್ತದೆ. ಪ್ರತಿದಿನ ಐದು ಸಲ ಮಸೀದಿಯಲ್ಲಿ ಮುಸ್ಲಿಮರು ಪ್ರಾರ್ಥನೆ ಸಲ್ಲಿಸಬೇಕು ಎಂದು ನಿರ್ದೇಶನವಿದೆ. ಮುಸ್ಲಿಮ್ ಸಮುದಾಯದ ಕೇಂದ್ರ ಬಿಂದು ಮಸೀದಿಯಾಗಿದೆ. ಪ್ರತಿ ಶುಕ್ರವಾರದಂದು ಮಸೀದಿಯಲ್ಲಿರುವ ಧರ್ಮಪೀಠದಿಂದ ಪ್ರವಚನವನ್ನು ನೀಡಲಾಗುತ್ತದೆ. ಧಾರ್ಮಿಕ ವಿಷಯ ಮಾತ್ರವಲ್ಲದೆ ಮುಸ್ಲಿಮರಲ್ಲಿ ಸಾಮಾಜಿಕ ಮತ್ತು ಬೇರೆ ವಿಷಯಗಳಲ್ಲಿ ಜಾಗೃತಿಯನ್ನು ಉಂಟು ಮಾಡಲು ಕೂಡಾ ಈ ಧರ್ಮಪೀಠವನ್ನು ಬಳಸಬೇಕು. ಆದರೆ ವಾಸ್ತವದಲ್ಲಿ ಹೀಗಾಗುತ್ತಿಲ್ಲ. ವಿವಿಧ ಪಂಥಗಳು ಮತ್ತು ಅವುಗಳ ಧಾರ್ಮಿಕ ಮುಖಂಡರು ಈಗ ಮಸೀದಿಗಳ ಮೇಲೆ ನಿಯಂತ್ರಣ ಹೊಂದಿದ್ದಾರೆ. ಮುಸ್ಲಿಮ್ ಪಂಥಗಳಿಗೆ ಸೇರಿದ ಧಾರ್ಮಿಕ ಮುಖಂಡರು, ಮಸೀದಿಗಳನ್ನು ವಿವಿಧ ಪಂಥಗಳೆಂದು ಹಂಚಿಕೊಂಡಿದ್ದಾರೆ. ಹೀಗಾಗಿ ಭಾರತದಲ್ಲಿ ಅನೇಕ ಕಡೆ, ಒಂದಲ್ಲ ಮತ್ತೊಂದು ಮುಸ್ಲಿಮ್ ಪಂಥಕ್ಕೆ ಮಸೀದಿಗಳು ಸೇರಿವೆ ಮತ್ತು ಆ ಪಂಥಗಳಿಗೆ ಸೇರಿದ ಧಾರ್ಮಿಕ ಮುಖಂಡರ ನಿಯಂತ್ರಣದಲ್ಲಿವೆ.

ಮುಸ್ಲಿಮ್ ಸಮುದಾಯದ ಧಾರ್ಮಿಕ, ಶೈಕ್ಷಣಿಕ, ಆರ್ಥಿಕ ಮತ್ತು ಸಾಮಾಜಿಕ ಚಟುವಟಿಕೆಗಳಿಗೆ ಕೇಂದ್ರವಾಗುವಂತೆ ಮಸೀದಿಗಳ ಸುಧಾರಣೆ ಅಗತ್ಯವಿದೆ. ಶುಕ್ರವಾರದ ಪ್ರವಚನದಲ್ಲಿ ಧಾರ್ಮಿಕ ಮುಖಂಡರು, ಮುಸ್ಲಿಮ್ ಸಮುದಾಯಕ್ಕೆ ವಿವಿಧ ಸಾಮಾಜಿಕ

ವಿಷಯಗಳನ್ನು ಕುರಿತು ತಿಳಿಸಿ ಹೇಳಬೇಕು. ಶಾಲೆ ಬಿಟ್ಟ ಮಕ್ಕಳು ಮತ್ತು ಹತ್ತಿರದಲ್ಲಿರುವ ಮದರಸಾಗಳಲ್ಲಿರುವ ವಿದ್ಯಾರ್ಥಿಗಳನ್ನು ಗುರುತಿಸಿ, ಪ್ರತಿಯೊಂದು ಮಸೀದಿಯಲ್ಲೂ 12ನೆ ತರಗತಿಯವರೆಗೆ ಶಿಕ್ಷಣವನ್ನು ನೀಡಬೇಕು. ಮಕ್ಕಳಿಗೆ ಅರೇಬಿಕ್ ಭಾಷೆ ಮತ್ತು ಇಸ್ಲಾಮ್ ಕುರಿತು ಧಾರ್ಮಿಕ ಶಿಕ್ಷಣವನ್ನು ಮಸೀದಿಯಲ್ಲಿ ನೀಡುವ ವ್ಯವಸ್ಥೆಯಾಗಬೇಕು.

ಭಾರತೀಯ ಮುಸ್ಲಿಮರ ಸಾಮಾಜಿಕ ಮತ್ತು ಆರ್ಥಿಕ ಪರಿಸ್ಥಿತಿಯ ಸುಧಾರಣೆ

ಭಾರತೀಯ ಮುಸ್ಲಿಮರ ಸಾಮಾಜಿಕ ಅಧ್ಯಯನವನ್ನು ಮಾಡಿದಾಗ, ಅನೇಕರು ಕುಶಲಕರ್ಮಿಗಳ ಕುಟುಂಬದವರಿಗೆ ಸೇರಿದ್ದಾರೆ ಮತ್ತು ಕೆಲವು ಕಡೆ ಗ್ರಾಮಾಂತರ ಹಿನ್ನೆಲೆಯಿಂದ ಬಂದವರಾಗಿದ್ದಾರೆ. ಸಾಮಾಜಿಕ ವ್ಯವಸ್ಥೆಯಲ್ಲಿ ಕೆಳಗಿನ ಹಂತದವರು ಎಂದು ಪರಿಗಣಿಸಿಲಾಗಿದ್ದ ಗುಂಪುಗಳಿಂದ ಮುಸ್ಲಿಮರಾದವರು ಕೂಡಾ ಸಾಕಷ್ಟು ಜನರಿದ್ದಾರೆ. ಐತಿಹಾಸಿಕವಾಗಿ ನೋಡಿದರೆ, ಇಂತಹ ಅನೇಕ ಮುಸ್ಲಿಮರಿಗೆ ಶಿಕ್ಷಣ ಸೌಲಭ್ಯ ಮತ್ತು ಬೇರೆ ಸಂಪನ್ಮೂಲಗಳು ಲಭ್ಯವಿರಲಿಲ್ಲ. ಭಾರತೀಯ ಮುಸ್ಲಿಮರು ಸಾಮಾಜಿಕವಾಗಿ ಮತ್ತು ಆರ್ಥಿಕವಾಗಿ ಹಿಂದುಳಿದಿರುವ ಕಾರಣಗಳ ವಿಶ್ಲೇಷಣೆ ಮಾಡುವಾಗ, ಈ ಐತಿಹಾಸಿಕ ಕಾರಣಗಳನ್ನು ಕೂಡಾ ನಾವು ಪರಿಗಣಿಸಬೇಕು.

ಭಾರತದಲ್ಲಿ ಅನೇಕ ಕಡೆ ಮತ್ತು ವಿಶೇಷವಾಗಿ ಹೆಚ್ಚು ಮುಸ್ಲಿಮರು ವಾಸವಾಗಿರುವ ಉತ್ತರ ಭಾರತದಲ್ಲಿ ಬಿರಾದರಿಸ್ ವ್ಯವಸ್ಥೆಯನ್ನು ಕಾಣಬಹುದು. ಭಾರತದ ಸಾಮಾಜಿಕ ವ್ಯವಸ್ಥೆಯಲ್ಲಿ ಕೆಳವರ್ಗದವರೆಂದು ಪರಿಗಣಿಸಲಾದ ಬಿರಾದರಿಸ್‌ಗಳಿಂದ ಮುಸ್ಲಿಮರಾಗಿ ಮತಾಂತರಗೊಂಡವರು, ತಮ್ಮ ಸಮುದಾಯದಲ್ಲಿ ಮದುವೆ ಮಾಡಿಕೊಳ್ಳುವುದು ಮೊದಲಾದ ಪದ್ಧತಿಗಳನ್ನು ಮುಂದುವರೆಸಿದ್ದಾರೆ. ಕುರ್‌ಆನ್‌ನಲ್ಲಿ ಎಲ್ಲಾ ಮುಸ್ಲಿಮರು ಸಮಾನರು ಎಂದು ಸ್ಪಷ್ಟವಾಗಿ ತಿಳಿಸಿದ್ದರೂ, ಹೀಗೆ ಮತಾಂತರಗೊಂಡ ಅನೇಕ ಮುಸ್ಲಿಮರನ್ನು ಬೇರೆಯವರಿಗಿಂತ ಕಡಿಮೆ ಎಂದು ಪರಿಗಣಿಸಲಾಗುತ್ತಿದೆ. ಮತಾಂತರದಿಂದ ಇವರ ಸಾಮಾಜಿಕ ಮತ್ತು ಆರ್ಥಿಕ ಸ್ಥಿತಿಗತಿಗಳಲ್ಲಿ ಹೆಚ್ಚಿನ ಬದಲಾವಣೆಯಾಗಿಲ್ಲ. ಇಂದಿಗೂ, ಇವರಲ್ಲಿ ಅನೇಕರು ಬಡವರಾಗಿದ್ದಾರೆ ಮತ್ತು ಉತ್ತಮ ಶಿಕ್ಷಣದಿಂದ ವಂಚಿತರಾಗಿದ್ದಾರೆ. ಇವರಲ್ಲಿ ಅನೇಕರು ಕರಕುಶಲಕರ್ಮಿಗಳು, ಕೂಲಿಗಳು, ಕೃಷಿಕರು ಮತ್ತು ಸಣ್ಣ ವ್ಯಾಪಾರಿಗಳಾಗಿ ಜೀವನ ನಡೆಸುತ್ತಿದ್ದಾರೆ.

ಈ ಮುಸ್ಲಿಮರ ಹೊರತಾಗಿ, ಭಾರತದಲ್ಲಿರುವ ಇತರೆ ಮುಸ್ಲಿಮರಲ್ಲಿ ಅನೇಕರು, ತಾವು ಅರೇಬಿಯಾ ಮತ್ತು ಮಧ್ಯ ಏಷಿಯಾ, ಹೀಗೆ ವಿದೇಶದಿಂದ ಭಾರತಕ್ಕೆ ಬಂದು ನೆಲಸಿದ ಮುಸ್ಲಿಮರ ವಂಶಸ್ಥರೆಂದು ಹೇಳಿಕೊಳ್ಳುತ್ತಾರೆ. ಐತಿಹಾಸಿಕವಾಗಿ ನೋಡಿದಾಗ, ಭಾರತದ ಹಲವು ಕಡೆ ಮುಸ್ಲಿಮ್ ಮನೆತನಗಳು ರಾಜ್ಯವಾಳಿದಾಗ, ಇಂತಹ ಅನೇಕ ಮುಸ್ಲಿಮರು ರಾಜ್ಯಾಡಾಳಿತದಲ್ಲಿ ಪ್ರಮುಖ ಪಾತ್ರವಹಿಸಿರುವುದನ್ನು ಕಾಣುತ್ತೇವೆ. ಇಂದಿಗೂ ಕೂಡಾ, ಭಾರತದ ಮುಸ್ಲಿಮರ ಧಾರ್ಮಿಕ ಮುಖಂಡರು ಮತ್ತು ರಾಜಕೀಯ

ನಾಯಕರಲ್ಲಿ, ಇಂತಹ ಅನೇಕ ಮುಸ್ಲಿಮರು ಪ್ರಭಾವ ಹೊಂದಿರುವುದನ್ನು ನೋಡಬಹುದು. ಸಮಾಜದಲ್ಲಿ ಇವರ ಸ್ಥಾನಮಾನ ಮತ್ತು ಐತಿಹಾಸಿಕವಾಗಿ ಇವರು ಹೊಂದಿರುವ ಪ್ರಭಾವ, ಅನುಭವ ಹಾಗೂ ಮತಾಂತರಗೊಂಡು ಮುಸ್ಲಿಮರ ಸಾಮಾಜಿಕ ಮತ್ತು ಆರ್ಥಿಕ ಸ್ಥಿತಿಗತಿಯ ನಡುವೆ ಬಹಳ ದೊಡ್ಡ ಅಂತರವಿರುವುದನ್ನು ನಾವು ಕಾಣಬಹುದಾಗಿದೆ.

ಈ ಹಿನ್ನೆಲೆಯಲ್ಲಿ ಭಾರತದ ಮುಸ್ಲಿಮರಲ್ಲಿ, ಎಲ್ಲರೂ ಒಂದೇ ರೀತಿಯ ಸಾಮಾಜಿಕ ಸ್ಥಾನಮಾನವನ್ನು ಹೊಂದಿಲ್ಲವೆನ್ನುವುದು ಸ್ಪಷ್ಟವಾಗುತ್ತದೆ. ಭಾರತೀಯ ಮುಸ್ಲಿಮ್ ಸಮುದಾಯದಲ್ಲಿ ವಿವಿಧ ಉಪ–ಪಂಗಡಗಳಿದ್ದು, ಅವರ ಸಾಮಾಜಿಕ ಸ್ಥಾನಮಾನ, ಆರ್ಥಿಕ ಸ್ಥಿತಿಗತಿ ಮತ್ತು ಅನುಭವಗಳಲ್ಲಿ ವ್ಯತ್ಯಾಸವನ್ನು ಕಾಣಬಹುದು. ಉದಾಹರಣೆಗೆ ಪುಟ್ಟ ಹಳ್ಳಿಯಲ್ಲಿರುವ ಅನ್ಸಾರಿ ಬಿರಾದೇರಿಗೆ ಸೇರಿದ ಮುಸ್ಲಿಮ್ ನೇಕಾರರ ಇತಿಹಾಸ ಮತ್ತು ಸಾಮಾಜಿಕ ಪರಿಸ್ಥಿತಿಯು, ಅದೇ ಪ್ರದೇಶದಲ್ಲಿ ಶತಮಾನಗಳಿಂದ ದೊಡ್ಡ ಜಮೀನ್ದಾರರಾಗಿರುವ ಸೈಯದ್ ಅಥವಾ ಪಠಾಣ ಕುಟುಂಬಗಳ ಮುಸ್ಲಿಮರ ಸಾಮಾಜಿಕ, ಐತಿಹಾಸಿಕ ಮತ್ತು ಆರ್ಥಿಕ ಸ್ಥಿತಿಗತಿಗಿಂತ ಬೇರೆಯದಾಗಿದೆ. ಈ ಹಿನ್ನೆಲೆಯಲ್ಲಿ ಭಾರತದ ಮುಸ್ಲಿಮರ ಅಭಿವೃದ್ಧಿ ಯೋಜನೆಗಳನ್ನು ನಾವು ರೂಪಿಸುವಾಗ, ಶತಮಾನಗಳಿಂದ ಐತಿಹಾಸಿಕವಾಗಿ ಮೂಲೆ ಗುಂಪಾಗಿರುವ ಉಪ–ಪಂಗಡಗಳ ಮುಸ್ಲಿಮರಿಗೂ ಇಂತಹ ಯೋಜನೆಯ ಲಾಭ ದೊರೆಯುವಂತೆ ಮಾಡಬೇಕಾಗಿದೆ. ಹೀಗೆ ಮಾಡದಿದ್ದರೆ, ಭಾರತದ ಮುಸ್ಲಿಮರ ಅಭಿವೃದ್ಧಿ ಯೋಜನೆಗಳ ಲಾಭವನ್ನು ಕಡಿಮೆ ಸಂಖ್ಯೆಯಲ್ಲಿದ್ದರೂ ಪ್ರಭಾವಿಗಳಾಗಿರುವ ಮುಸ್ಲಿಮರು ಮಾತ್ರ ಪಡೆಯುವ ಆತಂಕವಿದೆ.

ದೇಶ ವಿಭಜನೆಯಾಗುವ ಮೊದಲು, ಭಾರತದಲ್ಲಿದ್ದ ಮುಸ್ಲಿಮ್ ಸಮುದಾಯ ಮತ್ತು ಈಗ ಇರುವ ಮುಸ್ಲಿಮ್ ಸಮುದಾಯದ ನಡುವೆ ಅನೇಕ ವ್ಯತ್ಯಾಸಗಳಿರುವುದನ್ನು ನಾವು ಕಾಣಬಹುದು. ಆಗ ಅನೇಕ ಮುಸ್ಲಿಮರು ದೊಡ್ಡ ಜಮೀನ್ದಾರರು, ಉದ್ಯಮಿಗಳು, ದೊಡ್ಡ ವ್ಯಾಪಾರಿಗಳಾಗಿದ್ದರು. ಆದರೆ ಇವರಲ್ಲಿ ಅನೇಕರು ದೇಶ ವಿಭಜನೆಯಾದಾಗ ಪಾಕಿಸ್ತಾನಕ್ಕೆ ವಲಸೆ ಹೋದರು. ಭಾರತದಲ್ಲಿ ಉಳಿದ ಮುಸ್ಲಿಮ್ ಸಮುದಾಯದಲ್ಲಿ ಹೆಚ್ಚಿನವರು ಕೆಳ–ಮಧ್ಯಮ ಮತ್ತು ಬಡ ಕುಟುಂಬಗಳಿಗೆ ಸೇರಿದವರಾಗಿದ್ದರು. ದೇಶ ವಿಭಜನೆಯಾಗುವ ಮೊದಲು ಕೂಡಾ ವ್ಯಾಪಾರ ಮತ್ತು ವಾಣಿಜ್ಯಕ್ಷೇತ್ರದಲ್ಲಿ ಯಶಸ್ವಿಯಾದ ಮುಸ್ಲಿಮರ ಸಂಖ್ಯೆ ವಿರಳವಾಗಿತ್ತು ಎಂದು ಗಮನಿಸಬೇಕು. ಭಾರತೀಯ ಮುಸ್ಲಿಮರು ಆರ್ಥಿಕವಾಗಿ ಹಿಂದುಳಿದಿರುವುದಕ್ಕೆ ಇದು ಕೂಡಾ ಒಂದು ಪ್ರಮುಖ ಕಾರಣವಾಗಿದೆ.

ಸ್ವಾತಂತ್ರ್ಯ ಪಡೆದ ಭಾರತದಲ್ಲಿ ಆರ್ಥಿಕ ಅಭಿವೃದ್ಧಿಗೆ ಹೆಚ್ಚು ಆದ್ಯತೆ ನೀಡಲಾಯಿತು. ಈ ಉದ್ದೇಶಕ್ಕಾಗಿ ಯೋಜನಾ ಆಯೋಗವನ್ನು ಸ್ಥಾಪಿಸಲಾಯಿತು. ದೇಶದ ಅಭಿವೃದ್ಧಿಯಲ್ಲಿ ಜನರು ಭಾಗವಹಿಸಲು ಅನೇಕ ಹೊಸ ಅವಕಾಶಗಳಗಳು ಸೃಷ್ಟಿಯಾದವು. ಶತಮಾನಗಳಿಂದ ವ್ಯಾಪಾರದಲ್ಲಿ ತೊಡಗಿಕೊಂಡಿರುವ ಮೆಮನ್ಸ್,

ಬೋಹ್ರಾ, ಖೋಜಾ ಮೊದಲಾದ ಭಾರತೀಯ ಮುಸ್ಲಿಮ್ ಸಮುದಾಯಗಳು ಕೂಡಾ ಈ ಅವಕಾಶಗಳಿಂದ ಲಾಭ ಪಡೆದುಕೊಂಡರು. ಆದರೆ ಇಡೀ ಮುಸ್ಲಿಮ್ ಸಮುದಾಯವನ್ನು ನೋಡಿದಾಗ, ವ್ಯಾಪಾರ, ವಾಣಿಜ್ಯ ಮತ್ತು ಬೃಹತ್ ಉದ್ಯಮಗಳಲ್ಲಿ ಮುಸ್ಲಿಮರ ಪಾಲ್ಗೊಳ್ಳುವಿಕೆ ಕಡಿಮೆ ಇದೆ.

ಮುಸ್ಲಿಮರ ಆರ್ಥಿಕ ಸ್ಥಿತಿಯನ್ನು ಹೇಗೆ ಉತ್ತಮಗೊಳಿಸಬಹುದು.

ಹಲವು ದಶಕಗಳಿಂದ ಅನೇಕ ಭಾರತೀಯ ಮುಸ್ಲಿಮರ ಆರ್ಥಿಕ ಸ್ಥಿತಿಗತಿ ಉತ್ತಮವಾಗುತ್ತಿರುವುದು ಸಂತೋಷದ ವಿಷಯವಾಗಿದೆ. ಅನೇಕ ಮುಸ್ಲಿಮ್ ಯುವಕರು ಮತ್ತು ಯುವತಿಯರು ಉನ್ನತ ಶಿಕ್ಷಣವನ್ನು ಪಡೆಯುತ್ತಿರುವುದು ಈ ಬದಲಾವಣೆಗೆ ಒಂದು ಪ್ರಮುಖ ಕಾರಣವಾಗಿದೆ. ಹೇಗೆ ಉತ್ತಮ ಶಿಕ್ಷಣ ಪಡೆಯುವುದರಿಂದ ತಮ್ಮ ಆರ್ಥಿಕ ಸ್ಥಿತಿಗತಿ ಉತ್ತಮವಾಗುತ್ತದೆ ಎಂದು ಈ ಉದಾಹರಣೆಯಿಂದ ಭಾರತೀಯ ಮುಸ್ಲಿಮರು ಅರ್ಥ ಮಾಡಿಕೊಳ್ಳಬೇಕು. ಯಾವುದೇ ಉಪಯೋಗವಿಲ್ಲದ ರಾಜಕೀಯದಲ್ಲಿ ಸಮಯ ಮತ್ತು ಶ್ರಮ ವ್ಯರ್ಥ ಮಾಡುವುದರ ಬದಲಾಗಿ ಸಮಾಜದ ಆರ್ಥಿಕ ಮತ್ತು ಶೈಕ್ಷಣಿಕಯನ್ನು ಉತ್ತಮಗೊಳಿಸುವುದರಿಂದ ಭಾರತದ ಮುಸ್ಲಿಮರು ಉಜ್ವಲ ಭವಿಷ್ಯವನ್ನು ಪಡೆಯಬಹುದಾಗಿದೆ.

ಭಾರತ ಮತ್ತು ವಿಶ್ವಾದಾದ್ಯಂತ ನೆಲೆಸಿರುವ ಮುಸ್ಲಿಮರು, ಉಜ್ವಲ ಭವಿಷ್ಯದ ದೃಷ್ಟಿಯಿಂದ ಸಮಾಜದ ಪ್ರತಿಯೊಂದು ಕ್ಷೇತ್ರದಲ್ಲಿ ಅಸಾಧಾರಣ ಸಾಧನೆಯನ್ನು ಮಾಡಲು ಕೆಲಸ ಮಾಡಬೇಕು. ಸಮಾಜಕ್ಕೆ ದೊಡ್ಡ ಕೊಡುಗೆಯನ್ನು ನೀಡುವ ಕೌಶಲ್ಯ ಮತ್ತು ಸಾಮರ್ಥ್ಯವಿರುವ ಮುಸ್ಲಿಮರ ಸಂಖ್ಯೆ ಹೆಚ್ಚಾಗುವಂತೆ ಮಾಡಬೇಕು. ಸಮುದಾಯದ ಆರ್ಥಿಕ ಮತ್ತು ಶೈಕ್ಷಣಿಕ ಪರಿಸ್ಥಿತಿಯನ್ನು ಉತ್ತಮಗೊಳಿಸುವುದು ಅದ್ಯತೆಯ ವಿಷಯವಾಗಬೇಕು. ಸಮಾಜ ಸೇವಕರು, ಪತ್ರಕರ್ತರು, ವೈದ್ಯರು, ಇಂಜಿನಿಯರ್‌ಗಳು, ವಿಜ್ಞಾನಿಗಳು, ತಂತ್ರಜ್ಞರು, ಶಿಕ್ಷಕರು, ಮ್ಯಾನೇಜರ್‌ಗಳು, ಸರ್ಕಾರಿ ಅಧಿಕಾರಿಗಳು ಮೊದಲಾದ ವೃತ್ತಿಗಳಲ್ಲಿ ಮುಸ್ಲಿಮರ ಸಂಖ್ಯೆ ಹೆಚ್ಚಾಗಬೇಕು.ಇವರು ತಮ್ಮ ವೃತ್ತಿಯಲ್ಲಿ ಯಶಸ್ವಿಯಾಗಿ, ಸಮಾಜದ ಅಭಿವೃದ್ಧಿಗಾಗಿ ದೊಡ್ಡ ಕೊಡುಗೆಯನ್ನು ನೀಡುವಂತಾಗಬೇಕು. ಇದರಿಂದಾಗಿ ಮುಸ್ಲಿಮರ ವೃತ್ತಿಚಿತ್ರಣ ಬದಲಾಗುವುದು ಮತ್ತು ಸಮುದಾಯದ ಆರ್ಥಿಕತೆ ಉತ್ತಮವಾಗಲು ನೆರವಾಗುವುದು. ಇದಲ್ಲದೆ ಮುಸ್ಲಿಮ್ ಸಮುದಾಯ ಕುರಿತು ಬೇರೆ ಸಮುದಾಯಗಳಲ್ಲಿ ಗೌರವ ಹೆಚ್ಚಾಗುವುದು ಮತ್ತು ತಮ್ಮ ಸಮುದಾಯ ಕುರಿತು ಮುಸ್ಲಿಮರಿಗೆ ಕೂಡಾ ಹೆಚ್ಚು ಅಭಿಮಾನ ಉಂಟಾಗುತ್ತದೆ.

ಪ್ರತಿಯೊಂದು ಕ್ಷೇತ್ರದಲ್ಲಿ ಮುಸ್ಲಿಮರು ಸಾಧಿಸಬೇಕಾಗಿರುವ ಪ್ರಗತಿ ಬಹಳಷ್ಟಿದೆ. ಇದಕ್ಕೆ ನೆರವಾಗಲು, ಉತ್ತಮ ಗುಣಮಟ್ಟದ ಶಾಲೆಗಳು, ವೈದಕೀಯ ಮತ್ತು ಇಂಜಿನಿಯರಿಂಗ್ ಕಾಲೇಜುಗಳು, ತಾಂತ್ರಿಕ ಶಿಕ್ಷಣ ಸಂಸ್ಥೆಗಳು, ಕೌಶಲ ಅಭಿವೃದ್ಧಿ ಕೇಂದ್ರಗಳು, ಇಸ್ಲಾಮಿಕ್ ಶಿಕ್ಷಣಕ್ಕಾಗಿ ಉನ್ನತ ಅಧ್ಯಯನ ಸಂಸ್ಥೆಗಳು, ಸರ್ವಧರ್ಮ

ಸಾಮರಸ್ಯಕ್ಕಾಗಿ ಕೆಲಸ ಮಾಡುವ ಸಂಸ್ಥೆಗಳು, ಹೀಗೆ ಅನೇಕ ಮೂಲಭೂತ ಸೌಲಭ್ಯಗಳನ್ನು ಅಭಿವೃದ್ಧಿಪಡಿಸಲು ಮುಸ್ಲಿಮರು ಹಣ ಹೂಡಿಕೆ ಮಾಡಬೇಕು. ಮುಂಬರುವ ವರ್ಷಗಳಲ್ಲಿ ಖಾಸಗಿ ಮತ್ತು ಸರ್ಕಾರಿ ವಲಯದಲ್ಲಿ ಮುಸ್ಲಿಮ್ ವೃತ್ತಿಪರರ ಸಂಖ್ಯೆ ಬಹಳಷ್ಟು ಹೆಚ್ಚಾಗುವಂತೆ ಮಾಡುವುದು ಮುಸ್ಲಿಮರ ಗುರಿಯಾಗಬೇಕು. ಭಾರತೀಯ ಮುಸ್ಲಿಮರ ಜನಸಂಖ್ಯೆಗೆ ಅನುಗುಣವಾಗಿ ಖಾಸಗಿ ಮತ್ತು ಸರ್ಕಾರಿ ಉದ್ಯೋಗಗಳು ದೊರೆತಾಗ, ಬೇರೆ ಸಮುದಾಯಗಳಿಗೆ ಮುಸ್ಲಿಮರ ಬಗ್ಗೆ ಅಭಿಪ್ರಾಯ ಬದಲಾಗುತ್ತದೆ ಮತ್ತು ಒಟ್ಟಾರೆಯಾಗಿ ಮುಸ್ಲಿಮ್ ಸಮುದಾಯವು ಸಾಮಾಜಿಕವಾಗಿ, ಶೈಕ್ಷಣಿಕವಾಗಿ ಮತ್ತು ಆರ್ಥಿಕವಾಗಿ ಅಭಿವೃದ್ಧಿ ಹೊಂದಲು ಸಾಧ್ಯವಾಗುತ್ತದೆ.

ಸಮುದಾಯವೊಂದರಿಂದ ಎಷ್ಟು ಜನರು ಸಮಾಜದ ಅಭಿವೃದ್ಧಿಗಾಗಿ ಮಹತ್ವದ ಕೊಡುಗೆ ನೀಡುತ್ತಾರೆ ಎನ್ನುವುದರ ಮೇಲೆ ಬಹುತ್ವದ ಸಮಾಜದಲ್ಲಿ ಆ ಸಮುದಾಯದ ಸ್ಥಾನಮಾನವನ್ನು ನಿರ್ಧರಿಸಲಾಗುತ್ತದೆ. ರೋಗಿಗಳಿಗೆ ಉತ್ತಮ ಚಿಕಿತ್ಸೆ ನೀಡುವ ವೈದ್ಯರಿಗೆ, ವಿದ್ಯಾರ್ಥಿಗಳಿಗೆ ಉತ್ತಮ ಶಿಕ್ಷಣ ನೀಡುವ ಶಿಕ್ಷಕರಿಗೆ, ಗುಣಮಟ್ಟದ ಸೇತುವೆಗಳು, ಕಂಪ್ಯೂಟರ್‌ಗಳು, ಇತ್ಯಾದಿಗಳನ್ನು ಮಾಡುವ ಇಂಜಿನಿಯರ್‌ಗಳು, ಪ್ರಾಮಾಣಿಕ ಮತ್ತುಉತ್ತಮ ಆಡಳಿತಗಾರರು, ಒಳ್ಳೆಯ ವ್ಯಾಪಾರಿಗಳು, ಒಳ್ಳೆಯ ವಕೀಲರು, ಒಳ್ಳೆಯ ತಂತ್ರಜ್ಞರು, ಉದ್ಯೋಗ ಸೃಷ್ಟಿಸುವ ನವೋದ್ಯಮಿಗಳು, ದಾನಿಗಳು, ಹೀಗೆ ಒಟ್ಟಿನಲ್ಲಿ ಸಮಾಜದ ಒಳಿಗಾಗಿ ಕೊಡುಗೆ ನೀಡುವ ಎಲ್ಲಾ ವರ್ಗದವರಿಗೂ ಯಾವಾಗಲೂ ಬೇಡಿಕೆ ಮತ್ತು ಗೌರವ ಇರುತ್ತದೆ.

ಬಹುತ್ವದ ಸಮಾಜದಲ್ಲಿರುವ ಸಮುದಾಯಕ್ಕೆ ಇಂತಹ ಉತ್ತಮ ವೃತ್ತಿಪರರನ್ನು ನೀಡಲು ಸಾಧ್ಯವಾದರೆ, ಆ ಸಮುದಾಯಕ್ಕೆ ಯಾವಾಗಲೂ ಬೇರೆ ಸಮುದಾಯಗಳಿಂದ ಸ್ವಾಗತ ಮತ್ತು ಗೌರವದೊರೆಯುತ್ತದೆ. ಮುಸ್ಲಿಮ್ ಸಮುದಾಯ ಈ ಕುರಿತು ಯೋಚಿಸಬೇಕಾಗಿದೆ.

ಭಾರತದಲ್ಲಿ ಸುಮಾರು 10.8 ಲಕ್ಷ ವೈದ್ಯರಿದ್ದಾರೆ, ಅಂದರೆ ಸರಾಸರಿ ಪ್ರತಿ 1000 ಜನರಿಗೆ 1.34 ವೈದ್ಯರು ಇದ್ದಾರೆ. ಭಾರತದಲ್ಲಿರುವ ಮುಸ್ಲಿಮ್ ವೈದ್ಯರ ನಿಖರವಾದ ಮಾಹಿತಿ ಲಭ್ಯವಿಲ್ಲ. ಆದರೆ ವೃತ್ತಿ ಶಿಕ್ಷಣದಲ್ಲಿ ಮುಸ್ಲಿಮ್ ವಿದ್ಯಾರ್ಥಿಗಳ ಸಂಖ್ಯೆ ಕಡಿಮೆ ಇರುವುದರಿಂದ, ಸುಮಾರು 60,000 ಮುಸ್ಲಿಮ್ ವೈದ್ಯರು ಭಾರತದಲ್ಲಿ ಇರಬಹುದು ಎಂದು ಅಂದಾಜು ಮಾಡಬಹುದು. ಆದರೆ ಭಾರತದಲ್ಲಿರುವ ಮುಸ್ಲಿಮರ ಜನಸಂಖ್ಯೆಗೆ ಹೋಲಿಸಿದರೆ ಒಂದು ವೇಳೆ 60,000 ವೈದ್ಯರು ಇದ್ದರೂ ಬಹಳ ಕಡಿಮೆಯಾಗುತ್ತದೆ. ಹೀಗಾಗಿ ಮುಂದಿನ 10 ವರ್ಷಗಳಲ್ಲಿ ಕನಿಷ್ಠ 1 ರಿಂದ 1.5 ಲಕ್ಷ ವೈದ್ಯರು ಮುಸ್ಲಿಮ್ ಸಮುದಾಯದಿಂದ ಹೊರಹೊಮ್ಮಬೇಕು. ಅಂದರೆ ಪ್ರತಿವರ್ಷ ಸರಾಸರಿ 15,000 ಜನ ವೈದ್ಯರು ಮುಸ್ಲಿಮ್ ಸಮುದಾಯದಿಂದ ಬರಬೇಕು.

ಇದೇ ರೀತಿ ಮುಸ್ಲಿಮ್ ಸಮುದಾಯದಿಂದ ಉತ್ತಮ ಇಂಜಿನಿಯರ್‌ಗಳು ಮತ್ತು ವಿಜ್ಞಾನಿಗಳ ಸಂಖ್ಯೆ ಕೂಡಾ ಹೆಚ್ಚಾಗಬೇಕು. ವರ್ಷ 2020ರಲ್ಲಿ, ಭಾರತದಲ್ಲಿ ಸುಮಾರು 6,500 ಇಂಜಿನಿಯರಿಂಗ್ ಕಾಲೇಜುಗಳಿದ್ದವು. ಇವುಗಳಲ್ಲಿ ಮುಸ್ಲಿಮರು ನಡೆಸುವ ಕಾಲೇಜುಗಳ ಸಂಖ್ಯೆ ಸುಮಾರು 100ರಿಂದ 150ರಷ್ಟು ಇರಬಹುದು. ಮುಸ್ಲಿಮರು ನಡೆಸುವ ಕಾಲೇಜುಗಳು ಕನಿಷ್ಠ 500 ಆಗಬೇಕು ಮತ್ತು ಪ್ರತಿವರ್ಷ ಕನಿಷ್ಠ 20,000 ಇಂಜಿನಿಯರುಗಳು ಮುಸ್ಲಿಮ್ ಸಮುದಾಯದಿಂದ ಬರಬೇಕು.

ಭಾರತದಲ್ಲಿ ಸುಮಾರು 2100 ಮ್ಯಾನೇಜ್‌ಮೆಂಟ್ ಕಾಲೇಜುಗಳಿದ್ದು, ಪ್ರತಿವರ್ಷ ಸುಮಾರು 1,30,000 ಜನ ಪದವಿ ಪಡೆಯುತ್ತಿದ್ದಾರೆ. ಆದರೆ ಮುಸ್ಲಿಮರು ನಡೆಸುವ ಮ್ಯಾನೇಜ್‌ಮೆಂಟ್ ಕಾಲೇಜುಗಳ ಸಂಖ್ಯೆ ಕೇವಲ 20 ರಿಂದ 30 ಇರಬಹುದು. ಇಂತಹ ಕಾಲೇಜುಗಳ ಸಂಖ್ಯೆ ಮತ್ತು ಮುಸ್ಲಿಮ್ ಸಮುದಾಯದಿಂದ ಪ್ರತಿವರ್ಷ ಮ್ಯಾನೇಜ್ ಮೆಂಟ್ ಪದವಿ ಪಡೆಯುವವರ ಸಂಖ್ಯೆ ಕೂಡಾ ಹೆಚ್ಚಾಗಬೇಕು.

ಮುಸ್ಲಿಮರ ಜನಸಂಖ್ಯೆಗೆ ಹೋಲಿಸಿದರೆ, ಸರ್ಕಾರಿ ಸೇವೆಯಲ್ಲಿರುವ ಮುಸ್ಲಿಮರ ಸಂಖ್ಯೆ ಬಹಳ ಕಡಿಮೆ ಇದೆ. ಲೋಕಸೇವಾ ಆಯೋಗದಂತಹ ಸಂಸ್ಥೆಗಳು ನಡೆಸುವ ನೇಮಕಾತಿ ಪರೀಕ್ಷೆಗಾಗಿ ಹೆಚ್ಚು ಜನ ಮುಸ್ಲಿಮ್ ಪದವಿಧರರಿಗೆಅಗತ್ಯತರಬೇತಿ ಮತ್ತು ಮಾರ್ಗದರ್ಶನ ನೀಡಬೇಕು. ಆದರೆ ಮುಸ್ಲಿಮರಲ್ಲಿ ಸುಮಾರು 4.5% ಜನ ಪದವಿ ಪಡೆದವರು ಇರಬಹುದು ಎಂದು ಒಂದು ಅಂದಾಜು. ಭಾರತದಲ್ಲಿ ಸರಾಸರಿ 25% ಜನ ಪದವಿ ಪಡೆದಿದ್ದಾರೆ[xx].

ಭಾರತದಲ್ಲಿ 2.75ಲಕ್ಷಕ್ಕಿಂತ ಹೆಚ್ಚು ಜನ ಚಾರ್ಟರ್ಡ್ ಅಕೌಂಟೆಂಟ್‌ಗಳು ಇದ್ದಾರೆ. ಇವರಲ್ಲಿಅನೇಕರುದೊಡ್ಡ ವಾಣಿಜ್ಯ ಸಂಸ್ಥೆಗಳು ಮತ್ತುಕಾರ್ಪೋರೇಟ್ ಸಂಸ್ಥೆಗಳಲ್ಲಿ ಉತ್ತಮ ಹುದ್ದೆಯಲ್ಲಿದ್ದಾರೆ. ಆದರೆ ಭಾರತದಲ್ಲಿ ಸುಮಾರು 2,000 ಜನ ಮುಸ್ಲಿಮರು ಚಾರ್ಟರ್ಡ್ ಅಕೌಂಟೆಂಟ್ ಪದವಿ ಪಡೆದಿರಬಹುದು. ಆದರೆ ಮುಸ್ಲಿಮರ ಜನಸಂಖ್ಯೆಗೆ ಹೋಲಿಸಿದರೆ ಕನಿಷ್ಠ 10 ಪಟ್ಟು ಹೆಚ್ಚು ಜನ ಮುಸ್ಲಿಮರು ಈ ಪದವಿ ಪಡೆದಿರಬೇಕಾಗಿತ್ತು.

ಭಾರತೀಯ ಮುಸ್ಲಿಮರ ಜನಸಂಖ್ಯೆಗೆ ಹೋಲಿಸಿದರೆ ವಿವಿಧ ವೃತ್ತಿಗಳಲ್ಲಿ ಮುಸ್ಲಿಮರ ಸಂಖ್ಯೆ ಕಡಿಮೆ ಇದೆ. ಮುಸ್ಲಿಮರ ನಾಯಕರು ಎಂದು ಹೇಳಿಕೊಂಡವರಲ್ಲಿ ಅನೇಕರು ಈ ವಿಷಯ ಕುರಿತು ಆದ್ಯತೆ ನೀಡದಿರುವುದು ಮತ್ತು ತಪ್ಪು ವಿಷಯಗಳಿಗೆ ಆದ್ಯತೆ ನೀಡಿರುವುದು, ಈ ಸಮಸ್ಯೆಗೆ ಕಾರಣವಾಗಿದೆ. ಮುಸ್ಲಿಮರು ಈ ವಿಷಯದಲ್ಲಿ ತಮ್ಮಿಂದ ಆಗಿರುವ ತಪ್ಪುಗಳನ್ನು ಕುರಿತು ಆತ್ಮವಲೋಕನ ಮಾಡಿಕೊಳ್ಳಬೇಕಾಗಿದೆ.

ಕೆಲವು ಸಂದರ್ಭದಲ್ಲಿ ಮುಸ್ಲಿಮರು ಪೂರ್ವಾಗ್ರಹ ಪೀಡಿತ ವ್ಯಕ್ತಿಗಳಿಂದ ಸಮಸ್ಯೆ ಎದುರಿಸಿರಬಹುದು. ಆದರೆ ಧೈರ್ಯ ಮತ್ತು ಆಶಾವಾದವನ್ನು ಕಳೆದುಕೊಳ್ಳುವುದು ಬೇಡ. ಹಲವು ಸಮಸ್ಯೆಗಳ ನಡುವೆ ಕೂಡಾ ಅನೇಕ ಮುಸ್ಲಿಮರು ಯಶಸ್ವಿಯಾಗಿದ್ದಾರೆ

ಮತ್ತು ವಿವಿಧ ಕ್ಷೇತ್ರಗಳಲ್ಲಿ ಸಾಧನೆ ಮಾಡಿದ್ದಾರೆ ಎಂದು ನಾವು ಮರೆಯಬಾರದು. ಧರ್ಮ ಅಥವಾ ಸಮುದಾಯ ಯಾವುದೇ ಇರಬಹುದು ಆದರೆ ಸಾಧನೆ ಮಾಡಿದ ವ್ಯಕ್ತಿಗಳು ಜೀವನದಲ್ಲಿ ಬಹಳ ಎತ್ತರಕ್ಕೆ ಬೆಳೆಯಬಹುದು ಎಂದು ಈ ಮುಸ್ಲಿಮ್ ಸಾಧಕರು ನಮಗೆ ಪ್ರೇರಣೆ ನೀಡುತ್ತಾರೆ.

ಅಗತ್ಯ ಸಂಪನ್ಮೂಲ ಕ್ರೋಢಿಕರಣ ಹೇಗೆ ಮಾಡುವುದು

ಮೇಲೆ ತಿಳಿಸಿರುವಂತೆ, ಮುಸ್ಲಿಮ್ ಸಮುದಾಯದ ಆರ್ಥಿಕ ಸ್ಥಿತಿಗತಿ ಉತ್ತಮಗೊಳಿಸಲು ಅಗತ್ಯವಾದ ಹಣವನ್ನು ಹೇಗೆ ಸಂಗ್ರಹಿಸುವುದು ಎನ್ನುವ ಪ್ರಶ್ನೆ ಎದುರಾಗಬಹುದು.

ಮುಸ್ಲಿಮರು ಸಮುದಾಯದಲ್ಲಿ ಅಗತ್ಯವಾದ ಹಣ ಸಂಗ್ರಹಿಸಲು ಅನೇಕ ರೀತಿ ಪ್ರಯತ್ನಿಸಬಹುದು. ಸರ್ಕಾರ ನೀಡುವ ಹಣದ ಮೇಲೆ ಸಂಪೂರ್ಣವಾಗಿ ಅವಲಂಬಿತರಾಗುವ ಸಮುದಾಯಗಳು ಅಭಿವೃದ್ಧಿಯಾಗುವುದಿಲ್ಲ ಎನ್ನುವುದು ಸ್ಪಷ್ಟವಾಗಿದೆ. ಸಮುದಾಯಗಳು ಅಗತ್ಯವಾದ ಹಣ ಸಂಗ್ರಹಿಸಲು ಸ್ವಂತ ಪ್ರಯತ್ನ ಮಾಡಬೇಕು. ಹೀಗೆ ಮಾಡುವುದರಿಂದ ಮಾತ್ರ ಸಮುದಾಯ ಕುರಿತು ಸಮಾಜದಲ್ಲಿ ಒಳ್ಳೆಯ ಭಾವನೆ ಮೂಡುತ್ತದೆ. ದುರದೃಷ್ಟವಶಾತ್ ಮುಸ್ಲಿಮರಿಗೆ ಇದು ಅರ್ಥವಾಗಿಲ್ಲ. ಹಲವಾರು ದಶಕಗಳಿಂದ ಸರ್ಕಾರಗಳಿಗೆ ಬೇಡಿಕೆ ಸಲ್ಲಿಸುವುದಕ್ಕೆ ಗಮನ ನೀಡಿದ್ದಾರೆ ಹೊರತು ಸ್ವಂತ ಪ್ರಯತ್ನ ಮಾಡಿಲ್ಲ. ಈಗಲಾದರೂ ನಾವು ಅಭಿವೃದ್ಧಿಗೆ ಅಗತ್ಯವಾದ ಹಣವನ್ನು ಸಮುದಾಯದೊಳಗಿನಿಂದ ಹೇಗೆ ಸಂಗ್ರಹಿಸುವುದು ಎಂದು ಯೋಚಿಸೋಣ.

ವರ್ಷ 2020ರಲ್ಲಿ ಭಾರತದ ಜಿಡಿಪಿ ಸುಮಾರು 3000 ಶತಕೋಟಿ ಡಾಲರ್‌ಗಳಷ್ಟು ಆಗಿತ್ತು. ಜಿಡಿಪಿಯಲ್ಲಿ ಸರಾಸರಿ 31% ಉಳಿತಾಯವನ್ನು ಭಾರತೀಯರು ಮಾಡುತ್ತಿದ್ದು, ಕುಟುಂಬ ಮಟ್ಟದಲ್ಲಿ ಉಳಿತಾಯದ ರಾಷ್ಟ್ರೀಯ ಸರಾಸರಿ ಜಿಡಿಪಿಯ 7.2% ಆಗಿದೆ. ಭಾರತದ ಜನಸಂಖ್ಯೆಯ 14.5% ಅಂದರೆ ಸುಮಾರು 20 ಕೋಟಿ ಭಾರತೀಯ ಮುಸ್ಲಿಮರು ಇದ್ದಾರೆ. ಭಾರತದ 3000 ಶತಕೋಟಿ ಡಾಲರ್ ಜಿಡಿಪಿಯಲ್ಲಿ 14.5% ಅಂದರೆ, 420 ಶತಕೋಟಿ ಡಾಲರ್ ಮುಸ್ಲಿಮರ ಕೊಡುಗೆ ಆಗುತ್ತದೆ. ಇದರಲ್ಲಿ ಉಳಿತಾಯವು 60.9 ಶತಕೋಟಿ ಡಾಲರ್‌ಗಳಾಗುತ್ತದೆ. ಆದರೆ ಭಾರತೀಯ ಮುಸ್ಲಿಮ್ ಸಮುದಾಯ ಆರ್ಥಿಕವಾಗಿ ಹಿಂದುಳಿದಿರುವ ಕಾರಣ, ಮುಸ್ಲಿಮ್‌ರ ಜಿಡಿಪಿ 300 ಶತಕೋಟಿ ಡಾಲರ್‌ಗಳಷ್ಟು ಎಂದು ಪರಿಗಣಿಸೋಣ. ಆಗಲೂ ಕೂಡ ಉಳಿತಾಯವು 45 ಶತಕೋಟಿ ಡಾಲರ್‌ಗಳಾಗುತ್ತದೆ.

ಮುಸ್ಲಿಮ್ ಸಮುದಾಯದ ಶೈಕ್ಷಣಿಕ ಅಭಿವೃದ್ಧಿಗಾಗಿ ಅಗತ್ಯವಿರುವ ಮೂಲಭೂತ ಸೌಕರ್ಯಗಳು(ಈ ಕುರಿತು ಈಗಾಗಲೇ ವಿವರಿಸಲಾಗಿದೆ) ಅಭಿವೃದ್ಧಿ ಮಾಡಲು 10 ವರ್ಷಗಳಲ್ಲಿ ಸುಮಾರು 2,00,000 ಕೋಟಿ ರೂಪಾಯಿಗಳು ಬೇಕಾಗಬಹುದು ಎಂದು ಭಾವಿಸೋಣ. ಅಂದರೆ ಪ್ರತಿವರ್ಷ ಸುಮಾರು 20,000 ಕೋಟಿ ರೂಪಾಯಿಗಳು ಅಥವಾ 2.7 ಶತಕೋಟಿ ಡಾಲರ್‌ಗಳು ಬೇಕಾಗುತ್ತವೆ. ಅಂದರೆ ಪ್ರತಿವರ್ಷ ಮುಸ್ಲಿಮರ ಜಿಡಿಪಿ

ಉಳಿತಾಯದಲ್ಲಿ ಕೇವಲ 2.2% ಮಾತ್ರ ನಮಗೆ ಬೇಕಾಗುತ್ತದೆ. ನಮಗೆ ಬೇಕಾದ ಶೈಕ್ಷಣಿಕ ಮೂಲಭೂತ ಸೌಲಭ್ಯಗಳನ್ನು ಅಭಿವೃದ್ಧಿ ಮಾಡಲು ಪ್ರತಿ ವರ್ಷ ಅಗತ್ಯವಾದ 20,000 ಕೋಟಿ ರೂಪಾಯಿಗಳು ನಮ್ಮ ಸಮುದಾಯದ ಉಳಿತಾಯದ ಹಣದಿಂದಲೇ ನಮಗೆ ಸಿಗುತ್ತದೆ.

ನಾವು ಅಂದು ಕೊಂಡಷ್ಟು ಭಾರತೀಯ ಮುಸ್ಲಿಮರ ಅರ್ಥಿಕ ಸ್ಥಿತಿಗತಿ ಶೋಚನೀಯವಾಗಿಲ್ಲವೆಂದು ಮೇಲಿನ ಲೆಕ್ಕಾಚಾರದಿಂದ ತಿಳಿಯಬಹುದು. ಮೂಲಭೂತ ಸೌಲಭ್ಯ ಅಭಿವೃದ್ಧಿ ಮಾಡಲು ಬೇಕಾದ ಹಣವನ್ನು ಮುಸ್ಲಿಮರು ಸಂಗ್ರಹಿಸಿ ಬಳಸಲು ಸಾಧ್ಯವಿದೆ. ಮುಂದಿನ ಪೀಳಿಗೆ ಸಮಾಜದಲ್ಲಿ ಗೌರವದಿಂದ ಬದುಕಲು ಮತ್ತು ದೇಶದ ಅಭಿವೃದ್ಧಿಗೆ ಕೊಡುಗೆ ನೀಡಲು ಸಾಧ್ಯವಾಗುವಂತೆ, ಭವಿಷ್ಯದ ದೃಷ್ಟಿಯಿಂದ ಮುಸ್ಲಿಮರು ಈ ಕುರಿತು ಯೋಚಿಸಬೇಕಾಗಿದೆ.

ವಕ್ಫ್‌ಗಳ ಪಾತ್ರ ಕುರಿತು ಚಿಂತನೆ

ಭಾರತದಲ್ಲಿರುವ ವಕ್ಫ್‌ಗೆ ಸೇರಿರುವ ಸಾವಿರಾರು ಆಸ್ತಿಗಳನ್ನು ಸರಿಯಾಗಿ ನಿರ್ವಹಿಸುವುದರಿಂದ ಕೂಡಾ ಮುಸ್ಲಿಮ್ ಸಮುದಾಯದ ಅಭಿವೃದ್ಧಿ ಯೋಜನೆಗಳಿಗೆ ಬೇಕಾದ ಹಣ ಸಂಗ್ರಹಿಸಬಹುದು. ಭಾರತದಲ್ಲಿ 6,00,000 ವಕ್ಫ್‌ಗಳಿದ್ದು, ಒಟ್ಟಾರೆಯಾಗಿ ಬೃಹತ್ ಪ್ರಮಾಣದ ಆಸ್ತಿಯನ್ನು ಹೊಂದಿವೆ. ಪ್ರತಿ ರಾಜ್ಯದಲ್ಲಿರುವ ವಕ್ಫ್ ಆಸ್ತಿಗಳನ್ನು ಸರ್ವೇ ಮಾಡುವ ರಾಜ್ಯ ಸರ್ಕಾರಗಳು, ಅಂಕಿ ಅಂಶಗಳ ಮಾಹಿತಿಯನ್ನು ರಾಜ್ಯ ಗೆಜೆಟ್ ಪತ್ರದಲ್ಲಿ ಪ್ರಕಟಿಸುತ್ತವೆ. ವಕ್ಫ್ ಆಕ್ಟ್ 1995 ಕಾನೂನು ಪ್ರಕಾರ ಭಾರತದಲ್ಲಿರುವ ವಕ್ಫ್ ಆಸ್ತಿಗಳನ್ನು ನಿರ್ವಹಿಸಲಾಗುತ್ತಿದೆ. ಪ್ರತಿಯೊಂದು ರಾಜ್ಯದಲ್ಲಿ ವಕ್ಫ್ ಆಸ್ತಿ ನಿರ್ವಹಣೆಗಾಗಿ ವಕ್ಫ್‌ಬೋರ್ಡ ರಚಿಸಲಾಗಿದೆ.

ಆದರೆ ವಾಸ್ತವಾಗಿ ನೋಡಿದಾಗ ಭಾರತದಲ್ಲಿರುವ ವಕ್ಫ್ ನಿರ್ವಹಣೆ ಕುರಿತು ಬಹಳ ದುಃಖವಾಗುತ್ತದೆ. ಅನೇಕ ವಕ್ಫ್ ಆಸ್ತಿಗಳನ್ನು ಅನಧಿಕೃತವಾಗಿ ಒತ್ತುವರಿ ಮಾಡಿಕೊಂಡವರು ಬಳಸುತ್ತಿದ್ದಾರೆ. ಸಮರ್ಪಕ ನಿರ್ವಹಣೆ ಇಲ್ಲದೆ ಅನೇಕ ಆಸ್ತಿಗಳು ಹಾಳಾಗುತ್ತಿವೆ. ದುರದೃಷ್ಟವಶಾತ್ ಅನೇಕ ಮುಸ್ಲಿಮರು ವಕ್ಫ್ ಆಸ್ತಿಗಳ ರಕ್ಷಣೆ ಅಥವಾ ಅಭಿವೃದ್ಧಿಯಲ್ಲಿ ಭಾಗವಹಿಸಿದೆ ಬಹಳ ನಿರ್ಲಕ್ಷದಿಂದ ಇದ್ದಾರೆ.ವಕ್ಫ್‌ಆಸ್ತಿಗಳ ಒತ್ತುವರಿ ಮತ್ತು ಅಕ್ರಮ ಬಳಕೆದಾರರಲ್ಲಿ ಕೂಡಾ ಮುಸ್ಲಿಮರೇ ಹೆಚ್ಚಾಗಿದ್ದಾರೆ. 2013ರಲ್ಲಿ ವಕ್ಫ ಕಾನೂನು ತಿದ್ದುಪಡಿಯ ಮೂಲಕ ವಕ್ಫ್ ಆಸ್ತಿಗಳನ್ನು ಒತ್ತುವರಿ ಮಾಡಿಕೊಂಡವರ ವಿರುದ್ಧ ಕ್ರಮ ಕೈಗೊಳ್ಳಲು ವಕ್ಫ್‌ಬೋರ್ಡಗೆ ಸಾಕಷ್ಟು ಅಧಿಕಾರ ನೀಡಲಾಗಿದೆ. ಯಾವುದೇ ಅಧಿಕೃತ ದಾಖಲೆ ಇಲ್ಲದೆ, ವಕ್ಫ್ ಆಸ್ತಿಯನ್ನು ಬಳಸುವುದನ್ನು ಕ್ರಿಮಿನಲ್ ಅಪರಾಧವೆಂದು ಪರಿಗಣಿಸಲಾಗಿದೆ ಮತ್ತು ಇಂತಹವರಿಗೆ ಜೈಲು ಶಿಕ್ಷೆಯನ್ನು ವಿಧಿಸಬಹುದಾಗಿದೆ. ಪ್ರತಿಯೊಂದು ರಾಜ್ಯದಲ್ಲಿ ವಕ್ಫ್ ಬೋರ್ಡಗಳು ಇದ್ದರೂ, ಸಾಮಾನ್ಯವಾಗಿ ಈ ಬೋರ್ಡಗಳು ಸರಿಯಾಗಿ ಕೆಲಸ ಮಾಡುತ್ತಿಲ್ಲ. ಮುಸ್ಲಿಮರಿಗೆ ವಕ್ಫ್

ಆಸ್ತಿಗಳ ರಕ್ಷಣೆ ಮತ್ತು ಅಭಿವೃದ್ಧಿಯಲ್ಲಿ ಆಸಕ್ತಿ ಇಲ್ಲದ ಕಾರಣ, ಅನೇಕ ರಾಜ್ಯ ಸರ್ಕಾರಗಳು ವಕ್ಫ್ ಬೋರ್ಡ್ ಹೇಗೆ ಕೆಲಸ ಮಾಡುತ್ತಿದೆ ಎಂದು ಅಗತ್ಯ ಗಮನ ನೀಡುವುದಿಲ್ಲ. ಭಾರತದಲ್ಲಿರುವ ವಕ್ಫ್‌ಗಳನ್ನು ಕುರಿತು ಕೆಲವು ಮುಸ್ಲಿಮರು ಹೆಮ್ಮೆಯಿಂದ ಹೇಳಿಕೊಂಡರೆ, ಅಪಾರ ಪ್ರಮಾಣದ ವಕ್ಫ್ ಆಸ್ತಿ ಬಗ್ಗೆ ಕೆಲವರು ಹೆಮ್ಮೆ ಪಡುತ್ತಾರೆ ಆದರೆ ವಕ್ಫ್ ಆಸ್ತಿಗಳನ್ನು ಕುರಿತು ರಚನಾತ್ಮಕವಾಗಿ ಏನಾದರೂ ಮಾಡಲು ಮಾತ್ರ ಯಾರೂ ಮುಂದೆ ಬರುವುದಿಲ್ಲ.

ಭಾರತದಲ್ಲಿರುವ ಒಟ್ಟು ವಕ್ಫ್ ಆಸ್ತಿಗಳ ಮಾರುಕಟ್ಟೆ ಮೌಲ್ಯವು ಸುಮಾರು 20ರಿಂದ 30 ಶತಕೋಟಿ ಡಾಲರ್‌ಗಳು ಎಂದು ಅಂದಾಜು ಮಾಡಬಹುದು. ಆದರೆ ಈ ಆಸ್ತಿಗಳನ್ನು ಅಭಿವೃದ್ಧಿ ಮಾಡಿ, ಆದಾಯ ತರುವಂತೆ ಮಾಡದಿದ್ದರೆ, ಈ ಆಸ್ತಿಗಳ ಲಾಭ ಮುಸ್ಲಿಮರಿಗೆ ದೊರೆಯುವುದಿಲ್ಲ. ಒಂದು ವೇಳೆ ಈ ಆಸ್ತಿಗಳನ್ನು ಅಭಿವೃದ್ಧಿ ಮಾಡಿ, ಸರಿಯಾಗಿ ನಿರ್ವಹಿಸಿದ್ದರೆ, ಪ್ರತಿ ವರ್ಷ ಅಪಾರ ಪ್ರಮಾಣದ ಹಣ ದೊರೆಯುತ್ತಿತ್ತು ಮತ್ತು ಇದರಿಂದ ಮುಸ್ಲಿಮರ ಅಭಿವೃದ್ಧಿ ಯೋಜನೆಗಳಿಗೆ ಬೇಕಾದ ಹಣ ನೀಡಬಹುದಾಗಿತ್ತು. ಆದರೆ ಭಾರತದಲ್ಲಿರುವ ವಕ್ಫ್ ಆಸ್ತಿಗಳನ್ನು ಅಭಿವೃದ್ಧಿ ಮಾಡಿ, ಆದಾಯ ಬರುವಂತೆ ಮಾಡುವ ಪ್ರಯತ್ನ ಎಲ್ಲೂ ನಡೆಯುತ್ತಿಲ್ಲ. ವಕ್ಫ್‌ಗಳ ಪರಿಸ್ಥಿತಿ ಇಷ್ಟು ಶೋಚನೀಯವಾಗಲು, ಎಲ್ಲಾ ಮುಸ್ಲಿಮ್ ನಾಯಕರು ಹಾಗೂ ಸ್ವತಃ ಮುಸ್ಲಿಮರೇ ಕಾರಣರಾಗಿದ್ದಾರೆ.

ವಕ್ಫ್ ಆಸ್ತಿಗಳನ್ನು ಸರಿಯಾಗಿ ಅಭಿವೃದ್ಧಿ ಮಾಡಿದರೆ, ಅದರಿಂದ ದೊರೆಯುವ ಆದಾಯದಿಂದ 10 ಅಲ್ಲ 1000 ಅಂತರಾಷ್ಟ್ರೀಯ ಮಟ್ಟದ ಶಿಕ್ಷಣ ಸಂಸ್ಥೆಗಳನ್ನು ಪ್ರಾರಂಭಿಸಲು ವಕ್ಫ್ ಬೋರ್ಡ್‌ಗಳಿಗೆ ಸಾಧ್ಯವಿದೆ. ಆದರೆ ಭಾರತದಲ್ಲಿ ವಕ್ಫ್ ಬೋರ್ಡ್‌ಗಳ ಆಡಳಿತ ಸಂಪೂರ್ಣವಾಗಿ ಹದೆಗೆಟ್ಟಿದೆ. ವಕ್ಫ್ ಆಸ್ತಿಗಳ ರಕ್ಷಣೆ ಮತ್ತು ಅಭಿವೃದ್ಧಿಗಾಗಿ ಇರುವ ಕಾನೂನನ್ನು ವಕ್ಫ್ ಬೋರ್ಡ್‌ಗಳೇ ಉಲ್ಲಂಘಿಸುತ್ತಿವೆ. ಬಹಿರಂಗವಾಗಿ ಅಮೂಲ್ಯವಾದ ವಕ್ಫ್ ಆಸ್ತಿಗಳನ್ನು ಅತಿಕ್ರಮಣ ಮಾಡಿಕೊಳ್ಳಲಾಗುತ್ತಿದೆ. ಅನೇಕ ಸಲ, ವಕ್ಫ್ ಕಾನೂನು ಅನುಷ್ಠಾನ ಮಾಡಬೇಕಾದವರಿಗೆ ಈ ಕುರಿತು ಆಸಕ್ತಿ ಇಲ್ಲವಾಗಿದೆ.

ಮುಸ್ಲಿಮರು ಆತ್ಮವಲೋಕನ ಮಾಡಿಕೊಂಡು ತಪ್ಪುಗಳು ಎಲ್ಲಿ ಆಗಿವೆ ಎಂದು ತಿಳಿದುಕೊಳ್ಳಬೇಕಾಗಿದೆ. ವಕ್ಫ್ ಬೋರ್ಡ್‌ಗಳು ಹೀಗೇಕೆ ಕೆಲಸ ಮಾಡುತ್ತಿವೆ ಎಂದು ಮುಸ್ಲಿಮರು ಪ್ರಶ್ನಿಸಬೇಕಾಗಿದೆ. ವಕ್ಫ್ ಆಸ್ತಿಗಳು ಮೊದಲಾದ ಸಮುದಾಯದ ಆಸ್ತಿಗಳ ಶೋಚನೀಯ ಪರಿಸ್ಥಿತಿ ಕುರಿತು ಮುಸ್ಲಿಮ್ ಧಾರ್ಮಿಕ ಮುಖಂಡರು ಮತ್ತು ರಾಜಕೀಯ "ನಾಯಕ"ರನ್ನು ಮುಸ್ಲಿಮರು ಪ್ರಶ್ನಿಸಬೇಕಾಗಿದೆ. ಮುಸ್ಲಿಮರ ಭಾವನೆಗಳನ್ನು ಕೆರಳಿಸುವುದು ಬಹಳ ಸುಲಭ. ತಮ್ಮನ್ನು ಮುಸ್ಲಿಮರ ನಾಯಕರು ಎಂದು ಹೇಳಿಕೊಳ್ಳುವ ಅನೇಕ ಮುಸ್ಲಿಮರು, ವಕ್ಫ್ ಕುರಿತು ಬಹಳ ದೊಡ್ಡ ಭಾಷಣ ಮಾಡುತ್ತಾರೆ, ಎಂತಹ ಶೋಚನೀಯ ಪರಿಸ್ಥಿತಿಯಲ್ಲಿ ಇದ್ದೇವೆ ಎಂದು ಗೋಳಾಡುತ್ತಾರೆ ಆದರೆ ಸಮಸ್ಯೆ ಪರಿಹರಿಸಲು ಎಷ್ಟು ಜನ ಮುಂದಾಗಿದ್ದಾರೆ? ವಕ್ಫ್ ಕುರಿತು

ಸಮಾವೇಶಗಳನ್ನು ನಡೆಸುತ್ತಾರೆ ಆದರೆ ಅಗತ್ಯವಾದ ಕೆಲಸ ಮಾಡಬೇಕಾದಾಗ ಮಾತ್ರ ಸುಮ್ಮನಿರುತ್ತಾರೆ. ಅವರ ಭಾವನೆಗಳು ಮತ್ತು ಅವರು ತಣ್ಣಗಾಗಿ ಬಿಡುತ್ತಾರೆ. ವಕ್ಫ್ ಬೋರ್ಡ ಆಡಳಿತ ಸರಿಪಡಿಸಬೇಕು, ವಕ್ಫ್ ಆಸ್ತಿಗಳ ಅತಿಕ್ರಮಣ ಮತ್ತು ದುರ್ಬಳಕೆ ತಡೆಯಬೇಕು ಎಂದು ಕರೆ ನೀಡಿದರೆ, ಇದು ನಮಗೆ ಸಂಬಂಧಿಸಿದ ವಿಷಯವಲ್ಲವೆನ್ನುವಂತೆ ಈ ನಾಯಕರು ಆಸಕ್ತಿ ತೋರಿಸುವುದಿಲ್ಲ.

ಭಾರತದ ಅನೇಕ ಕಡೆ, ದೊಡ್ಡ ಪ್ರಮಾಣದಲ್ಲಿ ವಕ್ಫ್ ಆಸ್ತಿಗಳನ್ನು ಹೊಂದಿರುವ ಮುಸ್ಲಿಮರು ಅದೃಷ್ಟವಂತರು. ವಕ್ಫ ಆಸ್ತಿಗಳನ್ನು ಸರಿಯಾಗಿ ಅಭಿವೃದ್ಧಿ ಮಾಡಿ ಆದಾಯ ಬರುವಂತೆ ಮಾಡಿದ್ದರೆ, ಮುಸ್ಲಿಮರು ಮತ್ತು ಇತರೆ ಸಮುದಾಯದವರಿಗೂ ಅನುಕೂಲವಾಗುವಂತಹ ಅನೇಕ ಸೌಲಭ್ಯಗಳು ಮತ್ತು ಸೌಕರ್ಯಗಳ ನಿರ್ಮಾಣ ಮಾಡಲು ಅಗತ್ಯವಾದ ಹಣ ದೊರೆಯುತ್ತಿತ್ತು. ದುರದೃಷ್ಟವಶಾತ್ ವಕ್ಫ್ ಆಸ್ತಿಗಳನ್ನು ನಿರ್ವಹಿಸಬೇಕಾದ ವಕ್ಫ್ ಬೋರ್ಡಗಳೇ ಶೋಚನೀಯ ಪರಿಸ್ಥಿತಿಯಲ್ಲಿವೆ. ವಕ್ಫ್ ಬೋರ್ಡ ಸದಸ್ಯರು, ಸಿಇಓಗಳು ಮುಸ್ಲಿಮರೇ ಆಗಿರುವುದರಿಂದ, ವಕ್ಫ್ ಬೋರ್ಡಗಳ ಈಗಿನ ಪರಿಸ್ಥಿತಿಗೆ ಮುಸ್ಲಿಮರೇ ಕಾರಣರಾಗುತ್ತಾರೆ. ವಕ್ಫ ಬೋರ್ಡಗಳು ಸರಿಯಾಗಿ ಕೆಲಸ ಮಾಡುತ್ತಿಲ್ಲವೆಂದರೂ ಮುಸ್ಲಿಮರೇ ಕಾರಣರಾಗುತ್ತಾರೆ.

2013ರಲ್ಲಿ ವಕ್ಫ್ ಕಾನೂನು ತಿದ್ದುಪಡಿಯಾದ ನಂತರ ವಕ್ಫ್ ಬೋರ್ಡಗಳಿಗೆ ಆಸ್ತಿಗಳ ಅತಿಕ್ರಮಣವನ್ನು ತಡೆಯಲು ಮತ್ತು ಆಸ್ತಿಗಳನ್ನು ಅಭಿವೃದ್ಧಿಪಡಿಸಲು ಸಾಕಷ್ಟು ಅಧಿಕಾರ ನೀಡಲಾಗಿದೆ. ಹೀಗಿದ್ದರೂ ವಕ್ಫ ಆಸ್ತಿಗಳನ್ನು ಕುರಿತು ಮತ್ತು ಮುಸ್ಲಿಮ್ ಸಮುದಾಯದ ಅಭಿವೃದ್ಧಿಗಾಗಿ ವಕ್ಫ್ ಆಸ್ತಿಗಳು ನೆರವಾಗುವುದನ್ನು ಕುರಿತು ಮುಸ್ಲಿಮ್ ಸಮುದಾಯದಲ್ಲಿ ಜಾಗೃತಿ ಮೂಡಿಸಲಾಗಿಲ್ಲ. ವಕ್ಫ ಆಸ್ತಿಗಳ ಪರಿಸ್ಥಿತಿ ಕುರಿತು ಜನರಲ್ಲಿ ಜಾಗೃತಿ ಮೂಡಿಸಬೇಕು ಮತ್ತು ಮುಸ್ಲಿಮ್ ಧಾರ್ಮಿಕ ಮುಖಂಡರು ಮತ್ತು ರಾಜಕೀಯ ನಾಯಕರು ವಕ್ಫ್ ಆಸ್ತಿಗಳನ್ನು ಕುರಿತು ಹೊಣೆ ಹೊರಬೇಕು. ಸಾಮಾನ್ಯ ಮುಸ್ಲಿಮರ ಭಾವನೆಗಳನ್ನು ಕೆರಳಿಸಿ, ತಮ್ಮ ಸ್ವಾರ್ಥ ಸಾಧನೆಗಾಗಿ ಬಳಸಿಕೊಳ್ಳುವುದಕ್ಕೆ ಮಾತ್ರ ಈ ನಾಯಕರು ಸೀಮಿತರಾಗಬಾರದು. ವಕ್ಫ ಆಸ್ತಿಗಳು ಹೇಗೆ ಹಾಳಾದವು ಮತ್ತು ಬೇರೆಯವರ ಪಾಲಾದವು ಎಂದು ನಾಯಕರನ್ನು ಕೇಳುವ ಅವಕಾಶ ಈಗ ಮುಸ್ಲಿಮರಿಗೆ ದೊರೆತಿದೆ.

ಝ್ಕಾತ್ ಸರಿಯಾಗಿ ಬಳಸುವುದು ಹೇಗೆ

ಮುಸ್ಲಿಮ್ ಸಮುದಾಯದ ಅಭಿವೃದ್ಧಿಗಾಗಿ ಅಗತ್ಯವಾದ ಹಣವನ್ನು ಝ್ಕಾತ್ ಮೂಲಕ ಕೂಡಾ ಪಡೆಯಬಹುದು. ಕುರ್‌ಆನ್ (9:103)ರಲ್ಲಿ ಹೀಗೆ ಹೇಳಲಾಗಿದೆ "(ದೂತರೇ,) ನೀವು ಅವರ ಸಂಪತ್ತುಗಳಿಂದ (ಕಡ್ಡಾಯ) ದಾನವನ್ನು ಸಂಗ್ರಹಿಸಿರಿ ಮತ್ತು ಆ ಮೂಲಕ ಅವರನ್ನು ನಿರ್ಮಲಗೊಳಿಸಿರಿ ಮತ್ತು ಶುದ್ಧೀಕರಿಸಿರಿ ಮತ್ತು ಅವರ ಪರವಾಗಿ ಪ್ರಾರ್ಥಿಸಿರಿ.

ನಿಮ್ಮ ಪ್ರಾರ್ಥನೆಯು ಅವರ ಪಾಲಿಗೆ ಶಾಂತಿದಾಯಕವಾಗಿರುತ್ತದೆ. ಅಲ್ಲಾಹನಂತು ಎಲ್ಲವನ್ನೂ ಕೇಳುವವನು ಹಾಗೂ ಬಲ್ಲವನಾಗಿದ್ದಾನೆ "

ಆರ್ಥಿಕವಾಗಿ ಸ್ಥಿತಿವಂತರಾದ ಮುಸ್ಲಿಮರು, ಪ್ರತಿವರ್ಷ ತಮ್ಮ ಹತ್ತಿರವಿರುವ ಸಂಪತ್ತಿನಲ್ಲಿ ಒಂದು ಭಾಗವನ್ನು ಬಡವರು ಮತ್ತು ದಾನ ಧರ್ಮಕ್ಕಾಗಿ ಕೊಡಬೇಕಾಗಿದೆ. ಮುಸ್ಲಿಮ್ ವೃತ್ತಿಪರ ಸಂಘಟನೆಯು ಅಖಿಲ ಭಾರತ ಮಟ್ಟದಲ್ಲಿ ನಡೆಸಿದ ಅಧ್ಯಯನವೊಂದರ ಪ್ರಕಾರ, ಈ ಅಧ್ಯಯನದಲ್ಲಿ ಭಾಗವಹಿಸಿದ 4500ಕ್ಕೂ ಹೆಚ್ಚು ಜನ ಮುಸ್ಲಿಮರಲ್ಲಿ 77% ಜನರು, ಭಾರತೀಯ ಮುಸ್ಲಿಮರ ಅಭಿವೃದ್ಧಿಯಲ್ಲಿ ಝಕಾತ್ ದೊಡ್ಡ ಕೊಡುಗೆಯನ್ನು ನೀಡಲು ಸಾಧ್ಯವಿದೆ ಎಂದು ಹೇಳಿದ್ದಾರೆ. 47% ಜನರು ಝಕಾತ್ ಹಣವನ್ನು ಮುಸ್ಲಿಮರ ಶೈಕ್ಷಣಿಕ ಮಟ್ಟ ಸುಧಾರಿಸಲು ನೀಡಬೇಕು ಎಂದು ಅಭಿಪ್ರಾಯ ಪಟ್ಟಿದ್ದಾರೆ. ಮುಸ್ಲಿಮ್ ಸಮುದಾಯದ ಎಲ್ಲಾ ವರ್ಗದವರಿಂದ ಆರಿಸಲಾದ 4500ಕ್ಕೂ ಹೆಚ್ಚು ಜನರಿಗೆ ಈ ಅಧ್ಯಯನ ಕುರಿತು ಪ್ರಶ್ನಾವಳಿಯನ್ನು ಕಳುಹಿಸಲಾಗಿತ್ತು.

ಪ್ರತಿ ವರ್ಷ ಝಕಾತ್ ಗಾಗಿ ಕೋಟ್ಯಾಂತರ ರೂಪಾಯಿ ಹಣ ನೀಡಲಾಗುತ್ತಿದೆ. ಇಷ್ಟು ದೊಡ್ಡ ಮೊತ್ತ ನೀಡಲಾಗುತ್ತಿದ್ದರೂ, ಸಮುದಾಯದ ಅಭಿವೃದ್ಧಿಯಾಗುತ್ತಿಲ್ಲವೆಂದು ನೋಡಬಹುದು. ಪ್ರತಿವರ್ಷ ಎಷ್ಟು ಹಣ ಝಕಾತ್ ರೂಪದಲ್ಲಿ ಸಂಗ್ರಹವಾಗುತ್ತಿದೆ ಎಂದು ಅಂಕಿ ಅಂಶಗಳು ಇಲ್ಲ. ಆದರೆ ಮುಸ್ಲಿಮರ ಜನಸಂಖ್ಯೆಯನ್ನು ಪರಿಗಣಿಸಿದಾಗ, ಅಪಾರ ಮೊತ್ತದ ಹಣ ಸಂಗ್ರಹವಾಗುತ್ತಿದೆ ಎಂದು ಖಂಡಿತವಾಗಿಯೂ ಹೇಳಬಹುದು. ಸ್ಪಷ್ಟವಾದ ಉದ್ದೇಶವಿಲ್ಲದೆ, ಅನೇಕ ಉದ್ದೇಶಗಳಿಗಾಗಿ ಈ ಹಣ ನೀಡಲಾಗುತ್ತಿದೆ. ಅನೇಕ ದಾನಿಗಳು ಕೂಡಾ ತಾವು ನೀಡಿದ ಹಣವನ್ನು ಸ್ವೀಕರಿಸಿದ ಮುಸ್ಲಿಮರ ಜೀವನ ಸುಧಾರಣೆಯಾಗಿರುವುದೇ ಎಂದು ನೋಡಲು ಹೋಗುವುದಿಲ್ಲ. ಸಾಮಾನ್ಯವಾಗಿ ಝಕಾತ್ ರೂಪದಲ್ಲಿ ಸಂಗ್ರಹಿಸಿದ ಹಣವನ್ನು ಮದರಸಾಗಳಿಗೆ ಧಾರ್ಮಿಕ ಶಿಕ್ಷಣ ನೀಡಲು ಅಥವಾ ಸ್ವಲ್ಪ ಪ್ರಮಾಣದ ಹಣವನ್ನು ಅನೇಕ ಜನರಿಗೆ ಹಂಚಲು ಬಳಸಲಾಗುತ್ತದೆ.

ಝಕಾತ್ ಹಣವನ್ನು ಹೇಗೆ ಸದುಪಯೋಗ ಪಡಿಸಿಕೊಳ್ಳಬೇಕು ಎಂದು ಮುಸ್ಲಿಮರು ಚಿಂತಿಸಬೇಕಾಗಿದೆ. ಸಮಾಜದಲ್ಲಿರುವ ಅತ್ಯಂತ ಬಡವರ ಪರಿಸ್ಥಿತಿ ಸುಧಾರಿಸಲು ಈ ಹಣವನ್ನು ಹೇಗೆ ಬಳಸಬಹುದು? ಈ ಉದ್ದೇಶಕ್ಕಾಗಿ ಸಂಸ್ಥೆಯೊಂದನ್ನು ಸ್ಥಾಪಿಸುವುದು ಅಗತ್ಯವಾಗಬಹುದೇ? ಝಕಾತ್ ಹಣದ ಮೇಲೆ ಅವಲಂಬನೆ ಹೊಂದಿರುವ ಮದರಸಾಗಳ ಧಾರ್ಮಿಕ ಮುಖಂಡರು, ಈ ರೀತಿ ಸಂಸ್ಥೆಯೊಂದನ್ನು ಸ್ಥಾಪಿಸಿ ಝಕಾತ್ ಹಣವನ್ನು ಸಂಗ್ರಹಿಸಿ, ಸೂಕ್ತವಾಗಿ ಬಳಸುವುದಕ್ಕೆ ಮತ್ತು ಝಕಾತ್ ಹಣದಿಂದ ಆಧುನಿಕ ಶಿಕ್ಷಣವನ್ನು ನೀಡುವುದಕ್ಕೆ ಒಪ್ಪುತ್ತಾರಾ?

ಬಡ್ಡಿ ಕುರಿತು ಚಿಂತನೆ

ಇಸ್ಲಾಮ್‌ನಲ್ಲಿ ಬಡ್ಡಿ ವ್ಯವಹಾರವನ್ನು ನಿಷೇಧಿಸಿದೆ, ಅನೇಕ ಮುಸ್ಲಿಮರು ಬಡ್ಡಿ ಪಡೆಯುವುದನ್ನು ನಿಷೇಧಿಸಲಾಗಿದೆ, ಇತ್ಯಾದಿ ಎಂದು ಅರ್ಥ ಮಾಡಿಕೊಳ್ಳುತ್ತಾರೆ. ಹೀಗಾಗಿ ಬಡ್ಡಿ ಆಧಾರಿತ ವ್ಯವಹಾರಗಳು ಇಸ್ಲಾಮ್ ಪ್ರಕಾರ ಪಾಪವೆಂದು ಇವರು ಭಾವಿಸುತ್ತಾರೆ. ಇದರ ಪರಿಣಾಮವಾಗಿ ತಮ್ಮ ವ್ಯಾಪಾರಕ್ಕೆ ಅಗತ್ಯವಾದ ಸಾಲವನ್ನು ಪಡೆಯಲು ಅನೇಕ ಮುಸ್ಲಿಮರು ಒಪ್ಪುವುದಿಲ್ಲ. ವ್ಯಾಪಾರ, ವಾಣಿಜ್ಯ ಮತ್ತು ಉದ್ಯಮದಲ್ಲಿ ನಿರೀಕ್ಷಿತ ಸಂಖ್ಯೆಯಲ್ಲಿ ಮುಸ್ಲಿಮರು ಯಶಸ್ವಿಯಾಗಲು ಅಡ್ಡಿಯಾಗುತ್ತಿರುವ ಬಡ್ಡಿಯ ವಿಷಯವನ್ನು ಕುರಿತುಚಿಂತನೆ ಅಗತ್ಯವಿದೆ. ಅನೇಕ ಸಲ, ಬ್ಯಾಂಕುಗಳಲ್ಲಿ ತಾವು ಉಳಿತಾಯ ಮಾಡಿದ ಹಣಕ್ಕೆ ದೊರೆಯುವ ಬಡ್ಡಿಯನ್ನು ಮುಸ್ಲಿಮರು ಉಪಯೋಗಿಸುತ್ತಿಲ್ಲ. ಹೀಗಾಗಿ ಮುಸ್ಲಿಮ್ ಸಮುದಾಯದ ಆರ್ಥಿಕ ಪರಿಸ್ಥಿತಿ ಸುಧಾರಣೆಗೆ ಮತ್ತು ದೇಶದ ಅಭಿವೃದ್ಧಿಯಲ್ಲಿ ದೊಡ್ಡ ಮಟ್ಟದಲ್ಲಿ ಮುಸ್ಲಿಮರು ಭಾಗವಹಿಸುವುದಕ್ಕೆ ಹಿನ್ನಡೆಯಾಗುತ್ತಿದೆ.

ಯಾವುದೇ ಆರ್ಥಿಕ ವ್ಯವಸ್ಥೆಯ ಮುಖ್ಯ ಕೇಂದ್ರವು ಬ್ಯಾಂಕುಗಳಾಗಿವೆ. ಆದರೆ ಅನೇಕ ಮುಸ್ಲಿಮರು ಬ್ಯಾಂಕುಗಳಿಂದ ಸಾಲ ಪಡೆಯಲು ಮುಂದಾಗುತ್ತಿಲ್ಲ. ಆದರೆ ಈ ಪರಿಸ್ಥಿತಿಗೆ ಮುಸ್ಲಿಮರೇ ಕಾರಣರು ಹೊರತು ಬೇರೆಯವರಲ್ಲ. ಪ್ರಾಮಾಣಿಕ ಮುಸ್ಲಿಮ್ ವ್ಯಾಪಾರಿ ಅಥವಾ ಉದ್ಯಮಿಗೆ ತನ್ನ ವ್ಯಾಪಾರ ಹೆಚ್ಚು ಮಾಡಲು ಅಗತ್ಯವಾದ ಸಾಲವನ್ನು ಬ್ಯಾಂಕಿನಿಂದ ಪಡೆಯುವುದು ಅಥವಾ ಧರ್ಮದಲ್ಲಿ ಹೇಳಿರುವಂತೆ ನಡೆದುಕೊಳ್ಳುವುದು ಎನ್ನುವ ಸಂದಿಗ್ಧ ಆಯ್ಕೆ ಎದುರಾಗುತ್ತದೆ. ಆದರೆ, ಬಡ್ಡಿ ಪಡೆಯುವುದು ಅಥವಾ ನೀಡುವುದು ಹರಾಮ್ ಅಥವಾ ಇಸ್ಲಾಮಿನಲ್ಲಿ ನಿಷೇಧಿಸಲಾಗಿದೆ ಎಂದು ಫತ್ವಾ ಹೊರಡಿಸುವ ಕೆಲವು ಧಾರ್ಮಿಕ ಮುಖಂಡರಿಗೆ, ಸಮುದಾಯದ ಆರ್ಥಿಕ ಪರಿಸ್ಥಿತಿ ಕುರಿತು ತಮ್ಮ ಕೆಲಸ ಮುಗಿಯಿತು ಎನ್ನುವ ಭಾವನೆಯಿದೆ. ಬಡ್ಡಿ ಆಧಾರಿತ ಬ್ಯಾಂಕ್ ಸಾಲದ ಬದಲಾಗಿ ಏನು ಮಾಡಬಹುದು ಎಂದು ಯೋಚಿಸುವ ಮತ್ತು ಜನರಿಗೆ ತಿಳಿಸಲು ಈ ಮುಖಂಡರಿಗೆ ಆಸಕ್ತಿ ಇಲ್ಲ. ಕಳೆದ ಕೆಲವು ದಶಕಗಳಿಂದ, ಕೆಲವು ಮುಸ್ಲಿಮ್ ಆರ್ಥಿಕ ತಜ್ಞರು, ಪರ್ಯಾಯವಾಗಿ ಇಸ್ಲಾಮಿಕ್ ಬ್ಯಾಂಕಿಂಗ್ ವ್ಯವಸ್ಥೆಯನ್ನು ಸ್ಥಾಪಿಸಲು ಪ್ರಯತ್ನಿಸುತ್ತಿದ್ದಾರೆ ಆದರೆ ಅದು ನಿರೀಕ್ಷೆಯಷ್ಟು ಯಶಸ್ವಿಯಾಗಿಲ್ಲ.

ಇಸ್ಲಾಮಿಕ್ ಬ್ಯಾಂಕಿಂಗ್ ಕಲ್ಪನೆ ಅರ್ಥ ಮಾಡಿಕೊಳ್ಳಲು ಇಸ್ಲಾಮಿಕ್ ಆರ್ಥಿಕ ಸಿದ್ಧಾಂತವನ್ನು ಮೊದಲು ಅರ್ಥ ಮಾಡಿಕೊಳ್ಳಬೇಕು. ವ್ಯಾಪಾರದ ಉದ್ದೇಶಕ್ಕಾಗಿ ಅಥವಾ ಯಾವುದೇ ಉದ್ದೇಶಕ್ಕಾಗಿ ನಡೆಯುವ ವ್ಯವಹಾರದಲ್ಲಿ ನ್ಯಾಯ, ಸಮಾನತೆ ಮತ್ತು ಪ್ರಾಮಾಣಿಕತೆ ಇರಬೇಕು ಎನ್ನುವುದು ಇಸ್ಲಾಮಿನ ಮೂಲ ಉದ್ದೇಶವಾಗಿದೆ. ಎಲ್ಲಾ ರೀತಿಯ ಶೋಷಣೆಯನ್ನು ಇಸ್ಲಾಮ್ ವಿರೋಧಿಸುತ್ತದೆ. ಇಸ್ಲಾಮ್ ಈ ಕುರಿತು ಹೇಳಿರುವಂತೆ ನಾವು ಬೇರೆ ಧರ್ಮಗಳಲ್ಲಿ ಕೂಡಾ ಹೇಳಿರುವುದನ್ನು ನೋಡಬಹುದು.

ಆರ್ಥಿಕ ವ್ಯವಸ್ಥೆ ಕುರಿತು ಮತ್ತು ವಿಶೇಷವಾಗಿ ನ್ಯಾಯ ಹಾಗೂ ಶೋಷಣೆಯನ್ನು ಅಂತ್ಯಗೊಳಿಸಲು ಇಸ್ಲಾಮ್‌ನಲ್ಲಿ ಹೇಳಿರುವುದನ್ನು ಆಧಾರವಾಗಿಟ್ಟುಕೊಂಡು ಸಮಕಾಲೀನ ಆರ್ಥಿಕತಜ್ಞರು ನ್ಯಾಯ ಮತ್ತು ಸಮಾನತೆ ಆಧಾರಿತ ಆರ್ಥಿಕ ವ್ಯವಸ್ಥೆಯನ್ನು ಅಭಿವೃದ್ಧಿ ಪಡಿಸಲು ಯತ್ನಿಸುತ್ತಿದ್ದಾರೆ.

ಸುಭದ್ರವಾದ ಮತ್ತು ಪ್ರಗತಿಪರವಾದ ಆರ್ಥಿಕ ವ್ಯವಸ್ಥೆ ಇಲ್ಲದಿದ್ದರೆ ಯಾವ ಸಮುದಾಯವೂ ಅಭಿವೃದ್ಧಿ ಹೊಂದಲು ಸಾಧ್ಯವಿಲ್ಲ. ಭಾರತದಲ್ಲಿ ಬ್ಯಾಂಕಿಂಗ್ ಇತಿಹಾಸವನ್ನು ನೋಡಿದಾಗ, ವಿವಿಧ ಸಮುದಾಯಗಳು ತಮ್ಮ ಸಮುದಾಯಗಳ ಅಭಿವೃದ್ಧಿಗಾಗಿ ಬ್ಯಾಂಕುಗಳನ್ನು ಸ್ಥಾಪಿಸಿರುವ ಉದಾಹರಣೆಗಳು ಸಿಗುತ್ತವೆ. ಆದರೆ ದೂರ ದೃಷ್ಟಿಯಿಲ್ಲದ ನಾಯಕರಿಂದಾಗಿ ಭಾರತೀಯ ಮುಸ್ಲಿಮ್ ಸಮುದಾಯದಲ್ಲಿ ಇಂತಹ ಆರ್ಥಿಕ ಸಂಸ್ಥೆಗಳು ಇಲ್ಲವೇ ಇಲ್ಲವೆನ್ನುವ ಪರಿಸ್ಥಿತಿ ಇದೆ. ಕಳೆದ 70 ವರ್ಷಗಳಿಂದ, ತಾವು ಹಿಂದುಳಿದಿರುವುದಕ್ಕೆ ಬೇರೆಯವರನ್ನು ಕುರಿತು ದೂರುವುದನ್ನು ಮಾಡುತ್ತಿರುವ ಭಾರತದ ಮುಸ್ಲಿಮರು, ಈಗಲಾದರೂ ಈ ತಪ್ಪನ್ನು ಸರಿಪಡಿಸಿಕೊಂಡು, ಆರ್ಥಿಕವಾಗಿ ಹಿಂದುಳಿಯಲು ಮುಸ್ಲಿಮರು ಮಾಡಿರುವ ತಪ್ಪುಗಳನ್ನು ಒಪ್ಪಿಕೊಳ್ಳಬೇಕಾಗಿದೆ. ಇಂದಿಗೂ, ಮುಸ್ಲಿಮ್ ಸಮುದಾಯದಲ್ಲಿ ಪ್ರಭಾವಿಗಳಾಗಿರುವ ಧಾರ್ಮಿಕ ಮುಖಂಡರು, ಧಾರ್ಮಿಕ ವಿಷಯಗಳನ್ನು ಕುರಿತು ಚರ್ಚೆ ಮಾಡುತ್ತಾರೆ ಹೊರತಾಗಿ ಆರ್ಥಿಕವಾಗಿ ಮತ್ತು ಶೈಕ್ಷಣಿಕವಾಗಿ ಮುಸ್ಲಿಮ್ ಸಮುದಾಯ ಹಿಂದುಳಿದಿರುವುದನ್ನು ಕುರಿತು ಮಾತನಾಡುವುದಿಲ್ಲ. ಆರ್ಥಿಕತೆ ಕುರಿತು ಕುರ್‌ಆನ್‌ನಲ್ಲಿ ನೀಡಲಾಗಿರುವ ಅದ್ಭುತವಾದ ಸಂದೇಶವನ್ನು ಧಾರ್ಮಿಕ ಮುಖಂಡರು ಅರ್ಥ ಮಾಡಿಕೊಂಡು, ಇಸ್ಲಾಮಿಕ್ ತತ್ವಗಳಿಗೆ ಅನುಸಾರವಾಗಿ ಆರ್ಥಿಕ ವ್ಯವಸ್ಥೆಯನ್ನು ಅಭಿವೃದ್ಧಿ ಮಾಡಲು ವಿಫಲರಾಗಿದ್ದಾರೆ. ಸಂಸ್ಥೆಗಳ ಅಭಿವೃದ್ಧಿಯ ವಿಷಯದಲ್ಲಿ ಬಹುತೇಕ ಒಂದಲ್ಲ ಮತ್ತೊಂದು ಪಂಥಗಳಿಗೆ ಸೇರಿದ ಮದರಸಗಳನ್ನು ಸ್ಥಾಪಿಸುವುದಕ್ಕೆ ಧಾರ್ಮಿಕ ಮುಖಂಡರು ಆದ್ಯತೆ ನೀಡುತ್ತಿದ್ದಾರೆ. ಸಮುದಾಯದ ಅಭಿವೃದ್ಧಿಗೆ ಬೇಕಾದ ಆರ್ಥಿಕ ಸಂಸ್ಥೆಗಳನ್ನು ಯಾಕೆ ಸ್ಥಾಪಿಸಲಾಗಿಲ್ಲವೆಂದು ನೀವು ಕೇಳಿದರೆ, ಆರ್ಥಿಕ ಸಂಸ್ಥೆಗಳನ್ನು ಸ್ಥಾಪಿಸುವುದು ನಮ್ಮ ಕೆಲಸವಲ್ಲವೆನ್ನುವ ಉತ್ತರವನ್ನು ಬಹುಶಃ ಉಲೇಮಾ ನೀಡಬಹುದು. ಅಂತಹ ಉತ್ತರ ದೊರೆತರೆ, ಆರ್ಥಿಕ ಸಂಸ್ಥೆಗಳನ್ನು ಸ್ಥಾಪಿಸುವುದು ಯಾರ ಕೆಲಸ ಎಂದು ಮುಸ್ಲಿಮರು ಕೇಳಬೇಕಾಗುತ್ತದೆ. ಪ್ರವಾದಿ ಮೊಹಮ್ಮದ್(ಶಾಂತಿ ಅವರ ಮೇಲೆ ಇರಲಿ)ರವರು ಜನರನ್ನು ಧರ್ಮದ ಹಾದಿಯಲ್ಲಿ ನಡೆಸುವುದರ ಜೊತೆಗೆ ಮದೀನಾ ಪಟ್ಟಣದಲ್ಲಿ ಆರ್ಥಿಕ ವ್ಯವಸ್ಥೆಯನ್ನು ಒಳಗೊಂಡ ಉತ್ತಮ ಆಡಳಿತವನ್ನು ಕೂಡಾ ಸ್ಥಾಪಿಸಿದ್ದರು ಎಂದು ಉಲೇಮಾ ಮರೆಯಬಾರದು. ವೈಯಕ್ತಿಕವಾಗಿ ಪ್ರಾರ್ಥನೆ, ಉಪವಾಸ ಮೊದಲಾದ ಧಾರ್ಮಿಕ ಆಚರಣೆಗಳನ್ನು ಪಾಲಿಸುವಂತೆ, ಧಾರ್ಮಿಕ ಮೌಲ್ಯಗಳಿಗೆ ಅನುಸಾರವಾಗಿ ವ್ಯವಹಾರ, ಆಡಳಿತ

ಮೊದಲಾದವುಗಳನ್ನು ಕೂಡಾ ಪಾಲಿಸುವುದು ಅಗತ್ಯವಿದೆ ಎಂದು ಸಾರಿರುವ ಪ್ರವಾದಿ ಮೊಹಮ್ಮದ್ (ಶಾಂತಿಅವರ ಮೇಲೆ ಇರಲಿ)ರವರು ನಮಗೆ ಮಾದರಿಯಾಗಿದ್ದಾರೆ.

ಪರ್ಯಾಯ ಮಾರ್ಗಗಳನ್ನು ಕುರಿತು ಚಿಂತನೆ

ಅನೇಕ ಮುಸ್ಲಿಮ್ ವಿದ್ವಾಂಸರು ಹೇಳುವಂತೆ, ಸಾಲದ ಮೇಲೆ ಬಡ್ಡಿ ವಿಧಿಸುವುದನ್ನು ಇಸ್ಲಾಮ್‌ನಲ್ಲಿ ನಿಷೇಧಿಸಲಾಗಿದ್ದರೆ, ಮುಸ್ಲಿಮ್ ವ್ಯಾಪಾರಿಗಳಿಗೆ, ವರ್ತಕರಿಗೆ, ಉದ್ಯಮಿಗಳಿಗೆ ಪರ್ಯಾಯ ಮಾರ್ಗ ಯಾವುದು ಇದೆ? ಅವರ ವ್ಯಾಪಾರ, ಉದ್ಯಮ ನಡೆಸಲು ಮತ್ತು ವಿಸ್ತರಿಸಲು ಅಗತ್ಯವಾದ ದುಡ್ಡು ಅವರು ಎಲ್ಲಿಂದ ಮತ್ತು ಹೇಗೆ ತರಬೇಕು? ಉಲೇಮಾ ಈ ಕುರಿತು ಯಾವತ್ತಾದರೂ ಯೋಚಿಸಿದ್ದಾರಾ? ಇಸ್ಲಾಮಿಕ್ ತತ್ವದ ಆಧಾರದ ಮೇಲೆ ಸೂಕ್ತವಾದ ಆರ್ಥಿಕ ಸಂಸ್ಥೆಗಳ ಸ್ಥಾಪನೆ ಮತ್ತು ಮುಸ್ಲಿಮ್ ವ್ಯಾಪಾರಿ, ವರ್ತಕ ಮತ್ತು ಉದ್ಯಮಿಗಳಿಗೆ ಮಾರ್ಗದರ್ಶನ ನೀಡುವ ಕೆಲಸವನ್ನು ಉಲೇಮಾ ಯಾವಾಗಲಾದರೂ ಮಾಡಿದ್ದಾರಾ? ಉದಾಹರಣೆಗೆ, ಬಡ ಮುಸ್ಲಿಮರ ಆರ್ಥಿಕ ಪರಿಸ್ಥಿತಿ ಸುಧಾರಿಸಲು ನೆರವಾಗುತ್ತಿರುವ ಬೈತ್‌–ಉಲ್‌–ಮಲ್ ವ್ಯವಸ್ಥೆ ಅಥವಾ ಝುಕಾತ್ ಸಂಗ್ರಹಿಸಿ, ಈಗ ಬಳಸುತ್ತಿರುವಂತೆ ಹೆಚ್ಚಾಗಿ ಮದರಸಾ ಮತ್ತು ಮಸೀದಿಗಳಿಗಾಗಿ ಬಳಸದೆ, ಸಮುದಾಯದಲ್ಲಿರುವ ಬಡ ಮುಸ್ಲಿಮರ ಆರ್ಥಿಕ ಮತ್ತು ಶೈಕ್ಷಣಿಕ ಅಭಿವೃದ್ಧಿಗಾಗಿ ಕೆಲಸ ಮಾಡಲು ಪ್ರತ್ಯೇಕ ಸಂಸ್ಥೆಯ ಸ್ಥಾಪನೆಯನ್ನು ಪರಿಗಣಿಸಬಹುದು.

ಭಾರತದ ಮೂರು ಟ್ರಿಲಿಯನ್ ಡಾಲರ್ ಜಿಡಿಪಿಯಲ್ಲಿ ಮುಸ್ಲಿಮರ ಕೊಡುಗೆ ಸುಮಾರು 452 ಶತಕೋಟಿ ಡಾಲರ್ ಎಂದು ಭಾವಿಸಿದರೆ, ಮುಸ್ಲಿಮ್ ಸಮುದಾಯವು 90 ಶತಕೋಟಿ ಡಾಲರ್ ಅಥವಾ 6,75,000 ಕೋಟಿ ರೂಪಾಯಿಗಳನ್ನು ಉಳಿತಾಯ ಮಾಡುತ್ತಿದೆ ಎಂದು ಲೆಕ್ಕ ಮಾಡಬಹುದು. ಸುಭದ್ರ ಮತ್ತು ಪ್ರಗತಿ ಪರವಾದ ಆರ್ಥಿಕ ಸಂಸ್ಥೆಗಳು ಇಲ್ಲದಿರುವುದರಿಂದ, ಇಷ್ಟು ದೊಡ್ಡ ಮೊತ್ತದ ಹಣವನ್ನು ಭಾರತದ ಮುಸ್ಲಿಮರ ಆರ್ಥಿಕ ಮತ್ತು ಶೈಕ್ಷಣಿಕ ಅಭಿವೃದ್ಧಿಗೆ ಬಳಸಲು ಸಾಧ್ಯವಾಗುತ್ತಿಲ್ಲವೆಂದು ಮುಸ್ಲಿಮ್ ಧಾರ್ಮಿಕ ಮುಖಂಡರು ಮತ್ತು ರಾಜಕೀಯ ನಾಯಕರು ಯಾವಾಗ ಅರ್ಥ ಮಾಡಿಕೊಳ್ಳುತ್ತಾರೆ?

ಜಗತ್ತಿನ ಅನೇಕ ಕಡೆ, ಮುಸ್ಲಿಮ್ ಸಮುದಾಯದ ಉಳಿತಾಯದ ಹಣವನ್ನು ಇಸ್ಲಾಮಿಕ್ ತತ್ವಗಳಿಗೆ ಅನುಸಾರವಾಗಿ ಹೇಗೆ ಬಳಸುತ್ತಿದ್ದಾರೆ ಎಂದು ಭಾರತದ ಮುಸ್ಲಿಮ್ ಸಮುದಾಯದ ನೀತಿ ನಿರೂಪಕರು, ಭಾರತದ ಮುಸ್ಲಿಮರಿಗೆ ತಿಳಿಸಿ ಹೇಳುವುದು ಅಗತ್ಯವಿದೆ. ಇದರಿಂದ ಪ್ರೇರಣೆ ಪಡೆದು ಭಾರತೀಯ ಮುಸ್ಲಿಮರು ಕೂಡಾ ಇಂತಹ ಕೆಲಸವನ್ನು ಮಾಡಲು ಮುಂದಾಗಬಹುದು. ಉದಾಹರಣೆಗೆ, ಸುಮಾರು 2 ಕೋಟಿ ಮುಸ್ಲಿಮ್ ಜನಸಂಖ್ಯೆಯಿರುವ ಮಲೇಷ್ಯ ದೇಶವನ್ನು ನೋಡಬಹುದು. ಮೊದಲು, ಹಜ್‌ಯಾತ್ರೆಗೆಂದು ಅನೇಕ ಮಲೇಷ್ಯ ಮುಸ್ಲಿಮರು ಹಣ ಕೂಡಿಡುತ್ತಿದ್ದರು.

ನಂತರದ ದಿನಗಳಲ್ಲಿ ತಾಬುಂಗ್ ಹಾಜಿ ಹೆಸರಿನ ಪುಟ್ಟ ಸಂಸ್ಥೆಯನ್ನು ಸ್ಥಾಪಿಸಿ, ಹಜ್‌ಯಾತ್ರೆಗಾಗಿ ಹಣ ಕೂಡಿಡುತ್ತಿದ್ದ ಮುಸ್ಲಿಮರಿಂದ ಠೇವಣಿಯನ್ನು ಪಡೆಯಲು ಪ್ರಾರಂಭಿಸಲಾಯಿತು. ಹಜ್ ಯಾತ್ರೆಗೆ ಅಗತ್ಯವಾದಷ್ಟು ಹಣವನ್ನು ಈ ಠೇವಣಿಯಲ್ಲಿ ಜಮಾ ಮಾಡಿದಾಗ, ಆ ವ್ಯಕ್ತಿಯ ಹಜ್‌ಯಾತ್ರೆಗೆ ತಾಬುಂಗ್ ಹಾಜಿ ಸಂಸ್ಥೆ ನೆರವಾಗುತ್ತಿತ್ತು. ಹೀಗೆ ಚಿಕ್ಕದಾಗಿ ಪ್ರಾರಂಭವಾದ ತಾಬುಲ್ ಹಾಜಿ ಸಂಸ್ಥೆ, ಈಗ 15 ಶತಕೋಟಿ ಡಾಲರ್‌ಗಳಿಗಿಂತ ಹೆಚ್ಚು ಹಣವನ್ನು ಠೇವಣಿಯಲ್ಲಿ ಹೊಂದಿರುವ ಬೃಹತ್ ಆರ್ಥಿಕ ಸಂಸ್ಥೆಯಾಗಿ ಬೆಳೆದಿದೆ. ಮಲೇಷ್ಯಾದ ಮುಸ್ಲಿಮರು ಆರ್ಥಿಕವಾಗಿ ಮತ್ತು ಶೈಕ್ಷಣಿಕವಾಗಿ ಅಭಿವೃದ್ಧಿ ಹೊಂದಲು ಕೂಡಾ ಈ ಸಂಸ್ಥೆ ನೆರವಾಗುತ್ತಿದೆ.

ಮಲೇಷ್ಯಾದಲ್ಲಿರುವ ಮುಸ್ಲಿಮರಿಗಿಂತ ಹತ್ತು ಪಟ್ಟು ಮುಸ್ಲಿಮರು ಭಾರತದಲ್ಲಿದ್ದಾರೆ. ಹೀಗಾಗಿ ಭಾರತದಲ್ಲಿ ಕೂಡಾ ಹಜ್‌ಯಾತ್ರೆಗಾಗಿ ಹಣಕೂಡಿಡುವ ಮುಸ್ಲಿಮರಿಗೆ ನೆರವಾಗಲು ತಾಬುಂಗ್ ಹಾಜಿಯಂತಹ ಸಂಸ್ಥೆಯನ್ನು ಸ್ಥಾಪಿಸಿದರೆ, ಈ ಸಂಸ್ಥೆ ಮಲೇಷ್ಯಾದ ಸಂಸ್ಥೆಗಿಂತ ಹಲವು ಪಟ್ಟು ಹೆಚ್ಚು ಹಣ ಹೊಂದಿರುವ ಸಂಸ್ಥೆಯಾಗಿ ಬೆಳೆಯಲು ಸಾಧ್ಯವಿದೆ.

ಮೈಕ್ರೋ ಅಥವಾ ಕುಟುಂಬ ಮಟ್ಟದಲ್ಲಿ ಭಾರತದಲ್ಲಿ ಮುಸ್ಲಿಮರು ಹಣ ಉಳಿತಾಯ ಮಾಡುವುದು ಮತ್ತು ಹೀಗೆ ಹಲವು ಕುಟುಂಬಗಳು ಉಳಿತಾಯ ಮಾಡಿದ ಹಣವನ್ನು ಆ ಕುಟುಂಬಗಳ ಅಭಿವೃದ್ಧಿಗಾಗಿ ಬಳಸುವಂತಹ ವ್ಯವಸ್ಥೆಯನ್ನು ಭಾರತದಲ್ಲಿ ಜನಪ್ರಿಯಗೊಳಿಸ ಬೇಕಾಗಿದೆ. ಉದಾಹರಣೆಗೆ, ತಮಿಳುನಾಡು ರಾಜ್ಯದಲ್ಲಿ ಕೆಲವು ಕಡೆಯಲ್ಲಿ ಮೊಹಲ್ಲಾ ಬೈತುಲ್‌–ಮಾಲ್ ಪದ್ಧತಿ ಜಾರಿಗೊಳಿಸಲಾಗಿದೆ. ಸ್ಥಳೀಯ ಮೊಹಲ್ಲಾ ಅಥವಾ ಮಸೀದಿಗೆ ಸೇರಿದ ಬೈತುಲ್‌–ಮಾಲ್ ಗಳಲ್ಲಿ ಎರಡು ವ್ಯವಸ್ಥೆಗಳಿವೆ. ಒಂದು ವ್ಯವಸ್ಥೆಯಲ್ಲಿ ಮೊಹಲ್ಲಾದಲ್ಲಿರುವ ಮುಸ್ಲಿಮರಿಂದ ಝುಕಾತ್ ಸಂಗ್ರಹಿಸಿ, ಹೀಗೆ ಸಂಗ್ರಹಿಸಲಾದ ಹಣವನ್ನು ಮೊಹಲ್ಲಾದಲ್ಲಿ ದುಡ್ಡಿನ ಅಗತ್ಯವಿರುವ ಬಡವರ ಮದುವೆಗಳು, ವಿದ್ಯಾಭ್ಯಾಸ, ಮನೆ ಕಟ್ಟುವುದು, ಮದರಾಸ ಮೊದಲಾದವರಿಗೆ ಹಂಚುವುದನ್ನು ಮಾಡಲಾಗುತ್ತದೆ. ಮತ್ತೊಂದು ವ್ಯವಸ್ಥೆಯಲ್ಲಿ ಝುಕಾತ್ ಅಲ್ಲದೆ ದಾನದ ರೂಪದಲ್ಲಿ ನೀಡಲಾಗುವ ಸದಾಕ್‌ವನ್ನು ಸಂಗ್ರಹಿಸಲಾಗುತ್ತದೆ. ಸ್ವಂತ ಉದ್ಯೋಗದಲ್ಲಿ ತೊಡಗಿರುವವರು ಮತ್ತು ಚಿಕ್ಕದಾದ ಅಂಗಡಿ, ವ್ಯಾಪಾರ ಮಾಡುವವರಿಗೆ ಅಗತ್ಯವಾದ ಬಂಡವಾಳ ದೊರೆಯಲು, ಬಡ್ಡಿರಹಿತ ಸಾಲವಾಗಿ ಈ ಹಣವನ್ನು ನೀಡಲಾಗುತ್ತದೆ.

ತಮಿಳುನಾಡು ರಾಜ್ಯದ ಕೆಲವು ಜಿಲ್ಲೆಗಳಲ್ಲಿ ಕೆಲಸ ಮಾಡುತ್ತಿರುವ ಬೈತುಲ್ – ಮಾಲ್‌ಗಳ ಸಂಖ್ಯೆ 3000ವನ್ನು ಮೀರಿದೆ. ಪ್ರತಿಯೊಂದು ಬೈತುಲ್‌–ಮಾಲ್ ತನ್ನ ಮೊಹಲ್ಲಾದ ಅಗತ್ಯಗಳಿಗೆ ಮಾತ್ರ ನೆರವಾಗುತ್ತದೆ. ಪ್ರತಿ ವರ್ಷ ಸುಮಾರು 60 ಕೋಟಿ ರೂಪಾಯಿ ಹಣವನ್ನು ಸಂಗ್ರಹಿಸಿ ಮತ್ತು ಹಂಚುವುದನ್ನು ತಮಿಳು ನಾಡಿನಲ್ಲಿರುವ ಒಟ್ಟು ಬೈತುಲ್‌–ಮಾಲ್‌ಗಳು ಮಾಡುತ್ತಿವೆ. ನೋಬಲ್ ಪ್ರಶಸ್ತಿ ವಿಜೇತರಾದ ಮೊಹಮ್ಮದ್

ಯುನೂಸ್‌ರವರು ಬಾಂಗ್ಲಾದೇಶದಲ್ಲಿ ಸ್ಥಾಪಿಸಿದ ಗ್ರಾಮೀಣ ಬ್ಯಾಂಕ್ ಅಭಿಯಾನದಂತೆ ಈ ಬೈತುಲ್–ಮಾಲ್ ಗಳು ಕೆಲಸ ಮಾಡುತ್ತಿವೆ. ಇತ್ತೀಚಿನ ದಶಕಗಳಲ್ಲಿ, ಬೈತುಲ್‌–ಮಾಲ್‌ಗಳಂತಹ ಸ್ವಸಹಾಯ ಸಂಸ್ಥೆಗಳು ವಿಶ್ವಾದಾದ್ಯಂತ ಜನಪ್ರಿಯವಾಗುತ್ತಿವೆ.

ಝುಕಾತ್ ಮತ್ತು ಸದಾಕ್ ಸಂಗ್ರಹಿಸಿ, ಸಮುದಾಯದ ಅಗತ್ಯಕ್ಕಾಗಿ ಬಳಸಲು ಬೈತುಲ್‌–ಮಾಲ್ ನಂತಹ ಅಖಿಲ ಭಾರತ ಸಂಸ್ಥೆ ಸ್ಥಾಪಿಸುವುದರಿಂದ ಭಾರತದ ಮುಸ್ಲಿಮರು ಆರ್ಥಿಕವಾಗಿ ಸ್ವಾವಲಂಬನೆ ಸಾಧಿಸಲು ಕೂಡಾ ನೆರವಾಗುತ್ತದೆ.

ಸೂಕ್ಷ್ಮ, ಸಣ್ಣ ಮತ್ತು ಮಧ್ಯಮ ಸಂಸ್ಥೆಗಳು (ಎಂಎಸ್‌ಎಮ್‌ಇ)

ಚೀನಾ ನಂತರ, ವಿಶ್ವದಲ್ಲಿ ಅತ್ಯಂತ ದೊಡ್ಡ ಎಂಎಸ್‌ಎಮ್‌ಇ ವಲಯವನ್ನು ಭಾರತದಲ್ಲಿ ನೋಡಬಹುದು. ಭಾರತದಲ್ಲಿ ಸುಮಾರು 10 ರಿಂದ 15 ಲಕ್ಷ ನೊಂದಾಯಿತ ಎಂಎಸ್‌ಎಮ್‌ಇಗಳಿದ್ದು, 11ಕೋಟಿ ಜನರಿಗೆ ಉದ್ಯೋಗ ನೀಡಿವೆ. ಭಾರತದಲ್ಲಿ ಉದ್ಯಮಶೀಲತೆಯನ್ನು ಪ್ರೋತ್ಸಾಹಿಸಲು ಕೇಂದ್ರ ಮತ್ತು ರಾಜ್ಯ ಸರ್ಕಾರಗಳು ಎಂಎಸ್‌ಎಮ್‌ಇ ವಲಯಕ್ಕೆ ಆದ್ಯತೆ ನೀಡುತ್ತಿವೆ.

ಭಾರತದಲ್ಲಿ ಸಾಕಷ್ಟು ಸಂಖ್ಯೆಯಲ್ಲಿ ಮುಸ್ಲಿಮರಿಗೆ ಇರುವ ಏಕೈಕ ವಲಯವೆಂದರೆ ಎಂಎಸ್‌ಎಮ್‌ಇ ಆಗಿದೆ. 2009 ವರ್ಷದ ಅಂಕಿ ಅಂಶಗಳ ಪ್ರಕಾರ ಭಾರತದಲ್ಲಿರುವ ಒಟ್ಟು ಎಂಎಸ್‌ಎಮ್‌ಇ ಸಂಸ್ಥೆಗಳಲ್ಲಿ, ಶೇಕಡಾ 10.24 ಸಂಸ್ಥೆಗಳನ್ನು ಮುಸ್ಲಿಮರು ಹೊಂದಿದ್ದರು. ಆದರೆ 2014–15 ವರ್ಷದ ಅಂಕಿ ಅಂಶಗಳ ಪ್ರಕಾರ, ಭಾರತದಲ್ಲಿರುವ ಒಟ್ಟು ಎಂಎಸ್‌ಎಮ್‌ಇ ಸಂಸ್ಥೆಗಳಲ್ಲಿ ಕೇವಲ 9.1% ಸಂಸ್ಥೆಗಳನ್ನು ಮುಸ್ಲಿಮರು ಹೊಂದಿದ್ದರು. ರೇಷ್ಮೆ, ರೇಷ್ಮೆ ಹುಳು ಸಾಕಾಣಿಕೆ, ಕೈಮಗ್ಗ ಮತ್ತು ಪವರ್ ಲೂಮ್, ಚರ್ಮೋದ್ಯಮ, ವಾಹನ ರಿಪೇರಿ ವರ್ಕಶಾಪ್, ಸಿದ್ಧ ಉಡುಪು ತಯಾರಿಕೆ ಮೊದಲಾದ ಎಂಎಸ್‌ಎಮ್‌ಇ ಸಂಸ್ಥೆಗಳನ್ನು ಹೊಂದಿರುವ ಮುಸ್ಲಿಮರು, ಬದಲಾಗುತ್ತಿರುವ ಮಾರುಕಟ್ಟೆಗೆ ತಕ್ಕಂತೆ ಆಧುನಿಕ ತಂತ್ರಜ್ಞಾನವನ್ನು ಬಳಸಿಕೊಳ್ಳಲಿಲ್ಲ. ಹೀಗಾಗಿ ಮುಸ್ಲಿಮರು ಹೊಂದಿರುವ ಎಂಎಸ್‌ಎಮ್‌ಇ ಸಂಸ್ಥೆಗಳು ಕಡಿಮೆಯಾಗುತ್ತಿದೆ. ಭಾರತ ಸರ್ಕಾರವು ಪ್ರಾರಂಭಿಸಿದ ಜಾಗತೀಕರಣ ಮತ್ತು ಉದಾರೀಕರಣ ನೀತಿಯಿಂದಾಗಿ ಕೂಡಾ ಅನೇಕ ಮುಸ್ಲಿಮ್ ಎಂಎಸ್‌ಎಮ್‌ಇ ಗಳಿಗೆ ತೊಂದರೆಯಾಯಿತು.

ಮತ್ತೊಂದು ಅಧ್ಯಯನದ ಪ್ರಕಾರ, ನಗರದಲ್ಲಿರುವ ಮುಸ್ಲಿಮರಲ್ಲಿ 50% ಜನ ಸ್ವಂತ ಉದ್ಯೋಗ ನಡೆಸುತ್ತಿದ್ದರೆ, ಹಿಂದೂಗಳಲ್ಲಿ 33% ಜನ ಸ್ವಂತ ಉದ್ಯೋಗ ನಡೆಸುತ್ತಿದ್ದಾರೆ. ಉದಾರೀಕರಣದಿಂದಾಗಿ ಅನೇಕ ಮುಸ್ಲಿಮ್ ಉದ್ಯಮಿಗಳು ಮತ್ತು ವ್ಯಾಪಾರಿಗಳು ವಾಹನ ರಿಪೇರಿ ವರ್ಕಶಾಪ್, ಚಿಕ್ಕದಾದ ಮೆಕ್ಯಾನಿಕಲ್ ಘಟಕಗಳು, ಉಪಯೋಗಿಸಲಾದ ಲೋಹ, ಪ್ಲಾಸ್ಟಿಕ್ ಇತ್ಯಾದಿಗಳ ಸಂಗ್ರಹಣೆ ಮೊದಲಾದ ಕೆಲಸಗಳಿಗೆ ಈಗ ಸೀಮಿತರಾಗಿದ್ದಾರೆ. ಯುಪಿಎ ಸರ್ಕಾರ ರಚಿಸಿದ ಸಾಚಾರ್ ಪೂರ್ವ ಮೌಲ್ಯಮಾಪನ ಸಮಿತಿಯ ಸದಸ್ಯರಲ್ಲಿ ಒಬ್ಬರಾದ ಡಾ.ಅಬ್ದುಲ್ ಶಾಬಾನ್ ಪ್ರಕಾರ,

"ಉದಾರೀಕರಣದಿಂದ ಬದಲಾದ ಪರಿಸ್ಥಿತಿಗೆ ಹೊಂದಿಕೊಳ್ಳಲು ಪ್ರಯತ್ನ ಮಾಡದಿರುವ ಮುಸ್ಲಿಮರ ಸೋಮಾರಿತನ ಒಂದು ಕಾರಣವಾದರೆ, ಮುಸ್ಲಿಮರಿಗೆ ಅಗತ್ಯವಾದ ಸಹಾಯವನ್ನು ಸರ್ಕಾರ ಕೊಡದೆ ಇರುವುದು ಕೂಡಾ ಮುಸ್ಲಿಮರ ಈ ಪರಿಸ್ಥಿತಿಗೆ ಕಾರಣವಾಗಿದೆ".

ಮುಸ್ಲಿಮ್ ಉದ್ಯಮಿಗಳ ಪ್ರಕಾರ ಅಗತ್ಯವಾದ ದಾಖಲೆಗಳನ್ನು ಸಿದ್ಧಪಡಿಸಿ, ಸಲ್ಲಿಸಲು ಆಸಕ್ತಿ ತೋರಿಸುತ್ತಿಲ್ಲವಾದ ಕಾರಣ, ಅವರಲ್ಲಿ ಅನೇಕರಿಗೆ ಸರ್ಕಾರದ ವಿವಿಧ ಯೋಜನೆಗಳಿಂದ ಲಾಭ ಪಡೆಯಲು ಸಾಧ್ಯವಾಗುತ್ತಿಲ್ಲ. ಅನೇಕ ಮುಸ್ಲಿಮ್ ಉದ್ಯಮಿಗಳ ಪ್ರಕಾರ, ಅವರ ವ್ಯಾಪಾರವನ್ನು ಹೆಚ್ಚು ಮಾಡಲು ಅಗತ್ಯವಾದ ಸಾಲ ಪಡೆಯಲು ಅವರು ಬಹಳಷ್ಟು ಸಮಸ್ಯೆಗಳನ್ನು ಎದುರಿಸುತ್ತಿದ್ದಾರೆ. ಸಾರ್ವಜನಿಕ ಕ್ಷೇತ್ರದ ಮತ್ತು ಖಾಸಗಿ ಬ್ಯಾಂಕುಗಳು ಸಾಲ ನೀಡಲು ಮುಸ್ಲಿಮರ ವಿರುದ್ಧ ತಾರತಮ್ಯ ಮಾಡುತ್ತಿವೆ ಎನ್ನುವ ವ್ಯಾಪಕವಾದ ಆರೋಪಗಳಲ್ಲಿ ಕೆಲವು ನಿಜವಾಗಿರಬಹುದಾಗಿದೆ. ಎಂಎಸ್ಎಮ್‌ಇ ಸಂಸ್ಥೆಯಿಂದು ನೊಂದಾವಣೆ ಮಾಡಿಕೊಳ್ಳಲು ಅನೇಕ ದಾಖಲೆಗಳನ್ನು ಸಲ್ಲಿಸಿ, ಓಡಾಡಿದ ನಂತರವೂ ಯಾವುದೇ ಪ್ರಯೋಜನ ದೊರೆಯದಿರುವುದರಿಂದ, ಮುಸ್ಲಿಮರು ನೊಂದಣೆ ಮಾಡಿಕೊಳ್ಳಲು ಆಸಕ್ತಿ ತೋರಿಸುತ್ತಿಲ್ಲವೆನ್ನುವ ವಾದ ಕೂಡಾ ಇದೆ.

ಭಾರತದಲ್ಲಿ ಸಾಕಷ್ಟು ಸಂಖ್ಯೆಯಲ್ಲಿ ಮುಸ್ಲಿಮರಿಗೆ ಇರುವ ಏಕೈಕ ವಲಯವೆಂದರೆ ಎಂಎಸ್ಎಮ್‌ಇ ಆಗಿರುವುದರಿಂದ, ಮುಸ್ಲಿಮರು ಈ ವಲಯದಲ್ಲಿ ನೊಂದಣೆ ಮಾಡಿಕೊಳ್ಳುವುದು ಮತ್ತು ಭಾಗವಹಿಸುವುದನ್ನು ನಿಲ್ಲಿಸಬಾರದು.

ಸಹಕಾರಿ ಸಂಘಗಳು, ಸಹಕಾರಿ ಬ್ಯಾಂಕುಗಳು ಮತ್ತು ಇತರೆ ಆರ್ಥಿಕ ಸಂಸ್ಥೆಗಳನ್ನು ಮುಸ್ಲಿಮರು ಸ್ಥಾಪಿಸುವ ಮೂಲಕ, ತಮ್ಮ ಎಂಎಸ್ಎಮ್‌ಇ ಸಂಸ್ಥೆಗಳಿಗೆ ಅಗತ್ಯವಾದ ಬಂಡವಾಳ ಒದಗಿಸಬೇಕು. ಆಧುನಿಕ ತಂತ್ರಜ್ಞಾನ ಬಳಸಿ ತಮ್ಮ ಎಂಎಸ್ಎಮ್‌ಇಗಳ ಆಧುನೀಕರಣ ಮಾಡಿಕೊಂಡು, ಮುಸ್ಲಿಮರು ಎಂಎಸ್ಎಮ್‌ಇ ವಲಯದಲ್ಲಿ ಹೆಚ್ಚು ಯಶಸ್ವಿಯಾಗಲು ಸಾಧ್ಯವಿದೆ. ಎಂಎಸ್ಎಮ್‌ಇ ವಲಯದಲ್ಲಿ ಮುಸ್ಲಿಮರಿಗೆ ಇರುವ ಅವಕಾಶಗಳನ್ನು ಕುರಿತು ಮುಸ್ಲಿಮ್ ಯುವಕ ಯುವತಿಯರಲ್ಲಿ ಅರಿವು ಮೂಡಿಸಲು ಮತ್ತು ಅಗತ್ಯ ಮಾರ್ಗದರ್ಶನ ಹಾಗೂ ತರಬೇತಿ ನೀಡಲು ಪ್ರತ್ಯೇಕವಾದ ಸ್ವಯಂ ಸೇವಾ ಸಂಸ್ಥೆಗಳನ್ನು ಪ್ರಗತಿಪರ ಮುಸ್ಲಿಮರು ಸ್ಥಾಪಿಸಬೇಕು.

ಸಹಕಾರಿ ಕ್ಷೇತ್ರ ಕುರಿತು ಚಿಂತನೆ

ಹೊಸ ಸಹಕಾರಿ ಸಂಘಗಳು, ಸಹಕಾರಿ ಬ್ಯಾಂಕುಗಳು, ಲಾಭದ ಉದ್ದೇಶವಿರದ ಸಂಸ್ಥೆಗಳು ಮೊದಲಾದವುಗಳನ್ನು ಸ್ಥಾಪಿಸುವುದರ ಮೂಲಕ ಹೆಚ್ಚು ಜನ ಭಾರತೀಯ ಮುಸ್ಲಿಮರು ಸಹಕಾರಿ ಕ್ಷೇತ್ರದಲ್ಲಿ ಭಾಗವಹಿಸಬೇಕು. ಭಾರತದಲ್ಲಿ ಕೃಷಿಗೆ ಅಗತ್ಯವಾದ ಆರ್ಥಿಕ ನೆರವು ನೀಡುವಲ್ಲಿ ಸಹಕಾರಿ ಕ್ಷೇತ್ರವು ಮಹತ್ವದ ಪಾತ್ರ ವಹಿಸಿದೆ.

ದುರದೃಷ್ಟವಶಾತ್, ಸಹಕಾರಿ ಕ್ಷೇತ್ರದಲ್ಲಿ ಭಾರತೀಯ ಮುಸ್ಲಿಮರು ಇಲ್ಲವೇ ಇಲ್ಲ ಎನ್ನುವ ಪರಿಸ್ಥಿತಿ ಇದೆ. ಕಳೆದ 70 ವರ್ಷಗಳಲ್ಲಿ ದೂರದೃಷ್ಟಿ ಮತ್ತು ಸಾಮರ್ಥ್ಯವಿರದ ಅನೇಕರು, ಮುಸ್ಲಿಮ್ ರಾಜಕೀಯ ನಾಯಕರಾಗಿದ್ದು, ಈ ಪರಿಸ್ಥಿತಿಗೂ ಕಾರಣವಾಗಿದೆ. ಅನೇಕ ಮುಸ್ಲಿಮ್ ಶಾಸಕರು ಮತ್ತು ಸಂಸದರಿಗೆ ಮುಸ್ಲಿಮ್ ಸಮುದಾಯದೊಡನೆ ಸಂಪರ್ಕವಿರಲಿಲ್ಲ. ಹೀಗೆ ನಿಜವಾದ ಅರ್ಥದಲ್ಲಿ ಸಮುದಾಯದ ಪ್ರತಿನಿಧಿಗಳಾಗಿಲ್ಲದ ಇಂತಹ ನಾಯಕರಿಂದಾಗಿ, ಭಾರತದಲ್ಲಿರುವ ಸಹಕಾರಿ ಸಂಘ, ಸಹಕಾರಿ ಬ್ಯಾಂಕುಗಳ ಪ್ರಯೋಜನ ಮುಸ್ಲಿಮರಿಗೆ ದೊರೆಯುತ್ತಿಲ್ಲ.

ತಡವಾದರೂ ಚಿಂತೆಯಿಲ್ಲ, ಸಹಕಾರಿಕ್ಷೇತ್ರದಲ್ಲಿ ಮುಸ್ಲಿಮರು ದೊಡ್ಡ ಪ್ರಮಾಣದಲ್ಲಿ ಭಾಗವಹಿಸಬೇಕು. ಮುಸ್ಲಿಮ್ ಸಮುದಾಯದ ಉಳಿತಾಯದ ಹಣವನ್ನು ಸಂಗ್ರಹಿಸಿ, ಸಮುದಾಯದ ಆರ್ಥಿಕ ಪರಿಸ್ಥಿತಿ ಸುಧಾರಿಸಲು ಸಹಕಾರಿಕ್ಷೇತ್ರವು ಉತ್ತಮ ಮಾರ್ಗವಾಗಿದೆ. ಸಾಲದ ಮೇಲೆ ದುಬಾರಿ ಬಡ್ಡಿದರ ವಿಧಿಸಿ, ಮುಸ್ಲಿಮ್ ವ್ಯಾಪಾರಿಗಳು ಮತ್ತು ವರ್ತಕರನ್ನು ಶೋಷಣೆ ಮಾಡುತ್ತಿರುವ ಕೆಲವು ಖಾಸಗಿ ವ್ಯಕ್ತಿಗಳು ಮತ್ತು ಸಂಸ್ಥೆಗಳಿಗೆ ಬದಲಾಗಿ ಸುಲಭವಾಗಿ ಸಾಲ ನೀಡುವ ಸಹಕಾರಿ ಪತ್ತಿನ ಸಂಘಗಳನ್ನು ಸ್ಥಾಪಿಸಿ ಮುಸ್ಲಿಮರು ನೆರವಾಗಬೇಕು. ಇಂತಹ ಸಹಕಾರಿ ಸಂಘಗಳು, ಬ್ಯಾಂಕುಗಳು, ಇತ್ಯಾದಿಗಳನ್ನು ಪ್ರಾರಂಭಿಸುವುದರಿಂದ ಸಾವಿರಾರು ಜನ ಮುಸ್ಲಿಮರಿಗೆ ಉದ್ಯೋಗವಕಾಶವನ್ನು ಕೂಡಾ ಸೃಷ್ಟಿಸಬಹುದು. ಸ್ವಂತ ಉದ್ಯಮ ಅಥವಾ ವ್ಯಾಪಾರ ಪ್ರಾರಂಭಿಸಲು ಅಗತ್ಯವಾದ ಅರ್ಹತೆ ಹೊಂದಿರುವ ಸಾವಿರಾರು ಮುಸ್ಲಿಮ್ ಯುವಕ ಯುವತಿಯರಿಗೆ, ಅಗತ್ಯದ ಬಂಡವಾಳಕ್ಕಾಗಿ ಸುಲಭವಾಗಿ ಸಾಲವನ್ನು ನೀಡುವುದರಿಂದ ನೆರವಾಗಬೇಕು.

ಕಾರ್ಪೋರೇಟ್ ಕ್ಷೇತ್ರ ಮತ್ತು ಮುಸ್ಲಿಮರು.

ಒಂದು ದೇಶದ ಅಭಿವೃದ್ಧಿಯಲ್ಲಿ ಬಲಿಷ್ಠವಾದ ಕಾರ್ಪೋರೇಟ್‌ಕ್ಷೇತ್ರಕ್ಕೆ ಮಹತ್ವದ ಸ್ಥಾನವಿದೆ. ಅಭಿವೃದ್ಧಿಯಾದ ಅಥವಾ ಹಿಂದುಳಿದ ದೇಶವೆಂದು ನಿರ್ಧರಿಸುವಾಗ, ಕಾರ್ಪೋರೇಟ್‌ಕ್ಷೇತ್ರ ಎಷ್ಟು ಬಲಿಷ್ಠವಾಗಿದೆ ಎಂದು ಕೂಡಾ ಪರಿಗಣಿಸಲಾಗುತ್ತದೆ. ಭಾರತದಲ್ಲಿ ಹೆಚ್ಚು ಉದ್ಯೋಗ, ಉತ್ಪಾದನೆ ಮತ್ತು ತೆರಿಗೆಯನ್ನು ಕಾರ್ಪೋರೇಟ್‌ಕ್ಷೇತ್ರ ನೀಡುತ್ತಿದೆ. ಲಾಭಗಳಿಸುವುದರ ಮೂಲಕ ಬ್ಯಾಂಕುಗಳಿಂದ ಪಡೆದ ಸಾಲ ಹಾಗೂ ಬಡ್ಡಿಯನ್ನು ಪಾವತಿಸುವ ಕಾರ್ಪೋರೇಟ್‌ಕ್ಷೇತ್ರವು ಭಾರತದ ಆರ್ಥಿಕ ವ್ಯವಸ್ಥೆಯ ಆಧಾರಸ್ತಂಭವಾಗಿದೆ ಎಂದು ಹೇಳಬಹುದು.

ಭಾರತದಲ್ಲಿ ಸುಮಾರು 20 ಕೋಟಿ ಮುಸ್ಲಿಮರು ಇದ್ದರೂ, ಬಹಳ ಕಡಿಮೆ ಸಂಖ್ಯೆಯಲ್ಲಿ ಮುಸ್ಲಿಮರು ಕಾರ್ಪೋರೇಟ್ ವಲಯದಲ್ಲಿದ್ದಾರೆ. ಮುಖ್ಯವಾದ ಕಾರ್ಪೋರೇಟ್ ಕ್ಷೇತ್ರದಲ್ಲಿ ಇಷ್ಟು ಕಡಿಮೆ ಮುಸ್ಲಿಮರು ಇರುವಾಗ, ದೇಶದ ಆರ್ಥಿಕತೆಯಲ್ಲಿ ಸಮಾನತೆಯನ್ನು ಮುಸ್ಲಿಮರು ಹೇಗೆ ಪಡೆಯಲು ಸಾಧ್ಯವೆಂದು,

ಮುಸ್ಲಿಮರು ಯೋಚಿಸಬೇಕು. ಕಾರ್ಪೋರೇಟ್ ಕ್ಷೇತ್ರದಲ್ಲಿ ಭಾಗವಹಿಸಬೇಡಿ ಎಂದು ಮುಸ್ಲಿಮರನ್ನು ಯಾರಾದರೂ ತಡೆದಿದ್ದಾರಾ? ಯಾರಾದರೂ ತಡೆದಿರುವುದು ನಿಜವಾದರೆ, ಕಾರ್ಪೋರೇಟ್ ಕ್ಷೇತ್ರದಲ್ಲಿ ಯಶಸ್ವಿಯಾಗಿರುವ ಕೆಲವು ಮುಸ್ಲಿಮರು ಹೇಗೆ ಇರಲು ಸಾಧ್ಯವಿದೆ? ಇಂತಹ ಮುಸ್ಲಿಮರ ಸಂಖ್ಯೆ ಕಡಿಮೆ ಇರಬಹುದು ಆದರೆ ಭಾರತದ ಕಾರ್ಪೋರೇಟ್ಕ್ಷೇತ್ರದಲ್ಲಿ ಇವರಂತೆ ಮುಂದೆ ಅನೇಕ ಮುಸ್ಲಿಮರು ಯಶಸ್ವಿಯಾಗಲು ಸಾಧ್ಯವಿದೆ ಎಂದು ನಮಗೆ ಅರ್ಥವಾಗಬೇಕು.

ಕಾರ್ಪೋರೇಟ್ ಕ್ಷೇತ್ರ ಕುರಿತು ಮುಸ್ಲಿಮರಲ್ಲಿ ಇರುವ ನಕಾರಾತ್ಮಕ ಧೋರಣೆ, ಉದ್ಯಮಶೀಲತೆಯ ಕೊರತೆ, ಕಾರ್ಪೋರೇಟ್ ವಲಯದಲ್ಲಿರುವ ಅವಕಾಶಗಳನ್ನು ಕುರಿತು ಮಾಹಿತಿ ಮತ್ತು ಮಾರ್ಗದರ್ಶನ ಇಲ್ಲದಿರುವುದು, ಶೈಕ್ಷಣಿಕವಾಗಿ ಹಿಂದುಳಿದಿರುವುದು, ಕಾರ್ಪೋರೇಟ್ ಸಂಸ್ಕೃತಿಗೆ ಹೊಂದಿಕೊಳ್ಳಲು ಪೂರ್ವಸಿದ್ಧತೆ ಇಲ್ಲದಿರುವುದು, ಕಾರ್ಪೋರೇಟ್ಕ್ಷೇತ್ರದಲ್ಲಿ ಮುಸ್ಲಿಮರಿಗೆ ಪ್ರೋತ್ಸಾಹವಿಲ್ಲವೆನ್ನುವ ಪೂರ್ವಾಗ್ರಹಚಿಂತನೆ, ಈ ಕ್ಷೇತ್ರದಲ್ಲಿ ನಾವು ಕೂಡಾ ಯಶಸ್ವಿಯಾಗಬೇಕು ಎನ್ನುವ ಛಲ ಇಲ್ಲದಿರುವುದು, ಹೀಗೆ ಅನೇಕ ಕಾರಣಗಳಿಂದಾಗಿ ಇಷ್ಟು ಕಡಿಮೆ ಜನ ಮುಸ್ಲಿಮರನ್ನು ಭಾರತದ ಕಾರ್ಪೋರೇಟ್ಕ್ಷೇತ್ರದಲ್ಲಿ ನಾವು ನೋಡಬಹುದು.

ಕಾರ್ಪೋರೇಟ್ ಸಂಸ್ಥೆ ನಡೆಸಲು ಸಾಲ ಪಡೆಯಬೇಕು ಮತ್ತು ಸಾಲಕ್ಕೆ ಪ್ರತಿಯಾಗಿ ಬಡ್ಡಿ ಕಟ್ಟಬೇಕು. ಆದರೆ ಇಸ್ಲಾಮ್‌ನಲ್ಲಿ ಬಡ್ಡಿಯನ್ನು ನಿಷೇಧಿಸಲಾಗಿದೆ ಎನ್ನುವ ಭಾವನೆ ಕೂಡಾ ಕಾರ್ಪೋರೇಟ್ ಕ್ಷೇತ್ರದಲ್ಲಿ ಅತ್ಯಂತ ಕಡಿಮೆ ಮುಸ್ಲಿಮರು ಭಾಗವಹಿಸುತ್ತಿರುವ ಕಾರಣವೆನ್ನಲಾಗಿದೆ.

ಬಡ್ಡಿಯ ವಿಷಯವಾಗಿ ಇಸ್ಲಾಮ್‌ನಲ್ಲಿ ಏನು ಹೇಳಿದೆ ಎಂದು ತುರ್ತಾಗಿ ಧಾರ್ಮಿಕ ವಿದ್ವಾಂಸರು, ಸೃಜನಶೀಲವಾಗಿ ಯೋಚಿಸಬೇಕು(ಇಜತಿಹಾದ್) ಮತ್ತು ಈ ಸಮಸ್ಯೆಗೆ ಸೂಕ್ತ ಪರಿಹಾರವನ್ನು ನೀಡಬೇಕಾಗಿದೆ. ದುರದೃಷ್ಟವಶಾತ್, ಇದುವರೆಗೂ ಮುಸ್ಲಿಮ್ ಆರ್ಥಿಕ ತಜ್ಞರು ಮತ್ತು ಧಾರ್ಮಿಕ ಮುಖಂಡರು, ಈ ಸಮಸ್ಯೆಗೆ ಪರಿಹಾರವಾಗಿ ಪರ್ಯಾಯ ಆರ್ಥಿಕ ವ್ಯವಸ್ಥೆಯನ್ನು ಜಗತ್ತಿಗೆ ಅಥವಾ ಮುಸ್ಲಿಮ್ ಸಮುದಾಯಗಳಿಗೆ ಮತ್ತು ದೇಶಗಳಿಗೆ ನೀಡಲು ವಿಫಲರಾಗಿದ್ದಾರೆ. ಹಾಗೆ ನೋಡಿದರೆ, ಜಗತ್ತಿನ ವಿವಿಧ ಇಸ್ಲಾಮಿಕ್ ದೇಶಗಳಲ್ಲಿ ಕೂಡಾ ಬಡ್ಡಿ ಆಧಾರಿತ ಬ್ಯಾಂಕಿಂಗ್ ವ್ಯವಸ್ಥೆ ಚಾಲ್ತಿಯಲ್ಲಿದೆ.

ಬಡ್ಡಿ ಕುರಿತು ಇಸ್ಲಾಮ್‌ನಲ್ಲಿ ಏನು ಹೇಳಿದೆ ಎನ್ನುವ ವಿಷಯ ಕುರಿತು ಸುಧೀರ್ಘವಾದ ಚರ್ಚೆ ಆಗಬೇಕು. ಬಡ್ಡಿ ಕುರಿತು ತೀವ್ರವಾದ ವಿರೋಧವನ್ನು ಹೊಂದಿರುವ ಸಾಂಪ್ರದಾಯಿಕ ಧಾರ್ಮಿಕ ಮುಖಂಡರಂತೆ, ಕೆಲವು ಮುಸ್ಲಿಮ್ ವಿದ್ವಾಂಸರು ಬೇರೆಯ ಅಭಿಪ್ರಾಯವನ್ನು ಹೊಂದಿರುವುದನ್ನು ನಾವು ಗಮನಿಸಬೇಕು. ಉದಾಹರಣೆಗೆ, ಸುಪ್ರಸಿದ್ಧ ಸಮಕಾಲೀನ ಇಸ್ಲಾಮಿಕ್ ವಿದ್ವಾಂಸರಾದ ಜಾವೇದ್ ಅಹಮದ್ ಘಮಿಡಿಯವರ ಅಭಿಪ್ರಾಯದಂತೆ, ಬಡ್ಡಿ ಗಳಿಸಲು ಮಾಡುವ ವ್ಯಾಪಾರವನ್ನು

ಇಸ್ಲಾಮಿನಲ್ಲಿ ನಿಷೇಧಿಸಲಾಗಿದೆ. ಆದರೆ ವ್ಯಾಪಾರ ಮಾಡಲು ಸಾಲ ಮಾಡಿದಾಗ, ಸಾಲಕ್ಕೆ ಬಡ್ಡಿ ಕಟ್ಟಬೇಕು ಮತ್ತು ಈ ರೀತಿ ಬಡ್ಡಿ ಕಟ್ಟುವುದನ್ನು ಇಸ್ಲಾಮಿನಲ್ಲಿ ನಿಷೇಧಿಸಲಾಗಿಲ್ಲ. ಘಮಿಡಿಯವರ ಅಭಿಪ್ರಾಯವನ್ನು ಆನೇಕ ಮುಸ್ಲಿಮ್ ವಿದ್ವಾಂಸರು ಬೆಂಬಲಿಸದೇ ಇರಬಹುದು ಆದರೆ ವ್ಯಾಪಾರ ಮತ್ತು ವಾಣಿಜ್ಯಕ್ಷೇತ್ರದ ವಾಸ್ತವಿಕ ಪರಿಸ್ಥಿತಿಯನ್ನು ಪರಿಗಣಿಸಿದಾಗ ಅವರ ಅಭಿಪ್ರಾಯ ಹೆಚ್ಚು ತರ್ಕಬದ್ಧವಾಗಿದೆ ಎನ್ನಿಸುತ್ತದೆ.

ಮುಖಾಹ್ಮತ್ ಹೆಸರಿನ ಉರ್ದು ಪುಸ್ತಕದಲ್ಲಿ ಜಾವೇದ್ ಅಹ್ಮದ್ ಘಮಿಡಿಯವರು ಹೀಗೆ ಹೇಳಿದ್ದಾರೆ (ಕನ್ನಡದಲ್ಲಿ ಅನುವಾದ ನೀಡಲಾಗಿದೆ)

"ಆದರೂ ಕೂಡಾ, ನಮ್ಮ ಸಮಾಜದಲ್ಲಿರುವ ಬ್ಯಾಂಕಿಂಗ್ ವ್ಯವಸ್ಥೆಗೆ ಧಾರ್ಮಿಕವಾಗಿ ಅನುಮೋದನೆ ಇರುವುದನ್ನು ಕುರಿತು ಇತ್ತೀಚಿನ ದಿನಗಳಲ್ಲಿ ಚರ್ಚೆಯಾಗುತ್ತಿದೆ. ವಾಣಿಜ್ಯ ಸಂಸ್ಥೆಗಳ ಅಗತ್ಯಕ್ಕೆ ತಕ್ಕಂತೆ ಬ್ಯಾಂಕು ಸಾಲ ನೀಡುತ್ತದೆ. ಆ ವಾಣಿಜ್ಯ ಸಂಸ್ಥೆ ಗಳಿಸುವ ಲಾಭದಲ್ಲಿ, ಒಂದು ಭಾಗವನ್ನು ಮಾತ್ರ ತಾನು ಪಡೆದ ಸಾಲಕ್ಕೆ ಪ್ರತಿಯಾಗಿ ಬಡ್ಡಿ ಹಣವನ್ನು ಬ್ಯಾಂಕಿಗೆ ಕೊಡುತ್ತದೆ. ಯಾವ ಕಾರಣಕ್ಕಾಗಿ ಬಡ್ಡಿಯನ್ನು ನಿಷೇಧಿಸಲಾಗಿದೆಯೋ, ಅಂತಹ ಸಂದರ್ಭ ಬ್ಯಾಂಕಿಂಗ್ ವ್ಯವಸ್ಥೆಯಲ್ಲಿರುವುದಿಲ್ಲ. ಸಿರಿಯಾ ಮತ್ತು ಈಜಿಪ್ಟ್ ದೇಶದ ಕೆಲವು ವಿದ್ವಾಂಸರು ಈ ವಾದವನ್ನು ಮಂಡಿಸಿದ್ದಾರೆ. ಭಾರತದ ಸುಪ್ರಸಿದ್ಧ ವಿದ್ವಾಂಸರು ಮತ್ತು ಧಾರ್ಮಿಕ ಪ್ರವಚನಾಕಾರರಾದ ಮೌಲಾನಾ ವಹಿದುದ್ದೀನ್‌ಖಾನ್‌ರವರು ತಮ್ಮ ಪುಸ್ತಕ "ಫಿಕರ್‌-ಇ ಇಸ್ಲಾಮಿ" ಯಲ್ಲಿ ಈ ವಾದಕ್ಕೆ ಸ್ವಲ್ಪ ಮಟ್ಟಿಗೆ ಸಹಮತ ವ್ಯಕ್ತಪಡಿಸಿದ್ದಾರೆ. ನನ್ನ ಅಭಿಪ್ರಾಯದಲ್ಲಿ, ಈ ವಿದ್ವಾಂಸರ ವಾದವನ್ನು ವೈಚಾರಿಕವಾಗಿ ಒಪ್ಪಿಕೊಳ್ಳಬಹುದಾದರೂ, ಇದು ಸಾಧ್ಯವಾಗಲು ಬ್ಯಾಂಕಿಂಗ್ ವ್ಯವಸ್ಥೆಯಲ್ಲಿ ಕೆಲವು ಬದಲಾವಣೆಗಳನ್ನು ಮಾಡಬೇಕಾಗುತ್ತದೆ.

ಮೊದಲನೆಯದಾಗಿ, ಬ್ಯಾಂಕಿನ ಸಾಲ ಪಡೆದ ವಾಣಿಜ್ಯ ಸಂಸ್ಥೆಯನ್ನು, ಕಾರಣಾಂತರದಿಂದಾಗಿ ನಿಲ್ಲಿಸಬೇಕಾದರೆ, ಆ ದಿನದಿಂದಲೇ ಬ್ಯಾಂಕು ಈ ಸಂಸ್ಥೆಯಿಂದ ಲಾಭ ಕೇಳುವುದನ್ನು ನಿಲ್ಲಿಸಬೇಕು. ಸಾಲವಾಗಿ ನೀಡಿದ ಹಣವನ್ನು ಮಾತ್ರ ಹಿಂತಿರುಗಿಸಲು ಬ್ಯಾಂಕು ಕೇಳಬೇಕು. ಹೀಗೆ ಮಾಡುವುದರಿಂದ, ಸಂಪೂರ್ಣ ವ್ಯವಹಾರವು ಬ್ಯಾಂಕು ನೀಡಿದ ಸಾಲವನ್ನು ಮರುಪಾವತಿ ಮಾಡುವುದಕ್ಕೆ ಮಾತ್ರ ಸೀಮಿತವಾಗುತ್ತದೆ ಮತ್ತು ಇದಕ್ಕೆ ಯಾರ ವಿರೋಧವೂ ಇರಲಾರದು. ಎರಡನೆಯದಾಗಿ, ಹಣದುಬ್ಬರ ಹೊಂದಾಣಿಕೆ ಹೊರತಾಗಿ ವಾಣಿಜ್ಯೇತರ ಉದ್ದೇಶಕ್ಕಾಗಿ ಸಾಲ ನೀಡಿದರೆ, ಈ ಸಾಲಕ್ಕೆ ಬಡ್ಡಿಯನ್ನು ಬ್ಯಾಂಕು ಕೇಳಬಾರದು.

ಈ ಎರಡು ಬದಲಾವಣೆಗಳನ್ನು ಮಾಡಿಕೊಂಡರೆ, ಬಹಳಷ್ಟು ಮಟ್ಟಿಗೆ ಬ್ಯಾಂಕಿಂಗ್ ವ್ಯವಸ್ಥೆ ನ್ಯಾಯಯುತವಾಗುತ್ತದೆ."

ಇವೆಲ್ಲದರ ಹಿನ್ನೆಲೆಯಲ್ಲಿ ಈಗಿರುವ ಬ್ಯಾಂಕು ಮತ್ತು ಆರ್ಥಿಕ ಸಂಸ್ಥೆಗಳನ್ನು ಬಳಸುವದರ ಕುರಿತು ಮುಸ್ಲಿಮರು ಕಠಿಣವಾದ ಮನೋಭಾವವನ್ನು ಹೊಂದುವುದು ಸೂಕ್ತವಲ್ಲವೆಂದು ಹೇಳಬಹುದು. ಮುಸ್ಲಿಮರ ಉಳಿತಾಯ ಹಣವನ್ನು ಸಂಗ್ರಹಿಸಿ, ಬಂಡವಾಳದ ಅಗತ್ಯವಿರುವ ಮುಸ್ಲಿಮ್ ವ್ಯಾಪಾರಿಗಳು ಮತ್ತು ಉದ್ಯಮಗಳಿಗೆ ಬಡ್ಡಿ ಇಲ್ಲದೆ ಸಾಲ ನೀಡುವಂತಹ ವಿವಿಧ ಆರ್ಥಿಕ ಸಂಸ್ಥೆಗಳನ್ನು ಸ್ಥಾಪಿಸಲು ಮುಸ್ಲಿಮರು ಮುಂದಾಗಬೇಕು. ಇದಲ್ಲದೆ, ಬಂಡವಾಳ ಹೂಡಿಕೆದಾರರ ಜೊತೆಯಲ್ಲಿ ಲಾಭ ಅಥವಾ ನಷ್ಟವನ್ನು ಹಂಚಿಕೊಳ್ಳುವ ಸಂಸ್ಥೆಗಳು ಅಥವಾ ಮ್ಯೂಚ್ಯುಯಲ್‌ಫಂಡ್‌ಗಳು, ಹೀಗೆ ಇಸ್ಲಾಮಿಕ್ ರೀತಿಯಲ್ಲಿ ಕೆಲಸ ಮಾಡುವಂತಹ ಪರ್ಯಾಯ ವ್ಯವಸ್ಥೆಯನ್ನು ಅಭಿವೃದ್ಧಿಪಡಿಸಲು ಮುಸ್ಲಿಮರು ಯೋಚಿಸಬೇಕು.

ಮೀಡಿಯಾ ಮತ್ತು ಮುಸ್ಲಿಮರು

ಇವತ್ತು ಜನಸಾಮಾನ್ಯರ ದೈನಂದಿನ ಬದುಕಿನಲ್ಲಿ ಮೀಡಿಯಾದ ಪ್ರಭಾವ ಸಾಕಷ್ಟಿರುವುದನ್ನು ನಾವು ನೋಡಬಹುದು. ಸಂವಹನ, ಮಾಹಿತಿ, ಮನೋರಂಜನೆಯಲ್ಲಿ ಹಾಗೂ ಜನಸಾಮಾನ್ಯರ ಅಭಿಪ್ರಾಯವನ್ನು ರೂಪಿಸುವಲ್ಲಿ ಮೀಡಿಯಾ ಪ್ರಮುಖ ಪಾತ್ರವಹಿಸುತ್ತದೆ. ಒಬ್ಬ ವ್ಯಕ್ತಿ, ರಾಜಕೀಯ ಪಕ್ಷಗಳು ಮತ್ತು ಸರ್ಕಾರಗಳು ಯಶಸ್ವಿಯಾಗಲು ಅಥವಾ ವಿಫಲವಾಗಲು ಮೀಡಿಯಾ ಕಾರಣವಾಗುತ್ತದೆ. ಸಮಾಜದಲ್ಲಿ ಸದ್ಭಾವನೆಯನ್ನು ಸೃಷ್ಟಿಸಲು ಅಥವಾ ಅಸಹಿಷ್ಣುತೆ ಹೆಚ್ಚು ಮಾಡಲು ಕೂಡಾ ಮೀಡಿಯಾ ಕಾರಣವಾಗುತ್ತದೆ. "ಅರಬ್ ಸ್ಪ್ರಿಂಗ್" ನಂತಹ ಕ್ರಾಂತಿಯನ್ನು ಪ್ರಾರಂಭಿಸಲು ಕೂಡಾ ಮೀಡಿಯಾ ನೆರವಾಗುತ್ತದೆ. ವಿವಿಧ ಸಮುದಾಯಗಳ ಚಿಂತನೆಗಳನ್ನು ಹಂಚಿಕೊಳ್ಳಲು, ತಮ್ಮ ಸಮುದಾಯ ಕುರಿತು ಆತ್ಮಾವಲೋಕನ ಮಾಡಿಕೊಳ್ಳಲು ಮತ್ತು ಬೇರೆ ಸಮುದಾಯಗಳು ತಮ್ಮ ಸಮುದಾಯವನ್ನು ಕುರಿತು ಯಾವ ಭಾವನೆ ಹೊಂದಿವೆ ಎಂದು ತಿಳಿದುಕೊಳ್ಳಲು ಮೀಡಿಯಾ ನೆರವಾಗುತ್ತದೆ.

ಕೆಲವು ಮೀಡಿಯಾಗಳಲ್ಲಿ ಮುಸ್ಲಿಮರಿಗೆ ಸಂಬಂಧಿಸಿದ ವಿಷಯಗಳನ್ನು ಕುರಿತು ತಪ್ಪು ಮಾಹಿತಿ ನೀಡುವುದರಿಂದ, ಜನಸಾಮಾನ್ಯರಲ್ಲಿ ಮುಸ್ಲಿಮರನ್ನು ಮತ್ತು ಇಸ್ಲಾಮ್ ಕುರಿತು ಬಹಳ ಕೆಟ್ಟ ಭಾವನೆ ಸೃಷ್ಟಿಯಾದ ಉದಾಹರಣೆಗಳನ್ನು ನಾವು ನೋಡಬಹುದು. ಕೆಲವು ಮೀಡಿಯಾಗಳಲ್ಲಿ ಹೀಗೆ ಆಗುತ್ತಿದೆ ಎಂದು ಮುಸ್ಲಿಮರು ಕೇವಲ ದೂರು ನೀಡುವುದರಿಂದ, ಪರಿಸ್ಥಿತಿ ಬದಲಾಗುವುದಿಲ್ಲ.

ಹಾಗಾದರೆ ಕೆಲವು ಮೀಡಿಯಾದಲ್ಲಿ ಮುಸ್ಲಿಮರನ್ನು ಕುರಿತು ತಪ್ಪು ಮಾಹಿತಿ ನೀಡುವುದನ್ನು ತಡೆಯಲು ನಾವು ಏನು ಮಾಡಬೇಕು?

ಮೊದಲನೆಯದಾಗಿ ಮೀಡಿಯಾದಲ್ಲಿ ಮುಸ್ಲಿಮರ ಸಂಖ್ಯೆ ಹೆಚ್ಚಾಗುವಂತೆ ಮಾಡಬೇಕು. ಹೀಗೆ ಮಾಡುವುದರಿಂದ ಮುಸ್ಲಿಮರನ್ನು ಕುರಿತು ವಿಷಯಗಳ ಬಗ್ಗೆ ತಪ್ಪು ಮಾಹಿತಿ ಮೀಡಿಯಾದಲ್ಲಿ ಪ್ರಚಾರವಾಗುವುದನ್ನು ಕಡಿಮೆ ಮಾಡಬಹುದು ಅಥವಾ

ಒಟ್ಟಾರೆಯಾಗಿ ತಡೆಯಬಹುದು. ಆದರೆ, ಮುಸ್ಲಿಮರು ನಡೆಸುವ ಮೀಡಿಯಾ, ಮುಸ್ಲಿಮ್ ಸಮುದಾಯಕ್ಕೆ ಮಾತ್ರ ಸೀಮಿತವಾಗಿರುತ್ತದೆ. ಆದ್ದರಿಂದ ಎಲ್ಲಾ ಸಮುದಾಯಗಳನ್ನು ತಲುಪುವ ಸಮೂಹ ಮಾಧ್ಯಮದಲ್ಲಿ ಮುಸ್ಲಿಮರ ಸಂಖ್ಯೆ ಹೆಚ್ಚಾಗಬೇಕು.ಮುಸ್ಲಿಮರು ಮಾಧ್ಯಮ ಕ್ಷೇತ್ರದಲ್ಲಿ ಕೆಲಸ ಪಡೆಯಲು, ಅಗತ್ಯವಾದ ಶಿಕ್ಷಣ ಮತ್ತು ತರಬೇತಿಯನ್ನು ಪಡೆಯಲು ಯುವಕ ಯುವತಿಯರನ್ನು ಪ್ರೋತ್ಸಾಹಿಸಬೇಕು. ಅರ್ಹ ಅಭ್ಯರ್ಥಿಗಳಿಗೆ ವಿದ್ಯಾರ್ಥಿ ವೇತನವನ್ನು ಮುಸ್ಲಿಮ್ ಸಂಘ ಸಂಸ್ಥೆಗಳು ನೀಡಿ ನೆರವಾಗಬೇಕು.

ಎರಡನೆಯದದಾಗಿ, ಮುಸ್ಲಿಮರು ವಿವಿಧ ಮೀಡಿಯಾ ಸಂಸ್ಥೆಗಳ ಜೊತೆ ಉತ್ತಮ ಸಂಬಂಧವನ್ನು ಹೊಂದಬೇಕು. ಹೀಗೆ ಮಾಡುವುದರಿಂದ ಮುಸ್ಲಿಮರನ್ನು ಕುರಿತ ವಿಷಯಗಳನ್ನು ಕುರಿತು ಹೆಚ್ಚು ವಸ್ತುನಿಷ್ಠವಾದ ಮತ್ತು ಸಮತೋಲನವಾದ ಸುದ್ದಿ ಪ್ರಸಾರವಾಗುತ್ತದೆ. ಮೀಡಿಯಾ ಸಂಸ್ಥೆಗಳ ಜೊತೆ ಉತ್ತಮ ಸಂಬಂಧ ಹೊಂದಲು, ಮೀಡಿಯಾ ಕ್ಷೇತ್ರದಲ್ಲಿ ಸೂಕ್ತ ಅರ್ಹತೆ ಮತ್ತು ಅನುಭವ ಹೊಂದಿರುವ ಸಿಬ್ಬಂದಿ ಅಥವಾ ಸ್ವಯಂಸೇವಕರನ್ನು ಒಳಗೊಂಡಿರುವ ವೃತ್ತಿಪರ ಸಂಸ್ಥೆಗಳನ್ನು ಮುಸ್ಲಿಮರು ಸ್ಥಾಪಿಸಬೇಕು. ಇಂತಹ ವೃತ್ತಿಪರ ಸಂಸ್ಥೆಗಳ ಮೂಲಕ ಮುಸ್ಲಿಮರಿಗೆ ಸಂಬಂಧಪಟ್ಟ ವಿಷಯಗಳನ್ನು ಕುರಿತು ಸರಿಯಾದ ಮಾಹಿತಿಯನ್ನು ವಿವಿಧ ಮೀಡಿಯಾ ಸಂಸ್ಥೆಗಳಿಗೆ ನೀಡಲು ಸಾಧ್ಯವಾಗುತ್ತದೆ. ಮುಸ್ಲಿಮರಿಗೆ ಸಂಬಂಧಿಸಿದ ವಿಷಯಗಳನ್ನು ಕುರಿತು ಮೀಡಿಯಾದಲ್ಲಿ ನೀಡಲು, ಜ್ಞಾತಾತೀತ ಮನೋಭಾವ ಹೊಂದಿರುವ ಪತ್ರಕರ್ತರನ್ನು ಗುರುತಿಸಿ, ಅವರೊಂದಿಗೆ ಮುಸ್ಲಿಮ್ ಸಂಸ್ಥೆಗಳು ಕೆಲಸ ಮಾಡಬೇಕು.

ಪ್ರಜಾಪ್ರಭುತ್ವ, ಕೋಮು ಸಾಮರಸ್ಯ, ಬಹುತ್ವದ ಭಾರತ, ಹೀಗೆ ವಿವಿಧ ವಿಷಯಗಳನ್ನು ಕುರಿತು ಕೆಲಸ ಮಾಡುತ್ತಿರುವ ಉತ್ತಮವಾದ ಯೂಟ್ಯೂಬ್ ಚಾನೆಲ್‌ಗಳು ಮತ್ತು ಕೆಲವು ಟಿವಿ ಹಾಗೂ ಪತ್ರಿಕೆಗಳಿವೆ. ಮುಸ್ಲಿಮರು ಇಂತಹ ಸಂಸ್ಥೆಗಳಿಗೆ ಉತ್ತೇಜನ ನೀಡಲು ಪ್ರಶಸ್ತಿಗಳನ್ನು ನೀಡಬಹುದು ಮತ್ತು ಬಂಡವಾಳದ ಅಗತ್ಯವಿರುವ ಸಂಸ್ಥೆಗಳಲ್ಲಿ ಹಣ ಹೂಡಿಕೆ ಮಾಡಬಹುದು. ಇಂತಹ ಸಂಸ್ಥೆಗಳಿಗೆ ಜಾಹಿರಾತು ನೀಡುವ ಮೂಲಕ, ಮುಸ್ಲಿಮ್ ವ್ಯಾಪಾರಿಗಳು ನೆರವಾಗಬಹುದು. ಇಂತಹ ಪ್ರಗತಿಪರ ಮೀಡಿಯಾಗಳ ಅವಶ್ಯಕತೆ ಕುರಿತು ಮುಸ್ಲಿಮರು ಅರ್ಥ ಮಾಡಿಕೊಳ್ಳಬೇಕು. ಮದರಸಾ ಅಥವಾ ಮಸೀದಿಗೆ ದಾನ ನೀಡುವುದು ಎಷ್ಟು ಮುಖ್ಯವಾಗಿದೆಯೋ ಅಷ್ಟೇ ಮುಖ್ಯವಾಗಿ ಸತ್ಯವಾದ ಸುದ್ದಿಯನ್ನು ನೀಡುವ ಮತ್ತು ಸಮಾಜದಲ್ಲಿ ಕಡೆಗಣಿಸಲ್ಪಟ್ಟವರ ಧ್ವನಿಯಾಗುವ ಮೀಡಿಯಾ ಸಂಸ್ಥೆಗಳಲ್ಲಿ ಮುಸ್ಲಿಮರು ಹಣ ತೊಡಗಿಸಿವುದು ಅಗತ್ಯವಿದೆ.

ಮುಸ್ಲಿಮರು ಸ್ವಂತ ದಿನ ಪತ್ರಿಕೆಗಳು ಅಥವಾ ಟಿವಿ ಚಾನೆಲ್ ಗಳನ್ನು ಸ್ಥಾಪಿಸಬೇಕು ಎಂದು ಆಗಾಗ ಒತ್ತಾಯ ಮಾಡಲಾಗುತ್ತಿದೆ. ಇಂತಹ ಸ್ವಂತ ಮೀಡಿಯಾಗಳ ಮೂಲಕ ಮುಸ್ಲಿಮರಿಗೆ ಸಂಬಂಧಪಟ್ಟ ವಿಷಯಗಳನ್ನು ಕುರಿತು ಸತ್ಯವಾದ ಮತ್ತು ಸಮತೋಲನವಾದ ಮಾಹಿತಿಯನ್ನು ಜನಸಾಮಾನ್ಯರಿಗೆ ನೀಡಬಹುದು

ಎಂದು ಹೇಳಲಾಗುತ್ತಿದೆ. ಹಲವಾರು ದಶಕಗಳಿಂದ, ಸ್ವಂತ ಮೀಡಿಯಾ ಸ್ಥಾಪಿಸುವ ಪ್ರಯತ್ನವನ್ನು ಮುಸ್ಲಿಮರು ಮಾಡಿದ್ದಾರೆ. ಆದರೆ ವಿಫಲರಾಗಿದ್ದಾರೆ. ವೃತ್ತಿಪರರು ಇಲ್ಲದಿರುವುದು ಮತ್ತು ಮಾರುಕಟ್ಟೆ ವೃದ್ಧಿಸುವ ಕೌಶಲ್ಯ ಇಲ್ಲದಿರುವುದು, ಇಂತಹ ಮೀಡಿಯಾಗಳು ವಿಫಲವಾಗಿ, ಮುಚ್ಚಲು ಕಾರಣವಾಗಿವೆ. ಉಳಿದುಕೊಂಡಿರುವ ಮೀಡಿಯಾ ಕೂಡಾ ಮುಸ್ಲಿಮ್ ಸಮುದಾಯ ಕೇಂದ್ರಿಕೃತವಾಗಿ, ಕೆಲಸ ಮಾಡುತ್ತಿವೆ. ಹೀಗಾಗಿ ಬೇರೆ ಸಮುದಾಯಗಳನ್ನು ಈ ಮೀಡಿಯಾಗಳು ತಲುಪಲು ಮತ್ತು ಮುಸ್ಲಿಮರಿಗೆ ಸಂಬಂಧಪಟ್ಟ ವಿಷಯಗಳನ್ನು ಕುರಿತು ಮಾಹಿತಿ ನೀಡಲು ಸಾಧ್ಯವಾಗುತ್ತಿಲ್ಲ. ಬೇರೆ ಸಮುದಾಯದ ಜನರಲ್ಲಿ ಮುಸ್ಲಿಮರನ್ನು ಮತ್ತು ಇಸ್ಲಾಮ್ ಕುರಿತು ಗೌರವ ಹಾಗೂ ಉತ್ತಮ ಭಾವನೆ ಮೂಡಬೇಕು ಎನ್ನುವುದು ಇಂತಹ ಮೀಡಿಯಾಗಳ ಉದ್ದೇಶವಾಗಿದ್ದರೆ, ಈ ಉದ್ದೇಶಗಳನ್ನು ಈಡೇರಿಸಲು ಈ ಮೀಡಿಯಾಗಳು ವಿಫಲವಾಗಿವೆ.

ಮುಸ್ಲಿಮರಿಗಾಗಿ ಮೀಸಲಾಗಿರುವ ಪತ್ರಿಕೆಗಳನ್ನು ಓದಲು ಅಥವಾ ಟಿವಿ ಚಾನೆಲ್ ನೋಡಲು ಬೇರೆ ಸಮುದಾಯದವರಿಗೆ ಆಸಕ್ತಿ ಬಹಳ ಕಡಿಮೆ ಎಂದು ಮುಸ್ಲಿಮರು ಅರ್ಥ ಮಾಡಿಕೊಳ್ಳಬೇಕು. ಮುಸ್ಲಿಮರಿಗೆ ಮೀಸಲಾದ ಪತ್ರಿಕೆಗಳು ಅಥವಾ ಟಿವಿ ಚಾನೆಲ್ ಬದಲಾಗಿ ಒಟ್ಟು ಸಮಾಜವನ್ನು ಕುರಿತು ವಸ್ತುನಿಷ್ಠ ಹಾಗೂ ಸಮತೋಲನವಾದ ಮಾಹಿತಿ ನೀಡಲು ಪ್ರಾರಂಭಿಸಿದರೆ, ಬೇರೆ ಸಮುದಾಯದವರು ಕೂಡಾ ಆಸಕ್ತಿ ತೋರಿಸುತ್ತಾರೆ. ಈ ಹಿನ್ನೆಲೆಯಲ್ಲಿ, ಮುಸ್ಲಿಮರು ಪತ್ರಿಕೆಗಳು ಮತ್ತು ಟಿವಿ ಚಾನೆಲ್ ನಡೆಸುವಾಗ ಕೇವಲ ಮುಸ್ಲಿಮರಿಗೆ ಆಸಕ್ತಿ ಇರುವ ಸುದ್ದಿ ಮತ್ತು ಕಾರ್ಯಕ್ರಮಗಳನ್ನು ನೀಡುವುದರಿಂದ, ಮುಸ್ಲಿಮರ ಚಿಂತನೆಗಳು ಬೇರೆ ಸಮುದಾಯಗಳನ್ನು ತಲುಪಲು ಸಾಧ್ಯವಿಲ್ಲವೆಂದು ಮುಸ್ಲಿಮರು ಅರ್ಥ ಮಾಡಿಕೊಳ್ಳಬೇಕು.

ಸಭೆ, ಸಮಾವೇಶ ಮತ್ತು ಸಾರ್ವಜನಿಕ ಸ್ಥಳಗಳಲ್ಲಿ ಮುಸ್ಲಿಮರ ಭಾವನೆಗಳಿಗೆ ಸ್ಪಂದಿಸುವಂತಹ ಮತ್ತು ಬೇರೆ ಸಮುದಾಯಗಳಿಗೆ ಮುಸ್ಲಿಮರ ಅಭಿಪ್ರಾಯವನ್ನು ತಲುಪಿಸುವಂತಹ ಪರಿಣಾಮಕಾರಿಯಾದ ಮೀಡಿಯಾ ಇಲ್ಲದಿರುವುದನ್ನು ಕುರಿತು ಅನೇಕ ಮುಸ್ಲಿಮರು ಬೇಸರ ವ್ಯಕ್ತಪಡಿಸುವುದನ್ನು ನೋಡಿದ್ದೇನೆ. ಆದರೆ ನಮಗೆ ಸ್ಪಂದಿಸುವಂತಹ ಮೀಡಿಯಾ ಪಡೆಯಲು ಕೆಲಸ ಮಾಡೋಣವೆಂದರೆ, ಇವರು ಯಾರೂ ಮುಂದೆ ಬರುವುದಿಲ್ಲ. ಸುಮಾರು 30 ವರ್ಷಗಳ ಹಿಂದೆ, ಇಂಗ್ಲೀಷ್ ಸಂಜೆ ಪತ್ರಿಕೆಯನ್ನು ನಾನು ಧೈರ್ಯ ಮಾಡಿ ಪ್ರಾರಂಭಿಸಿದೆ. ಇದು ಉತ್ತಮ ಗುಣಮಟ್ಟದ ಪತ್ರಿಕೆಯೆಂದು ಬಹಳ ಬೇಗ ಜನಪ್ರಿಯವಾಯಿತು. ಹಾಗೆ ನೋಡಿದರೆ, ಈ ಪತ್ರಿಕೆಯ ಓದುಗರಲ್ಲಿ ಸುಮಾರು 80% ಬೇರೆ ಸಮುದಾಯಕ್ಕೆ ಸೇರಿದವರಾಗಿದ್ದರು. ಮುಸ್ಲಿಮರಿಗೆ ಮೀಸಲಾದ ಉತ್ತಮವಾದ ಪತ್ರಿಕೆ ಬೇಕು ಎಂದು ಒತ್ತಾಯ ಮಾಡುವ ಅನೇಕ ಮುಸ್ಲಿಮರು, ನನ್ನ

ಪತ್ರಿಕೆಗೆ ಚಂದಾದಾರರೂ ಆಗಲಿಲ್ಲ ಮತ್ತು ಯಾವ ರೀತಿಯ ನೆರವು ಕೂಡಾ ನೀಡಲಿಲ್ಲ!

ಮೀಡಿಯಾದಲ್ಲಿ ಮುಸ್ಲಿಮರು ಭಾಗವಹಿಸದಿದ್ದರೆ, ಬಂಡವಾಳ ಹಾಕದಿದ್ದರೆ, ಬೇರೆ ಸಮುದಾಯಗಳಲ್ಲಿ ಮುಸ್ಲಿಮರ ಬಗ್ಗೆ ಇರುವ ತಪ್ಪು ಭಾವನೆಯನ್ನು ಸರಿಪಡಿಸುವುದಾದರೂ ಹೇಗೆ ಸಾಧ್ಯ? ಕೆಲವು ಮೀಡಿಯಾಗಳಲ್ಲಿ ಮುಸ್ಲಿಮರ ಬಗ್ಗೆ ತಪ್ಪು ಮಾಹಿತಿ ನೀಡುತ್ತಿದ್ದಾರೆ ಎಂದು ದೂರುವುದು ಮತ್ತು ಮುಸ್ಲಿಮರಿಗೆ ಅನ್ಯಾಯವಾಗುತ್ತಿದೆ ಎಂದು ರೋಧಿಸುವುದರಿಂದ ಮಾತ್ರ ಮುಸ್ಲಿಮರಿಗೆ ಸಹಾಯವಾಗುವುದಿಲ್ಲವೆಂದು ನಾವು ತಿಳಿದುಕೊಳ್ಳಬೇಕು.

ಹೆಚ್ಚು ಜನಯುವ ಮುಸ್ಲಿಮರು ಪತ್ರಕರ್ತರಾಗಿ ವೃತ್ತಿಜೀವನ್ನು ಪ್ರಾರಂಭಿಸಿದರೆ ನಾನು ಸ್ವಾಗತಿಸುತ್ತೇನೆ. ಇಂತಹ ಯುವ ಪತ್ರಕರ್ತ ಮುಸ್ಲಿಮರು, ಪ್ರಜಾಪ್ರಭುತ್ವ ಮತ್ತು ಜ್ಯಾತಾತೀತತೆಗೆ ಬದ್ಧರಾದ ಮತ್ತು ವಿವಿಧ ಧರ್ಮಗಳಿಂದ ಬಂದ ಸಿಬ್ಬಂದಿ ವರ್ಗ ಹೊಂದಿರುವ ಮೀಡಿಯಾ ಸಂಸ್ಥೆಗಳನ್ನು ಸೇರಬೇಕು. ಆಗ ಯುವ ಮುಸ್ಲಿಮ್ ಪತ್ರಕರ್ತರಿಗೆ, ಈ ಮೀಡಿಯಾ ಸಂಸ್ಥೆಗಳ ಮೂಲಕ ಮುಸ್ಲಿಮರಿಗೆ ಸಂಬಂಧಿಸಿದ ವಿಷಯಗಳನ್ನು ಕುರಿತು ವಸ್ತುನಿಷ್ಠವಾದ ಮತ್ತು ಸಮತೂಕದ ಸುದ್ದಿಯನ್ನು ಜನಸಾಮಾನ್ಯರಿಗೆ ನೀಡಲು ಸಾಧ್ಯವಾಗುತ್ತದೆ.

ಇಂದಿನ ಸೋಷಿಯಲ್ ಮೀಡಿಯಾ ಯುಗದಲ್ಲಿ, ವೃತ್ತಿಪರ ಪತ್ರಕರ್ತರಾದರೆ ಮಾತ್ರ ಮೀಡಿಯಾವನ್ನು ಒಳ್ಳೆಯ ಉದ್ದೇಶಕ್ಕಾಗಿ ಬಳಸಬಹುದು ಎನ್ನುವ ಪರಿಸ್ಥಿತಿ ಇಲ್ಲ. ಹೆಚ್ಚು ಜನ ಮುಸ್ಲಿಮರಿಗೆ ತಮ್ಮ ಅಭಿಪ್ರಾಯಗಳನ್ನು, ಅತ್ಯಂತ ಕಡಿಮೆ ಖರ್ಚಿನಲ್ಲಿ ಬೇರೆ ಸಮುದಾಯದವರ ಜೊತೆ ಹಂಚಿಕೊಳ್ಳಲು, ಸೋಷಿಯಲ್ ಮೀಡಿಯಾ ಅನೇಕ ಅವಕಾಶಗಳನ್ನು ನೀಡುತ್ತಿದೆ. ಮುಸ್ಲಿಮರು ಸೋಷಿಯಲ್ ಮೀಡಿಯಾದ ಅವಕಾಶಗಳನ್ನು ಸಕಾರಾತ್ಮಕವಾಗಿ ಬಳಸಿಕೊಂಡು ಕೇವಲ ಮುಸ್ಲಿಮರಿಗೆ ಸೀಮಿತವಾದ ವಿಷಯಗಳು ಮಾತ್ರವಲ್ಲದೆ, ಸಮಾಜಮುಖಿ ವಿಷಯಗಳನ್ನು ಕುರಿತು ವಸ್ತುನಿಷ್ಠವಾಗಿ ಮತ್ತು ಪ್ರಾಮಾಣಿಕವಾಗಿ ಸುದ್ದಿ ಪ್ರಸಾರ ಮಾಡಬೇಕು. ಹೀಗೆ ಮಾಡುವುದರಿಂದ ಬೇರೆ ಸಮುದಾಯದವರ ಬೆಂಬಲವನ್ನು ಪಡೆಯಬಹುದು ಮತ್ತು ದೇಶದ ಅಭಿವೃದ್ಧಿಗಾಗಿ ಎಲ್ಲರೂ ಸೇರಿ ಕೆಲಸ ಮಾಡಬಹುದು.

ಮುಸ್ಲಿಮ್ ಮಹಿಳೆಯರ ಪಾತ್ರ

ಭಾರತದ ಮುಸ್ಲಿಮರ ಸ್ಥಿತಿಗತಿ ಕುರಿತು ವಿಶ್ಲೇಷಣೆ ಮಾಡುವಾಗ, ಮುಸ್ಲಿಮ್ ಮಹಿಳೆಯರ ಸಮಸ್ಯೆಗಳನ್ನು ನಿರ್ಲಕ್ಷಿಸಬಾರದು. ಭಾರತದ ಮುಸ್ಲಿಮರ ಅಭಿವೃದ್ಧಿಯಲ್ಲಿ, ಸಮುದಾಯದಲ್ಲಿ ಸುಮಾರು 50%ರಷ್ಟು ಇರುವ ಮಹಿಳೆಯರ ಕೊಡುಗೆ ಬಹಳ ಮುಖ್ಯವಾಗಿದೆ. ಮುಸ್ಲಿಮ್ ಮಹಿಳೆಯರ ಪರಿಸ್ಥಿತಿ ಮತ್ತು ಅಗತ್ಯಗಳನ್ನು ಕುರಿತು

ಸಮಗ್ರ ಅಧ್ಯಯನ ನಡೆಯಬೇಕು. ಮುಸ್ಲಿಮ್ ಮಹಿಳೆಯರ ಶೈಕ್ಷಣಿಕ ಮತ್ತು ಉದ್ಯೋಗಗಳವಕಾಶಗಳ ಅಭಿವೃದ್ಧಿಗೆ ಆದ್ಯತೆ ನೀಡಬೇಕು.

ಇಸ್ಲಾಮ್‌ನಲ್ಲಿ ಮಹಿಳೆಯರು ಮತ್ತು ಅವರ ಪಾತ್ರ ಕುರಿತು ಹೇಳಿರುವುದನ್ನು ಕುರಿತು, ಭಾರತದ ಮುಸ್ಲಿಮ್ ಮಹಿಳೆಯರ ಪರಿಸ್ಥಿತಿಯನ್ನು ಕುರಿತು ಅನೇಕ ಚರ್ಚೆಗಳಾಗಿವೆ. ಕುರ್‌ಆನ್‌ನಲ್ಲಿ ಒಪ್ಪಿಗೆ ಇಲ್ಲದಿರುವ ಕೆಲವು ಕಾನೂನುಗಳು ಮತ್ತು ಆಚರಣೆಗಳನ್ನು ಪಾಲಿಸುವುದು, ಪುರುಷ ಪ್ರಧಾನ ದೃಷ್ಟಿಯಿಂದ ಧರ್ಮವನ್ನು ತಪ್ಪಾಗಿ ಅರ್ಥ ಮಾಡಿಕೊಳ್ಳುವುದು, ಹೀಗೆ ಮುಸ್ಲಿಮರು ಮಾಡುವ ತಪ್ಪುಗಳಿಂದಾಗಿ, ಇಸ್ಲಾಮ್‌ ನಲ್ಲಿ ಮಹಿಳೆಯರಿಗೆ ನೀಡಿರುವ ಸ್ಥಾನಮಾನ ಕುರಿತು ಬೇರೆ ಸಮುದಾಯದವರು ತಪ್ಪು ಭಾವನೆ ಹೊಂದಿದ್ದಾರೆ. ದೇವರು, ಗಂಡು ಮತ್ತು ಹೆಣ್ಣು ಸಮಾನವಾಗಿ ಮತ್ತು ಒಂದೇ ವಿಧಾನದಲ್ಲಿ ಸೃಷ್ಟಿ ಮಾಡಿದ್ದಾನೆಯಂದು ನಾವು ಮರೆಯಬಾರದು. ವಿಶ್ವದ ಮೊದಲ ದಂಪತಿಗಳಾದ ಆಡಮ್ ಮತ್ತು ಈವ್‌ರಿಂದ ಪುರುಷರು ಮತ್ತು ಮಹಿಳೆಯರು ಹುಟ್ಟಿದ್ದಾರೆ ಎಂದು ಇಸ್ಲಾಮ್ ಅಭಿಪ್ರಾಯವಾಗಿದೆ. ಮಾನವ ಸಂತತಿ ಬೆಳೆಯಲು, ಪುರುಷರು ಮತ್ತು ಮಹಿಳೆಯರ ಸಮಾನ ಪಾತ್ರವಹಿಸುತ್ತಾರೆ. ಪುರುಷರು ಮತ್ತು ಮಹಿಳೆಯರ ಅನೇಕ ಪಾತ್ರಗಳಲ್ಲಿ ಸಾಮ್ಯತೆಯಿದೆ ಮತ್ತು ಕೆಲವು ಪಾತ್ರಗಳು ಮಹಿಳೆಯರು ಅಥವಾ ಪುರುಷರಿಗೆ ಮೀಸಲಾಗಿವೆ.

ಮುಸ್ಲಿಮ್ ಮಹಿಳೆಯರನ್ನು ಕುರಿತು ಪೂರ್ವಾಗ್ರಹಪೀಡಿತ ನಕಾರಾತ್ಮಕ ಚಿಂತನೆಗಳಿಗೆ ಆಧಾರವೇನು? ಇಸ್ಲಾಮ್‌ನಲ್ಲಿ ಒಬ್ಬ ವ್ಯಕ್ತಿ ನಾಲ್ಕು ಜನ ಪತ್ನಿಯರನ್ನು ಹೊಂದಲು ಅವಕಾಶ ನೀಡಲಾಗಿದೆ ಎಂದು ಟೀಕಾಕಾರರು ಹೇಳುತ್ತಾರೆ. ಆದರೆ ಇದನ್ನು ಎಲ್ಲಾ ಮುಸ್ಲಿಮರು ಪಾಲಿಸಬೇಕು ಎಂದು ಕಡ್ಡಾಯ ನಿಯಮವಿಲ್ಲವೆಂದು ಅವರು ಅರ್ಥ ಮಾಡಿಕೊಳ್ಳಬೇಕು. ಕುಟುಂಬದ ಆಸ್ತಿಯನ್ನು ವಾರಸುದಾರರಲ್ಲಿ ಹಂಚುವಾಗ, ಗಂಡು ಮಕ್ಕಳಿಗೆ ದೊರೆಯುವ ಪಾಲಿನಲ್ಲಿ ಅರ್ಧ ಪಾಲು ಮಾತ್ರ ಹೆಣ್ಣು ಮಕ್ಕಳಿಗೆ ನೀಡಲಾಗುತ್ತದೆ. ಹೀಗಾಗಿ ಹೆಣ್ಣು ಮಕ್ಕಳಿಗೆ ಅನ್ಯಾಯ ಮಾಡಲಾಗುತ್ತಿದೆ ಎಂದು ಮತ್ತೊಂದು ಆರೋಪ ಮಾಡುತ್ತಾರೆ. ಆಸ್ತಿಯಲ್ಲಿ ಹೆಣ್ಣು ಮಕ್ಕಳಿಗೆ ಪಾಲು ನೀಡುವ ಪ್ರಗತಿಪರ ಚಿಂತನೆಯನ್ನು ಹೊಂದಿರುವ ಜಗತ್ತಿನ ಕೆಲವೇ ಮತ್ತು ಅತ್ಯಂತ ಹಳೆಯ ಧರ್ಮವೆಂದರೆ ಅದು ಇಸ್ಲಾಮ್ ಆಗಿದೆ ಎಂದು ಟೀಕಾಕಾರರು ಅರ್ಥ ಮಾಡಿಕೊಳ್ಳಬೇಕು. ಮದುವೆಯಾದ ಮೇಲೆ ಹೆಣ್ಣು ಮಗಳಿಗೆ ಅಗತ್ಯವಾದ ಹಣವನ್ನು ನೀಡುವುದು ಆಕೆಯ ಗಂಡನ ಕರ್ತವ್ಯವಾಗಿರುತ್ತದೆ ಮತ್ತು ಒಂದು ವೇಳೆ ಗಂಡ ಮೊದಲು ಸತ್ತರೆ, ಆತನ ಆಸ್ತಿಯನ್ನು ಹೆಂಡತಿಗೆ ನೀಡಲಾಗುತ್ತದೆ. ಈ ಹಿನ್ನೆಲೆಯಲ್ಲಿ ತವರು ಮನೆಯ ಆಸ್ತಿಯ ಹಂಚಿಕೆ ಮಾಡುವಾಗ ಗಂಡು ಮಕ್ಕಳಿಗೆ ಹೆಚ್ಚು ಪಾಲು ನೀಡಲು ಇಸ್ಲಾಮ್ ನಲ್ಲಿ ಅವಕಾಶ ನೀಡಿರಬಹುದು.

ಇಸ್ಲಾಮ್‌ನಲ್ಲಿ ವಿವಾಹ ವಿಚ್ಛೇದನ ಪದ್ಧತಿ ಕುರಿತು ಬಹಳಷ್ಟು ಆರೋಪಗಳನ್ನು ಮಾಡಲಾಗುತ್ತಿದೆ. ಇಸ್ಲಾಮ್ ಪ್ರಕಾರ ಮದುವೆಯಂದರೆ, ಗಂಡು ಮತ್ತು ಹೆಣ್ಣಿನ

ನಡುವೆ ಆಗುವ ಒಂದು ಕರಾರು ಒಪ್ಪಂದ. ಈ ಕರಾರಿನಲ್ಲಿ ಗಂಡು ಅಥವಾ ಹೆಣ್ಣು ತಮಗೆ ಸಹಮತವಿರುವ ಯಾವುದೇ ವಿಷಯವನ್ನು ಪ್ರಸ್ತಾಪಿಸಬಹುದು. ಇಸ್ಲಾಮಿಕ್ ವಿವಾಹವು ಒಂದು ಕರಾರು ಒಪ್ಪಂದವಾಗಿರುವುದರಿಂದ, ಗಂಡ ಮತ್ತು ಹೆಂಡತಿಯ ನಡುವೆ ತೀವ್ರವಾದ ಭಿನ್ನಾಪ್ರಾಯ ಉಂಟಾಗಿ, ಅವರು ಈ ಕರಾರು ಒಪ್ಪಂದಂತೆ ಮುಂದುವರೆಯಲು ಸಾಧ್ಯವಿಲ್ಲವಾದಾಗ, ಈ ಕರಾರು ಒಪ್ಪಂದವನ್ನು ಗೌರವದಿಂದ ರದ್ದು ಮಾಡಲು ಇಸ್ಲಾಮ್‌ನಲ್ಲಿ ಸ್ಪಷ್ಟವಾದ ವಿಧಾನ ಮತ್ತು ಅನುಸರಿಸಬೇಕಾದ ನಿಯಮಗಳನ್ನು ನೀಡಲಾಗಿದೆ. ಇಸ್ಲಾಮಿನಲ್ಲಿ ಹೇಳಿರುವ ಈ ವಿಧಾನ ಮತ್ತು ನಿಯಮಗಳನ್ನು ಪಾಲಿಸಿ ವಿವಾಹ ವಿಚ್ಛೇದನ ಮಾಡುವುದು ಮಾತ್ರ ಸರಿಯಾದ ಪದ್ಧತಿಯಾಗಿದೆ. ಈ ಪದ್ಧತಿ ಹೊರತಾಗಿ ಬೇರೆ ಯಾವುದೇ ರೀತಿ ವಿವಾಹ ವಿಚ್ಛೇದನ ನಡೆಯುವುದಕ್ಕೆ ಇಸ್ಲಾಮಿನಲ್ಲಿ ಒಪ್ಪಿಗೆಯಿಲ್ಲ. ಉದಾಹರಣೆಗೆ ಒಂದೇ ಸಂದರ್ಭದಲ್ಲಿ ತ್ರಿವಳಿ ತಲಾಕ್ ನೀಡುವುದಕ್ಕೆ ಇಸ್ಲಾಮಿನಲ್ಲಿ ಒಪ್ಪಿಗೆಯಿಲ್ಲ. ಇತ್ತೀಚಿಗೆ ಭಾರತದ ಸುಪ್ರೀಂಕೋರ್ಟ, ಹೀಗೆ ಒಂದೇ ಸಂದರ್ಭದಲ್ಲಿ ತ್ರಿವಳಿ ತಲಾಕ್ ನೀಡುವುದನ್ನು ಅನಧಿಕೃತ ಮತ್ತು ಸಂವಿಧಾನ ವಿರೋಧಿಯೆಂದು ಘೋಷಿಸಿದೆ. ಹೀಗಾಗಿ, ಭಾರತದಲ್ಲಿ ಮುಸ್ಲಿಮ್ ವ್ಯಕ್ತಿಯೊಬ್ಬ ಒಂದೇ ಸಂದರ್ಭದಲ್ಲಿ ಮೂರು ಸಲ ತಲಾಕ್ ಹೇಳಿದರೆ, ಅದರಿಂದ ವಿವಾಹ ರದ್ದಾಗುವುದಿಲ್ಲ ಮತ್ತು ಆತನ ಪತ್ನಿಯ ಸ್ಥಾನಮಾನ ಮುಂದುವರೆಯುತ್ತದೆ.

ಮುಸ್ಲಿಮ್ ಮಹಿಳೆಯರ ಉಡುಪು ಕುರಿತು ಅನೇಕ ಪ್ರಶ್ನೆಗಳು ಮತ್ತು ಟೀಕೆಗಳನ್ನು ಮಾಡುವ ಜನರಿದ್ದಾರೆ. ಮುಸ್ಲಿಮ್ ಮಹಿಳೆಯರ ಉಡುಪು ಹೀಗೆ ಇರಬೇಕು ಅಥವಾ ಪರ್ದಾ ಬಳಸಲೇಬೇಕು ಎಂದು ಇಸ್ಲಾಮಿನಲ್ಲಿ ಹೇಳಿಲ್ಲ. ಗಂಡು ಮತ್ತು ಹೆಣ್ಣು ಸಭ್ಯತೆಯಿಂದ ಕೂಡಿದ ಉಡುಪು ಧರಿಸಬೇಕು ಎಂದು ಮಾತ್ರ ಹೇಳಲಾಗಿದೆ. ಕೆಲವು ಮುಸ್ಲಿಮ್ ಧಾರ್ಮಿಕ ಮುಖಂಡರು ಮುಸ್ಲಿಮ್ ಮಹಿಳೆಯರು ಇಂತಹದೇ ಉಡುಪು ಧರಿಸುವಂತೆ ಒತ್ತಾಯಿಸುತ್ತಾರೆ. ಆದರೆ, ಇಸ್ಲಾಮ್ ಪ್ರಕಾರ ಮುಸ್ಲಿಮ್ ಮಹಿಳೆಯರು ಇಂತಹದೇ ಉಡುಪು ಧರಿಸಬೇಕು ಎಂದು ಕಡ್ಡಾಯವಿಲ್ಲ.

ಮುಸ್ಲಿಮ್ ಮಹಿಳೆಯರು ವ್ಯಾಪಾರ ಮತ್ತು ವಾಣಿಜ್ಯ ಕ್ಷೇತ್ರದಲ್ಲಿ ಭಾಗವಹಿಸಬಾರದು ಎಂದು ಇಸ್ಲಾಮಿನಲ್ಲಿ ಹೇಳಲಾಗಿದೆ ಎಂದು ಕೆಲವರು ಆರೋಪ ಮಾಡುತ್ತಾರೆ. ಆದರೆ ನ್ಯಾಯಸಮ್ಮತವಾದ ಮತ್ತು ಸ್ವೀಕೃತವಾಗುವಂತಹ ಆರ್ಥಿಕ ಚಟುವಟಿಕೆಗಳಲ್ಲಿ ಮುಸ್ಲಿಮ್ ಮಹಿಳೆಯರು ಭಾಗವಹಿಸಬಾರದು ಎಂದು ಇಸ್ಲಾಮಿನಲ್ಲಿ ನಿಷೇಧಿಸಲಾಗಿಲ್ಲ. ಈ ವಿಷಯಕ್ಕೆ ಸಂಬಂಧಿಸಿದ ಉತ್ತಮ ಉದಾಹರಣೆಯಾಗಿ ಪ್ರವಾದಿ ಮೊಹಮ್ಮದ್ (ಶಾಂತಿ ಅವರ ಮೇಲೆ ಇರಲಿ)ಯುವರ ಮೊದಲ ಪತ್ನಿ ಹಜರತ್ ಖಾದೀಜಾಹ್‌ಯವರು, ಆಗಿನ ಕಾಲದಲ್ಲಿ ಹೆಸರಾಂತ ವ್ಯಾಪಾರಿಯಾಗಿದ್ದರು ಎಂದು ಇಲ್ಲಿ ಉಲ್ಲೇಖಿಸಬಹುದು. ನ್ಯಾಯಸಮ್ಮತವಾದ ಆರ್ಥಿಕ ಚಟುವಟಿಕೆಗಳಲ್ಲಿ ಭಾಗವಹಿಸುವುದು ಅಥವಾ ಮಾನವೀಯತೆಯ ಕೆಲಸ ಮಾಡಲು ಅಗತ್ಯವಾದ ಕೌಶಲ ಮತ್ತು ಜ್ಞಾನವನ್ನು

ಮುಸ್ಲಿಮ್ ಮಹಿಳೆಯರು ಪಡೆಯಬಾರದು ಎಂದು ಇಸ್ಲಾಮಿನಲ್ಲಿ ಹೇಳಿಲ್ಲ. ಆದರೆ, ಇಸ್ಲಾಮ್ ಮತ್ತು ಸಂದೇಶಗಳನ್ನು ತಪ್ಪಾಗಿ ವ್ಯಾಖ್ಯಾನ ಮಾಡುವ ಕೆಲವು ಮುಸ್ಲಿಮ್ ಧಾರ್ಮಿಕ ಮುಖಂಡರು, ಮುಸ್ಲಿಮ್ ಮಹಿಳೆಯರು ಆರ್ಥಿಕ ಚಟುವಟಿಕೆಗಳಲ್ಲಿ ಭಾಗವಹಿಸಲು ಅನೇಕ ಅಡೆತಡೆಗಳನ್ನು ಸೃಷ್ಟಿ ಮಾಡಿರುವುದು ನಿಜವಾಗಿದೆ. ಇಂತಹ ಪ್ರತಿರೋಧ ಮತ್ತು ನಿಬಂಧನೆಗಳಿಗೆ ಕುರ್‌ಆನ್‌ನಲ್ಲಿ ಅವಕಾಶವಿಲ್ಲವೆಂದು ಅರ್ಥ ಮಾಡಿಕೊಳ್ಳಬೇಕು. ಶೈಕ್ಷಣಿಕವಾಗಿ ಹಿಂದುಳಿಯುವುದು ಮತ್ತು ಅಭಿವೃದ್ಧಿಯಲ್ಲಿ ಭಾಗವಹಿಸದಿರುವುದು, ಹೀಗೆ ಅನೇಕ ಪ್ರತಿರೋಧ ಮತ್ತು ನಿಬಂಧನೆಗಳಿಂದಾಗಿ ಅನೇಕ ಮುಸ್ಲಿಮ್ ಮಹಿಳೆಯರು ಮುಸ್ಲಿಮ್‌ರ ಅಭಿವೃದ್ಧಿಗಾಗಿ ತಮ್ಮ ಶಕ್ತಿ, ಸಾಮರ್ಥ್ಯವನ್ನು ಸದುಪಯೋಗಪಡಿಸಿಕೊಳ್ಳಲು ಅಸಾಧ್ಯವಾಗಿದೆ. ಇದಕ್ಕೆ ಪುರುಷ ಪ್ರಧಾನವಾದ ಮುಸ್ಲಿಮ್ ಸಮುದಾಯ ಮತ್ತು ಇಸ್ಲಾಮ್ ಕುರಿತು ತಪ್ಪಾಗಿ ಅರ್ಥ ಮಾಡಿಕೊಳ್ಳುವ ಹಾಗೂ ವ್ಯಾಖ್ಯಾನ ಮಾಡುವ ಪ್ರಭಾವಿ ಮುಸ್ಲಿಮ್ ಧಾರ್ಮಿಕ ಮುಖಂಡರು ಪ್ರಮುಖ ಕಾರಣವಾಗಿದ್ದಾರೆ.

ಇಸ್ಲಾಮಿನಲ್ಲಿ ಲಿಂಗ ಸಮಾನತೆ ನೀಡಲಾಗಿದೆ ನಿಜ. ಇದರ ಅರ್ಥಗಂಡು ಮತ್ತು ಹೆಣ್ಣು ಒಬ್ಬರೇ ಎಂದಲ್ಲ. ಸಮಾಜದಲ್ಲಿ ಗಂಡು ಮತ್ತು ಹೆಣ್ಣು ಹೇಗಿರಬೇಕು ಎಂದು ಸ್ಪಷ್ಟವಾದ ಮಾರ್ಗದರ್ಶನ ನೀಡಲಾಗಿದೆ. ಗಂಡು ಮತ್ತು ಹೆಣ್ಣಿನ ನಡುವೆ ಯಾವ ರೀತಿಯ ಸಂಬಂಧವಿರಬೇಕು ಎಂದು ನಿಯಮಗಳನ್ನು ರೂಪಿಸಲಾಗಿದೆ. ಸಮಾಜದಲ್ಲಿ ನೈತಿಕತೆ ಮತ್ತು ಸಭ್ಯತೆಯನ್ನು ಕಾಪಾಡಲು, ಇಂತಹ ನಿಯಮಗಳು ಅಗತ್ಯವಿದೆ. ಆದರೆ ಮಹಿಳೆಯರು ಅಗತ್ಯವಾದ ಕೌಶಲ ಮತ್ತು ಜ್ಞಾನ ಪಡೆದು ತಮ್ಮ ವ್ಯಕ್ತಿತ್ವವನ್ನು ಬೆಳೆಸಿಕೊಳ್ಳಲು, ಈ ನಿಯಮಗಳು ಅಡ್ಡಿಯಾಗಿರುವುದಿಲ್ಲ. ಪರಿಸ್ಥಿತಿ ಹೀಗಿದ್ದರೂ, ಇಸ್ಲಾಮ್ ಪರವಾಗಿ ಮಾತನಾಡುತ್ತೇವೆ ಎಂದು ಹೇಳಿಕೊಳ್ಳುವ ಅನೇಕ ಪುರುಷ– ಪ್ರಧಾನ ಮುಸ್ಲಿಮ್ ಸಂಘಟನೆಗಳು ಮುಸ್ಲಿಮ್ ಮಹಿಳೆಯರು ಇಷ್ಟು ಹಿಂದುಳಿದಿರುವುದಕ್ಕೆ ಪ್ರಮುಖಕಾರಣವಾಗುತ್ತಾರೆ. ಪುರುಷ ಪ್ರಧಾನ ವ್ಯವಸ್ಥೆಯನ್ನು ಬಲಪಡಿಸಲು ಅನೇಕ ಧಾರ್ಮಿಕ ಮುಖಂಡರು ಧರ್ಮವನ್ನು ಕುರಿತು ತಪ್ಪಾಗಿ ವ್ಯಾಖ್ಯಾನ ಮಾಡಿದ್ದಾರೆ ಮತ್ತು ದುರ್ಬಳಕೆ ಮಾಡಿಕೊಂಡಿದ್ದಾರೆ. ಸಮಾಜದಲ್ಲಿ ಮಹಿಳೆಯರ ಪಾತ್ರವನ್ನು ಕುರಿತು ಧರ್ಮದಲ್ಲಿ ಹೇಳಿರುವುದನ್ನು ತಮ್ಮ ಮೂಗಿನ ನೇರಕ್ಕೆ ವ್ಯಾಖ್ಯಾನ ಮಾಡಿಕೊಂಡಿರುವ ಇಂತಹವರಿಂದಾಗಿ, ಗಂಡಿಗೆ ಯಾವಾಗಲೂ ಮಹಿಳೆ ಗುಲಾಮಳಾಗಿರಬೇಕು ಎನ್ನುವಂತಹ ಪರಿಸ್ಥಿತಿ ಉಂಟಾಗುತ್ತದೆ. ಇದು ಬದಲಾಗಬೇಕು.

ಕಳೆದ 30 ವರ್ಷಗಳಲ್ಲಿ ಭಾರತೀಯ ಮುಸ್ಲಿಮರಲ್ಲಿ ಗುರುತರವಾದ ಬದಲಾವಣೆಯನ್ನು ನೋಡಬಹುದಾಗಿದೆ. ಉದಾಹರಣೆಗೆ, ಮಧ್ಯಮ ಮತ್ತು ಕೆಳಮಧ್ಯಮ ವರ್ಗಗಳ ಕುಟುಂಬಗಳಿಂದ ಹೆಚ್ಚು ಜನ ಮುಸ್ಲಿಮ್ ವಿದ್ಯಾರ್ಥಿನಿಯರು ಶಾಲೆ ಮತ್ತು ಕಾಲೇಜುಗಳಿಗೆ ಹೋಗುತ್ತಿದ್ದಾರೆ ಮತ್ತು ವಿವಿಧ ಕೌಶಲಗಳನ್ನು ಗಳಿಸುತ್ತಿದ್ದಾರೆ. ಹಾಗೆ ನೋಡಿದರೆ, ಅನೇಕ ಕ್ಷೇತ್ರಗಳಲ್ಲಿ ಹುಡುಗರಿಗಿಂತ ಮುಸ್ಲಿಮ್

ಹುಡುಗಿಯರ ಸಾಧನೆ ಹೆಚ್ಚಾಗಿದೆ. ಇದು ತುಂಬಾ ಒಳ್ಳೆಯ ಬೆಳವಣಿಗೆಯಾಗಿದೆ. ಇವತ್ತು ವ್ಯಾಪಾರ, ಉದ್ಯಮ, ವೈದಕೀಯ, ಇಂಜಿನಿಯರಿಂಗ್, ಅಧಿಕಾರಿ ವರ್ಗ, ವಿಜ್ಞಾನ, ಮೀಡಿಯಾ, ಶಿಕ್ಷಣ, ಸಮಾಜ ಸೇವೆ, ಹೀಗೆ ವಿವಿಧ ಕ್ಷೇತ್ರಗಳಲ್ಲಿ ಮುಸ್ಲಿಮ್ ಮಹಿಳೆಯರು ಕೆಲಸ ಮಾಡುತ್ತಿದ್ದಾರೆ. ಇವರಿಗೆ ನಾವು ಪ್ರೋತ್ಸಾಹ ನೀಡಬೇಕು. ಇದೇ ರೀತಿ ಮುಸ್ಲಿಮ್ ಮಹಿಳೆಯರು ಎನ್‌ಜಿಗಳನ್ನು ಸ್ಥಾಪಿಸಿ, ಬಡ ಮುಸ್ಲಿಮ್ ಕುಟುಂಬಗಳ ಮಹಿಳೆಯರಿಗೆ ವಿವಿಧ ಸರ್ಕಾರಿ ಯೋಜನೆಗಳ ಲಾಭದೊರೆಯುವಂತೆ ಮಾಡುವುದು, ಸ್ವಂತ ಉದ್ಯೋಗ ಪ್ರಾರಂಭಿಸಲು ಅಗತ್ಯ ಕೌಶಲ ಕಲಿಸುವುದು, ಆರ್ಥಿಕವಾಗಿ ಅಭಿವೃದ್ಧಿ ಹೊಂದುವಂತೆ ಮಾಡುವುದು ಮತ್ತು ಒಟ್ಟಾರೆಯಾಗಿ ಮಹಿಳೆಯರು ಆರ್ಥಿಕವಾಗಿ ಸ್ವಾವಲಂಬಿಯಾಗುವಂತೆ ಮಾಡಲು ಪ್ರಯತ್ನಿಸಬೇಕು.

ಮಾನವತೆಯ ಸೇವೆಗಾಗಿ ಕೆಲಸ ಮಾಡುವ ಎನ್‌ಜಿಓಗಳನ್ನು ಮುಸ್ಲಿಮರು ಸ್ಥಾಪಿಸಬೇಕು

ಕಳೆದ 70 ವರ್ಷಗಳಲ್ಲಿ, ನಂಬಿಕೆಗೆ ವಿಶ್ವಾಸಾರ್ಹವಾದ ಮತ್ತು ಮಾನವತೆಯ ಸೇವೆಗಾಗಿ ಮೀಸಲಾದ ಎನ್‌ಜಿಓಗಳನ್ನು ಸ್ಥಾಪಿಸಲು ಭಾರತೀಯ ಮುಸ್ಲಿಮರು ವಿಫಲರಾಗಿದ್ದಾರೆ. ಬೇರೆ ಸಮುದಾಯಗಳು ಇಂತಹ ಸಮಾಜಮುಖಿ ಎನ್‌ಜಿಓಗಳನ್ನು ಯಶಸ್ವಿಯಾಗಿ ನಡೆಸುತ್ತಿದ್ದರೆ, ಮುಸ್ಲಿಮರು ನಡೆಸುವ ಎನ್‌ಜಿಓಗಳು ಮದರಸಾ, ಅನಾಥಾಶ್ರಮ, ಅಂಜುಮಾನ್ ಮತ್ತು ಸ್ಥಳೀಯ ಮಟ್ಟದಲ್ಲಿ ದಾನಧರ್ಮ ಮಾಡುವ ಪುಟ್ಟ ಸಂಸ್ಥೆಗಳು ಆಗಿವೆ. ಇದಲ್ಲದೆ, ಮುಸ್ಲಿಮರು ನಡೆಸುವ ಎನ್‌ಜಿಓಗಳು ಮುಸ್ಲಿಮರಿಗಾಗಿ (ಅದರಲ್ಲೂ ಒಂದು ಪಂಥಕ್ಕೆ ಸೇರಿದ ಮುಸ್ಲಿಮರಿಗಾಗಿ) ಕೆಲಸ ಮಾಡುತ್ತಿವೆ. ಇಂತಹ ಎನ್‌ಜಿಓಗಳಲ್ಲಿ ಆಡಳಿತ ವ್ಯವಸ್ಥೆಯಲ್ಲಿ ಪಾರದರ್ಶಕತೆ ಹಾಗೂ ಪ್ರಜಾಪ್ರಭುತ್ವ ಮಾದರಿಯನ್ನು ನೋಡಲು ಸಾಧ್ಯವಿಲ್ಲ. ಇದಲ್ಲದೆ, ಸಾಮಾನ್ಯವಾಗಿ ಯುವಕ, ಯುವತಿಯರಿಗೆ ಇಂತಹ ಎನ್‌ಜಿಓಗಳನ್ನು ನಡೆಸುವ ಅವಕಾಶ ನೀಡುವುದಿಲ್ಲ. ಸರತಿಯ ಪ್ರಕಾರ ಪದಾಧಿಕಾರಿಗಳ ಬದಲಾವಣೆ ವ್ಯವಸ್ಥೆಯನ್ನು ಅನೇಕ ಎನ್‌ಜಿಓಗಳಲ್ಲಿ ನೋಡಲು ಸಾಧ್ಯವಿಲ್ಲ. ಹೀಗಾಗಿ, ಇಂತಹ ಎನ್‌ಜಿಓಗಳು ಬಹಳ ಬೇಗ ಸ್ಪರ್ಧಾತ್ಮಕ ಮನೋಭಾವ ಮತ್ತು ಕ್ರಿಯಾಶೀಲತೆಯನ್ನು ಕಳೆದುಕೊಂಡು, ನಿರುಪಯುಕ್ತವಾಗುತ್ತವೆ.

ಅನೇಕ ಭಾರತೀಯ ಮುಸ್ಲಿಮರಿಗೆ ಎನ್‌ಜಿಓ ಪ್ರಾರಂಭಿಸುವುದು ಅಂದರೆ, ಮದರಸಾ ಅಥವಾ ಧಾರ್ಮಿಕ ಸಂಸ್ಥೆಗಳನ್ನು ಪ್ರಾರಂಭಿಸುವುದು ಅಥವಾ ಅನಾಥಾಶ್ರಮದಂತಹ ಸಂಸ್ಥೆಗಳನ್ನು ಪ್ರಾರಂಭಿಸುವುದು ಎಂದಾಗಿದೆ. ಮುಸ್ಲಿಮರು ದಾನವಾಗಿ ನೀಡುವ ಹಣದಲ್ಲಿ ಬಹುಪಾಲು ಮದರಸಾ ಅಥವಾ ಮಸೀದಿಗಳಿಗೆ ಖರ್ಚಾಗುತ್ತದೆ ಮತ್ತು ಸಮಾಜ ಸೇವೆಗಾಗಿ ಬಹಳ ಕಡಿಮೆ ಹಣ ಸಿಗುತ್ತದೆ. ಸಮಾಜಮುಖಿ ಕೆಲಸಗಳಿಗಾಗಿ ಮುಸ್ಲಿಮರು ಹಣ ನೀಡುವಾಗಲೂ, ಮುಸ್ಲಿಮರಿಗೆ ಉಪಯೋಗವಾಗುವ ಕೆಲಸಗಳಿಗೆ ಮಾತ್ರ ಹಣ ನೀಡುತ್ತಾರೆ. ಈ ಮನೋಭಾವದಿಂದಾಗಿ ಸಮಾಜದಲ್ಲಿರುವ ಬೇರೆ

ಸಮುದಾಯಗಳಿಂದ ಮುಸ್ಲಿಮರು ದೂರ ಉಳಿಯುತ್ತಾರೆ. ಹೀಗೆ ಸಮಾಜದಲ್ಲಿ ಪ್ರತ್ಯೇಕವಾಗಿರುವುದು ಇಸ್ಲಾಮಿಕ್ ಚಿಂತನೆಗಳಿಗೆ ವಿರುದ್ಧವಾಗಿದೆ. ಸಮಾಜಮುಖಿ ಕೆಲಸಗಳು ಯಾವುದೇ ಧರ್ಮಕ್ಕೆ ಮೀಸಲಾಗಿರಬಾರದು.

ಸಮಾಜಮುಖಿಯಾಗಿ, ಎಲ್ಲಾ ಸಮುದಾಯದವರಿಗೂ ಸೇವೆ ಸಲ್ಲಿಸುವಂತಹ ಎನ್‌ಜಿಒಗಳನ್ನು ಸ್ಥಾಪಿಸಲು ಮುಸ್ಲಿಮರಲ್ಲಿರುವ ದೊಡ್ಡ ಸಂಸ್ಥೆಗಳು ಮತ್ತು ಸಂಘಟನೆಗಳು ಮುಂದಾಗಬೇಕು. ಹೀಗೆ ಮಾಡುವುದರಿಂದ ಸಮಾಜದ ಮೂಖ್ಯವಾಹಿನಿಯಲ್ಲಿ ಮುಸ್ಲಿಮರು ಬೆರೆಯಲು ಸಾಧ್ಯವಾಗುತ್ತದೆ. ಮುಸ್ಲಿಮರ ರಾಜಕೀಯ ನಾಯಕರು, ಧಾರ್ಮಿಕ ಮುಖಂಡರು ಮತ್ತು ಇತರರು ಮಾಡುವ ಭಾಷಣಗಳಿಗಿಂತ, ಸಮುದಾಯಕ್ಕೆ ಹೆಚ್ಚು ಉಪಯೋಗವಾಗುವ ಈ ಕೆಲಸವನ್ನು ಮಾಡಲು ಮುಸ್ಲಿಮರು ಅದ್ಯತೆ ನೀಡಬೇಕಾಗಿದೆ.

ಸಮಾಜಕ್ಕೆ ಎಷ್ಟು ನೆರವಾಗುತ್ತಾರೆ ಎನ್ನುವ ಆಧಾರದ ಮೇಲೆ ಸಮಾಜದಲ್ಲಿ ಒಬ್ಬನ ಸ್ಥಾನಮಾನ ನಿರ್ಧರಿಸಲಾಗುತ್ತದೆ. ಸಮಾಜಕ್ಕೆ ನೆರವಾಗಲು ಸಮಾಜ ಸೇವೆ ಒಂದು ಉತ್ತಮ ವಿಧಾನವಾಗಿದೆ. ಎನ್‌ಜಿಒಗಳ ಮೂಲಕ ಸಾಕಷ್ಟು ಸಮಾಜ ಸೇವೆಯನ್ನು ಮಾಡಲು ಸಾಧ್ಯವಿದೆ. ಆದರೆ ಸಮಾಜ ಸೇವೆಯಲ್ಲಿ ಮತ್ತು ಎನ್‌ಜಿಒಗಳಲ್ಲಿ ಮುಸ್ಲಿಮರ ಸಂಖ್ಯೆ ಬಹಳ ಕಡಿಮೆ ಇದೆ. ಮುಸ್ಲಿಮರು ನಡೆಸುವ ಎನ್‌ಜಿಒಗಳು ಸಾಮಾನ್ಯವಾಗಿ ಮುಸ್ಲಿಮರಿಗೆ ಮತ್ತು ಅದರಲ್ಲೂ ಪಂಥವೊಂದಕ್ಕೆ ಸೇರಿದ ಮುಸ್ಲಿಮರಿಗೆ ಮಾತ್ರ ಮೀಸಲಾಗಿ ಕೆಲಸ ಮಾಡುತ್ತಿವೆ. ಸಮಾಜದ ಮುಖ್ಯವಾಹಿನಿಯಿಂದ ಭಾರತೀಯ ಮುಸ್ಲಿಮರು ದೂರ ಉಳಿಯಲು ಇದೂ ಒಂದು ಕಾರಣವಾಗಿದೆ. ತನ್ನ ಸ್ವಂತ ಅಗತ್ಯಗಳಿಗೆ ಬೇಕಾದಷ್ಟು ಬಳಸಿಕೊಂಡು ಉಳಿಯುವ ಹಣವನ್ನು ಸಮಾಜದಲ್ಲಿರುವ ದೀನದಲಿತರಿಗಾಗಿ ಖರ್ಚು ಮಾಡಬೇಕು ಎಂದು ಮಾನವೀಯತೆಯ ಸಂದೇಶ ನೀಡುತ್ತದೆ ಕುರ್‌ಆನ್. ಝುಕಾತ್ ಮತ್ತು ಸದಕಾ ಮೂಲಕ ಸಮಾಜದಲ್ಲಿರುವ ಬಡವರು, ದೀನ, ದಲಿತರಿಗೆ ನೆರವಾಗಬೇಕು ಎಂದು ಇಸ್ಲಾಮ್‌ನಲ್ಲಿ ಹೇಳಿದೆ. ಆದರೆ ಮುಸ್ಲಿಮರು ಈ ಸಂದೇಶಗಳನ್ನು ಮರೆತಿರುವಂತಿದೆ. ದಾನ ನೀಡುವ ಮುಸ್ಲಿಮರು ಕೂಡಾ ಮಾನವೀಯತೆಯ ದೃಷ್ಟಿಯಿಂದ ಎಲ್ಲಾ ಸಮುದಾಯಗಳ ಎನ್‌ಜಿಒಗಳಿಗೆ ನೆರವಾಗದೆ, ಮುಸ್ಲಿಮರಿಗೆ ನೆರವಾಗುವ ಎನ್‌ಜಿಒಗಳಿಗೆ ಮಾತ್ರದಾನ ನೀಡುತ್ತಿರುವುದು ಬಹಳ ದು:ಖದ ವಿಷಯವಾಗಿದೆ.

ಸಮಾಜ ಸೇವೆಯನ್ನು ತಮ್ಮ ಜೀವನದ ಉದ್ದೇಶವಾಗಿ ಹೆಚ್ಚು ಜನ ಮುಸ್ಲಿಮ್ ಯುವಕರು ಸ್ವೀಕರಿಸಬೇಕು. ಸಮಾಜ ಸೇವೆ ಕುರಿತು ಶಿಕ್ಷಣ ನೀಡುವ ಅನೇಕ ಸಂಸ್ಥೆಗಳು ಭಾರತಾದ್ಯಂತ ಕೆಲಸ ಮಾಡುತ್ತಿವೆ. ಹೆಚ್ಚು ಜನ ಮುಸ್ಲಿಮರು ಇಂತಹ ಶಿಕ್ಷಣ ಪಡೆಯಬೇಕು. ನಂತರ ಯಾವುದಾದರೂ ಎನ್‌ಜಿಒದಲ್ಲಿ ಕೆಲಸಕ್ಕೆ ಸೇರಬಹುದು ಅಥವಾ ಸ್ವತಃ ತಾವೇ ಹೊಸ ಎನ್‌ಜಿಒ ಪ್ರಾರಂಭಿಸಬಹುದು. ಆದರೆ ಇಂತಹ ಎನ್‌ಜಿಒಗಳು ಕೇವಲ ಮುಸ್ಲಿಮರಿಗೆ ಮೀಸಲಾಗಿರದೆ, ಎಲ್ಲಾ ಸಮುದಾಯಗಳಿಗೂ

ನೆರವಾಗುವಂತಹ ಕೆಲಸ ಮಾಡಬೇಕು. ಎಲ್ಲಾ ಸಮುದಾಯಗಳಿಗೆ ಉಪಯೋಗವಾಗುವ ಕೆಲಸದಲ್ಲಿ ಭಾಗವಹಿಸುವುದರಿಂದ ಭಾರತೀಯ ಮುಸ್ಲಿಮರು ಸಮಾಜಕ್ಕೆ ನೀಡುತ್ತಿರುವ ಕೊಡುಗೆಯನ್ನು ಬೇರೆಯವರು ಗುರುತಿಸುತ್ತಾರೆ ಮತ್ತು ಗೌರವಿಸುತ್ತಾರೆ. ವಿವಿಧ ಸಮುದಾಯಗಳ ಜೊತೆ ಸ್ನೇಹ, ಸೌಹಾರ್ದತೆ ಬೆಳೆಯಲು ಭಾರತೀಯ ಮುಸ್ಲಿಮರಿಗೆ ಸಮಾಜ ಸೇವೆ ಒಂದು ಒಳ್ಳೆಯ ವಿಧಾನವಾಗಿದೆ. ಹೀಗಾಗಿ ಸಮಾದಲ್ಲಿರುವ ಎಲ್ಲಾ ಸಮುದಾಯದವರಿಗೆ ನೆರವಾಗುವಂತಹ ಎನ್‌ಜಿಒಗಳನ್ನು ಭಾರತೀಯ ಮುಸ್ಲಿಮರು ಹೆಚ್ಚು ಸಂಖ್ಯೆಯಲ್ಲಿ ಪ್ರಾರಂಭಿಸಬೇಕು.

ಸಕಾರಾತ್ಮಕ ಅಸ್ತಿತ್ವ

ಸಮುದಾಯದ ಶೈಕ್ಷಣಿಕ ಮತ್ತು ಆರ್ಥಿಕ ಅಭಿವೃದ್ಧಿ ಹಾಗೂ ಭಾರತೀಯ ಸಮಾಜಕ್ಕೆ ಸಕಾರಾತ್ಮಕವಾಗಿ ಕೊಡುಗೆ ನೀಡುವುದು ಭಾರತೀಯ ಮುಸ್ಲಿಮರ ಆದ್ಯತೆಗಳಾಗಬೇಕು. ಉಚಿತವಾಗಿ ಏನೂ ಸಿಗುವುದಿಲ್ಲ – ನಾವು ಕಷ್ಟಪಟ್ಟು ಕೆಲಸ ಮಾಡಿ ಗಳಿಸಬೇಕು. ಹೀಗಾಗಿ, ತಮ್ಮ ಮುಂದಿರುವ ಸವಾಲುಗಳನ್ನು ಸಮರ್ಥವಾಗಿ ಎದುರಿಸಿ, ಭಾರತೀಯ ಮುಸ್ಲಿಮರು ಕಷ್ಟಪಟ್ಟುದುಡಿದು, ಸಮಾಜದಲ್ಲಿ ಮತ್ತು ದೇಶದಲ್ಲಿ ಉಪಯುಕ್ತವಾದ ಮತ್ತು ಸಕಾರಾತ್ಮಕವಾದ ಅಸ್ತಿತ್ವವನ್ನು ಪಡೆಯಬೇಕು. ಚುನಾವಣೆ ಸಮಯದಲ್ಲಿ ರಾಜಕೀಯ ಪಕ್ಷಗಳು ನೀಡುವ ಸುಳ್ಳು ಆಶ್ವಾಸನೆಗಳನ್ನು ಮತ್ತು ಸರ್ಕಾರ ನೀಡುವ ನೆರವಿನ ಯೋಜನೆಗಳಿಂದ ಭಾರತೀಯ ಮುಸ್ಲಿಮರ ಭವಿಷ್ಯ ಹೇಗಿರಬೇಕು ಎಂದು ನಿರ್ಧಾರವಾಗಬಾರದು. ಉಜ್ವಲ ಭವಿಷ್ಯವನ್ನು ಪಡೆಯುವುದು ಭಾರತೀಯ ಮುಸ್ಲಿಮರ ಕೈಗಳಲ್ಲಿ ಇದೆ. ಭಾರತದ ಸಮಾಜದಲ್ಲಿ ಒಂದಾಗಿ, ಉಪಯುಕ್ತವಾಗಿ, ಗೌರವದಿಂದ ಮುಸ್ಲಿಮರು ಬದುಕಬೇಕು. ಇದಕ್ಕೆ ತಕ್ಕಂತೆ ಅವರ ಚಿಂತನೆ, ಕೆಲಸ ಮತ್ತು ದೈನಂದಿನ ಜೀವನದಲ್ಲಿ ಬದಲಾವಣೆ ಆಗಬೇಕು. ಬೇರೆ ಸಮುದಾಯದವರೊಡನೆ ಉತ್ತಮ ಬಾಂಧವ್ಯವನ್ನು ಹೊಂದುವುದು ಭಾರತೀಯ ಮುಸ್ಲಿಮರ ಆದ್ಯತೆಯಾಗಬೇಕು. ಎಲ್ಲಾ ಸಮುದಾಯದವರಿಗೆ ಒಳ್ಳೆಯುದು ಆಗಲಿ ಎಂದು ಭಾರತೀಯ ಮುಸ್ಲಿಮರು ಹೇಗೆ ಕೆಲಸ ಮಾಡಬೇಕು ಎಂದು ಮುಂಬರುವ ಅಧ್ಯಾಯಗಳಲ್ಲಿ ಚರ್ಚಿಸೋಣ.

****

ಕೋಮುವಾದ, ಕೋಮು ಸೌಹಾರ್ದತೆ ಹಾಗೂ ಭಾರತೀಯ ಮುಸ್ಲಿಮರು

"ಮಾನವರೇ, ಖಂಡಿತವಾಗಿಯೂ ನಾವು ನಿಮ್ಮೆಲ್ಲರನ್ನೂ ಒಬ್ಬ ಪುರುಷ ಹಾಗೂ ಒಬ್ಬ ಸ್ತ್ರೀಯಿಂದ ಸೃಷ್ಟಿಸಿರುವೆವು. ತರುವಾಯ, ನೀವು ಪರಸ್ಪರ ಗುರುತಿಸುವಂತಾಗಲು ನಿಮ್ಮನ್ನು (ವಿವಿಧ) ಜನಾಂಗಗಳಾಗಿ ಹಾಗೂ ಪಂಗಡಗಳಾಗಿ ರೂಪಿಸಿರುವೆವು. ಅಲ್ಲಾಹನ ದೃಷ್ಟಿಯಲ್ಲಿ ನಿಮ್ಮ ಪೈಕಿ ಅತ್ಯಧಿಕ ಧರ್ಮನಿಷ್ಠನಾಗಿರುವವನೇ ನಿಮ್ಮಲಿನ ಅತ್ಯುತ್ಕಮನಾಗಿರುವನು. ಅಲ್ಲಾಹನು ಖಂಡಿತವಾಗಿಯೂ ಬಲ್ಲವನು ಹಾಗೂ ಅರಿವು ಉಳ್ಳವನಾಗಿದ್ದಾನೆ".

ಕುರ್‌ಆನ್(49:13)

ಯಾವುದೇ ಮನುಷ್ಯ ಪ್ರತ್ಯೇಕ ದ್ವೀಪದಂತೆ ಇರಲು ಸಾಧ್ಯವಿಲ್ಲ. ಬದಲಾಗಿ, ಮನುಷ್ಯರ ನಡುವೆ ಸಂಬಂಧಗಳಿವೆ ಮತ್ತು ಒಬ್ಬರು ಬದುಕಲು ಮತ್ತೊಬ್ಬರ ಮೇಲೆ ಅವಲಂಬಿಸಿದ್ದಾರೆ. ಹೀಗಾಗಿ, ಮನುಕುಲದ ಪ್ರಾರಂಭದಿಂದ ಮನುಷ್ಯ ಸಂಘಜೀವಿಯಾಗಿ, ಸಮಾಜಮುಖಿಯಾಗಿದ್ದಾನೆ.

ಭಾಷೆ ಆಧಾರದ ಮೇಲೆ ರೂಪುಗೊಂಡಿರುವ ಸಮುದಾಯಗಳಿವೆ, ಧರ್ಮದ ಆಧಾರದ ಮೇಲೆ ರೂಪಗೊಂಡಿರುವ ಸಮುದಾಯಗಳಿವೆ, ಜನಾಂಗದ ಮೇಲೆ ರೂಪಗೊಂಡಿರುವ ಸಮುದಾಯಗಳಿವೆ, ಹೀಗೆ ಜಗತ್ತಿನಲ್ಲಿ ಅನೇಕ ರೀತಿಯ ಸಮುದಾಯಗಳಿರುವುದನ್ನು ನಾವು ನೋಡಬಹುದು.

ಕೋಮುವಾದ ಕುರಿತು ಸಾಕಷ್ಟು ಚರ್ಚೆಗಳಾಗಿವೆ. ಒಂದು ಸಮುದಾಯದ ಅಸ್ಮಿತೆಯನ್ನು ಬೆಳೆಸುವಲ್ಲಿ, ಉಳಿದ ಸಮುದಾಯಗಳ ಜೊತೆಗಿನ ಸೌಹಾರ್ದತೆಯನ್ನು ಹಾಳು ಮಾಡುವ ಚಿಂತನೆ ಮತ್ತು ಕೆಲಸಗಳನ್ನು ಕೋಮುವಾದದಲ್ಲಿ ನೋಡಬಹುದು. ಬೇರೆ ಸಮುದಾಯಗಳಿಗಿಂತ ತಮ್ಮ ಸಮುದಾಯ ವಿಭಿನ್ನವಾಗಿದೆ, ಉತ್ತಮವಾಗಿದೆ ಎನ್ನುವ ಪ್ರತ್ಯೇಕತಾವಾದವನ್ನು ಕೋಮುವಾದ ಬಲಪಡಿಸುತ್ತದೆ. ಒಳಗಿನವರು ಮತ್ತು ಹೊರಗಿನವರು ಎನ್ನುವ ಭಾವನೆಯನ್ನು ಸೃಷ್ಟಿಸುವ ಮೂಲಕ, ಬೇರೆ ಸಮುದಾಯಗಳಿಗೆ ಸೇರಿದ ವ್ಯಕ್ತಿಗಳ ನಡುವಿನ ಅಂತರವನ್ನು ಹೆಚ್ಚಿಸುವುದು ಹಾಗೂ ಕೆಲವೊಮ್ಮೆ ಹೊಸ ಕಂದಕಗಳನ್ನು ಸೃಷ್ಟಿಸುವುದನ್ನು ನಾವು ಕೋಮುವಾದದಲ್ಲಿ ನೋಡಬಹುದಾಗಿದೆ.

ಬೇರೆ ಸಮುದಾಯಗಳಿಗಿಂತ ತನ್ನ ಸಮುದಾಯ ಉತ್ತಮವಾಗಿದೆ, ವಿಭಿನ್ನವಾಗಿದೆ ಎನ್ನುವ ವಾದಗಳ ಜೊತೆಯಲ್ಲಿ ಬೇರೆ ಸಮುದಾಯಗಳನ್ನು ಕುರಿತು ನಕಾರಾತ್ಮಕ ಹಾಗೂ ಪೂರ್ವಾಗ್ರಹಪೀಡಿತ ಚಿಂತನೆಗಳನ್ನು ಕೋಮುವಾದ ಸೃಷ್ಟಿಸುತ್ತದೆ ಮತ್ತು ಪೋಷಿಸುತ್ತದೆ. ಗಂಭೀರವಾದ ಸಮಸ್ಯೆಗಳುಂಟಾಗಲು ಬೇರೆ ಸಮುದಾಯಗಳೇ ಕಾರಣವೆಂದು ಆರೋಪ ಮಾಡುವುದರ ಜೊತೆಗೆ ತನ್ನ ಸಮುದಾಯದ ಹೊರತಾಗಿ ಇರುವ ಬೇರೆ ಸಮುದಾಯಗಳು ದುಷ್ಟರು ಮತ್ತು ಸಮಾಜವಿರೋಧಿಗಳಿಂದ ಕೂಡಿದೆ ಎನ್ನುವ ಭಾವನೆ ಉಂಟು ಮಾಡುವುದು. ಹೀಗೆ ಜನಸಾಮಾನ್ಯರಲ್ಲಿ ಬೇರೆ ಸಮುದಾಯಗಳನ್ನು ಕುರಿತು ತಪ್ಪು ಕಲ್ಪನೆ, ಅಸಹಿಷ್ಣುತೆ ಮತ್ತು ದ್ವೇಷವನ್ನು ಬಿತ್ತುವ ಮತ್ತು ಬೆಳೆಸುವ ಕೆಲಸವನ್ನು ಕೋಮುವಾದ ಮಾಡುತ್ತದೆ. ಬೇರೆ ಸಮುದಾಯದವರ ಮೇಲೆ ದಾಳಿ ಮಾಡುವಂತೆ, ಹಿಂಸೆ, ರಕ್ತಪಾತವನ್ನು ಸಮರ್ಥಿಸುವಂತೆ, ತನ್ನ ಸಮುದಾಯದವರನ್ನು ಪ್ರಚೋದಿಸುವ ನಾಯಕರನ್ನು ಕೋಮುವಾದ ಸೃಷ್ಟಿ ಮಾಡುತ್ತದೆ. ಸರ್ವಧರ್ಮ ಸಮನ್ವಯತೆ ತತ್ವಕ್ಕೆ ವಿರುದ್ಧವಾಗಿ, ಧರ್ಮ ಹಾಗೂ ಜನಸಾಮಾನ್ಯರಲ್ಲಿರುವ ಧಾರ್ಮಿಕ ಭಾವನೆಗಳನ್ನು ತಮ್ಮ ರಾಜಕೀಯ ಸ್ವಾರ್ಥ ಸಾಧನೆಗಾಗಿ ಕೋಮುವಾದಿ ರಾಜಕಾರಣಿಗಳು ಬಳಸಿಕೊಳ್ಳುತ್ತಾರೆ. ಧರ್ಮದ ಹೆಸರಿನಲ್ಲಿ ಹಿಂಸಾಚಾರವನ್ನು ಪ್ರಚೋದಿಸುವುದರ ಜೊತೆಗೆ ಬೇರೆ ಸಮುದಾಯಗಳಿಂತ ತಮ್ಮ ಸಮುದಾಯ ಶ್ರೇಷ್ಠವಾಗಿದೆ ಮತ್ತು ವಿಭಿನ್ನವಾಗಿದೆ ಎನ್ನುವ ತೀವ್ರವಾದವನ್ನು ಈ ಕೋಮುವಾದಿ ನಾಯಕರು ಬೆಳಸುತ್ತಾರೆ.

ಬೇರೆ ದೇಶಗಳಲ್ಲಿ ಮತ್ತು ಸಂದರ್ಭಗಳಲ್ಲಿ ಕೋಮುವಾದವನ್ನು ಬೇರೆ ರೀತಿಯಾಗಿ ಉಲ್ಲೇಖಿಸಿರಬಹುದು. ಆದರೆ, ಹೆಸರು ಏನೇ ಇದ್ದರೂ, ಕೋಮುವಾದದ ಮೂಲ ಉದ್ದೇಶಗಳು ಮಾತ್ರ ಬದಲಾಗುವುದಿಲ್ಲ. ಜನಾಂಗ, ಮೈ ಬಣ್ಣ, ಧರ್ಮ, ಭಾಷೆ ಮತ್ತು ಸಂಸ್ಕೃತಿಯ ಆಧಾರದ ಮೇಲೆ ಸಮುದಾಯಗಳನ್ನು ಗುರುತಿಸಿವುದು ಮತ್ತು ಒಂದು ಸಮುದಾಯವನ್ನು ಮತ್ತೊಂದು ಸಮುದಾಯದ ವಿರುದ್ಧ ಎತ್ತಿಕಟ್ಟುವುದು ನಡೆದಿದೆ. ಹೀಗೆ ಮಾಡುವುದರಿಂದ, ವಿಶೇಷವಾಗಿ ಜನಸಂಖ್ಯೆ ಮತ್ತು ರಾಜಕೀಯವಾಗಿ ದುರ್ಬಲರಾಗಿರುವ ಸಮುದಾಯಗಳು ಮತ್ತು ಬೇರೆ ಸಮುದಾಯಗಳ ನಡುವೆ ಸಂಬಂಧ ಮತ್ತು ಸೌಹಾರ್ದತೆ ಹಾಳಾಗುತ್ತದೆ. ಕೋಮುವಾದದಿಂದ ವಿವಿಧ ಸಮುದಾಯಗಳ ನಡುವೆ ಜಿದ್ದಾಜಿದ್ದಿ ಸ್ಪರ್ಧೆ, ಪೈಪೋಟಿ ಹಾಗೂ ಕೆಲವು ಸಂದರ್ಭಗಳಲ್ಲಿ ತೀವ್ರವಾದ ಹಾಗೂ ವ್ಯಾಪಕವಾದ ಹಿಂಸಾಚಾರ ಪ್ರಾರಂಭವಾಗುತ್ತದೆ. ಪರಿಸ್ಥಿತಿ ನಿಯಂತ್ರಿಸದಿದ್ದರೆ ಎಲ್ಲಾ ಸಮುದಾಯಗಳಲ್ಲಿ ದೊಡ್ಡ ಪ್ರಮಾಣದಲ್ಲಿ ಆಸ್ತಿಪಾಸ್ತಿ ನಾಶವಾಗುತ್ತದೆ, ಸಾವು, ನೋವು ಉಂಟಾಗುತ್ತದೆ ಮತ್ತು ಕೆಲವ್ಪೊಮ್ಮೆ ದೇಶಗಳ ನಡುವೆ ಅಥವಾ ದೇಶಗಳ ಒಳಗೆ ಭೀಕರ ಯುದ್ಧಗಳಿಗೂ ಕಾರಣವಾಗುತ್ತದೆ.

ಜಗತ್ತಿನ ಒಂದು ಪ್ರದೇಶಕ್ಕೆ ಕೋಮುವಾದ ಸೀಮಿತವಾಗಿಲ್ಲ. ಕೋಮುವಾದದ ಕರಾಳ ಇತಿಹಾಸವನ್ನು ನೋಡಿದಾಗ, ಅದು ಹೊಸ ಸಮಸ್ಯೆಯಲ್ಲ ಎಂದು ಅರಿವಾಗುತ್ತದೆ. ನೂರಾರು ವರ್ಷಗಳ ಇತಿಹಾಸದಲ್ಲಿ ವಿವಿಧ ಜನಾಂಗ, ಧರ್ಮಗಳಿಗೆ ಸೇರಿದ ಜನರ ನಡುವೆ ಭೀಕರ ಯುದ್ಧಗಳು ನಡೆದಿರುವುದಕ್ಕೆ ಕೋಮುವಾದ ಮತ್ತು ಕೋಮು ಸಂಘರ್ಷ ಪ್ರಮುಖಕಾರಣವಾಗಿದೆ. ಇಂತಹ ಭೀಕರ ಯುದ್ಧಗಳು ವಿಶ್ವದ ಅನೇಕ ಕಡೆಗಳಲ್ಲಿ ನಡೆದಿವೆ ಮತ್ತು ಇಂದಿಗೂ ನಡೆಯುತ್ತಿವೆ.

ಈಗ ಜಗತ್ತಿನಲ್ಲಿರುವ ಹೆಚ್ಚಿನ ಸಂಖ್ಯೆಯ ದೇಶಗಳಲ್ಲಿ ಬಹುಸಂಸ್ಕೃತಿ ಅಥವಾ ಬಹುತ್ವದ ಸಮಾಜವಿರುವುದನ್ನು ನೋಡಬಹುದು. ಭಾಷೆ, ಧರ್ಮ, ಸಂಸ್ಕೃತಿ ಮೊದಲಾಗಿ ಬೇರೆ ಸಮುದಾಯಗಳಿಗೆ ಸೇರಿದವರು ಬಹುತ್ವದ ಸಮಾಜದ ಭಾಗವಾಗಿರುತ್ತಾರೆ. ಆದರೆ ಬಹುತ್ವದ ಸಮಾಜವು ಯಶಸ್ವಿಯಾಗಬೇಕಾದರೆ, ತಮ್ಮ ನಡುವಿನ ಭಿನ್ನಾಭಿಪ್ರಾಯಗಳು ಅಡ್ಡಿಯಾಗದಂತೆ, ವಿವಿಧ ಸಮುದಾಯಗಳು ಸೌಹಾರ್ದತೆಯಿಂದ ಜೀವಿಸುವುದು ಅಗತ್ಯವಿದೆ. ಧರ್ಮ, ಜನಾಂಗ, ಭಾಷೆ, ಸಂಸ್ಕೃತಿ ಹೀಗೆ ಅನೇಕ ರೀತಿಯಲ್ಲಿ ಬೇರೆಯಾಗಿದ್ದರೂ, ಬಹುತ್ವದ ಸಮಾಜದಲ್ಲಿರುವ ಪ್ರತಿಯೊಬ್ಬ ವ್ಯಕ್ತಿ ಮತ್ತು ಸಮುದಾಯ ಪರಸ್ಪರ ಸೌಹಾರ್ದತೆಯಿಂದ ಇದ್ದಾಗ ಮಾತ್ರ, ಬಹುತ್ವದ ಸಮಾಜದಲ್ಲಿ ಶಾಂತಿ ಮತ್ತು ಸಮೃದ್ಧಿಯನ್ನು ನೋಡಲು ಸಾಧ್ಯವಿದೆ.

ಆದರೆ ಇತಿಹಾಸವನ್ನು ನೋಡಿದಾಗ, ಇಂತಹ ಆದರ್ಶ ಸಮಾಜವನ್ನು ನಿರ್ಮಿಸುವಲ್ಲಿ ವಿವಿಧ ಸಮುದಾಯಗಳು ವಿಫಲವಾಗಿರುವ ಅನೇಕ ಉದಾಹರಣೆಗಳನ್ನು ನೋಡಬಹುದು. ವಿವಿಧ ಸಮುದಾಯಗಳನ್ನು ಕುರಿತು ಪೂರ್ವಾಗ್ರಹ ಪೀಡಿತ ಮನೋಭಾವಗಳು ಎಷ್ಟು ವ್ಯಾಪಕವಾಗಿ ಬೆಳೆದಿವೆಯೆಂದರೆ, ನೂರಾರು ವರ್ಷಗಳಿಂದ ಜೊತೆಯಾಗಿ ಇರುವ ವಿವಿಧ ಸಮುದಾಯಗಳು ಕೂಡಾ ಇಂದು ಸೌಹಾರ್ದತೆ ಮತ್ತು ಉತ್ತಮ ಸಂಬಂಧಗಳನ್ನು ಹೊಂದಿಲ್ಲ. ಇದೆಲ್ಲದರ ಪರಿಣಾಮವಾಗಿ, ನೂರಾರು ವರ್ಷಗಳ ಇತಿಹಾಸದ ದುರಂತಗಳಲ್ಲಿ, ಭೀಕರ ಯುದ್ಧಗಳಲ್ಲಿ, ಲಕ್ಷಾಂತರಜನರ ಸಾವು ನೋವುಗಳಲ್ಲಿ ಕೋಮುವಾದದ ಕರಾಳ ಮುಖವನ್ನು ನೋಡಬಹುದು. ಜಗತ್ತಿನ ಅನೇಕ ಕಡೆಗಳಲ್ಲಿರುವ ವಿವಿಧ ಸಮುದಾಯಗಳ ನಡುವೆ ತಾರತಮ್ಯ, ಹಿಂಸೆ, ದ್ವೇಷವನ್ನು ಹೆಚ್ಚಿಸುವ ಕೆಲಸವನ್ನು ಕೋಮುವಾದ ಮಾಡುತ್ತಿದೆ.

ಕೋಮುವಾದವು ಮಾನವೀಯತೆ ಮತ್ತು ಸಮಾಜದಲ್ಲಿ ಶಾಂತಿ, ಸೌಹಾರ್ದತೆ ಮತ್ತು ಅಭಿವೃದ್ಧಿಗೆ ಮಾರಕವಾಗಿದೆ. ಇವತ್ತು ಜಗತ್ತು ಎದುರಿಸುತ್ತಿರುವ ಸಂಕಷ್ಟಗಳಲ್ಲಿ ಕೋಮುವಾದ ಕೂಡಾ ಒಂದಾಗಿದೆ. ಜಗತ್ತಿನಲ್ಲಿ ಅನೇಕ ಕಡೆ ಹಿಂಸಾಚಾರ, ಸಾವು, ನೋವು ಮತ್ತು ದೌರ್ಜನ್ಯಕ್ಕೆ ಕಾರಣವಾಗಿರುವ ಕೋಮುವಾದವು ಧರ್ಮಕ್ಕೆ ಮಾತ್ರ ಸೀಮಿತವಾಗಿಲ್ಲವೆನ್ನುವುದು ಮತ್ತಷ್ಟು ಆತಂಕಕಾರಿಯಾಗಿದೆ. ಆಫ್ರಿಕಾಖಂಡದಲ್ಲಿರುವರು ವಾಂಡಾ, ಇಥೋಪಿಯಾ ಮತ್ತು ಸೆಂಟ್ರಲ್ ಆಫ್ರಿಕಾ ದೇಶಗಳಲ್ಲಿ ಕೋಮುವಾದಕ್ಕೆ ಬಲಿಯಾಗಿ ಸಾವಿರಾರುಜನ ಸಾಯುತ್ತಿದ್ದಾರೆ. ಮೊದಲು ಯುಗೋಸ್ಲಾವಿಯಾ

ದೇಶವಾಗಿದ್ದ ಪ್ರದೇಶದಲ್ಲಿ ಸರ್ಬರು, ಬಾಸ್ನಿಯನ್‌ರು ಮತ್ತು ಕ್ರೊಯೇಟ್ ಸಮುದಾಯಗಳ ನಡುವೆ ಭೀಕರ ಯುದ್ಧದಿಂದಾಗಿ ಸಾವಿರಾರು ಸಾವು, ನೋವು ಉಂಟಾಗುತ್ತಿವೆ. ಇಸ್ರೇಲಿಗಳು ಮತ್ತು ಪ್ಯಾಲೇಸ್ಟೇನಿಗಳು ಹಾಗೂ ಅಜೇರಿಸ್‌ಗಳು ಮತ್ತು ಅರ್ಮೇನಿಯರು ನಡುವೆ ಮುಂದುವರಿದ ಸಂಘರ್ಷ ಕೂಡಾ ಕೋಮುವಾದದ ಬೇರೆ ರೂಪಗಳಾಗಿವೆ. ಪಶ್ಚಿಮ ಏಷ್ಯಾದಲ್ಲಿ ಸುನ್ನಿ ಮುಸ್ಲಿಮರು ಮತ್ತು ಶಿಯಾ ಮುಸ್ಲಿಮರ ನಡುವೆ ಸಂಬಂಧ ಕೆಟ್ಟಿದೆ ಮತ್ತು ದಕ್ಷಿಣ ಏಷ್ಯಾದಲ್ಲಿ ಕೂಡಾ ಕೋಮುವಾದ ದೊಡ್ಡ ಸಮಸ್ಯೆಯಾಗಿದೆ. ಪಶ್ಚಿಮ ಯುರೋಪಿನ ಅನೇಕ ಕಡೆ ಮೂಲ ನಿವಾಸಿಗಳು ಮತ್ತು ಬೇರೆ ದೇಶಗಳಿಂದ ವಲಸೆ ಬಂದ ಕುಟುಂಬಗಳ ನಡುವಿನ ಸಂಘರ್ಷವನ್ನು ಕೂಡಾ ಒಂದು ರೀತಿಯ ಕೋಮುವಾದವೆನ್ನಬಹುದು.

ಕರಾಳ ಇತಿಹಾಸ ಹೊಂದಿರುವ ಕೋಮುವಾದ ಸೃಷ್ಟಿಯಾಗಲು ಮತ್ತು ಜಗತ್ತಿಗೆ ದೊಡ್ಡ ಸಮಸ್ಯೆಯಾಗುವಷ್ಟು ವ್ಯಾಪಕವಾಗಿ ಬೆಳೆಯಲು ಅನೇಕ ಕಾರಣಗಳಿವೆ. ಸಾಮಾಜಿಕ ಹಿನ್ನೆಲೆಯಲ್ಲಿ ಕೋಮುವಾದ ಬೆಳೆಯಲು ವಿವಿಧ ಸಂಘಟನೆಗಳು, ಸಿದ್ಧಾಂತಗಳು ಮತ್ತು ಸಮುದಾಯಗಳ ಗುಂಪುಗಳು ಕಾರಣವಾಗುತ್ತಿವೆ. ಆರ್ಥಿಕ, ಸಾಮಾಜಿಕ, ರಾಜಕೀಯ, ಸೈದ್ಧಾಂತಿಕ, ಸಾಂಸ್ಕೃತಿಕ ಹೀಗೆ ವಿವಿಧ ಕಾರಣಗಳಿಂದಾಗಿ ಸಂಕೀರ್ಣವಾಗಿರುವ ಕೋಮುವಾದವನ್ನು ಸೋಲಿಸಲು ನಾವು ಕೋಮು ಸೌಹಾರ್ದತೆಯನ್ನು ಕಾಪಾಡುವುದು ಅತ್ಯಗತ್ಯವಿದೆ. ಕೋಮುವಾದ ಬೆಳೆಯಲು ಕಾರಣವಾದ ಸಾಮಾಜಿಕ, ಆರ್ಥಿಕ, ರಾಜಕೀಯ, ಸೈದ್ಧಾಂತಿಕ ಮೊದಲಾದ ಕಾರಣಗಳಿಗೆ ಪರಿಹಾರ ಕಂಡುಕೊಳ್ಳಲು ವಿವಿಧ ಸಂಘಟನೆಗಳು ಮತ್ತು ಸಮುದಾಯ ಗುಂಪುಗಳು ಒಂದಾಗಿ ಕೆಲಸ ಮಾಡಬೇಕಾಗಿದೆ. ಜಗತ್ತಿನ ಅನೇಕ ಕಡೆ ವ್ಯಾಪಕವಾಗಿ ಬೆಳೆಯುತ್ತಿರುವ ಕೋಮುವಾದವನ್ನು ಸೋಲಿಸಲು, ಸ್ಥಳೀಯವಾಗಿ ಸಮಾಜದ ಎಲ್ಲಾ ವರ್ಗದವರನ್ನು ಒಳಗೊಂಡು ಪರಿಹಾರೋಪಾಯಗಳನ್ನು ಕಂಡುಕೊಳ್ಳುವುದು ಸೂಕ್ತವಾಗಿದೆ. ಕೋಮುವಾದ ಸೋಲಿಸಬೇಕಾದರೆ ಎಲ್ಲಾ ಸಮುದಾಯಗಳ ನಡುವೆ ಉತ್ತಮ ಸ್ನೇಹ ಸಂಬಂಧಗಳಿರಬೇಕು ಮತ್ತು ಎಲ್ಲರೂ ಕೋಮು ಸೌಹಾರ್ದತೆಯನ್ನು ಕಾಪಾಡಿಕೊಳ್ಳಬೇಕು.

ಬಹುತ್ವದ ಸಮಾಜವು ವಿವಿಧ ಸಮುದಾಯಗಳನ್ನು ಒಳಗೊಂಡಿರುತ್ತದೆ. ಎಲ್ಲಾ ಸಮುದಾಯಗಳು ಪರಸ್ಪರ ಶಾಂತಿ, ಸೌಹಾರ್ದತೆಯಿಂದ ಜೀವನ ನಡೆಸುವಾಗ ಮಾತ್ರ, ಪ್ರತಿಯೊಂದು ಸಮುದಾಯದಲ್ಲೂ ಶಾಂತಿ, ನೆಮ್ಮದಿ ಮತ್ತು ಸಮೃದ್ಧಿಯನ್ನು ನೋಡಲು ಸಾಧ್ಯವಿದೆ. ಒಂದು ದೇಶದಲ್ಲಿರುವ ವಿವಿಧ ಸಮುದಾಯಗಳ ನಡುವೆ ಸಂಸ್ಕೃತಿ, ಆಚರಣೆ, ಭಾಷೆ ಅಥವಾ ಧಾರ್ಮಿಕ ನಂಬಿಕೆಗಳನ್ನು ಕುರಿತು ವ್ಯತ್ಯಾಸವಿರಬಹುದು. ಆದರೆ ಎಲ್ಲಾ ಸಮುದಾಯಗಳು ಶಾಂತಿಯಿಂದ, ಸೌಹಾರ್ದತೆಯಿಂದ ಜೀವನ ನಡೆಸಲು, ಇಂತಹ ವ್ಯತ್ಯಾಸಗಳು ಅಡ್ಡಿಯಾಗಬಾರದು. ವೈವಿಧ್ಯತೆಯ ನಡುವೆ ಏಕತೆ ಈಗ ಅತ್ಯಗತ್ಯವಾಗಿದೆ.

ಸಮಾಜದಲ್ಲಿ ಕೋಮು ಸೌಹಾರ್ದತೆಯನ್ನು ಕಾಪಾಡಿಕೊಳ್ಳಲು ಮುಂದಾಗುವ ವ್ಯಕ್ತಿಗಳು ಮತ್ತು ಸಂಸ್ಥೆಗಳು, ಈಗಿನ ಪರಿಸ್ಥಿತಿಯಲ್ಲಿ ಬಹುತ್ವದ ಸಮಾಜದಲ್ಲಿ ಹೇಗೆ ಕೆಲಸ ಮಾಡಬೇಕು ಎಂದು ಮರುಚಿಂತನೆ ಮಾಡುವ ಅಗತ್ಯವಿದೆ. ಹನಿ ಹನಿ ಕೂಡಿದರೆ ಹಳ್ಳ ಅಥವಾ ನದಿ ಅಥವಾ ಸಮುದ್ರವಾಗುತ್ತದೆ, ಹೀಗಾಗಿ ಪ್ರತಿಯೊಂದು ಹನಿ ನೀರು ಮುಖ್ಯವಾಗುತ್ತದೆ. ಅದೇ ರೀತಿ ಸಮಾಜದಲ್ಲಿ ಕೋಮು ಸೌಹಾರ್ದತೆ ನೆಲಸಲು ಪ್ರತಿಯೊಬ್ಬ ವ್ಯಕ್ತಿ ಮಾಡುವ ಪ್ರತಿಯೊಂದು ಕೆಲಸವೂ ಮುಖ್ಯವಾಗುತ್ತದೆ.

ಸುಧೀರ್ಘ ಕಾಲದಿಂದ ಕೋಮು ಸಂಘರ್ಷವಿರುವ ಪ್ರದೇಶಗಳಲ್ಲಿ, ವಿವಿಧ ಸಮುದಾಯಗಳ ನಡುವೆ ಸ್ನೇಹ, ಸೌಹಾರ್ದತೆ ಮತ್ತು ಸದ್ಭಾವನೆ ಮೂಡಿಸುವ ಕೆಲಸವಾಗಬೇಕು. ಬಹುತ್ವದ ಸಮಾಜದಲ್ಲಿ ಎಲ್ಲಾ ಸಮುದಾಯಗಳ ಶಾಂತಿ ಮತ್ತು ಅಭಿವೃದ್ಧಿಗಾಗಿ ಕೋಮು ಸೌಹಾರ್ದತೆ ಅತ್ಯಗತ್ಯವಾಗಿದೆ. ಬಹುತ್ವದ ಸಮಾಜದಲ್ಲಿರುವ ಭಾರತೀಯ ಮುಸ್ಲಿಮರು, ತಾವು ಕೂಡಾ ಬೇರೆ ಸಮುದಾಯದವರೊಡನೆ ಉತ್ತಮ ಸ್ನೇಹ, ಸಂಬಂಧಗಳನ್ನು ಬೆಳೆಸಿಕೊಂಡರೆ ಮಾತ್ರ, ಭಾರತೀಯ ಮುಸ್ಲಿಮರಿಗೆ ಶಾಂತಿ, ಅಭಿವೃದ್ಧಿ ದೊರೆಯಲಿದೆ ಎಂದು ಅರ್ಥ ಮಾಡಿಕೊಳ್ಳಬೇಕು.

****

ಭಾರತದಲ್ಲಿ ಶಾಂತಿ, ಸಮೃದ್ಧಿಗಾಗಿ ಕೋಮುವಾದವನ್ನು ಸೋಲಿಸುವುದು ಅಗತ್ಯವಿದೆ. ಆದರೆ ವಿವಿಧ ರಾಜಕೀಯ ಪಕ್ಷಗಳು ಅಧಿಕಾರದ ಆಸೆಗಾಗಿ ಕೋಮುವಾದಿಗಳಾಗುತ್ತಿವೆ. ಜ್ಯಾತ್ಯಾತೀತ ಶಕ್ತಿಗಳು ಕಡಿಮೆಯಾದರೆ, ಹೆಚ್ಚಾಗುವ ಕೋಮು ಧ್ರುವೀಕರಣದಿಂದ ದೇಶಕ್ಕೆ ಅಪಾರ ಹಾನಿಯಾಗುತ್ತಿದೆ ಎಂದು ಅನೇಕ ತಜ್ಞರು, ಬುದ್ಧಿಜೀವಿಗಳು ಮತ್ತು ಚಿಂತಕರು ಆತಂಕ ವ್ಯಕ್ತಪಡಿಸಿದ್ದಾರೆ.

ಭಾರತದಲ್ಲಿ ಕೋಮುವಾದದ ಇತಿಹಾಸ, ಕೋಮುವಾದದ ವಿವಿಧ ಆಯಾಮಗಳು, ಕೋಮುವಾದ ರಾಜಕಾರಣದ ಇತಿಹಾಸ ಮತ್ತು ಪ್ರಜಾಪ್ರಭುತ್ವ, ಜ್ಯಾತ್ಯಾತೀತತೆ, ಸಾಮಾಜಿಕ ನ್ಯಾಯ, ಕೋಮು ಸೌಹಾರ್ದತೆ ಹಾಗೂ ಮಾನವ ಹಕ್ಕುಗಳಿಗೆ ಕೋಮುವಾದದಿಂದ ಆಗುತ್ತಿರುವ ಹಾನಿ, ಹಲವಾರು ದಶಕಗಳಿಂದ ನಡೆಯುತ್ತಿರುವ ಕೋಮು ಸಂಘರ್ಷದಿಂದ ಆಗುತ್ತಿರುವ ಸಾವು, ನೋವು ಮತ್ತು ಆಸ್ತಿಪಾಸ್ತಿಗಳ ನಷ್ಟ, ಹೀಗೆ ಹಲವಾರು ವಿಷಯಗಳನ್ನು ಕುರಿತು ಈಗಾಗಲೇ ಅನೇಕರು ಬರೆದಿದ್ದಾರೆ. ಅತ್ಯಂತ ವಿವರವಾಗಿ ಈ ಕುರಿತು ಬೇರೆ ಕಡೆ ಬರೆದಿರುವುದನ್ನು ಮತ್ತೆ ಇಲ್ಲಿ ಪ್ರಸ್ತಾಪಿಸುವುದರಿಂದ ಪ್ರಯೋಜನವಿಲ್ಲ. ಕೋಮುವಾದದ ಸಮಸ್ಯೆಯನ್ನು ಹೇಗೆ ಪರಿಹರಿಸಬೇಕು ಎಂದು ನಾವು ಈಗ ಚಿಂತಿಸಬೇಕಾಗಿದೆ.

ರೋಗಿಯನ್ನು ಗುಣಪಡಿಸ ಬೇಕಾದರೆ, ರೋಗ ಬರಲು ಕಾರಣಗಳನ್ನು ತಿಳಿದುಕೊಳ್ಳುವುದು ಅಗತ್ಯವಿದೆ. ರೋಗದಿಂದ ರೋಗಿಯ ಮೇಲೆ ಆಗುತ್ತಿರುವ ಪರಿಣಾಮಗಳನ್ನು ತಿಳಿದುಕೊಳ್ಳುವಂತೆ, ರೋಗಿಯನ್ನು ಗುಣಪಡಿಸಲು ಸೂಕ್ತವಾದ

ಚಿಕಿತ್ಸೆ ಕುರಿತು ಯೋಚಿಸಬೇಕು. ಯಾವ ಕಾರಣಗಳಿಂದಾಗಿ ಕೋಮುವಾದ ಸೃಷ್ಟಿಯಾಗಿದೆ ಮತ್ತು ವ್ಯಾಪಕವಾಗಿ ಹರಡುತ್ತಿದೆ, ಕೋಮುವಾದದಿಂದ ವಿವಿಧ ಸಮುದಾಯಗಳಿಗೆ ಹೇಗೆ ಹಾನಿಯಾಗುತ್ತಿದೆ ಮತ್ತು ಕೋಮುವಾದ ಯಾವ ರೂಪದಲ್ಲಿ ಪ್ರಕಟವಾಗುತ್ತಿದೆ ಎಂದು ಈಗಾಗಲೇ ಸಾಕಷ್ಟು ಬರೆಯಲಾಗಿದೆ. ಈ ಅಧ್ಯಾಯದಲ್ಲಿ ಕೋಮುವಾದ ಸಮಸ್ಯೆಯನ್ನು ಪರಿಹರಿಸುವುದು ಹೇಗೆ ಎಂದು ಚರ್ಚಿಸಲಾಗುತ್ತಿದೆ.

ಕೋಮುವಾದ ಸಮಸ್ಯೆಗೆ ಪರಿಹಾರ ಹೇಗೆ? ಈ ಸಮಸ್ಯೆಗೆ ಉತ್ತರ, "ಕೋಮು ಸೌಹಾರ್ದತೆಯನ್ನು ಬೆಳೆಸುವುದರಿಂದ ಕೋಮುವಾದವನ್ನು ಸೋಲಿಸಬಹುದು". ಈ ಸಕಾರಾತ್ಮಕ ಚಿಂತನೆಯನ್ನು ನಾವು ಪ್ರಾಮಾಣಿಕವಾಗಿ ಪಾಲಿಸಬೇಕಾಗಿದೆ.

ಕೋಮುವಾದದ ಹಿನ್ನೆಲೆಯಲ್ಲಿ ಭಾರತೀಯ ಮುಸ್ಲಿಮರನ್ನು ಕುರಿತು ಚರ್ಚೆಗಳಾಗುತ್ತಿವೆ. ಮುಸ್ಲಿಮರು ಮತ್ತು ಬೇರೆ ಸಮುದಾಯದಗಳಿಗೆ ಕೋಮುವಾದದಿಂದ ಹೇಗೆ ಹಾನಿಯಾಗುತ್ತಿದೆ ಎಂದು ಸಾಕಷ್ಟು ಬರೆಯಲಾಗಿದೆ. ಈ ಚರ್ಚೆಗಳನ್ನು ಇಲ್ಲಿ ಮತ್ತೆ ಪ್ರಸ್ತಾಪಿಸುವ ಅಗತ್ಯವಿಲ್ಲ. ಭಾರತೀಯ ಮುಸ್ಲಿಮರ ಉಜ್ವಲ ಭವಿಷ್ಯವನ್ನು ಕುರಿತು ಈ ಪುಸ್ತಕ ಕೇಂದ್ರಿಕೃತವಾಗಿದೆ. ಈ ಅಧ್ಯಾಯದಲ್ಲಿ ವಿವಿಧ ಸಮುದಾಯಗಳ ಜೊತೆ ಸೌಹಾರ್ದತೆಯನ್ನು ಬೆಳೆಸುವುದು ಸೇರಿದಂತೆ ಸಕಾರಾತ್ಮಕವಾಗಿ ಏನು ಮಾಡಿದರೆ, ಕೋಮುವಾದವನ್ನು ಸೋಲಿಸಬಹುದು ಎಂದು ಚರ್ಚಿಸಲಾಗಿದೆ.

ಈ ಅಧ್ಯಾಯದಲ್ಲಿ, ವಿವಿಧ ಸಮುದಾಯಗಳ ನಡುವೆ ಸೌಹಾರ್ದತೆಯನ್ನು ಬೆಳೆಸಲು ಭಾರತೀಯ ಮುಸ್ಲಿಮರು ಏನು ಮಾಡಬೇಕು ಎಂದು ಸಲಹೆಗಳನ್ನು ನೀಡಲಾಗಿದೆ.

1. ಸ್ವಯಂ ವಿಮರ್ಶೆ ಮಾಡಿಕೊಳ್ಳಬೇಕು ಮತ್ತು ಸ್ವಯಂ ಸುಧಾರಣೆಗಳನ್ನು ತರಬೇಕು.

2. ನೀವು ಏನು ಬಿತ್ತುವಿರೋ, ಅದರಂತೆ ಬೆಳೆ ಪಡೆಯುವಿರಿ; ನೀವು ಏನು ಕೊಡುವಿರೋ, ಅದರಂತೆ ಪಡೆಯುವಿರಿ—ಎನ್ನುವ ಸರ್ವಕಾಲಿಕ ಸತ್ಯವನ್ನು ಯಾವಾಗಲೂ ನೆನಪಿಡಬೇಕು.

3. ವಿವಿಧ ಸಮುದಾಯಗಳ ನಡುವೆ ಸ್ನೇಹ, ಸೌಹಾರ್ದತೆಯ ಸೇತುವೆಯನ್ನು ನಿರ್ಮಿಸಬೇಕು.

4. ವಿವಿಧ ಧರ್ಮಗಳನ್ನು ಕುರಿತು ಅರಿವು ಮೂಡಿಸುವ ಹಾಗೂ ವಿವಿಧ ಸಮುದಾಯಗಳ ನಡುವೆ ಸೌಹಾರ್ದತೆ ಬೆಳೆಸುವ ಚಟುವಟಿಕೆಗಳಲ್ಲಿ ಸಕ್ರಿಯವಾಗಿ ಭಾಗವಹಿಸಬೇಕು.

5. ಬಹುತ್ವದ ಸಮಾಜವನ್ನು ಆಶೀರ್ವಾದವೆಂದು ಸ್ವೀಕರಿಸಬೇಕು.

6. ಬೇರೆಯವರಿಗೆ ಕರುಣೆ ತೋರಿಸಿ ಮತ್ತು ಸಾಧ್ಯವಾದಷ್ಟು ನೆರವಾಗಬೇಕು.

7. ಸಮಸ್ಯೆಗಳನ್ನು ಸಕಾರಾತ್ಮಕವಾಗಿ ಎದುರಿಸಬೇಕು.

8. ಕತ್ತಲೆಯಿದ್ದರೆ, ದೀಪವೊಂದನ್ನು ಹಚ್ಚಬೇಕು!

9. ನಿಮ್ಮನ್ನು ಬದಲಾಯಿಸಲು ನಿಮ್ಮೊಬ್ಬರಿಗೆ ಮಾತ್ರ ಸಾಧ್ಯವೆಂದು ಮರೆಯಬೇಡಿ.

10. ಆಧ್ಯಾತ್ಮಿಕ ಶಕ್ತಿಯಿಂದ ಮಾತ್ರ ಸೌಹಾರ್ದತೆ ಸಾಧ್ಯವಾಗುತ್ತದೆ ಎಂದು ಮರೆಯಬೇಡಿ.

11. ಎಲ್ಲರಿಗೂ ಶಾಂತಿ, ಸೌಹಾರ್ದತೆ ಮತ್ತು ಸಮೃದ್ಧಿ ದೊರೆಯಲಿ ಎಂದು ದೇವರಲ್ಲಿ ಪ್ರಾರ್ಥನೆ ಮಾಡಿ.

ವಿವಿಧ ಸಮುದಾಯಗಳನ್ನು ಒಳಗೊಂಡಿರುವ ಎಲ್ಲಾ ಬಹುತ್ವದ ಸಮಾಜಗಳಿಗೆ ಈ ಸಲಹೆಗಳು ಅನ್ವಯಿಸುತ್ತವೆ. ಸೃಷ್ಟಿಕರ್ತನು ನಿರ್ಮಿಸಿರುವ ವಿಶಾಲ ಬ್ರಹ್ಮಾಂಡದಲ್ಲಿರುವ ಒಂದು ಚುಕ್ಕಿಯಂತಿರುವ ಈ ಭೂಮಿಯಲ್ಲಿ, ಒಂದು ಭಾಗವಾಗಿರುವ ಬಹುತ್ವದ ಸಮಾಜವಿರುವ ನಮ್ಮದೇಶದಲ್ಲಿ, ನಾವೆಲ್ಲರೂ ಶಾಂತಿ, ಸೌಹಾರ್ದತೆಯಿಂದ ಜೀವನ ನಡೆಸಬೇಕು. ಇಂತಹ ಶಾಂತಿ, ಸೌಹಾರ್ದತೆಗಾಗಿ ಕೆಲಸ ಮಾಡುವವರಿಗೆ ಕೂಡಾ ಈ ಸಲಹೆಗಳು ಉಪಯುಕ್ತವಾಗಿವೆ.

ಸ್ವಯಂ ವಿಮರ್ಶೆ ಮಾಡಿಕೊಳ್ಳಬೇಕು ಮತ್ತು ಸ್ವಯಂ ಸುಧಾರಣೆಗಳನ್ನು ತರಬೇಕು.

ಭಾರತದಲ್ಲಿ ಕೋಮುವಾದ ಕುರಿತು ಸಮಗ್ರ ಅಧ್ಯಯನ ಮಾಡಿದಾಗ, ಕೋಮುವಾದದ ಇತಿಹಾಸ, ಕೋಮುವಾದ ಸೃಷ್ಟಿಯಾಗಲು ಮತ್ತು ವ್ಯಾಪಕವಾಗಿ ಬೆಳೆಯಲು ಕಾರಣವಾದ ಸನ್ನಿವೇಶಗಳು, ಶಕ್ತಿಗಳು ಮತ್ತು ಸಂಘಟನೆಗಳು ಕುರಿತು ನಮಗೆ ಗೊತ್ತಾಗುತ್ತದೆ.

ನೂರಾರು ವರ್ಷಗಳಿಂದ, ಮುಸ್ಲಿಮರ ನಾಯಕರು ಎಂದು ಹೇಳಿಕೊಂಡ ಕೆಲವರು, ಕೋಮುವಾದವನ್ನು ಪ್ರಚೋದಿಸಲು ಹಾಗೂ ಕೋಮು ಧ್ರುವೀಕರಣ ಬೆಳೆಯಲು ಹೇಗೆ ಕಾರಣರಾಗಿದ್ದರೆ ಮತ್ತು ಈಗಲೂ ಕಾರಣವಾಗುತ್ತಿದ್ದಾರೆ ಎಂದು ಮುಸ್ಲಿಮರು ಸ್ವಯಂ ವಿಮರ್ಶೆ ಮಾಡಿಕೊಳ್ಳಬೇಕು. ವಿವಿಧ ಸಮುದಾಯಗಳ ನಡುವಿನ ಸೌಹಾರ್ದತೆ ಹಾಳಾಗಲು ಮತ್ತು ಕೋಮುವಾದ ಬೆಳೆಯಲು ತಾವು ಮಾಡಿದ ತಪ್ಪುಗಳು ಹಾಗೂ ನಿರ್ಲಕ್ಷ ಕೂಡಾ ಕಾರಣವೆಂದು ಮುಸ್ಲಿಮರು ಒಪ್ಪಿಕೊಳ್ಳಬೇಕು. ಸ್ವಯಂ ವಿಮರ್ಶೆಯ ಮೂಲಕ ತಪ್ಪುಗಳನ್ನು ಗುರುತಿಸಿ, ಇಂತಹ ತಪ್ಪುಗಳನ್ನು ಮತ್ತೆ ಮಾಡುವುದಿಲ್ಲವೆಂದು ಮುಸ್ಲಿಮರು ನಿರ್ಧರಿಸಬೇಕು.

ಮುಸ್ಲಿಮರ ವಿರುದ್ಧ ಪೂರ್ವಾಗ್ರಹ ಚಿಂತನೆಗಳು ಹಾಗೂ ಕೋಮುವಾದ ಕುರಿತು ಆಕ್ರೋಶ ವ್ಯಕ್ತಪಡಿಸುವುದರಿಂದ ಮಾತ್ರ, ಪರಿಸ್ಥಿತಿ ಬದಲಾಗುವುದಿಲ್ಲವೆಂದು ಮುಸ್ಲಿಮರು ಅರ್ಥ ಮಾಡಿಕೊಳ್ಳಬೇಕು. ತಮ್ಮ ಮನೋಭಾವ ಮತ್ತು ವರ್ತನೆಯಲ್ಲಿ ಯಾವ ರೀತಿ ಬದಲಾವಣೆ ಮಾಡಿಕೊಂಡರೆ ಬೇರೆ ಸಮುದಾಯಗಳ ಜೊತೆ ಸೌಹಾರ್ದತೆಯಿಂದ ಇರಲು

ಸಾಧ್ಯವಿದೆ ಎಂದು ಮುಸ್ಲಿಮರು ಯೋಚಿಸಬೇಕು. ಕೋಮು ಸೌಹಾರ್ದತೆ ಬೆಳೆಸಲು ತಾವು ಹೇಗೆ ಸಕ್ರೀಯವಾಗಿ ಕೆಲಸ ಮಾಡಬೇಕು ಎಂದು ಮುಸ್ಲಿಮರು ಚಿಂತಿಸಬೇಕು.

ಜಗತ್ತಿನಾದಂತ್ಯ ಬೇರೆ ಸಮುದಾಯದವರು ಮುಸ್ಲಿಮರು ಮತ್ತು ಇಸ್ಲಾಮ್ ಕುರಿತು ಬಹಳ ನಕಾರಾತ್ಮಕವಾದ ಅಭಿಪ್ರಾಯವನ್ನು ಹೊಂದಿದ್ದಾರೆ. ಈ ಪರಿಸ್ಥಿತಿ ಉಂಟಾಗಲು ಮುಸ್ಲಿಮರು ಮಾತ್ರ ಕಾರಣವೆಂದು ನಾನು ಹೇಳುವುದಿಲ್ಲ. ಮುಸ್ಲಿಮರು, ಇಸ್ಲಾಮ್ ಕುರಿತು ತಪ್ಪು ಕಲ್ಪನೆಗಳು ಮತ್ತು ವ್ಯಾಖ್ಯಾನಗಳನ್ನು ಬೇರೆ ಸಮುದಾಯದವರು ಹೊಂದಿರುವುದು ಕೂಡಾ ಈ ಪರಿಸ್ಥಿತಿಗೆ ಕಾರಣವಾಗಿದೆ. ಅನೇಕ ಮುಸ್ಲಿಮರಲ್ಲಿರುವ ಸಂಕುಚಿತ ಮನೋಭಾವ, ಪ್ರತ್ಯೇಕತೆ ಮತ್ತು ರಾಜಿಯಾಗಲುಒಪ್ಪದ ಹಠಮಾರಿತನ, ಇಸ್ಲಾಮ್ ಕುರಿತು ತಪ್ಪಾಗಿರುವ ವ್ಯಾಖ್ಯಾನಗಳು ಕೂಡಾ ಬೇರೆ ಸಮುದಾಯಗಳಲ್ಲಿ ಮುಸ್ಲಿಮರನ್ನು ಕುರಿತು ಪೂರ್ವಾಗ್ರಹ ಚಿಂತನೆಗಳು ಮತ್ತು ಅಭಿಪ್ರಾಯಗಳು ಉಂಟಾಗಲು ಕಾರಣವಾಗಿದೆ.

ಜಗತ್ತಿನ ಅನೇಕ ಕಡೆ, ಮುಸ್ಲಿಮ್ ವಿರೋಧಿ ಭಾವನೆಗಳು ವ್ಯಾಪಕವಾಗಿ ಹರಡುತ್ತಿವೆ ಮತ್ತು ಗಟ್ಟಿಯಾಗುತ್ತಿವೆ. ಈಗಿರುವ ಕಠಿಣ ಪರಿಸ್ಥಿತಿಯಿಂದ ತಾವು ಹೊರಬರಲು ಏನು ಮಾಡಬೇಕು ಎಂದು ಭಾರತೀಯ ಮುಸ್ಲಿಮರು ಯೋಚಿಸಬೇಕು. ಈಗಿರುವ ಪರಿಸ್ಥಿತಿಯಿಂದ ಹೊರಗೆ ಬರಲು ಇರುವ ಒಂದೇ ದಾರಿಯೆಂದರೆ, ಮುಸ್ಲಿಮ್ ಸಮುದಾಯವನ್ನು ಸಕಾರಾತ್ಮಕವಾಗಿ ಬೇರೆಯವರು ನೋಡುವಂತೆ, ಗೌರವಿಸುವಂತೆ ಭಾರತೀಯ ಮುಸ್ಲಿಮರು ಬದಲಾಗಬೇಕಾಗಿದೆ. ಈ ಬದಲಾವಣೆಯ ಮೊದಲ ಹೆಜ್ಜೆಯಾಗಿ, ಬೇರೆ ಸಮುದಾಯದವರು ಮುಸ್ಲಿಮರನ್ನು ಕುರಿತು ಯಾಕ ಇಷ್ಟೊಂದು ನಕಾರಾತ್ಮಕವಾದ ಅಭಿಪ್ರಾಯವನ್ನು ಹೊಂದಿದ್ದಾರೆ ಎಂದು ತಿಳಿದುಕೊಳ್ಳಬೇಕು[xxi].

ಜಗತ್ತಿನ ಅನೇಕ ಕಡೆ ಮುಸ್ಲಿಮರನ್ನು ಕುರಿತು ಪೂರ್ವಾಗ್ರಹಚಿಂತನೆ ಮತ್ತು ನಕಾರಾತ್ಮಕ ಅಭಿಪ್ರಾಯ ಹರಡಲು ಏನು ಕಾರಣವೆಂದು ಈಗಾಗಲೇ ಸಾಕಷ್ಟು ಬರೆಯಲಾಗಿದೆ. ಇತಿಹಾಸದ ದೃಷ್ಟಿಯಿಂದ ನೋಡಿದರೆ, ನೂರಾರು ವರ್ಷಗಳಲ್ಲಿ ಕೆಲವು ಮುಸ್ಲಿಮ್ ರಾಜರು ಬೇರೆ ಸಮುದಾಯದವರ ಮೇಲೆ ನಡೆಸಿರುವ ದೌರ್ಜನ್ಯದಂತಹ ಕಾರಣಗಳಿರಬಹುದು, ವರ್ತಮಾನದ ದೃಷ್ಟಿಯಿಂದ ನೋಡಿದರೆ ಇಸ್ಲಾಮ್ ಹೆಸರಿನಲ್ಲಿ ವ್ಯಾಪಕ ಹಿಂಸಾಚಾರವನ್ನು ಕೆಲವು ಮುಸ್ಲಿಮ್ ಸಂಘಟನೆಗಳು ಮಾಡುತ್ತಿರುವಂತಹ ಕಾರಣಗಳಿರಬಹುದು, ಹೀಗೆ ಮುಸ್ಲಿಮರು ಮತ್ತು ಇಸ್ಲಾಮ್ ಕುರಿತು ನಕಾರಾತ್ಮಕ ಚಿಂತನೆಗಳನ್ನು ಬೇರೆ ಸಮುದಾಯದವರು ಹೊಂದಲು, ಅನೇಕ ಕಾರಣಗಳನ್ನು ಗುರುತಿಸಬಹುದು.

ಇಸ್ಲಾಮಿನ ಮೂಲ ಉದ್ದೇಶಗಳಿಗೆ ವಿರುದ್ಧವಾಗಿ ಹಾಗೂ ಮಾನವ ಹಕ್ಕುಗಳ ಉಲ್ಲಂಘನೆಯಾಗುವಂತೆ ಕೆಲವು ಮುಸ್ಲಿಮರು ಇಸ್ಲಾಮಿನ ವ್ಯಾಖ್ಯಾನ ಮಾಡುತ್ತಿರುವುದು ಕೂಡಾ ಮುಸ್ಲಿಮರನ್ನು ಕುರಿತು ಬೇರೆ ಸಮುದಾಯಗಳಲ್ಲಿ ನಕಾರಾತ್ಮಕ ಭಾವನೆ ಬೆಳೆಯಲು ಕಾರಣವಾಗಿದೆ.

ಮುಸ್ಲಿಮರು ಮತ್ತು ಇಸ್ಲಾಮ್ ಕುರಿತು ನಕಾರಾತ್ಮಕ ಭಾವನೆಗಳು ಮತ್ತು ಪೂರ್ವಾಗ್ರಹ ಚಿಂತನೆಗಳು, ಮುಸ್ಲಿಮರು ಮತ್ತು ಬೇರೆ ಸಮುದಾಯಗಳ ನಡುವೆ ಸ್ನೇಹ, ಸೌಹಾರ್ದತೆಗೆ ಹಾನಿ ಮಾಡುತ್ತಿರುವುದು ಸ್ಪಷ್ಟವಾಗಿದೆ. ಬೇರೆ ಸಮುದಾಯದವರು ಮುಸ್ಲಿಮರು ಮತ್ತು ಇಸ್ಲಾಮ್ ಕುರಿತು ಸದ್ಭಾವನೆ ಮತ್ತುಗೌರವ ಪಡುವಂತೆ ಬದಲಾಯಿಸಲು, ಭಾರತೀಯ ಮುಸ್ಲಿಮರು ಈಗ ಏನು ಮಾಡಬೇಕು ಎನ್ನುವುದು ಮುಖ್ಯವಾಗುತ್ತದೆ.

ಇಸ್ಲಾಮ್ ಕುರಿತು ತಪ್ಪಾಗಿ ಅರ್ಥ ಮಾಡಿಕೊಂಡಿರುವುದರಿಂದ ಬೇರೆ ಸಮುದಾಯದವರಲ್ಲಿ ಮುಸ್ಲಿಮ್ ಮತ್ತು ಇಸ್ಲಾಮ್ ಕುರಿತು ನಕಾರಾತ್ಮಕ ಭಾವನೆಗಳು ಇದ್ದರೆ, ಅಂತಹವರ ಜೊತೆ ಮಾತುಕತೆಯ ಮೂಲಕ ಮುಸ್ಲಿಮರು ನಿಜವಾದ ವಿಷಯವನ್ನು ಮನವರಿಕೆ ಮಾಡಿಕೊಡಬೇಕು. ಕೆಲವು ಮುಸ್ಲಿಮರು ಮತ್ತು ಸಂಸ್ಥೆಗಳು ಬೇರೆ ಸಮುದಾಯದವರ ಜೊತೆ ಇಂತಹ ಮಾತುಕತೆಯನ್ನು ಮಾಡುತ್ತಿದ್ದಾರೆ ಆದರೆ ಹೆಚ್ಚು ಜನ ಮುಸ್ಲಿಮರು ಈ ಕೆಲಸ ಮಾಡಬೇಕಾಗಿದೆ. ಈ ಸಂದರ್ಭದಲ್ಲಿ, ಇಸ್ಲಾಮ್‌ಕುರಿತು ಕೆಲವು ತಪ್ಪು ಭಾವನೆಗಳು (ಉದಾಹರಣೆಗೆ ಗಂಡು ಹೆಣ್ಣು ಸಂಬಂಧ ಕುರಿತು ಇಸ್ಲಾಮಿಕ್ ಸಂದೇಶಗಳು) ಬೇರೆ ಸಮುದಾಯದವರಲ್ಲಿ ಉಂಟಾಗಲು, ಇಸ್ಲಾಮ್ ಸಂದೇಶದ ತಪ್ಪು ವ್ಯಾಖ್ಯಾನಗಳನ್ನು ಅನೇಕ ಮುಸ್ಲಿಮರು ಸ್ವೀಕರಿಸುವುದು ಪ್ರಮುಖಕಾರಣವಾಗಿದೆ ಎಂದು ಹೇಳಲು ಬಯಸುತ್ತೇನೆ.ಇಂತಹ ಸನ್ನಿವೇಶದಲ್ಲಿ ತಪ್ಪು ಮಾಡಿರುವವರು ಮುಸ್ಲಿಮರೇ ಹೊರತಾಗಿ ಬೇರೆ ಸಮುದಾಯದವರಲ್ಲ. ಇಂತಹ ಘಟನೆಗಳ ಹಿನ್ನೆಲೆಯಲ್ಲಿ ಧರ್ಮಕುರಿತು ಮುಸ್ಲಿಮರ ತಪ್ಪು ತಿಳುವಳಿಕೆ ದೂರವಾಗಬೇಕು, ಅವರ ವರ್ತನೆ ಮತ್ತು ಮನೋಭಾವದಲ್ಲಿ ಬದಲಾವಣೆ ಆಗುವುದು ಅತ್ಯಗತ್ಯವಾಗಿದೆ. ಒಂದು ಕಡೆ ಇಸ್ಲಾಮ್ ಮತ್ತು ಮುಸ್ಲಿಮರ ನಡುವೆ ಇರುವ ವ್ಯತ್ಯಾಸ ಹಾಗೂ ಮತ್ತೊಂದು ಕಡೆಯಲ್ಲಿ ಇಸ್ಲಾಮ್ ಮತ್ತು ಮನಷ್ಯ ಮಾಡುವ ವ್ಯಾಖ್ಯಾನ, ಇವೆರೆಡನ್ನು ಬೇರೆ ಬೇರೆಯಾಗಿ ನೋಡುವ ಅಗತ್ಯವಿದೆ.

ಕೆಲವು ಮುಸ್ಲಿಮರ ತಪ್ಪು ಮನೋಭಾವ ಮತ್ತು ವರ್ತನೆಗಳಿಂದ ಕೂಡಾ ಮುಸ್ಲಿಮರು ಮತ್ತು ಇಸ್ಲಾಮ್ ಕುರಿತು ಬೇರೆಯವರಲ್ಲಿ ನಕಾರಾತ್ಮಕ ಅಭಿಪ್ರಾಯವುಂಟಾಗುತ್ತಿದೆ. ಹೀಗಾಗಿ, ಇಂತಹ ಮುಸ್ಲಿಮರು ಕೂಡಾ ತಮ್ಮ ಮನೋಭಾವ ಮತ್ತು ವರ್ತನೆಯನ್ನು ಬದಲಾಯಿಸಿಕೊಳ್ಳುವುದು ಅಗತ್ಯವಿದೆ.

ಜಗತ್ತಿನ ಅನೇಕ ಕಡೆಯಲ್ಲಿ ಉಗ್ರವಾದಿ ಮುಸ್ಲಿಮ್ ಸಂಘಟನೆಗಳು, ಇಸ್ಲಾಮ್ ಹೆಸರಿನಲ್ಲಿ ನಡೆಸುವ ಭೀಕರ ಹಿಂಸಾಚಾರ ಮತ್ತು ಭಯೋತ್ಪಾದನೆಯಿಂದಾಗಿ ಕೂಡಾ ಮುಸ್ಲಿಮರು ಮತ್ತು ಇಸ್ಲಾಮ್ ಕುರಿತು ಬೇರೆ ಸಮುದಾಯದವರಲ್ಲಿ ಪೂರ್ವಾಗ್ರಹ ಚಿಂತನೆಗಳು ಮತ್ತು ನಕಾರಾತ್ಮಕ ಭಾವನೆಗಳು ಸೃಷ್ಟಿಯಾಗಿವೆ. ಕೆಲವು ಉಗ್ರವಾದಿ ಮುಸ್ಲಿಮ್ ಸಂಘಟನೆಗಳು ಮಾಡುವಕೆಟ್ಟ ಕೆಲಸಗಳಿಂದಾಗಿ ಇಡೀ ಮುಸ್ಲಿಮ್ ಸಮುದಾಯ ಮತ್ತು ಇಸ್ಲಾಮ್‌ಗೆ ಕೆಟ್ಟ ಹೆಸರು ಬಂದಿದೆ. ಇಸ್ಲಾಮಿಕ್ ಸಂಘಟನೆಗಳು ಎಂದು ತಮ್ಮನ್ನು ಕರೆದುಕೊಳ್ಳುವ ಇವರು, ನಿಜವಾಗಿಯೂ ಇಸ್ಲಾಮ್‌ಗೆ ವೈರಿಗಳಾಗಿದ್ದಾರೆ ಮತ್ತು ಧರ್ಮಕ್ಕೆ ಅಪಾರವಾದ ಹಾನಿಯಾನ್ನುಂಟು ಮಾಡುತ್ತಿದ್ದಾರೆ. ಇಸ್ಲಾಮ್ ಹೆಸರಿನಲ್ಲಿ ಭಯೋತ್ಪಾದನೆ ನಡೆಸುವ ವ್ಯಕ್ತಿಗಳು ಮತ್ತು ಸಂಘಟನೆಗಳನ್ನು ಎಲ್ಲಾ ಮುಸ್ಲಿಮರು ಖಂಡಿಸಬೇಕು ಮತ್ತು ಭಯೋತ್ಪಾದಕರ ಕೃತ್ಯಗಳನ್ನು ಇಸ್ಲಾಮ್ ವಿರೋಧಿ ಎಂದು ಪರಿಗಣಿಸಬೇಕು.

ಇಸ್ಲಾಮಿನ ಸಂದೇಶಗಳನ್ನು ತಪ್ಪಾಗಿ ವ್ಯಾಖ್ಯಾನ ಮಾಡಿ, ಪ್ರಚಾರ ಮಾಡುವ ಕೆಲವು ಮುಸ್ಲಿಮ್ ಸಂಘಟನೆಗಳಿಂದಾಗಿ, ಬೇರೆ ಸಮುದಾಯಗಳ ಜೊತೆ ತಾವು ಸೌಹಾರ್ದತೆಯಿಂದ ಇರಲು ಸಾಧ್ಯವಾಗುತ್ತಿಲ್ಲವೆಂದು ಮುಸ್ಲಿಮರು ಅರ್ಥ ಮಾಡಿಕೊಳ್ಳಬೇಕು.ಇಸ್ಲಾಮಿನ ಸಂದೇಶಗಳನ್ನು ತಪ್ಪಾಗಿ ವ್ಯಾಖ್ಯಾನ ಮಾಡಿ ಪ್ರಚಾರ ಮಾಡುತ್ತಿರುವವರಿಂದಾಗಿ, ಬೇರೆ ಸಮುದಾಯಗಳಿಗೆ ಸೇರಿದ ಕೋಟ್ಯಾಂತರ ಜನರಲ್ಲಿ ಮುಸ್ಲಿಮ್ ವಿರೋಧಿ ಭಾವನೆಗಳು ಸೃಷ್ಟಿಯಾಗುತ್ತಿವೆ. ಬೇರೆ ಸಮುದಾಯದವರನ್ನು ಕುರಿತು ದ್ವೇಷ ಮತ್ತುಅವಮಾನ ಮಾಡುವುದನ್ನು ಹೇಳಿಕೊಡುವುದು, ಬೇರೆ ಧರ್ಮದವರಿಗಿಂತ ತಾವು ಶ್ರೇಷ್ಠರು ಮತ್ತು ಪ್ರತ್ಯೇಕವಾಗಿರಬೇಕು ಎಂದು ವಾದಿಸುವುದು, ಮೂಲ ಇಸ್ಲಾಮ್ ತತ್ವಗಳಿಗೆ ವಿರುದ್ಧವಾಗಿದೆ. ಹೀಗಾಗಿ ಇಂತಹ ಸಂಕುಚಿತ ಮತ್ತು ಪ್ರತ್ಯೇಕತೆಯನ್ನು ಪೋಷಿಸುವ ಚಿಂತನೆಗಳಿಂದ ಮುಸ್ಲಿಮರು ದೂರಇರಬೇಕು.

ದೇವರು ಸೃಷ್ಟಿಸಿರುವ ಎಲ್ಲಾ ಜೀವಿಗಳಿಗೂ ಒಳ್ಳೆಯದನ್ನು ಬಯಸುವುದು, ಶಾಂತಿ ಮತ್ತು ಸೌಹಾರ್ದತೆ, ಸದ್ಭಾವನೆ ಮತ್ತು ಸೇವೆಯನ್ನು ಹೇಳಿಕೊಡುವ ಮಹಾನ್ ಧರ್ಮವೆಂದರೆ ಇಸ್ಲಾಮ್ ಎಂದು ಮುಸ್ಲಿಮರು ಅರ್ಥ ಮಾಡಿಕೊಳ್ಳಬೇಕು. ಇಸ್ಲಾಮಿನ ಈ ಸಂದೇಶಗಳಂತೆ ಪ್ರತಿಯೊಬ್ಬ ಮುಸ್ಲಿಮ್ ತನ್ನಜೀವನ ನಡೆಸಿದಾಗ, ಬೇರೆ ಸಮುದಾಯದವರು ಮುಸ್ಲಿಮರು ಮತ್ತು ಇಸ್ಲಾಮ್ ಕುರಿತು ಗೌರವ ಮತ್ತು ಸದ್ಭಾವನೆ ಹೊಂದುತ್ತಾರೆ. ಬಹುತ್ವದ ಸಮಾಜದಲ್ಲಿ, ಬೇರೆ ಸಮುದಾಯದವರ ಜೊತೆಯಲ್ಲಿ ಶಾಂತಿಯಿಂದ, ಸೌಹಾರ್ದತೆಯಿಂದ ಮುಸ್ಲಿಮರು ಬಾಳಬೇಕಾದರೆ, ಇಸ್ಲಾಮ್ ಕುರಿತು ಸರಿಯಾಗಿಅರ್ಥ ಮಾಡಿಕೊಳ್ಳಬೇಕು ಮತ್ತು ತಮ್ಮ ವರ್ತನೆ ಹಾಗೂ ಚಿಂತನೆಗಳನ್ನು ಬದಲಾಯಿಸಿಕೊಳ್ಳಬೇಕಾಗಿದೆ.

ಮುಸ್ಲಿಮರು ತಮ್ಮಲ್ಲಿ ಸುಧಾರಣೆಗಳನ್ನು ತರಲು ಕಾರ್ಯಪ್ರವೃತ್ತರಾಗಬೇಕು. ಮುಸ್ಲಿಮರು ಮತ್ತು ಬೇರೆ ಸಮುದಾಯಗಳ ನಡುವೆ ಉಂಟಾಗಿರುವ ಪೂರ್ವಾಗ್ರಹ

ಚಿಂತನೆಗಳು ಮತ್ತು ನಕಾರಾತ್ಮಕ ಭಾವನೆಗಳನ್ನು ಹೋಗಲಾಡಿಸಲು, ಸ್ನೇಹ ಮತ್ತು ಸೌಹಾರ್ದತೆಯನ್ನು ಬೆಳೆಸಲು ಮುಸ್ಲಿಮರು ಮುಂದಾಗಬೇಕು. ಬಹುತ್ವದ ಸಮಾಜದಲ್ಲಿ ಮತ್ತು ಬಹುತ್ವದಜಗತ್ತಿನಲ್ಲಿ ಮುಸ್ಲಿಮರಿಗೆ ಬೇರೆ ಸಮುದಾಯಗಳ ಜೊತೆ ಶಾಂತಿ, ಸಮೃದ್ಧಿಯಿಂದ ಬಾಳ ಬೇಕಾದರೆ, ಬೇರೆ ಮಾರ್ಗವಿಲ್ಲ.

ನೀವು ಏನು ಬಿತ್ತುವಿರೋ, ಅದರಂತೆ ಬೆಳೆ ಪಡೆಯುವಿರಿ; ನೀವು ಏನು ಕೊಡುವಿರೋ, ಅದರಂತೆ ಪಡೆಯುವಿರಿ–ಎನ್ನುವ ಸರ್ವಕಾಲಿಕ ಸತ್ಯವನ್ನು ಯಾವಾಗಲೂ ನೆನಪಿಡಬೇಕು

ಜಗತ್ತಿನಲ್ಲಿ ಬೇರೆ ಸಮುದಾಯಗಳಿಗೆ ಸೇರಿದ ಕೋಟ್ಯಾಂತರ ಜನರಲ್ಲಿ ಮುಸ್ಲಿಮರು ಮತ್ತು ಇಸ್ಲಾಮ್ ಕುರಿತು ಉಂಟಾಗಿರುವ ನಕಾರಾತ್ಮಕ ಭಾವನೆ ಮತ್ತು ಪೂರ್ವಾಗ್ರಹ ಚಿಂತನೆಗಳನ್ನು ಬದಲಾಯಿಸಬೇಕಾದರೆ, ಮುಸ್ಲಿಮರು ತಮ್ಮ ಮನೋಭಾವ ಮತ್ತು ವರ್ತನೆಯಲ್ಲಿ ಬದಲಾವಣೆ ತರಬೇಕು. ನೀವು ಏನು ಬಿತ್ತುವಿರೋ, ಅದರಂತೆ ಬೆಳೆ ಪಡೆಯುವಿರಿ, ನೀವು ಏನು ಕೊಡುವಿರೋ, ಅದರಂತೆ ಪಡೆಯುವಿರಿ–ಎನ್ನುವ ಸರ್ವಕಾಲಿಕ ಸತ್ಯವನ್ನು ಮುಸ್ಲಿಮರು ಯಾವಾಗಲೂ ನೆನಪಿಡಬೇಕು.

ಉದಾಹರಣೆಗೆ, ಬೇರೆ ಸಮುದಾಯದವರು ನಮ್ಮಧರ್ಮ ಮತ್ತು ಸಮುದಾಯ ಕುರಿತು ಸದ್ಭಾವನೆ ಮತ್ತು ಗೌರವ ಹೊಂದಿರಬೇಕು ಎಂದು ಮುಸ್ಲಿಮರು ನಿರೀಕ್ಷ ಮಾಡಿದರೆ, ಮುಸ್ಲಿಮರು ಕೂಡಾ ಬೇರೆ ಸಮುದಾಯದವರ ಧರ್ಮ ಮತ್ತು ಸಮುದಾಯ ಕುರಿತು ಗೌರವ ಮತ್ತು ಸದ್ಭಾವನೆ ಹೊಂದಿರಬೇಕು. ಆಗ ಮಾತ್ರ ಎರಡೂ ಸಮುದಾಯಗಳ ನಡುವೆ ಸೌಹಾರ್ದತೆ, ಶಾಂತಿ ಮತ್ತು ಸಮೃದ್ಧಿ ಉಂಟಾಗುತ್ತದೆ.ಎರಡೂ ಸಮುದಾಯಗಳ ನಡುವೆ ಇರುವ ಸಮಾನತೆಯನ್ನು ಕೂಡಾ ಗುರುತಿಸಲು ಸಾಧ್ಯವಾಗಬಹುದು. ಒಂದು ಸಮುದಾಯದವರ ಸಂಸ್ಕೃತಿ, ಒಳ್ಳೆಯ ಆಚರಣೆಗಳಲ್ಲಿ ಮತ್ತೊಂದು ಸಮುದಾಯದವರು ಆಸಕ್ತಿ ತೋರಿಸಿ, ಅವುಗಳನ್ನು ತಮ್ಮ ಜೀವನದಲ್ಲಿ ಅಳವಡಿಸಿಕೊಳ್ಳಲು ಕೂಡಾ ಮುಂದಾಗಬಹುದು. ವಿವಿಧ ಸಮುದಾಯಗಳ ನಡುವೆ ಶಾಂತಿ, ಸದ್ಭಾವನೆ ಏರ್ಪಟ್ಟಾಗ, ಸಮುದಾಯಗಳ ನಡುವೆ ಇರುವ ಪೂರ್ವಾಗ್ರಹ ಚಿಂತನೆಗಳು, ನಕಾರಾತ್ಮಕ ಭಾವನೆಗಳನ್ನು ದೂರವಾಗುವುದರ ಜೊತೆಗೆ, ಸಮುದಾಯಗಳ ಅಭಿವೃದ್ಧಿಗೂ ನೆರವಾಗುತ್ತದೆ.

ಬೇರೆ ಸಮುದಾಯದವರಲ್ಲಿ ಮುಸ್ಲಿಮರು ಮತ್ತು ಇಸ್ಲಾಮ್ ಕುರಿತು ಪೂರ್ವಾಗ್ರಹ ಚಿಂತನೆಗಳು ಮತ್ತು ನಕಾರಾತ್ಮಕ ಭಾವನೆಗಳು ಇರುವಂತೆ, ಹಲವು ಮುಸ್ಲಿಮರಲ್ಲಿ ಕೂಡಾ ಬೇರೆ ಸಮುದಾಯದವರನ್ನು ಮತ್ತು ಅವರ ಧರ್ಮವನ್ನು ಕುರಿತು ಪೂರ್ವಾಗ್ರಹ ಚಿಂತನೆಗಳು ಮತ್ತು ನಕಾರಾತ್ಮಕ ಭಾವನೆಗಳು ಇರುವುದನ್ನು ಮುಸ್ಲಿಮರು ಒಪ್ಪಿಕೊಳ್ಳಬೇಕು. ಹೀಗಾಗಿ ಬೇರೆ ಸಮುದಾಯಗಳು ಮತ್ತು ಅವರ ಧರ್ಮವನ್ನು ಕುರಿತು ಸದ್ಭಾವನೆ ಮತ್ತು ಗೌರವವನ್ನು ಮುಸ್ಲಿಮರು ಕೂಡಾ ಬೆಳೆಸಿಕೊಳ್ಳಬೇಕು.

ಅದನ್ನು ಗಮನಿಸಿ, ಬೇರೆ ಸಮುದಾಯದವರು ಕೂಡಾ ಮುಸ್ಲಿಮರು ಮತ್ತು ಇಸ್ಲಾಮ್ ಕುರಿತು ಸದ್ಭಾವನೆ ಮತ್ತು ಗೌರವ ಬೆಳೆಸಿಕೊಳ್ಳುತ್ತಾರೆ.

"ನೀವು ಏನು ಕೊಡುವಿರೋ, ಅದರಂತೆ ಪಡೆಯುವಿರಿ" ಎನ್ನುವ ಸರ್ವಕಾಲಿಕ ಸತ್ಯವನ್ನು ಮುಸ್ಲಿಮರು ಮರೆಯಬಾರದು.

****

ಜಗತ್ತು ಒಂದು ಕನ್ನಡಿಯಂತೆ ಇದೆ. ನಾವು ಕನ್ನಡಿಯ ಮುಂದೆ ಹೇಗೆ ನಿಲ್ಲುತ್ತೇವೆ, ಹಾಗೆ ಕನ್ನಡಿಯಲ್ಲಿ ಕಾಣುತ್ತೇವೆ. ನಾವು ನಗುತ್ತಿದ್ದರೆ, ಕನ್ನಡಿಯಲ್ಲಿ ಕೂಡಾ ನಗುತ್ತಿರುವಂತೆ ಕಾಣುತ್ತೇವೆ. ಆದರೆ ನಾವು ಕೋಪದಿಂದ ನೋಡಿದರೆ, ಕನ್ನಡಿಯಲ್ಲೂ ಕೋಪದಿಂದ ಇರುವಂತೆ ಕಾಣುತ್ತೇವೆ. ಇದು ವ್ಯಕ್ತಿಗಳು ಮತ್ತು ಸಮುದಾಯಕ್ಕೆ ಕೂಡಾ ಅನ್ವಯಿಸುತ್ತದೆ. ಒಬ್ಬ ವ್ಯಕ್ತಿ ಅಥವಾ ಸಮುದಾಯ, ಬೇರೆಯವರನ್ನು ಕುರಿತು ದ್ವೇಷ, ಅಸಹನೆಯನ್ನು ವ್ಯಕ್ತಪಡಿಸಿದರೆ, ಅದೇ ರೀತಿಯ ದ್ವೇಷ, ಅಸಹನೆಯನ್ನು ಬೇರೆಯ ವ್ಯಕ್ತಿ ಅಥವಾ ಸಮುದಾಯದಿಂದ ಪಡೆಯುತ್ತೇವೆ. ಆದರೆ ಬೇರೆ ವ್ಯಕ್ತಿ ಅಥವಾ ಸಮುದಾಯವನ್ನು ಕುರಿತು ಪ್ರೀತಿ, ಸದ್ಭಾವನೆಯನ್ನು ವ್ಯಕ್ತಪಡಿಸಿದರೆ, ಅದೇ ರೀತಿಯ ಪ್ರೀತಿ, ಸದ್ಭಾವನೆಯನ್ನು ಮರಳಿ ಪಡೆಯುತ್ತೇವೆ. ಇದು ಸರ್ವಕಾಲಿಕ ಸತ್ಯ ಮತ್ತು ಮುಸ್ಲಿಮರು ಈ ಕುರಿತು ಯೋಚಿಸಬೇಕು.

ನಮ್ಮ ಜೊತೆ ಬೇರೆಯವರು ಹೇಗೆ ವರ್ತಿಸಬೇಕು ಎಂದು ಬಯಸುತ್ತೇವೆ, ಅದೇ ರೀತಿ ನಾವು ಕೂಡ ಬೇರೆಯವರ ಜೊತೆ ಹೇಗೆ ವರ್ತಿಸಬೇಕು ಎನ್ನುವ ಬಂಗಾರದಂತಹ ಹಿತನುಡಿಗಳನ್ನು ಇಲ್ಲಿ ಪ್ರಸ್ತಾಪಿಸುತ್ತಿದ್ದೇನೆ. ಈ ಸಂದೇಶವನ್ನು ವಿವಿಧ ಧರ್ಮಗಳಲ್ಲಿ ಮತ್ತು ಸಂಸ್ಕೃತಿಗಳಲ್ಲಿ ನಾವು ಕಾಣಬಹುದಾಗಿದೆ. ಎರಡುರೀತಿಯಲ್ಲಿ ಈ ಹಿತ ನುಡಿಯನ್ನು ಅರ್ಥ ಮಾಡಿಕೊಳ್ಳಬಹುದು.

1. ಬೇರೆಯವರು ನಮ್ಮ ಜೊತೆ ಹೇಗೆ ವರ್ತಿಸಬೇಕು ಎಂದು ಬಯಸುತ್ತೇವೆ, ಅದೇ ರೀತಿ ನಾವು ಕೂಡ ಅವರೊಡನೆ ವರ್ತಿಸಬೇಕು.

2. ಬೇರೆಯವರು ನಮ್ಮ ಜೊತೆ ಹೇಗೆ ವರ್ತಿಸಬಾರದು ಎಂದು ಬಯಸುತ್ತೇವೆ, ಅದೇ ರೀತಿ ನಾವು ಕೂಡ ಅವರೊಡನೆ ವರ್ತಿಸಬಾರದು.

ವಿವಿಧ ಸಮುದಾಯಗಳ ನಡುವೆ ಸ್ನೇಹ, ಸೌಹಾರ್ದತೆಯ ಸೇತುವೆಯನ್ನು ನಿರ್ಮಿಸಿ

ಸಮುದ್ರದಲ್ಲಿ ಹತ್ತಿರದಲ್ಲಿರುವ ಎರಡು ದ್ವೀಪಗಳಿವೆ ಎಂದು ಕಲ್ಪನೆ ಮಾಡಿಕೊಳ್ಳಿ. ಎರಡೂ ದ್ವೀಪಗಳ ನಿವಾಸಿಗಳಿಗೆ ಪರಸ್ಪರ ವ್ಯವಹಾರ, ಸಂಬಂಧ ಇರುವುದು ಅಗತ್ಯವಿದೆ. ಆದರೆ ಸಮುದ್ರದಲ್ಲಿ ಅಲೆಗಳು ಹೆಚ್ಚಾದಾಗ, ದೋಣಿಯ ಮೂಲಕ ಒಂದು ದ್ವೀಪದ ಜನರು ಮತ್ತೊಂದು ದ್ವೀಪಕ್ಕೆ ಹೋಗಿ ಬರುವುದು ಸಾಧ್ಯವಾಗುವುದಿಲ್ಲ. ಇಂತಹ ಪರಿಸ್ಥಿತಿಯಲ್ಲಿ ಎರಡೂ ದ್ವೀಪಗಳ ನಡುವೆ, ಎಲ್ಲಾ ಹವಾಮಾನ ಪರಿಸ್ಥಿತಿಯಲ್ಲಿ ಕೂಡಾ ಬಳಸಬಹುದಾದ ಬಲಿಷ್ಠ ಸೇತುವೆಯನ್ನು ನಿರ್ಮಿಸಿದರೆ, ಒಂದು ದ್ವೀಪದ ಜನರಿಗೆ ಮತ್ತೊಂದು ದ್ವೀಪಕ್ಕೆ ಹೋಗಿ ಬರಲು, ವ್ಯವಹಾರ ಮಾಡಲು ಸುಲಭವಾಗುತ್ತದೆ. ಪರಸ್ಪರ ಸಂಪರ್ಕ ಹೆಚ್ಚಾದಾಗ, ಒಬ್ಬರ ಅನುಭವ ಮತ್ತು ಜ್ಞಾನದಿಂದ ಮತ್ತೊಬ್ಬರಿಗೆ ಅನುಕೂಲವಾಗುತ್ತದೆ. ಎರಡು ದ್ವೀಪಗಳ ನಡುವೆ ಇಂತಹ ಸೇತುವೆ ನಿರ್ಮಿಸುವುದರಿಂದ ಎರಡೂ ದ್ವೀಪದ ನಿವಾಸಿಗಳಿಗೆ ಅನುಕೂಲವಾಗುತ್ತದೆ.

ಮಾನವ ಸಂಬಂಧಗಳಲ್ಲಿ ಕೂಡಾ ಪರಸ್ಪರ ಅನುಕೂಲವಾಗುವ ಇಂತಹ ಸ್ನೇಹ ಸೇತುವೆಗಳು ಅಗತ್ಯವಿದೆ. ಉದಾಹರಣೆಗೆ, ಕುಟುಂಬವೊಂದರಲ್ಲಿ ಪ್ರೀತಿ, ಕಾಳಜಿ ಮತ್ತು ವಾತ್ಸಲ್ಯವೆನ್ನುವ ಸೇತುವೆಗಳು ಕುಟುಂಬ ಸದಸ್ಯರನ್ನು ಒಂದು ಗೂಡಿಸುತ್ತವೆ ಮತ್ತು ಕುಟುಂಬದಲ್ಲಿ ಶಾಂತಿ, ಸದ್ಭಾವನೆ ಮತ್ತು ಸಮೃದ್ಧಿ ನೆಲಸುತ್ತದೆ. ಇದೇ ರೀತಿ, ಕಚೇರಿ, ಅಥವಾ ಸಂಸ್ಥೆ ಅಥವಾ ಸಂಘಟನೆಯಲ್ಲಿ ಕೂಡಾ ಇಂತಹ ಸ್ನೇಹ ಸೇತುವೆಗಳಿಂದ ಲಾಭವಾಗುತ್ತದೆ. ಹಾಗೆ ನೋಡಿದರೆ ಇಬ್ಬರು ಅಥವಾ ಹೆಚ್ಚು ಜನ ವ್ಯಕ್ತಿಗಳು ಭೇಟಿಯಾದಾಗ, ಎಲ್ಲರಿಗೂ ಲಾಭವಾಗುವಂತಹ ಈ ಸ್ನೇಹ ಸೇತುವೆಗಳನ್ನು ನಿರ್ಮಿಸುವುದು ಅಗತ್ಯವಾಗುತ್ತದೆ.

ಜನಾಂಗ, ಭಾಷೆ, ಧರ್ಮ, ಹೀಗೆ ವಿವಿಧ ರೀತಿ ಗುರುತಿಸಲಾಗುವ ಸಮುದಾಯಗಳು, ಒಂದೇ ಸ್ಥಳದಲ್ಲಿ ವಾಸವಾಗಿರುವಾಗ, ಸಮುದಾಯಗಳ ನಡುವೆ ಕೂಡಾ ಇಂತಹ ಸ್ನೇಹ ಸೇತುವೆ ನಿರ್ಮಿಸುವುದು ಅತ್ಯಗತ್ಯವಾಗಿದೆ. ಇದರಿಂದ ಸಮುದಾಯಗಳ ನಡುವೆ ವಿಚಾರ ವಿನಿಮಯ, ಶಾಂತಿ, ಸದ್ಭಾವನೆ ಮತ್ತು ಸಮೃದ್ಧಿ ಹೆಚ್ಚಾಗುತ್ತದೆ. ಇಂತಹ ಸ್ನೇಹ ಸೇತುವೆಗಳಿಂದ ಎಲ್ಲಾ ಸಮುದಾಯಗಳಿಗೂ ಹಾಗೂ ಒಟ್ಟಾರೆಯಾಗಿ ಇಡೀ ಸಮಾಜಕ್ಕೆ ಲಾಭವಾಗುತ್ತದೆ.

ಹಿಂದಿನ ಕಾಲದಲ್ಲಿ ಕೆಲವು ಜನಾಂಗ ಅಥವಾ ಧಾರ್ಮಿಕ ಸಮುದಾಯಗಳು, ಬೇರೆ ಸಮುದಾಯಗಳ ಸಂಪರ್ಕವಿಲ್ಲದೆ, ಏಕಾಂಗಿಯಾಗಿ ಬಾಳಿರಬಹುದು. ಬೇರೆ ಸಮುದಾಯಗಳು ಮತ್ತು ಜಗತ್ತಿನ ಕುರಿತು ಯಾವ ಮಾಹಿತಿ ಇಲ್ಲದೆ ಇಂತಹ ಸಮುದಾಯಗಳು ಬಾಳಿರಬಹುದು. ಹೀಗಾಗಿ, ಬೇರೆ ಸಮುದಾಯಗಳ ಜೊತೆ ಸ್ನೇಹ ಸೇತುವೆ ನಿರ್ಮಿಸಲು ಅವರಿಗೆ ಆಗ ಅಗತ್ಯವಿರಲಿಲ್ಲ.

ಆದರೆ ಹಿಂದಿನ ಕಾಲದಲ್ಲೂ ಈ ರೀತಿ ಏಕಾಂಗಿಯಾಗಿದ್ದ ಸಮುದಾಯಗಳು ಬಹಳ ಕಡಿಮೆ. ಮಾನವನ ಇತಿಹಾಸದಲ್ಲಿ ಬಹಳಷ್ಟು ಸಮುದಾಯಗಳು ಒಂದಲ್ಲ ಒಂದು ರೀತಿ ಪರಸ್ಪರ ಸಂಪರ್ಕ ಹೊಂದಿರುವುದನ್ನು ನಾವು ನೋಡುತ್ತೇವೆ. ಕೆಲವು ಸಮುದಾಯಗಳು ಪರಸ್ಪರ ಸ್ನೇಹ, ಸದ್ಭಾವನೆಯಿಂದ ಜೀವಿಸಿದರೆ, ಕೆಲವು ಸಮುದಾಯಗಳು ಪರಸ್ಪರ ಸ್ಪರ್ಧೆ ಮತ್ತು ಸಂಘರ್ಷದಿಂದ ಜೀವಿಸಿರುವುದನ್ನು ಕೂಡಾ ನಾವು ನೋಡುತ್ತೇವೆ.

ಇವತ್ತು, ಜಗತ್ತು ಒಂದು ಗ್ಲೋಬಲ್ ವಿಲೇಜ್ ಎನ್ನುವಂತಹ ಪರಿಸ್ಥಿತಿ ಇದೆ. ಹೀಗಾಗಿ ಮೊದಲಿಗಿಂತ, ವಿವಿಧ ಸಮುದಾಯದವರು ಹೆಚ್ಚು ಹತ್ತಿರದಲ್ಲಿ ವಾಸ ಮಾಡುತ್ತಿದ್ದಾರೆ. ಅಧುನಿಕ ಸಂಪರ್ಕ ಸೌಲಭ್ಯಗಳಿಂದಾಗಿ ವಿವಿಧ ಸಮುದಾಯಗಳು ಮತ್ತು ದೇಶಗಳ ನಡುವೆ ಹೆಚ್ಚು ಸಂಪರ್ಕ ಮತ್ತು ವಿಚಾರ ವಿನಿಮಯ ಸಾಧ್ಯವಾಗಿದೆ. ಭೂಮಿಯ ಒಂದು ಭಾಗದಲ್ಲಿ ವಾಸವಾಗಿರುವ ವ್ಯಕ್ತಿ ಒಂದು ಬಟನ್ ಒತ್ತಿದರೆ ಸಾಕು, ಸಾವಿರಾರು ಕಿಲೋಮೀಟರ್ ದೂರದಲ್ಲಿ ಭೂಮಿಯ ಮತ್ತೊಂದು ಭಾಗದಲ್ಲಿ ವಾಸವಾಗಿರುವ ವ್ಯಕ್ತಿಯಜೊತೆ ಮಾತನಾಡಲು ಸಾಧ್ಯವಾಗಿದೆ.ಅಂತರಾಷ್ಟ್ರೀಯ ಮಟ್ಟದಲ್ಲಿ ಜನರ ನಡುವೆ ಪರಸ್ಪರ ಅವಲಂಬನೆ ಹೆಚ್ಚಾಗುತ್ತಿದೆ. ಜಗತ್ತಿನಒಂದು ಮೂಲೆಯಲ್ಲಿ ನಡೆಯುವ ಘಟನೆಯ ಪರಿಣಾಮ, ಜಗತ್ತಿನ ಮತ್ತೊಂದು ಮೂಲೆಯಲ್ಲಿರುವ ಜನರ ಮೇಲಾಗುತ್ತಿದೆ.

ಜಗತ್ತು ಇಷ್ಟೊಂದು ಬದಲಾಗಿರುವುದು, ಧಾರ್ಮಿಕ ಸಮುದಾಯಗಳ ನಡುವೆ ಸ್ನೇಹ ಸಂಬಂಧದ ಮೇಲೆ ಕೂಡಾ ಪರಿಣಾಮವುಂಟು ಮಾಡಿದೆ. ಹಿಂದಿನ ದಿನಗಳಲ್ಲಿ, ಕೆಲವು ಧಾರ್ಮಿಕ ಸಮುದಾಯಗಳು ಏಕಾಂಗಿಯಾಗಿ, ಬೇರೆ ಸಮುದಾಯಗಳ ಜೊತೆ ಸಂಪರ್ಕವಿಲ್ಲದೆ ಜೀವಿಸಿರಬಹುದು. ಆದರೆ ಈಗ ಪರಿಸ್ಥಿತಿ ಬಹಳ ಬದಲಾಗಿದೆ. ವಿವಿಧ ಧಾರ್ಮಿಕ ಸಮುದಾಯದವರು ಪರಸ್ಪರ ಸಂಪರ್ಕ ಹೊಂದಿದ್ದಾರೆ ಮತ್ತು ವಿವಿಧ ರೀತಿಯ ವ್ಯವಹಾರ ನಡೆಸುತ್ತಿದ್ದಾರೆ. ಪ್ರಾಯಶಃ ಇವತ್ತು ಜಗತ್ತಿನ ಎಲ್ಲಾ ದೇಶಗಳು ಮತ್ತು ಬಹುತೇಕ ನಗರಗಳು, ಪಟ್ಟಣಗಳಲ್ಲಿ ವಿವಿಧ ಧಾರ್ಮಿಕ ಸಮುದಾಯದವರು ವಾಸವಾಗಿದ್ದಾರೆ. ಹೀಗಿರುವಾಗ ವಿವಿಧ ಧಾರ್ಮಿಕ ಸಮುದಾಯಗಳ ನಡುವೆ ಸ್ನೇಹ ಸೇತುವೆಯನ್ನು ನಿರ್ಮಿಸುವುದು ಅತ್ಯಗತ್ಯವಾಗಿದೆ. ವಿವಿಧ ಧಾರ್ಮಿಕ ಸಮುದಾಯಗಳು ಶಾಂತಿಯಿಂದ, ಸದ್ಭಾವನೆಯಿಂದ ಜೀವಿಸಲು ಮತ್ತು ಪರಸ್ಪರ ಲಾಭಕ್ಕಾಗಿ ಹಾಗೂ ಸಮಾಜದ ಒಳಿತಿಗಾಗಿ, ಒಂದಾಗಿ ಕೆಲಸ ಮಾಡುವುದು ಅತ್ಯಗತ್ಯವಾಗಿದೆ.

ಒಂದು ಕುಟುಂಬದ ಸದಸ್ಯರು ಜೊತೆಯಾಗಿ ಜೀವಿಸುವಾಗ, ಪರಸ್ಪರ ಎಷ್ಟೇ ಪ್ರೀತಿ, ವಿಶ್ವಾಸ ಇದ್ದರೂ ಕೂಡಾ, ಕೆಲವು ಸಂದರ್ಭಗಳಲ್ಲಿ ಭಿನ್ನಾಭಿಪ್ರಾಯ ಉಂಟಾಗುತ್ತದೆ. ಸಣ್ಣಪುಟ್ಟ ವಿಷಯಗಳನ್ನು ಕುರಿತು ವಾದವಿವಾದ ನಡೆದಾಗ, ಅದನ್ನು ಸರಿಯಾಗಿ ನಿರ್ವಹಿಸದಿದ್ದರೆ ಜಗಳ, ಹೊಡೆದಾಟಕ್ಕೂ ಕಾರಣವಾಗಬಹುದು. ನಿಯಂತ್ರಣ ತಪ್ಪಿದ ವಾದಗಳು, ಜಗಳಗಳು, ಹೊಡೆದಾಟಗಳಿಂದ ಕುಟುಂಬದ ಪ್ರತಿಯೊಬ್ಬ ಸದಸ್ಯರಿಗೂ ನೋವಾಗುತ್ತದೆ ಮತ್ತು ಒಟ್ಟು ಕುಟುಂಬಕ್ಕೆ ಶಾಶ್ವತವಾದ ಹಾನಿಯಾಗುತ್ತದೆ. ಒಂದು

ವೇಳೆ ಕುಟುಂಬ ಸದಸ್ಯರ ನಡುವೆ ಉತ್ತಮವಾದ ಮಾತುಕತೆಯ ಸೇತುವೆ ಇದ್ದರೆ, ಭಿನ್ನಾಭಿಪ್ರಾಯಗಳು ಉಂಟಾದಾಗ, ಎಲ್ಲರೂ ಶಾಂತಿಯಿಂದ ಮಾತನಾಡಿ, ಕುಟುಂಬ ಸದಸ್ಯರು ಮತ್ತು ಕುಟುಂಬದ ಹಿತದೃಷ್ಟಿಯಿಂದ ಪರಿಹರಿಸಬಹುದು.

ಕುಟುಂಬಕ್ಕೆ ಅನ್ವಯಿಸಿದ್ದು, ವಿವಿಧ ಧಾರ್ಮಿಕ ಸಮುದಾಯಗಳಿಗೂ ಅನ್ವಯವಾಗುತ್ತದೆ. ಒಂದು ಮನೆಯಲ್ಲಿ ಕುಟುಂಬದ ಸದಸ್ಯರು ಜೊತೆಯಾಗಿ ಇರುವಂತೆ, ಜಗತ್ತಿನಲ್ಲಿ ವಿವಿಧ ಸಮುದಾಯಗಳು ಒಟ್ಟಾಗಿ ವಾಸ ಮಾಡುತ್ತಾರೆ. ಒಟ್ಟಾಗಿ ಇರುವಾಗ ಕೆಲವು ಸಂದರ್ಭದಲ್ಲಿ ಭಿನ್ನಾಭಿಪ್ರಾಯ ಉಂಟಾಗಬಹುದು. ಧಾರ್ಮಿಕ ಸಮುದಾಯಗಳ ನಡುವೆ ಸ್ನೇಹ ಸೇತುವೆ ಇದ್ದರೆ, ಶಾಂತಿಯಿಂದ ಮಾತನಾಡಿ ಭಿನ್ನಾಭಿಪ್ರಾಯಗಳನ್ನು ಪರಿಹರಿಸಲು ಸಾಧ್ಯವಾಗುತ್ತದೆ. ಇಂತಹ ಸ್ನೇಹ ಸೇತುವೆ ಇಲ್ಲದಿದ್ದರೆ, ಭಿನ್ನಾಭಿಪ್ರಾಯಗಳು ಮುಂದೆ ತೀವ್ರ ಸ್ವರೂಪ ಪಡೆದು, ಹಿಂಸೆ ಮತ್ತು ವಿನಾಶಕ್ಕೆ ಕಾರಣವಾಗುತ್ತವೆ.

ಇವತ್ತು ಜಗತ್ತಿನ ಅನೇಕ ಕಡೆಯಲ್ಲಿ, ಧರ್ಮದ ಹೆಸರಿನಲ್ಲಿ ವಿವಿಧ ಧಾರ್ಮಿಕ ಸಮುದಾಯಗಳ ನಡುವೆ ಭೀಕರ ಕದನ ನಡೆಯುತ್ತಿದೆ. ಅಪಾರ ಸಾವು, ನೋವು, ಆಸ್ತಿಪಾಸ್ತಿ ನಾಶವಾಗುವುದರ ಜೊತೆಗೆ ಧರ್ಮಕ್ಕೆ ಕೆಟ್ಟ ಹೆಸರು ಬರುತ್ತಿದೆ. ಅಪಾರ ಪ್ರಮಾಣದಲ್ಲಿ ಸಾವು, ನೋವು ಮತ್ತು ಹಾನಿಯನ್ನುಂಟು ಮಾಡುವ ಹೊಸ ರೀತಿಯ ಶಸ್ತ್ರಾಸ್ತ್ರಗಳು ಇಂತಹ ಕದನದಲ್ಲಿ ಬಳಕೆಯಾಗುತ್ತಿರುವುದು, ಬಹಳ ಆತಂಕದ ವಿಷಯವಾಗಿದೆ. ಧರ್ಮದ ಹೆಸರಿನಲ್ಲಿ ದ್ವೇಷ ಮತ್ತು ಹಿಂಸೆ ಮನಬಂದಂತೆ ಕುಣಿಯುತ್ತಿರುವುದು, ಜಗತ್ತಿಗೆ ದೊಡ್ಡ ಗಂಡಾಂತರ ಎದುರಾದ್ದಂತಾಗಿದೆ..

ಇಂತಹ ಪರಿಸ್ಥಿತಿಯಲ್ಲಿ, ಸಮಾಜದಲ್ಲಿರುವ ವಿವಿಧ ಸಮುದಾಯಗಳ ಜನರ ನಡುವೆ ಪ್ರೀತಿ, ಕರುಣೆ ಮತ್ತು ಸದ್ಭಾವನೆಯ ಸೇತುವೆಯನ್ನು ನಿರ್ಮಿಸುವುದು ಅಗತ್ಯವಾಗಿದೆ. ಸ್ಥಳೀಯ ಮಟ್ಟದಿಂದ ಹಿಡಿದು, ರಾಜ್ಯ, ರಾಷ್ಟ್ರ ಮತ್ತು ಅಂತರರಾಷ್ಟ್ರೀಯ ಮಟ್ಟದಲ್ಲಿ ಕೂಡಾ ಬಲಿಷ್ಠವಾದ ಸ್ನೇಹ ಸೇತುವೆಗಳನ್ನು ನಿರ್ಮಿಸುವುದು ಅಗತ್ಯವಾಗಿದೆ. ಇವತ್ತು ಧಾರ್ಮಿಕ ಮುಖಂಡರು, ಈ ಸ್ನೇಹ ಸೇತುವೆಯನ್ನು ಕಟ್ಟುವ ಕೆಲಸ ಮಾಡಬೇಕಾಗಿದೆ. ಭಾರತದ ಮುಸ್ಲಿಮರಲ್ಲಿ ಬೇರೆ ಸಮುದಾಯಗಳ ಜೊತೆ ಬಲಿಷ್ಠವಾದ ಸ್ನೇಹ ಸೇತುವೆಯನ್ನು ಕಟ್ಟುವ ಜನರು ದೊಡ್ಡ ಸಂಖ್ಯೆಯಲ್ಲಿ ಬೇಕಾಗಿದ್ದಾರೆ.

ವಿವಿಧ ಧಾರ್ಮಿಕ ಸಮುದಾಯಗಳ ನಡುವೆ ಸ್ನೇಹ ಸೇತುವೆ ಕಟ್ಟುವ ಜನರು, ಕೆಲವು ಕೆಲಸಗಳನ್ನು ಮಾಡಬಹುದು;

1) ವಿವಿಧ ಧಾರ್ಮಿಕ ಸಮುದಾಯಗಳಿಗೆ ಸೇರಿದ ಜನರ ಜೊತೆಯಲ್ಲಿ ವೈಯಕ್ತಿಕವಾಗಿ, ರಚನಾತ್ಮಕವಾದ ಸ್ನೇಹ ಸಂಬಂಧಗಳನ್ನು ಬೆಳೆಸಬೇಕು.

2) ವಿವಿಧ ಧಾರ್ಮಿಕ ಸಮುದಾಯಗಳಿಗೆ ಸೇರಿದ ಜನರು ಭೇಟಿಯಾಗಿ, ಅವರ ಧರ್ಮ ಮತ್ತು ಇತರೆ ವಿಷಯಗಳನ್ನು ಕುರಿತು ಸ್ನೇಹಭಾವದಿಂದ ಚರ್ಚೆ

ಮಾಡಲು ಸಾಧ್ಯವಾಗುವಂತಹ ಕಾರ್ಯಕ್ರಮಗಳನ್ನು ಏರ್ಪಡಿಸಬೇಕು. ಇದರಿಂದ ಪರಸ್ಪರ ಪೂರ್ವಾಗ್ರಹ ಪೀಡಿತ ಚಿಂತನೆಗಳು ದೂರವಾಗುತ್ತವೆ ಮತ್ತು ಬೇರೆಯವರ ಧರ್ಮ, ಸಂಸ್ಕೃತಿ, ಆಚರಣೆಗಳನ್ನು ಕುರಿತು ಸತ್ಯವಾದ ಮಾಹಿತಿ ಉಳಿದವರಿಗೆ ದೊರೆಯುತ್ತದೆ.

3) ಎಲ್ಲಾ ಸಮುದಾಯಗಳಿಗೂ ಅನ್ವಯವಾಗುವ ಸಾಮಾಜಿಕ ಸಮಸ್ಯೆಗಳ ಪರಿಹಾರಕ್ಕಾಗಿ, ಬೇರೆ ಸಮುದಾಯದ ಜನರ ಜೊತೆಯಲ್ಲಿ ಸೇರಿ ಕೆಲಸ ಮಾಡಬೇಕು. ಉದಾಹರಣೆಗೆ, ಸ್ಥಳೀಯ ಮಟ್ಟದಲ್ಲಿ, ಎಲ್ಲಾ ಸಮುದಾಯದವರು ಸೇರಿ ವೃದ್ಧಾಶ್ರಮವೊಂದಕ್ಕೆ ಹೋಗಿ, ಅಲ್ಲಿರುವವರ ಜೊತೆ ಸಮಯ ಕಳೆಯಬಹುದು. ಧರ್ಮಾರ್ಥ ಆಸ್ಪತ್ರೆಗಾಗಿ ಹಣ ಸಂಗ್ರಹಿಸಬಹುದು ಅಥವಾ ಗಾಯಗೊಂಡಿರುವ ಅನಾಥ ಪ್ರಾಣಿಗಳ ಚಿಕಿತ್ಸೆಗಾಗಿರುವ ಕೇಂದ್ರಗಳಲ್ಲಿ ಸ್ವಯಂಸೇವಕರಾಗಿ ಕೆಲಸ ಮಾಡಬಹುದು. ಅಂತರಾಷ್ಟ್ರೀಯ ಮಟ್ಟದಲ್ಲಿ ವಿವಿಧ ಸಮುದಾಯಗಳಿಗೆ ಸೇರಿದ ವಿದ್ಯಾವಂತರು ಮತ್ತು ತಜ್ಞರು ಒಂದಾಗಿ ಸೇರಿ ನ್ಯೂಕ್ಲಿಯರ್ ಶಸ್ತ್ರಾಸ್ತ್ರಗಳನ್ನು ನಾಶ ಮಾಡುವುದು ಅಥವಾ ಪರಿಸರ ಸಂರಕ್ಷಣೆ ಮೊದಲಾದ ವಿಷಯಗಳನ್ನು ಕುರಿತು ಅಭಿಯಾನ ನಡೆಸಬಹುದು. ಹೀಗೆ ಸ್ಥಳೀಯ ಮತ್ತು ಅಂತರಾಷ್ಟ್ರೀಯ ಮಟ್ಟದಲ್ಲಿ ವಿವಿಧ ರೀತಿಯಲ್ಲಿ ಧಾರ್ಮಿಕ ಸಮುದಾಯಗಳ ಜನರು ಒಂದಾಗಿ ಕೆಲಸ ಮಾಡಬಹುದಾಗಿದೆ.

4) ಎಲ್ಲಾ ವಿವಾದಗಳನ್ನು ಶಾಂತಿಯುತವಾಗಿ ಬಗೆಹರಿಸುವುದಕ್ಕಾಗಿ ಕೆಲಸ ಮಾಡುವುದು ಮತ್ತು ಸರ್ವಧರ್ಮ ಸಾಮರಸ್ಯವನ್ನು ಪ್ರಚಾರ ಮಾಡುವ ಕೆಲಸವನ್ನು ಮಾಡಬಹುದು.

5) ವಿವಿಧ ಧಾರ್ಮಿಕ ಸಮುದಾಯಗಳ ಸದಸ್ಯರ ನಡುವೆ ಜಗಳವುಂಟಾದರೆ, ಎಲ್ಲಾ ಸಮುದಾಯದವರೊಡನೆ ಸೇರಿ ಅದನ್ನು ಬಗೆಹರಿಸುವುದು.

ವಿವಿಧ ಧರ್ಮಗಳನ್ನು ಕುರಿತು ಅರಿವು ಮೂಡಿಸುವ ಹಾಗೂ ವಿವಿಧ ಸಮುದಾಯಗಳ ನಡುವೆ ಸೌಹಾರ್ದತೆ ಬೆಳೆಸುವ ಚಟುವಟಿಕೆಗಳಲ್ಲಿ ಸಕ್ರಿಯವಾಗಿ ಭಾಗವಹಿಸಿ.

ಜಗತ್ತಿನಾದ್ಯಂತ ವಿವಿಧ ದೇಶಗಳು ಮತ್ತು ಧಾರ್ಮಿಕ ಸಮುದಾಯಗಳ ನಡುವೆ ಹೆಚ್ಚು ಸಂವಾದ ನಡೆಯುತ್ತಿದೆ. ಜಗತ್ತಿನಲ್ಲಿ ಶಾಂತಿ, ಸೌಹಾರ್ದತೆ ನೆಲಸಲು, ವಿವಿಧ ಧರ್ಮಗಳನ್ನು ಕುರಿತು ಅರ್ಥ ಮಾಡಿಕೊಳ್ಳುವುದು ಮತ್ತು ವಿವಿಧ ಸಮುದಾಯಗಳ ನಡುವೆ ಸದ್ಭಾವನೆ ಬಹಳ ಮುಖ್ಯವಾಗಿದೆ. ಇಂತಹ ವಾತಾವರಣವನ್ನು ಸೃಷ್ಟಿಸಲು ವಿವಿಧ ಧಾರ್ಮಿಕ ಸಂಘಟನೆಗಳು ನಿರಂತರವಾಗಿ ಪ್ರಯತ್ನ ಮಾಡುತ್ತಿವೆ. ಜಗತ್ತಿನಲ್ಲಿ ಶಾಂತಿ ಮತ್ತು ಸೌಹಾರ್ದತೆ ನೆಲಸಲು, ಇಂತಹ ಪ್ರಯತ್ನಗಳು ಯಶಸ್ವಿಯಾಗುವುದು ಅಗತ್ಯವೆಂದು ಎಲ್ಲಾ ದೇಶದ ಜನರಿಗೂ ಮನವರಿಕೆಯಾಗಿದೆ.

ಸೈದ್ಧಾಂತಿಕ ಮಟ್ಟದಲ್ಲಿ ಅಂತರಧರ್ಮೀಯ ಸಂವಾದ ನಡೆಯುವುದರಿಂದ, ವಿವಿಧ ಧರ್ಮೀಯರಿಗೆ ಬೇರೆಯವರ ಧರ್ಮವನ್ನು ಕುರಿತು ಸರಿಯಾಗಿ ಅರ್ಥ ಮಾಡಿಕೊಳ್ಳಲು ಮತ್ತು ಗೌರವಿಸಲು ನೆರವಾಗುತ್ತದೆ. ಇಂತಹ ಸಂವಾದದ ಮೂಲಕ ಪೂರ್ವಾಗ್ರಹ ಚಿಂತನೆಗಳನ್ನು ಹಾಗೂ ತಪ್ಪು ಭಾವನೆಗಳನ್ನು ಪರಿಹರಿಸಬಹುದು. ಇದಲ್ಲದೆ ಧರ್ಮ, ಆಚರಣೆ ಕುರಿತು ಪ್ರಶ್ನೆಗಳಿದ್ದರೆ, ಅಂತಹ ಪ್ರಶ್ನೆಗಳಿಗೆ ಸರಿಯಾದ ಉತ್ತರ ನೀಡಿ ಸಮಸ್ಯೆ ಪರಿಹರಿಸಬಹುದು. ಹೀಗಾಗಿ ಸಮುದಾಯಗಳ ನಡುವಿನ ಸಂಬಂಧಗಳನ್ನು ಸುಧಾರಿಸಲು ಇಂತಹ ಅಂತರಧರ್ಮೀಯ ಸಂವಾದಗಳು ಅಗತ್ಯವಿದೆ.

ಸಾಮಾಜಿಕ ಸಮಸ್ಯೆಯನ್ನು ಪರಿಹರಿಸಲು, ವಿವಿಧ ಧಾರ್ಮಿಕ ಸಮುದಾಯಗಳಿಗೆ ಸೇರಿದವರು ಒಂದಾಗಿ ಕೆಲಸ ಮಾಡುವುದರ ಮೂಲಕ ಕೂಡಾ ಅಂತರ ಧರ್ಮೀಯ ಸಂವಾದವನ್ನು ನಡೆಸಬಹುದಾಗಿದೆ. ಇಂತಹ ಸಂವಾದದಲ್ಲಿ ವೈಯಕ್ತಿಕ ಮಟ್ಟದಲ್ಲಿ ವಿವಿಧ ಸಮುದಾಯದವರ ನಡುವೆ ಸ್ನೇಹ ಬೆಳೆಯುತ್ತದೆ ಮತ್ತು ಒಬ್ಬರ ಅನುಭವ ಹಾಗೂ ಕೌಶಲಗಳಿಂದ ಇನ್ನೊಬ್ಬರು ಕಲಿಯಲು ಸಾಧ್ಯವಿದೆ. ವಿವಿಧ ಧಾರ್ಮಿಕ ಸಮುದಾಯದವರು, ತಮ್ಮ ಧರ್ಮದಲ್ಲಿ ಹೇಳಿರುವಂತೆ, ಒಟ್ಟಾಗಿ ಸಮಾಜದ ಒಳಿತಿಗಾಗಿ ಕೆಲಸ ಮಾಡಲು ಇದೊಂದು ಉತ್ತಮ ಅವಕಾಶವಾಗಿದೆ.

ಬೇರೆಯವರ ವಿಚಾರಧಾರೆಗಳನ್ನು ಕೂಡಾ ಸ್ವೀಕರಿಸಿ

ಬೇರೆಯವರ ಜೊತೆಯಲ್ಲಿ ಎಷ್ಟು ಹೊಂದಿಕೊಂಡು ಹೋಗುತ್ತೇವೆ ಎನ್ನುವುದರ ಮೇಲೆ ನಾವು ಜೀವನದಲ್ಲಿ ಯಶಸ್ವಿಯಾಗಲು ಸಾಧ್ಯವಿದೆ. ಜಗತ್ತಿನಲ್ಲಿ ಒಬ್ಬರು ಇರುವಂತೆ ಇನ್ನೊಬ್ಬರು ಇರುವುದಿಲ್ಲ ಮತ್ತು ನಮ್ಮ ಹಾಗೆ ಬೇರೆಯವರು ಯೋಚಿಸಬೇಕು, ವರ್ತಿಸಬೇಕು ಎಂದು ನಿರೀಕ್ಷಿಸುವುದು ಸರಿಯಲ್ಲ. ಬೇರೆಯವರ ಯೋಚನೆ ಮತ್ತು ವರ್ತನೆಯಲ್ಲಿ ನಮಗೆ ವ್ಯತ್ಯಾಸಕಾಣುತ್ತದೆ ಆದರೂ ಕೂಡಾ ಸಕಾರಾತ್ಮಕವಾಗಿ ಆವುಗಳನ್ನು ಸ್ವೀಕರಿಸಿ, ಬೇರೆಯವರ ಜೊತೆ ನಾವು ಹೊಂದಿಕೊಂಡು ಇರುವುದರಿಂದ ಜೀವನದಲ್ಲಿ ನಾವು ಯಶಸ್ವಿಯಾಗುವುದು ಸಾಧ್ಯವಿದೆ. ಅದೇ ರೀತಿ ಬೇರೆಯವರೊಡನೆ ಹೊಂದಿಕೊಳ್ಳಲು ಸಾಧ್ಯವಾಗದ ಮತ್ತು ಅವರಲ್ಲಿ ಇರುವ ವ್ಯತ್ಯಾಸಗಳನ್ನು ಒಪ್ಪಿಕೊಳ್ಳದ ವ್ಯಕ್ತಿಜೀವನದಲ್ಲಿ ಸೋಲುತ್ತಾನೆ.

ಎಷ್ಟೇ ಆಪ್ತರಾಗಿದ್ದರೂ ಕೂಡಾ, ಇಬ್ಬರು ವ್ಯಕ್ತಿಗಳು ಒಂದೇ ರೀತಿ ಯೋಚಿಸಲು, ನಿರ್ಧರಿಸಲು ಮತ್ತು ವರ್ತಿಸಲು ಸಾಧ್ಯವಿಲ್ಲ. ಇದನ್ನು ನಾವು ಒಪ್ಪಿಕೊಳ್ಳಬೇಕು. ಇಬ್ಬರು ವ್ಯಕ್ತಿಗಳು ಅನೇಕ ವಿಷಯಗಳಲ್ಲಿ ಸಮಾನ ಮನಸ್ಕರಾಗಿರಬಹುದು ಆದರೆ ಕೆಲವು ವಿಷಯಗಳಲ್ಲಿ ಅಥವಾ ಸನ್ನಿವೇಶಗಳಲ್ಲಿ ಅವರು ಬೇರೆ ರೀತಿ ಯೋಚಿಸುವುದು ಮತ್ತು ವರ್ತಿಸುವುದನ್ನು ನೋಡಬಹುದು. ಹೀಗಿರುವಾಗ, ಭಿನ್ನಾಭಿಪ್ರಾಯಗಳು ಮತ್ತು ವರ್ತನೆಗಳನ್ನು ಸಹಿಸಿಕೊಂಡು, ನಾವು ಬೇರೆಯವರ ಜೊತೆಗೆ ಸಾಧ್ಯವಾದಷ್ಟು ಕಾಲ ಹೊಂದಿಕೊಂಡು ಹೋಗಬೇಕಾಗುತ್ತದೆ. ಆಗ ಮಾತ್ರ ಬೇರೆಯವರ ಜೊತೆ ನಾವು

ಶಾಂತಿಯಿಂದ, ಸದ್ಭಾವನೆಯಿಂದ ಇರಬಹುದು ಮತ್ತು ಅಭಿವೃದ್ಧಿ ಹೊಂದಬಹುದು. ನಾವು ಹೊಂದಿಕೊಳ್ಳಲು ಒಪ್ಪದಿದ್ದರೆ, ಬೇರೆಯವರ ಜೊತೆ ಅನಗತ್ಯ ಜಗಳ, ವಿವಾದ, ಸಂಘರ್ಷ ಉಂಟಾಗುತ್ತದೆ ಮತ್ತು ಅದರಿಂದ ನಮಗೆ ಹಾಗೂ ನಮ್ಮ ಭವಿಷ್ಯಕ್ಕೆ ತೊಂದರೆಯಾಗುತ್ತದೆ.

ವ್ಯಕ್ತಿಗಳಿಗೆ ಅನ್ವಯಿಸಿದಂತೆ, ಸಮುದಾಯಗಳಿಗೂ ಈ ವಿಷಯ ಅನ್ವಯಿಸುತ್ತದೆ.

ಬಹಳ ಉತ್ತಮ ಸಂಬಂಧ ಹೊಂದಿರುವ ಕುಟುಂಬ ಸದಸ್ಯರ ನಡುವೆ ಕೂಡಾ ಭಿನ್ನಾಭಿಪ್ರಾಯಗಳು, ಸನ್ನಿವೇಶವನ್ನು ಎದುರಿಸುವಾಗ ಬೇರೆ ವರ್ತನೆಗಳು, ಬಟ್ಟೆ, ಊಟ ಇತ್ಯಾದಿ ಆಯ್ಕೆಯಲ್ಲಿ ಬೇರೆ ಆದ್ಯತೆಗಳು, ಹೀಗೆ ಅನೇಕ ವ್ಯತ್ಯಾಸಗಳನ್ನು ನೋಡಬಹುದು. ಆದರೆ ಇಂತಹ ವ್ಯತ್ಯಾಸಗಳಿಂದ ಕುಟುಂಬದಲ್ಲಿ ಶಾಂತಿ, ಸದ್ಭಾವನೆ ಹಾಳಾಗದಂತೆ ಎಚ್ಚರಿಕೆಯನ್ನು ಎಲ್ಲಾ ಕುಟುಂಬ ಸದಸ್ಯರು ವಹಿಸಬೇಕು ಮತ್ತು ಕುಟುಂಬದ ಹಿತದೃಷ್ಟಿಯಿಂದ ಒಗ್ಗಟ್ಟಿನಿಂದ ಇರಬೇಕು. ಕೆಲವು ಸನ್ನಿವೇಶದಲ್ಲಿ ಎಲ್ಲಾ ಸದಸ್ಯರ ಅಭಿಪ್ರಾಯ ಒಂದೇ ಆಗಿರಬಹುದು ಮತ್ತು ಕೆಲವು ಸನ್ನಿವೇಶಗಳಲ್ಲಿ ಬೇರೆ ಅಭಿಪ್ರಾಯಗಳಿರಬಹುದು. ಆದರೆ ಕುಟುಂಬದ ಹಿತದೃಷ್ಟಿಯಿಂದ ಭಿನ್ನಾಭಿಪ್ರಾಯಗಳು, ವರ್ತನೆಗಳನ್ನು ಒಪ್ಪಿಕೊಂಡು, ಎಲ್ಲರೂ ಒಂದಾಗಿರುವುದು ಮುಖ್ಯವಾಗಿದೆ.

ಇದೇ ರೀತಿ ಬಹುತ್ವದ ಸಮಾಜದಲ್ಲಿರುವ ವಿವಿಧ ಸಮುದಾಯಗಳು ಕೂಡ ತಮ್ಮ ನಡುವೆ ಉಂಟಾಗುವ ಭಿನ್ನಾಭಿಪ್ರಾಯಗಳನ್ನು, ವರ್ತನೆಗಳನ್ನು ಸ್ವೀಕರಿಸಿ, ಮುಂದೆ ನಡೆಯುವುದರಿಂದ ಸಮಾಜದಲ್ಲಿ ಶಾಂತಿ, ನೆಮ್ಮದಿ ಮತ್ತು ಅಭಿವೃದ್ಧಿ ಸಾಧ್ಯವಾಗುತ್ತದೆ.

****

ಕುಟುಂಬ ಅಥವಾ ಕಚೇರಿಯಲ್ಲಿ, ಬೇರೆಯವರ ಜೊತೆ ಭಿನ್ನಾಭಿಪ್ರಾಯ ಹೊಂದಿರುವುದರಿಂದ ಸಮಸ್ಯೆ ಉಂಟಾಗುತ್ತದೆ. ಅಂತಹ ಸನ್ನಿವೇಶವನ್ನು ಎದುರಿಸುವ ವ್ಯಕ್ತಿ ತಾಳ್ಮೆ ಕಳೆದುಕೊಂಡು, ಕೋಪದಿಂದ ಅಥವಾ ಭಾವನಾತ್ಮಕವಾಗಿ ವರ್ತಿಸಬಾರದು. ಬದಲಾಗಿ ಶಾಂತಿಯಿಂದ, ತಾಳ್ಮೆಯಿಂದ ಸಮಸ್ಯೆಯನ್ನು ಪರಿಹರಿಸಿಕೊಳ್ಳಬೇಕು ಮತ್ತು ಬೇರೆಯವರ ಜೊತೆಗೆ ತನ್ನ ಸ್ನೇಹ, ಸಂಬಂಧ ಹಾಳಾಗದಂತೆ ಎಚ್ಚರ ವಹಿಸಬೇಕು.

ಸಣ್ಣಪುಟ್ಟ ಭಿನ್ನಾಭಿಪ್ರಾಯಗಳು ಇದ್ದರೆ, ಅದಕ್ಕೆ ಮಹತ್ವ ನೀಡಬೇಕಾಗಿಲ್ಲ. ಆದರೆ ಗಂಭೀರವಾದ ಭಿನ್ನಾಭಿಪ್ರಾಯಗಳು ಇದ್ದರೆ, ಬೇರೆಯವರ ಜೊತೆ ಮಾತನಾಡುವುದು ಸೂಕ್ತ. ಆಗ ತನ್ನ ಅಭಿಪ್ರಾಯವನ್ನು ಹೇಳಲು ಮತ್ತು ಬೇರೆಯವರ ಅಭಿಪ್ರಾಯವನ್ನು ಕೇಳಲು ಸಾಧ್ಯವಾಗುತ್ತದೆ. ಒಂದು ವೇಳೆ, ತಪ್ಪು ನಮ್ಮಿಂದ ಆಗಿದ್ದರೆ, ಸರಿಪಡಿಸಿಕೊಂಡು ಬೇರೆಯವರ ಜೊತೆಗಿನ ಸಂಬಂಧವನ್ನು ಉಳಿಸಿಕೊಳ್ಳಬೇಕು. ಬೇರೆಯವರ ಅಭಿಪ್ರಾಯವನ್ನು ಸ್ವೀಕರಿಸುವುದರಿಂದ, ನಮಗೆ ನೆಮ್ಮದಿಯಿಂದ ಕೆಲಸ

ಮಾಡಲು ಸಾಧ್ಯವಿದ್ದರೆ, ಹಾಗೆ ಮಾಡಬಹುದು. ಹೀಗೆ ಬೇರೆಯವರ ಜೊತೆ ಸಂಬಂಧ ಹಾಳಾಗದಂತೆ, ಅನೇಕ ರೀತಿಯಲ್ಲಿ ಸಮಸ್ಯೆಯನ್ನು ಪರಿಹರಿಸಿಕೊಳ್ಳಬಹುದು.

ಕುಟುಂಬ ಅಥವಾ ಕಚೇರಿಯಲ್ಲಿ ಕೆಲಸ ಮಾಡುವ ಸಹೋದ್ಯೋಗಿಗಳಿಗೆ ಅನ್ವಯಿಸುವ ತತ್ವವು ಒಂದೇ ಪ್ರದೇಶದಲ್ಲಿ ವಾಸವಾಗಿರುವ ವಿವಿಧ ಸಮುದಾಯಗಳಿಗೂ ಅನ್ವಯಿಸುತ್ತದೆ. ಬೇರೆ ಸಮುದಾಯದವರ ಜೊತೆ ಭಿನ್ನಾಭಿಪ್ರಾಯದಿಂದ ಸಮಸ್ಯೆಯನ್ನು ಮತ್ತೊಂದು ಸಮುದಾಯದವರು ಎದುರಿಸಬಹುದು. ಆಗ ಭಾವನಾತ್ಮಕವಾಗಿ ಪ್ರತಿಕ್ರಿಯೆ ನೀಡುವ ಬದಲಾಗಿ ಸಕಾರಾತ್ಮಕವಾಗಿ, ತಾಳ್ಮೆಯಿಂದ ಸಮಸ್ಯೆಯನ್ನು ಪರಿಹರಿಸಿಕೊಳ್ಳಲು ಮುಂದಾಗಬೇಕು. ಎರಡು ಸಮುದಾಯಗಳ ನಡುವೆ ಸಣ್ಣಪುಟ್ಟ ಭಿನ್ನಾಭಿಪ್ರಾಯಗಳಿದ್ದರೆ ಅದನ್ನು ನಿರ್ಲಕ್ಷಿಸಬೇಕು. ಒಂದು ವೇಳೆ ಸಮಸ್ಯೆಗಂಭೀರವಾಗಿದ್ದರೆ, ಎರಡೂ ಸಮುದಾಯದವರು ಆತ್ಮೀಯತೆಯಿಂದ ಮಾತನಾಡಿ ಸಮಸ್ಯೆಗೆ ಪರಿಹಾರ ಕಂಡುಕೊಳ್ಳಬೇಕು. ಹೀಗೆ ಸಮಸ್ಯೆಯನ್ನು ಪರಿಹರಿಸಬಹುದು ಮತ್ತು ಎರಡೂ ಸಮುದಾಯಗಳ ನಡುವೆ ಸದ್ಭಾವನೆಯನ್ನು ಉಳಿಸಿಕೊಳ್ಳಬಹುದು

ವ್ಯಕ್ತಿ ಮತ್ತು ಸಮುದಾಯಗಳಿಗೆ, ಬೇರೆಯವರೊಡನೆ ಇರುವ ಭಿನ್ನಾಭಿಪ್ರಾಯವನ್ನು ಹೇಗೆ ಪರಿಹರಿಸಿಕೊಂಡು, ಮುನ್ನಡೆಯಬೇಕು ಎಂದು ಗೊತ್ತಿರಬೇಕು. ಪ್ರತಿಯೊಂದು ವಿಷಯದಲ್ಲೂ, ನಾವು ಹೇಳಿದಂತೆ ನಡೆಯಬೇಕು ಎನ್ನುವ ಮನೋಭಾವ ಬಿಟ್ಟು, ಬೇರೆಯವರ ವಿಚಾರಧಾರೆಯನ್ನು ಸ್ವೀಕರಿಸಿ, ಅವರ ಜೊತೆಯಲ್ಲಿ ಮುನ್ನಡೆಯುವುದು ಅಗತ್ಯವಿದೆ. ವಿಶೇಷವಾಗಿ, ಬಹುತ್ವದ ಸಮಾಜದಲ್ಲಿ ಶಾಂತಿ ಮತ್ತು ನೆಮ್ಮದಿಯಿಂದ ಬದುಕಲು, ವಿವಿಧ ಸಮುದಾಯಗಳು ಪರಸ್ಪರ ಚಿಂತನೆಗಳನ್ನು ಹಾಗೂ ಭಿನ್ನಾಭಿಪ್ರಾಯಗಳನ್ನು ಸ್ವೀಕರಿಸಿ, ಮುನ್ನಡೆಯುವುದು ಬಹಳ ಅಗತ್ಯವಾಗಿದೆ.

ಬಹುತ್ವದ ಸಮಾಜವನ್ನು ಆಶೀರ್ವಾದವೆಂದು ಸ್ವೀಕರಿಸಿ

ಬಹು–ಸಂಸ್ಕೃತೀಯ, ಬಹು–ಜನಾಂಗೀಯ ಮತ್ತು ಬಹು–ಧರ್ಮೀಯ ಸಮಾಜದಲ್ಲಿ ಇರುವಾಗ ಬೇರೆ ಧರ್ಮಗಳು, ಸಂಸ್ಕೃತಿ, ಜ್ಞಾನ, ಅನುಭವ, ಹಿತೋಪದೇಶಗಳನ್ನು ಕುರಿತು ಕಲಿಯುವುದಕ್ಕೆ ಮತ್ತು ನಮ್ಮ ಜೀವನದಲ್ಲಿ ಅಳವಡಿಸಿಕೊಂಡು ಲಾಭ ಪಡೆಯುವುದಕ್ಕೆ ಅನೇಕ ಅವಕಾಶಗಳಿವೆ. ನೂರಾರು ವರ್ಷಗಳಿಂದ ವಿವಿಧ ಧರ್ಮ, ಸಂಸ್ಕೃತಿ, ಜನಾಂಗಗಳ ಜನರು ಪರಸ್ಪರ ನಡೆಸಿರುವ ಸಂವಾದ ಮತ್ತು ಮಾಹಿತಿ ವಿನಿಮಯದ ಕಾರಣ, ಮಾನವನಿಗೆ ಆಧ್ಯಾತ್ಮಿಕ, ಭೌದಿಕ ಮತ್ತು ಸಾಮಾಜಿಕ ಕ್ಷೇತ್ರದಲ್ಲಿ ಅನೇಕ ಸಾಧನೆಗಳನ್ನು ಮಾಡಲು ಸಾಧ್ಯವಾಗಿದೆ. ಉದಾಹರಣೆಗೆ, ಪುರಾತನಕಾಲದಲ್ಲಿ ಪಶ್ಚಿಮ ಏಷ್ಯಾದಲ್ಲಿ ಬೇರೆ ಧರ್ಮದವರ ಜೊತೆ ನಡೆಸಿದ ಸಂವಾದ ಮತ್ತು ಮಾಹಿತಿ ವಿನಿಮಯದಿಂದಾಗಿ, ಮುಸ್ಲಿಮರಿಗೆ ವಿಜ್ಞಾನದಲ್ಲಿ ಅನೇಕ ಸಾಧನೆಗಳನ್ನು ಮಾಡಲು ಸಾಧ್ಯವಾಯಿತು. ಸಮಕಾಲೀನ ಉದಾಹರಣೆಯಾಗಿ ಆಧುನಿಕ ಅಮೇರಿಕಾವನ್ನು ಪರಿಗಣಿಸಿದರೆ, ವಿವಿಧ ಜನಾಂಗ, ಧರ್ಮ ಮತ್ತು ಭಾಷೆಯ ಜನರು ನೀಡಿರುವ

ಕೊಡುಗೆಯಿಂದಾಗಿ ಅಮೇರಿಕಾ ಇಷ್ಟು ದೊಡ್ಡ ಶಕ್ತಿಯಾಗಿ ಬೆಳೆಯಲು ಸಾಧ್ಯವಾಗಿದೆ. ಅದೇ ರೀತಿ ಯುಎಇ, ಓಮಾನ್, ಬಹ್ರೇನ್ ಮೊದಲಾದ ಅರಬ್ ದೇಶಗಳು ಆರ್ಥಿಕವಾಗಿ ಬೆಳೆಯಲು ಮತ್ತು ಅತ್ಯಾಧುನಿಕ ಮೂಲಭೂತ ಸೌಲಭ್ಯಗಳನ್ನು ಪಡೆಯಲು, ಅಲ್ಲಿ ಕೆಲಸ ಮಾಡುವ ವಿವಿಧ ಧರ್ಮಗಳ ಮತ್ತು ಜನಾಂಗಗಳ ಜನರ ಪರಿಶ್ರಮ ಕಾರಣವಾಗಿದೆ. ಹೀಗೆ ಪ್ರತಿಯೊಂದು ಪ್ರಗತಿಪರ ಉದಾಹರಣೆಯ ಹಿಂದೆ ವಿವಿಧ ಧರ್ಮಗಳ, ಜನಾಂಗಗಳ ಮತ್ತು ಭಾಷೆಗಳ ಜನರ ಕೊಡುಗೆ ಕಾಣಬಹುದಾಗಿದೆ.

ಈ ಹಿನ್ನೆಲೆಯಲ್ಲಿ ಭಾರತದ ಬಹುತ್ವದ ಸಮಾಜದಲ್ಲಿ ನಾವಿದ್ದೇವೆ ಎಂದು ಮುಸ್ಲಿಮರು ಸಂತೋಷ ಪಡಬೇಕು. ಭಾರತೀಯ ಮುಸ್ಲಿಮರಿಗೆ ಬೇರೆ ಸಮುದಾಯದವರಿಂದ ಅನೇಕ ವಿಷಯಗಳನ್ನು ಕಲಿಯುವ ಅವಕಾಶವಿದೆ ಮತ್ತು ಬೇರೆ ಸಮುದಾಯಗಳಿಗೆ ನೆರವಾಗುವ ಅವಕಾಶವೂ ಇದೆ. ಈ ವಿಷಯವನ್ನು ಮುಸ್ಲಿಮರಿಗೆ ಮನವರಿಕೆ ಮಾಡಿಕೊಟ್ಟಾಗ, ಬೇರೆ ಧಾರ್ಮಿಕ ಸಮುದಾಯದವರ ಜೊತೆ ಸ್ನೇಹ, ಸೌಹಾರ್ದತೆಯಿಂದ ಇರಲು ಮುಸ್ಲಿಮರು ಕಾತುರರಾಗುತ್ತಾರೆ.

ಬೇರೆಯವರಿಗೆ ಕರುಣೆ ತೋರಿಸಿ ಮತ್ತು ಸಾಧ್ಯವಾದಷ್ಟೂ ನೆರವಾಗಿ

ಬೇರೆ ಸಮುದಾಯದವರಿಂದ ಪ್ರೀತಿ, ಗೌರವ ಪಡೆಯ ಬೇಕಾದರೆ, ಭಾರತೀಯ ಮುಸ್ಲಿಮರು ಸಮಾಜದಲ್ಲಿ ಬೇರೆ ಸಮುದಾಯದವರಿಂದ ದೂರವಾಗಿ ಇರುವುದನ್ನು ನಿಲ್ಲಿಸಬೇಕು. ಬದಲಾಗಿ ಬೇರೆ ಸಮುದಾಯದವರನ್ನು ಪ್ರೀತಿ, ಗೌರವ, ಮುಕ್ತ ಮನಸ್ಸು ಮತ್ತು ಆತ್ಮೀಯತೆಯಿಂದ ಮುಸ್ಲಿಮರು ಕಾಣಬೇಕು. ಭಾರತೀಯ ಮುಸ್ಲಿಮರು ಶಾಂತಿ ಮತ್ತು ಗೌರವದಿಂದ ಬದುಕಲು, ಬೇರೆ ಸಮುದಾಯದವರೊಡನೆ ಸ್ನೇಹ ಸೇತುವೆಯನ್ನು ನಿರ್ಮಿಸುವುದು ಆದ್ಯತೆಯಾಗಬೇಕು. ಅಂತರ–ಧಾರ್ಮೀಯ ಸಾಮರಸ್ಯ ಮತ್ತು ಬೇರೆ ಸಮುದಾಯಗಳ ಜೊತೆ ಸೌಹಾರ್ದತೆಯನ್ನು ಮುಸ್ಲಿಮರು ಬೆಂಬಲಿಸಬೇಕು. ಸ್ಥಳೀಯ ಮಟ್ಟದಲ್ಲಿ, ಕಚೇರಿಯಲ್ಲಿ, ದೈನಂದಿನ ವ್ಯವಹಾರದಲ್ಲಿ ಮತ್ತು ಬೇರೆಯವರೊಡನೆ ಸಂವಾದದಲ್ಲಿ, ಬೇರೆ ಸಮುದಾಯದವರ ಜೊತೆಯಲ್ಲಿ ಸ್ನೇಹ ಸಂಬಂಧವನ್ನು ಮುಸ್ಲಿಮರು ಬೆಳೆಸಬೇಕು. ಬೇರೆ ಸಮುದಾಯದವರನ್ನು, ಅವರ ಸಹೋದ್ಯೋಗಿಗಳು, ಗ್ರಾಹಕರು, ಹೀಗೆ ಎಲ್ಲರ ಸ್ನೇಹ, ವಿಶ್ವಾಸವನ್ನು ಮುಸ್ಲಿಮರು ಪಡೆಯಬೇಕು. ಪ್ರತಿದಿನ ನಗುನಗುತ್ತಾ ಬೇರೆ ಸಮುದಾಯದವರೊಡನೆ ಬೆರತು ಮಾತನಾಡುವುದು ಮುಖ್ಯವಾಗಿದೆ. ಧಾರ್ಮಿಕ ನಂಬಿಕೆಗಳನ್ನು ಕುರಿತು ಮಾತನಾಡುವುದು ಬೇಡ ಆದರೆ ಬೇರೆ ಸಮುದಾಯದವರು ಭೇಟಿಯಾದಾಗ ಸಂತೋಷದಿಂದ ಮಾತನಾಡುವುದು ಮತ್ತು ಅವರಿಂದ ಏನಾದರೂ ಸೇವೆಯನ್ನು ಪಡೆದಿದ್ದರೆ ಧನ್ಯವಾದಗಳನ್ನು ಸಲ್ಲಿಸುವುದು ಮುಖ್ಯವಾಗುತ್ತದೆ. ಈ ರೀತಿ ಪ್ರತಿದಿನ ಮಾಡಿದರೆ, ಮುಸ್ಲಿಮರು ಮತ್ತು ಇಸ್ಲಾಮ್

ಕುರಿತು ಬೇರೆ ಸಮುದಾಯದವರಲ್ಲಿ ಸಕಾರಾತ್ಮಕ ಚಿಂತನೆಗಳು ಮತ್ತು ಗೌರವಗಳು ಬೆಳೆಯುತ್ತಿರುವುದನ್ನು ನೋಡಬಹುದು.

ತಮ್ಮ ದೈನಂದಿನ ಜೀವನದಲ್ಲಿ ಪ್ರತಿಯೊಬ್ಬ ಮುಸ್ಲಿಮ್ ಈ ಕೆಲಸವನ್ನು ಮಾಡಬೇಕು. ಈ ಹಿನ್ನೆಲೆಯಲ್ಲಿ ಒಂದು ಧರ್ಮದ ವ್ಯಕ್ತಿ ಮತ್ತೊಂದು ಧರ್ಮದ ವ್ಯಕ್ತಿಗೆ ನೆರವಾದ ಹಲವು ಉದಾಹರಣೆಗಳನ್ನು ನೀಡುತ್ತೇನೆ. ಉದಾಹರಣೆಗೆ, ಒಂದು ಧಾರ್ಮಿಕ ಸಮುದಾಯದ ವ್ಯಕ್ತಿ ಮತ್ತೊಂದು ಧಾರ್ಮಿಕ ಸಮುದಾಯದ ಬಡ ವಿದ್ಯಾರ್ಥಿಗೆ ನೆರವು ನೀಡಿರುವ ಪ್ರಕರಣ. ಒಂದು ಸಮುದಾಯದವರು ಮತ್ತೊಂದು ಸಮುದಾಯದವರಿಗೆ ಧಾರ್ಮಿಕ ಕೇಂದ್ರ ಕಟ್ಟಲು, ಉಚಿತವಾಗಿ ಭೂಮಿಯನ್ನು ನೀಡಿದ ಪ್ರಕರಣ. ಹೀಗೆ ಹಲವಾರು ಇಂತಹ ಪ್ರಕರಣಗಳಲ್ಲಿ ಜನಸಾಮಾನ್ಯರು ತಮ್ಮ ಮೆಚ್ಚುಗೆಯನ್ನು ವ್ಯಕ್ತಪಡಿಸಿರುವುದನ್ನು ಹಾಗೂ ಮೀಡಿಯಾದಲ್ಲಿ ಪ್ರಮುಖ ಸುದ್ಧಿಯಾಗಿರುವುದನ್ನು ಮುಸ್ಲಿಮರು ಮರೆಯಬಾರದು.

ಧಾರ್ಮಿಕ ಸಮುದಾಯಗಳು ತಮ್ಮ ನಡುವಿನ ಅಪನಂಬಿಕೆ, ಪೂರ್ವಾಗ್ರಹ ಚಿಂತನೆಗಳನ್ನು ಬಿಟ್ಟುಒಂದಾಗಿ ಶಾಂತಿಯಿಂದ ಬದುಕಲು, ಇಂತಹ ಪ್ರಕರಣಗಳು ನೆರವಾಗುತ್ತವೆ. ಬಹುತ್ವದ ಸಮಾಜದಲ್ಲಿ ಎಲ್ಲರೂ ಶಾಂತಿ ಮತ್ತು ಸದ್ಭಾವನೆಯಿಂದ ಬದುಕುವುದು ಅಗತ್ಯವಿದೆ ಎಂದು ಈ ಪ್ರಕರಣಗಳು ಹೇಳುತ್ತವೆ. ಒಂದು ಸಮುದಾಯ ಮತ್ತೊಂದು ಸಮುದಾಯದ ಯೋಗಕ್ಷೇಮಕ್ಕಾಗಿ ಕಾಳಜಿ, ಔದಾರ್ಯ ಮತ್ತು ನೆರವನ್ನು ನೀಡುವುದು ಇಂದಿನ ಅಗತ್ಯವಿದೆ. ವಿವಿಧ ಧಾರ್ಮಿಕ ಸಮುದಾಯಗಳ ನಡುವೆ ಸ್ನೇಹ, ಸದ್ಭಾವನೆ ಬೆಳೆಯಲು ಕೇವಲ ನಾಯಕರು ಅಥವಾ ಸಂಘಟನೆಗಳು ಮಾತ್ರವಲ್ಲ, ಪ್ರತಿಯೊಬ್ಬ ವ್ಯಕ್ತಿಯೂ ಮಹತ್ವದ ಕೊಡುಗೆಯನ್ನು ನೀಡುತ್ತಾನೆ.

ಭಾರತದ ವಿವಿಧ ಕಡೆಯಲ್ಲಿ ನಡೆದ ಅಂತರ-ಧರ್ಮೀಯ ಕಾಳಜಿ ಅಥವಾ ವಿವಿಧ ಸಮುದಾಯಗಳ ನಡುವಿನ ಕಾಳಜಿ ಎಂದು ಕರೆಯಬಹುದಾದ ಮೂರು ಪ್ರಕರಣಗಳನ್ನು ಕುರಿತು ಇಲ್ಲಿ ಪ್ರಸ್ತಾಪ ಮಾಡುತ್ತಿದ್ದೇನೆ.

1) **ದಿ ಇಂಡಿಯನ್ ಎಕ್ಸ್‌ಪ್ರೆಸ್ ಪತ್ರಿಕೆ, ಮೇ 14, 2019ರಂದು**[xxii] "ಎಲ್ಲದಕ್ಕಿಂತ ಮಿಗಿಲಾಗಿರುವುದು ಮಾನವೀಯತೆ; ಹಿಂದುರೋಗಿಗೆ ರಕ್ತ ನೀಡಲು ಉಪವಾಸ ವ್ರತವನ್ನು ಮುರಿದ ಮುಸ್ಲಿಮ್ ವ್ಯಕ್ತಿ" ಎಂದು ಶೀರ್ಷಿಕೆಯೊಂದಿಗೆ, ಈ ಪ್ರಕರಣ ಕುರಿತು ವರದಿ ಮಾಡಿತು. ಆಗ ರಂಜಾನ್ ಮಾಸದ ಉಪವಾಸವನ್ನು ಜಗತ್ತಿನಾದ್ಯಂತ ಇರುವ ಮುಸ್ಲಿಮರು ಮಾಡುತ್ತಿರುವಾಗ, ಅಸ್ಸಾಂ ರಾಜ್ಯದಲ್ಲಿರುವ ಈ ಮುಸ್ಲಿಮ್ ವ್ಯಕ್ತಿ ಉಪವಾಸವನ್ನು ಮೊಟಕು ಗೊಳಿಸಿ ಹಿಂದು ರೋಗಿಗೆ ರಕ್ತದಾನ ಮಾಡಿದ್ದು, ಜಗತ್ತಿನಾದ್ಯಂತ ಮುಸ್ಲಿಮರ ಮತ್ತು ಇತರೆ ಧಾರ್ಮಿಕ ಸಮುದಾಯದವರ ಮೆಚ್ಚುಗೆಯನ್ನು ಗಳಿಸಿತು.

ಅಸ್ಸಾಂ ರಾಜ್ಯದ ಮಂಗಲದೋಯ್ ಜಿಲ್ಲೆಯ 26 ವರ್ಷದ ಫಾನುಲ್ಲಾ ಅಹಮದ್, ತುರ್ತಾಗಿರಕ್ತ ಬೇಕಾಗಿದ್ದ ಹಿಂದೂ ರೋಗಿಗೆ ತನ್ನ ರಕ್ತ ನೀಡಲು ಉಪವಾಸವನ್ನು ಮುರಿದಿದ್ದ. ಅವತ್ತು, ಸೆಹ್ರಿ ನಂತರ ವಿರಮಿಸಿದ್ದ ಅಹಮದ್, ತನ್ನ ಜೊತೆ ರೂಮ್‌ನಲ್ಲಿ ವಾಸವಾಗಿದ್ದ ತಫಷ್ ಭಗವತಿ ಬಹಳ ಆತಂಕದಲ್ಲಿರುವುದನ್ನು ಗಮನಿಸಿದ. ಟೀಮ್ ಹ್ಯೂಮ್ಯಾನಿಟಿ ಎನ್ನುವ ಅಖಿಲ ಭಾರತ ಸಂಸ್ಥೆ, ರಕ್ತದ ಅಗತ್ಯವಿರುವ ರೋಗಿಗಳಿಗೆ ರಕ್ತದಾನಿಗಳನ್ನು ಹುಡುಕಿ ರಕ್ತಕೊಡಿಸುವ ಕೆಲಸ ಮಾಡುತ್ತಿದೆ. ಈ ಸಂಸ್ಥೆಯಲ್ಲಿ ಸದಸ್ಯನಾಗಿದ್ದ ಭಗವತಿಗೆ, ಹಿಂದಿನ ರಾತ್ರಿ ಎರಡು ಯೂನಿಟ್ ಒ-ರಕ್ತ ಬಹಳ ತುರ್ತಾಗಿ ಒಬ್ಬ ರೋಗಿಗೆ ಬೇಕಾಗಿದೆ ಎಂದು ಕರೆ ಬಂದಿತ್ತು. ಅಸ್ಸಾಮಿನ ದೇಮಜಿ ಜಿಲ್ಲೆಯ ನಿವಾಸಿ ರಾಜನ್ ಗೊಗೊಯ್‌ಎನ್ನುವ ಹಿಂದು ವ್ಯಕ್ತಿಗೆ ಈ ರಕ್ತ ಬೇಕಾಗಿತ್ತು. ಅವನ ಕುಟುಂಬದ ಸದಸ್ಯರು ಅನೇಕ ಕಡೆ ಹುಡುಕಿದರೂ, ಆ ಗುಂಪಿನ ರಕ್ತ ಸಿಕ್ಕಿರಲಿಲ್ಲ.

"5ನೆ ತಾರೀಖು, ರಕ್ತ ಬೇಕಾಗಿದೆ ಎಂದು ನನಗೆ ಕರೆ ಬಂದಿತ್ತು. ನಾನು ಮರುದಿನ ಬೆಳಿಗ್ಗೆ ಸೂಕ್ತ ರಕ್ತದಾನಿ ಹುಡುಕಲು ಅನೇಕರಿಗೆ ಕರೆ ಮಾಡುತ್ತಿರುವಾಗ, ನನ್ನ ರೂಮ್‌ಮೇಟ್ ಫಾನುಲ್ಲಾ ಬಂದಿದ್ದ. ಅವನು ಉಪವಾಸ ಪಾಲಿಸುತ್ತಿರುವುದು ನನಗೆ ಗೊತ್ತಿದ್ದ ಕಾರಣ, ರಕ್ತದಾನ ಮಾಡಲು ಅವನನ್ನು ನಾನು ಕೇಳಲಿಲ್ಲ" ಎಂದು ಭಗವತಿ ಇಂಡಿಯನ್ ಎಕ್ಸ್‌ಪ್ರೆಸ್ ವರದಿಗಾರನಿಗೆ ತಿಳಿಸಿದರು.

ಭಗವತಿ ಎಷ್ಟು ಪ್ರಯತ್ನ ಮಾಡಿದರೂ ರಕ್ತದಾನಿಗಳು ಸಿಗಲಿಲ್ಲ. ಆದನ್ನು ನೋಡಿದ ಫಾನುಲ್ಲಾ ತಾನು ರಕ್ತಕೊಡುವುದಾಗಿ ಮುಂದೆ ಬಂದ. ಗುವಹಾಟಿಯ ಸ್ವಾಗತ್ ಸೂಪರ್ ಸ್ಪೆಷಾಲಿಟಿ ಆಸ್ಪತ್ರೆಯಲ್ಲಿ ಕೆಲಸ ಮಾಡುತ್ತಿದ್ದ ಫಾನುಲ್ಲಾ ಮತ್ತು ಭಗವತಿ, ತಕ್ಷಣ ಗೋಗೋಯ್ ದಾಖಲಾಗಿದ್ದ ಆಸ್ಪತ್ರೆಗೆ ಹೋದರು.

"ಫಾನುಲ್ಲಾ ತನ್ನ ಊರು ಸಿಪಾಜಾರ್‌ಗೆ ಕರೆ ಮಾಡಿ, ಹಿರಿಯರ ಜೊತೆ ಮಾತನಾಡಿದ. ರಕ್ತದಾನ ಮಾಡಲು ತಾನು ರೋಜಾವನ್ನು ನಿಲ್ಲಿಸಿದರೆ ಸರಿಯೇ ಎಂದು ಫಾನುಲ್ಲಾ ಕೇಳಿದ ಪ್ರಶ್ನೆಗೆ ಕೆಲವರು ಸರಿಯೆಂದರೆ ಒಂದಿಬ್ಬರು ಬೇಡವೆಂದು ಹೇಳಿದ್ದರು. ಆದರೆ ತಾನು ರಕ್ತದಾನ ಮಾಡುವುದಾಗಿ ಫಾನುಲ್ಲಾ ನಿರ್ಧರಿಸಿದ" ಎಂದು ಭಗವತಿ ತಿಳಿಸಿದರು.

"ನನ್ನ ಧರ್ಮದ ಆಚರಣೆಯಾಗಿ ನಾನು ರೋಜಾವನ್ನು ಪಾಲಿಸುತ್ತೇನೆ. ಆದರೆ ಇವತ್ತು ರೋಜಾ ನಿಲ್ಲಿಸಿದರೂ, ನಾನು ನಾಳೆ ಮತ್ತೆ ರೋಜಾ ಮಾಡಬಹುದು ಎಂದು ನನ್ನ ಅಭಿಪ್ರಾಯವಾಗಿತ್ತು. ಆದರೆ ಒಬ್ಬ ವ್ಯಕ್ತಿಯ ಪ್ರಾಣ ಉಳಿಸಲು ರಕ್ತ ನೀಡಲು ನನಗೆ ಇವತ್ತು ಮಾತ್ರ ಅವಕಾಶವಿತ್ತು. ಹೀಗಾಗಿ ನಾನು ಆ ವ್ಯಕ್ತಿಯನ್ನು ಉಳಿಸಲು ನಿರ್ಧರಿಸಿದೆ" ಎಂದು ಫಾನುಲ್ಲಾ, ಇಂಡಿಯನ್ ಎಕ್ಸ್‌ಪ್ರೆಸ್ ವರದಿಗಾರನಿಗೆ ತಿಳಿಸಿದರು.

"ನನಗೆ ಪಾನುಲ್ಲಾನಂತಹ ಸ್ನೇಹಿತ ಸಿಕ್ಕಿರುವುದಕ್ಕೆ ಅತ್ಯಂತ ಗರ್ವ ಪಡುತ್ತೇನೆ. ಒಬ್ಬ ವ್ಯಕ್ತಿಯಜೀವ ಉಳಿಸಲು ಅವನು ತನ್ನ ಧರ್ಮದ ಆಚರಣೆಗಿಂತ ಮಾನವೀಯತೆಗೆ ಹೆಚ್ಚು ಆದ್ಯತೆಯನ್ನು ನೀಡಿದ" ಎಂದು ಭಗವತಿ ಹೇಳಿದರು. ಫೇಸ್ ಬುಕ್ ಪುಟವೊಂದರಲ್ಲಿ ಈ ಇಬ್ಬರು ಸ್ನೇಹಿತರು ಮತ್ತು ಪಾನುಲ್ಲಾ ಮಾಡಿದ ಮಹಾನ್ ಕೆಲಸವನ್ನು ಕುರಿತು ಚಿತ್ರಗಳ ಸಮೇತ ವರದಿ ಮಾಡಲಾಗಿತ್ತು. ಇದನ್ನು ಸಾವಿರಾರು ಜನರು ನೋಡಿ, ತಮ್ಮ ಸ್ನೇಹಿತರೊಡನೆ ಹಂಚಿಕೊಂಡರು. ಸ್ವಯಂಪ್ರೇರಿತ ರಕ್ತದಾನವನ್ನು ಎಲ್ಲರೂ ಮಾಡಲು, ಈ ಇಬ್ಬರು ಸ್ನೇಹಿತರು ಮಾದರಿಯಾಗಿದ್ದಾರೆ ಎಂದು ಆ ಪುಟದ ನಿರ್ವಾಹಕರು ಅಭಿಪ್ರಾಯಪಟ್ಟರು.

2) 22 ಡಿಸೆಂಬರ್, 2016ರಂದು ದಿ ಇಂಡಿಯನ್ ಎಕ್ಸ್‌ಪ್ರೆಸ್ ಪತ್ರಿಕೆಯು[xxiii] "ಕೇರಳ ಪಾದ್ರಿ ಮುಸ್ಲಿಮ್ ಮಹಿಳೆಗಾಗಿ ತನ್ನಕಿಡ್ನಿಯನ್ನುದಾನ ಮಾಡಿದರು" ಎನ್ನುವ ಶೀರ್ಷಿಕೆಯೊಂದಿಗೆ ಕೇರಳದ ಕ್ರೈಸ್ತ ಪಾದ್ರಿಯೊಬ್ಬರು ಖೈರುನ್ನಿಸಾ ಎನ್ನುವ 29 ವರ್ಷದ ಮಹಿಳೆಗೆ ಕಿಡ್ನಿದಾನ ಮಾಡಿದ ಪ್ರಕರಣ ಕುರಿತು ವರದಿ ಮಾಡಿತ್ತು. ಆಗ ಸುಮಾರು ಐದು ವರ್ಷಗಳ ಹಿಂದೆ, ಕೇರಳದಲ್ಲಿ ಕ್ರೈಸ್ತ ಪಾದ್ರಿಯಾಗಿದ್ದ ಡೇವಿಸ್ ಚಿರಾಮೆಲ್ ಅಪರಿಚಿತನೊಬ್ಬನಿಗೆ ತಮ್ಮ ಒಂದು ಕಿಡ್ನಿಯನ್ನು ದಾನ ಮಾಡಿದ್ದರು. ಇದರಿಂದ ವಯನಾಡ್‌ನಲ್ಲಿರುವ ಜಾಕೋಬೈಟ್ ಚರ್ಚನ ಪಾದ್ರಿ ಶಿಬು ಯೊಹಾನನ್ ಪ್ರಭಾವಿತರಾಗಿದ್ದರು. ವಯನಾಡಿನಲ್ಲಿ ಪಾದ್ರಿಯೋಹಾನಾನ್, ಕ್ಯಾನ್ಸರ್ ರೋಗಿಗಳಿಗೆ ನೆರವಾಗಲು 25 ಲಕ್ಷರೂಪಾಯಿ ಸಂಗ್ರಹಿಸಲು ಅಭಿಯಾನ ಪ್ರಾರಂಭಿಸಿದ್ದರು ಮತ್ತು ಇಂತಹ ಅನೇಕ ಕೆಲಸಗಳನ್ನು ಮಾಡಿ, ಜನಪ್ರಿಯರಾಗಿದ್ದರು.
ಹುಟ್ಟ ಮಗುವಿನ ತಾಯಿಯಾದ 29 ವರ್ಷದ ಖೈರುನ್ನಿಸಾ, ಮೂರು ವರ್ಷಗಳಿಂದ ಕಿಡ್ನಿತೊಂದರೆ ಅನುಭವಿಸುತ್ತಿದ್ದರು. ಕಿಡ್ನಿದಾನಿಗಾಗಿ ಅವರು ಅನೇಕ ಕಡೆ ಹುಡುಕಿದರೂ, ಯಾರೂ ಸಿಕ್ಕಿರಲಿಲ್ಲ. ಫಾದರ್ ಚಿರಾಮಲ್ ಕಿಡ್ನಿ ಫೌಂಡೇಷನ್ ಆಫ್ ಇಂಡಿಯಾ ಸಂಸ್ಥೆಯಲ್ಲಿ ಹುಡುಕಿದಾಗ, ಖೈರುನ್ನಿಸಾರವರಿಗೆ ಪಾದ್ರಿ ಯೊಹಾನನ್‌ರ ಕಿಡ್ನಿ ಹೊಂದಿಕೆಯಾಗುತ್ತದೆ ಎಂದು ಗೊತ್ತಾಯಿತು. ಕೊಟ್ಟಿಯ ವಿಪಿಎಸ್ ಲೇಕ್‌ಶೋರ್ ಆಸ್ಪತ್ರೆಯಲ್ಲಿ ಪಾದ್ರಿ ಯೊಹಾನನ್‌ರವರು ದಾನ ಮಾಡಿದ ಒಂದು ಕಿಡ್ನಿಯನ್ನು ಖೈರುನ್ನಿಸಾರವರಿಗೆ ಆಪರೇಷನ್ ಮೂಲಕ ಯಶಸ್ವಿಯಾಗಿ ಕಸಿ ಮಾಡಲಾಯಿತು.

3) 22 ಆಗಸ್ಟ್ 2018ರಂದು ಹಿಂದೂಸ್ತಾನಟೈಮ್ಸ್ ಪತ್ರಿಕೆಯ,[xxiv] "ಕೇರಳ ಪ್ರವಾಹ ಸಂತ್ರಸ್ಥರಾದ ಹಿಂದೂ ಕುಟುಂಬಗಳಿಗೆ ಮಸೀದಿಯಲ್ಲಿ ಆಶ್ರಯ ನೀಡಲಾಗಿದೆ" ಎನ್ನುವ ಶೀರ್ಷಿಕೆಯೊಂದಿಗೆ, ಕೇರಳದ ಮಾಲಪ್ಪುರಮ್ ಜಿಲ್ಲೆಯಲ್ಲಿರುವ ಮಸೀದಿಯೊಂದರಲ್ಲಿ, ಪ್ರವಾಹ ಸಂತ್ರಸ್ಥರಾದ ಅನೇಕ ಹಿಂದೂ ಕುಟುಂಬಗಳಿಗೆ ಆಶ್ರಯ ಮತ್ತು ಆಹಾರವನ್ನು ನೀಡಿದ ಪ್ರಕರಣವನ್ನು ಕುರಿತು

ವರದಿ ಮಾಡಿತ್ತು. "ಕೇರಳದ ಮಾಲಪ್ಪುರಮ್ ಜಿಲ್ಲೆಯಲ್ಲಿರುವ ಮಸೀದಿಯೊಂದರಲ್ಲಿ ಪ್ರವಾಸ ಸಂತ್ರಸ್ಥರಾದ ಅನೇಕ ಹಿಂದೂ ಕುಟುಂಬಗಳಿಗೆ ಆಶ್ರಯ ಮತ್ತು ಆಹಾರ ನೀಡಲಾಗಿದೆ. ಪ್ರವಾಹದಿಂದ ಕೆಸರು ತುಂಬಿದ್ದ ಎರಡು ದೇವಸ್ಥಾನಗಳನ್ನು ಸ್ವಚ್ಛಗೊಳಿಸಲು ಮುಸ್ಲಿಮ್ ಯುವಕರು ನೆರವಾಗಿದ್ದಾರೆ. ಈ ಪ್ರಕರಣ ಕೋಮು ಸೌಹಾರ್ದತೆಯ ಸಂದೇಶವನ್ನು ನೀಡಿದೆ"ಎಂದು ವರದಿಯಲ್ಲಿ ತಿಳಿಸಲಾಗಿದೆ.

1) ಉತ್ತರ ಮಾಲಪ್ಪುರಮ್ ಜಿಲ್ಲೆಯಲ್ಲಿರುವ ಚಾಲಿಯರ್ ಗ್ರಾಮದಲ್ಲಿ, ಅಕಂಪಾದಂನಲ್ಲಿರುವ ಜುಮ್ಮಾ ಮಸೀದಿಯಲ್ಲಿ ಪ್ರವಾಹ ಸಂತ್ರಸ್ಥರಾದ 17 ಹಿಂದೂ ಕುಟುಂಬಗಳು ಸೇರಿದಂತೆ ಒಟ್ಟು 78 ಜನರಿಗೆ ಆಶ್ರಯ, ಆಹಾರ ನೀಡಲಾಗಿತ್ತು. ಪ್ರವಾಹ ಇಳಿದ ನಂತರ ಅವರ ಮನೆಗೆ ಹಿಂತಿರುಗಿದ ಸಂತ್ರಸ್ಥರಿಗೆ ಅಕ್ಕಿ, ಬೇಳೆ ಮೊದಲಾದ ಅಗತ್ಯ ವಸ್ತುಗಳನ್ನು ನೀಡಲಾಯಿತು ಎಂದು ಚಾಲಿಯರ್‌ಗ್ರಾಮ ಪಂಚಾಯ್ತಿ ಅಧ್ಯಕ್ಷ ಪಿ.ಟಿ.ಉಸ್ಮಾನ್‌ರವರು, ಪತ್ರಿಕೆಯ ವರದಿಗಾರನಿಗೆ ಮಾಹಿತಿ ನೀಡಿದ್ದರು.

ಮದರ್‌ತೆರೇಸಾರವರು ಹೇಳಿದ್ದಾರೆ ಎನ್ನಲಾದ ಸಂದೇಶವೊಂದು, ಹೇಗೆ ಪ್ರತಿಯೊಬ್ಬ ವ್ಯಕ್ತಿಯು, ಎಷ್ಟೇ ಸಣ್ಣವನಾದರೂ ಪರವಾಗಿಲ್ಲ, ಒಳ್ಳೆಯ ಕೆಲಸವನ್ನು ಮಾಡಿದರೆ, ಆ ಕೆಲಸ ಎಷ್ಟು ಮುಖ್ಯವಾಗುತ್ತದೆ ಎಂದು ವಿವರಿಸುತ್ತದೆ.

"ನಮ್ಮಲ್ಲಿ ಪ್ರತಿಯೊಬ್ಬರು ದೊಡ್ಡ ಕೆಲಸಗಳನ್ನು ಮಾಡಲು ಸಾಧ್ಯವಾಗುವುದಿಲ್ಲ. ಆದರೆ ನಾವು ಬಹಳ ಪ್ರೀತಿಯಿಂದ ಸಣ್ಣ ಕೆಲಸವನ್ನು ಖಂಡಿತವಾಗಿಯೂ ಮಾಡಬಹುದು"[xxv]

ಸಣ್ಣದಾಗಿರಲಿ ಅಥವಾ ದೊಡ್ಡದಾಗಿರಲಿ, ಪ್ರತಿಯೊಂದು ಒಳ್ಳೆಯ ಕೆಲಸವು, ಜಗತ್ತಿನಲ್ಲಿ ದೊಡ್ಡ ಬದಲಾವಣೆಯನ್ನು ತರುತ್ತದೆ. ಬೇರೆ ಸಮುದಾಯದ ವ್ಯಕ್ತಿಗಾಗಿ ಮಾಡಿದ ಒಳ್ಳೆಯ ಕೆಲಸ, ಸಣ್ಣದಾಗಿರಲಿ ಅಥವಾ ದೊಡ್ಡದಾಗಿರಲಿ, ಸಮುದಾಯಗಳ ನಡುವೆ ಸೌಹಾರ್ದತೆಯನ್ನು ಬೆಳೆಸಲು ದೊಡ್ಡ ಕೊಡುಗೆಯಾಗುತ್ತದೆ. ಈ ಹಿನ್ನೆಲೆಯಲ್ಲಿ, ಸಮುದಾಯಗಳ ನಡುವೆ ಸೌಹಾರ್ದತೆಯನ್ನು ಹಾಗೂ ಸದ್ಭಾವನೆಯನ್ನು ಬೆಳೆಸಲು, ಕೇವಲ ಧಾರ್ಮಿಕ ಮುಖಂಡರು ಮಾತ್ರವಲ್ಲ, ಪ್ರತಿಯೊಬ್ಬ ವ್ಯಕ್ತಿಯೂ ಒಳ್ಳೆಯ ಕೆಲಸವನ್ನು ಮಾಡುವುದರ ಮೂಲಕ ದೊಡ್ಡ ಕೊಡುಗೆಯನ್ನು ನೀಡಲು ಸಾಧ್ಯವಿದೆ.

****

ಕುರ್‌ಆನ್ (5:48)ರಲ್ಲಿ ಸಮುದಾಯಗಳ ಬಹುತ್ವ ಕುರಿತು ಹಾಗೂ ಒಳ್ಳೆಯ ಕೆಲಸವನ್ನು ಮಾಡುವುದನ್ನು ಕುರಿತು ವಿವರಿಸಲಾಗಿದೆ.

"(ದೂತರೇ) ನಾವೀಗ ನಿಮಗೆ ಸತ್ಯವಿರುವ ಗ್ರಂಥವನ್ನು ಇಳಿಸಿ ಕೊಟ್ಟಿರುವೆವು. ಇದು (ಗತಕಾಲದ) ಗ್ರಂಥದ ಪೈಕಿ ಜನರ ಬಳಿ ಉಳಿದಿರುವುದನ್ನು ಸಮರ್ಥಿಸುವ ಮತ್ತು ಅದನ್ನು ಕಾಪಾಡುವ ಗ್ರಂಥವಾಗಿದೆ. ನೀವಿನ್ನು ಅಲ್ಲಾಹನು ಇಳಿಸಿರುವ ನಿಯಮ ಪ್ರಕಾರವೇ ಅವರ ನಡುವೆ ತೀರ್ಪು ನೀಡಿರಿ. ನಿಮ್ಮ ಬಳಿಗೆ ಸತ್ಯವು ಬಂದಿರುವಾಗ, ನೀವು ಅವರ ಅಪೇಕ್ಷೆಗಳನ್ನು ಅನುಸರಿಸಬೇಡಿ. ನಾವು ನಿಮ್ಮ ಪೈಕಿ ಪ್ರತಿಯೊಬ್ಬರಿಗೂ (ಪ್ರತಿಯೊಂದು ಸಮುದಾಯಕ್ಕೂ) ನಿರ್ದಿಷ್ಟ ನಿಯಮ ಹಾಗೂ ದಾರಿಯೊಂದನ್ನು ನಿಗದಿ ಪಡಿಸಿದ್ದೇವೆ. ಅಲ್ಲಾಹನು ಬಯಸಿದ್ದರೆ ನಿಮ್ಮೆಲ್ಲರನ್ನು ಒಂದೇ ಸಮುದಾಯವಾಗಿಸುತ್ತಿದ್ದನು. ಆದರೆ ಅವನು, ನಿಮಗೆ ಏನನ್ನು ನೀಡಿರುವನೋ ಅದರ ಮೂಲಕವೇ ನಿಮ್ಮನ್ನು ಪರೀಕ್ಷಿಸ ಬಯಸುತ್ತಾನೆ. ನೀವೀಗ ಒಳಿತಿನಲ್ಲಿ ಪರಸ್ಪರ ಸ್ಪರ್ಧಿಸಿರಿ. ಕೊನೆಗೆ ನೀವೆಲ್ಲರೂ ಅಲ್ಲಾಹನೆಡೆಗೇ ಮರಳಲಿಕ್ಕಿದೆ – ಆಗ ಅವನು, ನೀವು ಭಿನ್ನತೆ ತಾಳಿದ್ದ ವಿಷಯಗಳ ಕುರಿತು ನಿಮಗೆ ತಿಳಿಸುವನು".

ಕುರ್ಆನ್ (5:48)

ದೇವರ ಇಚ್ಛೆಯಂತೆ ವಿವಿಧ ಸಮುದಾಯಗಳು ಸೃಷ್ಟಿಯಾಗಿರುವುದು ಎಂದು ಈ ಸಂದೇಶ ನಮಗೆ ತಿಳಿಸುತ್ತದೆ. ಮನುಕುಲಕ್ಕಾಗಿ ದೇವರು ಮಾಡಿರುವ ಯೋಜನೆ ಇದಾಗಿದೆ. ಹೀಗಿರುವಾಗ, ವಿವಿಧ ಸಮುದಾಯಗಳನ್ನು ಗುರುತಿಸಿ, ಗೌರವಿಸುವುದು ಪ್ರತಿಯೊಬ್ಬ ಮನುಷ್ಯನ ಕರ್ತವ್ಯವಾಗುತ್ತದೆ.

ಒಳ್ಳೆಯ ಕೆಲಸವನ್ನು ಮಾಡಲು ಜನರಲ್ಲಿ ಸ್ಪರ್ಧೆ ಇರಬೇಕು ಎಂದು ಮತ್ತೊಂದು ಮಹತ್ವದ ವಿಷಯವನ್ನು ಈ ಸಂದೇಶ ನಮಗೆ ತಿಳಿಸುತ್ತದೆ. ದೇವರು ಎಲ್ಲಾ ಜನರಿಗೂ ಒಳ್ಳೆಯದಾಗಲಿ ಎಂದು ಇಚ್ಛಿಸಿದ್ದಾನೆ. ಒಳ್ಳೆಯ ಕೆಲಸ ಮಾಡಲು ಜನರಲ್ಲಿ ಪೈಪೋಟಿ ಇರಬೇಕೆ ಹೊರತು ಕೆಟ್ಟ ಕೆಲಸ ಮಾಡುವುದು ಅಥವಾ ಒಬ್ಬರನ್ನುಕುರಿತು ಮತ್ತೊಬ್ಬರು ದ್ವೇಷ ಸಾಧಿಸುವುದರಲ್ಲಿ ಅಲ್ಲ

ಒಂದು ದಿನ ನಾವೆಲ್ಲರೂ ದೇವರ ಹತ್ತಿರ ಹಿಂತಿರುಗಿ ಹೋಗಬೇಕು ಎಂದು ಈ ಸಂದೇಶ ನಮಗೆ ತಿಳಿಸುತ್ತದೆ. ಇದನ್ನು ಮರೆಯಬಾರದು. ನಾವು ಭೂಮಿಯ ಮೇಲೆ ಇರುವ ಸ್ವಲ್ಪ ಸಮಯದಲ್ಲಿ ಬೇರೆ ಸಮುದಾಯದವರೂ ಸೇರಿದಂತೆ ಎಲ್ಲರಿಗೂ ಒಳ್ಳೆಯದನ್ನು ಮಾಡಲು ನಾವು ಆದ್ಯತೆ ನೀಡಬೇಕು.

ಒಳ್ಳೆಯದನ್ನು ಮಾಡುವುದು ಸ್ವಾಗತಾರ್ಹ ಆದರೆ ಅಷ್ಟು ಮಾಡಿದರೆ ಮಾತ್ರ ಸಾಕಾಗುವುದಿಲ್ಲ. ನಾವು ಒಳ್ಳೆಯವರಾಗಿ ಕೂಡಾ ಇರಬೇಕು. ನಾವು ಮಾನವರು, ಕೆಲಸ ಮಾಡುವವರು ಮಾತ್ರವಲ್ಲ. ಹೀಗಾಗಿ ನಾವು ಮತ್ತು ನಾವು ಮಾಡುವ ಕೆಲಸ ಎರಡೂ ಒಳ್ಳೆಯದಾಗಿರಬೇಕು. ಒಬ್ಬ ವ್ಯಕ್ತಿಯ ವ್ಯಕ್ತತ್ವವು ಅವನು ಮಾಡುವ ಕೆಲಸದ ಮೂಲಕ ವ್ಯಕ್ತವಾಗಬೇಕು. ನಾವು ಬೇರೆಯವರನ್ನು ಕುರಿತು ಶಾಂತಿ, ವಾತ್ಸಲ್ಯ, ಪ್ರೀತಿ ಮತ್ತು

ಕರುಣೆ, ಹೀಗೆ ಸಕಾರಾತ್ಮಕವಾಗಿ ಯೋಚಿಸಬೇಕು. ನಿಜವಾದ ಧಾರ್ಮಿಕ ಅಥವಾ ಆಧ್ಯಾತ್ಮಿಕ ವ್ಯಕ್ತಿಗಳು ಹೀಗಿರುವುದರಿಂದಾಗಿ, ಅವರ ಹತ್ತಿರದಲ್ಲಿ ಜನರು ಇರಲು ಬಯಸುತ್ತಾರೆ ಮತ್ತು ಶಾಂತಿಯನ್ನು ಪಡೆಯುತ್ತಾರೆ. ಇಂತಹ ಧಾರ್ಮಿಕ ವ್ಯಕ್ತಿಗಳು ಬೇರೆಯವರ ಹೃದಯದ ಸಂತೋಷದಿಂದ ತುಂಬುವಂತೆ ಮಾಡುತ್ತಾರೆ. ಹೀಗಾಗಿ ಅವರನ್ನು ನೋಡಿದರೂ ಸಾಕು, ಜನ ಬಹಳ ಸಂತೋಷ ಪಡುತ್ತಾರೆ.

****

ಬಹುತ್ವದ ಸಮಾಜದಲ್ಲಿರುವ ವಿವಿಧ ಸಮುದಾಯಗಳು, ಸಮಾಜಕ್ಕೆ ತಾವು ಎಷ್ಟು ಉಪಯುಕ್ತವೆಂದು ತೋರಿಸುವ ಅಗತ್ಯವಿದೆ. ಸಮಾಜಕ್ಕೆ ಒಂದು ಸಮುದಾಯದಿಂದ ಉಪಯೋಗವಾಗುತ್ತದೆ ಎಂದಾಗ, ಆ ಸಮುದಾಯ ಕುರಿತು ಪೂರ್ವಾಗ್ರಹ ಚಿಂತನೆಗಳು ಮತ್ತು ದ್ವೇಷ ಕಣ್ಮರೆಯಾಗುತ್ತದೆ. ಈ ಸಮುದಾಯವು ಸಮಾಜಕ್ಕೆ ನೀಡುವ ಕೊಡುಗೆಯನ್ನು ಬೇರೆ ಸಮುದಾಯಗಳು ಗೌರವಿಸುತ್ತವೆ. ಭಾರತದಲ್ಲಿ ಅಲ್ಪಸಂಖ್ಯಾತ ಸಮುದಾಯಗಳಾಗಿರುವ ಸಿಖ್, ಪಾರ್ಸಿ ಮತ್ತು ಜೈನರು, ಸಮಾಜಕ್ಕೆ ಅನೇಕ ರೀತಿಕೊಡುಗೆಯನ್ನು ನೀಡುತ್ತಾರೆ. ಹೀಗಾಗಿ ಬೇರೆ ಸಮುದಾಯಗಳು ಅವರನ್ನು ಗೌರವಿಸುತ್ತವೆ. ಆದರೆ ಇದುವರೆಗೂ ಮುಸ್ಲಿಮರಿಗೆ ಸಮಾಜದಲ್ಲಿ ಈ ಗೌರವವನ್ನು ಪಡೆಯಲು ಸಾಧ್ಯವಾಗಿಲ್ಲ. ನಾವು ಬೇರೆ ಸಮುದಾಯಗಳಿಗಿಂತ ಶ್ರೇಷ್ಠರಾದವರು ಎನ್ನುವ ತಪ್ಪುಕಲ್ಪನೆ, ಧಾರ್ಮಿಕ ಆಚರಣೆಗಳಿಗೆ ಅತೀ ಹೆಚ್ಚು ಮಹತ್ವ ನೀಡುವುದು, ಸಂಕುಚಿತ ಮನೋಭಾವ, ಧಾರ್ಮಿಕ ಪಂಥಗಳು ಹಾಗೂ ಪ್ರತ್ಯೇಕತೆಯ ಮನೋಭಾವವನ್ನು ಅನೇಕ ಮುಸ್ಲಿಮರು ಪ್ರೋತ್ಸಾಹಿಸುವುದು, ಇವು ಸಮಾಜದಲ್ಲಿ ಮುಸ್ಲಿಮರ ಇಂದಿನ ಪರಿಸ್ಥಿತಿಗೆ ಪ್ರಮುಖ ಕಾರಣಗಳಾಗಿವೆ. ಭಾರತದ ರಾಷ್ಟ್ರಪತಿಯಾಗಿ ಸೇವೆ ಸಲ್ಲಿಸಿದ, ದಿವಂಗತ ಡಾ.ಎ.ಪಿ.ಜೆ.ಅಬ್ದುಲ್ ಕಲಾಂ, ವಿಶ್ವಪ್ರಸಿದ್ಧ ಉದ್ಯಮಿ ಮತ್ತು ಮಹಾದಾನಿ ಅಜೀಂ ಪ್ರೇಮಜಿ ಮೊದಲಾಗಿ ಕೆಲವು ಮುಸ್ಲಿಮರು ವೈಯಕ್ತಿಕವಾಗಿ ಬೇರೆ ಸಮುದಾಯದವರಿಂದ ಅಪಾರವಾದ ಗೌರವವನ್ನು ಪಡೆದಿದ್ದಾರೆ. ಆದರೆ ಮೇಲೆ ತಿಳಿಸಿರುವ ಕಾರಣಗಳಿಂದಾಗಿ, ಒಂದು ಸಮುದಾಯವಾಗಿ ಮುಸ್ಲಿಮರು ಬೇರೆ ಸಮುದಾಯಗಳಿಂದ ಗೌರವ ಪಡೆದಿಲ್ಲ. ಬೇರೆ ಅಲ್ಪಸಂಖ್ಯಾತ ಸಮುದಾಯಗಳಿಗೆ ಪ್ರೀತಿ, ಗೌರವ ದೊರೆಯುವಾಗ, ಮುಸ್ಲಿಮ್ ಸಮುದಾಯ ಮಾತ್ರ ಬೇರೆಯಾಗಿ ಕಾಣುತ್ತಿದೆ. ಹೀಗಾಗಿ, ತಾವು ಈಗಿರುವ ಪರಿಸ್ಥಿತಿಗೆ ಕಾರಣಗಳೇನು ಮತ್ತು ಬೇರೆ ಸಮುದಾಯದವರ ಪ್ರೀತಿ, ಗೌರವ ಪಡೆಯಲು ತಾವು ಏನು ಮಾಡಬೇಕು ಎಂದು ಮುಸ್ಲಿಮರು ಸ್ವವಿಮರ್ಶೆ ಮಾಡಿಕೊಳ್ಳಬೇಕು.

ಸಮಾಜದ ಒಂದು ಭಾಗವು, ಇಡೀ ಸಮಾಜದ ಒಳಿತಿಗಾಗಿ ಕೆಲಸ ಮಾಡಲು ಪ್ರಾರಂಭಿಸಿದಾಗ, ಬೇರೆಯವರ ಸದ್ಭಾವನೆ ತಾನಾಗಿಯೇ ದೊರೆಯುತ್ತದೆ. ಸಮಾಜಕ್ಕೆ ಒಳ್ಳೆಯದನ್ನು ಮಾಡುವವರು ಯಾವ ಧರ್ಮದವರು ಅಥವಾ ಜನಾಂಗದವರು ಎಂದು ಸಮಾಜ ಭೇದಭಾವ ಮಾಡುವುದಿಲ್ಲ. ಹೀಗಾಗಿ ಸಮಾಜದ ಮುಖ್ಯವಾಹಿನಿಯಲ್ಲಿ

ಸಮುದಾಯ ಸೇರಿಕೊಳ್ಳುತ್ತದೆ. ಉದಾಹರಣೆಗೆ, ಸಮಾಜದಲ್ಲಿರುವ ಎಲ್ಲರಿಗೂ ಉಪಯೋಗವಾಗುವಂತಹ ಕೆಲಸವನ್ನು ಮುಸ್ಲಿಮ್ ವೈದ್ಯ, ಇಂಜಿನಿಯರ್, ಉದ್ಯಮಿ, ವಿಜ್ಞಾನಿ ಅಥವಾ ಶಿಕ್ಷಕ ಮಾಡುತ್ತಿದ್ದರೆ, ಬೇರೆ ಸಮುದಾಯದವರು ಅವರನ್ನು ಪ್ರೀತಿಸುತ್ತಾರೆ ಮತ್ತು ಗೌರವಿಸುತ್ತಾರೆ. ಹೀಗಾಗಿ ಹೆಚ್ಚು ಜನ ಪ್ರಾಮಾಣಿಕ ಮತ್ತು ತಜ್ಞರಾದ ವೈದ್ಯರು, ಇಂಜಿನಿಯರ್‌ಗಳು, ಮ್ಯಾನೇಜರ್‌ಗಳು, ವಿಜ್ಞಾನಿಗಳು, ಮೊದಲಾದವರು ಮುಸ್ಲಿಮ್ ಸಮುದಾಯದಿಂದ ಬರಬೇಕಾಗಿದೆ. ಇಡೀ ಸಮಾಜಕ್ಕೆ ಸೇವೆ ಸಲ್ಲಿಸುವಂತಹ ಎನ್‌ಜಿಓಗಳನ್ನು, ಉತ್ತಮ ಗುಣಮಟ್ಟದ ಶಿಕ್ಷಣ ಸಂಸ್ಥೆಗಳು, ಆಸ್ಪತ್ರೆಗಳು ಮತ್ತು ಸೇವಾ ಸಂಸ್ಥೆಗಳನ್ನು ಹೆಚ್ಚು ಸಂಖ್ಯೆಯಲ್ಲಿ ಮುಸ್ಲಿಮರು ಸ್ಥಾಪಿಸಬೇಕು. ಮುಸ್ಲಿಮ್ ಸಮುದಾಯದಲ್ಲಿ ಮತ್ತು ಬೇರೆಯವರಿಗೂ ಉದ್ಯೋಗ ನೀಡುವ ಹೆಚ್ಚು ಉದ್ಯಮಗಳನ್ನು ಮುಸ್ಲಿಮರು ಪ್ರಾರಂಭಿಸಬೇಕು. ಹೀಗೆ ಹಲವಾರು ರೀತಿಯಲ್ಲಿ ಬೇರೆ ಸಮುದಾಯದವರಿಗೆ ಮುಸ್ಲಿಮರು ಉಪಯೋಗವಾಗಿರಲು ಸಾಧ್ಯವಿದೆ.

ಮುಸ್ಲಿಮರು ಕೇವಲ ತಮ್ಮ ಸಮುದಾಯಕ್ಕೆ ಮಾತ್ರವಲ್ಲ, ಇಡೀ ಸಮಾಜಕ್ಕೆ ಮಹತ್ವದ ಕೊಡುಗೆಯನ್ನು ನೀಡುತ್ತಿದ್ದಾರೆ ಎಂದು ಬೇರೆಯವರಿಗೆ ಗೊತ್ತಾಗುವಂತೆ ಇರಬೇಕು. ಬೇರೆಯವರೊಡನೆ ತಮ್ಮನ್ನು ಹೋಲಿಸಿಕೊಂಡು, ಮುಸ್ಲಿಮರು ತಮ್ಮಲ್ಲಿ ಸುಧಾರಣೆಗಳನ್ನು ತರಬೇಕು. ಮುಸ್ಲಿಮರನ್ನು ಹಾಗೂ ಇಸ್ಲಾಮ್ ಕುರಿತು ಬೇರೆ ಸಮುದಾಯದಲ್ಲಿರುವ ಪೂರ್ವಾಗ್ರಹ ಚಿಂತನೆಗಳು ಮತ್ತು ನಕಾರಾತ್ಮಕ ಮನೋಭಾವವನ್ನು ಹೋಗಲಾಡಿಸಲು ಮುಸ್ಲಿಮರಲ್ಲಿ ಬದಲಾವಣೆ ಆಗಬೇಕಾಗಿದೆ. ಆದರೆ ಬದಲಾವಣೆ ಕೇವಲ ಉಪದೇಶಕ್ಕೆ ಸೀಮಿತವಾಗಬಾರದು. ನಿಜವಾಗಿಯೂ ಇಡೀ ಸಮಾಜಕ್ಕೆ ಒಳ್ಳೆಯದನ್ನು ಮಾಡುವುದು ಮತ್ತು ಸಮಾಜದದ ಕೆಲಸದಲ್ಲಿ ಭಾಗವಹಿಸುವುದನ್ನು ಮಾಡಿ ತೋರಿಸಬೇಕಾಗಿದೆ. ಹೀಗೆ ಮಾಡುವುದರಿಂದ ಮಾತ್ರ ಬೇರೆ ಸಮುದಾಯದವರ ಗೌರವ, ಸದ್ಭಾವನೆಯನ್ನು ಮುಸ್ಲಿಮರು ಪಡೆಯಬಹುದು. ಬೇರೆಯವರಿಗೆ ಒಳ್ಳೆಯದನ್ನು ಮಾಡಿ ಎಂದು ಧರ್ಮದಲ್ಲಿ ಹೇಳಿದೆ ಎಂದು ಮುಸ್ಲಿಮರು ಸುಮ್ಮನೆ ಇರಬಾರದು. ಮಾತಿಗಿಂತ ಕೆಲಸ ಬಹಳ ಮುಖ್ಯವಾಗಿದೆ. ನಮ್ಮ ಕೆಲಸವನ್ನು ನೋಡಿ ನಮ್ಮನ್ನು ಸಮಾಜ ಗುರುತಿಸುತ್ತದೆ ಎಂದು ನಾವು ಮರೆಯಬಾರದು.

ಅಮೂಲ್ಯವಾದ ನಮ್ಮ ಜೀವನದಲ್ಲಿ ನಾವು ಏನು ಮಾಡುತ್ತಿದ್ದೇವೆ ಎಂದು ಪ್ರತಿಯೊಬ್ಬರು ಯೋಚಿಸಲು, ಪ್ರೇರಣೆ ನೀಡುವ ಸುಂದರ ಸಂದೇಶವೊಂದು ಹೀಗಿದೆ;

"ನಾನು ಈ ಜಗತ್ತಿನಲ್ಲಿ ಒಂದು ಸಲ ಮಾತ್ರ ಪ್ರಯಾಣ ಮಾಡುತ್ತೇನೆ. ಹೀಗಾಗಿ, ನನ್ನ ಜೊತೆಗಾರರಿಗೆ ಏನಾದರೂ ಒಳ್ಳೆಯದನ್ನು ಮಾಡುವುದಾದರೆ, ಅವರಿಗೆ ನನ್ನ ಕರುಣೆಯನ್ನು ನೀಡುವುದಾದರೆ, ಅದನ್ನು ಈ ಕ್ಷಣವೇ ನಾನು ಮಾಡಬೇಕು. ಇಂತಹ ಕೆಲಸವನ್ನು ನಾನು ಮುಂದೆ ಹಾಕಬಾರದು ಅಥವಾ

ಅಲಕ್ಷ ಮಾಡಬಾರದು. ಏಕೆಂದರೆ ನಾನು ಮತ್ತೆ ಈ ದಾರಿಯಲ್ಲಿ ಬರುವುದಿಲ್ಲ".

ಸಮಾಜದಲ್ಲಿರುವ ಎಲ್ಲಾ ಸಮುದಾಯಗಳ ನಡುವೆ ಸದ್ಭಾವನೆ ಮತ್ತು ಸೌಹಾರ್ದತೆ ಬೆಳೆಯಲು ವೈಯಕ್ತಿಕವಾಗಿ ಒಳ್ಳೆಯ ಕೆಲಸವನ್ನು ಮಾಡೋಣ. ಧರ್ಮ, ಜನಾಂಗ ಎಂದು ನೋಡದೆಎಲ್ಲರಿಗೂ ಒಳ್ಳೆಯದನ್ನು ಮಾಡಲು ನಮಗೆ ಈ ಮೇಲಿನ ಸಂದೇಶ ಸ್ಫೂರ್ತಿ ನೀಡಲಿ.

****

ಭಾರತದಲ್ಲಿ ಶಾಂತಿ ಮತ್ತು ಸಮೃದ್ಧಿ ನೆಲಸಲು ಹಾಗೂ ಮುಸ್ಲಿಮರಿಗೆ ಶಾಂತಿಯಿಂದ ಬದುಕಲು ಹಾಗೂ ಅಭಿವೃದ್ಧಿ ಹೊಂದಲು, ಸಮಾಜದಲ್ಲಿ ಮುಸ್ಲಿಮರು ಮತ್ತು ಬೇರೆ ಸಮುದಾಯದವರ ನಡುವೆ ಶಾಂತಿ ಮತ್ತು ಸೌಹಾರ್ದತೆಗಳ ಅಗತ್ಯವಿದೆ. ಧರ್ಮದಲ್ಲಿ ಹೇಳಿರುವುದನ್ನು ತಮ್ಮದೈನಂದಿನ ಜೀವನದಲ್ಲಿ ಪಾಲಿಸುವುದರ ಮೂಲಕ ಮುಸ್ಲಿಮರು, ಬೇರೆ ಸಮುದಾಯದವರ ಜೊತೆಯಲ್ಲಿ ಸ್ನೇಹ ಸೇತುವೆಯನ್ನು ನಿರ್ಮಿಸಲು ಮುಂದಾಗಬೇಕು. ತಮ್ಮ ವರ್ತನೆ, ವ್ಯಕ್ತಿತ್ವ, ವಿಶ್ವಾಸಾರ್ಹತೆ, ವಿನಯ ಮತ್ತು ಸೇವೆಯ ಮೂಲಕ ಮುಸ್ಲಿಮರು ಬೇರೆಯವರ ಸದ್ಭಾವನೆಯನ್ನು ಗಳಿಸಬೇಕು. ಇದನ್ನು ಬಿಟ್ಟರೆ ನಮಗೆ ಬೇರೆಯಾವುದೇ ದಾರಿ ಇಲ್ಲ. ಈ ವಿಷಯವನ್ನು ಮುಸ್ಲಿಮ್ ಸಮುದಾಯಕ್ಕೆ ಮನವರಿಕೆ ಮಾಡಿಕೊಳ್ಳಲು ಧಾರ್ಮಿಕ ಮುಖಂಡರು ಮಸೀದಿಗಳಲ್ಲಿರುವ ಪ್ರವಚನ ಪೀಠವನ್ನು ಬಳಸಿಕೊಳ್ಳಬೇಕು. ಮುಸ್ಲಿಮರು ಸಕಾರಾತ್ಮಕವಾದ ಮತ್ತು ಹೊಂದಾಣಿಕೆಯ ಮನೋಭಾವ ಬೆಳೆಸಿಕೊಳ್ಳಬೇಕು. ನಕಾರಾತ್ಮಕ ಚಿಂತನೆಗಳನ್ನು ಬಿಡಬೇಕು. ಮುಸ್ಲಿಮ್ ನಾಯಕರು ಸಕಾರಾತ್ಮಕವಾಗಿ ಚಿಂತಿಸಿ, ವರ್ತಿಸಲು ಪ್ರಾರಂಭಿಸಿದರೆ, ಬೇರೆ ಮುಸ್ಲಿಮರನ್ನು ನಕಾರಾತ್ಮಕ ಮನೋಭಾವದಿಂದ ಹೊರಗೆತರಲು ಈ ನಾಯಕರು ಮಹತ್ವದ ಪಾತ್ರವಹಿಸಬಹುದು. ನಿರಪಯಕ್ತವಾದ ಭಾವಾನ್ಮಾಕ ಪ್ರತಿಕ್ರಿಯೆಗಳನ್ನು ಬಿಟ್ಟು, ಬೇರೆ ಸಮುದಾಯದವರ ಜೊತೆ ಸ್ನೇಹ ಸೇತುವೆ ನಿರ್ಮಿಸಲು ಮತ್ತು ದೇಶದಲ್ಲಿ ಕೋಮು ಸೌಹಾರ್ದತೆಯನ್ನು ಬೆಳೆಸಲು ಇವರು ಪ್ರಾಮಾಣಿಕ ಪ್ರಯತ್ನ ಮಾಡಬೇಕು.

ಭಾರತದಲ್ಲಿ ಮಾತ್ರವಲ್ಲ, ಜಗತ್ತಿನ ವಿವಿಧಕಡೆಯಲ್ಲಿರುವ ಮುಸ್ಲಿಮರು, ಬೇರೆ ಸಮುದಾಯದವರ ಜೊತೆಯಲ್ಲಿ ಸೇರಿ ಕೆಲಸ ಮಾಡಲು ಮುಂದಾಗಬೇಕು. ತಮ್ಮ ಒಳ್ಳೆಯತನ ಮತ್ತು ಸೇವೆಯ ಮೂಲಕ, ತಮ್ಮ ಜೊತೆ ಸ್ನೇಹದಿಂದ ಇರಲು ಬೇರೆ ಸಮುದಾಯಗಳಿಗೆ ಪ್ರೇರಣೆ ನೀಡಬೇಕು. ಇದೇ ಸಮಯದಲ್ಲಿ, ಇಸ್ಲಾಮ್ ಹೆಸರಿನಲ್ಲಿ ತಪ್ಪಾಗಿ ಮಾತನಾಡುತ್ತಿರುವ ಮತ್ತು ವರ್ತಿಸುವ ಮೂಲಭೂತವಾದಿಗಳನ್ನು ಪ್ರತಿಯೊಂದು ಹಂತದಲ್ಲೂ ವಿರೋಧಿಸಬೇಕು.

ಇತ್ತೀಚಿನ ವರ್ಷಗಳಲ್ಲಿ, ವಿಶೇಷವಾಗಿ 11 ಸೆಪ್ಟೆಂಬರ್ 2001 ಘಟನೆಯ ನಂತರ, ಜಗತ್ತಿನಾದಂತ್ಯ ಮುಸ್ಲಿಮರ ಪರಿಸ್ಥಿತಿಯಲ್ಲಿ ದೊಡ್ಡ ಮಟ್ಟದ ಬದಲಾವಣೆಯಾಗಿದೆ.

ಮುಸ್ಲಿಮರು ಈಗ ಸ್ವವಿಮರ್ಶೆ ಮಾಡಿಕೊಂಡು ಬದಲಾದ ಪರಿಸ್ಥಿತಿಗೆ ಸೂಕ್ತವಾಗಿ ತಮ್ಮ ಚಿಂತನೆಗಳು ಮತ್ತು ವರ್ತನೆಗಳನ್ನು ಬದಲಾಯಿಸಿಕೊಳ್ಳುವುದು ಅಗತ್ಯವಿದೆ. ತಮ್ಮನ್ನು ತಾವೇ ಸಮಾಜದಿಂದ ಪ್ರತ್ಯೇಕವಾಗಿ ಇರುವಂತೆ ಮಾಡಿಕೊಂಡಿರುವುದನ್ನು ಬಿಟ್ಟು, ಸಮಾಜದ ಮುಖ್ಯವಾಹಿನಿಯಲ್ಲಿ ಮತ್ತೆ ಒಂದಾಗ ಬೇಕಾಗಿದೆ. ಬೇರೆ ಸಮುದಾಯದವರ ಜೊತೆಗಿರುವ ಸಣ್ಣ ಪುಟ್ಟ ಭಿನ್ನಾಭಿಪ್ರಾಯಗಳನ್ನು ನಿಲರ್ಕ್ಷ ಮಾಡಿ, ಇಡೀ ಸಮಾಜಕ್ಕೆ ಒಳ್ಳೆಯದನ್ನು ಮಾಡುವ ಕೆಲಸಗಳಲ್ಲಿ ಬೇರೆ ಸಮುದಾಯದವರ ಜೊತೆಯಲ್ಲಿ ಸೇರಿ ಕೆಲಸ ಮಾಡಬೇಕಾಗಿದೆ. ತಮ್ಮನ್ನು ಕುರಿತು, ತಮ್ಮ ಧರ್ಮವನ್ನು ಕುರಿತು ಮುಸ್ಲಿಮರು ಬೇರೆಯವರಿಗೆ ಮನವರಿಕೆ ಮಾಡಿಕೊಳ್ಳಬೇಕು ಮತ್ತು ಅದೇ ಸಮಯದಲ್ಲಿ ಬೇರೆ ಧರ್ಮಗಳಲ್ಲಿರುವ ಒಳ್ಳೆಯ ವಿಷಯಗಳನ್ನು ಕುರಿತು ತಿಳಿದುಕೊಳ್ಳಬೇಕು ಹಾಗೂ ಗೌರವಿಸಬೇಕು. ಸಮಾಜದ ಮುಖ್ಯವಾಹಿನಿಯಲ್ಲಿ ಸಂಪೂರ್ಣವಾಗಿ ಬೆರೆತು, ಮುಸ್ಲಿಮರಿಗೆ ಮಾತ್ರವಲ್ಲದೆ, ಸಮಾಜದಲ್ಲಿರುವ ಎಲ್ಲರಿಗೂ ಶಾಂತಿ, ಸದ್ಭಾವನೆ ಮತ್ತು ಒಳ್ಳೆಯತನದ ಸಂದೇಶವನ್ನು ತಲುಪಿಸಲು ಕೆಲಸ ಮಾಡಬೇಕು. ಮುಸ್ಲಿಮರು ತಮ್ಮ ಕುಟುಂಬಗಳ ಯೋಗಕ್ಷೇಮ ಮಾತ್ರ ಯೋಚಿಸದೆ, ಎಲ್ಲಾ ಮನುಷ್ಯರನ್ನು ಒಂದೇ ಕುಟುಂಬದ ಸದಸ್ಯರುವೆಂದು ಭಾವಿಸಿ, ಅವರ ಯೋಗಕ್ಷೇಮ ಕುರಿತು ಕಾಳಜಿ ತೋರಿಸಬೇಕು.

ಮುಸ್ಲಿಮರು ಈ ಪ್ರಶ್ನೆಗಳನ್ನು ಕುರಿತು ಸ್ವವಿಮರ್ಶೆ ಮಾಡಿಕೊಳ್ಳುವುದು ಅಗತ್ಯವಿದೆ.

1) ತಮ್ಮ ಚಿಂತನೆ ಮತ್ತು ವರ್ತನೆಯಿಂದ, ಸಮುದಾಯದ ಜನರಿಗೆ ಮತ್ತು ಬೇರೆ ಸಮುದಾಯದವರಿಗೆ ಎಷ್ಟು ಒಳ್ಳೆಯದಾಗುತ್ತಿದೆ?

2) ದೇವರಲ್ಲಿ ಸಂಪೂರ್ಣವಾದ ಶ್ರದ್ಧೆಯನ್ನು ತಾವು ಹೊಂದಿರಬೇಕು. ಆದರೆ ನಿಜವಾಗಿಯೂ ತಾವು ಹಾಗೆ ಇರುವಿರಾ?

3) ಬೇರೆಯವರಿಗೆ ಸೇವೆ ಸಲ್ಲಿಸಲು, ಎಲ್ಲರಿಗೂ ನ್ಯಾಯ ಮತ್ತು ಸದ್ಭಾವನೆ ದೊರೆಯುವಂತೆ ಮಾಡಲು ತಾವು ಎಷ್ಟರ ಮಟ್ಟಿಗೆ ಆಸಕ್ತಿ ತೋರಿಸುತ್ತಿದ್ದೇವೆ ಅಥವಾ ಕೆಲಸ ಮಾಡುತ್ತಿದ್ದೇವೆ?

4) ತಮ್ಮ ದೃಷ್ಟಿಕೋನ ವಿಶಾಲವಾಗಿದೆಯೇ ಅಥವಾ ಸಂಕುಚಿತವಾಗಿದೆಯೇ?

ಅಂತರಾಷ್ಟ್ರೀಯ ಮಟ್ಟದಲ್ಲಿ ಕೆಲವು ಸುಪ್ರಸಿದ್ಧ ಮುಸ್ಲಿಮ್ ವಿದ್ವಾಂಸರು ಮತ್ತು ಪ್ರಭಾವಿ ನಾಯಕರು, "ಯಾವುದೇ ಧರ್ಮ, ಜನಾಂಗಕ್ಕೆ ಸೇರಿದವರು ಎಂದು ನೋಡದೆ, ಸಮಾಜದಲ್ಲಿರುವ ಎಲ್ಲರಿಗೂ ಒಳ್ಳೆಯದನ್ನು ಮಾಡಲು ಮುಸ್ಲಿಮರು ಮುಂದಾಗಬೇಕು" ಎಂದು ಅನೇಕ ಸಲ ತಿಳಿಸಿ ಹೇಳುತ್ತಿದ್ದಾರೆ. ಭಾರತದ ಮುಸ್ಲಿಮರಿಗೂ ಇಂತಹ ಅನೇಕ ಪ್ರಗತಿಪರ ನಾಯಕರ ಅಗತ್ಯವಿದೆ. ನೀವು ಭಾಗವಾಗಿರುವ ಇಡೀ ಸಮಾಜಕ್ಕೆ ಒಳ್ಳೆಯದಾಗಲು ಕೆಲಸ ಮಾಡು ಎಂದು ಇಸ್ಲಾಮ್ ಹೇಳಿರುವುದನ್ನು ಮುಸ್ಲಿಮರು ಮರೆಯಬಾರದು. ಬಹುತ್ವದ ಸಮಾಜದಲ್ಲಿ ಇಸ್ಲಾಮಿಕ್ ತತ್ವಗಳನ್ನು ಹೇಗೆ ಪಾಲಿಸಬೇಕು ಎಂದು ಮುಸ್ಲಿಮರು ಯೋಗ್ಯ ನಿರ್ಧಾರಕ್ಕೆ ಬರಬೇಕು. ಧರ್ಮದ ಮೂಲ

ಉದ್ದೇಶಗಳಿಗೆ ಚ್ಯುತಿಯಾಗದಂತೆ, ಅಗತ್ಯವಾದ ಬದಲಾವಣೆಗಳನ್ನು ಮುಸ್ಲಿಮರು ಮಾಡಿಕೊಳ್ಳಬೇಕಾಗುತ್ತದೆ. ಸಾಂಪ್ರದಾಯಿಕ ಧರ್ಮ ಗುರುಗಳ ವ್ಯಾಖ್ಯಾನ ಮತ್ತು ತಮಗಿರುವ ಸಾಮಾನ್ಯ ಜ್ಞಾನದ ನಡುವೆ ಸಮತೋಲನ ಕಾಪಾಡಿಕೊಳ್ಳುವುದನ್ನು ಮುಸ್ಲಿಮರು ಕಲಿಯಬೇಕಾಗಿದೆ.

ಸಮಸ್ಯೆಗಳನ್ನು ಸಕಾರಾತ್ಮಕವಾಗಿ ಎದುರಿಸಿ

ಜೀವನದಲ್ಲಿ ಸಮಸ್ಯೆಗಳು ಉಂಟಾಗುವುದು ಸಾಮಾನ್ಯದ ವಿಷಯವಾಗಿದೆ. ಜೀವನದಲ್ಲಿ ಸಮಸ್ಯೆಗಳು ಇರಲೇ ಬಾರದು ಎಂದುಕೊಳ್ಳುವುದು ಕಾರ್ಯಸಾಧುವಲ್ಲ. ಹೀಗಾಗಿ ಜೀವನದಲ್ಲಿ ಸಮಸ್ಯೆಗಳು ಎದುರಾದಾಗ ಹೇಗೆ ಸಕಾರಾತ್ಮಕವಾಗಿ ಸ್ಪಂದಿಸಬೇಕು ಎಂದು ನಾವು ತಿಳಿದುಕೊಳ್ಳಬೇಕು. ನಮ್ಮ ಸುತ್ತಮುತ್ತ ನಡೆಯುವ ಘಟನೆಗಳು ಮತ್ತು ಸೃಷ್ಟಿಯಾಗುವ ಸಮಸ್ಯೆಗಳನ್ನು ನಾವು ನಿಯಂತ್ರಿಸಲು ಸಾಧ್ಯವಿಲ್ಲ ಆದರೆ ನಾವು ಸಮಸ್ಯೆಗೆ ಹೇಗೆ ಪ್ರತಿಕ್ರಿಯಿಸಬೇಕು ಎನ್ನುವುದನ್ನು ನಾವೇ ನಿರ್ಧರಿಸಬಹುದು.

ಎ ಮತ್ತು ಬಿ ಎನ್ನುವ ಇಬ್ಬರು ವ್ಯಕ್ತಿಗಳಿದ್ದಾರೆ ಎಂದು ಭಾವಿಸೋಣ. ಯಾವುದೋ ಕಾರಣಗಳಿಂದಾಗಿ ಎ ಅನ್ನು ಬಿ ದ್ವೇಷಿಸುತ್ತಾನೆ ಮತ್ತು ಅವನ ಜೊತೆ ಬಹಳ ಒರಟಾಗಿ ನಡೆದುಕೊಳ್ಳುತ್ತಾನೆ. ಇಂತಹ ಸನ್ನಿವೇಶದಲ್ಲಿ, ಎ ಬುದ್ಧಿವಂತನಾದರೆ, ತನ್ನ ಬಗ್ಗೆ ಬಿ ಗಿರುವ ಯೋಚನೆ ಮತ್ತು ವರ್ತನೆಯನ್ನು ತಾನು ನಿಯಂತ್ರಿಸಲು ಮತ್ತು ಬದಲಾಯಿಸಲು ಸಾಧ್ಯವಿಲ್ಲ ಎಂದು ತಿಳಿದಿರುತ್ತಾನೆ. ಆದರೆ ತಾನು ಬಿ ಕುರಿತು ಏನು ಯೋಚಿಸುತ್ತೇನೆ ಮತ್ತು ಹೇಗೆ ವರ್ತಿಸುತ್ತೇನೆ ಎನ್ನುವುದು ತನ್ನ ನಿಯಂತ್ರಣದಲ್ಲಿದೆ ಎಂದು ಎ ಗೆ ಗೊತ್ತಿರುತ್ತದೆ. ಬಿ ತನ್ನನ್ನು ದ್ವೇಷಿಸುತ್ತಾನೆ ಎಂದು ಎ ಕೂಡಾ ಬಿ ಅನ್ನು ದ್ವೇಷಿಸಿದರೆ, ಇಬ್ಬರ ನಡುವೆ ವ್ಯತ್ಯಾಸವಿರುವುದಿಲ್ಲ. ಅದೇ ರೀತಿ ಬಿ ಒರಟಾಗಿ ವರ್ತಿಸಿದಾಗ, ಎ ಅದರಿಂದ ಕೋಪಗೊಳ್ಳುವುದರ ಬದಲಾಗಿ ಮೌನವಾಗಿರಬಹುದು ಅಥವಾ ಬಿ ಗೆ ಒಳ್ಳೆಯದನ್ನು ಮಾಡಬಹುದು. ಎ ಹೀಗೆ ವರ್ತಿಸಿದಾಗ, ಪರಿಸ್ಥಿತಿ ತಿಳಿಯಾಗುತ್ತದೆ ಮತ್ತು ಸಂಘರ್ಷ ತಪ್ಪುತ್ತದೆ. ಬಿ ಒರಟಾಗಿ ವರ್ತಿಸಿದಾಗಲೆಲ್ಲಾ ಎ ಅವನ ಬಗ್ಗೆ ಒಳ್ಳೆಯದನ್ನು ಯೋಚಿಸಿದರೆ, ಒಳ್ಳೆಯದನ್ನು ಮಾಡಿದರೆ, ಒಂದಲ್ಲ ಒಂದು ದಿನ ಬಿ ಗೆ ತನ್ನ ತಪ್ಪು ಅರಿವಾಗುತ್ತದೆ ಮತ್ತು ಅವನು ಪ್ರಶ್ಚಾತಾಪ ಪಟ್ಟು ಒಳ್ಳೆಯವನಾಗುತ್ತಾನೆ. ಮುಂದೊಂದು ದಿನ ಎ ಮತ್ತು ಬಿ ಒಳ್ಳೆಯ ಸ್ನೇಹಿತರು ಕೂಡಾ ಆಗಬಹುದು.

ಇಬ್ಬರು ವ್ಯಕ್ತಿಗಳ ನಡುವಿನ ಸಮಸ್ಯೆ ಪರಿಹರಿಸಲು ನೆರವಾಗುವ ಈ ವಿಧಾನ, ಎರಡು ಅಥಮಾ ಹೆಚ್ಚು ಸಮುದಾಯಗಳ ನಡುವೆ ಇರುವ ಸಮಸ್ಯೆಯನ್ನು ಪರಿಹರಿಸಲು ಕೂಡಾ ನೆರವಾಗುತ್ತದೆ. ಸಮಸ್ಯೆ ಎದುರಾದಾಗ ಸಕಾರಾತ್ಮಕವಾಗಿ ಸ್ಪಂದಿಸಿ, ಸಮಸ್ಯೆಯನ್ನು ಪರಿಹರಿಸಿಕೊಂಡು, ಜೀವನದಲ್ಲಿ ಮುಂದೆ ನಡೆಯುವುದನ್ನು ಎಲ್ಲರೂ ಕಲಿಯಬೇಕು. ಇದು ವ್ಯಕ್ತಿಗಳಿಗೂ ಹಾಗೂ ಸಮುದಾಯಗಳಿಗೂ ಅನ್ವಯಿಸುತ್ತದೆ.

ಇಂದಿನ ಪರಿಸ್ಥಿತಿಯಲ್ಲಿ ಜಗತ್ತಿನಲ್ಲಿ ಅನೇಕ ಕಡೆ, ಮುಸ್ಲಿಮರು ಮತ್ತು ಬೇರೆ ಸಮುದಾಯಗಳ ನಡುವಿನ ಸಂಬಂಧ ಬಹಳ ಹದಗೆಟ್ಟಿದೆ. ಇಂತಹ ಸನ್ನಿವೇಶದಲ್ಲಿ ಬೇರೆ ಸಮುದಾಯದವರ ಜೊತೆಯಲ್ಲಿ ಶಾಂತಿಯಿಂದ ಮತ್ತು ಸದ್ಭಾವನೆಯಿಂದ ಇರಲು ಪ್ರಾಮಾಣಿಕವಾಗಿ ಪ್ರಯತ್ನಿಸುತ್ತಿರುವ ಮುಸ್ಲಿಮರಿಗೆ ಮೇಲೆ ತಿಳಿಸಿರುವ ಆಧ್ಯಾತ್ಮಿಕ ವಿಧಾನ ಬಹಳ ನೆರವಾಗುತ್ತದೆ. ಜೀವನದಲ್ಲಿ ನಮ್ಮನ್ನು ಕುರಿತು ಬೇರೆಯವರು ಏನು ಯೋಚಿಸುತ್ತಾರೆ ಮತ್ತು ಹೇಗೆ ವರ್ತಿಸುತ್ತಾರೆ ಎಂದು ನಾವು ನಿಯಂತ್ರಿಸಲು ಸಾಧ್ಯವಿಲ್ಲ. ಆದರೆ ನಾವು ಬೇರೆಯವರನ್ನು ಕುರಿತು ಏನು ಯೋಚಿಸುತ್ತೇವೆ ಮತ್ತು ಹೇಗೆ ವರ್ತಿಸುತ್ತೇವೆ ಎನ್ನುವುದು ನಮ್ಮ ನಿಯಂತ್ರಣದಲ್ಲಿದೆ ಎಂದು ಮುಸ್ಲಿಮರು ಅರ್ಥ ಮಾಡಿಕೊಳ್ಳಬೇಕು. ಬೇರೆಯವರು ನಮ್ಮನ್ನು ಕುರಿತು ಏನು ಬೇಕಾದರೂ ಯೋಚಿಸಲಿ, ಹೇಗೆ ಬೇಕಾದರೂ ವರ್ತಿಸಲಿ, ನಾವು ಮಾತ್ರ ಸ್ನೇಹ ಮತ್ತು ಸೌಜನ್ಯದಿಂದ ವರ್ತಿಸುತ್ತೇವೆ ಎಂದು ನಿರ್ಧರಿಸಬಹುದು. ಹೀಗೆ ನಿರಂತರವಾಗಿ ಮತ್ತು ಪ್ರಾಮಾಣಿಕವಾಗಿ ನಾವು ಯೋಚಿಸಿದರೆ ಮತ್ತು ವರ್ತಿಸಿದರೆ, "ನೀವು ಏನು ಬಿತ್ತುವಿರೋ, ಅದನ್ನೇ ಬೆಳೆಯುವಿರಿ" ಎನ್ನುವ ಸರ್ವಕಾಲಿಕ ಸತ್ಯದಂತೆ, ಬೇರೆ ಸಮುದಾಯಗಳ ನಡುವೆ ಸದ್ಭಾವನೆ ಮತ್ತು ಗೌರವ ಮೂಡಲು ಸಾಧ್ಯವಿದೆ. ಎಲ್ಲಾ ಸಮುದಾಯದವರು ಕೂಡಾ ಪರಸ್ಪರ ಒಳ್ಳೆಯ ಅಭಿಪ್ರಾಯ ಮತ್ತು ಗೌರವವನ್ನು ಹೊಂದಲು ಸಾಧ್ಯವಿದೆ. ಇವತ್ತು ಸಂಬಂಧ ಹದಗೆಟ್ಟಿರುವ ಸಮುದಾಯಗಳು ಕೂಡಾ ಸ್ನೇಹದಿಂದ, ಶಾಂತಿ, ಸೌಹಾರ್ದತೆಯಿಂದ ಬದುಕಲು ಸಾಧ್ಯವಿದೆ.

****

ಕೋಮುವಾದದಿಂದ ನೊಂದಿರುವ ಕೆಲವರು, ಕೋಮುವಾದ ವಿರುದ್ಧ ದೊಡ್ಡದಾಗಿ ಪ್ರತಿಭಟನೆ ಮಾಡುವುದರಿಂದ, ಕೋಮುವಾದದವನ್ನು ಸೋಲಿಸಬಹುದು ಎಂದು ಭಾವಿಸಿದ್ದಾರೆ. ಕೋಮುವಾದದವನ್ನು ತೀವ್ರವಾಗಿ ವಿರೋಧಿಸುವುದು ಮಾತ್ರ ತಮ್ಮ ಗುರಿಯೆಂದು ಭಾವಿಸಿ, ಅಂತಹ ಪ್ರಯತ್ನವನ್ನು ಅವರು ಮಾಡುತ್ತಿದ್ದಾರೆ. ಆದರೆ ಹೀಗೆ ಮಾಡುವುದರಿಂದ ಕೋಮುವಾದ ಸಮಸ್ಯೆಗೆ ಪರಿಹಾರ ಸಿಗುವುದಿಲ್ಲ. ವಿವಿಧ ಸಮುದಾಯಗಳನ್ನು ಒಂದಾಗಿ ತರುವ ಬದಲಾಗಿ, ಅವರನ್ನು ಮತ್ತಷ್ಟೂ ದೂರ ಮಾಡುತ್ತದೆ. ಕೋಮುವಾದ ವಿರುದ್ಧ ಹೋರಾಡಲು ನಮಗೆ ಬೇಕಾಗಿರುವ ಸಕಾರಾತ್ಮಕವಾದ ಗುರಿ—ಅಂದರೆ ಕೋಮು ಸೌಹಾರ್ದತೆಯನ್ನು ಬೆಳೆಸುವುದು. ನಕಾರಾತ್ಮಕತೆ ವಿರುದ್ಧ ಪ್ರತಿಭಟಿಸುವುದಕ್ಕಿಂತ ಸಕಾರಾತ್ಮಕ ಚಿಂತನೆಯನ್ನು ಬೆಳೆಸುವುದು ಇಂದಿನ ಅಗತ್ಯವಾಗಿದೆ. ಕೋಮುವಾದದವನ್ನು ಸೋಲಿಸಲು ಕೋಮು ಸೌಹಾರ್ದತೆಯನ್ನು ಬೆಳೆಸಬೇಕು ಎಂದು ಎಲ್ಲರೂ ಅರ್ಥ ಮಾಡಿಕೊಂಡು, ಈ ಕೆಲಸವನ್ನು ಆದ್ಯತೆಯಿಂದ ಮಾಡಬೇಕಾಗಿದೆ.

ವ್ಯಕ್ತಿ ಅಥವಾ ಸಮುದಾಯ, ಜೀವನದಲ್ಲಿ ಎದುರಿಸುವ ಪೂರ್ವಾಗ್ರಹ ಚಿಂತನೆಯಂತಹ ಗಂಭೀರ ಸಮಸ್ಯೆಗಳನ್ನು ಕೂಡಾ ಬಗೆಹರಿಸಲು ಈ ಸಕಾರಾತ್ಮಕ ವಿಧಾನ ನೆರವಾಗುತ್ತದೆ. ನಕಾರಾತ್ಮಕ ಚಿಂತನೆ ಮತ್ತು ವರ್ತನೆಯನ್ನು ಮತ್ತಷ್ಟು ಹೆಚ್ಚಿನ ಪ್ರಮಾಣದ ನಕಾರಾತ್ಮಕ ಚಿಂತನೆ ಹಾಗೂ ವರ್ತನೆಯಿಂದ ಸೋಲಿಸಲು ಸಾಧ್ಯವಿಲ್ಲ.ಆದರೆ ಸಕಾರಾತ್ಮಕಚಿಂತನೆ ಮತ್ತು ವರ್ತನೆಯಿಂದ ನಕಾರಾತ್ಮಕ ಚಿಂತನೆ ಹಾಗೂ ವರ್ತನೆಯನ್ನು ಖಂಡಿತವಾಗಿಯೂ ಸೋಲಿಸಬಹುದು. ದ್ವೇಷವನ್ನು ಸೋಲಿಸಲು ದ್ವೇಷದಿಂದ ಸಾಧ್ಯವಿಲ್ಲ ಆದರೆ ಪ್ರೀತಿಯಿಂದ ಸಾಧ್ಯವಿದೆ. ಇದು ವ್ಯಕ್ತಿ ಮತ್ತು ಸಮುದಾಯ ಮಟ್ಟದಲ್ಲಿ ಕೂಡಾ ಅನ್ವಯಿಸುತ್ತದೆ.

ಎ ಮತ್ತು ಬಿ ಎನ್ನುವ ಇಬ್ಬರು ವ್ಯಕ್ತಿಗಳು ಇದ್ದಾರೆ ಎಂದು ಭಾವಿಸೋಣ. ಒಂದು ವೇಳೆ ಎ ಗೆ ಬಿ ಕಂಡರೆ ವಿಪರೀತ ದ್ವೇಷವಿದೆ ಮತ್ತು ಇದರಿಂದ ಬಿ ಗೆ ಕೂಡಾ ಬೇಸರವಾಗಿದೆ. ಎ ಸೌಜನ್ಯದಿಂದ ಮತ್ತು ಸ್ನೇಹದಿಂದ ತನ್ನ ಜೊತೆ ವರ್ತಿಸಬೇಕು ಎಂದು ಬಿ ಆಸೆ ಪಡುತ್ತಾನೆ. ಹಾಗಾದರೆ ಈ ಸನ್ನಿವೇಶದಲ್ಲಿ ಬಿ ಏನು ಮಾಡಬಹುದು? ಎ ತನ್ನನ್ನು ಕಂಡರೆ ವಿಪರೀತ ದ್ವೇಷದಿಂದ ಇದ್ದಾನೆ ಎಂದು ಎ ಕುರಿತು ಬಿ ಕೂಡಾ ದ್ವೇಷ ಸಾಧಿಸಿದರೆ, ಆಗ ಬಿ ಯನ್ನು ದ್ವೇಷಿಸುವುದನ್ನು ಎ ನಿಲ್ಲಿಸುವುದಿಲ್ಲ. ಬದಲಾಗಿ ಮೊದಲಿಗಿಂತ ಹೆಚ್ಚಾಗಿ ಬಿ ಅನ್ನು ಎ ದ್ವೇಷಿಸಲು ಪ್ರಾರಂಭಿಸುತ್ತಾನೆ. ಆದರೆ ಬಿ ಬುದ್ಧಿವಂತನಾದರೆ ಮತ್ತು ನಿಜವಾಗಿಯೂ ಎ ಜೊತೆ ಒಳ್ಳೆಯ ಸಂಬಂಧವನ್ನು ಬಯಸಿದ್ದರೆ, ಅವನು ಎ ದ್ವೇಷಿಸುತ್ತಾನೆ ಎಂದು ತಾನು ಕೂಡಾ ದ್ವೇಷ ಸಾಧಿಸಲು ಹೋಗುವುದಿಲ್ಲ.

ಈ ಸನ್ನಿವೇಶದಲ್ಲಿ ಬಿ ಬುದ್ಧಿವಂತನಾಗಿದ್ದರೆ ಬೇರೆ ರೀತಿಯಾಗಿ ಯೋಚಿಸುತ್ತಾನೆ. ತನ್ನ ಬಗ್ಗೆ ಎ ಇಷ್ಟು ದ್ವೇಷ ಸಾಧಿಸಲು ಕಾರಣವನ್ನು ಹುಡುಕುತ್ತಾನೆ. ಕೆಲವು ದಿನಗಳ ಹಿಂದೆ ತನ್ನಿಂದ ಎ ಗೆ ಅನ್ಯಾಯವಾಗಿದೆ ಎಂದು ಅವನಿಗೆ ಗೊತ್ತಾಗುತ್ತದೆ. ಇದಲ್ಲದೆ ತನ್ನ ಕೆಲವು ವರ್ತನೆಗಳು, ಎ ಅಲ್ಲದೆ ಬೇರೆಯವರ ಜೊತೆಗೆ ಸ್ನೇಹ ಸಂಬಂಧವನ್ನು ಹೊಂದಲು ಅಡ್ಡಿಯಾಗುತ್ತಿವೆ ಎಂದು ಅವನಿಗೆ ಅರಿವಾಗುತ್ತದೆ. ನಂತರ ಬಿ ಹೋಗಿ ಎ ನ್ನು ಭೇಟಿಯಾಗಿ, ತನ್ನಿಂದ ಆಗಿರುವ ತಪ್ಪಿಗೆ ಕ್ಷಮೆ ಕೇಳುತ್ತಾನೆ ಮತ್ತು ಇಂತಹ ತಪ್ಪು ಮತ್ತೆ ಮಾಡುವುದಿಲ್ಲವೆಂದು ಭರವಸೆ ಕೊಡುತ್ತಾನೆ. ಇದರ ಜೊತೆಯಲ್ಲಿ ಬಿ ತನ್ನ ವರ್ತನೆಯಲ್ಲಿ ಬದಲಾವಣೆ ಮಾಡಿಕೊಂಡು ಎ ಮತ್ತು ಬೇರೆಯವರ ಸ್ನೇಹ, ಸದ್ಭಾವನೆಯನ್ನು ಪಡೆಯಲು ಪ್ರಯತ್ನಿಸುತ್ತಾನೆ.

ಇಷ್ಟಕ್ಕೆ ಬಿ ತನ್ನ ಪ್ರಯತ್ನ ನಿಲ್ಲಿಸುವುದಿಲ್ಲ. ಎ ಭೇಟಿಯಾದಾಗಲೆಲ್ಲ, ಬಿ ಅವನ ಜೊತೆ ಪ್ರೀತಿಯಿಂದ, ಸ್ನೇಹದಿಂದ ವರ್ತಿಸುತ್ತಾನೆ. ಸಾಧ್ಯವಾದಾಗ, ಎ ಗೆ ನೆರವಾಗುತ್ತಾನೆ. ಇಲ್ಲಿ ಬಿ ದ್ವೇಷಕ್ಕೆ ಪ್ರೀತಿಯಿಂದ, ನಕಾರಾತ್ಮಕತೆಗೆ ಸಕಾರಾತ್ಮಕತೆಯಿಂದ ಪ್ರತಿಕ್ರಿಯೆ ನೀಡಲು ನಿರ್ಧರಿಸಿದ್ದಾನೆ.

ಬಿ ಪ್ರಯತ್ನ ಮುಂದುವರಿದಂತೆ, ಎ ನಲ್ಲಿ ಮನಸ್ಸು ಪರಿವರ್ತನೆಯಾಗುತ್ತದೆ. ಪ್ರತಿಯೊಬ್ಬರಲ್ಲೂ ಒಳ್ಳೆಯತನವಿರುತ್ತದೆ. ವ್ಯಕ್ತಿ ಎಷ್ಟೇ ದುಷ್ಟನಾಗಿದ್ದರೂ ಅವನಲ್ಲಿ ಕೂಡಾ ಒಳ್ಳೆಯತನವಿರುತ್ತದೆ. ಬಿ ಯ ಪ್ರೀತಿ ಮತ್ತು ಕರುಣೆಯ ಪ್ರಯತ್ನದಿಂದಾಗಿ ಎ ಕೂಡಾ ದ್ವೇಷ ಬಿಟ್ಟು, ಬಿ ಜೊತೆ ಸ್ನೇಹಿತನಾಗುತ್ತಾನೆ. ತನ್ನ ವರ್ತನೆಯಲ್ಲಿ ಬದಲಾವಣೆ ಮಾಡಿಕೊಂಡ ನಂತರ, ತನ್ನ ಮತ್ತು ಎ ನಡುವಿನ ಸಂಬಂಧಕ್ಕೆ ಅಡ್ಡಿಯಾಗಿದ್ದ ಗೋಡೆಗಳು ಕುಸಿದು ಬೀಳುತ್ತಿರುವುದು ಬಿಗೆ ಅರಿವಾಗುತ್ತದೆ. ಸ್ವಲ್ಪಕಾಲದಲ್ಲೇ ಎ ಮತ್ತು ಬಿ ಎಷ್ಟು ಆತ್ಮೀಯ ಸ್ನೇಹಿತರಾಗುತ್ತಾರೆಂದರೆ, ಈ ಮೊದಲು ಇವರಿಬ್ಬರ ನಡುವೆ ಇದ್ದ ದ್ವೇಷವನ್ನು ನೋಡಿದವರು ಆಶ್ಚರ್ಯ ಪಡುತ್ತಾರೆ. ಫಲಿತಾಂಶದ ದೃಷ್ಟಿಯಿಂದ ನೋಡಿದಾಗ, ಎ ಜೊತೆಗೆ ಸೌಹಾರ್ದತೆಯಿಂದ ಇರಲು ಬಿಗೆ, ಈ ವಿಧಾನ ಅತ್ಯಂತ ಉತ್ತಮವಾಗಿತ್ತು ಎಂದು ಗೊತ್ತಾಗುತ್ತದೆ.

ನಕಾರಾತ್ಮಕತೆಗೆ ಪ್ರತಿಯಾಗಿ ಸಕಾರಾತ್ಮಕತೆಯಿಂದ ಪ್ರತಿಕ್ರಿಯೆ ನೀಡುವುದರಿಂದ, ವ್ಯಕ್ತಿಗಳ ನಡುವಿನ ಸಂಬಂಧವನ್ನು ಸುಧಾರಿಸಬಹುದು. ಅದೇರೀತಿ ಸಮುದಾಯಗಳು ಮತ್ತು ದೇಶಗಳ ನಡುವಿನ ಸಂಬಂಧಗಳು ಕೂಡಾ ಸುಧಾರಣೆಯಾಗಿರುವ ಅನೇಕ ಉದಾಹರಣೆಗಳನ್ನು ನಾವು ನೋಡಬಹುದು. ಉದಾಹರಣೆಗೆ, ಎರಡನೆಯ ಮಹಾಯುದ್ಧದಲ್ಲಿ ಜಪಾನ್ ಮತ್ತು ಅಮೇರಿಕ ಎದುರಾಳಿಗಳಾಗಿದ್ದವು. ಜಪಾನಿನ ನಾಗಾಸಾಕಿ ಮತ್ತು ಹಿರೋಷಿಮಾ ನಗರಗಳ ಮೇಲೆ ಆಟಂ ಬಾಂಬ್ ಸ್ಫೋಟಿಸಿ, ಸಾವಿರಾರು ಜನ ಜಪಾನಿಯರ ಸಾವು, ನೋವಿಗೆ ಅಮೇರಿಕಾ ಕಾರಣವಾಯಿತು. ಯುದ್ಧ ಮುಗಿದ ನಂತರ, ಅಮೇರಿಕಾ ವಿರುದ್ಧ ದೂರು ನೀಡುತ್ತಾ, ಪ್ರತಿಭಟನೆ ಮಾಡುತ್ತಾ ಇರುವ ಬದಲಾಗಿ ಜಪಾನ್, ಅಮೇರಿಕಾದ ಸ್ನೇಹಿತ ದೇಶವಾಯಿತು. ಎರಡೂ ದೇಶಗಳ ನಡುವಿನ ವಾಣಿಜ್ಯ ವ್ಯವಹಾರ ಹಲವು ಪಟ್ಟು ಹೆಚ್ಚಾಗಿ, ಎರಡೂ ದೇಶಗಳಿಗೂ ಲಾಭವಾಯಿತು.

ಇದೇ ರೀತಿ ಹಿಂದೊಮ್ಮೆ ಕಡುವೈರಿಗಳಾಗಿದ್ದ ಫ್ರಾನ್ಸ್ ಮತ್ತು ಬ್ರಿಟನ್ ಅಥವಾ ಯುರೋಪಿಯನ್ ದೇಶಗಳು ಮತ್ತು ಜರ್ಮನಿ, ಇವತ್ತು ಸ್ನೇಹಿತರಾಗಿದ್ದಾರೆ. ಇತಿಹಾಸದ ಕಹಿ ಘಟನೆಗಳನ್ನು ಮರೆತು, ಪರಸ್ಪರ ರಾಜಿ ಮಾಡಿಕೊಂಡು ಸ್ನೇಹಿತರಾದ ಈ ದೇಶಗಳಿಗೆ, ಶಾಂತಿ, ಸಮೃದ್ಧಿ ಮತ್ತು ಅಭಿವೃದ್ಧಿ ಪಡೆಯಲು ಸಾಧ್ಯವಾಗಿದೆ.

ವ್ಯಕ್ತಿಗಳಾಗಲಿ, ಸಮುದಾಯಗಳಾಗಲಿ ಸಮಸ್ಯೆಗಳನ್ನು ಎದುರಿಸಲು ಈ ವಿಧಾನವನ್ನು ಬಳಸುವುದು ಅಗತ್ಯವಿದೆ. ಪರಸ್ಪರ ಇರುವ ಪೂರ್ವಾಗ್ರಹ ಚಿಂತನೆಗಳು, ಸಂಘರ್ಷಗಳು ಪರಿಹಾರವಾಗಿ ಸ್ನೇಹ, ಶಾಂತಿ, ಸಮೃದ್ಧಿಯಿಂದ ಜೊತೆಗೂಡಿ ಬಾಳಲು ಈ ವಿಧಾನ ಅಗತ್ಯವಾಗಿದೆ. ಭಾರತೀಯ ಮುಸ್ಲಿಮರು ಈ ಕುರಿತು ಪ್ರಾಮಾಣಿಕತೆಯಿಂದ ಯೋಚಿಸಬೇಕು.

****

ಸವಾಲಿನ ಅಥವಾ ಪ್ರಚೋದನಕಾರಿ ಸನ್ನಿವೇಶ ಎದುರಾದಾಗ, ಯಾರು ಕೂಡಾ ತಕ್ಷಣ, ಭಾವನಾತ್ಮಕವಾಗಿ ಮತ್ತು ವಿವೇಚನೆ ಇಲ್ಲದೆ ಪ್ರತಿಕ್ರಿಯೆ ನೀಡಬಾರದು. ಆದರೆ ಹೀಗೆ ಮಾಡುವುದು ತಪ್ಪು ಎಂದು ಗೊತ್ತಾಗಿರುವವರು ಕೂಡಾ, ಮತ್ತೆ ಮತ್ತೆ ಇದೇ ತಪ್ಪು ಮಾಡುತ್ತಿರುವುದು ದುರ್ದೈವದ ಸಂಗತಿಯಾಗಿದೆ. ಹೀಗೆ ಮಾಡುವುದರಿಂದಾಗಿ ಸಮಸ್ಯೆ ಪರಿಹಾರವಾಗುವುದಿಲ್ಲ ಬದಲಾಗಿ ಮತ್ತಷ್ಟು ಹದಗೆಡುತ್ತದೆ ಮತ್ತು ಕೈ ಮೀರುವ ಹಂತ ತಲುಪಬಹುದು ಕೂಡಾ.

ನಮಗೆ ಮತ್ತೊಬ್ಬರ ಜೊತೆ ಇಂತಹ ಸವಾಲಿನ ಅಥವಾ ಪ್ರಚೋದನಕಾರಿ ಸಮಸ್ಯೆ ಎದುರಾದರೆ, ಮೊದಲು ಶಾಂತಿಯಿಂದ ನಾವು ಯಾವ ರೀತಿಯಾಗಿ ಪ್ರತಿಕ್ರಿಯೆ ನೀಡಬೇಕು ಎಂದು ಯೋಚಿಸಬೇಕು. ನಮ್ಮ ಪ್ರತಿಕ್ರಿಯೆಯಿಂದ ಸಕಾರಾತ್ಮಕ ಫಲಿತಾಂಶ ದೊರೆಯಬೇಕೇ ಹೊರತು ನಕಾರಾತ್ಮಕ ಫಲಿತಾಂಶವಲ್ಲ. ನಮ್ಮ ಪ್ರತಿಕ್ರಿಯೆಯಿಂದಾಗುವ ದೂರಗಾಮಿ ಪರಿಣಾಮಗಳನ್ನು ಕುರಿತು ನಾವು ಯೋಚಿಸಬೇಕು. ನಾವು ನೀಡುವ ಪ್ರತಿಕ್ರಿಯೆಯಿಂದ ಸಕಾರಾತ್ಮಕ ಫಲಿತಾಂಶ ದೊರೆಯುತ್ತದೆ ಮತ್ತು ಬೇರೆಯವರ ಜೊತೆ ನಮ್ಮ ಸಂಬಂಧ ಹಾಳಾಗುವುದಿಲ್ಲವೆಂದು ಖಚಿತವಾದರೆ, ಈ ಸನ್ನಿವೇಶದಲ್ಲಿ ನಾವು ನೀಡುವ ಉತ್ತಮ ಪ್ರತಿಕ್ರಿಯೆ ಇದಾಗಿರುತ್ತದೆ. ಇದರಿಂದ ನಮಗೂ, ಎದುರಾಳಿಗೂ ಒಳ್ಳೆಯದಾಗುತ್ತದೆ ಮತ್ತು ಸಮಸ್ಯೆಗೆ ಪರಿಹಾರ ದೊರೆಯುತ್ತದೆ.

ಸಮುದಾಯಗಳಿಗೂ ಕೂಡಾ ಈ ವಿಧಾನ ಅನ್ವಯಿಸುತ್ತದೆ. ಒಂದು ಸಮುದಾಯವು ಪ್ರಚೋದನಕಾರಿ ಅಥವಾ ಸವಾಲಿನ ಸನ್ನಿವೇಶ ಎದುರಿಸಿದರೆ, ತಕ್ಷಣ, ಭಾವನಾತ್ಮಕವಾಗಿ ಮತ್ತು ವಿವೇಚನ ರಹಿತವಾಗಿ ಪ್ರತಿಕ್ರಿಯೆನ್ನು ನೀಡಬಾರದು. ಸಮುದಾಯದ ಸದಸ್ಯರು ಮತ್ತು ನಾಯಕರು ಶಾಂತಿಯಿಂದ ಈ ಸನ್ನಿವೇಶ ಕುರಿತು ಚರ್ಚಿಸಿ, ಸೂಕ್ತವಾದ ಪ್ರತಿಕ್ರಿಯೆ ಕುರಿತು ನಿರ್ಧರಿಸಬೇಕು.ಈ ಸಮುದಾಯವು ನೀಡುವ ಪ್ರತಿಕ್ರಿಯೆಯಿಂದಾಗುವ ದೂರಗಾಮಿ ಪರಿಣಾಮಗಳನ್ನು ಕುರಿತು ಯೋಚಿಸಬೇಕು. ಬೇರೆ ಸಮುದಾಯದ ವ್ಯಕ್ತಿಗಳು ಕೂಡಾ ಈ ಸಮಸ್ಯೆಯಲ್ಲಿ ಭಾಗಿಯಾಗಿದ್ದರೆ, ಈ ಸಮುದಾಯ ನೀಡುವ ಪ್ರತಿಕ್ರಿಯೆಯಿಂದ ಬೇರೆ ಸಮುದಾಯದವರ ಜೊತೆ ಶಾಂತಿ ಮತ್ತು ಸೌಹಾರ್ದತೆಗೆ ಹಾನಿಯಾಗಬಾರದು.

ಭಾರತೀಯ ಮುಸ್ಲಿಮರು ಈ ವಿಷಯ ಕುರಿತು ಗಂಭೀರ ಚಿಂತನೆ ಮಾಡಬೇಕು. ಸಾಮಾನ್ಯವಾಗಿ, ಮುಸ್ಲಿಮರು ಪ್ರಚೋದನಕಾರಿ ಎಂದು ಪರಿಗಣಿಸುವ ಸನ್ನಿವೇಶಗಳಲ್ಲಿ, ಬಹಳ ಬೇಗ, ಭಾವನಾತ್ಮಕವಾಗಿ ಪ್ರತಿಕ್ರಿಯೆ ನೀಡುತ್ತಾರೆ. ಸಾಮಾನ್ಯವಾಗಿ ಇಂತಹ ಪ್ರತಿಕ್ರಿಯೆ ಆಕ್ರೋಶಭರಿತ ಪ್ರತಿಭಟನೆ ಸ್ವರೂಪದಾಗಿರುತ್ತದೆ ಮತ್ತು ಕೆಲವೊಮ್ಮೆ ಅನೇಕ ಸಾವು ನೋವು ಮತ್ತು ಆಸ್ತಿಪಾಸ್ತಿ ನಷ್ಟವಾಗಲು ಕಾರಣವಾಗುತ್ತದೆ. ಇಂತಹ ಪ್ರತಿಕ್ರಿಯೆಯಿಂದಾಗಿ ಮುಸ್ಲಿಮರನ್ನು ಕುರಿತು ಬೇರೆ ಸಮುದಾಯಗಳಲ್ಲಿ ಇರುವ ನಕಾರಾತ್ಮಕ ಭಾವನೆಗಳು ಹೆಚ್ಚು ವ್ಯಾಪಕವಾಗಿ ಮತ್ತು ಆಳವಾಗಿ ಬೇರೂರಲು

ಸಾಧ್ಯವಾಗುತ್ತದೆ.ಇದಲ್ಲದೆ ಇಂತಹ ಆತುರದ ಪ್ರತಿಕ್ರಿಯೆ ಸಮಸ್ಯೆಯನ್ನು ಬಗೆಹರಿಸುವ ಬದಲಾಗಿ, ಸಮಸ್ಯೆಯನ್ನು ಇನ್ನೂ ಗಂಭೀರವಾಗುವಂತೆ ಮಾಡುತ್ತದೆ.

ನಮಗೆ ನ್ಯಾಯ ಸಿಗಬೇಕು ಎಂದು ಮುಸ್ಲಿಮರು ಹೇಳುತ್ತಾರೆ. ಆದರೆ ನ್ಯಾಯದಾನದಲ್ಲಿ ತಪ್ಪಾಗಿರುವುದನ್ನು ಸರಿಯಾದ ರೀತಿಯಲ್ಲಿ ತಿದ್ದುವ ಕೆಲಸವಾಗುತ್ತದೆ ಎಂದು ಮುಸ್ಲಿಮರು ಅರ್ಥ ಮಾಡಿಕೊಳ್ಳಬೇಕು. ಬೇರೆಯವರಿಂದ ನಮಗೆ ಅನ್ಯಾಯವಾಗಿದೆ ಎಂದು ನಾವು ಅವರಿಗೆ ಅನ್ಯಾಯ ಮಾಡುವುದು ಸರಿಯಲ್ಲ. ಎರಡು ತಪ್ಪುಗಳಿಂದ ಒಂದು ಸರಿ ಸಿಗುವುದಿಲ್ಲ ಹಾಗೂ ನಮಗೆ ಬೇಕಾದ ಫಲಿತಾಂಶ ಪಡೆಯಲು, ತಪ್ಪುದಾರಿಯನ್ನು ಹಿಡಿಯುವುದು ಸರಿಯಲ್ಲ.

ಕುರ್‌ಆನ್ (5:8)ರಲ್ಲಿ ಈ ವಿಷಯ ಕುರಿತು ಉತ್ತಮವಾದ ಮಾರ್ಗದರ್ಶನ ನೀಡಲಾಗಿದೆ.

> "ವಿಶ್ವಾಸಿಗಳೇ, ನೀವು ಸದಾ ಅಲ್ಲಾಹನಿಗಾಗಿ ನ್ಯಾಯದ ಪರ ಸಾಕ್ಷಿ ನಿಲ್ಲುವವರಾಗಿರಿ. ಒಂದು ಜನಾಂಗದ ಮೇಲಿನ ಹಗೆತನಕೂಡಾ, ನ್ಯಾಯ ಪಾಲಿಸದೆ ಇರಲು ನಿಮ್ಮನ್ನು ಪ್ರಚೋದಿಸಬಾರದು. ನೀವು ಸದಾ ನ್ಯಾಯವನ್ನೇ ಪಾಲಿಸಿರಿ. ಅದುವೇ ಧರ್ಮನಿಷ್ಠೆಗೆ ಹೆಚ್ಚು ನಿಕಟ ಧೋರಣೆಯಾಗಿದೆ. ಸದಾ ಅಲ್ಲಾಹನಿಗೆ ಅಂಜಿರಿ. ಅಲ್ಲಾಹನಂತು, ನೀವು ಮಾಡುತ್ತಿರುವ ಎಲ್ಲವನ್ನೂ ಚೆನ್ನಾಗಿ ಅರಿತಿರುತ್ತಾನೆ".

ಕುರ್‌ಆನ್ (5:8)

ಯಾವುದೇ ಸಮಾಜದಲ್ಲಿ ವಿವಾದಗಳನ್ನು ಶಾಂತಿಯುತವಾಗಿ ಮತ್ತು ನ್ಯಾಯಯುತವಾಗಿ ಮಾತ್ರ ಬಗೆಹರಿಸಿಕೊಳ್ಳಬೇಕು. ಬೇರೆಯವರ ಜೊತೆ ಸಂಘರ್ಷಕ್ಕೆ ಇಳಿಯುವುದನ್ನು ಮುಸ್ಲಿಮರು ಬಿಡಬೇಕು. ವಿವಾದಗಳ ಪರಿಹಾರಕ್ಕಾಗಿ ಹಿಂಸಾಚಾರವನ್ನು ಮುಸ್ಲಿಮರು ಬಳಸಬಾರದು. ಶಾಂತಿಯುತವಾಗಿ ವಿವಾದಗಳನ್ನು ಬಗೆಹರಿಸಿಕೊಳ್ಳುವುದನ್ನು ಅವರು ಕಲಿಯಬೇಕು. ಕೆಲವು ಮುಸ್ಲಿಮ್ "ನಾಯಕರು", ವಿವಾದಗಳನ್ನು ಭಾವನಾತ್ಮಕವಾದ ಸಂಘರ್ಷಕ್ಕೆ ಪರಿವರ್ತಿಸುತ್ತಾರೆ ಮತ್ತು ಈ ಸಂಘರ್ಷದಲ್ಲಿ ಭಾಗಿಯಾಗಲು ಮುಸ್ಲಿಮರನ್ನು ಪ್ರಚೋದಿಸುತ್ತಾರೆ. ಮುಸ್ಲಿಮರು ಇಂತಹ ನಾಯಕರು ಮತ್ತು ಅವರ ಕುತಂತ್ರಗಳಿಗೆ ಬಲಿಯಾಗದೆ, ಅವರಿಂದ ದೂರದಲ್ಲಿರಬೇಕು. ಸಣ್ಣ ವಿಷಯದಿಂದ ಪ್ರಾರಂಭವಾಗಿ, ದೊಡ್ಡ ಪ್ರಮಾಣದಲ್ಲಿ ಕೋಮು ಗಲಭೆಯುಂಟಾಗುವ ಅನೇಕ ಉದಾಹರಣೆಗಳನ್ನು ಭಾರತದಲ್ಲಿ ನಾವು ನೋಡಬಹುದು. ಹಲವು ಬಾರಿ ಇಂತಹ ಕೋಮು ಗಲಭೆಗಳಲ್ಲಿ ಸಾವು ನೋವು ಮತ್ತು ಆಸ್ತಿಪಾಸ್ತಿ ನಷ್ಟವಾಗುತ್ತದೆ. ಕೆಲವುಸಲ, ಎರಡೂ ಸಮುದಾಯದಲ್ಲಿರುವ ಕೋಮುವಾದಿಗಳು, ಉದ್ದೇಶಪೂರ್ವಕವಾಗಿ ಕೋಮು ಗಲಭೆಯನ್ನು ಸೃಷ್ಟಿಸುತ್ತಾರೆ. ಇಲ್ಲಿ ಸಮುದಾಯದ ಹಿತರಕ್ಷಣೆಗಿಂತ, ತಮ್ಮನ್ನು ಸಮುದಾಯದ ನಾಯಕರು ಎಂದು ತೋರಿಸಿಕೊಳ್ಳುವುದು ಅವರ ಉದ್ದೇಶವಾಗಿರುತ್ತದೆ.

ಬಹುತ್ವದ ಸಮಾಜದಲ್ಲಿ ವಿವಾದಗಳನ್ನು ಶಾಂತಿಯಿಂದ ಬಗೆಹರಿಸಿಕೊಳ್ಳುವುದು ಒಂದೇ ವಿಧಾನವಾಗಿದೆ. ಬೇರೆ ಯಾವುದೇ ವಿಧಾನ ಬಳಸಿದರೂ, ಸಂಬಂಧಪಟ್ಟ ಎಲ್ಲರಿಗೂ ಅದರಿಂದ ಹಾನಿಯಾಗುತ್ತದೆ.

****

ಬೇರೆಯವರು ತನ್ನಂತೆ ವರ್ತಿಸಬೇಕು ಎಂದು ಮನುಷ್ಯ ನಿರೀಕ್ಷೆ ಮಾಡುವುದು ಸಹಜವಾಗಿರಬಹುದು. ಆದರೆ ವಾಸ್ತವದಲ್ಲಿ ಹೀಗೆ ಮಾಡಲು ಸಾಧ್ಯವಾಗುವುದಿಲ್ಲ. ದೇವರು ಪ್ರತಿಯೊಬ್ಬ ವ್ಯಕ್ತಿಗೂ ಅಭಿವ್ಯಕ್ತಿ ಸ್ವಾತಂತ್ರ್ಯವನ್ನು ನೀಡಿದ್ದಾನೆ. ಹೀಗಾಗಿ, ಜನರು ತಮಗೆ ಸರಿಯಾಗಿದೆ ಎಂದು ಅನ್ನಿಸಿದ್ದನ್ನು ಕುರಿತು ಯೋಚಿಸುತ್ತಾರೆ ಮತ್ತು ಅದರಂತೆ ವರ್ತಿಸುತ್ತಾರೆ. ಪ್ರತಿಯೊಬ್ಬ ವ್ಯಕ್ತಿಗೂ ಸ್ವಾತಂತ್ರ್ಯವಿರುವುದರಿಂದ, ಬೇರೆಯವರು ನಮ್ಮ ಜೊತೆ ಹೇಗೆ ವರ್ತಿಸಬೇಕು ಎಂದು ನಾವು ಹೇಳಲು ಸಾಧ್ಯವಿಲ್ಲ. ಆದರೆ ನಾವು ಬೇರೆಯವರಜೊತೆ ಹೇಗೆ ವರ್ತಿಸಬೇಕು ಮತ್ತು ಅವರು ನಮ್ಮ ಜೊತೆ ಹೇಗೆ ವರ್ತಿಸಿದರೆ, ನಾವು ಏನು ಪ್ರತಿಕ್ರಿಯೆ ನೀಡಬೇಕು ಎಂದು ನಿರ್ಧರಿಸುವ ಸ್ವಾತಂತ್ರ್ಯ ನಮಗೆ ಇದೆ. ಸಮಸ್ಯೆ ಎದುರಾದಾಗ, ನಮಗಿರುವ ಈ ಸ್ವಾತಂತ್ರ್ಯವನ್ನು ಸಕಾರಾತ್ಮಕವಾಗಿ ಬಳಸಿಕೊಂಡು ಪ್ರತಿಕ್ರಿಯೆ ನೀಡಿದರೆ, ಅದರಿಂದ ಎಲ್ಲರಿಗೂ ಒಳ್ಳೆಯದಾಗುತ್ತದೆ. ಇದು ವ್ಯಕ್ತಿ ಮತ್ತು ಸಮುದಾಯಗಳಿಗೆ ಕೂಡಾ ಅನ್ವಯಿಸುತ್ತದೆ.

ಯಾರಾದರೂ ನಮ್ಮ ಜೊತೆ ಸ್ನೇಹದಿಂದ ವರ್ತಿಸದಿದ್ದರೆ, ನಾವು ಕೂಡಾ ಅದೇ ರೀತಿ ಅವರ ಜೊತೆ ವರ್ತಿಸಲು ನಿರ್ಧರಿಸಬಹುದು. ಆದರೆ ಹೀಗೆ ಮಾಡುವುದರಿಂದಾಗಿ ಸಮಸ್ಯೆ ಪರಿಹಾರವಾಗುವುದಕ್ಕಿಂತ, ಮತ್ತಷ್ಟು ಜಟಿಲವಾಗುತ್ತದೆ ಮತ್ತು ನಮಗೆ ಹೆಚ್ಚು ದುಃಖವಾಗುತ್ತದೆ. ಹಾಗಾದರೆ ನಾವು ಬೇರೆ ರೀತಿಯಾಗಿ ಪ್ರತಿಕ್ರಿಯೆನ್ನು ನೀಡಬಹುದು. ಸ್ನೇಹದಿಂದ ನಮ್ಮ ಜೊತೆ ವರ್ತಿಸದಿರುವ ವ್ಯಕ್ತಿಯ ಜೊತೆಯಲ್ಲಿ ನಾವು ಸ್ನೇಹದಿಂದ, ಸದ್ಭಾವನೆಯಿಂದ ವರ್ತಿಸಬಹುದು. ನಾವು ಹೀಗೆ ಮಾಡುವುದರಿಂದ, ಮುಂದೊಂದು ದಿನ ಇಬ್ಬರೂ ಒಳ್ಳೆಯ ಸ್ನೇಹಿತರಾಗಲು ಸಾಧ್ಯವಿದೆ.

ಕುರ್‌ಆನ್ (41:34-35)ರಲ್ಲಿ ಹೀಗೆ ಹೇಳಲಾಗಿದೆ;

"ಒಳಿತು ಮತ್ತು ಕೆಡುಕುಗಳು ಸಮಾನವಲ್ಲ. ನೀವು ಕೆಡಕನ್ನು ಒಳಿತಿನಿಂದ ಎದುರಿಸಿರಿ – ಆಗ ನಿಮ್ಮ ವಿರುದ್ಧ ಹಗೆತನ ಉಳ್ಳವನೂ ನಿಮ್ಮ ಆಪ್ತಮಿತ್ರ ನಂತಾಗಿ ಬಿಡುವನು.

ಸಹನಶೀಲರ ಹೊರತು ಇತರರಿಗೆ ಇದು(ಈ ಸಾಮರ್ಥ್ಯ) ಪ್ರಾಪ್ತವಾಗುವುದಿಲ್ಲ ಮತ್ತು ಮಹಾ ಸೌಭಾಗ್ಯವಂತರ ಹೊರತು ಇತರರಿಗೆ ಇದು ಪ್ರಾಪ್ತವಾಗುವುದಿಲ್ಲ".

ಕುರ್‌ಆನ್ (41:34-35)

ಮಾನವ ಸಂಬಂಧಗಳ ಎಲ್ಲಾ ಹಂತದಲ್ಲೂ ಎದುರಾಗುವ ಸಮಸ್ಯೆಯನ್ನು ಪರಿಹರಿಸಲು ಮತ್ತು ಶಾಂತಿಯನ್ನು ಸ್ಥಾಪಿಸಲು, ಈ ಕುರ್‌ಆನ್ ಸಂದೇಶ ಅತ್ಯಮೂಲ್ಯವಾಗಿದೆ. ಕುಟುಂಬ ಸದಸ್ಯರ ನಡುವಿನ ಸಂಬಂಧಗಳಿರಬಹುದು; ವ್ಯಕ್ತಿಗಳ ನಡುವಿನ ಸಂಬಂಧಗಳಿರಬಹುದು, ಸಾಮಾಜಿಕ ಗುಂಪುಗಳ ನಡುವಿನ ಸಂಬಂಧವಿರಬಹುದು, ಹೀಗೆ ವಿವಿಧ ರೀತಿಯ ಮಾನವೀಯ ಸಂಬಂಧಗಳಿಗೆ ಈ ಸಂದೇಶ ಅನ್ವಯವಾಗುತ್ತದೆ. ಕೆಟ್ಟ ಭಾವನೆಗಳನ್ನು ಒಳ್ಳೆಯ ಭಾವನೆಗಳಿಂದ ಸೋಲಿಸಬಹುದು. ಸ್ವಯಂ-ನಿಗ್ರಹವನ್ನು ಪಾಲಿಸುತ್ತಾ, ತಾಳ್ಮೆಯಿಂದ ಬೇರೆಯವರಿಗೆ ಒಳ್ಳೆಯದನ್ನು ಮಾಡುವುದರಿಂದ, ನಮ್ಮ ವಿರೋಧಿಗಳು ಕೂಡ ನಮ್ಮ ಉತ್ತಮ ಸ್ನೇಹಿತರಾಗುತ್ತಾರೆ.

ಕತ್ತಲು ಇದ್ದರೆ, ದೀಪವೊಂದನ್ನು ಹಚ್ಚಿ !

ಒಂದು ಕೋಣೆಯಲ್ಲಿ ಕತ್ತಲು ತುಂಬಿದ್ದರೆ, ಕತ್ತಲು ವಿರುದ್ಧ ಘೋಷಣೆಗಳನ್ನು ಕೂಗುವುದರಿಂದ, ಕತ್ತಲು ಹೋಗಿ ಬೆಳಕು ಬರುವುದಿಲ್ಲ. ಕತ್ತಲು ಇದ್ದರೆ, ದೀಪವೊಂದನ್ನುಹಚ್ಚಿ !

ಇದೇ ರೀತಿ ಕೋಮುವಾದ ವಿರುದ್ಧ ದೂರು ಹೇಳುವುದು ಅಥವಾ ಪ್ರತಿಭಟನೆ ಮಾಡುವುದರಿಂದ ಕೋಮುವಾದ ಸೋಲುವುದಿಲ್ಲ. ಕೋಮುವಾದವೆನ್ನುವ ಕತ್ತಲನ್ನು ಹೋಗಿಸಲು, ಕೋಮು ಸೌಹಾರ್ದತೆಯೆನ್ನುವ ಬೆಳಕನ್ನು ನಾವು ತರಬೇಕು. ಈ ಸಕಾರಾತ್ಮಕ ವಿಧಾನದಿಂದ ಮಾತ್ರ ಕೋಮುವಾದವನ್ನು ನಾವು ಸೋಲಿಸಿ, ಎಲ್ಲಾ ಸಮುದಾಯದ ಜನರ ನಡುವೆ ಸ್ನೇಹ ಮತ್ತು ಸದ್ಭಾವನೆಯನ್ನು ಬೆಳಸುವುದು ಸಾಧ್ಯವಾಗುತ್ತದೆ. ಈ ರೀತಿಯ ಸಕಾರಾತ್ಮಕ ವಿಧಾನವನ್ನು ಬಳಸಿ, ಜಗತ್ತಿನಾದಂತ್ಯ ಅನೇಕ ಸಂಸ್ಥೆಗಳು, ಸಮುದಾಯಗಳ ನಡುವೆ ಸ್ನೇಹ ಸೇತುವೆ ನಿರ್ಮಿಸುವ ಹಾಗೂ ಸದ್ಭಾವನೆಯನ್ನು ಸೃಷ್ಟಿಸುವ ಕೆಲಸವನ್ನು ಮಾಡುತ್ತಿವೆ.

ಒಬ್ಬ ವ್ಯಕ್ತಿ ತನ್ನಲ್ಲಿ ಮತ್ತೆ ಮತ್ತೆ ಉಂಟಾಗುತ್ತಿರುವ ನಕಾರಾತ್ಮಕ ಭಾವನೆಗಳಿಂದ ನೊಂದಿದ್ದಾನೆ. ನಕಾರಾತ್ಮಕ ಭಾವನೆಗಳನ್ನು ದೂರ ಮಾಡಲು, ಆತ ಇಂತಹ ಭಾವನೆಗಳ ವಿರುದ್ಧ ಹೋರಾಡಿದರೆ ಅಥವಾ ಇಂತಹ ಭಾವನೆಗಳನ್ನು ನಿಂದಿಸಿದರೆ, ಈ ಭಾವನೆಗಳು ಅವನಿಂದ ದೂರವಾಗುವುದಿಲ್ಲ. ನಕಾರಾತ್ಮಕ ಭಾವನೆಗಳನ್ನು ದೂರ ಮಾಡುವ ಪ್ರಯತ್ನದಲ್ಲಿ ಇಂತಹ ಭಾವನೆಗಳಿಗೆ ಆತ ಮೊದಲಿಗಿಂತ ಹೆಚ್ಚು ಗಮನ ಕೊಡುತ್ತಿರುತ್ತಾನೆ ಮತ್ತು ಇದರಿಂದಾಗಿ, ಇಂತಹ ಭಾವನೆಗಳು ಮೊದಲಿಗಿಂತ ಹೆಚ್ಚು ಪ್ರಖರವಾಗಿ ಅವನನ್ನು ಕಾಡುತ್ತವೆ.

ಆದರೆ ನಕಾರಾತ್ಮಕ ಭಾವನೆಗಳನ್ನು ದೂರ ಮಾಡಲು ಆ ವ್ಯಕ್ತಿಗೆ ಒಂದು ಉಪಾಯವಿದೆ. ಸಕಾರಾತ್ಮಕ ಭಾವನೆಗಳನ್ನು ಆತ ಬೆಳಸಿಕೊಳ್ಳುವುದರಿಂದ, ಅದು

ದಿನನಿತ್ಯದ ಅಭ್ಯಾಸವಾಗುತ್ತದೆ. ಸಕಾರಾತ್ಮಕ ಭಾವನೆಗಳು ಹೆಚ್ಚಾದಾಗ, ನಕಾರಾತ್ಮಕ ಭಾವನೆಗಳು ಕಣ್ಮರೆಯಾಗುತ್ತವೆ.

ನಕಾರಾತ್ಮಕತೆಯನ್ನು ಸೋಲಿಸಲು ಸಕಾರಾತ್ಮಕತೆಯನ್ನು ಬೆಳೆಸುವುದು, ಸರಿಯಾದ ವಿಧಾನವಾಗಿದೆ.

ಇದೇ ರೀತಿ ಕೋಮುವಾದವನ್ನು ಸೋಲಿಸಲು ನಾವು ಕೋಮು ಸೌಹಾರ್ದತೆಯನ್ನು ಬೆಳಸಬೇಕು. ಕೋಮುವಾದವನ್ನು ವಿರೋಧಿಸಿದರೆ ಮತ್ತು ಖಂಡಿಸಿದ ಮಾತ್ರಕ್ಕೆ ಕೋಮುವಾದ ಸೋಲುವುದಿಲ್ಲ ಮತ್ತು ಕೋಮುವಾದಿಗಳು ಮನಸ್ಸು ಪರಿವರ್ತನೆಯಾಗುವುದಿಲ್ಲ. ಆದರೆ ಈ ರೀತಿ ವಿರೋಧ ಮತ್ತು ಖಂಡನೆಯಿಂದಾಗಿ ಕೋಮುವಾದ ಹೆಚ್ಚು ವ್ಯಾಪಕವಾಗಿ ಬೆಳೆಯಲುಸಾಧ್ಯವಿದೆ. ಆದ್ದರಿಂದ ನಾವು ಸಕಾರಾತ್ಮಕವಾಗಿ ಯೋಚಿಸಬೇಕು. ಕೋಮು ಸೌಹಾರ್ದತೆ ಮತ್ತು ಸದ್ಭಾವನೆಯನ್ನು ನಾವು ಬೆಳೆಸಿದರೆ, ಕೋಮುವಾದವೆಂಬ ಕಳೆ ನಾಶವಾಗುತ್ತದೆ.

ಪ್ರತಿಯೊಬ್ಬ ವ್ಯಕ್ತಿಯ ಮಟ್ಟದಿಂದ ಕೋಮು ಸೌಹಾರ್ದತೆ ಮತ್ತು ಸದ್ಭಾವನೆಯನ್ನು ನಾವು ಬೆಳೆಸಬೇಕು. ನಾವು ಜಗತ್ತಿನಲ್ಲಿ ನೋಡಲು ಬಯಸುವ ಬದಲಾವಣೆ, ನಮ್ಮಿಂದ ಪ್ರಾರಂಭವಾಗಬೇಕು. ನಾವು ಬೇರೆ ಸಮುದಾಯದವರ ಜೊತೆಯಲ್ಲಿ ಪ್ರತಿ ದಿನ ಸ್ನೇಹ ಮತ್ತು ಸದ್ಭಾವನೆಯಿಂದ ವರ್ತಿಸಲು ಪ್ರಾರಂಭಿಸಬೇಕು. ನಮ್ಮ ವೈಯಕ್ತಿಕ, ವೃತ್ತಿಪರ ಮತ್ತು ಸಾಮಾಜಿಕ ಜೀವನದಲ್ಲಿ ಬೇರೆಯವರ ಜೊತೆಯಲ್ಲಿ ಈ ರೀತಿ ವರ್ತಿಸಿದಾಗ ಮಾತ್ರ ಮುಂದೆ ಒಂದು ದಿನ ಎಲ್ಲಾ ಸಮುದಾಯಗಳ ಜನರ ನಡುವೆ ಸ್ನೇಹ ಸೇತುವೆ ನಿರ್ಮಾಣವಾಗಬೇಕು ಮತ್ತು ಕೋಮು ಸೌಹಾರ್ದತೆ ಬೆಳೆಯಬೇಕು ಎನ್ನುವ ನಮ್ಮ ಆಸೆ ಈಡೇರುತ್ತದೆ.

ಒಬ್ಬ ವ್ಯಕ್ತಿ ಈ ರೀತಿ ಬದಲಾವಣೆ ಮಾಡಿಕೊಂಡರೆ, ಅವನಿಂದ ಸ್ಫೂರ್ತಿ ಪಡೆಯುವ ನೂರಾರುಜನ ಈ ರೀತಿ ಬದಲಾವಣೆ ಮಾಡಿಕೊಳ್ಳುತ್ತಾರೆ. ನಮ್ಮೊಳಗೆ ನಾವು ಮಾಡಿಕೊಳ್ಳುವ ಸಕಾರಾತ್ಮಕ ಬದಲಾವಣೆಗಳು, ನಮ್ಮ ವರ್ತನೆಯ ಮೂಲಕ ಬೇರೆಯವರಿಗೆ ಪ್ರೇರಣೆಯಾಗುತ್ತವೆ. ಹೀಗೆ ಸಮಾಜದಲ್ಲಿರುವ ವಿವಿಧ ಧರ್ಮ ಮತ್ತು ಜನಾಂಗದವರಲ್ಲಿ ಉತ್ತಮ ಸಂಬಂಧಗಳು ಸೃಷ್ಟಿಯಾಗಲು ನಾವು ಕಾರಣರಾಗುತ್ತೇವೆ.

ಸರಳವಾಗಿ ಹೇಳಬೇಕೆಂದರೆ, ವಿವಿಧ ಧರ್ಮ ಮತ್ತು ಸಮುದಾಯಗಳಿಗೆ ಸೇರಿದ ಜನರು ಸದ್ಭಾವನೆಯಿಂದ ಇರಬೇಕು ಎಂದು ನಾವು ಬಯಸಿದರೆ, ನಾವು ಮೊದಲು ನಮ್ಮ ಜೀವನದಲ್ಲಿ ಬೇರೆಯವರನ್ನು ಕುರಿತು ಸದ್ಭಾವನೆಯನ್ನು ಬೆಳೆಸಿಕೊಳ್ಳಬೇಕು.

ನಿಮ್ಮನ್ನು ಬದಲಾಯಿಸಲು ನಿಮ್ಮೊಬ್ಬರಿಗೆ ಮಾತ್ರ ಸಾಧ್ಯವೆಂದು ಮರೆಯಬೇಡಿ

ಸಮಸ್ಯೆಗಳಿವೆ ಎಂದು ಜನರು ಹೇಳುವಾಗ, ಬೇರೆಯವರನ್ನು ಕುರಿತುದೂರುವುದು ಸಾಮಾನ್ಯ. ಬೇರೆಯವರಿಂದಾಗಿ ತಮಗೆ ಸಮಸ್ಯೆಗಳು ಉಂಟಾಗಿವೆ ಇಲ್ಲದಿದ್ದರೆ ನಮಗೆ ಯಾವುದೇ ಸಮಸ್ಯೆ ಇರುತ್ತಿರಲಿಲ್ಲವೆನ್ನುವುದು ಅವರ ಖಚಿತವಾದ ನಿಲುವು ಆಗಿರುತ್ತದೆ. ಹೀಗಾಗಿ, ಇಂತಹವರು ಬೇರೆಯವರನ್ನು ಬದಲಾಯಿಸಲು, ಬೇರೆಯವರು ತಮ್ಮ ಹಾಗೆ ವರ್ತಿಸುವಂತೆ ಮಾಡಲು ಪ್ರಯತ್ನಿಸುತ್ತಾರೆ.

ಆದರೆ, ನಮ್ಮ ವೈಯಕ್ತಿಕ ಬೇಕು ಮತ್ತು ಬೇಡಗಳಿಗೆ, ಆಸೆಗಳು ಮತ್ತು ಕಲ್ಪನೆಗಳಿಗೆ ತಕ್ಕಂತೆ ಜಗತ್ತು ನಡೆಯುವುದಿಲ್ಲ.ಆದ್ದರಿಂದ ಬೇರೆಯವರನ್ನು ಬದಲಾಯಿಸಿ, ನಾವು ವರ್ತಿಸುವಂತೆ ವರ್ತಿಸಲು ಮಾಡುತ್ತೇವೆ ಎಂದು ಮಾಡುವ ಪ್ರಯತ್ನಗಳು ವಿಫಲವಾಗುತ್ತವೆ. ಇಂತಹವರನ್ನು ಕಂಡು ಹೆದರಿಕೆಯಿಂದ ಅಥವಾ ಇವರನ್ನು ಸಂತೋಷ ಪಡಿಸಲು, ಸ್ವಲ್ಪ ಕಾಲ ಇವರು ಹೇಳಿದಂತೆ ಬೇರೆಯವರು ಕೇಳಬಹುದು. ಆದರೆ ನಂತರ, ಅವರಿಗೆ ಹೇಗೆ ಬೇಕು ಹಾಗೆ ವರ್ತಿಸುತ್ತಾರೆ ಹೊರತು, ಇವರು ಹೇಳಿದಂತೆ ವರ್ತಿಸುವುದಿಲ್ಲ. ಇದರ ಅರ್ಥ ಇಷ್ಟೇ—ಇಡೀ ಜಗತ್ತಿನಲ್ಲಿ ನನ್ನ ಹೊರತು ನನ್ನನ್ನು ಬದಲಾಯಿಸಲು ಯಾರಿಂದಲೂ ಸಾಧ್ಯವಿಲ್ಲ.

9ನೆ ಶತಮಾನದಲ್ಲಿದ್ದ ಪರ್ಸಿಯನ್ ಸೂಫಿ ಬಾಯಾಜಿದ್ ಬಿಸ್ತಮಿಯವರನ್ನು ಕುರಿತು ಒಂದು ಪ್ರಕರಣದಲ್ಲಿ ಮೇಲಿನ ತತ್ವವನ್ನು ನೋಡಬಹುದು. ಯುವಕನಾಗಿದ್ದಾಗ, ಬಯಾಜಿದ್‌ಗೆ ಎಲ್ಲರೂ ತಪ್ಪು ಮಾಡುತ್ತಿದ್ದಾರೆ ಎನ್ನುವ ಭಾವನೆ ಇತ್ತು. ಬೇರೆಯವರನ್ನು ತಿದ್ದಿ, ಜಗತ್ತನ್ನು ಬದಲಾಯಿಸಲು ಅವನು ನಿರ್ಧರಿಸಿ, ದೇವರಲ್ಲಿ ಪ್ರಾರ್ಥನೆ ಮಾಡಿದ "ದೇವರೇ, ನನಗೆ ಜಗತ್ತನ್ನು ಬದಲಾಯಿಸುವ ಶಕ್ತಿಯನ್ನು ಕೊಡು". ಆದರೆ ಬಾಯಾಜಿದ್ ಮಧ್ಯ ವಯಸ್ಕನಾದಾಗ, ತಾನು ಅರ್ಧ ಜೀವನ ಪ್ರಯತ್ನ ಮಾಡಿದರೂ ಒಬ್ಬ ವ್ಯಕ್ತಿಯನ್ನು ಕೂಡಾ ಬದಲಾಯಿಸಲು ಅಗಲಿಲ್ಲ ಎಂದು ಅರಿವಾಯಿತು. ಆಗ ಅವನು ದೇವರಲ್ಲಿ ಈ ರೀತಿ ಪ್ರಾರ್ಥನೆ ಮಾಡಿದ. "ದೇವರೇ, ನನ್ನ ಸ್ನೇಹಿತರು ಮತ್ತು ಕುಟುಂಬದ ಸದಸ್ಯರನ್ನು ಬದಲಾಯಿಸಲು ನನಗೆ ಶಕ್ತಿ ಕೊಡು. ನಾನು ತೃಪ್ತನಾಗುತ್ತೇನೆ." ಮುಂದೊಂದು ದಿನ ಮುದುಕನಾಗಿ ತನ್ನ ಜೀವನದ ಕೊನೆಯ ದಿನಗಳನ್ನು ಎಣಿಸುತ್ತಿದ್ದ ಬಯಾಜಿದ್, ದೇವರಲ್ಲಿ ಈ ರೀತಿ ಪ್ರಾರ್ಥನೆ ಮಾಡಿದ "ದೇವರೇ ನನ್ನನ್ನು ನಾನು ಬದಲಾಯಿಸಿಕೊಳ್ಳಲು ಶಕ್ತಿ ನೀಡು". ಆಗ ಬಯಾಜಿದ್ ಹೇಳಿದನಂತೆ, "ನಾನು, ಈ ಪ್ರಾರ್ಥನೆಯನ್ನು ಯುವಕನಾಗಿದ್ದಾಗಲೇ ಮಾಡಿದ್ದರೆ, ನನ್ನ ಜೀವನವನ್ನು ಬೇರೆಯವರನ್ನು ಬದಲಾಯಿಸುತ್ತೇನೆಂದು ವ್ಯರ್ಥ ಮಾಡಿಕೊಳ್ಳುತ್ತಿರಲಿಲ್ಲ."xxvi

ನಮ್ಮನ್ನು ಬದಲಾಯಿಸಲು ನಮ್ಮೊಬ್ಬರಿಗೆ ಮಾತ್ರ ಸಾಧ್ಯವೆಂದು ತಿಳಿದುಕೊಳ್ಳುವುದರಿಂದ, ಜೀವನದಲ್ಲಿ ಅನೇಕ ಸಮಸ್ಯೆಗಳನ್ನು ನಾವು ಎದುರಿಸಲು ನೆರವಾಗುತ್ತದೆ. ಕೋಮುವಾದದ ಹಿನ್ನಲೆಯಲ್ಲಿ, ಬೇರೆ ವ್ಯಕ್ತಿ ಮತ್ತು ಸಮುದಾಯದವರನ್ನು ಕುರಿತು ನಮಗೆ ಇರುವ ಪೂರ್ವಾಗ್ರಹ ಚಿಂತನೆಗಳನ್ನು ದೂರ ಮಾಡಲು ಕೂಡಾ ಇದು ನೆರವಾಗುತ್ತದೆ.

ಉದಾಹರಣೆಗೆ, ಎಕ್ಸ್ ಎನ್ನುವ ವ್ಯಕ್ತಿ, ವೈ ಎನ್ನುವ ಸಮುದಾಯಕ್ಕೆ ಸೇರಿದ್ದಾನೆ ಎಂದು ಭಾವಿಸೋಣ. ಅನೇಕ ಕಾರಣಗಳಿಂದಾಗಿ ವೈ ಸಮುದಾಯ ಕುರಿತು ಬೇರೆ ಸಮುದಾಯದವರಲ್ಲಿ ಒಳ್ಳೆಯ ಅಭಿಪ್ರಾಯ ಇರುವುದಿಲ್ಲ. ಇದರಿಂದಾಗಿ, ಬೇರೆ ಸಮುದಾಯದವರು ತನ್ನ ಬಗ್ಗೆ ಒಳ್ಳೆಯ ಅಭಿಪ್ರಾಯ ಹೊಂದಿಲ್ಲವೆಂದು ಎಕ್ಸ್ ಭಾವಿಸುತ್ತಾನೆ. ಇಲ್ಲಿ ವೈ ಸಮುದಾಯಕ್ಕೆ ಸೇರಿದವನೆಂದು ಎಕ್ಸ್ ಕುರಿತು ಬೇರೆ ಸಮುದಾಯದವರಲ್ಲಿ ಒಳ್ಳೆಯ ಅಭಿಪ್ರಾಯವಿರುವುದಿಲ್ಲ ಎನ್ನುವುದು ಗಮನಾರ್ಹ.

ಬೇರೆ ಸಮುದಾಯದವರು ತನ್ನ ಬಗ್ಗೆ ಹೊಂದಿರುವ ಪೂರ್ವಾಗ್ರಹ ಅಭಿಪ್ರಾಯಗಳು, ಎಕ್ಸ್ ಗೆ ನೋವುಂಟು ಮಾಡುತ್ತದೆ. ಅವನಿಗೆ ಬೇರೆ ಸಮುದಾಯದವರ ಜೊತೆ ಉತ್ತಮ ಸ್ನೇಹ ಮತ್ತು ಸೌಹಾರ್ದತೆ ಹೊಂದಿರುವುದು ಬೇಕು. ಆದರೆ, ಬೇರೆ ಸಮುದಾಯದವರು ತನ್ನನ್ನು ಒಬ್ಬ ಮನುಷ್ಯನಾಗಿ ಗುರುತಿಸಬೇಕು ಮತ್ತು ಸಮುದಾಯ ಕುರಿತು ಪೂರ್ವಾಗ್ರಹ ಅಭಿಪ್ರಾಯಗಳಿಂದ ನೋಡಬಾರದು ಎಂದು ಎಕ್ಸ್ ಭಾವಿಸುತ್ತಾನೆ.

ಈ ಸಮಸ್ಯೆಯನ್ನು ಪರಿಹರಿಸಲು ಎಕ್ಸ್ ಏನು ಮಾಡಬೇಕು?

ತನ್ನನ್ನು ಬದಲಾಯಿಸುವ ಶಕ್ತಿ ಇರುವುದು ತನಗೆ ಮಾತ್ರವೆಂದು ಎಕ್ಸ್ ಗೆ ಗೊತ್ತಿದ್ದರೆ, ಮೊದಲು ಅವನು ಸ್ವಯಂ ವಿಮರ್ಶೆ ಮಾಡಿಕೊಳ್ಳುತ್ತಾನೆ. ತನ್ನಲ್ಲಿರುವ ತಪ್ಪುಗಳನ್ನು ಹುಡುಕುತ್ತಾನೆ. (ಮನುಷ್ಯ ಸಹಜ ದೌರ್ಬಲ್ಯಗಳು ಎಲ್ಲರಲ್ಲೂ ಇರುವುದರಿಂದ, ಅವನಿಗೆ ಕೆಲವು ತಪ್ಪುಗಳಾದರೂ ಸಿಗುತ್ತದೆ). ನಂತರತನ್ನ ತಪ್ಪುಗಳನ್ನು ತಿದ್ದಿಕೊಳ್ಳಲು ಪ್ರಾರಂಭಿಸುತ್ತಾನೆ. ತನ್ನ ಮನೋಭಾವ ಮತ್ತು ವರ್ತನೆಯನ್ನು ಸುಧಾರಿಸಲು ಎಕ್ಸ್ ಮುಂದಾಗುತ್ತಾನೆ. ಬೇರೆ ಸಮುದಾಯದವರು ಏಕೆ ತನ್ನ ವೈ ಸಮುದಾಯವನ್ನು ಕುರಿತು ಪೂರ್ವಾಗ್ರಹ ಚಿಂತನೆಗಳನ್ನು ಹೊಂದಿದ್ದಾರೆ ಎಂದು ತಿಳಿದುಕೊಳ್ಳಲು ಎಕ್ಸ್ ಪ್ರಯತ್ನಿಸುತ್ತಾನೆ. ವೈ ಸಮುದಾಯದವರ ತಪ್ಪು ಮನೋಭಾವ, ನಂಬಿಕೆಗಳು, ಆಚರಣೆಗಳು ಮತ್ತು ವರ್ತನೆಗಳಿಂದಾಗಿ ಬೇರೆ ಸಮುದಾಯದವರಲ್ಲಿ ಪೂರ್ವಾಗ್ರಹ ಚಿಂತನೆಗಳು ಸೃಷ್ಟಿಯಾಗಿದ್ದರೆ, ಅಂತಹ ಕಾರಣಗಳಿಂದ ದೂರವಿರಲು ಎಕ್ಸ್ ನಿರ್ಧರಿಸುತ್ತಾನೆ. ತನ್ನಂತೆ ವೈ ಸಮುದಾಯದ ಇತರರು ಕೂಡಾ ಬದಲಾವಣೆಯಾಗಲು ಎಕ್ಸ್ ಪ್ರಯತ್ನಿಸುತ್ತಾನೆ.

ಆತ್ಮವಿಮರ್ಶೆ ಮತ್ತು ಸ್ವಯಂ ಸುಧಾರಣೆಗೆ ಎಕ್ಸ್ ಆದ್ಯತೆ ನೀಡುತ್ತಾನೆ. ನಂತರ, ಎಕ್ಸ್‌ನಲ್ಲಿ ಉಂಟಾದ ಬದಲಾವಣೆಗಳಿಂದ ಪ್ರಭಾವಿತರಾಗಿ, ಬೇರೆ ಸಮುದಾಯದವರು ಕೂಡಾ ಎಕ್ಸ್ ಮತ್ತು ವೈ ಸಮುದಾಯ ಕುರಿತು ತಮ್ಮ ಅಭಿಪ್ರಾಯಗಳನ್ನು ಬದಲಾಯಿಸಿಕೊಳ್ಳುತ್ತಾರೆ.

ಬೇರೆ ಸಮುದಾಯಗಳಿಂದ ಪೂರ್ವಾಗ್ರಹಚಿಂತನೆ ಮತ್ತು ಅಸಹಕಾರವನ್ನುಎದುರಿಸುವ ವ್ಯಕ್ತಿಗಳು ಮತ್ತು ಸಮುದಾಯಗಳು, ಈ ರೀತಿಯ ಸಕಾರಾತ್ಮಕ ಧೋರಣೆಯಿಂದ ಬದಲಾವಣೆ ತರುವುದು ಸಾಧ್ಯವಿದೆ. ಸಮುದಾಯವೊಂದು ಮತ್ತೊಂದು ಸಮುದಾಯದ ಜೊತೆಯಲ್ಲಿ ಸದ್ಭಾವನೆ ಮತ್ತು ಸೌಹಾರ್ದತೆಯಿಂದ ಇರಲು, ಕೇವಲ ರಾಜಕೀಯ ನಾಯಕರು ಮತ್ತು ಧಾರ್ಮಿಕ ಮುಖಂಡರು ಮಾತ್ರವಲ್ಲ, ಆ ಸಮುದಾಯದಲ್ಲಿರುವ ಪ್ರತಿಯೊಬ್ಬ ವ್ಯಕ್ತಿ ಮತ್ತೊಂದು ಸಮುದಾಯದವರ ಜೊತೆಯಲ್ಲಿ ಸ್ನೇಹ ಮತ್ತು ಸೌಹಾರ್ದತೆಯಿಂದ ಇರಲು ಪ್ರಾಮಾಣಿಕವಾಗಿ ಪ್ರಯತ್ನ ಮಾಡಬೇಕಾಗುತ್ತದೆ. ಈ ರೀತಿ ಎರಡು ಸಮುದಾಯಗಳ ನಡುವೆ ಸ್ನೇಹ ಸೇತುವೆ ನಿರ್ಮಿಸಲು ಪ್ರತಿಯೊಬ್ಬರು ಮಹತ್ವದ ಕೊಡುಗೆಯನ್ನು ನೀಡಲು ಸಾಧ್ಯವಿದೆ.

ಭಾರತೀಯ ಮುಸ್ಲಿಮರು ಈ ಕುರಿತು ಗಂಭೀರ ಚಿಂತನೆ ಮಾಡಬೇಕು ಮತ್ತು ತಮ್ಮ ಜೀವನದಲ್ಲಿ ಅಳವಡಿಸಿಕೊಳ್ಳಬೇಕು.

ಆಧ್ಯಾತ್ಮಿಕ ಶಕ್ತಿಯಿಂದ ಮಾತ್ರ ಸೌಹಾರ್ದತೆ ಸಾಧ್ಯವಾಗುತ್ತದೆ ಎಂದು ಮರೆಯಬೇಡಿ

ಸವಾಲಿನ ಪರಿಸ್ಥಿತಿಯನ್ನು ಎದುರಿಸುವ ವ್ಯಕ್ತಿ, ಬುದ್ಧಿವಂತನಾದರೆ, ಈ ಸವಾಲನ್ನು ಎದುರಿಸಲು ಉಪಯೋಗವಾದ ವಿಧಾನಗಳಲ್ಲಿ ತನ್ನ ಸಮಯ, ಶ್ರಮ ಮತ್ತು ಸಂಪನ್ಮೂಲಗಳನ್ನು ವ್ಯರ್ಥ ಮಾಡುವುದಿಲ್ಲ. ಬದಲಾಗಿ, ಈ ಸಮಸ್ಯೆಯನ್ನು ತಾತ್ಕಾಲಿಕವಾಗಿ ಅಲ್ಲ ಶಾಶ್ವತವಾಗಿ ಪರಿಹರಿಸಲು ಸೂಕ್ತವಾದ ವಿಧಾನವನ್ನು ಹುಡುಕುತ್ತಾನೆ.

ಕೋಮುವಾದವು ಸೇರಿದಂತೆ ಯಾವುದೇ ಸಾಮಾಜಿಕ ಸಮಸ್ಯೆಯನ್ನು ಈ ವಿಧಾನದಿಂದ ಪರಿಹರಿಸಲು ಸಾಧ್ಯವಿದೆ. ಕೋಮುವಾದವನ್ನು ಸೋಲಿಸಲು ಅನೇಕ ರೀತಿಯ ವಿಧಾನಗಳನ್ನು ಕುರಿತು ಸಲಹೆಗಳು ದೊರೆಯುತ್ತವೆ. ಆದರೆ ಕೋಮುವಾದವನ್ನು ಶಾಶ್ವತವಾಗಿ ಸೋಲಿಸಲು ಸೂಕ್ತವಾದ ವಿಧಾನವನ್ನು ನಾವು ಹುಡುಕಬೇಕು.

ಬಹುತ್ವದ ಸಮಾಜದಲ್ಲಿ ವಿವಿಧ ಸಮುದಾಯದವರು ಶಾಂತಿ ಮತ್ತು ಸೌಹಾರ್ದತೆಯಿಂದ ಜೀವಿಸಲು, ಪರಸ್ಪರ ಗೌರವ ಮತ್ತು ಕಾಳಜಿಯನ್ನು ಹೊಂದಿರಬೇಕು. ಒಬ್ಬರ ಜೊತೆ ಮತ್ತೊಬ್ಬರು ಉತ್ತಮ ಸಂಬಂಧ ಹೊಂದಿರಬೇಕು. ಸಮಾಜದ

ಒಳಿತಿಗಾಗಿ ಎಲ್ಲರೂ ಸೇರಿ ಕೆಲಸ ಮಾಡಲು ಸಿದ್ಧವಾಗಿರಬೇಕು. ಇದು ಸಾಧ್ಯವಾಗಲು, ಜನಸಾಮಾನ್ಯರಲ್ಲಿ ಜಾಗೃತಿ–ಇದನ್ನು ಆಧ್ಯಾತ್ಮಿಕ ಪ್ರಜ್ಞೆ ಎಂದು ಕರೆಯುವ ಮನೋಭಾವ–ಹೆಚ್ಚಾಗಬೇಕು. ಇದರಿಂದಾಗಿ ಧರ್ಮ, ಜನಾಂಗ, ಭಾಷೆ, ಆಚರಣೆಯ ವೈವಿಧ್ಯತೆಯಲ್ಲಿ ಏಕತೆಯನ್ನು ಕಾಣಬಹುದು. ತಮ್ಮ ಸಮುದಾಯದವರು ಮಾತ್ರವಲ್ಲದೆ ಎಲ್ಲಾ ಸಮುದಾಯದವರನ್ನು ಕುರಿತು ಸದ್ಭಾವನೆ, ಕಾಳಜಿ ಮತ್ತು ಗೌರವ ಬೆಳೆಯಲು ಸಾಧ್ಯವಾಗುತ್ತದೆ. ಜಗತ್ತಿನ ವಿವಿಧಕಡೆ, ವಿವಿಧ ಕಾಲಮಾನಗಳಲ್ಲಿ ಆಧ್ಯಾತ್ಮಿಕ ಗುರುಗಳು ಈ ಆಧ್ಯಾತ್ಮಿಕ ಪ್ರಜ್ಞೆಯನ್ನು ಕುರಿತು ಜನರಿಗೆ ಕಲಿಸಿದ್ದಾರೆ. ಆಧ್ಯಾತ್ಮವಾಗಿ ಉನ್ನತಿ ಹೊಂದುವುದರಿಂದ ಮಾತ್ರ, ಪ್ರತಿಯೊಬ್ಬ ವ್ಯಕ್ತಿ ಮತ್ತು ಸಮುದಾಯಗಳಲ್ಲಿ ಸದ್ಭಾವನೆ ಮತ್ತು ಏಕತೆಯನ್ನು ಕಾಣಬಹುದು. ಮಾನವ ಜೀವನದ ಉದ್ದೇಶವಾಗಿರುವ ಆಧ್ಯಾತ್ಮಿಕ ಸಾಧನೆಯನ್ನು ಪಡೆಯಲು, ಪ್ರತಿಯೊಬ್ಬ ವ್ಯಕ್ತಿಯು ಪ್ರಯತ್ನಿಸಬೇಕು. ಇದು ನಿಧಾನವಾಗಿ ಆಗುವ ಸಾಧನೆ. ಆದ್ದರಿಂದ ವ್ಯಕ್ತಿಗೆ ತಾಳ್ಮೆ, ಏಕಾಗ್ರತೆ ಮತ್ತು ಪರಿಶ್ರಮ ಬೇಕಾಗುತ್ತದೆ.

ನಮ್ಮನ್ನು ಭೂಮಿಯಲ್ಲಿ ಕೆಲ ಕಾಲವಿರಿಸಿ, ಮುಂದಿನ ಪ್ರಯಾಣಕ್ಕೆ ಅಗತ್ಯವಾದ ಆಧ್ಯಾತ್ಮಿಕ ಸಾಧನೆಯನ್ನು ಮಾಡಲು ಕಳುಹಿಸಲಾಗುತ್ತದೆ. ಕೋಮುವಾದವನ್ನು ಸೋಲಿಸಿ, ನಮ್ಮೊಳಗಿನ ಏಕತೆಯನ್ನು ಗುರುತಿಸುವುದು ಹೇಗೆ ಆಧ್ಯಾತ್ಮಿಕ ಸಾಧನೆಗೆ ಕಾರಣವಾಗುತ್ತದೆ ಎಂದು ಅರ್ಥ ಮಾಡಿಕೊಂಡೆವು. ಆದ್ದರಿಂದ, ಕೋಮುವಾದವನ್ನು ಸೋಲಿಸಿ, ಎಲ್ಲರ ಜೊತೆಯಲ್ಲಿ ಶಾಂತಿಯಿಂದ, ಸದ್ಭಾವನೆಯಿಂದ ಜೀವಿಸುವುದರಿಂದ, ದೇವರು ನಮ್ಮನ್ನು ಭೂಮಿಗೆ ಕಳುಹಿಸಿರುವ ಉದ್ದೇಶವನ್ನು ಈಡೇರಿಸುತ್ತೇವೆ ಎಂದು ಹೇಳಬಹುದು. ಭೂಮಿಯಲ್ಲಿ ಇರುವ ಕೆಲವು ಸಮಯವನ್ನು ವ್ಯರ್ಥಗೊಳಿಸುವುದು ಬೇಡ. ಬದಲಾಗಿ ವಿವಿಧ ಧಾರ್ಮಿಕ ಸಮುದಾಯಗಳಿಗೆ ಸೇರಿದ ಜನರ ನಡುವೆ ಶಾಂತಿ, ಸದ್ಭಾವನೆ ಮತ್ತು ಕಾಳಜಿ ಬೆಳೆಯುವಂತೆ ಮಾಡಲು ನಮ್ಮ ಸೇವೆ ಸಲ್ಲಿಸೋಣ.

ನಮ್ಮ ಜೀವನದ ಮೂಲ ಉದ್ದೇಶವನ್ನು ಅರ್ಥ ಮಾಡಿಕೊಂಡ ಜನರು, ತಮ್ಮ ಒಳಗಿನ ಅಥವಾ ಆಧ್ಯಾತ್ಮಿಕ ಸಾಧನೆಗಾಗಿ ಕೆಲಸ ಮಾಡಲು ಸ್ಪೂರ್ತಿ ಪಡೆಯುತ್ತಾರೆ. ಹೀಗೆ ಮಾಡುವುದರಿಂದ ಜನರ ನಡುವಿನ ಸಂಬಂಧಗಳು ಅರ್ಥವಾಗುತ್ತವೆ ಮತ್ತು ಗೌರವ ಬೆಳೆಯುತ್ತದೆ. ನಾವು ಆಧ್ಯಾತ್ಮಿಕ ಸಾಧನೆ ಮಾಡಿದಷ್ಟೂ, ನಮ್ಮ ದೈನಂದಿನ ಜೀವನದಲ್ಲಿ ಬದಲಾವಣೆಗಳು ಕಾಣುತ್ತವೆ ಮತ್ತು ಜಗತ್ತಿನಲ್ಲಿ ಶಾಂತಿ ನೆಲಸಲು ಹಾಗೂ ಸಮುದಾಯಗಳ ನಡುವೆ ಸೌಹಾರ್ದತೆ ಬೆಳೆಯಲು ನಾವು ವೈಯಕ್ತಿಕವಾಗಿ ಬಹಳ ದೊಡ್ಡ ಕೊಡುಗೆಯನ್ನು ನೀಡಲು ಸಾಧ್ಯವಾಗುತ್ತದೆ.

ಎಲ್ಲರಿಗೂ ಶಾಂತಿ, ಸೌಹಾರ್ದತೆ ಮತ್ತು ಸಮೃದ್ಧಿ ದೊರೆಯಲಿ ಎಂದು ದೇವರಲ್ಲಿ ಪ್ರಾರ್ಥನೆ ಮಾಡಿ.

ಎಲ್ಲಾ ಧರ್ಮಗಳಲ್ಲಿ ಪ್ರಾರ್ಥನೆಗೆ ಬಹಳ ಮುಖ್ಯವಾದ ಸ್ಥಾನವನ್ನು ನೀಡಲಾಗಿದೆ. ದೇವರಲ್ಲಿ ನಂಬಿಕೆ ಇರುವ ಜನರು, ತಮ್ಮ ಪ್ರಾರ್ಥನೆಯನ್ನು ದೇವರು ಕೇಳುತ್ತಾನೆ ಮತ್ತು ತಮ್ಮ ಬೇಡಿಕೆಗಳನ್ನು ಪೂರೈಸುತ್ತಾನೆ ಎಂದು ನಂಬುತ್ತಾರೆ. ದೇವರು ಇಡೀ ಬ್ರಹ್ಮಾಂಡದ ಮಾಲೀಕ, ಪಾಲಕ ಮತ್ತು ನಿರ್ವಾಹಕನೆಂದು, ತಮ್ಮ ಬೇಡಿಕೆಗಳನ್ನು ಈಡೇರಿಸಲು ಜನರು ದೇವರಿಗೆ ಪ್ರಾರ್ಥನೆ ಮಾಡುತ್ತಾರೆ.

ನಾವು ನಿಜವಾಗಿಯೂ ಕೋಮು ಸೌಹಾರ್ದತೆ ಮತ್ತು ಶಾಂತಿಯನ್ನು ಬಯಸಿದರೆ, ಈ ಕುರಿತು ನಾವು ದೇವರಲ್ಲಿ ಪ್ರತಿದಿನ ಮತ್ತು ಸಾಧ್ಯವಾದಷ್ಟು ಸಲ ಪ್ರಾರ್ಥಿಸಬೇಕು. ಜಗತ್ತಿನಲ್ಲಿ ಶಾಂತಿ ನೆಲಸಲು, ವಿವಿಧಧಾರ್ಮಿಕ ಸಮುದಾಯಗಳ ನಡುವೆ ಶಾಂತಿ ನೆಲಸಲು, ನಾವು ನೆಲಸಿರುವ ದೇಶಗಳಲ್ಲಿ ಶಾಂತಿ ನೆಲಸಲು, ನಮ್ಮ ಕಚೇರಿ ಮತ್ತು ಮನೆಗಳಲ್ಲಿ ಶಾಂತಿ ನೆಲಸಲು ನಾವು ಪ್ರಾರ್ಥನೆ ಮಾಡಬೇಕು.

ಜಗತ್ತಿನ ಎಲ್ಲಾ ಧರ್ಮಗಳು ಮತ್ತು ಜನಾಂಗಗಳಿಗೂ ಸೇರಿದ ಎಲ್ಲಾ ಜನರ ಯೋಗಕ್ಷೇಮ ಮತ್ತು ಶಾಂತಿಗಾಗಿ ನಾವು ಮನೆಯಲ್ಲಿ ವೈಯಕ್ತಿಕವಾಗಿ ಮತ್ತು ಧಾರ್ಮಿಕ ಸ್ಥಳಗಳಲ್ಲಿ ಬೇರೆಯವರ ಜೊತೆ ಗೂಡಿ, ಪ್ರತಿದಿನ ಪ್ರಾರ್ಥನೆ ಮಾಡಿದರೆ, ಎಷ್ಟು ದೊಡ್ಡ ಬದಲಾವಣೆಯಾಗುತ್ತದೆ ಎಂದು ಯೋಚಿಸಿ ನೋಡಿ !

"ಓ ದೇವರೇ, ದಯವಿಟ್ಟು ಈ ಜಗತ್ತಿಗೆ ಶಾಂತಿಯನ್ನು ಕರುಣಿಸು! ಜಗತ್ತಿನಲ್ಲಿರುವ ಪ್ರತಿಯೊಬ್ಬರಿಗೂ ಶಾಂತಿಯನ್ನು ಕರುಣಿಸು. ದೇವರೇ, ಪ್ರತಿಯೊಬ್ಬರು ಶಾಂತಿಯಿಂದ, ಸಹಬಾಳ್ವೆಯಿಂದ ಜೀವಿಸುವಂತೆ ಮಾಡು". ಈ ರೀತಿಯಾಗಿ ಕೋಟ್ಯಂತರ ಜನ, ಪ್ರತಿದಿನ ಪ್ರಾರ್ಥನೆ ಮಾಡಿದರೆ, ಅದರಿಂದ ಆಗುವ ಅದ್ಭುತ ಬದಲಾವಣೆಯನ್ನು ಕುರಿತು ಕಲ್ಪನೆ ಮಾಡಿಕೊಳ್ಳಿ !

ಧರ್ಮ, ಆಧ್ಯಾತ್ಮ ಮತ್ತು ಏಕತೆ

"ಮಾನವರೇ, ನಿಮ್ಮನ್ನು ಒಂದೇ ಜೀವದಿಂದ ಸೃಷ್ಟಿಸಿದ ನಿಮ್ಮ ಒಡೆಯನಿಗೆ ನಿಷ್ಠರಾಗಿರಿ. ಅವನು ಅದೇ ಜೀವದಿಂದ ಅದರ ಜೊತೆಯನ್ನು ಸೃಷ್ಟಿಸಿದನು ಮತ್ತು ಅವರಿಬ್ಬರ ಮೂಲಕ ಅನೇಕ ಪುರುಷರನ್ನೂ ಸ್ತ್ರೀಯರನ್ನೂ(ಲೋಕದಲ್ಲಿ) ಹಬ್ಬಿದನು. ಯಾವ ಅಲ್ಲಾಹನ ಹೆಸರಲ್ಲಿ ನೀವು ಹಕ್ಕುಗಳನ್ನು ಕೇಳುತ್ತೀರೋ ಅವನಿಗೆ ಸದಾ ಅಂಜಿರಿ ಮತ್ತು ಬಾಂಧವ್ಯಗಳನ್ನು ಕಾಪಾಡಿರಿ. ಖಂಡಿತವಾಗಿಯೂ ಅಲ್ಲಾಹನು ನಿಮ್ಮ ಮೇಲೆ ಸದಾ ಕಣ್ಣಿಟ್ಟಿರುತ್ತಾನೆ"

ಕುರ್ಆನ್ (4:1)

ಮಾನವನ ಇತಿಹಾಸವನ್ನು ಗಮನಿಸಿದರೆ ಬಹುಸಂಖ್ಯಾತ ಜನರು ಒಂದಲ್ಲ ಒಂದು ಧರ್ಮವನ್ನು ಪಾಲಿಸುತ್ತಿರುವುದನ್ನು ತಿಳಿಯಬಹುದು.

ಧರ್ಮವೆಂದರೆ ಏನು ಎಂದು ಅನೇಕ ವಿದ್ವಾಂಸರು ವಿವರಣೆ ನೀಡಿದ್ದಾರೆ. ಸಾಮಾನ್ಯವಾಗಿ ಮನುಷ್ಯಯಾರು, ಅವನು ಭೂಮಿಯಲ್ಲಿ ಹುಟ್ಟಲು ಕಾರಣಗಳೇನು?, ಸಮುದಾಯದಲ್ಲಿ ಮತ್ತು ಸಮಾಜದಲ್ಲಿ ಮನುಷ್ಯ ಹೇಗೆ ವರ್ತಿಸಬೇಕು, ಸಾವಿನ ನಂತರ ಏನಾಗುತ್ತದೆ, ಹೀಗೆ ಹಲವಾರು ವಿಷಯಗಳನ್ನು ಕುರಿತು ತಿಳಿಸುವುದು ಮತ್ತು ಅನೇಕ ನಂಬಿಕೆಗಳ ಆಧಾರದ ಮೇಲೆ ಜಗತ್ತಿನ ಸಂಪೂರ್ಣ ಚಿತ್ರಣ ನೀಡುವುದು ಧರ್ಮವೆನ್ನುವುದು ಜನಸಾಮಾನ್ಯರ ತಿಳುವಳಿಕೆಯಾಗಿದೆ. ಅನೇಕ ಧರ್ಮಗಳಲ್ಲಿ ಅತೀಂದ್ರಿಯ ಶಕ್ತಿಗಳ ಬಗ್ಗೆ ಪ್ರಸ್ತಾಪವಿದೆ. ನಂಬಿಕೆಗಳ ಜೊತೆಯಲ್ಲಿ, ಅನೇಕ ಧಾರ್ಮಿಕ ಆಚರಣೆಗಳನ್ನು ಕೂಡಾ ಧರ್ಮದಲ್ಲಿ ನೋಡಬಹುದು.

ಅಸ್ತಿತ್ವ ಕುರಿತು ಪ್ರಶ್ನೆಗಳಿಗೆ ಉತ್ತರಗಳನ್ನು ನೀಡಲು ಧರ್ಮಗಳು ಪ್ರಯತ್ನಿಸುತ್ತವೆ. ಮನುಷ್ಯನ ಜೀವನದ ಅತ್ಯಂತ ಮೂಲಭೂತ ಹಾಗೂ ಅತ್ಯಂತ ಮಹತ್ವದ ವಿಷಯಗಳನ್ನು ಕುರಿತು ವಿವರಿಸುತ್ತವೆ. ಜೀವನ ಮತ್ತು ಜೀವನ ಮೌಲ್ಯಗಳನ್ನು ಕುರಿತು ಅನೇಕ ದಿಗ್ಭ್ರಮೆಗೊಳಿಸುವ ಪ್ರಶ್ನೆಗಳಿಗೆ ಉತ್ತರವನ್ನು ನೀಡುತ್ತವೆ. ಧರ್ಮವನ್ನು ಪಾಲಿಸುವವರಿಗೆ, ಅವರ ಜೀವನ ಹೇಗೆ ಮೌಲ್ಯಯುತವಾಗಿರಬೇಕು ಮತ್ತು ಸತ್ತ ನಂತರವೂ ಉತ್ತಮ ಸ್ಥಿತಿಯನ್ನು ಹೇಗೆ ಪಡೆಯುವುದು ಎಂದು ಮಾರ್ಗದರ್ಶನ ನೀಡುತ್ತವೆ. ಧರ್ಮವನ್ನು ಪಾಲಿಸುವ ಅನೇಕ ಜನರ, ವೈಯಕ್ತಿಕ ಹಾಗೂ ಸಾಮಾಜಿಕ

ಜೀವನದಲ್ಲಿ ಅವರ ಅಸ್ತಿತ್ವ, ನಂಬಿಕೆಗಳು, ಮನೋಭಾವ ಮತ್ತು ವರ್ತನೆಯ ಮೇಲೆ ಧರ್ಮ ಬಹಳ ದೊಡ್ಡ ಪ್ರಭಾವವನ್ನು ಬೀರುತ್ತದೆ.

ಎಷ್ಟರ ಮಟ್ಟಿಗೆ ಒಬ್ಬ ವ್ಯಕ್ತಿ ಧರ್ಮ ಕುರಿತು ಅರ್ಥ ಮಾಡಿಕೊಂಡು, ತನ್ನ ದೈನಂದಿನ ಜೀವನದಲ್ಲಿ ಪಾಲನೆ ಮಾಡುತ್ತಿದ್ದಾನೆ ಎನ್ನುವುದರ ಮೇಲೆ ಅವನ ವರ್ತನೆ, ಕುಟುಂಬದ ಸದಸ್ಯರು ಮತ್ತು ಬೇರೆ ಸಮುದಾಯಗಳ ಜನರ ಜೊತೆಗೆ ಅವನ ಸಂಬಂಧ, ಗಂಡು–ಹೆಣ್ಣು ಸಂಬಂಧ, ಮಾನವ ಹಕ್ಕುಗಳು, ಅಂತರಧರ್ಮೀಯ ಸಂಬಂಧಗಳು, ಪರಿಸರ ಸಂರಕ್ಷಣೆ, ಶಿಕ್ಷಣ, ರಾಜಕಾರಣ, ಆರ್ಥಿಕತೆಯ ವಿಷಯಗಳು, ಆಹಾರದ ಆಯ್ಕೆ, ಪ್ರಾಣಿ ಪಕ್ಷಿಗಳನ್ನು ಕುರಿತು ಕಾಳಜಿ, ಹೀಗೆ ಅನೇಕ ವಿಷಯಗಳ ಮೇಲೆ ಧರ್ಮದ ಪ್ರಭಾವವನ್ನು ಕಾಣಬಹುದು.

ಬೇರೆ ಧಾರ್ಮಿಕ ಸಮುದಾಯಗಳಲ್ಲಿರುವಂತೆ, ಮುಸ್ಲಿಮರು ಎಷ್ಟರ ಮಟ್ಟಿಗೆ ಧರ್ಮವನ್ನು ಅರ್ಥ ಮಾಡಿಕೊಂಡು ಪಾಲಿಸುತ್ತಿದ್ದಾರೆ ಎನ್ನುವುದರ ಮೇಲೆ ಅವರ ಮನೋಭಾವ ಮತ್ತು ವರ್ತನೆಯನ್ನು ಗುರುತಿಸಬಹುದಾಗಿದೆ. ಈ ಪುಸ್ತಕದಲ್ಲಿ ಚರ್ಚೆ ಮಾಡಲಾಗಿರುವ ಗಂಡು–ಹೆಣ್ಣು ಸಂಬಂಧ, ಅಂತರ್ಧರ್ಮೀಯ ಸಂಬಂಧಗಳು, ಶಿಕ್ಷಣ, ಆರ್ಥಿಕತೆಯ ವಿಷಯಗಳು, ಮೊದಲಾದ ವಿಷಯಗಳನ್ನು ಕುರಿತು ಮುಸ್ಲಿಮರ ಮನೋಭಾವ ಮತ್ತು ವರ್ತನೆಯನ್ನು ಅವರು ಎಷ್ಟರ ಮಟ್ಟಿಗೆ ಧರ್ಮವನ್ನು ಅರ್ಥ ಮಾಡಿಕೊಂಡು, ವ್ಯಾಖ್ಯಾನ ಮಾಡುತ್ತಾರೆ ಎನ್ನುವುದರ ಆಧಾರದ ಮೇಲೆ ಗುರುತಿಸಬಹುದಾಗಿದೆ. ಹೀಗಾಗಿ, ಉಜ್ವಲ ಭವಿಷ್ಯದ ಕಡೆ ತಮ್ಮ ನಡೆ ಎನ್ನುವ ಮುಸ್ಲಿಮರಿಗೆ, ಸರಿಯಾದ ರೀತಿಯಲ್ಲಿ ಇಸ್ಲಾಮ್ ಅರ್ಥ ಮಾಡಿಕೊಳ್ಳುವುದು ಮತ್ತು ವ್ಯಾಖ್ಯಾನ ಮಾಡುವುದನ್ನು ಕಲಿಯುವುದು ಅತ್ಯಗತ್ಯವಾಗಿದೆ.

ಭಾರತೀಯ ಮುಸ್ಲಿಮರಿಗೆ ಉಜ್ವಲ ಭವಿಷ್ಯ ದೊರೆಯಲು, ಸಮುದಾಯದ ಆರ್ಥಿಕ ಮತ್ತು ಶೈಕ್ಷಣಿಕ ಅಭಿವೃದ್ಧಿ, ಲಿಂಗ ನ್ಯಾಯ ಮತ್ತು ಅಂತರ್ಧರ್ಮ ಸಾಮರಸ್ಯ ಹಾಗೂ ಸಮುದಾಯಗಳ ನಡುವಿನ ಸದ್ಭಾವನೆ, ಸೌಹಾರ್ದತೆಯನ್ನು ಬೆಳೆಸುವುದು — ಈ ವಿಷಯಗಳಲ್ಲಿ ಅತ್ಯಂತ ಆದ್ಯತೆಯಿಂದ ಅವರು ಕೆಲಸ ಮಾಡಬೇಕು. ಈ ಹಿನ್ನೆಲೆಯಲ್ಲಿ, ಭಾರತೀಯ ಮುಸ್ಲಿಮರು ತಮ್ಮ ಧರ್ಮವನ್ನು ಕುರಿತು ಸರಿಯಾಗಿ ತಿಳಿಸಿ ಹೇಳಲು, ಧಾರ್ಮಿಕ ಪ್ರವಚನಗಳನ್ನು ಹೆಚ್ಚು ಆಯೋಜಿಸಬೇಕು. ಇದರಿಂದ ಮುಸ್ಲಿಮರ ಮನೋಭಾವ ಮತ್ತು ವರ್ತನೆಯಲ್ಲಿ ಮಹತ್ವದ ಬದಲಾವಣೆಯನ್ನು ನಿರೀಕ್ಷಿಸಬಹುದು. ಇದಲ್ಲದೆ, ಆರ್ಥಿಕವಾಗಿ ಮತ್ತು ಶೈಕ್ಷಣಿಕವಾಗಿ ಮುಸ್ಲಿಮರ ಅಭಿವೃದ್ಧಿ, ಅಂತರ್ಧರ್ಮೀಯ ಸಾಮರಸ್ಯಹಾಗೂ ಕೋಮು ಸೌಹಾರ್ದತೆಗೆ ಕೂಡಾ ನೆರವಾಗುತ್ತದೆ. ಈ ಅಧ್ಯಾಯದಲ್ಲಿ ಈ ವಿಷಯದಲ್ಲಿ ಭಾರತೀಯ ಮುಸ್ಲಿಮರು ಏನು ಮಾಡಬಹುದು ಎಂದು ಕೆಲವು ಸಲಹೆಗಳನ್ನು ನೀಡಲಾಗಿದೆ.

ಧಾರ್ಮಿಕ ಮುಖಂಡರು ನೀಡುವ ಪ್ರವಚನಗಳಿಂದ ಜನರ ಮನೋಭಾವ ಮತ್ತು ವರ್ತನೆಯ ಮೇಲೆ ಅಪಾರವಾದ ಪರಿಣಾಮವಾಗುವುದರಿಂದ, ಧಾರ್ಮಿಕ ಪ್ರವಚನಗಳನ್ನು ಸರಿಯಾಗಿ ಆಯೋಜಿಸುವುದನ್ನು ಕುರಿತು ವಿಶೇಷ ಗಮನ ನೀಡುವುದು ಅಗತ್ಯವಿದೆ. ಈಗ ಜಗತ್ತಿನಾದ್ಯಂತ, ಲಿಂಗ ನ್ಯಾಯ, ಮಾನವ ಹಕ್ಕುಗಳ ರಕ್ಷಣೆ, ಪರಿಸರ ಸಂರಕ್ಷಣೆ, ಸಾಮಾಜಿಕ ನ್ಯಾಯ, ವಿವಾದಗಳನ್ನು ಶಾಂತಿಯಿಂದ ಪರಿಹರಿಸಿಕೊಳ್ಳುವುದು, ಶಾಂತಿ, ಅಂತರ್ಧರ್ಮ ಸಾಮರಸ್ಯ ಹಾಗೂ ಕೋಮು ಸೌಹಾರ್ದತೆಯನ್ನು ಬೆಳೆಸುವುದು, ಹೀಗೆ ಅನೇಕ ವಿಷಯಗಳನ್ನು ಕುರಿತು ಚರ್ಚೆಗಳು ನಡೆದಿವೆ. ಈ ಹಿನ್ನೆಲೆಯಲ್ಲಿ ಭಾರತೀಯ ಮುಸ್ಲಿಮರು ಆಯೋಜಿಸುವ ಧಾರ್ಮಿಕ ಪ್ರವಚನಗಳಲ್ಲಿ ಈ ಸಮಕಾಲೀನ ವಿಷಯಗಳನ್ನು ಕುರಿತು ಚರ್ಚೆಯಾಗಬೇಕು ಮತ್ತು ಪರಿಹಾರಗಳನ್ನು ರೂಪಿಸಬೇಕು. ಜಗತ್ತಿನ ವಿವಿಧ ಧಾರ್ಮಿಕ ಸಮುದಾಯಗಳು ಪರಸ್ಪರ ಪ್ರೀತಿ, ಶಾಂತಿ ಮತ್ತು ಗೌರವದಿಂದ ಬಾಳಬೇಕು ಹಾಗೂ ಒಂದು ಸಮುದಾಯದ ಆಧ್ಯಾತ್ಮಿಕಜ್ಞಾನ ಮತ್ತೊಂದು ಸಮುದಾಯಕ್ಕೆ ದೊರೆಯಬೇಕು, ಸಮಾಜದ ಒಳಿತಿಗಾಗಿ ಎಲ್ಲಾ ಸಮುದಾಯದವರು ಸೇರಿ ಒಂದಾಗಿ ಕೆಲಸ ಮಾಡಬೇಕು ಎನ್ನುವುದಾದರೆ, ಧಾರ್ಮಿಕ ಭಿನ್ನಾಭಿಪ್ರಾಯಗಳನ್ನು ಬದಿಗಿಟ್ಟು, ವಿವಿಧ ಧಾರ್ಮಿಕ ಸಮುದಾಯಗಳ ನಡುವಿನ ಸಂಬಂಧ ಮತ್ತು ಸಾಮ್ಯತೆಯನ್ನು ಒತ್ತಿ ಹಿಡಿಯುವ ಧಾರ್ಮಿಕ ಪ್ರವಚನಗಳನ್ನು ಹೆಚ್ಚಾಗಿ ಆಯೋಜಿಸುವುದು ಅಗತ್ಯವಿದೆ. ದೇವರು ನಮ್ಮನ್ನು ಭೂಮಿಗೆ ಕಳುಹಿಸಿರುವ ಉದ್ದೇಶವನ್ನು ನಾವು ಪೂರೈಸಲು ನೆರವಾಗುವ ಧಾರ್ಮಿಕ ಪ್ರವಚನಗಳು ನಮಗೆ ಅತ್ಯಗತ್ಯವಾಗಿವೆ.

ಸಂದರ್ಭಕ್ಕೆ ಸೂಕ್ತವಾದ ಧಾರ್ಮಿಕ ಪ್ರವಚನಗಳನ್ನು ಆಯೋಜಿಸುವುದು

ಪ್ರತಿಯೊಂದು ಧರ್ಮವನ್ನು ಅನೇಕ ರೀತಿಯಲ್ಲಿ ಅರ್ಥ ಮಾಡಿಕೊಳ್ಳುವುದು ಮತ್ತು ವ್ಯಾಖ್ಯಾನ ಮಾಡುವುದು ಹಿಂದೆ ನಡೆದಿದೆ ಮತ್ತು ಈಗಲೂ ನಡೆಯುತ್ತಿದೆ. ಏಕೆ ಇಷ್ಟೊಂದು ರೀತಿಯ ಅರ್ಥ ಮತ್ತು ವ್ಯಾಖ್ಯಾನಗಳು ಆಗುತ್ತಿವೆ ಎನ್ನುವ ಪ್ರಶ್ನೆಗೆ ಉತ್ತರ ಹೀಗಿದೆ. ಜಗತ್ತಿನಲ್ಲಿ ಒಬ್ಬ ವ್ಯಕ್ತಿಯಂತೆ ಮತ್ತೊಬ್ಬರು ಇರುವುದಿಲ್ಲ. ಹೀಗಾಗಿ, ಯಾರೇ ಇಬ್ಬರು ವ್ಯಕ್ತಿಗಳು ಧರ್ಮವೂ ಸೇರಿದಂತೆ ಯಾವುದೇ ವಿಷಯವನ್ನು ಕುರಿತು ಅರ್ಥ ಮಾಡಿಕೊಳ್ಳುವುದು ಮತ್ತು ವ್ಯಾಖ್ಯಾನ ಮಾಡಿದಾಗ, ಸ್ವಲ್ಪ ಮಟ್ಟಿನ ವ್ಯತ್ಯಾಸವನ್ನಾದರೂ ನೋಡಬಹುದಾಗಿದೆ. ಹೀಗಾಗಿ ಒಂದು ಧಾರ್ಮಿಕ ಸಮುದಾಯಕ್ಕೆ ಸೇರಿದ ಜನರಲ್ಲಿ ಕೂಡಾ ಧರ್ಮಕುರಿತು ವ್ಯಾಖ್ಯಾನ, ಅರ್ಥ ಮಾಡಿಕೊಳ್ಳುವುದು ಹಾಗೂ ವಿವರಣೆ ನೀಡುವುದರಲ್ಲಿ ವ್ಯತ್ಯಾಸಗಳಿರುವುದು ಸಹಜವಾಗಿದೆ. ಹೀಗಾಗಿ ವಿವಿಧ ಧಾರ್ಮಿಕ ಪ್ರವಚನಗಳಲ್ಲಿ ಕೂಡಾ ಇಂತಹ ವ್ಯತ್ಯಾಸವನ್ನು ಕಾಣಬಹುದಾಗಿದೆ.

ಈ ವಿಷಯವನ್ನು ಸರಳವಾಗಿ ತಿಳಿಸಲು, ಈ ಉದಾಹರಣೆಯನ್ನು ನೀಡುತ್ತಿದ್ದೇನೆ.

ಒಬ್ಬ ವ್ಯಕ್ತಿ, ತನ್ನ ಕೈಯನ್ನು ಎತ್ತಿ ಬೀಸುತ್ತಿರುವುದನ್ನು ಮೂರು ಜನ ದಾರಿಹೋಕರು ನೋಡುತ್ತಾರೆ. ಆದರೆ ಈ ವ್ಯಕ್ತಿ ಮಾಡುತ್ತಿರುವುದನ್ನು ಈ ಮೂರುಜನ ಬೇರೆ ಬೇರೆ ರೀತಿಯಲ್ಲಿ ಅರ್ಥ ಮಾಡಿಕೊಂಡಿದ್ದಾರೆ. ಮೊದಲನೆಯವನ ಪ್ರಕಾರ, ಆ ವ್ಯಕ್ತಿ ತನ್ನ ಕೈಯತ್ತಿ ವ್ಯಾಯಾಮ ಮಾಡುತ್ತಿದ್ದಾನೆ. ಎರಡನೆಯವನ ಪ್ರಕಾರ, ಆ ವ್ಯಕ್ತಿ ಸೊಳ್ಳೆಗಳನ್ನು ಓಡಿಸಲು ತನ್ನ ಕೈ ಬೀಸುತ್ತಿದ್ದಾನೆ. ಮೂರನೆಯವನ ಪ್ರಕಾರ, ಆ ವ್ಯಕ್ತಿ ತನ್ನ ಸ್ನೇಹಿತನನ್ನು ನೋಡಿ, ಕೈ ಬೀಸಿ ಕರೆಯುತ್ತಿದ್ದಾನೆ.

ಮೂರು ಜನ ದಾರಿಹೋಕರು, ಒಬ್ಬ ವ್ಯಕ್ತಿ ಕೈ ಬೀಸುತ್ತಿರುವುದನ್ನು ನೋಡಿದರೂ, ಅರ್ಥ ಮಾಡಿಕೊಂಡಿದ್ದು ಮಾತ್ರ ಬೇರೆ ಬೇರೆಯಾಗಿತ್ತು.

ಇದೇ ರೀತಿ ಧರ್ಮದ ಇತಿಹಾಸವನ್ನು ನೋಡಿದಾಗ, ಧರ್ಮಗ್ರಂಥಗಳು, ಸಂದೇಶಗಳು ಮತ್ತು ಆಚರಣೆಗಳು ಮೊದಲಿನಿಂದ ಹಾಗೆ ಇದೆ ಆದರೆ ಕಾಲ ಕಾಲಕ್ಕೆ ಅವುಗಳನ್ನು ವಿವಿಧ ಧಾರ್ಮಿಕ ಮುಖಂಡರು ಮತ್ತು ವಿದ್ವಾಂಸರು,ಅರ್ಥ ಮಾಡಿಕೊಳ್ಳುವ, ವ್ಯಾಖ್ಯಾನ ಮಾಡುವ ಮತ್ತು ತಿಳಿಸಿ ಕೊಡುವ ರೀತಿ ಬೇರೆ ಬೇರೆಯಾಗುತ್ತಿದೆ. ಒಂದು ಧರ್ಮವನ್ನು ಈ ರೀತಿ ಅನೇಕ ರೀತಿಯಲ್ಲಿ ಅರ್ಥ ಮಾಡಿಕೊಂಡಾಗ, ವಿವಿಧ ಧಾರ್ಮಿಕ ಪ್ರವಚನಗಳಲ್ಲಿ ಕೂಡಾ ಈ ವ್ಯತ್ಯಾಸವನ್ನು ನೋಡಬಹುದಾಗಿದೆ.

ಧರ್ಮವನ್ನು ಕುರಿತು ಧಾರ್ಮಿಕ ಮುಖಂಡರು ಅರ್ಥ ಮಾಡಿಕೊಳ್ಳುವ, ವ್ಯಾಖ್ಯಾನ ಮಾಡುವ ಮತ್ತು ಬೇರೆಯವರಿಗೆ ತಿಳಿಸಿ ಕೊಡುವುದರಲ್ಲಿ ವ್ಯತ್ಯಾಸವಿರುವುದರಿಂದ, ಒಂದೇ ಧರ್ಮಕ್ಕೆ ಸಂಬಂಧಿಸಿದಂತೆ ಅನೇಕ ರೀತಿಯ ಧಾರ್ಮಿಕ ಪ್ರವಚನಗಳನ್ನು ನೋಡುತ್ತೇವೆ. ಉದಾಹರಣೆಗೆ, ಒಂದು ಧರ್ಮಕ್ಕೆ ಸೇರಿದವರೊಬ್ಬರು, ತಮ್ಮ ಪ್ರವಚನದಲ್ಲಿ, ಧರ್ಮದಲ್ಲಿ ಲಿಂಗ ಸಮಾನತೆ ಕುರಿತು ಹೇಳಿರುವುದನ್ನು ತಮಗೆ ಅರ್ಥವಾಗಿರುವಂತೆ ವಿವರಿಸಬಹುದು. ಇವರ ಅಭಿಪ್ರಾಯದಲ್ಲಿ ಸಮುದಾಯದಲ್ಲಿ ಲಿಂಗ ಸಮಾನತೆಯನ್ನು ಪ್ರೋತ್ಸಾಹಿಸಬೇಕು ಎಂದಾಗಿರುತ್ತದೆ. ಅದೇ ಧಾರ್ಮಿಕ ಸಮುದಾಯಕ್ಕೆ ಸೇರಿದ ಇನ್ನೊಬ್ಬರು, ಧರ್ಮದಲ್ಲಿ ಲಿಂಗ ಸಮಾನತೆ ಕುರಿತು ತಮಗೆ ಅರ್ಥವಾಗಿರುವಂತೆ ವಿವರಿಸಿದಾಗ, ಲಿಂಗ ಸಮಾನತೆಯನ್ನು ಇವರು ವಿರೋಧಿಸುವ ಅಭಿಪ್ರಾಯ ವ್ಯಕ್ತವಾಗುತ್ತದೆ. ಹಾಗೆ ನೋಡಿದರೆ ಇಬ್ಬರೂ ಒಂದೇ ಧಾರ್ಮಿಕ ಸಮುದಾಯಕ್ಕೆ ಸೇರಿದವರಾಗಿದ್ದಾರೆ, ಇಬ್ಬರೂ ಅದೇ ಧರ್ಮಗ್ರಂಥಗಳನ್ನು ಅಧ್ಯಯನ ಮಾಡಿದ್ದಾರೆ ಮತ್ತು ಗೌರವಿಸುತ್ತಾರೆ ಆದರೆ ಅವರು ಪ್ರಚನದಲ್ಲಿ ವ್ಯಕ್ತಪಡಿಸಿದ ಅಭಿಪ್ರಾಯಗಳು ಮಾತ್ರ ತದ್ವಿರುದ್ಧವಾಗಿವೆ. ಧಾರ್ಮಿಕ ಗ್ರಂಥಗಳನ್ನು ಅಧ್ಯಯನ ಮಾಡುವಾಗ, ಇಬ್ಬರೂ ಬೇರೆ ರೀತಿಯಲ್ಲಿ ಅರ್ಥ ಮಾಡಿ ಕೊಂಡಿರುವುದು ಇದಕ್ಕೆ ಕಾರಣವಾಗಿದೆ.

ಹೀಗಾಗಿ, ಒಂದೇ ಧಾರ್ಮಿಕ ಸಮುದಾಯದಲ್ಲಿ ನಡೆಯುವ ವಿವಿಧ ಅಭಿಪ್ರಾಯಗಳನ್ನು ಮಂಡಿಸುವ ಧಾರ್ಮಿಕ ಪ್ರವಚನಗಳಾಗುತ್ತಿವೆ. ಈ ಸಮುದಾಯದ ಸದಸ್ಯರು, ಯಾವ ಧಾರ್ಮಿಕ ಪ್ರವಚನದಲ್ಲಿ, ಯಾರ ಅಭಿಪ್ರಾಯವನ್ನು ಕೇಳಿದರು ಎನ್ನುವುದರ ಮೇಲೆ, ಕುಟುಂಬದಲ್ಲಿ ಹಾಗೂ ಸಮಾಜದಲ್ಲಿ ಈ ಸದಸ್ಯರ ಮನೋಭಾವ ಮತ್ತು ವರ್ತನೆಯನ್ನು ಗುರುತಿಸಬಹುದಾಗಿದೆ.

ವಿವಿಧ ಧಾರ್ಮಿಕ ಆಚರಣೆಗಳಲ್ಲಿ ಧಾರ್ಮಿಕ ಚಿಂತನೆಗಳ ಇತಿಹಾಸವನ್ನು ಗಮನಿಸಿದಾಗ ಈ ವಿಷಯ ಸ್ಪಷ್ಟವಾಗಿ ಅರಿವಾಗುತ್ತದೆ. ಒಂದು ಧಾರ್ಮಿಕ ಸಂಪ್ರದಾಯಕ್ಕೆ ಸೇರಿದ ಜನರು, ಒಂದೇ ಧಾರ್ಮಿಕ ಮೂಲದಿಂದ(ಉದಾಹರಣೆಗೆ ಧಾರ್ಮಿಕ ಗ್ರಂಥಗಳು) ಬಂದ ಸಂದೇಶಗಳನ್ನು, ಅನೇಕ ರೀತಿಯಾಗಿ ಅರ್ಥ ಮಾಡಿಕೊಂಡಿದ್ದಾರೆ. ಉದಾಹರಣೆಗೆ ಮಹಿಳೆಯರ ಸ್ಥಾನ ಮತ್ತು ಗಂಡು ಹೆಣ್ಣಿನ ನಡುವಿನ ಸಂಬಂಧಗಳನ್ನು ಕುರಿತು ಧಾರ್ಮಿಕ ಗ್ರಂಥದಲ್ಲಿ ಹೇಳಿರುವುದನ್ನು ಕೆಲವರು ಪುರುಷ ಪ್ರಧಾನ ವ್ಯವಸ್ಥೆಯ ಪರವಾಗಿದೆ ಎಂದು ವ್ಯಾಖ್ಯಾನ ಮಾಡಿದ್ದಾರೆ. ಅದೇ ಧಾರ್ಮಿಕಗ್ರಂಥದಲ್ಲಿ ಹೇಳಿರುವುದನ್ನು ಕೆಲವರು ಲಿಂಗ ಸಮಾನತೆ ಮತ್ತು ನ್ಯಾಯದ ಪರವಾಗಿದೆ ಎಂದು ವ್ಯಾಖ್ಯಾನ ಮಾಡಿದ್ದಾರೆ. ಅದೇ ರೀತಿಯಲ್ಲಿ ನಿರ್ದಿಷ್ಟ ಧರ್ಮವನ್ನು ಕುರಿತು ವ್ಯಾಖ್ಯಾನ ಮಾಡುವಾಗ ಕೆಲವರಿಗೆ ಅದು ಸರ್ವಾಧಾರಿ ವ್ಯವಸ್ಥೆಯ ಧರ್ಮವಾದರೆ, ಬೇರೆಯವರಿಗೆ ಅದು ಪ್ರಜಾಪ್ರಭುತ್ವ ವ್ಯವಸ್ಥೆಯ ಧರ್ಮವಾಗಿದೆ. ಕೆಲವರ ವ್ಯಾಖ್ಯಾನಗಳ ಪ್ರಕಾರ ಆ ಧರ್ಮವು ಪ್ರತ್ಯೇಕತೆ ಪರವಾಗಿದೆ ಮತ್ತು ಬೇರೆ ಧರ್ಮಗಳಿಗಿಂತ ಶ್ರೇಷ್ಠವೆಂದು ಹೇಳುತ್ತದೆ. ಅದೇರೀತಿ ಕೆಲವರ ವ್ಯಾಖ್ಯಾನಗಳ ಪ್ರಕಾರ ಆ ಧರ್ಮವು ಬಹುತ್ವ ಹಾಗೂ ಏಕತೆಯ ಪರವಾಗಿದೆ. ಕೆಲವು ವ್ಯಾಖ್ಯಾನಗಳು ಉಗ್ರವಾದಿ ಪರವಾಗಿದ್ದರೆ, ಕೆಲವು ವ್ಯಾಖ್ಯಾನಗಳು ಶಾಂತಿ ಮತ್ತು ತಾಳ್ಮೆಯ ಪರವಾಗಿದೆ. ಕೆಲವರ ವ್ಯಾಖ್ಯಾನಗಳಲ್ಲಿ ದ್ವೇಷ ತುಂಬಿದ್ದರೆ, ಕೆಲವರ ವ್ಯಾಖ್ಯಾನಗಳಲ್ಲಿ ಪ್ರೀತಿತುಂಬಿದೆ. ಪ್ರಾಣಿಗಳು, ಪಕ್ಷಿಗಳು, ಗಿಡ ಮರಗಳನ್ನು ಕುರಿತು ವಾತ್ಸಲ್ಯ ಹೊಂದಿರಬೇಕು ಎಂದು ಕೆಲವರ ವ್ಯಾಖ್ಯಾನಗಳು ಪ್ರತಿಪಾದಿಸಿದರೆ, ಕೆಲವರು ವ್ಯಾಖ್ಯಾನಗಳು ಈ ವಿಷಯ ಕುರಿತು ನಿರ್ಲಕ್ಷ್ಯ ತೋರಿಸುತ್ತವೆ.

ಧರ್ಮ ಕುರಿತು ಬೇರೆ ಬೇರೆ ರೀತಿಯಾಗಿ ಅರ್ಥ ಮಾಡಿಕೊಳ್ಳುವುದು ಮತ್ತು ವ್ಯಾಖ್ಯಾನ ಮಾಡುವುದರಿಂದ, ಆ ಧರ್ಮವನ್ನು ಪಾಲಿಸುವವರ ಮನೋಭಾವ ಮತ್ತು ವರ್ತನೆಯ ಮೇಲೆ ಬೇರೆ ಬೇರೆ ರೀತಿಯ ಪರಿಣಾಮವುಂಟಾಗುತ್ತದೆ ಎಂದು ಸ್ಪಷ್ಟವಾಗಿದೆ. ಉದಾಹರಣೆಗೆ, ಪುರುಷ ಪ್ರಧಾನ ವ್ಯವಸ್ಥೆ ಪರವಾದ ವ್ಯಾಖ್ಯಾನಗಳನ್ನು ಪಾಲಿಸುವ ಕುಟುಂಬಗಳಲ್ಲಿ ಮಹಿಳೆಯರ ಸ್ಥಾನಮಾನ ಬಹಳ ಕನಿಷ್ಠವಾಗಿರುತ್ತದೆ. ಆದರೆ ಲಿಂಗ ಸಮಾನತೆ ಪರವಾದ ವ್ಯಾಖ್ಯಾನಗಳನ್ನು ಪಾಲಿಸುವ ಕುಟುಂಬಗಳಲ್ಲಿ ಮಹಿಳೆಯರಿಗೆ ಗೌರವ, ಪ್ರೋತ್ಸಾಹ ದೊರೆಯುತ್ತದೆ. ಬಹುತ್ವ ಮತ್ತು ಏಕತೆಯ ಪರವಾದ, ಬೇರೆ ಧರ್ಮದವರನ್ನು ಕುರಿತು ಗೌರವ ಮತ್ತು ಸಮಾಜದಲ್ಲಿ ಶಾಂತಿ ಮತ್ತು

ಸದ್ಭಾವನೆಯ ಪರವಾದ ವ್ಯಾಖ್ಯಾನಗಳನ್ನು ಪಾಲಿಸುವ ಕುಟುಂಬಗಳಲ್ಲಿ, ಬೇರೆ ಧರ್ಮದವರ ಜೊತೆ ಸೌಹಾರ್ದತೆಯಿಂದ ಇರಲು ಉತ್ಸಾಹ ಮತ್ತು ಪ್ರಯತ್ನಗಳನ್ನು ನೋಡಬಹುದು. ಆದರೆ ಪ್ರತ್ಯೇಕತೆ, ಸರ್ವಾಧಿಕಾರಿ, ಉಗ್ರವಾದಿ ಮತ್ತು ಅಸಹಿಷ್ಣುತೆ ಪರವಾದ ವ್ಯಾಖ್ಯಾನಗಳನ್ನು ಪಾಲಿಸುವ ಕುಟುಂಬಗಳಲ್ಲಿ ತದ್ವಿರುದ್ಧವಾದ ಪರಿಣಾಮಗಳನ್ನು ನೋಡಬಹುದು.

ಈಗ ವಿಶ್ವದಾದ್ಯಂತ, ಆಧ್ಯಾತ್ಮದ ಜೀವನ ನಡೆಸಬೇಕು ಎಂದು ಇಷ್ಟ ಪಡುವ ಮತ್ತು ಧರ್ಮವನ್ನು ಪಾಲಿಸುವ ಅನೇಕ ಜನರಿದ್ದಾರೆ. ಧರ್ಮ ಮತ್ತು ಆಧ್ಯಾತ್ಮ ಕುರಿತು ಸರಿಯಾಗಿ ತಿಳಿದುಕೊಳ್ಳಲು, ಜಗತ್ತಿನಲ್ಲಿ ಒಳ್ಳೆಯ ಕೆಲಸಗಳನ್ನು ಮಾಡಲು ಇವರಿಗೆ ತುಂಬಾ ಆಸಕ್ತಿ ಇದೆ. ಹೀಗಾಗಿ, ತಮ್ಮ ಧರ್ಮವನ್ನು ಕುರಿತು ಧಾರ್ಮಿಕ ಪ್ರವಚನಗಳಲ್ಲಿ, ಸಮಕಾಲೀನ ವಿಷಯಗಳಾದ ಲಿಂಗ ನ್ಯಾಯ, ಪರಿಸರ ಸಂರಕ್ಷಣೆ, ಮಾನವ ಹಕ್ಕುಗಳು, ಅಂತರ್ಧರ್ಮ ಹಾಗೂ ಕೋಮು ಸೌಹಾರ್ದತೆ, ಶಾಂತಿ ಸ್ಥಾಪನೆ ಕುರಿತು ಮಾರ್ಗದರ್ಶನವನ್ನು ಇವರು ನಿರೀಕ್ಷಿಸುತ್ತಾರೆ. ಮಾನವನ ಇತಿಹಾಸದಲ್ಲಿ ಧರ್ಮ ಕುರಿತು ತಪ್ಪಾಗಿ ಅರ್ಥ ಮತ್ತು ವ್ಯಾಖ್ಯಾನ ಮಾಡಿದಾಗ, ಆಗುವ ಭೀಕರ ಹಾನಿಯನ್ನು ಅರ್ಥ ಮಾಡಿಕೊಂಡಿರುವ ಇವರು, ಧರ್ಮದ ಪ್ರಗತಿಪರ, ಸಾಮೂಹಿಕ ಮತ್ತು ಜೀವನ ಪ್ರೀತಿಯ ಮೌಲ್ಯಗಳನ್ನು ಪ್ರೋತ್ಸಾಹಿಸುವ ಧಾರ್ಮಿಕ ಪ್ರವಚನಗಳು ಹೆಚ್ಚು ನಡೆಯಬೇಕು ಎಂದು ಬಯಸುತ್ತಾರೆ. ತಮ್ಮ ಧರ್ಮಕ್ಕೆ ಸಂಬಂಧಪಟ್ಟ ಧಾರ್ಮಿಕ ಪ್ರವಚನಗಳಲ್ಲಿ ಸುಧಾರಣೆಯಾಗಬೇಕು ಎಂದು ಒತ್ತಾಯಿಸುವ ಇವರು, ಮನುಷ್ಯರ ಉನ್ನತಿ ಮತ್ತು ಸಮೃದ್ಧಿಯನ್ನು ಬಯಸುವ ಧರ್ಮ ಅಥವಾ ಆಧ್ಯಾತ್ಮದ ನಿಜವಾದ ಉದ್ದೇಶವನ್ನು ಸಾಕಾರಗೊಳಿಸುತ್ತಿದಾರೆ.

ಧಾರ್ಮಿಕ ಪ್ರವಚನಗಳ ಸುಧಾರಣೆಯಿಂದರೆ, ಧರ್ಮದ ಸುಧಾರಣೆ ಅಥವಾ ಬದಲಾವಣೆ ಮಾಡುವುದಲ್ಲ. ಬದಲಾಗಿ ಇದು ಧರ್ಮವನ್ನು ಕುರಿತು ನಾವು ಅರ್ಥ ಮಾಡಿಕೊಳ್ಳುವ ಮತ್ತು ವ್ಯಾಖ್ಯಾನ ಮಾಡುವ ವಿಧಾನದ ಸುಧಾರಣೆಯಾಗಿದೆ. ನೂರಾರು ವರ್ಷಗಳಿಂದ, ಅನೇಕ ಧರ್ಮಗಳಲ್ಲಿ ಸುಧಾರಕರು, ನಾವು ಧರ್ಮವನ್ನು ಸರಿಯಾದ ರೀತಿಯಲ್ಲಿ ಅರ್ಥ ಮಾಡಿಕೊಳ್ಳುವುದನ್ನು ತಿಳಿಸಿ ಹೇಳಿದ್ದಾರೆ. ಮುಸ್ಲಿಮರ ವಿಷಯದಲ್ಲಿ, ಇಂತಹ ಅನೇಕ ಸುಧಾರಕರನ್ನು ಉದಾಹರಣೆಯಾಗಿ ಕೊಡಬಹುದು. ಸುಪ್ರಸಿದ್ಧ ಕವಿ ಮತ್ತು ತತ್ವಜ್ಞಾನಿ ಮೊಹಮ್ಮದ್ ಇಕ್ಬಾಲ್ (1877–1938), ವಿರಚಿತ ಅತ್ಯಂತ ಜನಪ್ರಿಯಕೃತಿ "ಇಸ್ಲಾಮಿನ ಧಾರ್ಮಿಕ ಚಿಂತನೆಗಳ ಪುನರ್ನಿರ್ಮಾಣ", ಮುಸ್ಲಿಮರ ಧಾರ್ಮಿಕ ಚಿಂತನೆಯಲ್ಲಿ ಸುಧಾರಣೆಯನ್ನು ತರಲು ಪ್ರಯತ್ನಿಸಿತು. ಅತ್ಯಂತ ಜನಪ್ರಿಯವಾದ ಈ ಕೃತಿಯ ಶೀರ್ಷಿಕೆಯನ್ನು ನೋಡಿದಾಗ, ಧಾರ್ಮಿಕ ಪ್ರವಚನಗಳ ಸುಧಾರಣೆಗಾಗಿ ಇಕ್ಬಾಲ್ ಎಷ್ಟು ಪ್ರಾಮುಖ್ಯತೆ ನೀಡಿದ್ದರು ಎಂದು ಅರ್ಥವಾಗುತ್ತದೆ.

ಪ್ರಾಯಶ: ಎಲ್ಲಾ ಧರ್ಮಗಳಲ್ಲಿ, ಕೆಲವು ಗ್ರಂಥಗಳು ಮತ್ತು ಸಂದೇಶಗಳು ದೈವದತ್ತವಾಗಿದೆ ಎಂದು ನಂಬಿಕೆ ಇದೆ. ಆದರೆ ಇವುಗಳನ್ನು ಅರ್ಥ ಮಾಡಿಕೊಳ್ಳಲು, ವ್ಯಾಖ್ಯಾನ ಮಾಡಲು ಮತ್ತು ಧಾರ್ಮಿಕ ಪ್ರವಚನಗಳ ಮೂಲಕ ಪ್ರಚಾರ ಮಾಡಲು ಮಾಡುವ ಕೆಲಸ ಮಾತ್ರ ಮನುಷ್ಯ ಪ್ರಯತ್ನಗಳಾಗಿವೆ. ಆದರೆ ಸೀಮಿತ ತಿಳುವಳಿಕೆಯಿರುವ ಮತ್ತು ತಪ್ಪುಗಳನ್ನು ಮಾಡುವ ಮನುಷ್ಯನ ಪ್ರಯತ್ನಗಳಿಂದ, ಧರ್ಮವನ್ನು ಕುರಿತು ತಿಳುವಳಿಕೆ, ವ್ಯಾಖ್ಯಾನ ಮತ್ತುಧಾರ್ಮಿಕ ಪ್ರವಚನಗಳು ಕೂಡಾ ಸೀಮಿತ ಮತ್ತು ತಪ್ಪುಗಳಿಂದ ಕೂಡಿವೆ. ಹೀಗಾಗಿ, ಧರ್ಮವನ್ನು ಕುರಿತು ತಿಳುವಳಿಕೆ ಮತ್ತು ವ್ಯಾಖ್ಯಾನಗಳಲ್ಲಿ ಅಗತ್ಯವಿರುವ ಕಡೆಗಳಲ್ಲಿ ಮರುಚಿಂತನೆ, ಪುನರ್ಮನನ ಮತ್ತು ಸುಧಾರಣೆಯನ್ನು ಮಾಡಬೇಕಾಗಿದೆ. ಧರ್ಮದ ಮೂಲ ಉದ್ದೇಶವನ್ನುಎತ್ತಿ ಹಿಡಿಯುವಇಂತಹ ಸುಧಾರಣೆಗಳಿಂದ, ಧರ್ಮದಲ್ಲಿ ಹೇಳಿರುವಂತೆ ಸರಿಯಾದ ದಾರಿಯಲ್ಲಿ ಜನರು ಮುಂದುವರೆಯಲು ಸಾಧ್ಯವಾಗುತ್ತದೆ. ಧರ್ಮವನ್ನು ಕುರಿತು ಕೆಲವು ವ್ಯಾಖ್ಯಾನ ಅಥವಾ ಕೆಲವು ಧಾರ್ಮಿಕ ಪ್ರವಚನಗಳಲ್ಲಿ ಕೊರತೆಗಳಿದ್ದರೆ (ಉದಾಹರಣೆಗೆ, ಅವು ತುಂಬಾ ಸಂಕುಚಿತ, ಸೀಮಿತವಾದ ಮತ್ತು ಸಮಾಜದಲ್ಲಿ ಸಮಸ್ಯೆಗಳನ್ನು ಪರಿಹರಿಸುವ ಬದಲಾಗಿ ಸೃಷ್ಟಿ ಮಾಡುವಂತಿದ್ದರೆ), ಅಂತಹ ವ್ಯಾಖ್ಯಾನ ಮತ್ತು ಧಾರ್ಮಿಕ ಪ್ರವಚನಗಳಲ್ಲಿ ಸುಧಾರಣೆ ಮಾಡುವುದರಿಂದ ಧರ್ಮದ ನಿಜವಾದ ಉದ್ದೇಶವನ್ನು ಜನರು ಅರ್ಥ ಮಾಡಿಕೊಂಡು, ಅದನ್ನು ಪಾಲಿಸಲು ನೆರವಾಗುತ್ತದೆ. ಧರ್ಮದ ನಿಜವಾದ ಉದ್ದೇಶಗಳ ದೃಷ್ಟಿಯಿಂದ ನೋಡಿದಾಗ, ಧಾರ್ಮಿಕ ಪ್ರವಚನಗಳಲ್ಲಿ ಸುಧಾರಣೆ ಅತ್ಯಗತ್ಯವಾಗಿದೆ.

****

ಈಗ, ಜಗತ್ತಿನ ಅನೇಕ ಕಡೆ, ವ್ಯಾಪಕ ಹಿಂಸಾಚಾರವೂ ಸೇರಿದಂತೆ ದೊಡ್ಡ ಪ್ರಮಾಣದ ಹಾನಿಯನ್ನು ಧರ್ಮದ ಹೆಸರಿನಲ್ಲಿ ಮಾಡಲಾಗುತ್ತಿದೆ.ಅಪಾರ ಸಂಖ್ಯೆಯಲ್ಲಿ ಸಾವು ನೋವು ಸಂಭವಿಸುತ್ತಿವೆ. ಇದರಿಂದಾಗಿ ಮಾನವೀಯತೆ ಹಾಳಾಗುತ್ತಿದೆ. ದ್ವೇಷಪೂರಿತ ಮತ್ತು ಶ್ರೇಷ್ಠತೆಯನ್ನು ಪ್ರತಿಪಾದಿಸುವ ವ್ಯಾಖ್ಯಾನಗಳು ಮತ್ತುಧಾರ್ಮಿಕ ಪ್ರವಚನಗಳಿಂದಾಗಿ ಇಂತಹ ವಿಷಮ ಪರಿಸ್ಥಿತಿ ಉಂಟಾಗಿದೆ.

ಕೆಲವು ಕಡೆ, ಸಮುದಾಯಗಳ ನಡುವೆ ಬಹಿರಂಗವಾಗಿ ಹಿಂಸಾಚಾರ ನಡೆಯುತ್ತಿಲ್ಲವಾದರೂ, ಸಮುದಾಯ ಆಧಾರಿತ ತಾರತಮ್ಯ, ಸಮುದಾಯಗಳ ನಡುವೆ ಸಂಬಂಧ ಹದೆಗೆಟ್ಟಿರುವುದು, ವ್ಯಾಪಕವಾಗಿ ಹರಡುತ್ತಿರುವ ಕೋಮು ಧ್ರುವೀಕರಣ, ಸಮುದಾಯಗಳ ನಡುವೆ ಪೂರ್ವಗ್ರಹಪೀಡಿತ ಚಿಂತನೆಗಳು, ಸಂಶಯ ಮತ್ತು ದ್ವೇಷ ಹೆಚ್ಚಾಗುತ್ತಿದೆ. ಇಲ್ಲಿ ಕೂಡಾ, ಧರ್ಮದ ಹೆಸರಿನಲ್ಲಿ ತಪ್ಪಾಗಿ ನಡೆಯುವ ವ್ಯಾಖ್ಯಾನ ಮತ್ತು ಧಾರ್ಮಿಕ ಪ್ರವಚನಗಳಲ್ಲಿ ಬೇರೆ ಧರ್ಮದ ವಿರುದ್ಧ ದ್ವೇಷವನ್ನು ಪ್ರಚೋದಿಸುವುದು, ಇತ್ಯಾದಿ ಕಾರಣವಾಗಿವೆ.

ಸಮುದಾಯಗಳ ನಡುವೆ ಸಂಘರ್ಷವುಂಟಾಗಲು ಐತಿಹಾಸಿಕ ಘಟನೆಗಳಿಂದಾಗಿರುವ ನೋವು, ರಾಜಕಾರಣಿಗಳು ತಮ್ಮ ಸ್ವಾರ್ಥಕ್ಕಾಗಿ ಮಾಡುತ್ತಿರುವ ಕೆಲಸ, ಆರ್ಥಿಕವಾಗಿ ಬಹಳಷ್ಟು ಹಿಂದುಳಿದಿರುವುದು, ಮೊದಲಾದ ಕಾರಣಗಳಿವೆ. ಅದರೆ ಅನೇಕ ಸಂದರ್ಭದಲ್ಲಿ ಧರ್ಮ ಕುರಿತು ತಪ್ಪು ವ್ಯಾಖ್ಯಾನ, ಸಂಕುಚಿತ ಮನೋಭಾವ, ಬಹುತ್ವ ವಿರೋಧಿ, ಪ್ರತ್ಯೇಕತೆ ಮತ್ತು ಶ್ರೇಷ್ಠತೆಯನ್ನು ಪ್ರೋತ್ಸಾಹಿಸುವ ಕೆಲವು ಧಾರ್ಮಿಕ ಪ್ರವಚನಗಳು ಪ್ರಮುಖ ಕಾರಣಗಳಾಗಿವೆ. ಕೆಲವು ಸಂದರ್ಭದಲ್ಲಿ ಇಂತಹ ಧಾರ್ಮಿಕ ಪ್ರವಚನಗಳು ಸಮುದಾಯಗಳ ನಡುವೆ ಘರ್ಷಣೆಯನ್ನು ಮತ್ತಷ್ಟು ಹೆಚ್ಚು ಮಾಡಿದರೆ, ಕೆಲವು ಸಂದರ್ಭಗಳಲ್ಲಿ ಇಂತಹ ಧಾರ್ಮಿಕ ಪ್ರವಚನಗಳಿಂದಾಗಿ ಹೊಸ ವಿವಾದಗಳು ಮತ್ತು ಸಂಘರ್ಷಗಳು ಸೃಷ್ಟಿಯಾಗುತ್ತಿವೆ.

ಧರ್ಮಕುರಿತು ಕೆಲವು ತಪ್ಪು ವ್ಯಾಖ್ಯಾನಗಳು ಮತ್ತು ಧಾರ್ಮಿಕ ಪ್ರವಚನಗಳಿಂದ, ಸಮುದಾಯಗಳ ನಡುವೆ ಸಂಘರ್ಷ, ಹಿಂಸಾಚಾರವುಂಟಾಗುತ್ತಿರುವ ಹಿನ್ನೆಲೆಯಲ್ಲಿ ಧರ್ಮ ಕುರಿತು ಸರಿಯಾದ ವ್ಯಾಖ್ಯಾನ, ಬೇರೆ ಸಮುದಾಯದವರನ್ನು ಕುರಿತು ಸಹಿಷ್ಣುತೆ ಮತ್ತು ಬಹುತ್ವವನ್ನು ಸ್ವೀಕರಿಸಿ, ಗೌರವಿಸುವಂತಹ ಪರ್ಯಾಯ ಧಾರ್ಮಿಕ ಪ್ರವಚನಗಳನ್ನು ಪ್ರೋತ್ಸಾಹಿಸುವುದು ಅಗತ್ಯವಾಗಿದೆ. ದಲಾಯಿ ಲಾಮಾ ಮತ್ತು ಪೋಪ್ ಫ್ರಾನ್ಸಿಸ್‌ರವರು ಇಂತಹ ಕೆಲಸವನ್ನು ಮಾಡುತ್ತಿದ್ದಾರೆ. ಪ್ರತಿಯೊಂದು ಧರ್ಮದಲ್ಲಿ ಕೂಡಾ ಇಂತಹ ಕೆಲಸವನ್ನು ಮಾಡುವವರು ಹೆಚ್ಚಾಗಬೇಕು.

ವಿವಿಧ ಧರ್ಮದವರ ನಡುವೆ ಶಾಂತಿ ಮತ್ತು ಸೌಹಾರ್ದತೆಯನ್ನು ಬೆಳೆಸಲು ಧರ್ಮವನ್ನು ಹೇಗೆ ಬಳಸಿಕೊಳ್ಳಬೇಕು?ಎನ್ನುವುದು ಮನುಕುಲದ ಮುಂದಿರುವ ಪ್ರಮುಖ ಪ್ರಶ್ನೆಯಾಗಿದೆ. ಸ್ಥಳೀಯ ಮಟ್ಟದಲ್ಲಿ, ದೇಶ ಮತ್ತು ಅಂತರಾಷ್ಟ್ರೀಯ ಮಟ್ಟದಲ್ಲಿ ಎಲ್ಲಾ ಧರ್ಮಗಳ ಸಮುದಾಯದವರು ಶಾಂತಿ, ಸಮೃದ್ಧಿಯಿಂದ ಇರಲು ನೆರವಾಗಲು ಎಂತಹ ಧಾರ್ಮಿಕ ಪ್ರವಚನಗಳು ಬೇಕಾಗಿವೆ? ಇಡೀ ಮನುಕುಲದ ಶಾಂತಿ ಮತ್ತು ಸಮೃದ್ಧಿಗಾಗಿ ಈ ವಿಷಯ ಬಹಳ ಮುಖ್ಯವಾಗಿದೆ. ಇಡೀ ಜಗತ್ತು ಒಂದು ಹಳ್ಳಿ ಎನ್ನುವ ಇಂದಿನ ಕಾಲಘಟ್ಟದಲ್ಲಿ ವಿವಿಧ ಸಮುದಾಯದ ಜನರು ಒಂದಾಗಿ, ಶಾಂತಿ, ಸೌಹಾರ್ದತೆಯಿಂದ ಇರಲು, ಯಾವ ರೀತಿಯ ಆಧ್ಯಾತ್ಮಿಕ ಪ್ರಜ್ಞೆ ಬೇಕಾಗಿದೆ? ಜೀವನ, ಧರ್ಮ ಮತ್ತು ಆಧ್ಯಾತ್ಮ ಕುರಿತು ಜನರ ತಿಳುವಳಿಕೆ, ವಿವಿಧ ಸಮುದಾಯಗಳ ಅಸ್ಮಿತೆ ಮತ್ತು ವೈವಿಧ್ಯತೆಯನ್ನು ಗೌರವಿಸುತ್ತಲ್ಲೇ, ಎಲ್ಲರನ್ನೂ ಹೇಗೆ ಒಂದಾಗುವಂತೆ ಮಾಡಬಹುದು?

ವಿವಿಧ ಧರ್ಮಗಳನ್ನು ಕುರಿತು ಮುಕ್ತ ಮನಸ್ಸು, ವಿವಿಧ ಸಮುದಾಯದವರ ಜೊತೆಗೆ ಸದ್ಭಾವನೆ ಮತ್ತು ಕೋಮು ಸೌಹಾರ್ದತೆಯನ್ನು ಪ್ರೋತ್ಸಾಹಿಸುವ ಧಾರ್ಮಿಕ ಪ್ರವಚನಗಳನ್ನು ಪ್ರಚಾರ ಮಾಡಲು ಏನು ಮಾಡಬಹುದು ಎಂದು ಕೆಲವು ಸಲಹೆಗಳನ್ನು ನೀಡಲಾಗಿದೆ.

1) ವಿವಿಧ ಧರ್ಮಗಳನ್ನು ಕುರಿತು ಸಕಾರಾತ್ಮಕವಾದ ಅಭಿಪ್ರಾಯವನ್ನು ಪ್ರೋತ್ಸಾಹಿಸುವುದು.

2) ಧರ್ಮಕುರಿತು ಮೌಲ್ಯಾಧಾರಿತ ಚಿಂತನೆಯನ್ನು ಪ್ರೋತ್ಸಾಹಿಸುವುದು.

3) ಧರ್ಮಕುರಿತು ಶಾಂತಿಯಾಧಾರಿತ ಚಿಂತನೆಯನ್ನು ಪ್ರೋತ್ಸಾಹಿಸುವುದು.

4) ಆಧ್ಯಾತ್ಮಿಕವಾಗಿ ಉನ್ನತಿ ಹೊಂದುವುದು, ಏಕತೆಯನ್ನು ಗೌರವಿಸುವುದು.

5) ಸಾವಿನ ನಂತರದ ದಿನಗಳ ಕುರಿತ ಜಾಗೃತಿಯಿಂದ ಸದ್ಭಾವನೆಯನ್ನು ಪ್ರೋತ್ಸಾಹಿಸುವುದು.

ವಿವಿಧ ಧರ್ಮಗಳನ್ನು ಕುರಿತು ಸಕಾರಾತ್ಮಕವಾದ ಅಭಿಪ್ರಾಯವನ್ನು ಪ್ರೋತ್ಸಾಹಿಸುವುದು

ಸಮಾಜಶಾಸ್ತ್ರೀಯ ವಿದ್ಯಮಾನವಾಗಿ ಧರ್ಮವನ್ನು ಅನೇಕ ರೀತಿಯಾಗಿ ವಿವರಿಸಬಹುದು. ಉದಾಹರಣೆಗೆ, ದೈವಿಕ ಅಥವಾ ಅಲೌಕಿಕ ಶಕ್ತಿಯನ್ನು ಕುರಿತು ನಂಬಿಕೆಗಳು, ಆಚರಣೆಗಳು ಮತ್ತು ಸಂದೇಶಗಳನ್ನು ನೀಡುವುದು ಧರ್ಮವೆಂದು ವಿವರಿಸಬಹುದು. ಸಾಮಾನ್ಯವಾಗಿ ಹೆಚ್ಚು ಜನರು ಧರ್ಮ ಕುರಿತು ಹೀಗೆ ಅರ್ಥ ಮಾಡಿಕೊಳ್ಳುತ್ತಾರೆ.

ಧರ್ಮದಲ್ಲಿರುವ ನೈತಿಕತೆಯ ಸಂದೇಶಗಳನ್ನು ಗಮನಿಸಿದಾಗ, ಪ್ರಾಯಶಃ ಎಲ್ಲಾ ಧರ್ಮಗಳಲ್ಲಿ ಇಂತಹದೇ ಸಂದೇಶಗಳನ್ನು ನೀಡುತ್ತಿದ್ದಾರೆ ಎಂದು ಭಾವಿಸಬಹುದು. ಆದರೆ ಅಲೌಕಿಕ ಶಕ್ತಿಯನ್ನು ಕುರಿತು ಸಿದ್ಧಾಂತಗಳು, ಉಪದೇಶಗಳು ಮತ್ತು ನಂಬಿಕೆಗಳ ವಿಚಾರದಲ್ಲಿ ಹಾಗೂ ಧಾರ್ಮಿಕ ಆಚರಣೆಗಳು, ಪದ್ಧತಿಗಳು ಮತ್ತು ಸಂಪ್ರದಾಯಗಳ ವಿಷಯದಲ್ಲಿ ವಿವಿಧ ಧರ್ಮಗಳ ನಡುವೆ ವ್ಯತ್ಯಾಸವಿರುವುದನ್ನು ನೋಡಬಹುದು. ಅಲೌಕಿಕ ಶಕ್ತಿಯನ್ನು ಕುರಿತು ವಿವಿಧ ಧರ್ಮಗಳಲ್ಲಿ ನಂಬಿಕೆ ಹಾಗೂ ಧಾರ್ಮಿಕ ಆಚರಣೆಗಳು ಬೇರೆಯಾಗಿವೆ.

ವಿವಿಧ ಧರ್ಮಗಳ ನಡುವೆ ಇರುವ ಸಾಮ್ಯತೆಯು, ವಿವಿಧ ಧಾರ್ಮಿಕ ಸಮುದಾಯದವರು ಒಂದಾಗಿ ಸೇರಲು ನೆರವಾಗುತ್ತದೆ. ಅವರ ನಡುವಿನ ವ್ಯತ್ಯಾಸಗಳ ಹೊರತಾಗಿಯೂ, ಈ ಜನರನ್ನು ಒಂದು ಗೂಡಿಸಲು, ವಿವಿಧ ಧರ್ಮಗಳ ನಡುವಿನ ಸಾಮ್ಯತೆ ನೆರವಾಗುತ್ತದೆ. ಹೀಗಾಗಿ ಈ ಸಾಮ್ಯತೆಯನ್ನು ಗುರುತಿಸಬೇಕು ಮತ್ತು ಪ್ರಚಾರ ಮಾಡಬೇಕು. ಧರ್ಮದ ಹೆಸರಿನಲ್ಲಿ ನಡೆದಿರುವ ಹಿಂಸಾಚಾರವನ್ನು ಕೊನೆಗಾಣಿಸಿ, ಶಾಂತಿಯನ್ನು ಸ್ಥಾಪಿಸಲು ಇದು ಅಗತ್ಯವಾಗಿದೆ.

ಅದೇ ರೀತಿ ಕೆಲವು ವಿಷಯಗಳು, ಆಯಾ ಧರ್ಮಕ್ಕೆ ವಿಶೇಷವಾಗಿವೆ. ಪ್ರತಿಯೊಂದು ಧರ್ಮದಲ್ಲೂ ಇರುವ ಕೆಲವು ನಂಬಿಕೆಗಳು ಮತ್ತು ಆಚರಣೆಗಳು, ಆಯಾ ಧರ್ಮ ಮತ್ತು ಇತರೆ ಧರ್ಮಗಳನ್ನು ಪ್ರತ್ಯೇಕವಾಗಿ ಗುರುತಿಸಲು ನೆರವಾಗುತ್ತಿವೆ. ಧರ್ಮಗಳಲ್ಲಿ ಇರುವ ವೈವಿಧ್ಯತೆಯನ್ನು, ಧರ್ಮಗಳಲ್ಲಿರುವ ಆಚರಣೆಗಳು ಮತ್ತು ನಂಬಿಕೆಗಳಲ್ಲಿ ಕೂಡಾ ನೋಡಬಹುದು. ಸಕಾರಾತ್ಮಕವಾಗಿ ನೋಡಿದಾಗ ಈ ವೈವಿಧ್ಯತೆಯಿಂದಾಗಿ,

ವಿವಿಧ ಧರ್ಮಗಳಲ್ಲಿ ಇರುವ ಒಳ್ಳೆಯ ವಿಷಯಗಳನ್ನು ಕಲಿಯಲು ಮತ್ತು ತಮ್ಮ ಜೀವನದಲ್ಲಿ ಅಳವಡಿಸಿಕೊಳ್ಳಲು ಜನರಿಗೆ ನೆರವಾಗುತ್ತದೆ. ಧರ್ಮಗಳ ನಡುವಿನ ವೈವಿಧ್ಯತೆ ಅಥವಾ ವ್ಯತ್ಯಾಸಗಳನ್ನು ಈ ರೀತಿ ಸಕಾರಾತ್ಮಕವಾಗಿ ನೋಡಬೇಕಾಗಿದೆ.

ಆದರೆ ಇತಿಹಾಸವನ್ನು ನೋಡುವಾಗ, ಜಗತ್ತಿನ ಅನೇಕ ಕಡೆ, ವಿವಿಧ ಧರ್ಮಗಳಲ್ಲಿ ನಂಬಿಕೆ, ಆಚರಣೆ, ಸಂಪ್ರದಾಯಗಳಲ್ಲಿ ಇರುವ ವ್ಯತ್ಯಾಸವನ್ನು ದುರ್ಬಳಕೆ ಮಾಡಿಕೊಂಡು, ವಿವಿಧ ಧರ್ಮೀಯರ ನಡುವೆ ಸಂಘರ್ಷವುಂಟಾಗುವಂತೆ ಮಾಡಿರುವ ಹಲವು ಉದಾಹರಣೆಗಳು ಸಿಗುತ್ತವೆ. ಒಂದು ಧರ್ಮದವರ ಅಸ್ಮಿತೆಗಾಗಿ, ಒಂದು ಧರ್ಮದ ಅನುಯಾಯಿಗಳ ವಿರುದ್ಧ ಮತ್ತೊಂದು ಧರ್ಮದ ಅನುಯಾಯಿಗಳನ್ನು ಪ್ರಚೋದಿಸಿ ಎತ್ತಿಕಟ್ಟಲು ಈ ವ್ಯತ್ಯಾಸಗಳನ್ನು ಬಳಸಿಕೊಂಡಿರುವುದು ಸ್ಪಷ್ಟವಾಗಿದೆ. ಇದರಿಂದಾಗಿ ವಿವಿಧ ಧರ್ಮಗಳ ನಡುವೆ ಕಂದಕ ಸೃಷ್ಟಿಯಾಗಿದೆ. ಒಂದು ಧರ್ಮದ ಅನುಯಾಯಿಗಳನ್ನು "ಬೇರೆಯವರು" ಎಂದು ತಾರತಮ್ಯ ಮಾಡಿ, ಅವರ ವಿರುದ್ಧ ದ್ವೇಷ ಮತ್ತು ಹಿಂಸಾಚಾರವನ್ನು ಪ್ರಚೋದಿಸುವ ಕೆಲಸವನ್ನು ಬೇರೆ ಧರ್ಮಗಳಿಗೆ ಸೇರಿದ ಕೆಲವರು ಮಾಡಿರುವ ಹಲವು ಉದಾಹರಣೆಗಳು ದೊರೆಯುತ್ತವೆ. ಒಂದು ಧರ್ಮದವರ ವಿರುದ್ಧ ಅತ್ಯಂತ ಕೆಟ್ಟ ಭಾವನೆ ಉಂಟಾಗುವಂತೆ, ದ್ವೇಷ ಉಂಟಾಗುವಂತೆ ಅಪಪ್ರಚಾರವನ್ನು ನೂರಾರು ವರ್ಷಗಳಿಂದ ಮಾಡಲಾಗುತ್ತಿದೆ. ಇದನ್ನು ಬಳಸಿಕೊಂಡು ಆ ಧರ್ಮದವರ ವಿರುದ್ಧ ಹಿಂಸಾಚಾರ, ಯುದ್ಧವನ್ನು ನಡೆಸಿರುವ ಉದಾಹರಣೆಗಳಿವೆ.ಇತಿಹಾಸದ ಕರಾಳ ಘಟನೆಗಳ ಹಿನ್ನಲೆಯಲ್ಲಿ ವಿವಿಧ ಧರ್ಮಗಳಿರುವ ಸಮಾಜದಲ್ಲಿ ಶಾಂತಿ, ಸೌಹಾರ್ದತೆಯನ್ನು ಕಾಪಾಡಲು, ಧರ್ಮಗಳನ್ನು ಕುರಿತು ಪ್ರಗತಿಪರವಾಗಿ ಮತ್ತು ಸಕಾರಾತ್ಮಕವಾದ ಚಿಂತನೆಗಳು ಮತ್ತು ಧಾರ್ಮಿಕ ಪ್ರವಚನಗಳನ್ನು ಏರ್ಪಡಿಸುವುದು ಅಗತ್ಯವಾಗಿದೆ.

ಪ್ರತಿಯೊಂದು ಧರ್ಮವನ್ನು ಅನೇಕ ರೀತಿಯಲ್ಲಿ ವ್ಯಾಖ್ಯಾನ ಮಾಡುವುದು ಈ ಮೊದಲು ಕೂಡಾ ನಡೆದಿದೆ ಮತ್ತು ಈಗಲೂ ನಡೆಯುತ್ತಿದೆ. ಎಲ್ಲಾ ಧಾರ್ಮಿಕ ಆಚರಣೆಗಳಲ್ಲಿ ಕೂಡಾ ಅನೇಕ ರೀತಿಯ ವ್ಯಾಖ್ಯಾನ ನಡೆದಿರುವುದನ್ನು ನಾವು ಕಾಣಬಹುದು. ಅನೇಕ ಧರ್ಮಗಳಲ್ಲಿ ಒಂದಕ್ಕಿಂತ ಹೆಚ್ಚು ಧಾರ್ಮಿಕ ಗ್ರಂಥಗಳಿರುವುದರಿಂದ, ಈ ಗ್ರಂಥಗಳನ್ನು ಅನೇಕ ರೀತಿಯಲ್ಲಿ ವ್ಯಾಖ್ಯಾನ ಮಾಡುವುದು ಇಂದಿಗೂ ನಡೆದಿದೆ. ಹೀಗೆ, ಅನೇಕ ರೀತಿಯಲ್ಲಿ ವ್ಯಾಖ್ಯಾನ ಮಾಡುವಾಗ, "ಬೇರೆಯವರು" ಎಂದು ಗುರುತಿಸಲಾದ ಧರ್ಮವನ್ನು ಕುರಿತು ಅನೇಕ ರೀತಿಯ ವ್ಯಾಖ್ಯಾನ ಮತ್ತು ಪ್ರಚಾರ ನಡೆದಿದೆ. ಕೆಲವು ವ್ಯಾಖ್ಯಾನಗಳಲ್ಲಿ "ಬೇರೆಯವರು" ಕುರಿತು ಸಹಿಷ್ಣುತೆ ಮತ್ತು ಸೌಮ್ಯವಾದವಿದ್ದರೆ, ಕೆಲವು ವ್ಯಾಖ್ಯಾನಗಳಲ್ಲಿ ತದ್ವಿರುದ್ಧವಾದ ಅಭಿಪ್ರಾಯವನ್ನು ನೋಡಬಹುದು. "ಬೇರೆಯವರು" ಕುರಿತು ನಕಾರಾತ್ಮಕವಾದ ಅಭಿಪ್ರಾಯಗಳನ್ನು ಬಳಸಿಕೊಂಡು ಸುಲಭವಾಗಿ ಜನಸಾಮಾನ್ಯರನ್ನು ಪ್ರಚೋದಿಸಿ, "ಬೇರೆಯವರು" ವಿರುದ್ಧ ಹಿಂಸಾಚಾರ ನಡೆಸಲು ಸಾಧ್ಯವಿದೆ.

ಜಗತ್ತಿನಲ್ಲಿ ಇದುವರೆಗೂ ವಿವಿಧ ಧರ್ಮಗಳಿಗೆ ಸೇರಿದ ಸಂಘಟನೆಗಳ ನಡುವೆ ನಡೆದಿರುವ ಹಿಂಸಾಚಾರದ ಘಟನೆಗಳನ್ನು ಅಧ್ಯಯನ ಮಾಡಿದರೆ, "ಬೇರೆಯವರು" ಕುರಿತು ನಕಾರಾತ್ಮಕವಾದ, ಪ್ರಚೋದನಕಾರಿಯಾದ ಅಭಿಪ್ರಾಯಗಳನ್ನು ಧಾರ್ಮಿಕ ಪ್ರವಚನಗಳ ಮೂಲಕ ನೀಡಿರುವುದು, ಈ ಹಿಂಸಾಚಾರದ ಮೂಲ ಕಾರಣವಾಗಿರುವುದು ತಿಳಿಯುತ್ತದೆ. "ಬೇರೆಯವರು" ಎನ್ನುವ ನಕಾರಾತ್ಮಕ ಭಾವನೆ, ನೂರಾರು ವರ್ಷಗಳಿಂದ ಅವರ ಧರ್ಮ ಮತ್ತು ಸಂಪ್ರದಾಯಗಳನ್ನು ಕುರಿತು ಬೇರೆ ಧರ್ಮದವರು ತಪ್ಪಾಗಿ ಅರ್ಥ ಮಾಡಿಕೊಂಡಿರುವುದು ಒಂದು ಕಾರಣವಾಗಿದೆ. ಕೆಲವು ಧಾರ್ಮಿಕ ಮುಖಂಡರು "ಬೇರೆಯವರು" ಕುರಿತು ಸೃಷ್ಟಿಸುವ ನಕಾರಾತ್ಮಕ ಮತ್ತು ಪ್ರಚೋದನಕಾರಿ ಭಾವನೆಗಳು ಮತ್ತೊಂದು ಕಾರಣವಾಗಿದೆ. ವಿವಿಧ ಧರ್ಮದವರ ನಡುವೆ ಸಂಘರ್ಷ, ಹಿಂಸಾಚಾರ ನಡೆಯಬೇಕು ಎನ್ನುವ ಉದ್ದೇಶವನ್ನು ಹೊಂದಿರುವರು ಕೂಡಾ, "ಬೇರೆಯವರು" ವಿರುದ್ಧ ವ್ಯವಸ್ಥಿತವಾದ ಅಪಪ್ರಚಾರವನ್ನು ಮತ್ತು ಹಿಂಸಾಚಾರ ನಡೆಸಲು ಪ್ರಚೋದನೆ ನೀಡುವ ಕೆಲಸವನ್ನು ಮಾಡುತ್ತಿದ್ದಾರೆ.

"ಬೇರೆಯವರು" ಕುರಿತು ನಕಾರಾತ್ಮಕ ಭಾವನೆಗಳು, ವಿವಿಧ ಧರ್ಮದವರ ನಡುವೆ ಸಂಘರ್ಷಕ್ಕೆ ಕಾರಣವಾಗುತ್ತಿದ್ದು, ಸಮಾಜದಲ್ಲಿ ಶಾಂತಿ ಸ್ಥಾಪನೆಗೆ ಅಡ್ಡಿಯಾಗಿವೆ. ಕೋಮುವಾದಿಗಳು ಮತ್ತು ತಮ್ಮ ಧರ್ಮವೇ ಶ್ರೇಷ್ಠವೆನ್ನುವ ಮನಸ್ಥಿತಿಯುಳ್ಳವರು "ಬೇರೆಯವರು" ಎನ್ನುವ ಕಲ್ಪನೆಯನ್ನು ಬಳಸಿಕೊಂಡು, ವಿವಿಧ ಧರ್ಮದವರ ನಡುವೆ ವ್ಯಾಪಕ ಹಿಂಸಾಚಾರ, ಸಾವು, ನೋವು ಮತ್ತು ಆಸ್ತಿಪಾಸ್ತಿಯ ನಷ್ಟಕ್ಕೆ ಕಾರಣವಾಗಿದ್ದಾರೆ. ಇಂತಹ ಘಟನೆಗಳು ಇಂದಿಗೂ ಜಗತ್ತಿನ ಅನೇಕ ಕಡೆಗಳಲ್ಲಿ ನಡೆಯುತ್ತಿವೆ.

ಧರ್ಮಗಳ ನಡುವೆ ಇರುವ ವ್ಯತ್ಯಾಸಗಳನ್ನು ಕುರಿತು ನಾವು ಬಹಳ ಎಚ್ಚರಿಕೆ ಮತ್ತು ಸೂಕ್ಷ್ಮತೆಯಿಂದ ವರ್ತಿಸಬೇಕಾಗಿದೆ. ಬೇರೆ ಧರ್ಮವನ್ನು ಕುರಿತು ಸರಿಯಾಗಿ ತಿಳಿದು ಕೊಳ್ಳುವುದರ ಮೂಲಕ, ಎರಡೂ ಧರ್ಮದವರ ನಡುವೆ ಸದ್ಭಾವನೆಯನ್ನು ಬೆಳೆಸುವುದು ಒಂದು ವಿಧಾನವಾಗಿದೆ. ನಮ್ಮ ಧಾರ್ಮಿಕ ಸಂಪ್ರದಾಯಗಳು, ಆಚರಣೆಗಳಿಗಿಂತ, ನಾವು ಎಷ್ಟರ ಮಟ್ಟಿಗೆ ಧರ್ಮದಲ್ಲಿ ಹೇಳಿರುವಂತೆ ನಮ್ಮ ಮಾತು ಮತ್ತು ವರ್ತನೆಯಲ್ಲಿ ನೈತಿಕತೆಯನ್ನು ಹೊಂದಿದ್ದೇವೆ ಎನ್ನುವುದು ಮುಖ್ಯವೆಂದು ಜನಸಾಮಾನ್ಯರು ಕೂಡಾ ಅರ್ಥ ಮಾಡಿಕೊಳ್ಳಬೇಕು.ನಾವು ಒಳ್ಳೆಯ ಗುಣಗಳು, ವರ್ತನೆ ಮತ್ತು ಚಾರಿತ್ರ್ಯವನ್ನು ಹೊಂದಲು, ಧಾರ್ಮಿಕ ಸಂಪ್ರದಾಯಗಳು ಮತ್ತು ಆಚರಣೆಗಳು ನೆರವಾಗುತ್ತವೆ ಎನ್ನುವುದನ್ನು ಮರೆಯಬಾರದು. ಹೀಗಾಗಿ, ಯಾವ ಧರ್ಮಕ್ಕೆ ಸೇರಿದವರು, ಯಾವ ಸಂಪ್ರದಾಯ ಮತ್ತು ಆಚರಣೆಗಳನ್ನು ಪಾಲಿಸುತ್ತೇವೆ ಎನ್ನುವುದಕ್ಕಿಂತ, ನಾವು ಎಷ್ಟು ಒಳ್ಳೆಯ ಗುಣಗಳು, ವರ್ತನೆ ಮತ್ತು ಚಾರಿತ್ರ್ಯವನ್ನು ಹೊಂದಿದ್ದೇವೆ ಎನ್ನುವುದು ಮುಖ್ಯವಾಗುತ್ತದೆ. ಜನಸಾಮಾನ್ಯರಲ್ಲಿ ಈ ಅರಿವು ಮೂಡಿಸಿದಾಗ, ಬೇರೆ ಧರ್ಮದವರನ್ನು ಕುರಿತು ಪ್ರತ್ಯೇಕತೆಯ ದೃಷ್ಟಿಯಿಂದ, ನಕಾರಾತ್ಮಕ ದೃಷ್ಟಿಯಿಂದ ನೋಡುವುದು ಮತ್ತು ವರ್ತಿಸುವುದು ನಿಲ್ಲುತ್ತದೆ. ಜಗತ್ತಿನಲ್ಲಿ

ಇರುವ ಎಲ್ಲಾ ಮನುಷ್ಯರು ಒಂದೇ ಎನ್ನುವ ಭಾವನೆ ಮೂಡುತ್ತದೆ ಮತ್ತು ಪ್ರಾಣಿ, ಪಕ್ಷಿ ಮೊದಲಾದ ಜೀವಿಗಳಿಗೂ ಈ ಜಗತ್ತಿನಲ್ಲಿ ಸ್ಥಾನವಿದೆ ಎಂದು ಗೌರವ ಮೂಡುತ್ತದೆ.

ಒಬ್ಬ ವ್ಯಕ್ತಿಯ ಸುಧಾರಣೆ, ಧರ್ಮದ ಮೂಲ ಉದ್ದೇಶವಾಗಿರಬೇಕು. ವಿವಿಧ ಧರ್ಮಗಳ ನಡುವೆ ಇರುವ ವ್ಯತ್ಯಾಸಗಳನ್ನು ಬದಿಗಿಟ್ಟು, ಎಲ್ಲಾ ಧರ್ಮಗಳು ಕೂಡಾ ವ್ಯಕ್ತಿಯ ಸುಧಾರಣೆಯ ಮೂಲ ಉದ್ದೇಶವನ್ನು ಹೊಂದಿರುವುದನ್ನು ಜನ ಸಾಮಾನ್ಯರು ಅರ್ಥ ಮಾಡಿಕೊಳ್ಳಬೇಕು.

****

ವಿವಿಧ ಧರ್ಮದವರ ನಡುವೆ ಸದ್ಭಾವನೆಯನ್ನು ಮೂಡಿಸಲು ಅಗತ್ಯವಾದ ಧಾರ್ಮಿಕ ಪ್ರವಚನಗಳನ್ನು ಪ್ರೋತ್ಸಾಹಿಸುವುದು ಮತ್ತು ಇದರಿಂದ ಜಗತ್ತಿನಲ್ಲಿ ಶಾಂತಿ, ನೆಮ್ಮದಿ ಮತ್ತು ಕೋಮು ಸೌಹಾರ್ದತೆ ನೆಲಸುವಂತೆ ಮಾಡುವುದನ್ನು ಕುರಿತು ಈ ಅಧ್ಯಾಯದಲ್ಲಿ ಇದುವರೆಗೂ ಚರ್ಚಿಸಲಾಗಿದೆ. ಅನೇಕ ಸಲ ಧರ್ಮ ಮತ್ತು ಧಾರ್ಮಿಕ ಅಥವಾ ಸಮುದಾಯದ ಅಸ್ಮಿತೆಯ ಹೆಸರಿನಲ್ಲಿ ಜಗತ್ತಿನಲ್ಲಿ ಅನೇಕ ಕಡೆ ಮುಸ್ಲಿಮರು ಮತ್ತು ಬೇರೆ ಧರ್ಮದವರು, ಕೆಲವೊಮ್ಮೆ ಮುಸ್ಲಿಮರು ಮತ್ತು ಮುಸ್ಲಿಮರ ನಡುವೆ ಸಂಘರ್ಷ ಮತ್ತು ಯುದ್ಧಗಳು ನಡೆದಿವೆ. ಈ ಹಿನ್ನೆಲೆಯಲ್ಲಿ ಈ ಧಾರ್ಮಿಕ ಪ್ರವಚನಗಳನ್ನು ಕುರಿತು ಇದುವರೆಗೂ ಈ ಅಧ್ಯಾಯದಲ್ಲಿ ಚರ್ಚೆ ಮಾಡಿರುವುದು ಭಾರತದ ಮುಸ್ಲಿಮರಿಗೆ ಮುಖ್ಯವಾಗುತ್ತದೆ.

ಬೇರೆ ಧಾರ್ಮಿಕ ಸಂಪ್ರದಾಯಗಳಂತೆ, ಇಸ್ಲಾಮಿಕ ಧಾರ್ಮಿಕ ಸಂಪ್ರದಾಯಗಳನ್ನು ಕುರಿತು ಅನೇಕ ರೀತಿಯಲ್ಲಿ ವ್ಯಾಖ್ಯಾನ ಮಾಡಲಾಗುತ್ತಿದೆ. ಎಲ್ಲಾ ಮುಸ್ಲಿಮರು, ಕುರ್‌ಆನ್ ಧರ್ಮ ಗ್ರಂಥವೆಂದು ಗೌರವಿಸಿದರೂ ಕೂಡಾ, ಮುಸ್ಲಿಮರಲ್ಲಿ ಎಷ್ಟೊಂದು ಪಂಥಗಳಿವೆ ಮತ್ತು ಪ್ರತಿಯೊಂದು ಪಂಥದವರು ಕೂಡಾ ತಾವು ಇಸ್ಲಾಮ್ ಕುರಿತು ಸರಿಯಾದ ವ್ಯಾಖ್ಯಾನವನ್ನು ಪಾಲಿಸುತ್ತಿದ್ದೇವೆ ಎಂದು ಹೇಳಿಕೊಳ್ಳುತ್ತಿದ್ದಾರೆ ಎನ್ನುವುದು ಅರ್ಥವಾಗುತ್ತದೆ. ಮುಸ್ಲಿಮರ ಧಾರ್ಮಿಕ ಸಂಪ್ರದಾಯಗಳ ವಿಶಾಲವಾದ ವ್ಯಾಪ್ತಿಯಲ್ಲಿ, ಧಾರ್ಮಿಕ ಗ್ರಂಥಗಳು ಮತ್ತು ಉಪದೇಶಗಳನ್ನು ಕುರಿತು ವಿವಿಧ ರೀತಿಯ ವ್ಯಾಖ್ಯಾನಗಳು ನಡೆಯುತ್ತಿವೆ ಎಂದು ನಾವು ನೋಡಬಹುದು.

ಇತಿಹಾಸವನ್ನು ನೋಡಿದಾಗ, ಮುಸ್ಲಿಮರ ಧಾರ್ಮಿಕ ಸಂಪ್ರದಾಯಗಳ ವಿಶಾಲ ವ್ಯಾಪ್ತಿಯಲ್ಲಿ ಧಾರ್ಮಿಕ ಗ್ರಂಥಗಳು ಮತ್ತು ಉಪದೇಶಗಳನ್ನು ಕುರಿತು ನಡೆದಿರುವ ವಿವಿಧ ವ್ಯಾಖ್ಯಾನಗಳಂತೆ, ಬೇರೆ ಧರ್ಮದವರನ್ನು ಕುರಿತು ಅನೇಕ ರೀತಿಯಾಗಿ ಮುಸ್ಲಿಮರು ಅರ್ಥ ಮಾಡಿಕೊಂಡಿರುವುದನ್ನು ಗಮನಿಸಬಹುದು. ಬೇರೆ ಧರ್ಮದವರನ್ನು

ಕುರಿತು ಸಕಾರಾತ್ಮಕವಾದ ಚಿಂತನೆಗಳನ್ನು ಮುಸ್ಲಿಮರು ಪ್ರೋತ್ಸಾಹಿಸುವುದರ ಮೂಲಕ, ಬೇರೆ ಧರ್ಮಗಳಲ್ಲಿರುವ ಒಳ್ಳೆಯ ವಿಷಯಗಳನ್ನು ಕುರಿತು ನಮ್ಮಲ್ಲಿ ಗೌರವ ಹೆಚ್ಚಾಗುತ್ತದೆ. ಭಾರತೀಯ ಮುಸ್ಲಿಮರು, ಒಂದು ಉದಾಹರಣೆಯಾಗಿ, ಎಲ್ಲಾ ಮನುಷ್ಯರು ಒಂದೇ ಎಂದು ಆಳವಾದ ಜ್ಞಾನವನ್ನು ಹೊಂದಿದ್ದು, ನೈಜ್ಯವಾದ ಇಸ್ಲಾಮಿಕ್ ಆಧ್ಯಾತ್ಮವನ್ನು ಪಾಲಿಸುತ್ತಿದ್ದ ಮತ್ತು ಈಗಲೂ ಪಾಲಿಸುತ್ತಿರುವ ಅನೇಕ ಸೂಫಿಗಳ ಜೀವನ ಮತ್ತು ಸಾಹಿತ್ಯವನ್ನು ನೋಡಬಹುದಾಗಿದೆ. ವಿವಿಧ ಧರ್ಮದವರ ನಡುವೆ ಸಂವಾದ, ಕೋಮು ಸೌಹಾರ್ದತೆ ಮತ್ತು ಬೇರೆ ಧರ್ಮದವರನ್ನು ಕುರಿತು ಮುಸ್ಲಿಮರಲ್ಲಿ ಸಕಾರಾತ್ಮಕ ಭಾವನೆಗಳನ್ನು ಬೆಳೆಸುತ್ತಿರುವ ಅನೇಕ ಸಮಕಾಲೀನ ಬುದ್ಧಿಜೀವಿಗಳ ಕೆಲಸವನ್ನು ಕೂಡಾ ಭಾರತೀಯ ಮುಸ್ಲಿಮರು ನೋಡಿ ಕಲಿಯಬಹುದಾಗಿದೆ.

ಅನೇಕ ಧರ್ಮದವರು ಇರುವ ಬಹುತ್ವದ ಸಮಾಜದಲ್ಲಿ, ಬೇರೆ ಧರ್ಮದವರೊಡನೆ ಸೌಹಾರ್ದತೆಯಿಂದ ಬಾಳುವ ಅಗತ್ಯವನ್ನು ಮುಸ್ಲಿಮರು ಅರ್ಥ ಮಾಡಿಕೊಳ್ಳಬೇಕು. ಬೇರೆ ಧರ್ಮದವರು ಮತ್ತು ಸಮುದಾಯದವರ ವಿರುದ್ಧ ದ್ವೇಷ ಮತ್ತು ಪ್ರಚೋದನೆಯನ್ನು ಪ್ರೋತ್ಸಾಹಿಸುವ ರೀತಿಯಲ್ಲಿ ಕೆಲವು ಮುಸ್ಲಿಮ್ ಸಂಘಟನೆಗಳು ಧಾರ್ಮಿಕ ಉಪದೇಶಗಳನ್ನು ತಿರುಚಿ ಬಳಸಿಕೊಳ್ಳುತ್ತಿರುವುದನ್ನು ಇಸ್ಲಾಮ್ ವಿರೋಧಿ ಎಂದು ಮುಸ್ಲಿಮರು ಖಂಡಿಸಬೇಕು. ಜಗತ್ತಿನ ಅನೇಕ ಕಡೆ, ಇಸ್ಲಾಮ್ ಹೆಸರಿನಲ್ಲಿ ಭಯೋತ್ಪಾದನೆ ಮತ್ತು ವ್ಯಾಪಕ ಹಿಂಸಾಚಾರವನ್ನು ಬೇರೆ ಧರ್ಮದವರು ಮಾತ್ರವಲ್ಲ, ತಾವು ಹೇಳುವ ಇಸ್ಲಾಮ್ ವ್ಯಾಖ್ಯಾನವನ್ನು ಒಪ್ಪದಿರುವ ಮುಸ್ಲಿಮರ ಮೇಲೂ ನಡೆಸುತ್ತಿರುವ ಉಗ್ರವಾದಿ ಮುಸ್ಲಿಮ್ ಸಂಘಟನೆಗಳಿವೆ. ಈ ಸಂಘಟನೆಗಳಲ್ಲಿ ನಡೆಯುವ ಧಾರ್ಮಿಕ ಪ್ರವಚನಗಳು ಹಿಂಸೆ, ಆಕ್ರೋಶ ಮತ್ತು ಪ್ರತ್ಯೇಕತೆಯನ್ನು ವೈಭವೀಕರಿಸುತ್ತವೆ ಮತ್ತು ಪ್ರೋತ್ಸಾಹಿಸುತ್ತವೆ. ಇಸ್ಲಾಮ್ ಕುರಿತು ತಪ್ಪಾದ ಮತ್ತು ತಿರುಚಲಾದ ವ್ಯಾಖ್ಯಾನಗಳನ್ನು ಇಂತಹ ಸಂಘಟನೆಗಳು ಪ್ರತಿಪಾದಿಸುತ್ತಿರುವುದು, ಜಗತ್ತಿನ ಅನೇಕ ಕಡೆ, ಮುಸ್ಲಿಮರು ಮತ್ತು ಬೇರೆ ಧರ್ಮದವರ ನಡುವೆ ಸಂಬಂಧ ಹಾಳಾಗಲು ಹಾಗೂ ಇಸ್ಲಾಮ್ ವಿರೋಧಿ ಭಾವನೆಗಳು ವ್ಯಾಪಕವಾಗಿ ಹರಡಲು ಪ್ರಮುಖ ಕಾರಣವಾಗಿದೆ.ಬೇರೆಯವರು ನಮ್ಮ ಧರ್ಮವನ್ನು ಕುರಿತು ಗೌರವಿಸಬೇಕು ಎನ್ನುವ ಆಸೆ ಇರುವ, ಧರ್ಮವನ್ನು ಸರಿಯಾಗಿ ಪಾಲಿಸುತ್ತಿರುವ ಮುಸ್ಲಿಮರು, ಉಗ್ರವಾದಿ ಮುಸ್ಲಿಮ್ ಸಂಘಟನೆಗಳು ಧರ್ಮದ ದುರ್ಬಳಕೆ ಮಾಡಿಕೊಳ್ಳುತ್ತಿರುವುದನ್ನು ನೋಡಿ ಬಹಳ ನೊಂದಿದ್ದಾರೆ. ಇಂತಹ ಸಂಘಟನೆಗಳು ಮತ್ತು ಅವರು ಪ್ರಚಾರ ಮಾಡುತ್ತಿರುವ ವ್ಯಾಖ್ಯಾನಗಳು ಮತ್ತು ಉಪದೇಶಗಳನ್ನು ಇಸ್ಲಾಮ್ ವಿರೋಧಿ ಎಂದು ಮುಸ್ಲಿಮರು ಖಂಡಿಸಬೇಕು. ಇಂತಹ ಉಗ್ರವಾದಿ ಸಂಘಟನೆಗಳನ್ನು ವಿರೋಧಿಸಲು ಮುಸ್ಲಿಮರು, ತಮಗೆ ಸಿಗುವ ಪ್ರತಿಯೊಂದುಅವಕಾಶವನ್ನು ಬಳಸಿಕೊಳ್ಳಬೇಕು. ದ್ವೇಷ, ಹಿಂಸೆ, ಪ್ರತ್ಯೇಕತೆ, ಶ್ರೇಷ್ಠತೆಯನ್ನು ಪ್ರತಿಪಾದಿಸುವ ಮತ್ತು ಬೇರೆ ಧರ್ಮದವರ ವಿರುದ್ಧ

ಹಿಂಸೆಯನ್ನು ಪ್ರಚೋದಿಸುವ ಧಾರ್ಮಿಕ ಪ್ರವಚನಗಳು, ಇಸ್ಲಾಮ್ ವಿರುದ್ಧವಾಗಿವೆ ಎಂದು ಮುಸ್ಲಿಮರು ಅರ್ಥ ಮಾಡಿಕೊಳ್ಳಬೇಕು.

ಭಾರತದಲ್ಲಿ ಮಾತ್ರವಲ್ಲ, ಜಗತ್ತಿನ ವಿವಿಧ ದೇಶಗಳಲ್ಲಿರುವ ಮುಸ್ಲಿಮರಿಗೆ, ಬೇರೆ ಧರ್ಮದವರ ಜೊತೆಯಲ್ಲಿ ಸದ್ಭಾವನೆ ಮತ್ತು ಸೌಹಾರ್ದತೆಯಿಂದ ಇರುವುದನ್ನು ಬಿಟ್ಟು ಬೇರೆ ದಾರಿಯಿಲ್ಲ. ಇಸ್ಲಾಮಿನಲ್ಲಿ ಹೇಳಿರುವಂತೆ ಎಲ್ಲಾ ಜನರಿಗೆ ಒಳ್ಳೆಯದನ್ನು ಮಾಡುವುದು ಹಾಗೂ ಎಲ್ಲಾ ಧರ್ಮದವರ ಜೊತೆಯಲ್ಲಿ ಒಳ್ಳೆಯ ಸಂಬಂಧ ಹೊಂದುವುದನ್ನು, ಮುಸ್ಲಿಮರು ತಮ್ಮದೈನಂದಿನ ಜೀವನದಲ್ಲಿ ಅಳವಡಿಸಿಕೊಳ್ಳಬೇಕು. ಇಸ್ಲಾಮ್ ಕುರಿತು ಇಂತಹ ಪ್ರಗತಿ ಪರಧಾರ್ಮಿಕ ಪ್ರವಚನಗಳನ್ನು ಪ್ರೋತ್ಸಾಹಿಸುವುದು ಮುಸ್ಲಿಮರಿಗೆ ಅಗತ್ಯವಿದೆ.

ಒಬ್ಬ ದೇವರು ಸೃಷ್ಟಿಸಿರುವ ಮನುಷ್ಯರು ನಾವು. ಹೀಗಾಗಿ ಬೇರೆಯವರಲ್ಲಿ ಇರುವ ಒಳ್ಳೆಯದನ್ನು ಮುಸ್ಲಿಮರು ಗೌರವಿಸಬೇಕು. ಧರ್ಮ ಯಾವುದೇ ಆಗಿರಲಿ, ಕಷ್ಟದಲ್ಲಿರುವ ಜನರಿಗೆ ಮುಸ್ಲಿಮರು ನೆರವಾಗಬೇಕು. ಮಾನವತೆಗೆ ಸೇವೆ ಸಲ್ಲಿಸುವ ಈ ಕರ್ತವ್ಯವನ್ನು ಪಾಲಿಸದಿರುವ ಮುಸ್ಲಿಮರು, ಮುಂದೆ ದೇವರಿಗೆ ಉತ್ತರ ಹೇಳಬೇಕಾಗುತ್ತದೆ. ಬೇರೆಯವರಿಗೆ ಒಳ್ಳೆಯದನ್ನು ಮಾಡಲು, ಅವರ ಧರ್ಮ ಅಡ್ಡಿಯಾಗಬಾರದು. ಧರ್ಮವೆಂದರೆ ಕೇವಲ ಸಂಪ್ರದಾಯಗಳು, ಆಚರಣೆಗಳು ಅಲ್ಲ. ಇಂತಹ ಸಂಪ್ರದಾಯಗಳು, ಆಚರಣೆಗಳ ಮೂಲಕ ವ್ಯಕ್ತಿಯಲ್ಲಿ ಒಳ್ಳೆಯ ಗುಣಗಳು, ವರ್ತನೆ ಮತ್ತು ಚಾರಿತ್ರ್ಯವನ್ನು ಬೆಳೆಸುವುದು ಧರ್ಮದ ಉದ್ದೇಶವಾಗಿದೆ. ಉಪವಾಸ ಮಾಡುವುದು ಮತ್ತು ಪ್ರಾರ್ಥನೆ ಮಾಡುವುದು ಮಾತ್ರಧರ್ಮವಲ್ಲ. ಯಾವುದೇ ಧರ್ಮದವರಾಗಿರಲಿ, ಬಡವರಿಗೆ ಮತ್ತು ಕಷ್ಟದಲ್ಲಿರುವವರಿಗೆ ನೆರವಾಗುವುದು ಕೂಡಾ ಧರ್ಮದ ಭಾಗವಾಗಿದೆ. ಯಾವುದೇ ಸಮುದಾಯ ಅಥವಾ ಧರ್ಮಕ್ಕೆ ಸೇರಿರಬಹುದು, ಆದರೆ ನೆರೆಹೊರೆಯವರ ಜೊತೆ ಒಳ್ಳೆಯ ಸಂಬಂಧ ಹೊಂದಿರುವುದು ಕೂಡಾ ಧರ್ಮದ ಭಾಗವಾಗಿದೆ. ಹೀಗೆ ಧರ್ಮದ ಸರಿಯಾದ ವ್ಯಾಖ್ಯಾನವನ್ನು ಎಲ್ಲಾ ಮುಸ್ಲಿಮರು ಅರ್ಥ ಮಾಡಿಕೊಳ್ಳಬೇಕಾಗಿದೆ.

ಯಾವುದೇ ಧರ್ಮದವರಾಗಿರಲಿ, ಪ್ರತಿಯೊಬ್ಬ ವ್ಯಕ್ತಿಯಲ್ಲಿ ಒಳ್ಳೆಯತನ ಮತ್ತು ಸಕಾರಾತ್ಮಕ ಚಿಂತನೆಗಳು ಇರುತ್ತವೆ. ಹೀಗಾಗಿ ಬೇರೆ ಧರ್ಮ ಹಾಗೂ ಧರ್ಮದವರಲ್ಲಿರುವ ಸಕಾರಾತ್ಮಕ ಚಿಂತನೆಗಳು ಮತ್ತು ಒಳ್ಳೆಯತನವನ್ನು ಮುಸ್ಲಿಮರು ಗುರುತಿಸಿ, ಗೌರವಿಸಬೇಕು. ಇದರಿಂದ ಜಗತ್ತಿನಾದ್ಯಂತ ಇರುವ ಮುಸ್ಲಿಮರು ಮತ್ತು ಬೇರೆಧರ್ಮದವರ ನಡುವಿನ ಸಂಬಂಧ ಬಹಳಷ್ಟು ಉತ್ತಮವಾಗುತ್ತದೆ. ಮುಸ್ಲಿಮರಂತೆ, ಬೇರೆ ಧರ್ಮದವರು ಕೂಡಾ ಮುಸ್ಲಿಮರನ್ನು ಗೌರವಿಸುತ್ತಾರೆ. ವಿವಿಧ ಧರ್ಮಗಳು, ಸಂಪ್ರದಾಯ ಮತ್ತು ಆಚರಣೆಗಳಲ್ಲಿರುವ ಸಾಮ್ಯತೆಯನ್ನು ಅರ್ಥ ಮಾಡಿಕೊಂಡು, ಗೌರವಿಸಲು ಪ್ರಾರಂಭಿಸಿದರೆ, ಜಗತ್ತಿನಲ್ಲಿ ಶಾಂತಿ, ಸೌಹಾರ್ದತೆಯನ್ನು ಸ್ಥಾಪಿಸಲು ದೊಡ್ಡ ಕೊಡುಗೆಯನ್ನು ನೀಡಿದಂತಾಗುತ್ತದೆ.

ಶಾಂತಿ, ಕರುಣೆ, ಬೇರೆ ಧರ್ಮದವರನ್ನು ಕುರಿತು ಗೌರವ, ಕೋಮು ಸೌಹಾರ್ದತೆಯನ್ನು ಪ್ರೋತ್ಸಾಹಿಸುವ ಇಸ್ಲಾಮಿನ ಉಪದೇಶಗಳನ್ನು ಮುಸ್ಲಿಮರು ಪ್ರಚಾರ ಮಾಡಬೇಕು. ಯಾವುದೇ ಧರ್ಮಕ್ಕೆ ಸೇರಿರುವ ವ್ಯಕ್ತಿಯಾಗಿರಲಿ, ಅವನು ದಾರಿಯಲ್ಲಿ ಭೇಟಿಯಾಗಿರಲಿ, ನೆರೆಹೊರೆಯಲ್ಲಿರುವ ವ್ಯಕ್ತಿಯಾಗಿರಲಿ, ಸಹೋದ್ಯೋಗಿಯಾಗಿರಲಿ, ಅವರ ಜೊತೆ ಪ್ರೀತಿ, ಸೌಜನ್ಯದಿಂದ ವರ್ತಿಸುವ ಮೂಲಕ ಮುಸ್ಲಿಮರು ಅವರ ಸದ್ಭಾವನೆಯನ್ನು ಗಳಿಸಬೇಕು. ಕೇವಲ ಮಾತಿನಲ್ಲಿ ಅಲ್ಲ, ಪ್ರತಿಯೊಬ್ಬ ಮುಸ್ಲಿಮನು ತನ್ನ ಯೋಚನೆ ಮತ್ತು ವರ್ತನೆಯ ಮೂಲಕ ಶಾಂತಿ ಮತ್ತು ಸದ್ಭಾವನೆಯ ದೂತನಾಗಿ ಬೇರೆ ಧರ್ಮದವರಿಗೆ ನೆರವಾಗಬೇಕು. ಮುಸ್ಲಿಮರು ಹೀಗೆ ಮಾಡಲು ಸಾಧ್ಯವಾದರೆ, ಸಮಾಜದಲ್ಲಿ ಉತ್ತಮ ವ್ಯಕ್ತಿಯಾಗಿ ಬೆಳೆಯಲು, ಗೌರವ ಪಡೆಯುವುದರ ಜೊತೆಗೆ ಕೋಮುವಾದದಂತಹ ಅಪಾಯಗಳಿಂದ ರಕ್ಷಣೆಯೂ ದೊರೆಯುತ್ತದೆ.

ಧರ್ಮ ಕುರಿತು ಮೌಲ್ಯಾಧಾರಿತ ಚಿಂತನೆಯನ್ನು ಪ್ರೋತ್ಸಾಹಿಸುವುದು

"ಮಾನವನ ಆಧ್ಯಾತ್ಮಿಕ ವಿಕಸನಕ್ಕೆ ಧರ್ಮವು ದಾರಿ ತೋರಿಸುತ್ತದೆ" ಎಂದು ಕೂಡಾ ಧರ್ಮವನ್ನು ಕುರಿತು ಹೇಳಬಹುದು. ಇದು ನೋಡಲು ಚಿಕ್ಕ ಸಾಲಾದರೂ, ಬಹಳ ದೊಡ್ಡ ಅರ್ಥವನ್ನು ಕೊಡುತ್ತದೆ.

ವ್ಯಕ್ತಿಯೊಬ್ಬನ ಒಳಗೆ ಸುಧಾರಣೆಯನ್ನು ತರಲು, ಒಳ್ಳೆಯ ಚಾರಿತ್ರ್ಯ ಮತ್ತು ಪ್ರಜ್ಞೆಯನ್ನು ಬೆಳೆಸಲು, ಮಾನವೀಯ ಮೌಲ್ಯಗಳನ್ನು ಬೆಳೆಸಲು ಧರ್ಮವು ದಾರಿತೋರಿಸುತ್ತದೆ. ಧರ್ಮದ ಈ ಉದ್ದೇಶಗಳನ್ನು ಪಾಲಿಸುವ ವ್ಯಕ್ತಿಯನ್ನು, ಸಮಾಜದಲ್ಲಿ ಅವನ ವರ್ತನೆ ಮತ್ತು ಬೇರೆಯವರ ಜೊತೆ ಅವನ ಸಂಬಂಧಗಳ ಮೂಲಕ ಗುರುತಿಸಬಹುದು. ಧರ್ಮವು ಇಂತಹ ಉದ್ದೇಶ ಸಾಧನೆಗಾಗಿ ದಾರಿಯಾಗಿದೆ ಹೊರತು ಧರ್ಮವು ಒಂದು ಅಂತ್ಯವೆನ್ನುವುದಲ್ಲ.

ಒಬ್ಬ ವ್ಯಕ್ತಿಯು ಮೌಲ್ಯಾಧಾರಿತ ಜೀವನವನ್ನು ನಡೆಸಲು ಧರ್ಮವು ದಾರಿ ತೋರಿಸುತ್ತದೆ ಎಂದು ಕೂಡಾ ಹೇಳಬಹುದು. ಈ ಉದ್ದೇಶವನ್ನು ಪಾಲಿಸುವ ವ್ಯಕ್ತಿಯನ್ನು, ಅವನ ಸಂಬಂಧಗಳ ಮೂಲಕ–ದೇವರಲ್ಲಿ ಅವನ ನಂಬಿಕೆ, ಅವನಲ್ಲಿ ಅವನಿಗೆ ಇರುವ ನಂಬಿಕೆ ಮತ್ತು ಬೇರೆಯವರೊಡನೆ ಅವನ ಸಂಬಂಧಗಳ ಮೂಲಕ ನಾವು ಗುರುತಿಸಬಹುದು.

ಹೀಗಾಗಿ, ಧರ್ಮಕುರಿತು ಮೌಲ್ಯಾಧಾರಿತ ಚಿಂತನೆಯ ಅಗತ್ಯ ಮತ್ತು ಮಹತ್ವವನ್ನು ನಾವು ಅರ್ಥ ಮಾಡಿಕೊಳ್ಳಬೇಕು. ಇದರಿಂದ ನಾವು ವಿವಿಧ ಧರ್ಮಗಳ ನಡುವೆ ಸದ್ಭಾವನೆಯನ್ನು ಹಾಗೂ ಏಕತೆಯನ್ನು ಸ್ಥಾಪಿಸಲು ಸಾಧ್ಯವಾಗುತ್ತದೆ. ಇವತ್ತು ಅತ್ಯಂತ ಅಗತ್ಯವಾಗಿರುವ ಧರ್ಮಗಳ ನಡುವಿನ ಸೌಹಾರ್ದತೆಯನ್ನು ಸ್ಥಾಪಿಸಲು ಇದು ದೊಡ್ಡ ಕೊಡುಗೆಯಾಗುತ್ತದೆ.

ಎಲ್ಲಾ ಧರ್ಮಗಳು ಮೌಲ್ಯಗಳನ್ನು ಕುರಿತು ಕಲಿಸುತ್ತವೆ. ಒಳ್ಳೆಯ ಮೌಲ್ಯಗಳು ಒಂದು ಧರ್ಮಕ್ಕೆ ಮಾತ್ರ ಸೇರಿಲ್ಲ. ನೈತಿಕತೆಯಿಂದ ಜೀವನ ನಡೆಸಬೇಕು ಎಂದು ಎಲ್ಲಾ ಧರ್ಮಗಳು ಹೇಳುತ್ತವೆ. ಜೀವನ ಮೌಲ್ಯಗಳನ್ನು ಕುರಿತು ಹೇಳುವಾಗ, ಎಲ್ಲಾ ಧರ್ಮಗಳಲ್ಲಿ ಸಾಮ್ಯತೆಯನ್ನು ನೋಡಬಹುದು.ಉದಾಹರಣೆಗೆ,ದೇವರಲ್ಲಿ ಭಕ್ತಿ, ದಾನಧರ್ಮ ಮಾಡುವುದು, ಕಷ್ಟದಲ್ಲಿರುವವರಿಗೆ ನೆರವಾಗುವುದು, ಪ್ರೀತಿ, ಕರುಣೆ, ಪ್ರಾಮಾಣಿಕತೆ, ವಿನಯ ಮತ್ತು ನ್ಯಾಯ, ಹೀಗೆ ಅನೇಕ ಮೌಲ್ಯಗಳನ್ನು ಎಲ್ಲಾ ಧರ್ಮಗಳಲ್ಲಿ ಕೂಡಾ ಕಲಿಸಲಾಗುತ್ತದೆ.

ಹೇಗೆ ವಿವಿಧ ಧರ್ಮದ ಅನುಯಾಯಿಗಳು ಸೇರಿ ಕೆಲಸ ಮಾಡಬಹುದು ಎಂದು ತಿಳಿದುಕೊಂಡೆವು. ಮೌಲ್ಯಾಧಾರಿತ ಜೀವನ ತತ್ವಗಳನ್ನು ತನ್ನ ಜೀವನದಲ್ಲಿ ಅಳವಡಿಸಿಕೊಂಡು, ವ್ಯಕ್ತಿಯೊಬ್ಬ ಒಳ್ಳೆಯ ಗುಣವಂತನಾಗಿ, ಚಾರಿತ್ರ್ಯವಂತನಾಗಿ ಜೀವನ ನಡೆಸುವುದು ಧರ್ಮದ ಉದ್ದೇಶವಾಗಿದ್ದರೆ, ವಿವಿಧ ಧರ್ಮಗಳ ನಡುವೆ ಇರುವ ಸಾಮ್ಯತೆಯನ್ನು ಸ್ಪಷ್ಟವಾಗಿ ನೋಡಬಹುದು ಮತ್ತು ಅರ್ಥ ಮಾಡಿಕೊಳ್ಳುವುದು ಸುಲಭವಾಗುತ್ತದೆ. ಇದರಿಂದ "ಬೇರೆಯವರು" ಎಂದು ಪರಿಗಣಿಸಲಾಗಿರುವ ಧರ್ಮದವರು ಮತ್ತು ಇತರೆ ಧರ್ಮದವರ ನಡುವೆ ಇರುವ ಪೂರ್ವಾಗ್ರಹ ಚಿಂತನೆಗಳು ದೂರವಾಗುತ್ತವೆ, ಒಬ್ಬರ ಧರ್ಮದಲ್ಲಿರುವ ಒಳ್ಳೆಯ ವಿಷಯಗಳನ್ನು ಕುರಿತು ತಿಳಿದುಕೊಂಡು ಗೌರವಿಸಲು ಬೇರೆಯವರಿಗೆ ಸಾಧ್ಯವಾಗುತ್ತದೆ ಮತ್ತುಎಲ್ಲಾ ಧರ್ಮದವರು ಶಾಂತಿಯಿಂದ, ಸೌಹಾರ್ದತೆಯಿಂದ ಬಾಳಲು ಸಾಧ್ಯವಾಗುತ್ತದೆ.

ಧರ್ಮವನ್ನು ಕುರಿತು ಮೌಲ್ಯಾಧಾರಿತ ಚಿಂತನೆಗೆ ತದ್ವಿರುದ್ಧವಾಗಿ ಧರ್ಮವನ್ನು ಕುರಿತು ಸಿದ್ಧಾಂತ ಮತ್ತು ಆಚರಣೆ ಆಧಾರಿತ ಚಿಂತನೆಗಳು ನಡೆಯುತ್ತಿವೆ. ಮೌಲ್ಯಾಧಾರಿತ ಚಿಂತನೆ ವಿವಿಧ ಧರ್ಮದವರನ್ನು ಒಂದು ಗೂಡಿಸಿದರೆ, ಮತ್ತೊಂದು ರೀತಿಯ ಚಿಂತನೆಯು, ಅನೇಕ ಸಲ, ವಿವಿಧ ಧರ್ಮದವರ ನಡುವಿನ ಸಂಬಂಧವನ್ನು ಒಡೆದು, ಅವರನ್ನು ದೂರ ಮಾಡುತ್ತಿದೆ.

ಇತಿಹಾಸ ಕುರಿತು ನೋಡಿದಾಗ, ಪ್ರತಿಯೊಂದು ಧರ್ಮವೂ, ತಾನು ಬೇರೆ ಧರ್ಮಗಳಿಂದ ಪ್ರತ್ಯೇಕ ಅಸ್ತಿತ್ವವನ್ನು ಉಳಿಸಿಕೊಳ್ಳಲು ಕೆಲವು ಸಿದ್ಧಾಂತಗಳು ಮತ್ತು ಆಚರಣೆಗಳನ್ನು ಹೊಂದಿದೆ. ಹೀಗಾಗಿ, ಸಿದ್ಧಾಂತ ಮತ್ತು ಆಚರಣೆಗಳ ಆಧಾರದ ಮೇಲೆ ಧರ್ಮವನ್ನು ಅರ್ಥ ಮಾಡಿಕೊಳ್ಳುವ ಜನಸಾಮಾನ್ಯರಲ್ಲಿ, ಈ ಸಿದ್ಧಾಂತ ಮತ್ತು ಆಚರಣೆಗಳನ್ನು ನಂಬಿ ಪಾಲಿಸುವವರು ಮತ್ತು ಪಾಲಿಸದೆ ಇರುವವರು ಎಂದು ಎರಡು ದೊಡ್ಡ ವರ್ಗಗಳು ಸೃಷ್ಟಿಯಾಗುತ್ತವೆ. ಮುಂದೊಂದು ದಿನ ಈ ಸಿದ್ಧಾಂತ ಮತ್ತುಆಚರಣೆಗಳನ್ನು ಪಾಲಿಸುವವರು ಮತ್ತು ಪಾಲಿಸದವರ ನಡುವಿನ ಅಂತರ ಬಹಳ ದೊಡ್ಡದಾಗಿ, ಎರಡೂ ವರ್ಗಗಳು ಕಠಿಣವಾದ ನಿಲುವು ಹೊಂದುತ್ತವೆ. ಇದರಿಂದಾಗಿ ಪರಸ್ಪರ ಅಸಹಿಷ್ಣುತೆ ಮತ್ತು ಪ್ರತ್ಯೇಕತಾವಾದ ಬೆಳೆಯುತ್ತದೆ. ಇಂತಹ ಪರಿಸ್ಥಿತಿಯು,

ಧರ್ಮದ ಮೂಲ ಉದ್ದೇಶಗಳಿಗೆ ವಿರುದ್ಧವಾಗಿದೆ. ಮುಂದೊಂದು ದಿನ ಈ ಪರಿಸ್ಥಿತಿ ಮತ್ತಷ್ಟು ಹದಗೆಟ್ಟು, ದುರಾಭಿಮಾನ ಮತ್ತು ಉಗ್ರವಾದ ಬೆಳೆಯುತ್ತದೆ ಮತ್ತು ಇದು ಅತಿರೇಕದ ಮಟ್ಟ ತಲುಪಿದಾಗ, ತಾವು ಮಾತ್ರ ದೇವರಲ್ಲಿ, ಸಿದ್ಧಾಂತಗಳಲ್ಲಿ ಮತ್ತು ಆಚರಣೆಯಲ್ಲಿ ನಂಬಿಕೆ ಇರುವವರು, ತಮ್ಮ ಪ್ರಾರ್ಥನೆಯನ್ನು ಮಾತ್ರ ದೇವರು ಸ್ವೀಕರಿಸುತ್ತಾನೆ ಮತ್ತು ತಮಗೆ ಮಾತ್ರ ಮುಕ್ತಿ ದೊರೆಯುತ್ತದೆ ಎಂದು ಕೆಲವರು ವಾದಿಸಬಹುದು.ತಾವು ಮಾತ್ರ ಶ್ರೇಷ್ಠರು ಎನ್ನುವ ಈ ವಾದದಿಂದಾಗಿ ಧರ್ಮದ ಹೆಸರಿನಲ್ಲಿ ಜಗತ್ತಿನ ಅನೇಕ ಕಡೆಗಳಲ್ಲಿ ಯುುದ್ಧಗಳು, ವ್ಯಾಪಕ ಹಿಂಸಾಚಾರ, ಸಾವು, ನೋವು ಮತ್ತು ಆಸ್ತಿಪಾಸ್ತಿ ನಷ್ಟವಾಗಿರುವ ಅನೇಕ ಘಟನೆಗಳನ್ನು ನಾವು ಇತಿಹಾಸದಲ್ಲಿ ನೋಡಬಹುದು. ದುರದೃಷ್ಟವಶಾತ್, ಇಂದಿಗೂ ಅನೇಕ ಕಡೆಯಲ್ಲಿ ಈ ಪರಿಸ್ಥಿತಿ ಇದೆ.

ಈ ಹಿನ್ನಲೆಯಲ್ಲಿ ಧರ್ಮವನ್ನು ಕುರಿತು ಸಿದ್ಧಾಂತ ಮತ್ತು ಆಚರಣೆಗಳ ಆಧಾರಿತ ಚಿಂತನೆಯನ್ನು ಪ್ರತಿಪಾದಿಸುವುದರ ಪರ್ಯಾಯವಾಗಿ ಧರ್ಮವನ್ನು ಕುರಿತು ಮೌಲ್ಯಾಧಾರಿತ ಚಿಂತನೆಯನ್ನು ಪ್ರತಿಪಾದಿಸುವುದು ಇಂದಿನ ಅಗತ್ಯವಾಗಿದೆ. ಇದರಿಂದಾಗಿ ಮೌಲ್ಯಾಧಾರಿತ ಜೀವನವನ್ನು ನಡೆಸಲು ಜನರಿಗೆ ಸಾಧ್ಯವಾಗುತ್ತದೆ ಮತ್ತು ವಿವಿಧ ಧರ್ಮಗಳಲ್ಲಿರುವ ಉನ್ನತ ವಿಚಾರಗಳನ್ನು ತಿಳಿದುಕೊಂಡು ಗೌರವಿಸಲು ಹಾಗೂ ವಿವಿಧ ಧರ್ಮಗಳ ನಡುವೆ ಇರುವ ಸಾಮ್ಯತೆಯನ್ನು ತಿಳಿದುಕೊಳ್ಳಲು ಎಲ್ಲಾ ಧರ್ಮದವರಿಗೂ ಸಾಧ್ಯವಾಗುತ್ತದೆ. ಇದರಿಂದಾಗಿ, ಧಾರ್ಮಿಕ ಸಮುದಾಯಗಳ ನಡುವೆ ಬಲಿಷ್ಠವಾದ ಸ್ನೇಹ ಸೇತುವೆಯನ್ನು ನಿರ್ಮಿಸಲು ಸಾಧ್ಯವಾಗುತ್ತದೆ.

ಧರ್ಮವನ್ನು ಕುರಿತು ಮೌಲ್ಯಾಧಾರಿತ ಚಿಂತನೆಗಳಿಂದ ಬೇರೆ ಧರ್ಮಗಳನ್ನು ಕುರಿತು ತಿಳಿದುಕೊಳ್ಳಲು ಮತ್ತು ಆಯಾ ಧರ್ಮಗಳು ತಮ್ಮ ಅನುಯಾಯಿಗಳಿಗೆ ಕಲಿಸುವ ಜೀವನ ಮೌಲ್ಯಗಳನ್ನು ಅರ್ಥ ಮಾಡಿಕೊಂಡು, ಗೌರವಿಸಲು ಸಾಧ್ಯವಾಗುತ್ತದೆ.

ಉದಾಹರಣೆಗೆ, ರೆಥುಡ್ ಹೆಸರಿನ ಧರ್ಮವೊಂದರ ಅನುಯಾಯಿ ಒಬ್ಬನ ಹೆಸರು ಬಿ ಎಂದು ಭಾವಿಸೋಣ. ಕಷ್ಟದಲ್ಲಿರುವವರಿಗೆ ನೆರವಾಗುವುದು, ದಾನಧರ್ಮ ಮಾಡುವುದನ್ನು ತನ್ನ ಧರ್ಮ ಪ್ರತಿಪಾದಿಸುವ ಕಾರಣ, ಬಿ ಕೂಡಾ ತನ್ನ ಜೀವನದಲ್ಲಿ ಸೇವೆಗೆ ಆದ್ಯತೆ ನೀಡುತ್ತಾನೆ. ಇವನು ತನ್ನ ನೆರೆ ಹೊರೆಯವರ ಜೊತೆಯಲ್ಲಿ ಸ್ನೇಹದಿಂದ ಮತ್ತು ಬಡವರಿಗೆ ದಾನಧರ್ಮ ಮಾಡುತ್ತಾನೆ. ತನ್ನ ಮನೆಯ ಹತ್ತಿರವಿರುವ ಸೇವಾ ಆಸ್ಪತ್ರೆಯಲ್ಲಿ ಸ್ವಯಂಸೇವಕನಾಗಿ ಕೆಲಸ ಮಾಡುತ್ತಾನೆ ಮತ್ತು ತನ್ನ ಆದಾಯದಲ್ಲಿ ಒಂದು ಭಾಗವನ್ನು ಅನಾಥ ಮಕ್ಕಳ ಯೋಗಕ್ಷೇಮಕ್ಕಾಗಿ ಮೀಸಲಾಗಿರುವ ಸಂಸ್ಥೆಯೊಂದಕ್ಕೆ ದಾನ ನೀಡುತ್ತಾನೆ, ಇತ್ಯಾದಿ.

ಈಗ ಮತ್ತೊಂದು ಧರ್ಮದ ಅನುಯಾಯಿಯಾದ ಸಿ ಎನ್ನುವ ವ್ಯಕ್ತಿ, ಬಿ ಎನ್ನುವ ವ್ಯಕ್ತಿಯ ನೆರೆಹೊರೆಯಲ್ಲಿ ವಾಸವಾಗಿದ್ದಾನೆ. ಹೀಗಾಗಿ ಬಿ ಮಾಡುವ ಕೆಲಸಗಳನ್ನು ಆತ ಕಣ್ಣಾರೆ ನೋಡುತ್ತಾನೆ. ಒಂದು ವೇಳೆ ಧರ್ಮವನ್ನು ಕುರಿತು ಸಿದ್ಧಾಂತ ಮತ್ತು

ಆಚರಣೆಯನ್ನು, ಚಿಂತನೆಯನ್ನು ಸಿ ಹೊಂದಿದ್ದರೆ, ಬಿ ಕುರಿತು ಆವನಿಗೆ ಒಳ್ಳೆಯ ಅಭಿಪ್ರಾಯವಿರುವುದಿಲ್ಲ. ಆದರೆ ಧರ್ಮವನ್ನುಕುರಿತು ಮೌಲ್ಯಾಧಾರಿತ ಚಿಂತನೆಯನ್ನು ಸಿ ಹೊಂದಿದ್ದರೆ, ಅವನು ಬಿ ಕುರಿತು ಮತ್ತು ಅವನ ಧರ್ಮ ರೆಫ್ರೆಡ್ ಕುರಿತು ಅಪಾರ ಗೌರವ ಹೊಂದುತ್ತಾನೆ. ಇಲ್ಲಿ ಬಿ ಉತ್ತಮವಾದ ಕೆಲಸವನ್ನು ಮಾಡುತ್ತಿದ್ದಾನೆ ಎಂದು ಗೌರವ ಪಡೆದರೆ, ಬಿ ಉತ್ತಮವಾದ ಕೆಲಸವನ್ನು ಮಾಡಲು ಅವನ ಧರ್ಮ ರೆಫ್ರೆಡ್ ಕಲಿಸಿದ ಮೌಲ್ಯಗಳು ಕಾರಣ ಎಂದು ಗೌರವ ಪಡೆಯುತ್ತದೆ.

ಧರ್ಮವನ್ನು ಕುರಿತು ಮೌಲ್ಯಾಧಾರಿತ ಚಿಂತನೆಯ ಜೊತೆಗೆ ಬೇರೆ ಧರ್ಮಗಳನ್ನು ಕುರಿತು ಮೌಲ್ಯಾಧಾರಿತ ಚಿಂತನೆ ಸೇರಿದಾಗ, ವಿವಿಧ ಧರ್ಮಗಳ ಅನುಯಾಯಿಗಳು ಪರಸ್ಪರ ಗೌರವದಿಂದ, ಪ್ರೀತಿಯಿಂದ ಬಾಳಲು ಸಾಧ್ಯವಾಗುತ್ತದೆ. ಇದಲ್ಲದೆ, ವಿವಿಧ ಧಾರ್ಮಿಕ ಸಮುದಾಯಗಳ ನಡುವೆ ಸದ್ಭಾವನೆ ಮತ್ತು ಕೋಮು ಸೌಹಾರ್ದತೆಯನ್ನು ಬೆಳಸಲು ಕೂಡಾ ಈ ಧರ್ಮಕುರಿತು ಈ ರೀತಿಯ ಚಿಂತನೆ ನೆರವಾಗುತ್ತದೆ.

ದೇವರನ್ನು ಕುರಿತು ಯೋಚಿಸುವಾಗ, ಆತನಲ್ಲಿ ಇರುವ ಗುಣಲಕ್ಷಣಗಳು ನಮಗೆ ಆದರ್ಶವಾಗುತ್ತವೆ. ಧರ್ಮವನ್ನು ಕುರಿತು ಮೌಲ್ಯಾಧಾರಿತ ಚಿಂತನೆಗಳನ್ನು ದೇವರನ್ನು ಕುರಿತ ಗುಣಲಕ್ಷಣಗಳ ಆಧಾರಿತ ಚಿಂತನೆಯೆಂದು ಕೂಡಾ ನಾವು ಅರ್ಥ ಮಾಡಿಕೊಳ್ಳಬಹುದು. ವಿವಿಧ ಧರ್ಮಗಳಲ್ಲಿ, ದೇವರನ್ನು ಸೃಷ್ಟಿಕರ್ತನೆಂದು ಹೇಳಲಾಗಿದೆ. ವಿವಿಧ ಭಾಷೆಗಳಲ್ಲಿ ದೇವರನ್ನು ಕರೆಯುವ ರೀತಿ ಬದಲಾದರೂ, ದೇವರನ್ನು ಕುರಿತು ಇರುವ ಗುಣಲಕ್ಷಣಗಳು ಬದಲಾಗುವುದಿಲ್ಲ. ದೇವರು ಕರುಣಾಮಯಿ ಎನ್ನುವುದು ಒಂದು ಗುಣಲಕ್ಷಣವಾಗಿರುವಂತೆ, ಕ್ಷಮೆ, ಸೌಂದರ್ಯ, ಪ್ರೀತಿ, ಅನುಕಂಪ ಮೊದಲಾದ ಅನೇಕ ಗುಣಲಕ್ಷಣಗಳನ್ನು ನಾವು ದೇವರಲ್ಲಿಕಾಣುತ್ತೇವೆ.

ದೇವರನ್ನು ಕುರಿತು ಇರುವ ಗುಣಲಕ್ಷಣಗಳನ್ನು ಕುರಿತು ನಾವು ತಿಳಿದುಕೊಳ್ಳಲು ಸಾಧ್ಯವಾದಷ್ಟು, ಆಧ್ಯಾತ್ಮಿಕವಾಗಿ ನಾವು ಬೆಳೆಯುವುದು ಸಾಧ್ಯವಾಗುತ್ತದೆ. ದೇವರು ನಮ್ಮನ್ನು ಭೂಮಿಗೆ ಕಳುಹಿಸಿರುವ ಉದ್ದೇಶವನ್ನು ನಾವು ತಿಳಿದುಕೊಳ್ಳಲು ಕೂಡಾ ಈ ಜ್ಞಾನ ನೆರವಾಗುತ್ತದೆ. ದೇವರಲ್ಲಿ ಇರುವ ಗುಣಲಕ್ಷಣಗಳನ್ನು ನಾವು ಗುರುತಿಸಿ, ನಮ್ಮ ಜೀವನದಲ್ಲಿ ಅಳವಡಿಸಿಕೊಳ್ಳುವುದು ಮಾನವ ಜೀವನದ ಪರಮ ಉದ್ದೇಶವಾಗಿದೆ. ದೇವರು ಭೇದಭಾವ ಮಾಡದೆ ಎಲ್ಲರನ್ನೂ ಸಮಾನರಾಗಿ ನೋಡುತ್ತಾನೆ ಮತ್ತು ಪ್ರೀತಿಸುತ್ತಾನೆ ಎನ್ನುವಾಗ, ನಾವು ಕೂಡಾ ಅದೇ ರೀತಿ ಭೇದಭಾವ ಮಾಡದೆ ಎಲ್ಲರನ್ನೂ ಸಮಾನವಾಗಿ ನೋಡುವುದು ಮತ್ತು ಪ್ರೀತಿಸುವುದು ನಮ್ಮ ಕರ್ತವ್ಯವಾಗುತ್ತದೆ. ತಪ್ಪು ಮಾಡಿದವರನ್ನು ದೇವರು ಕ್ಷಮಿಸುತ್ತಾನೆ ಎನ್ನುವಾಗ, ನಾವು ಕೂಡಾ ತಪ್ಪು ಮಾಡಿದವರನ್ನು ಕ್ಷಮಿಸುವುದು ನಮ್ಮ ಕರ್ತವ್ಯವಾಗುತ್ತದೆ. ನಾವು ದೇವರಷ್ಟು ಪ್ರೀತಿ ಅಥವಾ ಕ್ಷಮೆಯನ್ನು ನೀಡಲು ಸಮರ್ಥರಲ್ಲ ನಿಜ. ಆದರೆ ಮನುಷ್ಯನಿಗೆ ಸಾಧ್ಯವಾದಷ್ಟು ಪ್ರೀತಿ ಅಥವಾ ಕ್ಷಮೆಯನ್ನು ನಾವು ನೀಡಬಹುದು. ನಾವು

ದೇವರ ಗುಣಲಕ್ಷಣಗಳನ್ನು ಅತ್ಯಂತ ಅಲ್ಪ ಪ್ರಮಾಣದಲ್ಲಿ ನಮ್ಮಲ್ಲಿ ಮತ್ತು ನಮ್ಮ ಜೀವನದಲ್ಲಿ ಅಳವಡಿಸಿಕೊಳ್ಳುವುದು ಸಾಧ್ಯವಾದರೂ ಕೂಡಾ, ನಾವು ನಮ್ಮ ಜೀವನದ ಉದ್ದೇಶವನ್ನು ಪೂರೈಸಲು ಕೆಲಸ ಮಾಡುತ್ತಿದ್ದೇವೆ ಎಂದು ಅರ್ಥ ಮಾಡಿಕೊಳ್ಳಬಹುದು.

ಈ ದೃಷ್ಟಿಕೋನದಿಂದ ನೋಡಿದಾಗ, ದೇವರಲ್ಲಿರುವ ಗುಣಲಕ್ಷಣಗಳನ್ನು ಮಾನವನಿಗೆ ಸಾಧ್ಯವಾದಷ್ಟು ಮಟ್ಟಿಗೆ, ನಮ್ಮಲ್ಲಿ ಮತ್ತು ನಮ್ಮ ಜೀವನದಲ್ಲಿ ಅಳವಡಿಸಿಕೊಳ್ಳುವುದು ಧರ್ಮದ ಮೂಲ ಉದ್ದೇಶವಾಗಿದೆ. ಎಲ್ಲಾ ಧರ್ಮಗಳಲ್ಲಿ ಕೂಡಾ ಈ ರೀತಿಯ ಮೌಲ್ಯಗಳನ್ನು ಅನುಯಾಯಿಗಳು ತಮ್ಮಲ್ಲಿ ಮತ್ತು ತಮ್ಮ ಜೀವನದಲ್ಲಿ ಅಳವಡಿಸಿಕೊಳ್ಳುವುದನ್ನು ಪ್ರತಿಪಾದಿಸಲಾಗುತ್ತಿದೆ. ಅನುಯಾಯಿಗಳು ಹೀಗೆ ಮಾಡುವುದರಿಂದ, ಅವರ ಜೀವನದ ಉದ್ದೇಶವನ್ನು ಪೂರೈಸಲು ಅವರಿಗೆ ನೆರವಾಗುತ್ತದೆ. ಹೀಗೆ ಅರ್ಥ ಮಾಡಿಕೊಂಡಾಗ, ವಿವಿಧ ಧರ್ಮಗಳ ನಡುವೆ ಸಾಮ್ಯತೆಯನ್ನು, ವಿವಿಧ ಧಾರ್ಮಿಕ ಆಚರಣೆಗಳ ಮೂಲ ಉದ್ದೇಶವನ್ನು ಎಲ್ಲಾ ಧರ್ಮದವರೂ ಅರ್ಥ ಮಾಡಿಕೊಳ್ಳಬಹುದು ಮತ್ತು ಗೌರವಿಸಬಹುದು.

ಧರ್ಮ ಕುರಿತು ಶಾಂತಿಯಾಧಾರಿತ ಚಿಂತನೆಯನ್ನು ಪ್ರೋತ್ಸಾಹಿಸುವುದು

ಈಗ ಜಗತ್ತಿನ ಅನೇಕ ಕಡೆಗಳಲ್ಲಿ ದೊಡ್ಡ ಪ್ರಮಾಣದಲ್ಲಿ ಹಿಂಸಾಚಾರ ಮತ್ತು ಯುದ್ಧಗಳು ನಡೆಯುತ್ತಿವೆ. ಹೀಗಾಗಿ, ಶಾಂತಿ ಸ್ಥಾಪಿಸಲು ಮಾಡುವ ಪ್ರಯತ್ನಗಳು ಬಹಳ ಮಹತ್ವ ಪಡೆದಿವೆ. ಶಾಂತಿ ಮತ್ತು ಸದ್ಭಾವನೆಯನ್ನು ಎಲ್ಲಾ ಧರ್ಮಗಳು ಪ್ರತಿಪಾದಿಸುತ್ತವೆ. ಹೀಗಾಗಿ, ಯಾವುದೇ ದೇಶದಲ್ಲಿ ವಾಸವಾಗಿರಲಿ, ಅವರಿಗೆ ಎಷ್ಟು ಸಾಧ್ಯವಿದೆ ಅಷ್ಟು, ಎಲ್ಲಾ ಧಾರ್ಮಿಕ ಅನುಯಾಯಿಗಳು ಒಂದು ಗೂಡಿ, ಶಾಂತಿ ಮತ್ತು ಸದ್ಭಾವನೆಯನ್ನು ಸ್ಥಾಪಿಸಲು ಕೆಲಸ ಮಾಡಬೇಕು.

ಆದರೆ ಇತಿಹಾಸವನ್ನು ನೋಡಿದಾಗ, ಶಾಂತಿ ಮತ್ತು ಸದ್ಭಾವನೆಯ ಸ್ಥಾಪನೆಗಾಗಿ ಧರ್ಮವನ್ನು ಬಳಸುವುದರ ಬದಲಾಗಿ ದ್ವೇಷ ಮತ್ತು ಯುದ್ಧವನ್ನು ಬೆಳೆಸಲು ಬಳಸಲಾಗಿರುವ ಅನೇಕ ಉದಾಹರಣೆಗಳು ನಮಗೆ ಸಿಗುತ್ತವೆ. ಧರ್ಮವನ್ನು ಕುರಿತು ಹಿಂಸಾಚಾರ ಆಧಾರಿತ ವ್ಯಾಖ್ಯಾನಗಳಿಂದಾಗಿ ಕೋಟಿಕೋಟಿ ಜನರು ಸಾವು ನೋವು ಮತ್ತು ಅಪಾರ ಪ್ರಮಾಣದ ಆಸ್ತಿಪಾಸ್ತಿ ನಷ್ಟವನ್ನು, ದುರದೃಷ್ಟವಶಾತ್ ಇಂದಿಗೂ ಜಗತ್ತಿನಲ್ಲಿ ಹಲವು ಕಡೆಗಳಲ್ಲಿ ಜನರು ಅನುಭವಿಸುತ್ತಿದ್ದಾರೆ.

ಶಾಂತಿಯುತವಾಗಿ ಸಂಘರ್ಷಗಳು ಮತ್ತು ವಿವಾದಗಳನ್ನು ಬಗೆಹರಿಸಿಕೊಳ್ಳಲು ಧರ್ಮದಲ್ಲಿ ಹೇಳಿರುವುದನ್ನು ಕುರಿತು ಧರ್ಮದ ಅನುಯಾಯಿಗಳಿಗೆ ತಿಳಿಸಿ ಹೇಳುವುದರಿಂದ, ಹೆಚ್ಚು ಜನ ಶಾಂತಿ ಮತ್ತು ಸದ್ಭಾವನೆ ಸ್ಥಾಪಿಸುವ ಪ್ರಯತ್ನಗಳಲ್ಲಿ ಭಾಗಿಯಾಗುತ್ತಾರೆ. ತಮ್ಮ ಧರ್ಮದವರೊಡನೆ ಮಾತ್ರವಲ್ಲ, ಎಲ್ಲಾ ಧರ್ಮದವರೊಡನೆ ಶಾಂತಿ ಮತ್ತು ಸದ್ಭಾವನೆಯಿಂದ ಬಾಳಬೇಕು ಎಂದು ತಮ್ಮ ಧರ್ಮ ಹೇಳುತ್ತದೆ

ಎಂದು ಜನರು ಅರ್ಥ ಮಾಡಿಕೊಳ್ಳಬೇಕು. ಸಂಘರ್ಷ ಮತ್ತು ವಿವಾದಗಳನ್ನು ಶಾಂತಿಯುತವಾಗಿ ಬಗೆಹರಿಸಿಕೊಳ್ಳುವ ವಿಧಾನಗಳನ್ನು ಕುರಿತು ತಮ್ಮ ಧರ್ಮದಲ್ಲಿ ಹೇಳಿರುವುದನ್ನು ಅವರು ಅರ್ಥ ಮಾಡಿಕೊಳ್ಳಬೇಕು. ವೈಯಕ್ತಿಕ ಮಟ್ಟದಲ್ಲಿ, ಕುಟುಂಬದಲ್ಲಿ, ಸಮುದಾಯದಲ್ಲಿ, ಸಮಾಜದಲ್ಲಿ ಅಥವಾ ಅಂತರಾಷ್ಟ್ರೀಯ ಮಟ್ಟದಲ್ಲಿ ಹೇಗೆ ಶಾಂತಿ ಮತ್ತು ಸದ್ಭಾವನೆಯನ್ನು ಸೃಷ್ಟಿಸಬೇಕು ಎಂದು ಧರ್ಮದಲ್ಲಿ ತಿಳಿಸಿರುವುದನ್ನು ಎಲ್ಲರೂ ಅರ್ಥ ಮಾಡಿಕೊಳ್ಳಬೇಕಾಗಿದೆ.

ಜಗತ್ತಿನಲ್ಲಿ ಶಾಂತಿ ಮತ್ತು ಸದ್ಭಾವನೆಯನ್ನು ಸ್ಥಾಪಿಸುವ ಈ ಮುಖ್ಯವಾದ ಮತ್ತು ತೀರಾ ಅಗತ್ಯವಾದ ಕೆಲಸದಲ್ಲಿ ವಿವಿಧ ಧಾರ್ಮಿಕ ಮುಖಂಡರು ಮತ್ತು ವಿದ್ವಾಂಸರು, ಜಗತ್ತಿನ ಅನೇಕ ಕಡೆಗಳಲ್ಲಿ ಭಾಗಿಯಾಗಿದ್ದಾರೆ. ಇವರು ಬುದ್ಧಿಜೀವಿಗಳ ಮಟ್ಟದ ಚಿಂತನೆಗಳಲ್ಲಿ ಮತ್ತು ಜನಸಾಮಾನ್ಯರ ನಡುವಿನ ಕೆಲಸದಲ್ಲಿ ತಮ್ಮನ್ನು ತೊಡಗಿಸಿಕೊಂಡಿದ್ದಾರೆ. ಈ ಕೆಲಸದಲ್ಲಿ ಅನೇಕ ಪ್ರಸಿದ್ಧ ಮುಸ್ಲಿಮ್ ವಿದ್ವಾಂಸರು ಮತ್ತು ಧಾರ್ಮಿಕ ಮುಖಂಡರು ಕೂಡಾ ಭಾಗಿಯಾಗಿದ್ದಾರೆ. ಧರ್ಮವನ್ನು ಕುರಿತು ಇವರು ಹೊಂದಿರುವ ಅಪಾರ ಜ್ಞಾನ ಮತ್ತು ಅನುಭವ, ಧಾರ್ಮಿಕ ಮುಖಂಡರು ಸೇರಿದಂತೆ ಎಲ್ಲಾ ಮುಸ್ಲಿಮರಿಗೂ ತಲುಪಬೇಕಾಗಿದೆ.

ಆಧ್ಯಾತ್ಮಿಕವಾಗಿ ಉನ್ನತಿ ಹೊಂದುವುದು, ಏಕತೆಯನ್ನು ಗೌರವಿಸುವುದು

ಅತ್ಯಂತ ಗಂಭೀರವಾದ ಸಾಮಾಜಿಕ ಸಮಸ್ಯೆಯಾಗಿರುವ ಕೋಮುವಾದ ಸೃಷ್ಟಿಯಾಗಲು ಅನೇಕ ಕಾರಣಗಳಿವೆ. ಹೀಗಾಗಿ ಕೋಮುವಾದವನ್ನು ಸೋಲಿಸಿ, ಕೋಮು ಸೌಹಾರ್ದತೆಯನ್ನು ಬೆಳೆಸುವ ಪ್ರಯತ್ನಗಳು ವಿವಿಧ ರೀತಿಯಲ್ಲಿ ನಡೆಯಬೇಕು. ಸಿದ್ಧಾಂತದ ಮಟ್ಟದಲ್ಲಿ ಮತ್ತು ಜನರ ಚಿಂತನೆಯಲ್ಲಿ ಸಕಾರಾತ್ಮಕ ಬದಲಾವಣೆ ತರುವುದು ಒಂದು ಮುಖ್ಯ ಕೆಲಸವಾಗಿದೆ. ತನ್ನಧರ್ಮ ಮತ್ತು ಸಮುದಾಯ ಕುರಿತು ಒಂದು ರೀತಿಯ ಚಿಂತನೆ ಹಾಗೂ ಬೇರೆ ಧರ್ಮ ಮತ್ತು ಸಮುದಾಯ ಕುರಿತು ಒಂದು ರೀತಿಯ ಮನೋಭಾವವನ್ನು ಕೋಮುವಾದ ಬೆಳೆಸುತ್ತದೆ. ಹೀಗೆ ನೋಡಿದಾಗ, ಕೋಮುವಾದವು ಒಂದು ಸಿದ್ಧಾಂತ ಅಥವಾ ಸಿದ್ಧಾಂತದ ಅಭಿವ್ಯಕ್ತಿಯೆಂದು ಹೇಳಬಹುದು. ಹೀಗಾಗಿ, ಕೋಮುವಾದವನ್ನು ಶಾಶ್ವತವಾಗಿ ಸೋಲಿಸಬೇಕಾದರೆ, ತನ್ನಧರ್ಮ ಮತ್ತು ಸಮುದಾಯ ಕುರಿತು ಇರುವ ಚಿಂತನೆಗಳು ಹಾಗೂ ಬೇರೆ ಧರ್ಮ ಹಾಗೂ ಸಮುದಾಯಗಳನ್ನು ಕುರಿತು ಇರುವ ಮನೋಭಾವದಲ್ಲಿ ಸಕಾರಾತ್ಮಕ ಬದಲಾವಣೆಯನ್ನು ತರುವುದು ಅಗತ್ಯವಿದೆ. ಇಂತಹ ಬದಲಾವಣೆಯಿಂದಾಗಿ ಇಡೀ ಜಗತ್ತನ್ನು ಕುರಿತು ಮತ್ತು ಮಾನವನ ಜೀವನದ ಉದ್ದೇಶವನ್ನು ಕುರಿತು ಆ ವ್ಯಕ್ತಿಯ ಚಿಂತನೆ ಹಾಗೂ ಮನೋಭಾವ ಬದಲಾಗುತ್ತದೆ.

ಕೋಮುವಾದವನ್ನು ಸೋಲಿಸಿ, ಕೋಮು ಸೌಹಾರ್ದತೆಯನ್ನು ಬೆಳೆಸಲು, ಮಾನವ ಪ್ರಜ್ಞೆ ಬೆಳೆಯಬೇಕು ಮತ್ತು ವಿಶ್ವವ್ಯಾಪಿಯಾಗುವ ದಿಕ್ಕಿನಲ್ಲಿ ಸಾಗಬೇಕು –ಇದನ್ನು ಆಧ್ಯಾತ್ಮಿಕ ಉನ್ನತಿ ಎಂದು ಕರೆಯಬಹುದು.

"ನಾನು" ಮತ್ತು "ನನ್ನದು" ಎನ್ನುವ ಭಾವನೆಯನ್ನು ಕೋಮುವಾದ ಬೆಳೆಸುತ್ತದೆ. ಕೋಮುವಾದವನ್ನು ಸೋಲಿಸಿ ಕೋಮು ಸೌಹಾರ್ದತೆಯನ್ನು ಬೆಳೆಸಲು "ನಾವು" ಮತ್ತು "ನಮ್ಮದು" ಎನ್ನುವ ಭಾವನೆಯನ್ನು ಬೆಳೆಸಬೇಕು. ಆಧ್ಯಾತ್ಮಿಕ ಪಥದಲ್ಲಿ ಮುನ್ನಡೆಯಲು ಸಾಧಕನು ತನ್ನ ಅಹಂಕಾರವನ್ನು ಬಿಟ್ಟು, ವಿಶ್ವ ಮಾನವ ದೃಷ್ಟಿಕೋನವನ್ನು ಬೆಳೆಸಿಕೊಳ್ಳುವಂತೆ, ತನ್ನ ಧರ್ಮ ಮತ್ತು ಸಮುದಾಯ ಕುರಿತು ಅಹಂಕಾರವನ್ನು ಬಿಟ್ಟು ವಿಶ್ವಧರ್ಮ ಅಥವಾ ಮಾನವಧರ್ಮವನ್ನು ಕುರಿತು ದೃಷ್ಟಿಕೋನವನ್ನು ಎಲ್ಲಾ ಧರ್ಮದವರು ಬೆಳೆಸಿಕೊಳ್ಳಲು ನೆರವಾಗಬೇಕು.

ಸ್ವಾರ್ಥ ಮತ್ತು ಅಹಂಕಾರ ಪ್ರೇರಿತವಾದ "ನಾನು" ಎನ್ನುವ ಸ್ಥಿತಿಯಿಂದ ವಿಶ್ವವ್ಯಾಪಿಯಾಗಿರುವ "ನಾವು" ಎನ್ನುವ ಪ್ರಜ್ಞೆ ವ್ಯಕ್ತಿ ಮಟ್ಟದಲ್ಲಿ ಮತ್ತು ಸಮುದಾಯ ಮಟ್ಟದಲ್ಲಿ ಬೆಳೆದಾಗ ಮಾತ್ರ, ಕೋಮುವಾದವನ್ನು ಸೋಲಿಸಲು ಮತ್ತು ವಿಶ್ವವ್ಯಾಪಿಯಾಗಿರುವ ಆಧ್ಯಾತ್ಮ ಚಿಂತನೆಯನ್ನು ಬೆಳೆಸಲು ಸಾಧ್ಯವಿದೆ.

ಸಾವಿನ ನಂತರದ ದಿನಗಳ ಕುರಿತ ಜಾಗೃತಿಯಿಂದ ಸದ್ಭಾವನೆಯನ್ನು ಪ್ರೋತ್ಸಾಹಿಸುವುದು

ನಮ್ಮನ್ನು ಪರೀಕ್ಷೆ ಮಾಡಲು ದೇವರು, ಭೂಮಿಯಲ್ಲಿ ನಾವು ಸ್ವಲ್ಪ ಕಾಲ ವಾಸವಾಗಿರುವಂತೆ ಮಾಡಿದ್ದಾನೆ. ನಾವು ಹೇಗೆ ಜೀವಿಸುತ್ತೇವೆ ಮತ್ತು ಏನು ಮಾಡುತ್ತೇವೆ ಎಂದು ಪರೀಕ್ಷಿಸಲಾಗುತ್ತಿದೆ. ಸ್ವಂತ ನಿರ್ಧಾರ ಕೈಗೊಂಡು, ನಮಗೆ ಇಷ್ಟವಾದ ರೀತಿಯಲ್ಲಿ ಜೀವಿಸುವ ಸ್ವಾತಂತ್ರ್ಯವನ್ನು ದೇವರು ನಮಗೆ ನೀಡಿದ್ದಾನೆ. ಆದರೆ ನಾವು ದೇವರಲ್ಲಿ ಭಕ್ತಿ ಮತ್ತು ಶ್ರದ್ಧೆಯಿಂದ ಮತ್ತು ಒಳ್ಳೆಯ ಕೆಲಸವನ್ನು ಮಾಡುವ ಜೀವನದ ಆಯ್ಕೆ ಮಾಡಿಕೊಂಡಿದ್ದೀವಾ? ಅಥವಾ ತದ್ವಿರುದ್ಧವಾದ ಜೀವನವನ್ನು ಆಯ್ಕೆ ಮಾಡಿಕೊಂಡಿರುವೆವಾ? ನಾವು ಯಾವ ರೀತಿಯ ಜೀವನದ ಆಯ್ಕೆ ಮಾಡಿಕೊಂಡಿದ್ದೇವೆ ಎನ್ನುವುದರ ಆಧಾರದ ಮೇಲೆ ನಮ್ಮ ಸಾವಿನೊಂದಿಗೆ ಕೊನೆಯಾಗುವ ಜೀವನದ ಪರೀಕ್ಷೆಯಲ್ಲಿ ಪಾಸಾಗುತ್ತೇವೆ ಅಥವಾ ಫೇಲಾಗುತ್ತೇವೆ.

ಸಾವಿನ ನಂತರದ ದಿನಗಳನ್ನು ಕುರಿತು ಇರುವ ನಂಬಿಕೆ, ಇಸ್ಲಾಮ್‌ನ ಪ್ರಮುಖ ಭಾಗವಾಗಿದೆ. ಇಸ್ಲಾಮಿಕ್ ಉಪದೇಶದ ಪ್ರಕಾರ, ಜೀವನದ ಪರೀಕ್ಷೆಯಲ್ಲಿ ನಾವು ಹೇಗೆ ಮಾಡಿದ್ದೇವೆ ಎಂದು ದೇವರು ತೀರ್ಪು ನೀಡುತ್ತಾನೆ. ನಾವು ಈ ಪರೀಕ್ಷೆಯಲ್ಲಿ ಪಾಸಾಗಿದ್ದೇವೆ ಅಥವಾ ಫೇಲಾಗಿದ್ದೇವೆ ಎನ್ನುವುದರ ಮೇಲೆ, ನಮ್ಮ ಭವಿಷ್ಯ ಅವಲಂಬಿತವಾಗಿರುತ್ತದೆ. ಯಾರು ತಮ್ಮ ಜೀವನವನ್ನು ಒಳ್ಳೆಯ ರೀತಿಯಲ್ಲಿ

ಕಳೆದಿದ್ದಾರೆ, ಅವರಿಗೆ ಶಾಶ್ವತವಾದ ಸ್ವರ್ಗ ದೊರೆತರೆ, ಯಾರು ಪಾಪ ತುಂಬಿದ ಜೀವನ ನಡೆಸಿದ್ದಾರೆಯೋ, ಅವರು ಘೋರ ಶಿಕ್ಷೆಯನ್ನು ಅನುಭವಿಸುತ್ತಾರೆ.

ಕುರ್‌ಆನ್‌ನಲ್ಲಿ ಈ ತೀರ್ಪಿನ ದಿನ ಕುರಿತು ಅನೇಕ ಕಡೆ ಪ್ರಸ್ತಾಪಿಸಲಾಗಿದೆ. ಉದಾಹರಣೆಗೆ,

"ನಿಮ್ಮನ್ನು ಅಲ್ಲಾಹನೆಡೆಗೆ ಮರಳಿಸಲಾಗುವ ದಿನದ ಕುರಿತು ಜಾಗೃತರಾಗಿರಿ. ಅಂದು ಪ್ರತಿಯೊಬ್ಬನಿಗೂ ಅವನ ದುಡಿಮೆಯ ಪೂರ್ಣ ಪ್ರತಿಫಲವನ್ನು ನೀಡಲಾಗುವುದು ಮತ್ತು ಅವರ ಮೇಲೆ ಅನ್ಯಾಯವಾಗದು"

ಕುರ್‌ಅನ್(2:281)

****

"ಅಂದು ನಿಮ್ಮನ್ನು (ಎಲ್ಲರ ಮುಂದೆ) ಹಾಜರು ಪಡಿಸಲಾಗುವುದು ಮತ್ತು ನಿಮ್ಮಯಾವ ವಿಷಯವೂ ಗುಪ್ತವಾಗಿ ಉಳಿಯದು"

ಕುರ್‌ಆನ್ (69:18)

"ನಮ್ಮೊಡೆಯಾ, ನಿಸ್ಸಂದೇಹವಾಗಿಯೂ ಬರಲಿರುವ ಒಂದು ದಿನ ನೀನು ಖಂಡಿತ ಎಲ್ಲ ಮಾನವರನ್ನು ಒಂದೆಡೆ ಸೇರಿಸಲಿರುವೆ". ಅಲ್ಲಾಹನಂತು ಎಂದಿಗೂ ತನ್ನ ಮಾತನ್ನು ಮೀರುವವನಲ್ಲ.

ಕುರ್‌ಆನ್ (3:9)

"(ಅವನು) ಉನ್ನತ ಸ್ಥಾನಗಳುಳ್ಳವನು. ವಿಶ್ವ ಸಿಂಹಾಸನದ ಮಾಲಿಕನು. ಅವನು ದಿವ್ಯ ಸಂದೇಶವನ್ನು ತಾನಿಚ್ಛಿಸಿದವರಿಗೆ ದಯ ಪಾಲಿಸುತ್ತಾನೆ—ಅವರು ಭೇಟಿಯ ದಿನದ (ಪುನರುತ್ಥಾನದ) ಕುರಿತು ಎಚ್ಚರಿಸಲೆಂದು."

ಕುರ್‌ಆನ್ (40:15)

"ಅವರು ಹಾಜರಾಗುವ ದಿನ, ಅವರ ಕುರಿತಾದ ಯಾವ ವಿಷಯವೂ ಅಲ್ಲಾಹನಿಂದ ಗುಪ್ತವಾಗಿರದು. "ಇಂದು ಆಧಿಪತ್ಯವು ಯಾರಿಗೆ ಸೇರಿದೆ?""ಅನನ್ಯೂ ತುಂಬಾ ಪ್ರಬಲನೂ ಆಗಿರುವ ಅಲ್ಲಾಹನಿಗೆ ಮಾತ್ರ" (ಎಂಬ ಘೋಷಣೆಯೇ ಅಂದು ಎಲ್ಲೆಲ್ಲೂ ಮೊಳಗುತ್ತಿರುವುದು)!

ಕುರ್‌ಆನ್ (40:16)

"ಇಂದು ಪ್ರತಿಯೊಬ್ಬನಿಗೂ ಆತನ ಕರ್ಮಗಳ ಫಲವನ್ನು ನೀಡಲಾಗುವುದು. ಇಂದು ಯಾವುದೇ ಅನ್ಯಾಯ ನಡೆಯದು. ಖಂಡಿತವಾಗಿಯೂ ಅಲ್ಲಾಹನು ವೇಗವಾಗಿ ವಿಚಾರಣೆ ಮುಗಿಸುವವನಾಗಿದ್ದಾನೆ."

ಕುರ್ಆನ್ (40:17)

"ಪ್ರತಿಯೊಂದು ಜೀವವೂ ಮರಣವನ್ನು ಸವಿಯಲೇ ಬೇಕು. ಪುನರುತ್ಥಾನ ದಿನ ನಿಮಗೆ ನಿಮ್ಮ (ಕರ್ಮಗಳ) ಪೂರ್ಣ ಪ್ರತಿಫಲವು ಸಿಗಲಿದೆ. (ಅಂದು) ನರಕದಿಂದ ರಕ್ಷಿತನಾದವನು ಮತ್ತು ಸ್ವರ್ಗವನ್ನು ಪ್ರವೇಶಿಸಿದವನು ವಿಜಯಿಯಾದನು. ಇಹಲೋಕದ ಜೀವನವಂತೂ ಕೇವಲ ಒಂದು ಮೋಸದ ವ್ಯವಹಾರವೇ ಹೊರತು ಬೇರೇನೂ ಅಲ್ಲ."

ಕುರ್ಆನ್(3:185)

" ಆ ಅಂತಿಮ ಕ್ಷಣವೂ ಖಂಡಿತ ಬರಲಿದೆ. ಪ್ರತಿಯೊಬ್ಬನಿಗೂ ಅವನ ಶ್ರಮದ ಫಲ ನೀಡಲಿಕ್ಕಾಗಿ, ನಾನು ಅದನ್ನು (ಅದರ ಖಚಿತ ಸಮಯವನ್ನು) ಗುಟ್ಟಾಗಿಡ ಬಯಸುತ್ತೇನೆ. "

ಕುರ್ಆನ್ (20:15)

"ಅಂದು ಜನರು ಗುಂಪು ಗುಂಪಾಗಿ ಹೊರಬರುವರು—ಅವರ ಕರ್ಮಗಳನ್ನು ಅವರಿಗೆ ತೋರಿಸಲಿಕ್ಕಾಗಿ"

ಕುರ್ಆನ್(99:6)

"ಕಿಂಚಿತ್ತಾದರೂ ಒಳಿತನ್ನು ಮಾಡಿದವನು ಅದನ್ನು ಕಾಣುವನು"

ಕುರ್ಆನ್ (99:7)

"ಮತ್ತು ಕಿಂಚಿತ್ತಾದರೂ ಕೆಡುಕನ್ನು ಮಾಡಿದವನು ಅದನ್ನು ಕಾಣುವನು"

ಕುರ್ಆನ್(99:8)

ದೇವರ ಉಪಸ್ಥಿತಿ ಕುರಿತು ಯಾವಾಗಲೂ ಜಾಗೃತನಾಗಿರಲು ಇಸ್ಲಾಮ್ ಹೇಳುತ್ತದೆ. ನಮ್ಮ ಪ್ರತಿಯೊಂದು ಕ್ಷಣ, ಯೋಚನೆ, ಭಾವನೆ, ವಾಕ್ಯ ಮತ್ತು ಕೆಲಸವನ್ನು ಕುರಿತು ದೇವರಿಗೆ ಗೊತ್ತಾಗುತ್ತಿದೆ. ನಾವು ಭೂಮಿಯಲ್ಲಿ ಇರುವಾಗ ಮಾಡಿದ ಪ್ರತಿಯೊಂದು ಕೆಲಸದ ಲೆಕ್ಕವನ್ನು ಇಡಲಾಗುತ್ತದೆ ಮತ್ತು ನಾವು ಪ್ರತಿಯೊಂದು ಕೆಲಸದ ಫಲಿತವನ್ನು ಅನುಭವಿಸಲೇಬೇಕು. ಒಳ್ಳೆಯ ಕೆಲಸಗಳಿಗೆ ದೇವರ ಆಶೀರ್ವಾದ ದೊರೆಯುತ್ತದೆ. ಕೆಟ್ಟ ಕೆಲಸಗಳಿಗೆ ಅಥವಾ ಪಾಪ ಕರ್ಮಗಳಿಗೆ

ಶಿಕ್ಷೆಯಾಗುತ್ತದೆ. ನಾವು ಭೂಮಿಯಲ್ಲಿರುವಾಗ ಒಳ್ಳೆಯ ರೀತಿ ಜೀವನ ಮಾಡಿದ್ದರೆ, ಸತ್ತನಂತರದ ತೀರ್ಪಿನ ದಿನದಂದು ಶಾಶ್ವತವಾದ ಸ್ವರ್ಗಕ್ಕೆ ಸೇರುವ ಅನುಮತಿ ನಮಗೆ ಸಿಗಬಹುದು. ಆದರೆ ದೇವರನ್ನು ಧಿಕ್ಕರಿಸಿ, ಪಾಪಗಳನ್ನು ಮಾಡುತ್ತ ಜೀವನವನ್ನು ಕಳೆದವರು, ಸತ್ತ ನಂತರ ಘೋರ ಶಿಕ್ಷೆಯನ್ನು ಅನುಭವಿಸಬೇಕಾಗುತ್ತದೆ.

ನಮ್ಮ ಜೀವನದ ಪ್ರತಿಕ್ಷಣ, ಅನುಭವ, ಯೋಚನೆ, ನುಡಿ ಮತ್ತು ನಡೆ ದೇವರಿಗೆ ಗೊತ್ತಿದೆ. ಸಾವಿನ ನಂತರ ನಾವು ಮಾಡಿದ ಎಲ್ಲಾ ಕೆಲಸಗಳಿಗೂ ತಾನು ಉತ್ತರಿಸ ಬೇಕಾಗುತ್ತದೆ. ಒಳ್ಳೆಯ ಅಥವಾ ಕೆಟ್ಟ ಕೆಲಸ ಮಾಡಿದ್ದರೆ ಅದಕ್ಕೆ ತಕ್ಕಂತೆ ಪ್ರತಿಫಲವನ್ನು ಅನುಭವಿಸ ಬೇಕಾಗುತ್ತದೆ ಎನ್ನುವ ಜಾಗೃತಿ, ಜನಸಾಮಾನ್ಯರು ಕೆಟ್ಟದ್ದನ್ನು ಮಾಡದೆ ಇರಲು ಮತ್ತು ಒಳ್ಳೆಯದನ್ನು ಮಾಡಲು ಪ್ರೇರಣೆ ನೀಡುತ್ತದೆ. ಕೆಟ್ಟದನ್ನು ಮಾಡಲು ಅಥವಾ ಯೋಚಿಸಲು ಯಾವುದೇ ವ್ಯಕ್ತಿಯು ಮುಂದಾದರೂ, ದೇವರು ಉಪಸ್ಥಿತನಾಗಿಸುತ್ತಾನೆ, ಪ್ರತಿಯೊಂದು ಕ್ಷಣ, ಅನುಭವ, ಯೋಚನೆ, ನುಡಿ, ನಡೆಯನ್ನು ನೋಡುತ್ತಿದ್ದಾನೆ ಎಂದು ಭಾವಿಸುತ್ತಾನೆ ಮತ್ತು ಸಾವಿನ ನಂತರ ತೀರ್ಪಿನ ದಿನದಂದು ಏನು ನಡೆಯುತ್ತದೆ ಎನ್ನುವ ಪ್ರಜ್ಞೆಯು,ಅವನನ್ನು ಕೆಟ್ಟ ಯೋಚನೆ ಅಥವಾ ಕೆಲಸವನ್ನು ಮಾಡದಂತೆ ತಡೆಯುತ್ತದೆ. ಸಾವಿನ ನಂತರದ ದಿನಗಳು ಮತ್ತು ತೀರ್ಪಿನ ದಿನ ಕುರಿತು ಅಚಲವಾದ ನಂಬಿಕೆ, ಜನರನ್ನು ಕೋಮುವಾದದಿಂದ ದೂರವಾಗಿ, ಸಾತ್ವಿಕ ಜೀವನವನ್ನು ನಡೆಸಲು ನೆರವಾಗುತ್ತದೆ.

ತನ್ನ ಪ್ರತಿಯೊಂದು ಕೆಲಸವನ್ನು ಲೆಕ್ಕ ಮಾಡಿ ಇಡಲಾಗುತ್ತದೆ ಮತ್ತು ಪ್ರತಿಯೊಂದು ಕೆಲಸಕ್ಕೂ ಉತ್ತರ ನೀಡಬೇಕು ಹಾಗೂ ಪ್ರತಿಫಲವನ್ನು ಅನುಭವಿಸಬೇಕು ಎನ್ನುವ ಜಾಗೃತಿ ಇರುವ ವ್ಯಕ್ತಿ, ಕೋಮುವಾದ ಸೇರಿದಂತೆ ಎಲ್ಲಾ ಕೆಟ್ಟ ಕೆಲಸಗಳಿಂದ ದೂರ ಇರುತ್ತಾನೆ. ತನ್ನ ಸಮುದಾಯದವರಲ್ಲದೆ ಬೇರೆ ಸಮುದಾಯದವರ ಜೊತೆಗೆ ಪ್ರೀತಿಯಿಂದ ವರ್ತಿಸುತ್ತಾನೆ ಮತ್ತು ಸಾಧ್ಯವಾದಷ್ಟು ಒಳ್ಳೆಯದನ್ನು ಮಾಡಲು ಮುಂದಾಗುತ್ತಾನೆ. ಭೂಮಿಯ ಮೇಲಿರುವ ಅಲ್ಪ ಸಮಯವನ್ನು ಅಧಿಕಾರ, ಹಣ ಅಥವಾ ದ್ವೇಷ, ದುರಾಸೆ, ಅಸೂಯೆ ಮತ್ತು ಧರ್ಮ ಕುರಿತು ಪೂರ್ವಾಗ್ರಹ ಚಿಂತನೆಗಳಿಂದ ಬೇರೆಯವರ ಜೊತೆ ಜಗಳ, ಹೊಡೆದಾಟದಲ್ಲಿ ಸಮಯ ವ್ಯರ್ಥ ಮಾಡಲು ವಿವೇಕಿಯಾದವನ್ನು ಇಷ್ಟಪಡುವುದಿಲ್ಲ.

ದೇವರು ಉಪಸ್ಥಿತನಾಗಿದ್ದು, ತನ್ನೆಲ್ಲಾ ಯೋಚನೆಗಳು ಮತ್ತು ಕೆಲಸಗಳನ್ನು ನೋಡುತ್ತಿದ್ದಾನೆ ಎಂದು ಅರ್ಥ ಮಾಡಿಕೊಂಡಿರುವ ಯಾವ ವ್ಯಕ್ತಿಯು ಕೂಡಾ ಕೆಟ್ಟ ಯೋಚನೆಗಳು ಮತ್ತು ಕೋಮುವಾದ, ಬೇರೆ ಧರ್ಮಕ್ಕೆ ಸೇರಿದವರು ಎನ್ನುವ ಒಂದೇ ಕಾರಣಕ್ಕಾಗಿ ಬೇರೆಯವರನ್ನು ದ್ವೇಷಿಸುವ ಮತ್ತು ಹಿಂಸೆ ಮಾಡುವಂತಹ ಕೆಲಸಗಳಿಂದ ದೂರ ಇರುತ್ತಾನೆ. ತಾನು ಪಾಪದ ಕೆಲಸ ಮಾಡಿದರೆ, ಉಗ್ರ ಶಿಕ್ಷೆಯನ್ನು ದೇವರು ನೀಡುತ್ತಾನೆ ಎನ್ನುವ ಜಾಗೃತಿ, ಜನರನ್ನು ಕೆಟ್ಟ ಕೆಲಸ ಮಾಡದಂತೆ ತಡೆಯುತ್ತದೆ.

ಹಿಂದೆ ಜನರು ಪ್ಲೇಗ್ ರೋಗದಿಂದ ದೂರವಿದ್ದಂತೆ, ಈಗ ಕೋವಿಡ್–19 ಮತ್ತು ಕೋಮುವಾದದಿಂದ ಜನ ದೂರವಿರಬೇಕಾಗಿದೆ.

ಯಾವುದೇ ಧರ್ಮದವರಾಗಿದ್ದರೂ ಕೂಡಾ, ಎಲ್ಲರೊಡನೆ ಪ್ರೀತಿಯಿಂದ, ನ್ಯಾಯಯುತವಾಗಿ ನಡೆದುಕೊಂಡರೆ ದೇವರು ಮೆಚ್ಚುತ್ತಾನೆ ಎಂದು ಭಾವಿಸುವ ವ್ಯಕ್ತಿಯು, ಎಲ್ಲರೂ ಒಬ್ಬ ದೇವರ ಸೃಷ್ಟಿಯೆಂದು ತಿಳಿದು ಎಲ್ಲರೊಡನೆ ಪ್ರೀತಿಯಿಂದ, ಸದ್ಭಾವನೆಯಿಂದ ನಡೆದುಕೊಳ್ಳುತ್ತಾನೆ.

ನಾವು ಮಾಡುವ ಪ್ರತಿಯೊಂದು ಕೆಲಸಕ್ಕೂ ದೇವರ ಮುಂದೆ ಉತ್ತರ ನೀಡಬೇಕಾಗುತ್ತದೆ ಎನ್ನುವ ಜಾಗೃತಿ, ನಮ್ಮನ್ನು ಕೋಮುವಾದದಿಂದ ದೂರವಿಡುತ್ತದೆ ಹಾಗೂ ಯಾವುದೇ ಧರ್ಮದವರಾದರೂ, ಅವರೊಡನೆ ಪ್ರೀತಿ ಮತ್ತು ಕರುಣೆಯಿಂದ ವರ್ತಿಸುವಂತೆ ಮಾಡುತ್ತದೆ. ವಿವಿಧ ಧರ್ಮಗಳ ಅನುಯಾಯಿಗಳ ನಡುವೆ ಸದ್ಭಾವನೆ ಮತ್ತು ಸೌಹಾರ್ದತೆ ಬೆಳೆಯಲು ಈ ಜಾಗೃತಿ ದೊಡ್ಡ ಕೊಡುಗೆಯನ್ನು ನೀಡುತ್ತದೆ.

ನಾವು ತಾತ್ಕಾಲಿಕವಾಗಿ ಈ ಭೂಮಿಯ ಮೇಲೆ ಇರುತ್ತೇವೆ. ಸಾವಿನ ನಂತರದ ದಿನಗಳು ಶಾಶ್ವತ. ಇದನ್ನು ಅರ್ಥ ಮಾಡಿಕೊಳ್ಳುವ ಪ್ರತಿಯೊಬ್ಬ ವ್ಯಕ್ತಿಯು ತಪ್ಪು ಕೆಲಸಗಳು ಅಥವಾ ಪಾಪಗಳನ್ನು ಮಾಡುವುದರಿಂದ ದೂರವಿರುತ್ತಾನೆ ಮತ್ತು ಧರ್ಮ ಯಾವುದೇ ಆಗಿದ್ದರೂ, ಎಲ್ಲರ ಜೊತೆ ಸ್ನೇಹ, ಸದ್ಭಾವನೆ ಮತ್ತು ನ್ಯಾಯಯುತವಾಗಿ ನಡೆದುಕೊಳ್ಳುತ್ತಾನೆ. ದೇವರಲ್ಲಿ ನಿಜವಾದ ನಂಬಿಕೆ ಮತ್ತು ಭಕ್ತಿ ಇರುವವರು, ತಾವು ಯಾವುದೇ ಕೆಲಸ ಮಾಡುವ ಮೊದಲು, ಅದನ್ನು ದೇವರು ಮೆಚ್ಚುತ್ತಾನೆ ಅಥವಾ ಇಲ್ಲವೆಂದು ಯೋಚಿಸುತ್ತಾರೆ. ನಕಾರಾತ್ಮಕ ಚಿಂತನೆಗಳು, ದ್ವೇಷ, ಹಿಂಸೆ, ಅಸೂಯೆ, ದುರಾಸೆ, ಪೂರ್ವಾಗ್ರಹ ಚಿಂತನೆಗಳು ದೇವರಿಗೆ ಇಷ್ಟವಾಗುವುದಿಲ್ಲವೆಂದು ಗೊತ್ತಾದಾಗ, ಅಂತಹ ಕೆಲಸಗಳನ್ನು ನಾವು ಮಾಡುವುದಿಲ್ಲ. ದೇವರಿಗೆ ಇಷ್ಟವಾಗುವ ಪ್ರೀತಿ, ಕ್ಷಮೆ, ಕರುಣೆ ಮೊದಲಾದ ಕೆಲಸಗಳನ್ನು ಮಾತ್ರ ನಾವು ಮಾಡುತ್ತೇವೆ.

ಧರ್ಮದ ಮತ್ತು ಸಮುದಾಯದ ಹೆಸರಿನಲ್ಲಿ ನಡೆದಿರುವ ಹಿಂಸಾಚಾರ, ದ್ವೇಷ ಮೊದಲಾಗಿ ಎಲ್ಲಾ ರೀತಿಯ ಸಮಸ್ಯೆಗಳನ್ನು ಪರಿಹರಿಸಲು, ದೇವರನ್ನು ಕುರಿತು ಪ್ರಜ್ಞೆ ಆಧಾರಿತ ಆಧ್ಯಾತ್ಮಿಕ ಮಾರ್ಗವು ಮುಖ್ಯವಾಗಿದೆ.

ಎಲ್ಲಾ ಮುಸ್ಲಿಮರು ಮತ್ತು ಇತರರು ಈ ಕುರಿತು ಪ್ರಾಮಾಣಿಕವಾಗಿ ಯೋಚಿಸಬೇಕಾಗಿದೆ.

ಮುಕ್ತಾಯ ಪೂರ್ವದ ಮಾತು

"ಅಲ್ಲಾಹನ ಜೊತೆ ಬೇರಾವ ದೇವರನ್ನೂ ಪ್ರಾರ್ಥಿಸಬೇಡಿ. ಅವನ ಹೊರತು ಬೇರೆ ದೇವರಿಲ್ಲ. ಅವನೊಬ್ಬನ ಹೊರತು ಎಲ್ಲವೂ ನಾಶವಾಗಲಿದೆ. ಅಧಿಕಾರವೆಲ್ಲವೂ ಅವನಿಗೇ ಸೇರಿದೆ ಮತ್ತು ನೀವು ಅವನ ಬಳಿಗೇ ಮರಳುವಿರಿ"

ಕುರ್‌ಆನ್ (28:88)

ಭೂಮಿ, ಆಕಾಶ ಮತ್ತು ನಮ್ಮೊಳಗೆ ಮಿಳಿತವಾಗಿರುವ ಸೃಷ್ಟಿಯ ಅಸಂಖ್ಯಾತ ಕಣಗಳು, ತಮ್ಮಿಂದ ತಾವೇ ಅಸ್ತಿತ್ವಕ್ಕೆ ಬಂದಿಲ್ಲವೆನ್ನುವುದು ನಿಜ. ಜಗತ್ತಿನಲ್ಲಿ ಎಲ್ಲಾ ಸೃಷ್ಟಿಗೂ ಕಾರಣನಾದ ಸೃಷ್ಟಿಕರ್ತನೊಬ್ಬ ಇರಲೇ ಬೇಕು. ಹೌದು, ನಾವು, ನೀವು ಮೊದಲಾಗಿ ಕೋಟ್ಯಂತರ ಜೀವಿಗಳು, ಈ ಭೂಮಿ ಮೊದಲಾಗಿ ಇಡೀ ಬ್ರಹ್ಮಾಂಡವನ್ನು ಸೃಷ್ಟಿದವನು ದೇವರು. ಯಾವುದೇ ಉದ್ದೇಶವಿಲ್ಲದೆ ಇದೆಲ್ಲವನ್ನೂ ದೇವರು ಸೃಷ್ಟಿಸಲಿಲ್ಲ.

"ಆಕಾಶವನ್ನು ಮತ್ತು ಭೂಮಿಯನ್ನು ಮತ್ತು ಅವುಗಳ ನಡುವೆ ಇರುವ ಎಲ್ಲವನ್ನೂ ನಾವು ಕೇವಲ ಮೋಜಿಗಾಗಿ ಸೃಷ್ಟಿಸಿಲ್ಲ"

ಕುರ್‌ಆನ್ (21:16)

ಆದ್ದರಿಂದ, ಉದ್ದೇಶಪೂರ್ವಕವಾಗಿ ದೇವರು ಇದೆಲ್ಲವನ್ನೂ ಸೃಷ್ಟಿಸಿದ್ದಾನೆ. ಒಂದು ಉದ್ದೇಶಕ್ಕಾಗಿ ನಮ್ಮನ್ನು ಕೂಡಾ ಸೃಷ್ಟಿಸಿದ್ದಾನೆ.

ನಾವು ಯಾವ ಉದ್ದೇಶಕ್ಕಾಗಿ ಭೂಮಿಗೆ ಬಂದಿದ್ದೇವೆ, ಆ ಉದ್ದೇಶ ಈಡೇರುವಂತೆ ನಾವು ಜೀವನ ನಡೆಸಬೇಕು. ದೇವರ ಆಜ್ಞೆಯಂತೆ ಒಳ್ಳೆಯ ಚಾರಿತ್ರ್ಯವನ್ನು ಪಡೆದು, ಒಳ್ಳೆಯ ಕೆಲಸಗಳನ್ನು ಮಾಡುವುದರ ಮೂಲಕ ಜೀವನದ ಉದ್ದೇಶವನ್ನು ಈಡೇರಿಸಲು ಪ್ರಯತ್ನಿಸಬಹುದು. ಈ ರೀತಿಯಾಗಿ ದೇವರ ಸೇವೆಯನ್ನು ಮಾಡಬೇಕು. ಒಂದಲ್ಲ ಒಂದು ದಿನ ನಾವು ಆಸ್ತಿ, ಐಶ್ವರ್ಯಗಳನ್ನು, ಬಂಧುಗಳು, ಅಧಿಕಾರ ಮತ್ತು ಭೂಮಿಯನ್ನು ಬಿಟ್ಟು ಹೋಗಬೇಕು. ನಾವು ಸೃಷ್ಟಿಕರ್ತದೇವರನ್ನು ಭೇಟಿಯಾದಾಗ, ನಾವು ಜೀವನದಲ್ಲಿ ಮಾಡಿದ ಎಲ್ಲಾ ಕೆಲಸಗಳ ದಾಖಲೆ ಹೊರತಾಗಿ ಬೇರೆ ಏನೂ ನಮ್ಮ ಹತ್ತಿರ ಇರುವುದಿಲ್ಲ. ನಾವು ಮಾಡಿದ ಕೆಲಸಗಳ ಆಧಾರದ ಮೇಲೆ ದೇವರು ತೀರ್ಪು ನೀಡುತ್ತಾನೆ. ಇದನ್ನು ಅರ್ಥ ಮಾಡಿಕೊಂಡವರಿಗೆ, ಅಧಿಕಾರ,

ಐಶ್ವರ್ಯಗಳಿಸುವುದು, ಮೋಜು ಮಸ್ತಿ ಮಾಡುವುದು ಮೊದಲಾದ ಭೂಮಿಯ ಮೇಲಿನ ತಾತ್ಕಾಲಿಕ ಸುಖಗಳನ್ನು ಪಡೆಯುವುದು ಜೀವನದ ಗುರಿಯಾಗುವುದಿಲ್ಲ. ಬದಲಾಗಿ ದೇವರಿಗೆ ಇಷ್ಟವಾಗುವ ಕೆಲಸವನ್ನು ಮಾಡಲು, ಸಾತ್ವಿಕ ಮತ್ತು ಪ್ರಾಮಾಣಿಕ ಜೀವನ ನಡೆಸುವುದು ಜೀವನದ ಗುರಿಯಾಗುತ್ತದೆ. ಎಲ್ಲರಿಗೂ ಇದು ಅರ್ಥವಾದರೆ, ಎಷ್ಟು ದ್ವೇಷ, ಸಂಘರ್ಷ ಮತ್ತು ಯುದ್ಧಗಳು – ವ್ಯಕ್ತಿಗಳ ಒಳಗೆ, ವ್ಯಕ್ತಿಗಳ ನಡುವೆ, ಕುಟುಂಬದಲ್ಲಿ, ಸಮುದಾಯಗಳ ನಡುವೆ ಮತ್ತು ದೇಶಗಳ ನಡುವೆ – ನಡೆಯುವುದನ್ನು ತಪ್ಪಿಸಬಹುದು!

ನಾವು ಭೂಮಿಯ ಮೇಲೆ 60, 70 ಅಥವಾ ನೂರು ವರ್ಷಗಳು ಜೀವಿಸಿರಬಹುದು. ನಂತರ ಒಂದಲ್ಲ ದಿನ ಸಾಯಲೇಬೇಕು. ನಾವು ಸತ್ತ ನಂತರ ದೇವರ ಹತ್ತಿರ ಹೋಗುತ್ತೇವೆ.

"ಅವರು ತಮಗೇನಾದರೂ ವಿಪತ್ತು ಎದುರಾದಾಗ "ನಾವು ಅಲ್ಲಾಹನಿಗೆ ಸೇರಿದವರು ಮತ್ತು ನಾವು ಅವನೆಡೆಗೇ ಮರಳಲಿಕ್ಕಿರುವವರು" ಎನ್ನುತ್ತಾರೆ.

ಕುರ್ಆನ್ (2:156)

"ವಿಶ್ವಾಸಿಗಳೇ, ನೀವು ಸ್ವತಃ ನಿಮ್ಮ ಕುರಿತು ಚಿಂತಿಸಿರಿ. ನೀವು ಸನ್ಮಾರ್ಗದಲ್ಲಿದ್ದರೆ, ದಾರಿ ತಪ್ಪಿದವನಿಂದ ನಿಮಗೇನೂ ನಷ್ಟವಾಗದು. ಕೊನೆಗೆ ನೀವೆಲ್ಲರೂ ಅಲ್ಲಾಹನ ಬಳಿಗೇ ಮರಳುವಿರಿ.ನೀವು ಏನೆಲ್ಲಾ ಮಾಡುತ್ತಿದ್ದಿರೆಂಬುದನ್ನು (ಅಲ್ಲಿ) ಅವನು ನಿಮಗೆ ತಿಳಿಸುವನು."

ಕುರ್ಆನ್ (5:105)

ನಾವು ಭೂಮಿಯ ಮೇಲೆ ಬಾಳುವ ಕಡಿಮೆ ಅವಧಿಯಲ್ಲಿ, ಜಗತ್ತು ಮತ್ತಷ್ಟು ಸುಂದರವಾಗುವಂತೆ, ಸಂತೋಷದಿಂದ ಮತ್ತು ಶಾಂತಿಯಿಂದ ಎಲ್ಲಾ ಸಮುದಾಯದ ಜನರೂ ಬಾಳಲು ಸಾಧ್ಯವಾಗುವಂತೆ ಕೆಲಸ ಮಾಡೋಣ. ಸೃಷ್ಟಿಕರ್ತನು ನಮಗೆ ನೀಡುವ ಸಮಯ, ಶಕ್ತಿ ಮತ್ತು ಸಂಪನ್ಮೂಲಗಳನ್ನು ಎಷ್ಟು ಒಳ್ಳೆಯ ಕೆಲಸ ಮಾಡಲು ನಮಗೆ ಸಾಧ್ಯವಾಗುತ್ತದೆ ಅಷ್ಟು ಮಾಡಲು ಬಳಸೋಣ.

"ಕಾಲದಾಣೆ. ನಂಬಿಕೆ ಇರಿಸಿದ, ಒಳ್ಳೆಯ ಕೆಲಸಗಳನ್ನು ಮಾಡಿದ ಮತ್ತು ಪರಸ್ಪರರಿಗೆ ಸತ್ಯವನ್ನು ಮತ್ತು ಸಹನೆಯನ್ನು ಬೋಧಿಸಿದವರ ಹೊರತು"ಮನುಷ್ಯನು ಖಂಡಿತ ನಷ್ಟದಲ್ಲಿದ್ದಾನೆ.

–ಕುರ್ಆನ್ (103)

****

ಭೂಮಿಯ ಮೇಲೆ ನಮ್ಮ ಜೀವನ ಒಂದು ಪರೀಕ್ಷೆ ಇದ್ದ ಹಾಗಿದೆ. ನಾವು ಎಷ್ಟು ನೈತಿಕತೆಯನ್ನು ಹೊಂದಿದ್ದೇವೆ ಎಂದು ಪರೀಕ್ಷೆ ಮಾಡಲು ಭೂಮಿಗೆ ಕಳುಹಿಸಿದ್ದಾರೆ. ಮತ್ತೊಂದು ರೀತಿಯಲ್ಲಿ ಇದನ್ನು ಹೇಳುವುದಾದರೆ, ನಾವು ಭೂಮಿಯ ಮೇಲೆ ಇರುವುದು ತಾತ್ಕಾಲಿಕವಾಗಿ ಮಾತ್ರ. ನಮ್ಮ ಮುಂದಿನ ಜೀವನಕ್ಕೆ ಅಗತ್ಯವಾಗಿರುವ ಆಧ್ಯಾತ್ಮಕ ಉನ್ನತಿಯನ್ನು ನಾವು ಪಡೆಯಲು ಸ್ವಲ್ಪ ಕಾಲ ಭೂಮಿಯ ಮೇಲಿರುತ್ತೇವೆ. ಶಾಲೆಯಲ್ಲಿ ಓದುವ ಮಗುವೊಂದು ಪರೀಕ್ಷೆಯೊಂದರಲ್ಲಿ ಅನುತ್ತೀರ್ಣರಾದರೆ ಅದು ದೊಡ್ಡ ವಿಷಯವಲ್ಲ. ಮುಂದಿನ ವರ್ಷ ಅದು ಪರೀಕ್ಷೆಯನ್ನು ಮತ್ತೆ ಬರೆಯಬಹುದು. ಒಬ್ಬ ಪುರುಷ ಅಥವಾ ಮಹಿಳೆ ತಮಗೆ ಇಷ್ಟವಾದ ಕೆಲಸವನ್ನು ಪಡೆಯಲು ವಿಫಲರಾದರೆ, ಅದೂ ಕೂಡಾ ದೊಡ್ಡ ವಿಷಯವಾಗುವುದಿಲ್ಲ. ಅವರು ಇಷ್ಟಪಟ್ಟರೆ ಮತ್ತೊಂದು ಕೆಲಸಕ್ಕೆ ಅರ್ಜಿ ಸಲ್ಲಿಸಬಹುದು. ಆದರೆ ದೇವರ ಇಚ್ಛೆಗೆ ವಿರುದ್ಧವಾಗಿ ಜೀವನ ನಡೆಸಿ, ಕೊನೆಗೆ ಜೀವನದ ಪರೀಕ್ಷೆಯಲ್ಲಿ ಒಬ್ಬ ವ್ಯಕ್ತಿ ವಿಫಲನಾದರೆ, ಅದು ಊಹಿಸಲು ಆಗದಷ್ಟು ದೊಡ್ಡ ನಷ್ಟ ಮತ್ತು ದೊಡ್ಡ ದುರಂತ ಕೂಡಾ.

ಎಷ್ಟೇ ಪ್ರಯತ್ನ ಪಟ್ಟರೂ ಒಬ್ಬನಿಗೆ ತನ್ನ ಸಾಮಾಜಿಕ ಸ್ಥಿತಿಗತಿ ಸುಧಾರಿಸಲು ಆಗದಿದ್ದರೆ, ಅದು ತಾತ್ಕಾಲಿಕವಾದ ಹಿನ್ನಡೆ ಮಾತ್ರ. ಏಕೆಂದರೆ ಒಂದಲ್ಲ ಒಂದು ದಿನ ನಾವೆಲ್ಲರೂ ಈ ಭೂಮಿಯನ್ನು ಬಿಟ್ಟು ಹೋಗಲೇಬೇಕು. ಆದರೆ ನಮ್ಮ ಸಾವಿನ ನಂತರದ ದಿನಗಳಿಗೆ ಅಗತ್ಯವಾದ ಆಧ್ಯಾತ್ಮದ ಉನ್ನತಿಯನ್ನು ಪಡೆಯಲು ಒಬ್ಬ ವ್ಯಕ್ತಿ ವಿಫಲನಾದರೆ, ಅದು ಶಾಶ್ವತವಾದ ಹಿನ್ನಡೆಯಾಗುತ್ತದೆ. ಜೀವನದಲ್ಲಿ ಹಣ, ಆಸ್ತಿ ಇತ್ಯಾದಿಗಳನ್ನು ಹೆಚ್ಚು ಹೆಚ್ಚು ಗಳಿಸಬೇಕು ಎನ್ನುವ ಧಾವಂತದಲ್ಲಿ ಜೀವನದ ಆಧ್ಯಾತಿಕ ಉದ್ದೇಶವನ್ನು ಹಾಗೂ ಸಾವಿನ ನಂತರದ ದಿನಗಳನ್ನು ಕುರಿತುಯಾರೂ ಮರೆಯಬಾರದು. ಪ್ರಾಪಂಚಿಕ ಮತ್ತು ಆಧ್ಯಾತ್ಮಿಕ ಜೀವನ ಜೊತೆ ಜೊತೆಯಲ್ಲಿ ನಡೆಯಬೇಕು. ನಾವೆಲ್ಲರೂ ಇದನ್ನು ಮರೆಯದೆ, ನಮ್ಮ ಜೀವನದ ಉದ್ದೇಶವನ್ನು ಈಡೇರಿಸಲು ಪ್ರಯತ್ನಿಸಬೇಕು. ಧರ್ಮ, ಜನಾಂಗದ ಹೆಸರಿನಲ್ಲಿ ಬೇರೆಯವರ ವಿರುದ್ಧ ದ್ವೇಷ, ಹಿಂಸೆಯನ್ನು ಪ್ರಚೋದಿಸುವುದು, ಅಧಿಕಾರ ಮತ್ತು ಆಸ್ತಿಗಾಗಿ ಬೇರೆಯವರೊಡನೆ ಹೊಡೆದಾಡುವುದು, ಯಾವ ರೀತಿಯಲ್ಲಾದರೂ ಅಧಿಕಾರ ಮತ್ತು "ಯಶಸ್ಸು" ಪಡೆಯಲೇ ಬೇಕೆಂಬ ಹಂಬಲ— ಈ ಎಲ್ಲಾ ರೀತಿಯ ಜೀವನ ನಡೆಸುತ್ತಿರುವವರು ಇದನ್ನು ಮರೆಯಬಾರದು. ಅವರ ಒಳಿತಿಗಾಗಿ, ಅವರ ಯೋಚನೆ ಮತ್ತು ವರ್ತನೆಗಳು ಸಕಾರಾತ್ಮಕವಾಗಿ ಬದಲಾಯಿಸಿದರೆ ಒಳ್ಳೆಯದು. ಜಗತ್ತಿಗೂ ಇವರಿಂದಾಗುವ ಅನ್ಯಾಯ, ಹಾನಿ ತಪ್ಪುತ್ತದೆ.

ನಾವು ಮನುಷ್ಯರು, ಭೂಮಿಯಲ್ಲಿ ತಾತ್ಕಾಲಿಕವಾಗಿ ವಾಸವಾಗಿರುವ ಆಧ್ಯಾತ್ಮ ಜೀವಿಗಳಾಗಿದ್ದೇವೆ. ಇಲ್ಲಿಂದ ನಾವು ಎಲ್ಲಿಗೆ ಹೋಗಬೇಕು ಎಂದು ದೇವರು ನಿರ್ಧರಿಸುತ್ತಾನೆ. ಇಲ್ಲಿರುವಷ್ಟು ದಿನ, ನಮ್ಮ ಆಧ್ಯಾತ್ಮಿಕ ಉನ್ನತಿಯಾಗಬೇಕು ಎನ್ನುವುದು ನಮ್ಮನ್ನು ಭೂಮಿಗೆ ಕಳುಹಿಸಿರುವ ಮೂಲ ಉದ್ದೇಶವಾಗಿದೆ. ನಾವು ಇಲ್ಲಿ ಇರುವಾಗ, ನಮ್ಮ ಬದುಕಿಗೆ ಪ್ರಾಪಂಚಿಕ ವಸ್ತುಗಳು ಖಂಡಿತವಾಗಿಯೂ ಬೇಕು. ಆದರೆ

ಅವು ತಾತ್ಕಾಲಿಕವಾದ ನಮ್ಮ ಜೀವನಕ್ಕೆ ಬೇಕೇ ಹೊರತು ಈ ಪ್ರಾಪಂಚಿಕ ವಸ್ತುಗಳು ನಮ್ಮ ಜೀವನದ ಗುರಿಯಾಗಬಾರದು. ಅಧಿಕಾರ, ಐಶ್ವರ್ಯ, ಆಸ್ತಿ ಗಳಿಸುವುದರಲ್ಲಿ ಮೈಮರೆತು ನಮ್ಮ ಜೀವನದ ಉದ್ದೇಶವಾದ ಆಧ್ಯಾತ್ಮಿಕ ಉನ್ನತಿಯನ್ನು ನಾವು ಮರೆಯಬಾರದು.ನಾವು ಯಾವಾಗ ಪ್ರಾಪಂಚಿಕ ವಿಷಯಗಳಲ್ಲಿ ಮೈ ಮರೆಯುತ್ತೇವೆಯೋ,ಆಗ ಸಂಘರ್ಷಗಳು ಸೃಷ್ಟಿಯಾಗುತ್ತವೆ. ನಮ್ಮ ಹತ್ತಿರವಿರುವುದನ್ನು ಪಡೆಯಲು ಮತ್ತೊಬ್ಬರು, ಮತ್ತೊಬ್ಬರ ಹತ್ತಿರ ಇರುವುದನ್ನು ಪಡೆಯಲು ನಾವು, ಹೀಗೆ ಪರಸ್ಪರ ಹಿಂಸೆ, ಯುದ್ಧ ಮತ್ತು ದೊಡ್ಡ ಪ್ರಮಾಣದ ನಷ್ಟಕ್ಕೆ ಕಾರಣವಾಗುತ್ತೇವೆ. ವಿವೇಕ ಇರುವ ವ್ಯಕ್ತಿ ತನ್ನ ಜೀವನವನ್ನು ಯಾವುದೇ ಕಾರಣಕ್ಕೂ ತನ್ನ ಕೈಯಾರೆ ಈ ರೀತಿ ಹಾಳು ಮಾಡಿಕೊಳ್ಳುವುದಿಲ್ಲ. ಯುದ್ಧ ಮತ್ತು ಹಿಂಸಾಚಾರಗಳು, ಜನರನ್ನು ತಮ್ಮ ಜೀವನದ ಮೂಲ ಉದ್ದೇಶವಾದ—ಆಧ್ಯಾತ್ಮಿಕ ಉನ್ನತಿಯಿಂದ, ವಿಮುಖರನ್ನಾಗಿಸುತ್ತವೆ.

> "ನಿಮಗೆ ತಿಳಿದಿರಲಿ, ಇಹಲೋಕದ ಬದುಕೆಂಬುದು ಕೇವಲ ಆಟ, ವಿನೋದ, ಅಲಂಕಾರ, ನಿಮ್ಮ ನಡುವಣ ಪರಸ್ಪರ ಜಂಬ ಮತ್ತು ಸಂತಾನ ಹಾಗೂ ಸಂಪತ್ತಿನ ಸ್ಪರ್ಧೆ ಮಾತ್ರವಾಗಿದೆ— ಮಳೆ ಸುರಿದಾಗ ರೈತನಿಗೆ ತನ್ನ ಬೆಳೆ ಚಂದಗಾಣುವಂತೆ, ಆ ಬಳಿಕ ಅದು ಒಣಗಲಾರಂಭಿಸುತ್ತದೆ ಮತ್ತು ನೀವು ನೋಡು ನೋಡುತ್ತಿದ್ದಂತೆಯೇ ಅದು (ಬೆಳೆ) ಹಳದಿಯಾಗುತ್ತದೆ ಮತ್ತು ಕೊನಗೆ ಚೂರುಚೂರಾಗಿ ಬಿಡುತ್ತದೆ. ಅತ್ತ ಪರಲೋಕದಲ್ಲಿ (ಒಂದೆಡೆ) ಕಠಿಣ ಶಿಕ್ಷೆಯೂ ಇದೆ ಮತ್ತು(ಇನ್ನೊಂದೆಡೆ) ಅಲ್ಲಾಹನ ಕಡೆಯಿಂದ ಕ್ಷಮೆ ಹಾಗೂ ಪ್ರಸನ್ನತೆಯೂ ಇದೆ. ಇಹಲೋಕದ ಬದುಕು ಕೇವಲ ವಂಚಕ ಸಾಧನವಾಗಿದೆ"

ಕುರ್‌ಆನ್ (57:20)

> "ಇಹ ಲೋಕದ ಬದುಕೆಂಬುದು ಕೇವಲ ಆಟ ಹಾಗೂ ಮನೋರಂಜನೆಯಾಗಿದೆ. ಸತ್ಯ ನಿಷ್ಠರ ಪಾಲಿಗಂತು ಪರಲೋಕದ ನಿವಾಸವೇ ಶ್ರೇಷ್ಠವಾಗಿದೆ. ನೀವೇನು ಆಲೋಚಿಸುವುದಿಲ್ಲವೇ?

ಕುರ್‌ಆನ್ (6:32)

ಜನರು ಇದನ್ನು ಅರ್ಥ ಮಾಡಿಕೊಂಡರೆ, ಪ್ರಾಪಂಚಿಕ ಜಗತ್ತಿನ ಮಹಾತ್ಮ್ಯಂಕ್ಷಿಗಳು ಮತ್ತು ಬೇರೆಯವರೊಡನೆ ಪೈಪೋಟಿಗಳಿಂದ, ಕೊನೆಗೊಂದು ದಿನ ಸೃಷ್ಟಿಕರ್ತನ ಭೇಟಿಗೆಂದು ಹೋದಾಗ ಯಾವ ಪ್ರಯೋಜನವೂ ಇಲ್ಲವೆಂದು ಅರ್ಥ ಮಾಡಿಕೊಳ್ಳುತ್ತಾರೆ. ಇದರಿಂದಾಗಿ, ಆಕ್ರಮಣ, ಶೋಷಣೆ, ಹಿಂಸಾಚಾರ, ದ್ವೇಷ, ಕೋಮುಗಲಭೆ, ಯುದ್ಧ ಮೊದಲಾಗಿ ಎಲ್ಲಾ ಪಾಪಗಳಿಂದ ಅವರು ದೂರ ಇರಬಹುದು.

ನಾವು ಭೂಮಿಯ ಮೇಲೆ ಇರುವುದು ತಾತ್ಕಾಲಿಕವಾಗಿ ಮತ್ತು ಕಡಿಮೆ ಸಮಯದವರೆಗೆ ಮಾತ್ರ ಎಂದು ನಮಗೆಲ್ಲರಿಗೂ ಗೊತ್ತಿದೆ (ಆದರೆ ಅನೇಕರು ಇದನ್ನು ಹೇಳಿಕೊಳ್ಳಲು ಹಿಂಜರಿಯುತ್ತಾರೆ). ಈ ದೇಹವು ಸಾವಿನ ನಂತರವೂ ಜೀವನ ಮುಂದುವರೆಸುತ್ತದೆ. ಆದರೆ ಆ ಜೀವನ ಹೇಗಿರುತ್ತದೆ ಎನ್ನುವುದು, ನಾವು ಭೂಮಿಯ ಮೇಲೆ ಇದ್ದಾಗ ಯಾವ ರೀತಿಯ ಜೀವನ ನಡೆಸಿದವು ಎನ್ನುವುದರ ಮೇಲೆ ನಿರ್ಧಾರವಾಗುತ್ತದೆ. ಹೀಗಾಗಿ ನಾವು ದೇವರಿಗೆ ಇಷ್ಟವಾದ ಕೆಲಸಗಳನ್ನು ಮಾತ್ರ ಮಾಡುತ್ತಾ, ಸಾತ್ವಿಕ ಮತ್ತು ಪ್ರಾಮಾಣಿಕ ಜೀವನವನ್ನು ಇಲ್ಲಿ ನಡೆಸಿದರೆ, ಸಾವಿನ ನಂತರದ ಜೀವನವೂ ಸುಂದರವಾಗಿರುತ್ತದೆ ಎಂದು ಮರೆಯಬಾರದು. ಈ ಸತ್ಯವು, ನಮಗೆ ಜೀವನದಲ್ಲಿ ಸತ್ಯದ ದಾರಿಯಲ್ಲಿ ನಡೆಯಲು, ಸೃಷ್ಟಿಕರ್ತನಿಂದ ಸೃಷ್ಟಿಯಾದ ಎಲ್ಲಾ ಜೀವರಾಶಿಗಳನ್ನು ಪ್ರೀತಿ, ಕರುಣೆಯಿಂದ ನೋಡುತ್ತಾ, ಯಾವುದೇ ಧರ್ಮದವರಾಗಿದ್ದರೂ ಅವರ ಜೊತೆ ಸ್ನೇಹ, ಸೌಹಾರ್ದತೆಯಿಂದ ಬಾಳಲು ಪ್ರೇರಣೆ ನೀಡಲಿ.

****

ಜೀವನದಲ್ಲಿ ಏಳು ಬೀಳು ಇರುತ್ತವೆ. ನಾವು ಒಂದಲ್ಲ ಒಂದು ರೀತಿಯ ಸವಾಲುಗಳನ್ನು ಎದುರಿಸಬೇಕಾಗುತ್ತದೆ. ಎಷ್ಟೇ ಕಠಿಣ ಪರಿಸ್ಥಿತಿಯಲ್ಲೂ ಕೂಡಾ ನಾವು ವಿಶ್ವಾಸವನ್ನು ಕಳೆದುಕೊಳ್ಳಬಾರದು.ಸರ್ವಶಕ್ತನಾದ ದೇವರು, ಇಡೀ ಬ್ರಹ್ಮಾಂಡವನ್ನು ನಿಯಂತ್ರಿಸುತ್ತಾನೆ ಎನ್ನುವುದನ್ನು ಮರೆತು ನಾವು ಹತಾಶರಾಗಬಾರದು. ನಾವು ಎಂತಹ ಪರಿಸ್ಥಿತಿಯಲ್ಲಿ ಇದ್ದೇವೆ ಎಂದು ಆವನಿಗೆ ಗೊತ್ತಿರುತ್ತದೆ.

> "ಅವನೇ, ವಿಶ್ವಾಸಿಗಳ ವಿಶ್ವಾಸಕ್ಕೆ ಇನ್ನಷ್ಟು ವಿಶ್ವಾಸವನ್ನು ಸೇರಿಸುವುದಕ್ಕಾಗಿ, ಅವರ ಮನಸ್ಸುಗಳಿಗೆ ಪ್ರಶಾಂತತೆಯನ್ನು ಇಳಿಸಿಕೊಟ್ಟವನು. ಆಕಾಶಗಳಲ್ಲಿ ಹಾಗೂ ಭೂಮಿಯಲ್ಲಿರುವ ಪಡೆಗಳೆಲ್ಲಾ ಅವನಿಗೇ ಸೇರಿವೆ ಮತ್ತು ಅವನು ಎಲ್ಲವನ್ನೂ ಬಲ್ಲವನೂ ಯುಕ್ತಿವಂತನೂ ಆಗಿದ್ದಾನೆ."

ಕುರ್‌ಆನ್ (48: 4)

> "ನಿಮ್ಮ ಒಡೆಯನು ಹೇಳಿರುವನು; ನೀವು ನನ್ನನ್ನು ಪ್ರಾರ್ಥಿಸಿರಿ, ನಾನು ನಿಮಗೆ ಉತ್ತರ ನೀಡುವೆನು. ನನ್ನನ್ನು ಆರಾಧಿಸುವ ವಿಷಯದಲ್ಲಿ ಅಹಂಭಾವ ತೋರುವವರು ಖಂಡಿತವಾಗಿಯೂ ಅವಮಾನಿತರಾಗಿ ನರಕವನ್ನು ಪ್ರವೇಶಿಸುವರು."

ಕುರ್‌ಆನ್ (40:60)

"(ದೂತರೇ) ನನ್ನ (ಅಲ್ಲಾಹನ) ದಾಸರು ನನ್ನ ಕುರಿತು ನಿಮ್ಮನ್ನು ವಿಚಾರಿಸಿದಾಗ (ಅವರಿಗೆ ತಿಳಿಸಿರಿ); ನಾನು ಅವರ ಹತ್ತಿರವೇ ಇದ್ದೇನೆ ಮತ್ತು ಕೂಗುವಾತನು ನನ್ನನ್ನು ಕೂಗಿದಾಗ ನಾನು ಅದಕ್ಕೆ ಉತ್ತರ ನೀಡುತ್ತೇನೆ. ಅವರಿನ್ನು ನನ್ನ ಕರೆಗೆ ಉತ್ತರ ನೀಡಲಿ ಮತ್ತು ನನ್ನಲ್ಲಿ ನಂಬಿಕೆ ಇಡಲಿ – ಅವರು ಸರಿದಾರಿಯನ್ನು ಪಡೆದವರಾಗಬಹುದು"

ಕುರ್‌ಆನ್ (2:186)

ನೀವು ಜೀವನದಲ್ಲಿ ಎಷ್ಟೇ ಕಠಿಣವಾದ ಪರಿಸ್ಥಿತಿಯನ್ನು ಎದುರಿಸಿದರೂ ಕೂಡಾ, ದೇವರು ನಿಮ್ಮ ಜೊತೆಗೆ ಇದ್ದಾನೆ ಎಂದು ಮರೆಯಬೇಡಿ.

"ಅವರು (ನಿಮ್ಮ ಮುಂದೆ), ನಾವು ವಿಧೇಯರಾದೆವು ಎನ್ನುತ್ತಾರೆ. ತರುವಾಯ ನಿಮ್ಮಲಿಂದ ಹೊರಟು ಹೋದಾಗ ಅವರಲ್ಲಿನ ಒಂದು ಗುಂಪು, ನಿಮ್ಮೊಡನೆ ಹೇಳಿದ್ದಕ್ಕೆ ವಿರುದ್ಧವಾಗಿ ರಾತ್ರಿ ಸಮಾಲೋಚನೆಗಳನ್ನು ನಡೆಸುತ್ತದೆ. ಅವರು ನಡೆಸುತ್ತಿರುವ ಸಮಾಲೋಚನೆಗಳನ್ನೆಲ್ಲಾ ಅಲ್ಲಾಹನು ದಾಖಲಿಸಿಡುತ್ತಿದ್ದಾನೆ. ನೀವು ಅವರನ್ನು ಕಡೆಗಣಿಸಿರಿ ಮತ್ತು ಅಲ್ಲಾಹನಲ್ಲಿ ಭರವಸೆ ಇಡಿರಿ. ಕಾರ್ಯಸಾಧಕನಾಗಿ ಅಲ್ಲಾಹನೇ ಸಾಕು. "

ಕುರ್‌ಆನ್ (4: 81)

ಇಂದಿನ ಪರಿಸ್ಥಿತಿಯಲ್ಲಿ ಭಾರತೀಯ ಮುಸ್ಲಿಮರು ಎದುರಿಸುತ್ತಿರುವ ಕೆಲವು ಪ್ರಮುಖ ಸಮಸ್ಯೆಗಳನ್ನು ಕುರಿತು ಈ ಪುಸ್ತಕದಲ್ಲಿ ಪ್ರಸ್ತಾಪಿಸಲಾಗಿದೆ. ಭಾರತೀಯ ಮುಸ್ಲಿಮರ ಉಜ್ವಲ ಭವಿಷ್ಯವನ್ನು ಕುರಿತು ಕೆಲವು ಸಲಹೆಗಳನ್ನು ನೀಡಲಾಗಿದೆ. ಈ ಪುಸ್ತಕವನ್ನು ಓದಿದದವರಿಗೆ, ಈ ಸಲಹೆಗಳಲ್ಲಿ ಮೌಲ್ಯವಿದೆ ಎಂದು ಅನ್ನಿಸಿದರೆ, ಅವುಗಳನ್ನು ಅನುಷ್ಠಾನಕ್ಕೆ ತರಲು ಪ್ರಯತ್ನಿಸಬಹುದು.

ಭಾರತೀಯ ಮುಸ್ಲಿಮರು ಆತ್ಮವಲೋಕನ ಮಾಡಿಕೊಂಡು ತಮ್ಮ ಭವಿಷ್ಯಕ್ಕಾಗಿ ಸಕಾರಾತ್ಮಕವಾದ ದಾರಿಯನ್ನು ರೂಪಿಸಬೇಕು ಎಂದು ಈ ಪುಸ್ತಕದಲ್ಲಿ ಸಲಹೆ ನೀಡಲಾಗಿದೆ. ಭಾರತೀಯ ಮುಸ್ಲಿಮರು, ಒಳ್ಳೆಯ ಮುಸ್ಲಿಮರು, ಒಳ್ಳೆಯ ಭಾರತೀಯರು ಮತ್ತು ಭಾರತೀಯ ಸಮಾಜಕ್ಕೆ ಉಪಯುಕ್ತವಾದ ಸದಸ್ಯರು ಆಗಬೇಕು. ಭಾರತೀಯ ಮುಸ್ಲಿಮರು ತಮ್ಮನ್ನು ಅಸುರಕ್ಷಿತ ಮತ್ತು ದುರ್ಬಲರು ಎಂದು ಭಾವಿಸದೆ, ತಮ್ಮೊಳಗೆ ಆತ್ಮವಿಶ್ವಾಸವನ್ನು ಬೆಳೆಸಿಕೊಳ್ಳಬೇಕು. ನಿಜವಾದ ಅಧ್ಯಾತ್ಮವೆಂದರೆ ಸದ್ಭಾವನೆ ಮತ್ತು ಕರುಣೆ, ಆದ್ದರಿಂದ ಭಾರತೀಯ ಮುಸ್ಲಿಮರು ಸದ್ಭಾವನೆ ಹಾಗೂ ಕರುಣೆಯ ರಾಯಭಾರಿಗಳಾಗಬೇಕು.

ಇವತ್ತು ಎದುರಿಸುತ್ತಿರುವ ಪರಿಸ್ಥಿತಿಯಿಂದ ಹೊರಗೆ ಬರಲು ಭಾರತೀಯ ಮುಸ್ಲಿಮರಿಗೆ ಯಾವುದೇ ಸುಲಭವಾದ ದಾರಿಗಳು ಇಲ್ಲ. ಅವರು ಸಾಕಷ್ಟು ಪ್ರಯತ್ನ ಮಾಡಲೇ ಬೇಕಾಗಿದೆ.

ಭಾರತೀಯ ಮುಸ್ಲಿಮರ ಉಜ್ವಲ ಭವಿಷ್ಯ ಕುರಿತು ಕೆಲವು ಸಲಹೆಗಳನ್ನು ನಾನು ಇಲ್ಲಿ ನೀಡುತ್ತಿದ್ದೇನೆ.

1) ನೀವು ಯಾರಿಗೂ ಕಡಿಮೆ ಇಲ್ಲ ಮತ್ತು ಯಾರಿಂದಲೂ ವಿಶೇಷ ಉಪಕಾರವನ್ನು ಕೇಳುವ ಅಗತ್ಯವಿಲ್ಲವೆಂದು ಮರೆಯಬೇಡಿ.

2) ಭಾರತದ ಸಂವಿಧಾನದಲ್ಲಿ ನಂಬಿಕೆ ಇಡಿ ಮತ್ತು ಪ್ರಜಾಪ್ರಭುತ್ವದ ಮೌಲ್ಯಗಳನ್ನು ಬಲಪಡಿಸಿ.

3) ತಾತ್ಕಾಲಿಕ ಹಿನ್ನಡೆಗಳಾದಾಗ, ಆತಂಕಕ್ಕೆ ಒಳಗಾಗಬೇಡಿ.

4) ದೇಶದ ನ್ಯಾಯಾಂಗ ವ್ಯವಸ್ಥೆಯಲ್ಲಿ ನಂಬಿಕೆ ಇದೆ. ನಿಮ್ಮ ಹಕ್ಕುಗಳಿಗೆ ಚ್ಯುತಿಯುಂಟಾದರೆ, ನ್ಯಾಯಕ್ಕಾಗಿ ನ್ಯಾಯಾಲಯಗಳ ಮೊರೆ ಹೋಗಿ.

5) ಯಾವುದೇ ಕಾರಣಕ್ಕೂ ಕಾನೂನು ಕೈಗೆತ್ತಿಕೊಳ್ಳಬೇಡಿ. ಸ್ವಯಂಘೋಷಿತ ನಾಯಕರ ಭಾವನಾತ್ಮಕ ಪ್ರಚೋದನೆಗೆ ಸ್ಪಂದಿಸಬೇಡಿ. ಅದರಿಂದ ನಿಮಗೆ ಲಾಭವಿಲ್ಲ ಆದರೆ ಬಹಳ ಹಾನಿಯಾಗುತ್ತದೆ.

6) ಧರ್ಮದ ಆದರ್ಶಗಳನ್ನು ಕುರಿತು ಮಾತನಾಡುವುದಕ್ಕಿಂತ ಅವುಗಳನ್ನು ಜೀವನದಲ್ಲಿ ಅಳವಡಿಸಿಕೊಂಡಾಗ, ನಮ್ಮ ಚಾರಿತ್ರ್ಯ ಮತ್ತು ವರ್ತನೆ ಉತ್ತಮವಾಗುತ್ತದೆ.

7) ಮುಸ್ಲಿಮರು ಆರ್ಥಿಕವಾಗಿ ಮತ್ತು ಶೈಕ್ಷಣಿಕವಾಗಿ ಹಿಂದುಳಿಯಲು ಬೇರೆಯವರನ್ನು ದೂರಬೇಡಿ. ಹೀಗೆ ಮಾಡುವುದರಿಂದ ಮುಸ್ಲಿಮರಿಗೆ ಸಹಾಯವಾಗುವುದಿಲ್ಲ ಅಥವಾ ಬೇರೆಯವರ ಸಹಾನುಭೂತಿ ಸಿಗುವುದಿಲ್ಲ. ಮುಸ್ಲಿಮರು ಹಿಂದುಳಿದಿರುವುದಕ್ಕೆ ಮುಸ್ಲಿಮರೇ ಪ್ರಮುಖ ಕಾರಣರಾಗಿದ್ದಾರೆ ಎಂದು ಮರೆಯಬೇಡಿ.

8) ಬಹುತ್ವದ ಸಮಾಜದಲ್ಲಿ ಮುಸ್ಲಿಮ ನಾಯಕರು, ಅತಿಯಾಗಿ ಧಾರ್ಮಿಕ ಪ್ರದರ್ಶನವನ್ನು ಮಾಡುವುದು ಸೂಕ್ತವಲ್ಲ.

9) ಮುಸ್ಲಿಮ್ ಧಾರ್ಮಿಕ ಮುಖಂಡರು ಮತ್ತು ರಾಜಕೀಯ ನಾಯಕರನ್ನು ಹೊಣೆಗಾರರನ್ನಾಗಿ ಮಾಡಿ. ಅವರು ತಪ್ಪು ಮಾಡಿದ್ದಾರೆ ಎಂದು ನಿಮಗೆ ಅನ್ನಿಸಿದರೆ, ಅವರನ್ನು ಪ್ರಶ್ನಿಸಲು ಹೆದರಬೇಡಿ. ಅವರಿಗೆ ಗೌರವ ತೋರಿಸುವ ನೆಪದಲ್ಲಿ ನೀವು ಸುಮ್ಮನೆ ಇರಬೇಡಿ.

10) ಝುಕಾತ್ ಮತ್ತು ಸದಾಖತ್ ಸಂಗ್ರಹಿಸಲು ಮತ್ತು ಈ ಹಣವನ್ನು ಬಡವರ ಶೈಕ್ಷಣಿಕ ಹಾಗೂ ಆರ್ಥಿಕ ಅಭಿವೃದ್ಧಿಗಾಗಿ ಬಳಸಲು ಪ್ರತ್ಯೇಕ ಸಂಸ್ಥೆಗಳನ್ನು ಸ್ಥಾಪಿಸಿ.

11) ಶಿಕ್ಷಣವು ಮುಸ್ಲಿಮರ ಆದ್ಯತೆಯ ಕ್ಷೇತ್ರವಾಗಬೇಕು. ಅತ್ಯುತ್ತಮ ಗುಣಮಟ್ಟದ ಶಿಕ್ಷಣ ಸಂಸ್ಥೆಗಳನ್ನು ಸ್ಥಾಪಿಸಲು, ಶಿಕ್ಷಣ ಕ್ಷೇತ್ರದಲ್ಲಿ ದೊಡ್ಡ ಪ್ರಮಾಣದಲ್ಲಿ ಬಂಡವಾಳ ಹೂಡಿಕೆಯನ್ನು ಮುಸ್ಲಿಮರು ಮಾಡಬೇಕು.

12) ಧಾರ್ಮಿಕ ಶಿಕ್ಷಣದ ಜೊತೆಗೆ ಆಧುನಿಕ ಶಿಕ್ಷಣವನ್ನು ನೀಡದೆ ಇರುವ ಹೊಸ ಮದರಸಾಗಳ ಸ್ಥಾಪನೆಗಾಗಿ ಸಮಾಜದ ಹಣ ಖರ್ಚು ಮಾಡುವುದರಿಂದ ಪ್ರಯೋಜನವಿಲ್ಲವೆಂದು ಅರ್ಥ ಮಾಡಿಕೊಳ್ಳಿ.

13) ಮಸೀದಿಗಳನ್ನು ಕೇವಲ ದಿನಕ್ಕೆ ಐದು ದಿನ ಪ್ರಾರ್ಥನೆ ಮಾಡಲು ಮಾತ್ರ ಬಳಸಬೇಡಿ. ಸಮಾಜ ಕಲ್ಯಾಣ ಯೋಜನೆಗಳನ್ನು ಕುರಿತು ಮುಸ್ಲಿಮರಲ್ಲಿ ಜಾಗೃತಿ ಮೂಡಿಸಲು ಮಸೀದಿಗಳನ್ನು ಬಳಸಿ. ಶಾಲೆಗಳಲ್ಲಿ ಮುಸ್ಲಿಮ್ ಮಕ್ಕಳು ಹೆಚ್ಚಿನ ಸಂಖ್ಯೆಯಲ್ಲಿ ದಾಖಲಾಗಬೇಕಾಗಿದೆ.

14) ಪುರುಷ ಮತ್ತು ಮಹಿಳೆಯರ ನಡುವೆ ಬೇಧಭಾವ ಮಾಡಬೇಡಿ. ದೇವರು ಗಂಡು ಮತ್ತು ಹೆಣ್ಣು ಇಬ್ಬರನ್ನೂ ಸಮಾನರಾಗಿ ಸೃಷ್ಟಿಸಿದ್ದಾನೆ. ಮಹಿಳೆಯರನ್ನು ಮೂಲೆ ಗುಂಪು ಮಾಡುವಂತಹ ಆಚರಣೆಗಳನ್ನು ಪಾಲಿಸಬೇಡಿ. ಕುರ್‌ಆನ್‌ನಲ್ಲಿ ಇಂತಹ ಪದ್ದತಿಗಳಿಗೆ ಅನುಮತಿ ನೀಡಿಲ್ಲ.

15) ಇಸ್ಲಾಮ್ ಹೆಸರಿನ ಕೆಲವು ಉಗ್ರವಾದಿ ಮುಸ್ಲಿಮ್ ಸಂಘಟನೆಗಳು, ಇಸ್ಲಾಮಿನ ಅತ್ಯಂತ ದೊಡ್ಡ ವೈರಿಗಳಾಗಿದ್ದಾರೆ ಎಂದು ಮರೆಯಬೇಡಿ. ಇಸ್ಲಾಮಿನಲ್ಲಿ ಉಗ್ರವಾದಿ ಸಂಘಟನೆಗೆ ಅವಕಾಶವಿಲ್ಲ.

16) ನಿಮ್ಮ ಮಕ್ಕಳಿಗೆ ಇಸ್ಲಾಮಿನ ನಿಜವಾದ ಮತ್ತು ಆಧ್ಯಾತ್ಮಿಕ ಉಪದೇಶಗಳನ್ನು ಕಲಿಸಿ. ಬೇರೆ ಧರ್ಮದವರೂ ಸೇರಿದಂತೆ ಎಲ್ಲರಲ್ಲೂ ಕರುಣೆ, ಸೇವೆ ಮತ್ತು ಕಾಳಜಿಯನ್ನು ತೋರಿಸುವುದನ್ನು ಮಕ್ಕಳು ಕಲಿಯಬೇಕು. ಬಹುತ್ವದ ಸಮಾಜದಲ್ಲಿ ಬೇರೆ ಧರ್ಮದವರ ಜೊತೆಯಲ್ಲಿ ಸೌಹಾರ್ದತೆಯಿಂದ ಹೇಗೆ ಜೀವಿಸುವುದು ಎಂದು ಮಕ್ಕಳಿಗೆ ಕಲಿಸಿರಿ.

17) ಎಲ್ಲರ ಒಳಿತಾಗಿ, ಎಲ್ಲಾ ಸಮುದಾಯದವರೂ ಸೇರಿ ಸದ್ಭಾವನೆಯಿಂದ ಕೆಲಸ ಮಾಡುವಂತಹ ವಾತಾವರಣ ಸೃಷ್ಟಿಸಲು, ಮುಸ್ಲಿಮರು ಮತ್ತು ಬೇರೆ ಧರ್ಮದವರು ಪರಸ್ಪರ ಅರ್ಥ ಮಾಡಿಕೊಳ್ಳಲು ನೆರವಾಗುವಂತೆ ಅಂತರ್‌ಧರ್ಮೀಯ ಸಂವಾದಗಳಂತಹ ಕಾರ್ಯಕ್ರಮಗಳನ್ನು ಆಯೋಜಿಸಿ.

18) ಧರ್ಮ, ಜನಾಂಗ, ಅಂತಸ್ತು ಮತ್ತು ಜಾತಿಯ ಆಧಾರದ ಮೇಲೆ ಯಾರ ವಿರುದ್ಧವೂ ತಾರತಮ್ಯ ಮಾಡಬೇಡಿ.

19) ಯಾವುದೇ ಧರ್ಮ ಅಥವಾ ಸಮುದಾಯಕ್ಕೆ ಸೇರಿರಬಹುದು ಆದರೆ ಎಲ್ಲರನ್ನೂ ಗೌರವದಿಂದ ಮತ್ತು ಸದ್ಭಾವನೆಯಿಂದ ನೋಡುವುದು, ನಿಜವಾದ ಧರ್ಮದ ಉದ್ದೇಶವಾಗಿದೆ. ಈ ಸತ್ಯದ ಆಧಾರದ ಮೇಲೆ ಧರ್ಮವನ್ನು ಅರ್ಥ ಮಾಡಿಕೊಳ್ಳಲು ಪ್ರಯತ್ನ ಮಾಡಿ.

20) ಬೇರೆ ಧರ್ಮಗಳು ಮತ್ತು ಸಂಸ್ಕೃತಿಯಲ್ಲಿರುವ ಒಳ್ಳೆಯ ವಿಷಯಗಳನ್ನು ಗುರುತಿಸಿ, ಗೌರವಿಸಿ. ದೇವರು ಸೃಷ್ಟಿ ಮಾಡಿರುವ ಎಲ್ಲಾ ಜೀವಿಗಳಿಗೆ ಒಳ್ಳೆಯದಾಗಲು ಕೆಲಸ ಮಾಡಿ.

21) ನಿಮ್ಮ ಆಧ್ಯಾತ್ಮಿಕ ಉನ್ನತಿ ಕುರಿತು ಗಮನ ಕೊಡಿ.

22) ಒಂದಲ್ಲಒಂದು ದಿನ ನಾವೆಲ್ಲರೂ ದೇವರ ಹತ್ತಿರ ಹೋಗಲೇ ಬೇಕು. ನಾವು ಭೂಮಿಯಲ್ಲಿದ್ದ ಸೀಮಿತ ಅವಧಿಯಲ್ಲಿ ಏನು ಕೆಲಸ ಮಾಡಿದ್ದೇವೆ ಎನ್ನುವುದರ ಮೇಲೆ ದೇವರ ತೀರ್ಪನ್ನು ನಾವು ಪಡೆಯುತ್ತೇವೆ ಎನ್ನುವುದನ್ನು ಮರೆಯಬೇಡಿ.

ಮೇಲ್ಕಂಡ ಸಲಹೆಗಳು, ಈ ಪುಸ್ತಕದ ಮೂಲ ಸಂದೇಶವನ್ನು ಸಂಕ್ಷಿಪ್ತವಾಗಿ ನೀಡಿವೆ. ಭಾರತೀಯ ಮುಸ್ಲಿಮರು ಶಾಂತಿಯಿಂದ, ಗೌರವದಿಂದ ಬದುಕಬೇಕು ಮತ್ತು ಉಜ್ವಲ ಭವಿಷ್ಯವನ್ನು ಪಡೆಯಬೇಕು ಎಂದರೆ, ಬೇರೆಯವರು ಬದಲಾಗುತ್ತಾರೆ ಎಂದು ಕಾಯಲು ಸಾಧ್ಯವಿಲ್ಲ. ಭಾರತೀಯ ಮುಸ್ಲಿಮರೇ ತಮ್ಮಲ್ಲಿ ಬದಲಾವಣೆ ಮಾಡಿಕೊಳ್ಳಬೇಕು.

"ಅಲ್ಲಾಹನ ಅಪ್ಪಣೆಯಂತೆ, ಸರದಿ ಪ್ರಕಾರ ಬಂದು ಅವನನ್ನು (ಮಾನವನನ್ನು) ರಕ್ಷಿಸುವ, ಕಾವಲುಗಾರರು ಅವನ ಮುಂದೆಯೂ ಹಿಂದೆಯೂ ಸದಾ ಇರುತ್ತಾರೆ. ಒಂದು ಸಮುದಾಯವು ಸ್ವತಃ ತನ್ನ ಸ್ಥಿತಿಯನ್ನು ಬದಲಿಸುವ ತನಕ, ಅಲ್ಲಾಹನು ಅವರ ಸ್ಥಿತಿಯನ್ನು ಖಂಡಿತ ಬದಲಿಸುವುದಿಲ್ಲ. ಇನ್ನು ಅಲ್ಲಾಹನು ಒಂದು ಸಮುದಾಯಕ್ಕೆ ಕೇಡನ್ನು ಬಗೆದರೆ, ಅದನ್ನು ನಿವಾರಿಸ ಬಲ್ಲವರು ಯಾರೂ ಇಲ್ಲ ಮತ್ತು ಅವರಿಗೆ ಅವನ ಹೊರತು ಬೇರಾರೂ ಸಹಾಯಕರಿಲ್ಲ.

ಕುರ್‌ಆನ್ (13:11)

ಭಾರತೀಯ ಮುಸ್ಲಿಮರು ಮೇಲಿನ ಕುರ್‌ಆನ್ ಸಂದೇಶವನ್ನು ಅರ್ಥ ಮಾಡಿಕೊಳ್ಳಬೇಕು.

ಅನುಬಂಧ

ಪಂಡಿತ ಜವಾಹರ್ ಲಾಲ್ ನೆಹರುರವರು ಮುಖ್ಯಮಂತ್ರಿಗಳಿಗೆ ಬರೆದ ಪತ್ರಗಳ ಕೆಲವು ಆಯ್ದ ಭಾಗಗಳು

ಅಲ್ಪಸಂಖ್ಯಾತರು ಮತ್ತು ಅವರ ನಿಷ್ಠೆ

ಮಾರ್ಚ್ 1, 1950

'ಭಾರತವೇನಾದರು ಪ್ರಗತಿಯಾಗಬೇಕಾದರೆ, ನಾವು, ಭಾರತದ ವಿವಿಧ ಅಲ್ಪಸಂಖ್ಯಾತರನ್ನು ಒಂದು ಗೂಡಿಸಿ, ಮುಖ್ಯವಾಗಿ ಮುಸ್ಲಿಂರನ್ನ ನಮ್ಮವರನ್ನಾಗಿಸಿಕೊಳ್ಳಬೇಕು, ಹಿಂದೂ ಮಹಾಸಭಾ ಮತ್ತು ಇತರ ಕೋಮುವಾದಿ ಸಂಘಟನೆಗಳ ದೃಷ್ಟಿಕೋನವು ಇದಕ್ಕೆ ವಿರುದ್ಧವಾಗಿದೆ'. ಹಿಂದೂ ಮಹಾಸಭಾದ ನೀತಿ ಭಾರತಕ್ಕೆ ಮಾರಕ ಎಂಬುದು ನನಗೆ ಖಚಿತವಾಗಿದೆ. 'ವಿಭಜನೆಯನ್ನು ಕೊನೆಗಾಣಿಸುವ ಅವರ ಮಾತು ಅತ್ಯಂತ ಮೂರ್ಖತನದ್ದಾಗಿದೆ, ನಾವು ಹಾಗೆ ಮಾಡಲು ಸಾಧ್ಯವಿಲ್ಲ ಮತ್ತು ನಾವು ಹಾಗೆ ಮಾಡಲು ಪ್ರಯತ್ನಿಸಲುಬಾರದು. ಅಕಸ್ಮಾತ್ ವಿಭಜನೆ ಅಂತ್ಯಗೊಂಡರೆ, ಪ್ರಸ್ತುತ ಭಾವೋದ್ರೇಕಗಳು ಅವರೆಡೆಗೆ ಇರುವಾಗ, ನಮ್ಮ ಮುಂದೆ ಬೃಹದಾಕಾರದ ಸಮಸ್ಯೆಗಳು ಎದುರಿಸ ಬೇಕಾಗುವುದು ಎಂಬುದೇ ಇದರ ಅರ್ಥ. ಆಗ ನಮ್ಮ ಪರಿಸ್ಥಿತಿ ಪೂರ್ವಕ್ಕಿಂತಲೂ ಕೆಟ್ಟದಾಗಿರುತ್ತದೆ. ಆದ್ದರಿಂದ ವಿಭಜನೆಯನ್ನು ಕೊನೆಗಾಣಿಸುವ ಮತ್ತು ಅಖಂಡ ಭಾರತ ಎಂದು ಕರೆಯುವ ಯಾವುದೇ ಆಲೋಚನೆ ಇರಬಾರದು.

ನಮ್ಮಲ್ಲಿ ಕೆಲವರು ಭಾರತದಲ್ಲಿನ ಮುಸ್ಲಿಂರಿಂದ ನಿಷ್ಠೆಯನ್ನು ಬಯಸುವ ಪ್ರವೃತ್ತಿಯಿದೆ ಮತ್ತು ಅವರನ್ನು ಪಾಕಿಸ್ತಾನದ ಪರವಾಗಿರುವವರನ್ನು ಖಂಡಿಸುವ ಪ್ರವೃತ್ತಿಯೂ ಇದೆ. ಅಂತಹ ಪ್ರವೃತ್ತಿಗಳು, ಸಹಜವಾಗಿ ತಪ್ಪು ಮತ್ತು ಖಂಡನೆಗೆ ಒಳಗಾಗಬೇಕು.

ಆದರೆ, ಭಾರತದ ಮುಸ್ಲಿಂರ ಮೇಲೆ ಯಾವಾಗಲೂ ನಿಷ್ಠೆಯ ಒತ್ತು ನೀಡುವುದು ತಪ್ಪು ಎಂದು ನಾನು ಭಾವಿಸುತ್ತೇನೆ. ನಿಷ್ಠೆಯು ಆದೇಶದಿಂದ ಅಥವಾ ಭಯದಿಂದ ಹೊರ ಹೊಮ್ಮಿಸುವುಕ್ಕಾಗುವುದಿಲ್ಲ, ನಿಷ್ಠೆಯು ಸನ್ನಿವೇಶಗಳಿಂದ ಸ್ವಾಭಾವಿಕ ಬೆಳವಣಿಗೆಯಾಗಿ ಬರುತ್ತದೆ, ನಿಷ್ಠೆ ಕೇವಲ ಮನೋಭಾವ ಮಾತ್ರವಲ್ಲದೆ

ದೀರ್ಘಾವಧಿಯಲ್ಲಿ ಲಾಭದಾಯಕವಾಗಿರುತ್ತದೆ. "ನಾವು ಈ ಭಾವನೆಯನ್ನು ತರಿಸುವ ಪರಿಸ್ಥಿತಿಯನ್ನು ಸೃಷ್ಟಿಸಬೇಕು. ಮುಂದೊಂದು ಸಂದರ್ಭದಲ್ಲಿ, ಅಲ್ಪಸಂಖ್ಯಾತರ ವಿರುದ್ಧ ಟೀಕೆ ಮತ್ತು ಕಡೆಗಣಿಸುವಿಕೆ ಎಂದಿಗೂ ಸಹಾಯ ಮಾಡುವುದಿಲ್ಲ.

ಪರಿಸ್ಥಿತಿಯು ಯಾವಾಗಲೂ ಬದಲಾಗುತ್ತಿರುವಾಗ, ದೀರ್ಘಾವಧಿಯ ನೀತಿಗಳ ಬಗ್ಗೆ ಯೋಚಿಸುವುದು ಕಷ್ಟ. ಈ ನಿಟ್ಟಿನಲ್ಲಿ ನಾವು ಹೊಂದಬಹುದಾದ ಏಕೈಕ ನಿಜವಾದ ದೀರ್ಘಕಾಲೀನ ನೀತಿಯೆಂದರೆ, ಸಂಯುಕ್ತ ಭಾರತಕ್ಕೆ ದೀರ್ಘಕಾಲೀನ ನೀತಿಯನ್ನು ಜಾರಿ ತರುವಲ್ಲಿ ಹಾಗೂ ಸಮಸ್ತ ಅಲ್ಪಸಂಖ್ಯಾತರಿಗೆ ಭಾರತವು ಅವರ ತಾಯ್ನಾಡು ಎಂಬುದು ಮನವರಿಕೆ ಮಾಡಬೇಕು, ಅಲ್ಪಸಂಖ್ಯಾತರು ಮತ್ತು ಬಹುಸಂಖ್ಯಾತರ ನಡುವಿನ ರಾಜಕೀಯ ಮತ್ತು ಎಲ್ಲಾ ರೀತಿಯ ವ್ಯತ್ಯಾಸವನ್ನು ಹೋಗಲಾಡಿಸಬೇಕು, ನಿಸ್ಸಂದೇಹವಾಗಿ ಕಾರ್ಯವು ನೆರವೇರಲು ಸ್ವಲ್ಪ ಸಮಯ ತೆಗೆದುಕೊಳ್ಳುತ್ತದೆ, ಆದರೆ, ಕೇವಲ ಈ ಉದ್ದೇಶವ್ಪೊಂದೇ ಸಂಯುಕ್ತ ಭಾರತದ ಗುರಿಯನ್ನು ತಲುಪುವ ಏಕೈಕ ಮಾರ್ಗವಾಗಿದೆ ಹಾಗೂ ಈ ಪಥದಲ್ಲಿ ಪ್ರತಿಯೊಂದು ಹೆಜ್ಜೆಯನ್ನು ಗಮನದಲ್ಲಿರಿಸಿಕೊಳ್ಳಬೇಕಾಗಿದೆ.

ಅನುಬಂಧ

ಸಂಕುಚಿತ ರಾಷ್ಟ್ರೀಯತೆಯ ಅಪಾಯಗಳ ಬಗ್ಗೆ

ಸೆಪ್ಟೆಂಬರ್ 20,1953 –

ನನ್ನೊಳಗೆ ಬೆಳೆಯುತ್ತಿರುವ ಒಂದು ನಿರ್ದಿಷ್ಟ ಆತಂಕವನ್ನು ನಾನು ನಿಮ್ಮೊಂದಿಗೆ ಹಂಚಿಕೊಳ್ಳಲು ಬಯಸುತ್ತೇನೆ. ನನ್ನ ಪ್ರಕಾರ ಭಾರತದಲ್ಲಿನ ಅಲ್ಪಸಂಖ್ಯಾತ ಗುಂಪುಗಳಿಗೆ ಸಂಬಂಧಿಸಿದ ಸ್ಥಾನವು ಅನೇಕ ರೀತಿಯಲ್ಲಿ ಕ್ಷೀಣಿಸುತ್ತಿದೆ ಮತ್ತು ವಿವಿಧ ಸೇವೆಗಳಲ್ಲಿ, ಸಾಮಾನ್ಯವಾಗಿ ಹೇಳುವುದಾದರೆ, ಅಲ್ಪಸಂಖ್ಯಾತ ಸಮುದಾಯಗಳ ಪ್ರಾತಿನಿಧ್ಯ ಕಡಿಮೆಯಾಗುತ್ತಿದೆ. ಕೆಲವು ಸಂದರ್ಭಗಳಲ್ಲಿ, ಇದು ನಿಜಕ್ಕೂ ತುಂಬಾ ಕೆಳಮಟ್ಟದಾಗಿದೆ, ನಮ್ಮ ಸಂವಿಧಾನವು ಉತ್ತಮವಾಗಿದೆ ಮತ್ತು ನಮ್ಮ ನಿಯಮಗಳು ಮತ್ತು ನಿಬಂಧನೆಗಳು ಅಥವಾ ಕಾನೂನುಗಳಲ್ಲಿ ಯಾವುದೇ ವ್ಯತ್ಯಾಸವನ್ನು ಮಾಡುವುದಿಲ್ಲ. ಆದರೆ, ಇವು ಜಾರಿಗೊಂಡಾಗ ಆಡಳಿತಾತ್ಮಕ ಅಭ್ಯಾಸಗಳಿಂದ ಅಥವಾ ಅಧಿಕಾರಿಗಳಿಂದ ಬದಲಾವಣೆಗಳು ತೆವಳುವುದು ಏಕೆಂದರೆ ಆಗಾಗ್ಗೆ ಈ ಬದಲಾವಣೆಗಳು ಉದ್ದೇಶ ಪೂರ್ವಕವಾಗಿರುವುದಿಲ್ಲ. ಕೆಲವೊಮ್ಮೆ, ಹಾಗೆ ಇರಲೂ ಬಹುದು.

ಸರ್ಕಾರಿ ಸೇವೆಗಳಲ್ಲಿ, ಸಾಮಾನ್ಯವಾಗಿ ಹೇಳುವುದಾದರೆ, ಅಲ್ಪಸಂಖ್ಯಾತ ಸಮುದಾಯದ ಪ್ರಾತಿನಿಧ್ಯವು ಕಡಿಮೆಯಾಗುತ್ತಿದೆ. ಕೆಲವು ಸಂದರ್ಭಗಳಲ್ಲಿ ನಿಜವಾಗಿಯೂ ಇದು ತುಂಬಾ ವಿರಾಳವಾಗಿದೆ.

ನಿಜವಾಗಿಯೂ, ಕೆಲವು ಅತ್ಯುನ್ನತ ಕಚೇರಿಗಳಲ್ಲಿ, ಈ ಸಮುದಾಯಗಳ ಸದಸ್ಯರು ಉನ್ನತ ಸ್ಥಾನವನ್ನು ಅಲಂಕರಿಸಿದ್ದಾರೆ ಹಾಗೂ ವಿದೇಶಿ ಕಾರ್ಯಾಚರಣೆಗಳಲ್ಲಿ ಉನ್ನತ ಸ್ಥಾನವನ್ನೂ ಆಕ್ರಮಿಸಿರುತ್ತಾರೆ, ಆದರೆ ಕೇಂದ್ರ ಸರ್ಕಾರದ ಅಂಕಿ ಅಂಶಗಳನ್ನು ಹಾಗೂ ಮತ್ತಿತರೆ ಉನ್ನತ ಹುದ್ದೆಯನ್ನು ತುಲನೆ ಮಾಡಿ ನೋಡಿದಾಗ,ಅಲ್ಪಸಂಖ್ಯಾತರು, ವಿಶೇಷವಾಗಿ ಮುಸ್ಲಿಮರು ಹಾಗು ಕೆಲವೊಮ್ಮೆ ಮತ್ತಿತರರ ಸ್ಥಾನವು ಅತಿ ವಿರಳವಾಗಿದೆ, ನಮ್ಮ ರಕ್ಷಣಾ ಸೇವೆಗಳಲ್ಲಿ ಯಾವುದೇ ಮುಸ್ಲಿಮರು ಉಳಿದಿಲ್ಲ. ದೆಹಲಿಯ ವಿಶಾಲವಾದ ಸೆಂಟ್ರಲ್ ಸೆಕ್ರಟರಿಯೇಟ್‌ನಲ್ಲಿ ಕೆಲವೇ ಮುಸ್ಲಿಂರಿದ್ದಾರೆ. ಪ್ರಾಯಶಃ ಅವರ ಸ್ಥಾನವು ಪ್ರಾಂತ್ಯಗಳಲ್ಲಿ ಸ್ವಲ್ಪ ಉತ್ತಮವಾಗಿದೆ, ಆದರೆ ಹೆಚ್ಚೇನೂ ಅಲ್ಲ. ಆದರೆ, ಈ

ಪರಿಸ್ಥಿತಿಯನ್ನು ಸುಧಾರಿಸಲು ಯಾವುದೇ ಪ್ರಯತ್ನ ಮಾಡುತ್ತಿಲ್ಲ ನನಗೆ ಹೆಚ್ಚು ಕಳವಳ ತಂದಿರುತ್ತದೆ, ಈ ಕೂಡಲೇ ಇದನ್ನು ಪರಿಶೀಲಿಸದ ಹೊರತು ಇದು ಇನ್ನಷ್ಟು ಹದಗೆಡುವ ಸಾಧ್ಯತೆಯಿದೆ.

ನೇಮಕಾತಿಯಲ್ಲಿ ನಾವು ಕೋಮುವಾದಕ್ಕೆ ಗಮನ ಕೊಡುವುದಿಲ್ಲವೆಂಬುದು ಒಪ್ಪಿ ಮತ್ತು ನೇಮಕಾತಿಗೆ ಪರಿಗಣಿಸಬಹುದು ಎಂದು ಹೇಳುವುದು ಸುಲಭ. ನಾನು ಕೋಮುವಾದ ಮತ್ತು ಅದರ ಕೆಲಸವನ್ನು ಪ್ರೀತಿಸುವವನಲ್ಲ. ವಾಸ್ತವವಾಗಿ, ಇದು ಭಾರತದಲ್ಲಿ ಅತ್ಯಂತ ಅಪಾಯಕಾರಿ ಪ್ರವೃತ್ತಿ ಎಂದು ನಾನು ಭಾವಿಸುತ್ತೇನೆ ಮತ್ತು ಎಲ್ಲಾ ರೀತಿಯಲ್ಲೂ ಇದರ ವಿರುದ್ಧ ಹೋರಾಡಬೇಕಾಗಿದೆ.

ಆದರೆ, ಅದೇ ಸಮಯದಲ್ಲಿ ಭಾರತದಂತಹ ವಿಶಾಲವಾದ ಮತ್ತು ವೈವಿಧ್ಯಮಯ ದೇಶದಲ್ಲಿ ನಾವು ಸಮಾನತೆ ಮತ್ತು ಒಪ್ಪಂದದ ಭರವಸೆ ಮತ್ತು ದೇಶದ ಎಲ್ಲಾ ಭಾಗಗಳಲ್ಲಿ ಎಲ್ಲಾ ಸಮುದಾಯಗಳಲ್ಲೂ ಮುಂದಿನ ದೇಶದ ಭವಿಷ್ಯದ ಭರವಸೆಯನ್ನು ತುಂಬಬೇಕೆಂದು ನಾವು ಅರಿತುಕೊಳ್ಳಬೇಕು. ಬಹುಶಃ ಕೆಲವು ಪ್ರವೃತ್ತಿಯು ಯಾವುದೇ ಸಮತೋಲವನ್ನು ಕಳೆದುಕೊಂಡರೆ ಅಥವಾ ಒಂದು ಅಂಶ ಇನ್ನೊಂದರ ಬೆಲೆಯನ್ನು ಒತ್ತಿಹೇಳಿದರೆ, ಫಲಿತಾಂಶವು ಸಮತೋಲನದ ಕೊರತೆ ಮತ್ತು ಬಹುಸಂಖ್ಯಾತರಲ್ಲಿ ಅತೃಪ್ತಿಗೆ ಮತ್ತು ಹತಾಶೆಗೆ ದಾರಿ ಮಾಡಿಕೊಡುತ್ತದೆ.

ಇಲ್ಲಿ ನಿಖರವಾಗಿ ಏನು ಅದೇ ನಡೆಯುತ್ತಿದೆ, ಇದು ಒಳ್ಳೆಯದಲ್ಲವೂ ಹೌದು.

ಒಬ್ಬ ವ್ಯಕ್ತಿಗೆ ಅಥವಾ ರಾಷ್ಟ್ರಕ್ಕೆ ರಾಷ್ಟ್ರೀಯತೆ ಭಾವನೆಯು ವಿಸ್ತಾರವಾದ ಮತ್ತು ವಿಶಾಲವಾದ ಅನುಭವವಾಗಿದೆ. ಹೆಚ್ಚು ವಿಶೇಷವಾಗಿ, ಒಂದು ದೇಶವು ವಿದೇಶಿಯರ ಪ್ರಾಬಲ್ಯದಲ್ಲಿದ್ದಾಗ, ರಾಷ್ಟ್ರೀಯತೆಯು ಬಲಪಡಿಸುವ ಮತ್ತು ಏಕೀಕರಿಸುವ ಶಕ್ತಿಯಾಗಿದೆ. ಆದರೆ, ವಾಸ್ತವಕ್ಕೆ ಬಂದಾಗ ಒಂದು ಹಂತದಲ್ಲಿ ಅದು ಸಂಕುಚಿತ ಪ್ರಭಾವವನ್ನು ಹೊಂದಿರುವ ಹಾಗೆ ತೋರುತ್ತದೆ. ಕೆಲವೊಮ್ಮೆ ಯುರೋಪಿನಲ್ಲಿ ಇದ್ದಂತೆಯೇ, ಆಕ್ರಮಣಕಾರಿ ಮತ್ತು ಕೋಮುವಾದಿ ಆಗುತ್ತದೆ ಮತ್ತು ಇತರ ದೇಶಗಳು ಮತ್ತು ಇತರ ಜನರ ಮೇಲೆ ತನ್ನ ಪ್ರಭಾವ ಬೀರುವುದು. ಪ್ರತಿಯೊಬ್ಬ ಜನರು ತಾವು ಚುನಾಯಿತರು ಮತ್ತು ಇತರರಿಗಿಂತ ಉತ್ತಮರು ಎಂಬ ವಿಚಿತ್ರ ಭ್ರಮೆಯಿಂದ ಬಳಲುತ್ತಿದ್ದಾರೆ. ಅವರು ಬಲವಾದ ಮತ್ತು ಶಕ್ತಿಯುತವಾದ, ಅವರು ತಮ್ಮನ್ನು ಮತ್ತು ತಮ್ಮ ಮಾರ್ಗಗಳನ್ನು ಇತರರ ಮೇಲೆ ಹೇರಲು ಪ್ರಯತ್ನಿಸುತ್ತಾರೆ. ಹಾಗೆ ಮಾಡುವ ಪ್ರಯತ್ನದಲ್ಲಿ ಕೆಲವೊಮ್ಮೆ ಅಥವಾ ಮತ್ತೊಂದು ಸಮಯದಲ್ಲಿ, ಅವರು ತಮ್ಮಲ್ಲಿ ತಾವೇ ಅರಿವಿಲ್ಲದೆ ಎಡುವುತ್ತಾರೆ. ಈ ರೀತಿಯಾಗೆ, ಜರ್ಮನಿ ಮತ್ತು ಜಪಾನ್‌ನ ರಾಷ್ಟ್ರೀಯತೆಯ ತೀವ್ರತೆಯ ಭವಿಷ್ಯವಾಗಿದೆ.

ಆದರೆ ರಾಷ್ಟ್ರೀಯತೆಯ ಹೆಚ್ಚು ಕಪಟ ರೂಪವೆಂದರೆ ಅದು ಒಂದು ದೇಶದೊಳಗೆ ಬೆಳೆಯುತ್ತದೆ. ಬಹುಸಂಖ್ಯಾತರು ಇಡೀ ರಾಷ್ಟ್ರವೇ ತಮ್ಮದೆಂದು ಭಾವಿಸಿದಾಗ ಮತ್ತು

ಅಲ್ಪಸಂಖ್ಯಾತರನ್ನು ಗ್ರಹಿಸುವ ಪ್ರಯತ್ನದಲ್ಲಿ ಅವರನ್ನು ಇನ್ನಷ್ಟು ಪ್ರತ್ಯೇಕಿಸುತ್ತದೆ. ವಿವಿಧ ಜಾತಿ ಮತ್ತು ಪ್ರತ್ಯೇಕತಾವಾದದ ಸಂಪ್ರದಾಯದಿಂದಾಗಿ ನಾವು ಭಾರತದಲ್ಲಿ ವಿಶೇಷವಾಗಿ ಜಾಗರೂಕರಾಗಬೇಕಾಗಿದೆ. ನಾವು ಗುಂಪುಗಳನ್ನು ಪ್ರತ್ಯೇಕಿಸುವ ಮತ್ತು ದೊಡ್ಡ ಏಕತೆಯನ್ನು ಮರೆತು ಬಿಡುವ ಪ್ರವೃತ್ತಿಯನ್ನು ಹೊಂದಿದ್ದೇವೆ.

ರಾಷ್ಟ್ರೀಯತೆಯ ಸೋಗಿನಲ್ಲಿ, ಕೋಮುವಾದಿ ಸಂಘಟನೆಯನ್ನು ಹುಟ್ಟು ಹಾಕುವುದು, ತೀವ್ರ ಸಂಕುಚಿತ ದೃಷ್ಟಿಕೋನದ ಸ್ಪಷ್ಟ ಉದಾಹರಣೆಯಾಗಿದೆ. ಒಗ್ಗಟ್ಟಿನ ಹೆಸರಿನಲ್ಲಿ, ಕೋಮವಾದವು ಬೇರ್ಪಡಿಸುತ್ತಾರೆ ಮತ್ತು ನಾಶಕ್ಕೆ ಕಾರಣ ಕರ್ತರಾಗುತ್ತಾರೆ. ಸಾಮಾಜಿಕ ಪರಿಭಾಷೆಯಲ್ಲಿ ಅವರು ಕೆಟ್ಟ ಜನರ ಪ್ರತಿಕ್ರಿಯೆಯನ್ನು ಪ್ರತಿನಿಧಿಸುತ್ತಾರೆ. ನಾವು ಕೋಮುವಾದಿ ಸಂಘಟನೆಗಳನ್ನು ಖಂಡಿಸಬಹುದು, ಆದರೆ ಈ ಸಂಕುಚಿತ ಪ್ರಭಾವದಿಂದ ಮುಕ್ತರಾಗದ ಇನ್ನೂ ಅನೇಕರು ಇದ್ದಾರೆ. ವಿಚಿತ್ರವೆಂದರೆ, ತನ್ನಲ್ಲಿಯೇ ಒಂದು ಜಗತ್ತಾಗಿರುವ ವಿಶಾಲವಾದ ಭಾರತವು ತನ್ನಲ್ಲಿ ವಾಸಿಸುವ ಜನರನ್ನು ಸಂತೃಪ್ತರನ್ನಾಗಿ ಮಾಡುತ್ತದೆ, ಬದಲಿಗೆ ಪ್ರಪಂಚದ ಉಳಿದ ಭಾಗಗಳ ಬಗ್ಗೆ ಅಜ್ಞಾನ ಮತ್ತು ಸಂಕುಚಿತ ಮನೋಭಾವನೆಯನ್ನು ಹೊಂದಿದೆ.

ನಾವು ಈ ಶಕ್ತಿಗಳ ವಿರುದ್ಧ ಹೋರಾಡಬೇಕಾಗಿದೆ.(source https://thewire.in/ government/three-letters-nehru-wrote-chief-ministers-indians-today-need-read (Accessed on March 8, 2021) [xvi]

ಅನುಬಂಧ

ಡಾ. ಅಂಬೇಡ್ಕರ್ ರವರ "ಸ್ಟೇಟ್ಸ್ ಮತ್ತು ಮೈನಾರಿಟಿಸ್" ಪುಸ್ತಕದ ಕೆಲವು ಸಾರಗಳು

ಅನುಚ್ಛೇದ – II ವರ್ಗ I

ನಾಗರಿಕರ ಮೂಲಭೂತ ಹಕ್ಕುಗಳು

ಸಂಯಕ್ತ ಭಾರತದ ಸಂವಿಧಾನವು ಕೆಳಗಿನವುಗಳನ್ನು ಪೌರತ್ವದ ಮೂಲಭೂತ ಹಕ್ಕುಗಳೆಂದು ಗುರುತಿಸುತ್ತದೆ.

<table>
<tr><td>ಮೂಲಭೂತ ಹಕ್ಕು (ವಿವರಣೆಗಾಗಿ ಪುಟ 406 ನೋಡಿ)</td></tr>
</table>

1. ಭಾರತದ ಪ್ರಾಂತ್ಯಗಳಲ್ಲಿ ಜನಿಸಿದ ಅಥವಾ ಸ್ವಾಭಾವಿಕವಾಗಿ ನೆಲಸಿರುವ ಎಲ್ಲಾ ವ್ಯಕ್ತಿಗಳು, ಸಂಯಕ್ತ ಭಾರತದ ಮತ್ತು ಅವರು ವಾಸಿಸುವ ರಾಜ್ಯದ ಪ್ರಜೆಗಳೆಂದು ಪರಿಗಣಿಸುತ್ತದೆ. ಈ ಮೂಲಕ ಶ್ರೇಣಿ, ಜನ್ಮ, ವ್ಯಕ್ತಿ, ಕುಟುಂಬ, ಧರ್ಮ ಅಥವಾ ಧಾರ್ಮಿಕ ಬಳಕೆ ಮತ್ತು ಪದ್ಧತಿಯಿಂದ ಉಂಟಾಗುವ ಯಾವುದೇ ಸವಲತ್ತು ಅಥವಾ ಕೊರತೆಯನ್ನು ರದ್ದುಗೊಳಿಸಲಾಗುತ್ತದೆ.

2. ಯಾವುದೇ ರಾಜ್ಯವು ನಾಗರಿಕರ ಸವಲತ್ತುಗಳು ಅಥವಾ ವಿನಾಯಿತಿಗಳನ್ನು ಕುಗ್ಗಿಸುವ ಯಾವುದೇ ಕಾನೂನು ಅಥವಾ ಪದ್ಧತಿಯನ್ನು ರಚಿಸುವುದಿಲ್ಲ ಅಥವಾ ಜಾರಿಗೊಳಿಸುವುದಿಲ್ಲ ಅಥವಾ ಯಾವುದೇ ರಾಜ್ಯವು ಕಾನೂನು ಪ್ರಕ್ರಿಯೆಯಿಲ್ಲದೆ ಯಾವುದೇ ವ್ಯಕ್ತಿಯ ಜೀವನ, ಸ್ವಾತಂತ್ರ್ಯ ಮತ್ತು ಆಸ್ತಿಯನ್ನು ಕಸಿದುಕೊಳ್ಳಬಾರದು ಅಥವಾ ಅದರ ಅಧಿಕಾರ ವ್ಯಾಪ್ತಿಯೊಳಗೆ ಯಾವುದೇ ವ್ಯಕ್ತಿಗೆ ಸಮಾನ ಕಾನೂನಿನ ರಕ್ಷಣೆಯನ್ನು ನಿರಾಕರಿಸುವುದಿಲ್ಲ.

3. ಎಲ್ಲಾ ನಾಗರಿಕರು ಕಾನೂನಿನ ದೃಷ್ಟಿಯಲ್ಲಿ ಸಮಾನರು ಮತ್ತು ಸಮಾನ ನಾಗರಿಕ ಹಕ್ಕುಗಳನ್ನು ಹೊಂದಿದ್ದಾರೆ. ಯಾವುದೇ ಅಸ್ತಿತ್ವದಲ್ಲಿರುವ ಶಾಸನ, ನಿಯಂತ್ರಣ, ಆದೇಶ, ಪದ್ಧತಿ ಅಥವಾ ಕಾನೂನಿನ ವ್ಯಾಖ್ಯಾನದಿಂದ ಯಾವುದೇ ದಂಡ, ಅನಾನುಕೂಲತೆ ಅಥವಾ ನ್ಯೂನತೆ ವಿಧಿಸುವುದು ಅಥವಾ ಯಾವುದೇ ನಾಗರಿಕರ ವಿರುದ್ಧ ಯಾವುದೇ ತಾರತಮ್ಯ ಮಾಡಲ್ಪಟ್ಟಿರುವುದೆಲ್ಲಾ

ಈ ಸಂವಿಧಾನವು ಕಾರ್ಯರೂಪಕ್ಕೆ ಬಂದ ದಿನದಿಂದ ಸ್ಥಗಿತಗೊಳ್ಳುತ್ತದೆ ಮತ್ತು ಯಾವುದೇ ಪರಿಣಾಮವನ್ನು ಬೀರುವುದಿಲ್ಲ.

4. ಯಾರಾದರು, ಸಾರ್ವಜನಿಕ ಅನುಕೂಲಕ್ಕಾಗಿ ಮೀಸಲಿಟ್ಟ ಯಾವುದೇ ವಸತಿ, ಅನುಕೂಲಗಳು, ಸೌಲಭ್ಯಗಳು, ಹೋಟೆಲ್‌ಗಳು, ಶಿಕ್ಷಣ ಸಂಸ್ಥೆಗಳು, ರಸ್ತೆಗಳು, ಮಾರ್ಗಗಳು, ಬೀದಿಗಳು,ಸಂಪೂರ್ಣ ಸವಲತ್ತುಗಳ ತಾಣ,ಬಾವಿಗಳು ಮತ್ತು ಇತರೆ ಸಾರ್ವಜನಿಕ ನೀರುಣಿಸುವ ಸ್ಥಳಗಳು, ಭೂಮಿ, ಗಾಳಿ ಅಥವಾ ನೀರು, ಚಿತ್ರಮಂದಿರಗಳು ಅಥವಾ ಸಾರ್ವಜನಿಕ ಮನರಂಜನೆಯ ಇತರ ಸ್ಥಳಗಳು, ರೆಸಾರ್ಟ್ ಮುಂತಾದವುಗಳನ್ನು ಎಲ್ಲಾ ವರ್ಗದ ವ್ಯಕ್ತಿಗಳಿಗೆ ಅನ್ವಯವಾಗುವ ಕಾನೂನಿನ ಕಾರಣಗಳನ್ನು ಹೊರತುಪಡಿಸಿ ಮತ್ತು ಅವರು ಸಾಮಾಜಿಕ ಸ್ಥಾನಮಾನವನ್ನು ಲೆಕ್ಕಿಸದೆ, ಯಾವುದೇ ವ್ಯಕ್ತಿಗೆ ನಿರಾಕರಿಸಿದರೆ, ಅವು ಸಾರ್ವಜನಿಕರ ಬಳಕೆಗೆ ಮೀಸಲಾಗಿದ್ದರೂ ಅಥವಾ ನಿರ್ವಹಣೆ ಅಥವಾ ಪರವಾನಗಿ ಪಡೆದಿದ್ದರೂ ಅವರು ತಪ್ಪಿತಸ್ಥ ಅಪರಾಧ ಹೊಂದಿದವರಾಗಿರುತ್ತಾರೆ.

5. ಸಾರ್ವಜನಿಕರು ಅಥವಾ ಸಾರ್ವಜನಿಕರಿಗಾಗಿ ನಿರ್ವಹಿಸುವ ಎಲ್ಲಾ ಸಂಸ್ಥೆಗಳು, ಅನೂಕೂಲಗಳು ಮತ್ತು ಸೌಕರ್ಯಗಳಿಗೆ ಎಲ್ಲಾ ನಾಗರಿಕರು ಸಮಾನ ಪ್ರವೇಶವನ್ನು ಹೊಂದಿರುತ್ತಾರೆ.

6. ಯಾವುದೇ ನಾಗರಿಕನು ತನ್ನ ಧರ್ಮ, ಜಾತಿ, ಪಂಥ, ಲಿಂಗ ಅಥವಾ ಸಾಮಾಜಿಕ ಸ್ಥಾನಮಾನದ ಕಾರಣದಿಂದ ಯಾವುದೇ ಸಾರ್ವಜನಿಕ ಕಚೇರಿಯನ್ನು ಹೊಂದಲು ಅಥವಾ ನಿರ್ವಹಿಸಲು, ಯಾವುದೇ ವ್ಯಾಪಾರದಲ್ಲಿ ತೊಡಗಿಸಿಕೊಳ್ಳಲು ಅನರ್ಹನೆಂದು ಪರಿಗಣಿಸಬಾರದು.

7. (i) ಪ್ರತಿಯೊಬ್ಬ ಪ್ರಜೆಗೂ ಭಾರತದ ಯಾವುದೇ ಭಾಗದಲ್ಲಿ ವಾಸಿಸುವ ಹಕ್ಕಿದೆ. ಸಾರ್ವಜನಿಕ ಸುವ್ಯವಸ್ಥೆ ಮತ್ತು ನೈತಿಕತೆಯ ಪರಿಗಣನೆಯ ಹೊರತಾಗಿ ಯಾವುದೇ ಭಾಗದಲ್ಲಿ ವಾಸಿಸುವ ನಾಗರಿಕನ ಹಕ್ಕನ್ನು ಕುಗ್ಗಿಸುವ/ಕಡೆಗಣಿಸುವಂತಿಲ್ಲ.

(ii) ಪ್ರತಿಯೊಬ್ಬ ನಾಗರಿಕನು ತನ್ನ ಮೂಲ ರಾಜ್ಯದಲ್ಲಿ ಪೌರತ್ವದ ಪ್ರಮಾಣ ಪತ್ರವನ್ನು ಸಲ್ಲಿಸುವ ಮೂಲಕ ಭಾರತದ ಯಾವುದೇ ಭಾಗದಲ್ಲಿ ನೆಲೆಸುವ ಹಕ್ಕನ್ನು ಹೊಂದಿರುತ್ತಾನೆ. ಈ ಷರತ್ತಿನ ಉಪ–ವಿಭಾಗ(4)ರ ಅಡಿಯಲ್ಲಿ ನಿರ್ದಿಷ್ಟಪಡಿಸಿದ ಆಧಾರವನ್ನು ಹೊರತುಪಡಿಸಿ, ದೇಶದ ಯಾವುದೇ ಭಾಗದಲ್ಲಿ ನೆಲೆಗೊಳ್ಳಲು ಅನುಮತಿಯನ್ನು ನಿರಾಕರಿಸಲಾಗುವುದಿಲ್ಲ ಅಥವಾ ಹಿಂಪಡೆಯಲಾಗುವುದಿಲ್ಲ.

(iii) ನಾಗರಿಕನು ನೆಲೆಗೊಳ್ಳಲು ಬಯಸುವ ರಾಜ್ಯವು ತನ್ನ ಸ್ವಂತ ನಿವಾಸಿಗಳ ಮೇಲೆ ವಿಧಿಸಲಾದ ಶುಲ್ಕವನ್ನು ಹೊರತುಪಡಿಸಿ ವಲಸೆ ಬಂದ ನಾಗರಿಕನಿಗೆ ವಸಾಹತಿಗೆ ಸಂಬಂಧಿಸಿದಂತೆ ಯಾವುದೇ ವಿಶೇಷ ಶುಲ್ಕವನ್ನು ವಿಧಿಸಬಾರದು. ವಸಾಹತು ಪರವಾನಗಿಗಳಿಗೆ ಸಂಬಂಧಿಸಿದಂತೆ ವಿಧಿಸಬಹುದಾದ ಗರಿಷ್ಠ ಶುಲ್ಕವನ್ನು ಯೂನಿಯನ್ ಶಾಸಕಾಂಗವು ಮಾಡಿದ ಕಾನೂನುಗಳಿಂದ ನಿರ್ಧರಿಸಲಾಗುತ್ತದೆ.

(iv) ರಾಜ್ಯವು ನಾಗರಿಕರಿಗೆ ನೆಲೆಗೊಳ್ಳಲು ಅನುಮತಿಯನ್ನು ಈ ಕೆಳಕಂಡ ಕಾರಣಗಳಿಗೆ ನಿರಾಕರಿಸಬಹುದು ಅಥವಾ ಹಿಂಪಡೆಯಬಹುದು.

a) ಯಾವ ವ್ಯಕ್ತಿಗಳು ತಮ್ಮ ಅಭ್ಯಾಸಗಳಿಂದ ಅಪರಾಧಿಗಳಾಗಿರುತ್ತಾರೋ;

b) ರಾಜ್ಯದ ಕೋಮು ಸಮತೋಲವನ್ನು ಬದಲಾಯಿಸುವುದು ಯಾರ ಉದ್ದೇಶವಾಗಿರುತ್ತದೊ

c) ಯಾರು ಜೀವನಾಧಾರದ ಖಚಿತವಾದ ಮಾರ್ಗವನ್ನು ಹೊಂದಿದ್ದಾರೆ ಮತ್ತು ಸಾರ್ವಜನಿಕ ದಾನದ ಮೇಲೆ ಶಾಶ್ವತ ಹೊರೆಯಾಗುವ ಸಾಧ್ಯತೆಯಿದೆ ಎಂದುನಿರ್ಧರಿಸಲು ಬಯಸುವ ರಾಜ್ಯದ ಕಟ್ಟುಪಾಡುಗಳಿಗೆ ಯಾರು ಸಾಬೀತು ಪಡಿಸಲು ಸಾಧ್ಯವಿಲ್ಲವೋ ಅಂತಹವರಿಗೆ

d) ಯಾರ ಮೂಲ ರಾಜ್ಯವು ಅವರಿಗೆ ಸೂಕ್ತ ನೆರವು ನೀಡಲು ವಿನಂತಿಸಿದಾಗ ನಿರಾಕರಿಸುತ್ತದೆಯೋ

(v) ನೆಲೆಗೊಳ್ಳಲು ಅನುಮತಿಯನ್ನು – ಅರ್ಜಿದಾರನು ಕೆಲಸ ಮಾಡಲು ಸಮರ್ಥನಾಗಿರುವವನು ಹಾಗೂ ಅವನ ಮೂಲ ಸ್ಥಳದಲ್ಲಿ ಸಾರ್ವಜನಿಕ ದೇಣಿಗೆ/ದಾನದ ಮೇಲೆ ಶಾಶ್ವತವಾಗಿ ಅವಲಂಬಿತನಾಗಿರದ ಮತ್ತು ನಿರುದ್ಯೋಗ್ಯದ ವಿರುದ್ಧ ಭದ್ರತೆಯನ್ನು ನೀಡಲು ಸಮರ್ಥನಾಗಿರುವವನ ಮೇಲೆ ಪರತ್ತಿ ನ್ವಯ ಅನುಮತಿಯನ್ನು ನೀಡುವುದು.

(vi) ಪ್ರತಿಯೊಂದು ಉಚ್ಚಾಟನೆಯನ್ನು ಕೇಂದ್ರ ಸರ್ಕಾರವು ದೃಢೀಕರಿಸಬೇಕು.

(vii)ಕೇಂದ್ರ ಶಾಸಕಾಂಗವು ವಲಸೆ ಬಂದ ವ್ಯಕ್ತಿಗಳ ಮತ್ತು ಸ್ಥಳದ ನಿವಾಸಿಯ ನಡುವಿನ ವ್ಯತ್ಯಾಸವನ್ನು ವ್ಯಾಖ್ಯಾನಿಸುತ್ತದೆ ಮತ್ತು ಅದೇ ಸಮಯದಲ್ಲಿ, ಅವರ ನಿವಾಸದ ಅವಧಿಯಲ್ಲಿ ವ್ಯಕ್ತಿಯ ರಾಜಕೀಯ ಮತ್ತು ನಾಗರಿಕ ಹಕ್ಕುಗಳನ್ನು ನಿಯಂತ್ರಿಸುವ ನಿಬಂಧನೆಗಳನ್ನು ಸೂಚಿಸುತ್ತದೆ.

8) ಕೇಂದ್ರ ಸರ್ಕಾರವು ಒಂದು ಸಮುದಾಯದ ವಿರುದ್ಧ ಕಿರುಕುಳ ಹಾಗೂ ಭಾರತದ ಯಾವುದೇ ಭಾಗದಲ್ಲಿ ಆಂತರಿಕ ಅಸ್ವಸ್ಥತೆ ಅಥವಾ ಹಿಂಸಾಚಾರದ ವಿರುದ್ಧ ರಕ್ಷಣೆಯನ್ನು ಖಾತರಿಪಡಿಸುತ್ತದೆ.

9) ಒಬ್ಬ ವ್ಯಕ್ತಿಯನ್ನು ಬಲವಂತದ ದುಡಿಮೆಗೆ ಅಥವಾ ಅನೈಚ್ಛಿಕ ಗುಲಾಮಗಿರಿಗೆ ಒಳಪಡಿಸುವುದು ಅಪರಾಧವಾಗುತ್ತದೆ.

10) ಒಬ್ಬ ವ್ಯಕ್ತಿಯು ತನ್ನ ಮನೆ, ತಮ್ಮ ವ್ಯಕ್ತಿಗಳೊಡನೆ ಹಾಗೂ ಕಾಗದಪತ್ರದ ಮುಖೇನ,ವಿವೇಚನರಹಿತ ಹುಡುಕಾಟಗಳ ಮೂಲಕ ಮತ್ತು ರೋಗಗ್ರಸ್ತವಾಗುವಿಕೆಗಳ ವಿರುದ್ಧದ ಪರಿಣಾಮಗಳಲ್ಲಿ ಸುರಕ್ಷಿತವಾಗಿರಲು ಆ ಜನರ ಹಕ್ಕನ್ನು ಉಲ್ಲಂಘಿಸಲಾಗುವುದಿಲ್ಲ ಮತ್ತು ಯಾವುದೇ ವಾರೆಂಟ್ ಗಳನ್ನು ನೀಡಲಾಗುವುದಿಲ್ಲ, ಆದರೆ ಸಂಭವನೀಯ ಕಾರಣದ ಮೇಲೆ ಪ್ರಮಾಣ ಅಥವಾ ದೃಢೀಕರಣದಿಂದ ಸಾಬೀತಾದಾಗ ಮತ್ತು ನಿರ್ದಿಷ್ಟವಾಗಿ ಸ್ಥಳವನ್ನು ಶೋಧಿಸಲಾಗುವುದು ಮತ್ತು ವಶಪಡಿಸಿಕೊಳ್ಳಬೇಕಾದ ವ್ಯಕ್ತಿಗಳು ಅಥವಾ ವಸ್ತುಗಳನ್ನು ವಿವರಿಸಲಾಗುತ್ತದೆ.

11) ಒಬ್ಬ ಪ್ರಜೆಯ ಮತದಾನದ ಹಕ್ಕನು ಅಪ್ರಬುದ್ಧತೆ, ಸೆರೆವಾಸ ಮತ್ತು ಹುಚ್ಚುತನವನ್ನು ಹೊರತುಪಡಿಸಿ ಯಾವುದೇ ಕಾರಣಕ್ಕೂ ನಿರಾಕರಿಸಲಾಗುವುದಿಲ್ಲ ಅಥವಾ ಮೊಟಕುಗೊಳಿಸಲಾಗುವುದಿಲ್ಲ.

12) ಸಾರ್ವಜನಿಕರ ಸುವ್ಯವಸ್ಥೆ ಮತ್ತು ನೈತಿಕತೆ ಪರಿಗಣನೆಯ ಹೊರತಾಗಿ, ಒಬ್ಬ ವ್ಯಕ್ತಿಯ ವಾಕ್, ಪತ್ರಿಕಾ, ಸಂಘ ಮತ್ತು ಸಭೆಯ ಸ್ವಾತಂತ್ರ್ಯವನ್ನು ಮೊಟಕುಗೊಳಿಸುವ ಯಾವುದೇ ಕಾನೂನನ್ನು ಮಾಡಲಾಗುವುದಿಲ್ಲ.

13) ಸಾಧಿಸಿದವರ ಅಥವಾ ಮಾಜಿ ವಾಸ್ತವಿಕ ಕಾನೂನಿನ ಯಾವುದೇ ಮಸೂದೆಯನ್ನು ಅಂಗೀಕರಿಸಲಾಗುವುದಿಲ್ಲ.

14) ರಾಜ್ಯವು ಪ್ರತಿಯೊಬ್ಬ ಭಾರತೀಯ ನಾಗರಿಕನಿಗೆ ಆತ್ಮಸಾಕ್ಷಿಯ ಸ್ವಾತಂತ್ರ್ಯವನ್ನು ಮತ್ತು ಸಾರ್ವಜನಿಕ ಸುವ್ಯವಸ್ಥೆ ಮತ್ತು ನೈತಿಕತೆಗೆ ಹೊಂದಿಕೊಳ್ಳುವ ಮಿತಿಯೊಳಗೆ ಪ್ರತಿಪಾದಿಸುವ, ಬೋಧಿಸುವ ಮತ್ತು ಮತಾಂತರಿಸುವ ಹಕ್ಕನ್ನು ಒಳಗೊಂಡಂತೆ ಅವರ ಧರ್ಮದ ಮುಕ್ತ ಅಭ್ಯಾಸವನ್ನು ಖಾತರಿಸಿಪಡುತ್ತದೆ.

15) ಯಾವುದೇ ವ್ಯಕ್ತಿಯನ್ನು ಯಾವುದೇ ಧಾರ್ಮಿಕ ಸಂಘದ ಸದಸ್ಯರಾಗಲು ಯಾವುದೇ ಧಾರ್ಮಿಕ ಪ್ರಚಾರದಲ್ಲಿ ತಮ್ಮನ್ನು ತಾವು ತೊಡಗಿಸಿಕೊಳ್ಳಲು ಒತ್ತಾಯಿಸುವುದಾಗಲಿ ಅಥವಾ ಯಾವುದೇ ಧರ್ಮದ ಕಾರ್ಯವನ್ನು ಮಾಡಲು ಒತ್ತಾಯಿಸಲಾಗುವುದಿಲ್ಲ. ಮೇಲಿನ ನಿಬಂಧನೆಗೆ ಒಳಪಟ್ಟು, 16 ವರ್ಷದ

ವಯಸ್ಸಿನ ಮಕ್ಕಳ ಧಾರ್ಮಿಕ ಶಿಕ್ಷಣವನ್ನು ನಿರ್ಧರಿಸಲು ಪೋಷಕರು ಮತ್ತು ಪಾಲಕರು ಅರ್ಹರಾಗಿರುತ್ತಾರೆ.

16) ಯಾವುದೇ ವ್ಯಕ್ತಿ ತನ್ನ ಜಾತಿ, ಪಂಥ ಅಥವಾ ಧರ್ಮದ ಕಾರಣದಿಂದ, ಯಾವುದೇ ರೀತಿಯ ದಂಡವನ್ನು ಅನುಭವಿಸಬಾರದು ಅಥವಾ ಯಾವುದೇ ವ್ಯಕ್ತಿಗೆ ಜಾತಿ, ಮತ ಅಥವಾ ಧರ್ಮದ ಆಧಾರದ ಮೇಲೆ ಪೌರತ್ವದ ಯಾವುದೇ ಬಾಧ್ಯತೆಯನ್ನು ಪೂರೈಸಲು ನಿರಾಕರಿಸಲು ಅನುಮತಿಸಲಾಗುವುದಿಲ್ಲ.

17) ರಾಜ್ಯವು ಯಾವುದೇ ಧರ್ಮವನ್ನು ರಾಜ್ಯದ ಧರ್ಮವೆಂದು ಗುರುತಿಸುವುದಿಲ್ಲ.

18) ಒಂದು ಧರ್ಮವನ್ನು ಅನುಸರಿಸುವ ವ್ಯಕ್ತಿಗಳಿಗೆ ತಮ್ಮ ಇಚ್ಛೆಯಂತೆ ಸಂಘದ ಸ್ವಾತಂತ್ರ್ಯವನ್ನು ಖಾತರಿಪಡಿಸಲಾಗುತ್ತದೆ ಮತ್ತು ಅವರು ಬಯಸಿದ್ದಲ್ಲಿ, ಅವರನ್ನು ಕಾರ್ಪೋರೇಟ್ ಸಂಸ್ಥೆಯಾಗಿ ಮಾಡುವ ಮೂಲಕ ಅನುಮೋದಿಸಲಾದ ನಿಯಮಗಳಲ್ಲಿ ಕಾನೂನನ್ನು ಅಂಗೀಕರಿಸಲು ರಾಜ್ಯವನ್ನು ಕೇಳುವ ಹಕ್ಕನ್ನು ಹೊಂದಿರುತ್ತಾರೆ.

19) ಪ್ರತಿಯೊಂದು ಧಾರ್ಮಿಕ ಸಂಘವು ಎಲ್ಲರಿಗೂ ಅನ್ವಯವಾಗುವ ಕಾನೂನುಗಳ ಮಿತಿಯೊಳಗೆ ತನ್ನ ವ್ಯವಹಾರಗಳನ್ನು ನಿಯಂತ್ರಿಸಲು ಮತ್ತು ನಿರ್ವಹಿಸಲು ಸ್ವತಂತ್ರವಾಗಿರುತ್ತದೆ.

20) ಧಾರ್ಮಿಕ ಸಂಘಗಳು, ತಮ್ಮ ಸಂಘಟನೆಯ ಕಾನೂನು ಅನುಮತಿಸಿದರೆ, ತಮ್ಮ ಸದಸ್ಯರ ಮೇಲೆ ದೇಣಿಗೆಗಳನ್ನ ವಿಧಿಸಲು ಅರ್ಹರಾಗಿರುತ್ತಾರೆ, ಯಾವುದೇ ವ್ಯಕ್ತಿಯು, ತಾವು ಸದಸ್ಯರಾಗಿರದ ಯಾವುದೇ ಧಾರ್ಮಿಕ ಸಮುದಾಯದ ಬಳಕೆಗಾಗಿ ನಿರ್ದಿಷ್ಟವಾಗಿ ವಿನಿಯೋಗಿಸಲಾದ ಆದಾಯದ ಮೇಲೆ ತೆರಿಗೆಯನ್ನು ಪಾವತಿಸಲು ಒತ್ತಾಯಿಸಲಾಗುವುದಿಲ್ಲ.

21) ಈ ವಿಭಾಗದ ಅಡಿಯಲ್ಲಿ ಎಲ್ಲಾ ಅಪರಾಧಗಳನ್ನು ಗುರುತಿಸಬಹುದಾದ ಅಪರಾಧಗಳೆಂದು ಪರಿಗಣಿಸಲಾಗುತ್ತದೆ. ಕೇಂದ್ರ ಶಾಸಕಾಂಗವು ಆ ಉದ್ದೇಶಕ್ಕಾಗಿ ಶಾಸನದ ಅಗತ್ಯವಿರುವಂತಹ ನಿಬಂಧನೆಗಳನ್ನು ಜಾರಿಗೆ ತರಲು ಮತ್ತು ಅಪರಾಧವೆಂದು ಘೋಷಿಸಲಾದ ಕೃತ್ಯಗಳಿಗೆ ಶಿಕ್ಷೆಯನ್ನು ಸೂಚಿಸಲು ಕಾನೂನುಗಳನ್ನು ರಚಿಸುತ್ತದೆ.

ಅನುಚ್ಛೇದ –॥ ವರ್ಗ॥

ಮೂಲಭೂತ ಹಕ್ಕುಗಳ ಆಕ್ರಮಣದ ವಿರುದ್ಧ ಪರಿಹಾರಗಳು ಸಂಯುಕ್ತ ಭಾರತವು ಈ ಕೆಳಕಂಡವನ್ನು ಒದಗಿಸುತ್ತದೆ:

ಕಲಂ 1

<table>
<tr><td>ಕಾರ್ಯನಿರ್ವಾಹಕ ದೌರ್ಜನ್ಯದ ವಿರುದ್ಧ ನ್ಯಾಯಾಂಗ ರಕ್ಷಣೆ ವಿವರಣೆಗಾಗಿ ಪುಟ ಸಂಖ್ಯೆ 406 ನೋಡಿ</td></tr>
</table>

1. ಭಾರತದ ನ್ಯಾಯಿಕ ಅಧಿಕಾರವು ಸುಪ್ರೀಂಕೋರ್ಟಿನ ವ್ಯಾಪ್ತಿಯಲ್ಲಿರುತ್ತದೆ.

2. ಸುಪ್ರೀಂ ಕೋರ್ಟ್, ನ್ಯಾಯಾಲಯದ ಅಧಿಕಾರವನ್ನು ನಿರ್ವಹಿಸುವ ಅಧಿಕಾರಿಗಳು ಅಥವಾ ಅಂತಹ ನ್ಯಾಯಾಲಗಳು ಅಥವಾ ಅಧಿಕಾರಿಗಳು ಅದರ ಮೇಲ್ಮನವಿ ಅಥವಾ ಪರಿಷ್ಕರಣೆ ನ್ಯಾಯವ್ಯಾಪ್ತಿಗೆ ಒಳಪಟ್ಟಿರಲಿ ಅಥವಾ ಇಲ್ಲದಿರಲಿ ಎಲ್ಲಾ ತರಹದ ನ್ಯಾಯಾಲಯಗಳ ಮೇಲೆ ಮೇಲ್ವಿಚಾರಣಾ ಅಧಿಕಾರವನ್ನು ಹೊಂದಿರುತ್ತದೆ.

3. ಸರ್ವೋಚ್ಚ ನ್ಯಾಯಾಲಯವು ಬಾಧಿತ ಪಕ್ಷದ ಅರ್ಜಿಯ ಮೇಲೆ ಹೇಬಿಯಸ್ ಕಾರ್ಪಸ್, ಕ್ವಾವಾರೆಂಟೋ ನಿಷೇಧ, ಪ್ರಮಾಣ ಪತ್ರ ಮತ್ತು ಉಚ್ಚ ಆಜ್ಞಾ ಪತ್ರ ಮುಂತಾದ ವಿಶೇಷಾಧಿಕಾರದ ರಿಟ್ ಗಳನ್ನು ಹೊರಡಿಸಲು ಬಾಧಿತ ಪಕ್ಷದ ಅರ್ಜಿಯ ಮೇಲೆ ಭಾರತದಾದ್ಯಂತ ಅಧಿಕಾರವನ್ನು ಹೊಂದಿರುವ ಅತ್ಯುಚ್ಚ ನ್ಯಾಯಾಲಯವಾಗಿರುತ್ತದೆ.

4. ದಂಗೆ ಅಥವಾ ಆಕ್ರಮಣದ ಸಂದರ್ಭಗಳಲ್ಲಿ ಸಾರ್ವಜನಿಕ ಸುರಕ್ಷತೆಯು ಅಗತ್ಯವಿದ್ದಲ್ಲಿ ರಿಟ್‌ಗೆ ಅರ್ಜಿ ಸಲ್ಲಿಸುವ ಹಕ್ಕನ್ನು ಕಡೆಗಣಿಸು/ಕುಗ್ಗಿಸಲಾಗುವುದಿಲ್ಲ ಅಥವಾ ಅಮಾನತುಗೊಳಿಸಲಾಗುವುದಿಲ್ಲ.

ಅಸಮಾನತೆಯ ವಿರುದ್ಧ
ರಕ್ಷಣೆ
ವಿವರಣೆಗಾಗಿ ಪುಟ
ಸಂಖ್ಯೆ 406-8 ನೋಡಿ

ಕಲಂ 2

ಶಾಸಕಾಂಗ ಮತ್ತು ಒಕ್ಕೂಟದ ಕಾರ್ಯನಿರ್ವಾಹಕರು ಹಾಗೂ ಭಾರತದಾದ್ಯಂತ ಪ್ರತಿಯೊಂದು ರಾಜ್ಯವು ಈ ಕೆಳಗಿನ ಮಿತಿಗಳಿಗೆ ಒಳಪಟ್ಟಿರುತ್ತದೆ.

ರಾಜ್ಯದ ವಿಷಯಗಳ ಕೆಳಗಿನ ಹಕ್ಕುಗಳನ್ನು ಉಲ್ಲಂಘಿಸುವ ಸಲುವಾಗಿ ಕಾನೂನನ್ನು ಜಾರಿಗೊಳಿಸಲು ಅಥವಾ ಆದೇಶ, ನಿಯಮ ಅಥವಾ ನಿಯಂತ್ರಣವನ್ನು ಹೊರಡಿಸಲು ಭಾರತದಲ್ಲಿನ ಯಾವುದೇ ಶಾಸಕಾಂಗ ಅಥವಾ ಕಾರ್ಯಾಂಗ ಸಮರ್ಥವಾಗಿರುವುದಿಲ್ಲ.

1. ಎಲ್ಲಾ ನಾಗರಿಕರ ಒಪ್ಪಂದಗಳನ್ನು ರಚಿಸಿ ಮತ್ತು ಜಾರಿಗೊಳಿಸಲು, ಮೊಕದ್ದಮೆ ಹೂಡಲು, ಕಕ್ಷಿದಾರರಾಗಲು ಮತ್ತು ಸಾಕ್ಷ್ಯವನ್ನು ನೀಡಲು ಉತ್ತರಾಧಿಕಾರ ಹೊಂದಲು, ಖರೀದಿಸಲು, ಗುತ್ತಿಗೆ, ಮಾರಾಟ ಹಿಡಿತ ಮತ್ತು ನಿಖರ ಮತ್ತು ವೈಯುಕ್ತಿಕ ಸ್ವತ್ತುಗಳೆಂದು ತಿಳಿಯಲು,

2. ನಾಗರಿಕ ಮತ್ತು ಮಿಲಿಟರಿ ಉದ್ಯೋಗಕ್ಕೆ ಮತ್ತು ಎಲ್ಲಾ ಶಿಕ್ಷಣ ಸಂಸ್ಥೆಗಳಿಗೆ ಪ್ರವೇಶಕ್ಕೆ ಅರ್ಹತೆ ಹೊಂದಲು ಅರ್ಹತೆ ಮತ್ತು ಸೂಕ್ತ ಪ್ರಾತಿನಿಧ್ಯವನ್ನು ಒದಗಿಸಲು ಅಗತ್ಯವಾದ ಷರತ್ತುಗಳು ಮತ್ತು ಮಿತಿಗಳನ್ನು ಹೊರತುಪಡಿಸಿ.

3. ನಾಗರಿಕರ ಪ್ರತಿ ಜನಾಂಗ, ವರ್ಗ, ಜಾತಿ, ಬಣ್ಣ ಅಥವಾ ಪಂಥದ ಎಲ್ಲಾ ವಿಷಯಗಳಿಗೆ ಸಮಾನವಾಗಿ ಅನ್ವಯವಾಗುವಂತಹ ಷರತ್ತುಗಳು ಮತ್ತು ಮಿತಿಗಳನ್ನು ಹೊರತು ಪಡಿಸಿ ಸಾರ್ವಜನಿಕರ ವಸತಿ, ಅನುಕೂಲಗಳು,ಸೌಲಭ್ಯಗಳು, ಶಿಕ್ಷಣ ಸಂಸ್ಥೆಗಳು, ಹೋಟೆಲ್‌ಗಳು, ನದಿಗಳು, ಹೊಳೆಗಳು, ಬಾವಿಗಳು, ಕೆರೆಗಳು, ರಸ್ತೆಗಳು, ಮಾರ್ಗಗಳು, ಬೀದಿಗಳು, ನೆಲ, ವಾಯು ಮತ್ತು ಜಲಗಳ, ಸಾರ್ವಜನಿಕ ಸಾರಿಗೆ ರಂಗಮಂದಿರ ಮತ್ತು ಇತರ ಸಾರ್ವಜನಿಕ ಮನೋರಂಜನಾ ಸವಲತ್ತುಗಳನ್ನು ಸಂಪೂರ್ಣವಾಗಿ ಅನುಭವಿಸಲು ಅರ್ಹರಾಗಿರುವರು.

4. ಸಾರ್ವಜನಿಕರಿಗೆ ಅಥವಾ ಸಮಾನ ನಂಬಿಕೆ ಮತ್ತು ಧರ್ಮ ಪಾಲಿಸುವ ವ್ಯಕ್ತಿಗಳಿಗೆ ಮೀಸಲಾಗಿರುವ ಅಥವಾ ರಚಿಸಲಾದ, ನಿರ್ವಹಿಸುವ ಅಥವಾ ಪರವಾನಗಿ ಪಡೆದ ಯಾವುದೇ ಧಾರ್ಮಿಕ ಅಥವಾ ದತ್ತಿ ಪ್ರತಿಷ್ಠಾನದ ಪ್ರಯೋಜನಗಳನ್ನು ಯಾವುದೇ ವ್ಯತ್ಯಾಸವಿಲ್ಲದೆ ಹಂಚಿಕೊಳ್ಳಲು ಯೋಗ್ಯವೆಂದು ಪರಿಗಣಿಸಲಾಗಿದೆ.

5. ಎಲ್ಲಾ ನಾಗರಿಕರು ಕಾನೂನುಗಳ ಸಂಪೂರ್ಣ ಹಾಗೂ ಸಮಾನ ಸೌಲಭ್ಯಗಳ/ಪ್ರಕ್ರಿಯೆಗಳ ಸಮಾನ ಪ್ರಯೋಜನವನ್ನು ಪಡೆಯಲು ತಮ್ಮ

ಸ್ವರಕ್ಷಣೆಗೋಸ್ಕರ ಹಾಗೂ ಆಸ್ತಿಯ ಭದ್ರತೆಯನ್ನು ಇತರ ವಿಷಯಗಳಂತೆ ಅನುಭವಿಸಲು, ಧರ್ಮದ ಆಧಾರದ ಮೇಲೆ ತಾವು ಬಳಸುವ ಅಥವಾ ಪದ್ಧತಿಯನ್ನು ಲೆಕ್ಕಿಸದೆ ಮತ್ತು ಶಿಕ್ಷೆ, ನೋವು ಮತ್ತು ದಂಡಗಳು ಮತ್ತು ಬೇರೆ ಯಾವುದಕ್ಕೂ ಒಳಪಟ್ಟಿರುತ್ತವೆ.

ತಾರತಮ್ಯದ ವಿರುದ್ಧ ರಕ್ಷಣೆ ವಿವರಣೆಗಾಗಿ ಪುಟ ಸಂಖ್ಯೆ 408 ನೋಡಿ

ಕಲಂ 3

1.ಸರ್ಕಾರಿ ಅಧಿಕಾರಿಗಳಿಂದ ಅಥವಾ ಕಾರ್ಖಾನೆಗಳಲ್ಲಿನ ಖಾಸಗಿ ಉದ್ಯೋಗದಾತರಿಂದ ವಾಣಿಜ್ಯ ಸಂಸ್ಥೆಗಳನ್ನು ಒಳಗೊಂಡಂತೆ ಸಾರ್ವಜನಿಕ ಆಡಳಿತದಲ್ಲಿ ನಾಗರಿಕರ ನಡುವೆ ಜನಾಂಗ,ಪಂಥ ಅಥವಾ ಸಾಮಾಜಿಕ ಸ್ಥಾನಮಾನದ ಆಧಾರದ ಮೇಲೆ ತಾರತಮ್ಯವನ್ನುವೆಸಗುವುದು ಅಪರಾಧವೆಂದು ಪರಿಗಣಿಸಲಾಗುತ್ತದೆ. ಅಂತಹ ಪ್ರಕರಣಗಳನ್ನು ವಿಚಾರಣೆ ಮಾಡುವ ನ್ಯಾಯವ್ಯಾಪ್ತಿಯನ್ನು ರಚಿಸಲಾದ ಉದ್ದೇಶಕ್ಕಾಗಿ ನ್ಯಾಯಮಂಡಳಿಯಲ್ಲಿ ನಿಯೋಜಿಸಲಾಗಿದೆ.

2. ಕೇಂದ್ರ ಶಾಸಕಾಂಗವು ಈ ನಿಬಂಧನೆಯನ್ನು ಸೂಕ್ತ ಶಾಸನದ ಮೂಲಕ ಜಾರಿಗೆ ತರುವ ಹಕ್ಕು ಮತ್ತು ಬಾದ್ಯತೆಯನ್ನು ಹೊಂದಿರುತ್ತದೆ.

ಆರ್ಥಿಕ ಶೋಷಣೆಯ
ವಿರುದ್ಧ ರಕ್ಷಣೆ
ಸಂಖ್ಯೆ 408–12
ನೋಡಿ

ಕಲಂ 4

ಸಂಯುಕ್ತ ಭಾರತವು ಈ ಕೆಳಗಿನವುಗಳನ್ನು ತನ್ನ ಸಂವಿಧಾನದ ಕಾನೂನಿನ ಭಾಗವಾಗಿ ಘೋಷಿಸುತ್ತದೆ.

1. ಪ್ರಮುಖ ಕೈಗಾರಿಕೆಗಳಾಗಿರುವ ಅಥವಾ ಪ್ರಮುಖ ಕೈಗಾರಿಕೆಗಳೆಂದು ಘೋಷಿಸಬಹುದಾದ ಕೈಗಾರಿಕೆಗಳು ರಾಜ್ಯದ ಒಡೆತನದಲ್ಲಿರುತ್ತವೆ ಮತ್ತು ನಿರ್ವಹಿಸಲ್ಪಡುತ್ತವೆ.

2. ಪ್ರಮುಖ ಕೈಗಾರಿಕೆಗಳಲ್ಲದ ಆದರೆ ಮೂಲವಾಗಿ ಕೈಗಾರಿಕೆಗಳಾಗಿರುವ ಹಾಗು ರಾಜ್ಯದ ಒಡೆತನದಲ್ಲಿದ್ದು ಇವುಗಳ ನಿರ್ವಹಣೆ ಅಥವ ರಾಜ್ಯದಿಂದ ಸ್ಥಾಪಿಸಲ್ಪಟ್ಟ ನಿಗಮಗಳಿಂದ ನಡೆಸಲ್ಪಡುತ್ತದೆ.

3. ವಿಮೆಯು ರಾಜ್ಯದ ಏಕಸ್ವಾಮ್ಯವಾಗಿರತಕ್ಕದ್ದು ಮತ್ತು ರಾಜ್ಯವು ಪ್ರತಿಯೊಬ್ಬ ವಯಸ್ಕ ನಾಗರಿಕನ್ನು ಶಾಸಕಾಂಗವು ಸೂಚಿಸಿದಂತೆ ಅವರ ವೇತನಕ್ಕೆ ಅನುಗುಣವಾಗಿ ಜೀವ ವಿಮಾ ಪಾಲಿಸಿಯನ್ನು ತೆಗೆದುಕೊಳ್ಳುವಂತೆ ನಿರ್ಬಂದಿಸುತ್ತದೆ.

4. ಕೃಷಿಯು ರಾಜ್ಯದ ಕೈಗಾರಿಕೆಯಾಗಿರಬೇಕು.

5. ರಾಜ್ಯವು ಕೈಗಾರಿಕೆಗಳು, ವಿಮೆ ಮತ್ತು ಕೃಷಿ ಭೂಮಿ ಹೊಂದಿರುವಂತಹ ಖಾಸಗಿ ಮಾಲೀಕರ, ಹಿಡುವಳಿದಾರ ಅಥವಾ ಅಡಮಾನದಾರರ ಜೀವನಾಧಾರಿತ ಹಕ್ಕುಗಳನ್ನು ಸ್ವಾದೀನ ಪಡಿಸಿಕೊಂಡು ಮತ್ತು ಅವರಿಗೆ ಭೂಮಿಯಲ್ಲಿನ ಅವನ ಅಥವಾ ಅವಳ ಹಕ್ಕಿನ ಮೌಲ್ಯಕ್ಕೆ ಸಮನಾದ ಪರಿಹಾರವನ್ನು ಸಾಲಪತ್ರ ರೂಪದಲ್ಲಿ ಪಾವತಿಸುತ್ತದೆ. ಆದರೆ, ಭೂಮಿ, ಸ್ಥಾವರ ಅಥವಾ ಭದ್ರತೆಯ ಮೌಲ್ಯವನ್ನು ಲೆಕ್ಕ ಹಾಕುವಾಗ, ಯಾವುದೇ ವೃದ್ಧಿ ಲೆಕ್ಕ ತುರ್ತು ಪರಿಸ್ಥಿತಿಯ ಕಾರಣದಿಂದಾಗಲಿ, ಯಾವುದೇ ಸಂಭಾವ್ಯ ಅಥವಾ ಗಳಿಸದ ಮೌಲ್ಯದಿಂದಾಗಲಿ ಅಥವಾ ಕಡ್ಡಾಯ ಸ್ವಾದೀನದಿಂದಾಗಲಿ, ಯಾವುದೇ ಮೌಲ್ಯವನ್ನು ತೆಗೆದುಕೊಳ್ಳಲಾಗುವುದಿಲ್ಲ.

6. ರಾಜ್ಯವು ಹೇಗೆ ಮತ್ತು ಯಾವಾಗ ಸಾಲ ಪತ್ರ ಹೊಂದಿರುವವರು ನಗದನ್ನು ಪಡೆದುಕೊಳ್ಳಲು ಅರ್ಹರಾಗಿರುತ್ತಾರೆ ಎಂಬುದನ್ನು ನಿರ್ಧರಿಸುತ್ತದೆ.

7. ಸಾಲ ಪತ್ರವು ವರ್ಗಾವಣೆ ಮಾಡಬಹುದಾದ ಮತ್ತು ಅನುವಂಶಿಕ ಆಸ್ತಿಯಾಗಿರುತ್ತದೆ. ಆದರೆ ಸಾಲವನ್ನು ಹೊಂದಿರುವವರು ಅಥವಾ ಮೂಲ ಸಾಲ ಪಡೆದವರಿಂದ ವರ್ಗಾಯಿಸಿ ಕೊಂಡವರು ಅಥವಾ ಉತ್ತರಾಧಿಕಾರಿಗಳು, ರಾಜ್ಯ ಸ್ವಾಧೀನಪಡಿಸಿಕೊಂಡ ಕೃಗಾರಿಕೆಯ ಭೂಮಿಯಿಂದ ಬರುವ ಆದಾಯವಾಗಲಿ ಅಥವಾ ಯಾವುದೇ ಪ್ರಯೋಜನವಾಗಲಿ ಪಡೆಯಲು ಅರ್ಹರಲ್ಲ ಅಥವಾ ಯಾವುದೇ ರೀತಿಯಲ್ಲಿ ಅದನ್ನು ನಿಭಾಯಿಸಲು ಅರ್ಹರಾಗಿರುತ್ತದೆ.

8. ರಾಜ್ಯವು ಸಾಲ ಪತ್ರವನ್ನು ಹೊಂದಿರುವವರು ಕಾನೂನಿನಿಂದ ವ್ಯಾಖ್ಯಾನಿಸಬಹುದಾದಂತಹ ದರದಲ್ಲಿ ತನ್ನ ಸಾಲದ ಮೇಲಿನ ಬಡ್ಡಿಯನ್ನು ರಾಜ್ಯದಲ್ಲಿ ಸೂಕ್ತವೆಂದು ಪರಿಗಣಿಸಬಹುದಾದ ನಗದು ಅಥವಾ ವಸ್ತುವಿನರೂಪದಲ್ಲಿ ಪಡೆಯಲು ಅರ್ಹನಾಗಿರುತ್ತಾನೆ,

9. ಕೃಷಿ ಉದ್ಯಮವನ್ನು ಈ ಕೆಳಗಿನ ಆಧಾರಗಳ ಮೇಲೆ ಆಯೋಜಿಸಬೇಕಾಗುತ್ತದೆ.

I. ರಾಜ್ಯವು ಸ್ವಾಧೀನ ಪಡಿಸಿಕೊಂಡ ಭೂಮಿಯನ್ನು ಪ್ರಮಾಣಿತ ಗಾತ್ರದ ಕೃಷಿ ಕ್ಷೇತ್ರಗಳಾಗಿ ವಿಂಗಡಿಸುತ್ತದೆ ಮತ್ತು ಈ ಕೆಳಗಿನ ಷರತ್ತುಗಳ ಮೇಲೆ ಕೃಷಿ ಮಾಡಲು ಗ್ರಾಮದ ನಿವಾಸಿಗಳಿಗೆ (ಕುಟುಂಬಗಳ ಗುಂಪಿನಿಂದ ಮಾಡಲ್ಪಟ್ಟಿದೆ) ಹಿಡುವಳಿದಾರರಾಗಿ, ಬೇಸಾಯ ಮಾಡಲು ಈ ಕೆಳಕಂಡ ಷರತ್ತುಗಳ ಮೇಲೆ ಬಿಡಬೇಕು.

a) ಕೃಷಿ ಕ್ಷೇತ್ರವನ್ನು ಸಾಮೂಹಿಕ ಕೃಷಿ ಕ್ಷೇತ್ರಗಳಾಗಿ ಬೆಳೆಸಬೇಕು.

b) ಸರ್ಕಾರವು ಹೊರಡಿಸಿದ ನಿಯಮಗಳು ಮತ್ತು ನಿರ್ದೇಶನಗಳಿಗೆ ಅನುಸಾರವಾಗಿ ಕೃಷಿಕ್ಷೇತ್ರವನ್ನು ಬೆಳೆಸಬೇಕು.

c) ಹಿಡುವಳಿದಾರರು ಜಮೀನಿನಲ್ಲಿ ಸೂಕ್ತವಾಗಿ ವಿಧಿಸಬಹುದಾದ ಶುಲ್ಕಗಳನ್ನು ಪಾವತಿಸಿದ ನಂತರ ಉಳಿದಿರುವ ಜಮೀನಿನ ಉತ್ಪನ್ನಗಳನ್ನು ಸೂಚಿಸಿದ ರೀತಿಯಲ್ಲಿ ತಮ್ಮ ನಡುವೆ ಹಂಚಿಕೊಳ್ಳಬೇಕು.

II. ಯಾವುದೇ ಜಮೀನುದಾರರು, ಗೇಣಿದಾರರು ಮತ್ತು ಭೂರಹಿತ ಕಾರ್ಮಿಕರು ಇರದ ರೀತಿಯಲ್ಲಿ ಜಾತಿ ಅಥವಾ ಧರ್ಮದ ಬೇಧವಿಲ್ಲದೇ ಹಳ್ಳಿಯವರಿಗೆ ಭೂಮಿಯನ್ನು ಬಿಟ್ಟುಕೊಡಬೇಕು

III. ಸಾಮೂಹಿಕ ಕೃಷಿಗಾಗಿ ಹಣಕಾಸು ಒದಗಿಸುವುದು,ಗೊಬ್ಬರ, ಬೀಜಗಳು,ನೀರು,ಪೂರೈಸುವುದು,ಕೃಷಿ ಉಪಕರಣ ಇತ್ಯಾದಿಗಳನ್ನು ಒದಗಿಸುವುದು, ಇವೆಲ್ಲವೂ ರಾಜ್ಯದ ಬಾಧ್ಯತೆಯಾಗಿದೆ.

IV. ರಾಜ್ಯವು ಈ ಕೆಳಗಿನ ಅರ್ಹತೆಯನ್ನು ಹೊಂದಿರುತ್ತದೆ

    a) ಜಮೀನಿನ ಉತ್ಪನ್ನಗಳ ಮೇಲೆ ಈ ಕೆಳಗಿನ ಶುಲ್ಕಗಳನ್ನು ವಿಧಿಸಬಹುದಾಗಿದೆ

        i. ಆದಾಯಕ್ಕಾಗಿ ಭೂಮಿಯ ಒಂದು ಭಾಗ

        ii. ಸಾಲಪತ್ರ ಹೊಂದಿರುವವರಿಗೆ ಕೊಡಲು ಒಂದು ಭಾಗ

        ii.ಸರಬರಾಜು ಮಾಡಿದ ಬಂಡವಾಳ ಸರಕುಗಳ ಬಳಕೆಗೆ ಪಾವತಿಸಲು ಒಂದು ಭಾಗ ಮತ್ತು

    b) ಹಿಡುವಳಿಯ ಷರತ್ತುಗಳನ್ನು ಮುರಿಯುವ ಅಥವಾ ರಾಜ್ಯವು ನೀಡುವ ಕೃಷಿ ವಿಧಾನಗಳ ಅತ್ಯುತ್ತಮ ಬಳಕೆಯನ್ನು ಮಾಡಲು ಉದ್ದೇಶಪೂರ್ವಕವಾಗಿ ನಿರ್ಲಕ್ಷಿಸುವ ಅಥವಾ ಸಾಮೂಹಿಕ ಕೃಷಿ ಯೋಜನೆಗೆ ಪೂರ್ವಾಗ್ರಹ ಪೀಡಿತರಾಗಿ ವರ್ತಿಸುವ ಹಿಡುವಳಿದಾರರ ವಿರುದ್ಧ ದಂಡವನ್ನು ವಿಧಿಸಲು

ಯೋಜನೆಯನ್ನು ಸಾಧ್ಯವಾದಷ್ಟು ತ್ವರಿತವಾಗಿ ಕಾರ್ಯರೂಪಕ್ಕೆ ತರಬೇಕು, ಆದರೆ ಯಾವುದೇ ಸಂದರ್ಭದಲ್ಲಿ ಅವಧಿಯು ಸಂವಿಧಾನವು ಅಸ್ತಿತ್ವಕ್ಕೆ ಬಂದ ದಿನಾಂಕದಿಂದ ಹತ್ತನೇ ವರ್ಷದ ನಂತರ ವಿಸ್ತರಿಸುವುದಿಲ್ಲ.

ಅನುಚ್ಛೇದ –II ವರ್ಗ III
ಅಲ್ಪಸಂಖ್ಯಾತರ ರಕ್ಷಣೆಗಾಗಿ ವ್ಯವಸ್ಥೆಗಳು/ನಿಬಂಧನೆಗಳು

ಸಂಯುಕ್ತ ಭಾರತದ ಸಂವಿಧಾನವು ಈ ಕೆಳಗಿನವುಗಳನ್ನು ಒದಗಿಸುತ್ತದೆ

ಕಲಂ 1

ಕೋಮು ಕಾರ್ಯನಿರ್ವಾಹಕರ ವಿರುದ್ಧ ರಕ್ಷಣೆ

ಕೋಮು
ಕಾರ್ಯನಿರ್ವಾಹಕರ
ವಿರುದ್ಧ ರಕ್ಷಣೆ
ವಿವರಣೆಗಾಗಿ ಪುಟ
ಸಂಖ್ಯೆ 412-15 ನೋಡಿ

1. ಕಾರ್ಯಾಂಗ-ಒಕ್ಕೂಟ ಅಥವಾ ರಾಜ್ಯ ಇವು ಅರ್ಥದಲ್ಲಿ ಸಂಸತ್ತಲ್ಲದ್ದು.- ಇದನ್ನು ಶಾಸಕಾಂಗದ ಅವಧಿಯ ಸಮ್ಮುಖದಲ್ಲಿ ತೆಗೆದು ಹಾಕಲಾಗುವುದಿಲ್ಲ.

2. ಕಾರ್ಯಕಾರಿಣಿ ಸದಸ್ಯರು ಶಾಸಕಾಂಗದ ಸದಸ್ಯರಲ್ಲದಿದ್ದರೆ ಅವರು ಶಾಸಕಾಂಗದಲ್ಲಿ ಕುಳಿತು ಮಾತನಾಡುವ, ಮತ ಚಲಾಯಿಸುವ ಮತ್ತು ಪ್ರಶ್ನೆಗಳಿಗೆ ಉತ್ತರಿಸುವ ಹಕ್ಕನ್ನು ಹೊಂದಿರುತ್ತಾರೆ.

3. ಪ್ರಧಾನಮಂತ್ರಿಯನ್ನು ಇಡೀ ಸದನದಿಂದ ಒಂದೇ ವರ್ಗಾವಣೆ ಮಾಡಬಹುದಾದ ಮತದಿಂದ ಆಯ್ಕೆ ಮಾಡಲಾಗುತ್ತದೆ.

4. ಸಂಪುಟದಲ್ಲಿನ ವಿವಿಧ ಅಲ್ಪಸಂಖ್ಯಾತರ ಪ್ರತಿನಿಧಿಗಳನ್ನು ಶಾಸಕಾಂಗದಲ್ಲಿನ ಪ್ರತಿ ಅಲ್ಪಸಂಖ್ಯಾತ ಸಮುದಾಯದ ಸದಸ್ಯರು ಏಕ ವರ್ಗಾವಣೆ ಮತದಿಂದ ಆಯ್ಕೆ ಮಾಡುತ್ತಾರೆ.

5. ಬಹುಸಂಖ್ಯಾತರ ಸಮುದಾಯದ ಪ್ರತಿನಿಧಿಗಳು ಇಡೀ ಸದನದಿಂದ ಒಂದೇ ವರ್ಗಾವಣೆಯ ಮತದಿಂದ ಕಾರ್ಯಕಾರಿಣಿಯಲ್ಲಿ ಚುನಾಯಿತರಾಗುತ್ತಾರೆ.

6. ಸಂಪುಟ ಸದಸ್ಯನು ತನ್ನ ಸ್ಥಾನಕ್ಕೆ ಖಂಡನಾ ನಿರ್ಣಯ ಅಥವಾ ಇತರ ರೀತಿಯಲ್ಲಿ ರಾಜೀನಾಮೆ ನೀಡಬಹುದು. ಆದರೆ ಭ್ರಷ್ಟಾಚಾರ ಅಥವಾ ದೇಶದ್ರೋಹದ ಆಧಾರದ ಮೇಲೆ ಸದನದಿಂದ ದೋಷಾರೋಪಣೆಯನ್ನು ಹೊರತುಪಡಿಸಿ ತೆಗೆದುಹಾಕಲು ಹೊಣೆಗಾರನಾಗಿರುವುದಿಲ್ಲ.

ಕಲಂ 2

ಸಾಮಾಜಿಕ ಮತ್ತು ಅಧಿಕೃತ (ನಿರಂಕುಶ ಪ್ರಜಾಪ್ರಭುತ್ವ)ದ ಬ್ಯಾಳಿಕೆ ವಿರುದ್ಧ ರಕ್ಷಣೆ

ಸಾಮಾಜಿಕ ಮತ್ತು ಅಧಿಕೃತ
(ನಿರಂಕುಶ
ಪ್ರಜಾಪ್ರಭುತ್ವ)ದ ಬ್ಯಾಳಿಕೆ
ವಿರುದ್ಧ ರಕ್ಷಣೆ
ವಿವರಣೆಗಾಗಿ ಪುಟ
ಸಂಖೆ. 416 ನೋಡಿ

1. ಅಲ್ಪಸಂಖ್ಯಾತ ಮೇಲ್ವಿಚಾರಕ ಅಧಿಕಾರಿ ಎಂದು ಕರೆಯಲಾಗುವ ಅಧಿಕಾರಿಯನ್ನು ನೇಮಿಸಬೇಕು.

2. ಅವರ ಸ್ಥಾನಮಾನವು 1935ರ ಭಾರತ ಸರ್ಕಾರದ ಕಾಯಿದೆ ಕಲಂ 166ರ ಅಡಿಯಲ್ಲಿ ನೇಮಕಗೊಂಡ ಆಡಿಟರ್ ಜನರಲ್ ನಂತೆಯೇ ಇರುತ್ತದೆ ಮತ್ತು ಸುಪ್ರೀಂ ಕೋರ್ಟ್‌ನ ನ್ಯಾಯಾಧೀಶರನ್ನು ವಜಾಗೊಳಿಸುವ ರೀತಿಯಲ್ಲಿ ತೆಗೆದುಹಾಕಬಹುದು.

3. ಸಾರ್ವಜನಿಕರಿಂದ ಅಲ್ಪಸಂಖ್ಯಾತರನ್ನು ನಡೆಸಿಕೊಳ್ಳುವುದು, ಹಾಗೆಯೇ ಸರ್ಕಾರಗಳು, ಒಕ್ಕೂಟ ಮತ್ತು ರಾಜ್ಯಗಳು ಮತ್ತು ಸರ್ಕಾರಗಳ ಕೋಮು ಪಕ್ಷಪಾತದಿಂದಾಗಿ ಯಾವುದೇ ರಕ್ಷಣೆಗಳ ಉಲ್ಲಂಘನೆ ಅಥವಾ ನ್ಯಾಯದ ವಿರುದ್ಧ ಯಾವುದೇ ತಪ್ಪುಗಳ ಬಗ್ಗೆ ವಾರ್ಷಿಕ ವರದಿಯನ್ನು ಸಿದ್ಧಪಡಿಸುವುದು ಅಧೀಕ್ಷಕರ ಕರ್ತವ್ಯವಾಗಿರುತ್ತದೆ.

4. ಅಧೀಕ್ಷಕರ ವಾರ್ಷಿಕ ವರದಿಯನ್ನು ಶಾಸಕಾಂಗಗಳ ಮೇಜಿನ ಮೇಲೆ ಇರಿಸಲಾಗುತ್ತದೆ – ಒಕ್ಕೂಟ ಮತ್ತು ರಾಜ್ಯ ಹಾಗೂ ಸರ್ಕಾರಗಳು – ಒಕ್ಕೂಟ ಮತ್ತು ರಾಜ್ಯ, ವರದಿಯ ಚರ್ಚೆಗೆ ಸಮಯವನ್ನು ಒದಗಿಸಲು ಬದ್ಧರಾಗಿರಬೇಕು.

ಸಾಮಾಜಿಕ ಬಹಿಷ್ಕಾರದ
ವಿರುದ್ಧ ರಕ್ಷಣೆ
ವಿವರಣೆಗಾಗಿ ಪುಟ
ಸಂಖ್ಯೆ 416–18 ನೋಡಿ

ಕಲಂ 3

ಸಾಮಾಜಿಕ ಬಹಿಷ್ಕಾರದ ವಿರುದ್ಧ ರಕ್ಷಣೆ

ಸಾಮಾಜಿಕ ಬಹಿಷ್ಕಾರ, ಸಾಮಾಜಿಕ ಬಹಿಷ್ಕಾರವನ್ನು ಉತ್ತೇಜಿಸುವುದು ಅಥವಾ ಪ್ರಚೋದಿಸುವುದು ಅಥವಾ ಸಾಮಾಜಿಕ ಬಹಿಷ್ಕಾರವನ್ನು ಕೆಳಗೆ ವಿವರಿಸಿದಂತೆ ಬೆದರಿಕೆ ಹಾಕುವುದು ಅಪರಾಧವೆಂದು ಘೋಷಿಸಲಾಗುತ್ತದೆ.

i) ಬಹಿಷ್ಕಾರದ ವ್ಯಾಖ್ಯಾನ – ಈ ಕೆಳಗಿನವು ಒಬ್ಬ ವ್ಯಕ್ತಿಯು ಇನ್ನೊಬ್ಬರನ್ನು ಬಹಿಷ್ಕರಿಸಿದಂತೆ ಪರಿಗಣಿಸಲಾಗುತ್ತದೆ

    a) ಯಾವುದೇ ಮನೆ ಅಥವಾ ಭೂಮಿಯನ್ನು ಉಪಯೋಗಿಸಲು ಅಥವಾ ಬಳಸಲು ಅಥವಾ ಆಕ್ರಮಿಸಲು ಅಥವಾ ನಿರ್ವಹಿಸಲು, ಬಾಡಿಗೆಗೆ ಕೆಲಸ ಮಾಡಲು ಅಥವಾ ಇನ್ನೊಬ್ಬ ವ್ಯಕ್ತಿಯೊಂದಿಗೆ ವ್ಯಾಪಾರ ಮಾಡಲು ಅಥವಾ ಅವನಿಗೇ ಸಲ್ಲಿಸಲು ಅಥವಾ ಅವರಿಂದ ಯಾವುದೇ ಸೇವೆಯನ್ನು ಪಡೆಯಲು ನಿರಾಕರಿಸುವುದು ಅಥವಾ ಹೇಳಿರುವ ಯಾವುದನ್ನೂ ಮಾಡಲು ನಿರಾಕರಿಸುವುದು ಅಂತಹ ವಿಷಯಗಳನ್ನು ಸಾಮಾನ್ಯವಾಗಿ ವ್ಯವಹಾರದ ಸಾಮಾನ್ಯ ವ್ಯವಸ್ಥೆಗಳಲ್ಲಿ ಪಾಲಿಸಬೇಕಾದ ನಿಯಮಗಳು ಅಥವಾ

    b) ಯಾವುದೇ ಮೂಲಭೂತ ಹಕ್ಕುಗಳು ಅಥವಾ ಪೌರತ್ವದ ಇತರ ಹಕ್ಕುಗಳಿಗೆ ಹೊಂದಿಕೆಯಾಗದ ಸಮುದಾಯದಲ್ಲಿ ಅಸ್ತಿತ್ವದಲ್ಲಿರುವ ಅಂತಹ ಸಂಪ್ರದಾಯ ಗಳನ್ನು ಸಂಬಂಧಿಸಿದಂತೆ ಅಂತಹ ಸಾಮಾಜಿಕ,ವೃತ್ತಿಪರ ಅಥವಾ ವ್ಯಾಪಾರ ಸಂಬಂಧಗಳಿಂದ ದೂರವಿರುವುದು, ಸಂವಿಧಾನವು ಘೋಷಿಸಿದ ಇತರ ಪೌರತ್ವ ಹಕ್ಕುಗಳು, ಅಂತಹ ವ್ಯಕ್ತಿಯೊಂದಿಗೆ ಸಾಮಾನ್ಯವಾಗಿ ನಿರ್ವಹಿಸುವುದು ಅಥವಾ

    c) ತನ್ನ ಕಾನೂನುಬದ್ಧ ಹಕ್ಕುಗಳ ವ್ಯವಸ್ಥೆಯಲ್ಲಿ ಇತರ ವ್ಯಕ್ತಿಯನ್ನು ಯಾವುದೇ ರೀತಿಯಲ್ಲಿ ಫಾಸಿಗೊಳಿಸುವುದು, ಕಿರಿಕಿರಿಗೊಳಿಸುವುದು ಅಥವಾ ಹಸ್ತಕ್ಷೇಪ ಮಾಡುವುದು

(ii) ಬಹಿಷ್ಕಾರದ ಅಪರಾಧ – ಯಾರೇ ಆಗಲಿ, ಯಾವುದೇ ವ್ಯಕ್ತಿಯು ತಾನು ಕಾನೂನುಬದ್ಧವಾಗಿ ನಿರ್ವಹಿಸುವ ಯಾವುದೇ ಕಾರ್ಯದ ಪರಿಣಾಮವಾಗಿ ಅಥವಾ ಅವನು ಕಾನೂನುಬದ್ಧವಾಗಿ ಮಾಡಲು ತಪ್ಪಿದರೆ ಅಥವಾ ಯಾವುದೇ ವ್ಯಕ್ತಿಯನ್ನು ಉಂಟುಮಾಡುವ ಉದ್ದೇಶದಿಂದ ಅವನು ಕಾನೂನುಬದ್ಧವಾಗಿ ಬದ್ಧವಾಗಿಲ್ಲದ ಯಾವುದೇ ಕಾರ್ಯವನ್ನು ಮಾಡುವುದನ್ನು ಬಿಟ್ಟುಬಿಡುವುದು ಅಥವಾ ಅಂತಹ

ವ್ಯಕ್ತಿಗೆ ದೇಹ, ಮನಸ್ಸು, ಖ್ಯಾತಿ ಅಥವಾ ಆಸ್ತಿ ಅಥವಾ ಅವನ ವ್ಯವಹಾರ ಅಥವಾ ಜೀವನ ವಿಧಾನದಲ್ಲಿ ಹಾನಿಯನ್ನುಂಟುಮಾಡುವ ಉದ್ದೇಶದಿಂದ, ಅಂತಹ ವ್ಯಕ್ತಿಯನ್ನು ಅಥವಾ ಯಾವುದೇ ವ್ಯಕ್ತಿಯನ್ನು ಬಹಿಷ್ಕರಿಸುತ್ತದೆ ಅಂತಹ ವ್ಯಕ್ತಿಯು, ಆಸಕ್ತಿಯುಳ್ಳವನು, ಬಹಿಷ್ಕಾರದ ಅಪರಾಧಕ್ಕೆ ತಪ್ಪಿಸ್ಥನಾಗಿರುತ್ತಾನೆ.

ಆದರೆ, ಆರೋಪಿಯು ಯಾವುದೇ ಇತರ ವ್ಯಕ್ತಿಯ ಪ್ರಚೋದನೆಯಿಂದ ಅಥವಾ ಯಾವುದೇ ಪಿತೂರಿ ಅಥವಾ ಯಾವುದೇ ಒಪ್ಪಂದ ಅಥವಾ ಸಂಯೋಜನೆಯ ಅನುಸಾರವಾಗಿ ವರ್ತಿಸಿಲ್ಲ ಎಂದು ನ್ಯಾಯಾಲಯಕ್ಕೆ ಮನವರಿಕೆಯಾದಲ್ಲಿ ಈ ಬಹಿಷ್ಕಾರದ ಸೆಕ್ಷನ್ ಅಡಿಯಲಿ ಯಾವುದೇ ಅಪರಾಧವನ್ನು ಮಾಡಲಾಗಿದೆ ಎಂದು ಪರಿಗಣಿಸಲಾಗುವುದಿಲ್ಲ

(iii) ಈ ಕೆಳಗಿನವು ಬಹಿಷ್ಕಾರವನ್ನು ಪ್ರಚೋದಿಸುವ ಅಥವಾ ಉತ್ತೇಜಿಸುವ ಅಪರಾಧಗಳಾಗಿವೆ:ಯಾರೇ

a) ಸಾರ್ವಜನಿಕವಾಗಿ ಪ್ರಸ್ತಾಪವನ್ನು ಮಾಡುವುದು ಅಥವಾ ಪ್ರಕಟಿಸುವುದು ಅಥವಾ ಪ್ರಸಾರ ಮಾಡುವುದು

b) ಉದ್ದೇಶಪೂರ್ವಕವಾಗಿಯೇ ಯಾವುದೇ ಹೇಳಿಕೆ, ವದಂತಿ ಅಥವಾ ವರದಿಯನ್ನು ಮಾಡುವುದು, ಪ್ರಕಟಿಸುವುದು ಅಥವಾ ಪ್ರಸಾರ ಮಾಡುವುದು ಅಥವಾ ಅವರು ಉಂಟುಮಾಡುವ ಸಾದ್ಯತೆಯಿದೆ ಎಂದು ನಂಬಲು ಕಾರಣವಿರುವುದು ಅಥವಾ

c) ಬೇರೆ ಯಾವುದೇ ರೀತಿಯಲ್ಲಿ ಯಾವುದೇ ವ್ಯಕ್ತಿ ಅಥವಾ ವ್ಯಕ್ತಿಗಳ ವರ್ಗದ ಬಹಿಷ್ಕಾರವನ್ನು ಪ್ರಚೋದಿಸುವುದು ಅಥವಾ ಉತ್ತೇಜಿಸುವುದು ಹಾಗೂ ಬಹಿಷ್ಕಾರವನ್ನು ಪ್ರಚೋದಿಸುವ ಅಥವಾ ಉತ್ತೇಜಿಸುವ ಅಪರಾಧಕೆ ತಪ್ಪಿತಸ್ಥರಾಗಿರುವುದು

ವಿವರಣೆ – ಇಲ್ಲಿ ಉಲ್ಲೇಖಿಸಲಾದ ಯಾವುದೇ ಪ್ರಾಕೃತಿಕ ಕ್ರಿಯೆಯಿಂದ ಪ್ರಭಾವಿತ ಅಥವಾ ಪರಿಣಾಮ ಬೀರುವ ಸಾದ್ಯತೆಯಿರುವ ವ್ಯಕ್ತಿಯು ಹೆಸರು ಅಥವಾ ವರ್ಗದಿಂದ ಗೊತ್ತುಪಡಿಸಲ್ಪಟ್ಟಿಲ್ಲ. ಆದರೆ, ವ್ಯಕ್ತಿಯ ಕ್ರಿಯೆಯಿಂದ ಅಥವಾ ನಿರ್ದಿಷ್ಟ ಪಡಿಸಿದ ರೀತಿಯಲ್ಲಿ ಕೆಲವು ಕಾರ್ಯಗಳಿಂದ ದೂರವಿರದೆ ಇರುವುದರಿಂದ ಈ ಷರತ್ತಿನ ಅಡಿಯಲ್ಲಿ ಅಪರಾದವನ್ನು ಎಸಗಲಾಗಿದೆ ಎಂದು ಪರಿಗಣಿಸಲಾಗುತ್ತದೆ

ಬಹಿಷ್ಕಾರದ ಬೆದರಿಕೆಯ ಅಪರಾಧ – ಯಾರೇ ಆಗಲಿ, ಯಾವುದೇ ವ್ಯಕ್ತಿಯು ಕಾನೂನುಬದ್ಧವಾಗಿ ಮಾಡಲು ಅರ್ಹರಾಗಿರುವ ಯಾವುದೇ ಕಾರ್ಯವನ್ನು ಮಾಡಿದ ಪರಿಣಾಮವಾಗಿ ಅಥವಾ ಅವನು ಕಾನೂನುಬದ್ಧವಾಗಿ ಅಥವಾ ಅವರು ಕಾನೂನುಬದ್ಧವಾಗಿ ಮಾಡಲು ಅರ್ಹತೆ ಹೊಂದಿರುವ ಯಾವುದೇ ಕಾರ್ಯವನ್ನು ಬಿಟ್ಟುಬಿಡುವುದು,ಅಂತಹ ವ್ಯಕ್ತಿಯನ್ನು ಅಥವಾ ಅಂತಹ ವ್ಯಕ್ತಿಯು ಆಸಕ್ತಿ ಹೊಂದಿರುವ ಯಾವುದೇ ವ್ಯಕ್ತಿಯನ್ನು ಬಹಿಷ್ಕರಿಸುವಂತೆ ಬೆದರಿಕೆ ಹಾಕಿದರೆ ಬಹಿಷ್ಕಾರಕ್ಕೆ ಬೆದರಿಕೆ ಹಾಕುವ ಅಪರಾಧಕ್ಕೆ ತಪ್ಪಿತಸ್ಥರಾಗಿರುತ್ತಾರೆ.

ಈ ಕೆಳಗಿನವುಗಳು –ಬಹಿಷ್ಕಾರವಲ್ಲ ಎಂಬ ವಿನಾಯಿತಿ ಇದೆ.

1. ನಿಷ್ಠಾವಂತ ಕಾರ್ಮಿಕ ವಿವಾದದ ಮುಂದುವರಿಕೆಯಲ್ಲಿ ಯಾವುದೇ ಕಾರ್ಯವನ್ನು ಮಾಡಲು

2. ವ್ಯಾಪಾರ ಸ್ಪರ್ಧೆಯ ಸಾಮಾನ್ಯ ಅಭ್ಯಾಸಕ್ರಮದಲ್ಲಿ ಯಾವುದೇ ಕಾರ್ಯವನ್ನು ಮಾಡುವುದು

3.ಈ ಎಲ್ಲಾ ಅಪರಾಧಗಳನ್ನು ಸಂಜ್ಞೆಯ ಅಪರಾಧಗಳೆಂದು ಪರಿಗಣಿಸಲಾಗುತ್ತದೆ. ಕೇಂದ್ರ ಶಾಸಕಾಂಗವು ಈ ಅಪರಾಧಗಳಿಗೆ ಶಿಕ್ಷೆಯನ್ನು ಸೂಚಿಸುವ ಕಾನೂನುಗಳನ್ನು ಮಾಡುತ್ತದೆ.

ಕಲಂ 4

ಭಾರತ ಸರ್ಕಾರದೊಂದಿಗೆ ಸಂಪರ್ಕಹೊಂದಿದ ಯಾವುದೇ ವಿವಿಧ ಉದ್ದೇಶಗಳಿಗೆ ಹಾಗೂ ಅಲ್ಪಸಂಖ್ಯಾತರ ಪ್ರಯೋಜನಕಾ ಕಾರ್ಯಗಳಿಗೆ ಸೇರಿದಂತೆ ಹಣವನ್ನು ವ್ಯಯಮಾಡಲು ಸರ್ಕಾರ ಗಳ ಅಧಿಕಾರ ವಿವರಣೆಗಾಗಿ ಪುಟ–ಸಂಖ್ಯೆ 418 ನೋಡಿ

ಯಾವುದೇ ಉದ್ದೇಶಕ್ಕಾಗಿ ಅನುದಾನವನ್ನು ನೀಡಲು ಕೇಂದ್ರ ಮತ್ತು ಪ್ರಾಂತೀಯ ಸರ್ಕಾರಗಳ ಅಧಿಕಾರವನ್ನು ಹೊರತುಪಡಿಸಿ, ಕೇಂದ್ರ ಅಥವಾ ರಾಜ್ಯ ಶಾಸಕಾಂಗವು ಸಂದರ್ಭ ಅನುಸಾರವಾಗಿ ಕಾನೂನುಗಳನ್ನು ರಚಿಸುವ ಉದ್ದೇಶವೊಂದಲ್ಲದಿದ್ದರೂ, ಅದನ್ನು ತೆಗೆದುಹಾಕಲಾಗುವುದಿಲ್ಲ.

ಮೂಲ: ಡಾ.ಬಿ.ಆರ್ ಅಂಬೇಡ್ಕರ್‌ರವರ ರಾಜ್ಯಗಳು ಮತ್ತು ಅಲ್ಪಸಂಖ್ಯಾತರು (ಡಾ. ಅಂಬೇಡ್ಕರ್‌ರವರ ಬರವಣಿಗೆ ಮತ್ತು ಭಾಷಣಗಳ ಸಂಪುಟ1ರಲ್ಲಿ, ವಸಂತ ಮೂನ್‌ರಿಂದ ಸಂಕಲಿಸಲಾದ)

(https://www.mea/gov.in/images/attach/amb/Volume 01.pdf)
ಜಾಲತಾಣ ಪ್ರವೇಶಿಸಿದ ದಿನ ಮಾರ್ಚ್ 8, 2021

ಟಿಪ್ಪಣಿಗಳು

i   ಮೌಲಾನಾ ಅಬುಲ್ ಕಲಾಂ ಆಜಾದ್,ದಿ ಮುಸಲ್ಮಾನ್ ಮತ್ತು ಯುನೈಟೆಡ್ ನೇಷನ್ ಇಂಡಿಯಾ (https://sabrangindia.in/article/musalmans-and-united-nation)(ಮಾರ್ಚ್7,2021ರಂದು ಜಾಲತಾಣ,ಪ್ರವೇಶಿಸಲಾಯಿತು)

ii   ಅಲ್ತಾಫ್ ಹುಸೇನ್ ಹಾಲಿ (1837–1914) ಉರ್ದು ಕವಿ ಮತ್ತು ಬರಹಗಾರ.ಮುಸದ್ದಾಸ್ ಎ–ಮದ್ದ್–ಒ– ಜರ್ ಇ–ಇಸ್ಲಾಂ("ಇಸ್ಲಾಂ ಮತ್ತು ಉಬ್ಬರವಿಳಿತದ ಬಗ್ಗೆ ಒಂದು ಸೊಗಸಾದ ಕವಿತೆ") ಎಂಬ ತನ್ನ ಮಹಾಕಾವ್ಯದಲ್ಲಿ ಅವರು ಕಂಡದ್ದನ್ನು ಧರ್ಮಾಂಧತೆ ಎಂದು ಖಂಡಿಸಿದರು ಮತ್ತು ಭಾರತದ ಮುಸ್ಲಿಮರ ಅವನತಿಗೆ ಕಾರಣ, ಭಿನ್ನಾಪ್ರಾಯದ ನಿರುತ್ಸಾಹ ಮತ್ತು ಧಾರ್ಮಿಕ ಆಚರಣೆಗಳನ್ನು ಧರ್ಮದ ಚೈತನ್ಯಕ್ಕಿಂತ ಹೆಚ್ಚಾಗಿ ತೋರುವುದು. ಮುಸ್ಲಿಮರು ತಮ್ಮ ಹಡಗು ಚಂಡಮಾರುತದಲ್ಲಿ ನಾಶವಾಗುವ ಮೊದಲು ಅದನ್ನು ಸರಿಪಡಿಸುವಂತೆ ಎಚ್ಚರಿಕೆ ಮೂಲಕ ಅವರು ಕವಿತೆಯನ್ನು ಮುಕ್ತಾಯಗೊಳಿಸಿದರು.(https://en.wikipedia.org/wiki/Altaf_Hussain _Hali) (ಮಾರ್ಚ್ 7,2021 ರಂದು ಪ್ರವೇಶಿಸಲಾಗಿದೆ)

iii https://en.m.wikipedia.org/wiki/Religion_in_India(ಫೆಬ್ರವರಿ 27,2021ರಂದು ಪ್ರವೇಶಿಸಲಾಗಿದೆ)

iv   ಸೈಯದಾ ಹಮೀದ್,"ಅವನ ಮರಣದ ಆರು ದಶಕಗಳ ನಂತರ, ಅಬುಲ್ ಕಲಾಂ ಆಜಾದ್ ಹಿಂದು–ಮುಸ್ಲಿಂ ಐಕ್ಯತೆಯ ಸಂದೇಶವು ತುರ್ತಾಗಿ ಪ್ರಸ್ತುತವಾಗಿದೆ.(https://scroll.in/article/987731/six-decades-after-his-death-abul-kalam-azads-message-of-hindu-muslim-unity-is-urgently-relevant) (ಫೆಬ್ರವರಿ 27,2021 ರಂದು ಪ್ರವೇಶಿಸಲಾಗಿದೆ).

v   ಮೌಲಾನಾ ಅಬುಲ್ ಕಲಾಂ ಆಜಾದ್ ಅವರನ್ನು ನೆನಪಿಸಿಕೊಳ್ಳುವುದು. ಒಂದು ಸಣ್ಣ ಜೀವನ ಚರಿತ್ರ((http://makaias.gov.in/biography.html)(ಫೆಬ್ರವರಿ 27,2021 ರಂದು ಪ್ರವೇಶಿಸಲಾಯಿತು)

vi   ಹೆಚ್ಚಿನ ಮಾಹಿತಿಗಾಗಿ, see https://www.sabrangindia.in/tags/arif-mohammed-khan(ಮಾರ್ಚ್ 5, 2021 ರಂದು ಪ್ರವೇಶಿಸಲಾಗಿದೆ)

vii ಪ್ರಾರ್ಥನೆ ಸಲ್ಲಿಸುವ ಮೊದಲು ಮುಸ್ಲಿಂರು ನಿರ್ವಹಿಸುವ ಶುಚಿಸ್ನಾನ

viii ದೆಹಲಿಯಲ್ಲಿ ನಡೆದ ಭಾಷಣಗಳು – ಅಬುಲ್ ಕಲಾಂ ಆಜಾದ್, ಜಮಾ ಮಸೀದಿ *1947*

(http://thedelhiwalla.blogspot.com/2015/11/delhi-speeches-abul-kalam-azad-jama.html)

(ಫೆಬ್ರವರಿ *18, 2021* ರಂದು ಪ್ರವೇಶಿಸಲಾಯಿತು)*)*

ix ಅಖ್ತರುಲ್ ವಾಸಿ,ಹೀಗೆ ಹೇಳುತ್ತಾರೆ "ಮೌಲಾನಾ ಆಜಾದ್ ಅವರ ಧಾರ್ಮಿಕ ಮತ್ತು ರಾಜಕೀಯ ಒಳನೋಟಗಳು ಏಕೆ ಹೆಚ್ಚು ಅರ್ಥಪೂರ್ಣವಾಗಿವೆ ಪ್ರಸ್ತುತ ಪರಿಸ್ಥಿತಿಯಲ್ಲಿ((https://www.newageislam.com/islam-and-politics/by-prof-akhtarul-wasey-translated-by-new-age-isl/why-maulana-azad-s-religious-and-political-insights-are-more-meaningful-in-the-current-circumstances/d/124401)(ಮತ್ತು-ರಾಜಕೀಯ-ಒಳನೋಟಗಳು-ಪ್ರಸ್ತುತ-ಸನ್ನಿವೇಶಗಳಲ್ಲಿ/ಡಿ/124401-ಹೆಚ್ಚು-ಅರ್ಥಪೂರ್ಣವಾಗಿವೆ)(ಫೆಬ್ರವರಿ 27,2021 ರಂದು ಪ್ರವೇಶಿಸಲಾಗಿದೆ)

x ಅಸ್ಗರ್ ಅಲಿ ಎಂಜಿನಿಯರ್, ಮೌಲಾನಾ ಆಜಾದ್ ಮತ್ತು ಅವರ ವಹ್ದತ್–ಎ–ದೀನ್ ಪರಿಕಲ್ಪನೆ

(https://twocircles.net/2007oct09/maulana_azad_and_his_concep wahdat_e_deen.html) ಫೆಬ್ರವರಿ 27,2021 ರಂದು ಪ್ರವೇಶಿಸಲಾಯಿತು)

xi ಅದೇ ರೀತಿ

xii ಅದೇ ರೀತಿ

xi ಅದೇ ರೀತಿ

xiv ಬಾಬಾಸಾಹೇಬ್ ಅಂಬೇಡ್ಕರ್, ರಾಜ್ಯಗಳು ಮತ್ತು ಅಲ್ಪಸಂಖ್ಯಾತರು (http://www.ambedkar.org/ambcd/10A.%20Statesand%20Mi norities%20Preface.htm) (ಮಾರ್ಚ್ 7,2021 ರಂದು ಪ್ರವೇಶಿಸಲಾಯಿತು)

xv ಡಾ.ಬಿ.ಆರ್ .ಬಾಬಾಸಾಹೇಬ್ ಅಂಬೇಡ್ಕರ್ ಬರಹಗಳು ಮತ್ತು ಭಾಷಣಗಳು ವಸಂತ್ ಮೂನ್ ಸಂಕಲನ Volume_01 (https://www.mea.gov.in/Images/attach/amb/Volume_01.pdf and Volume_02) (ಮಾರ್ಚ್ 10,2021 ರಂದು ಪ್ರವೇಶಿಸಲಾಗಿದೆ).

xvi https://thewire.in/government/three-letters-nehru-wrote-chief-ministers-indians-today-need-read (ಮಾರ್ಚ್ 8,2021 ರಂದು ಪ್ರವೇಶಿಸಲಾಯಿತು)

xvi   ihttps://economictimes.indiatimes.com/news/politics-and-nation/muslims-constitute-14-of-india-but-just-3-of-india-inc/articleshow/48849266.cms?from=mdr   (ಫೆಬ್ರವರಿ   15,2021 ರಂದು   ಪ್ರವೇಶಿಸಲಾಯಿತು)

xviii   ಶಿಕ್ಷಣದ ವಿಷಯದಲ್ಲಿ ದಕ್ಷಿಣ ಮತ್ತು ಉತ್ತರ ಭಾರತದ ಮುಸ್ಲಿಮರ ನಡುವೆ ಗಮನಾರ್ಹ ವಿಭಜನೆ ಇದೆ. ಭಾರತದ ಮುಸ್ಲಿಂ ಜನಸಂಖ್ಯೆಯ ಬಹುಪಾಲು ಕೇಂದ್ರೀಕೃತವಾಗಿರುವ   ಬಿಹಾರ,ಉತ್ತರಪ್ರದೇಶ,ಮಧ್ಯಪ್ರದೇಶ,ರಾಜಸ್ಥಾನ,ಪಶ್ಚಿಮ ಬಂಗಾಳ,ಅಸ್ಸಾಂ ಮತ್ತು ಹರಿಯಾಣದಂತಹ ರಾಜ್ಯಗಳಿಗಿಂತ ದಕ್ಷಿಣ ಭಾರತದ ಮುಸ್ಲಿಂರು   ಶಿಕ್ಷಣದಲ್ಲಿ ಪ್ರಭಾವಶಾಲಿ ಪ್ರಗತಿಯನ್ನು ತೋರಿದ್ದಾರೆ. ದಕ್ಷಿಣ ರಾಜ್ಯಗಳಲ್ಲಿ ಯಶಸ್ವಿ ಮುಸ್ಲಿಂ ಶಿಕ್ಷಣ ಸಂಸ್ಥೆಗಳನ್ನು ಸ್ಥಾಪಿಸುವ ಚಳವಳಿಗಳು, ಪಿರಮಿಡ್‌ನ ಕೆಳಗಿನಿಂದ (ಹಂತ ಹಂತವಾಗಿ)ಪ್ರಾರಂಭವಾದವು.

ಶಾಲಾ ಶಿಕ್ಷಣದ ವಿಸ್ತರಣೆಯು ಉನ್ನತ ಶಿಕ್ಷಣ ವಿಸ್ತರಣೆಯನ್ನು ಮೀರಿದೆ, ಉನ್ನತ ಶಿಕ್ಷಣಕ್ಕೆ   ಅರ್ಹ   ವಿದ್ಯಾರ್ಥಿಗಳ   ಸಂಖ್ಯೆಯನ್ನು   ಹೆಚ್ಚಿಸಿದೆ..ಇದಕ್ಕೆ ವ್ಯತಿರಿಕ್ತವಾಗಿ,ಉತ್ತರ ಭಾರತದ ಮುಸ್ಲಿಮರು ದೊಡ್ಡ ಮತ್ತು ಸಣ್ಣ ದಾದ ಅನೇಕ   ಮದರಸಾಗಳನ್ನು ನಿರ್ಮಿಸಿರಬಹುದು,ಆದರೆ ಅನೇಕ ಶಾಲೆಗಳನ್ನು ನಿರ್ಮಿಸಲಿಲ್ಲ.

xix   ಕ್ರಿಶ್ಚಿಯನ್ ಸೆಮಿನರಿಗಳಿಂದ ಮುಸ್ಲಿಮರು ಕಲಿಯಬಹುದಾದ ಅನೇಕ ಒಳ್ಳೆಯ ವಿಷಯಗಳಿವೆ.   ಕ್ರಿಶ್ಚಿಯನ್   ಸೆಮಿನರಿಗಳ   ಬಗ್ಗೆ   ಒಂದು   ಒಳ್ಳೆಯ ವಿಷಯವೆಂದರೆ,ಮುಸ್ಲಿಮರು   ಅನುಕರಿಸಬೇಕಾದದ್ದು,   ಒಬ್ಬ   ವಿದ್ಯಾರ್ಥಿಯು ನಿರ್ದಿಷ್ಟ ಮಟ್ಟದ   ಸಾಂಪ್ರದಾಯಿಕ ಶಿಕ್ಷಣವನ್ನು ಪಡೆದ ನಂತರವೇ   ಪ್ರವೇಶಕ್ಕೆ ಅನುಮತಿ   ನೀಡಲಾಗುತ್ತದೆ. ಒಬ್ಬರು ವೈದ್ಯರಾಗಲು ಅಥವಾ ಇಂಜಿನಿಯರ್ ಆಗಲು ಆಯ್ಕೆ ಮಾಡಿದಂತೆಯೇ ಒಬ್ಬರು ಅರ್ಚಕರಾಗಲು ಸೆಮಿನರಿಗೆ ಸೇರಲು ಆಯ್ಕೆ ಮಾಡುತ್ತಾರೆ. ಅನೇಕ ಮುಸ್ಲಿಂರ ವಿಷಯದಲ್ಲಿ, ಇದು ಹಾಗಾಗದೆ, ಮಕ್ಕಳು ಇನ್ನೂ ತಮ್ಮ ಭವಿಷ್ಯದ ಬಗ್ಗೆ ತಿಳುವಳಿಕೆಯೇ ಮೂಡಿರದ ಸಮಯದಲ್ಲಿ ಅವರನ್ನು ಮದರಸಾಗೆ ಕಳುಹಿಸುತ್ತಾರೆ.

ಅಲ್ಲದೆ,ಕ್ರಿಶ್ಚಿಯನ್   ಪಾದ್ರಿಯಾಗಿ   ಅರ್ಹತೆ   ಪಡೆಯಲು   ಅಗತ್ಯವಾದ ದೇವತಾಶಾಸ್ತ್ರದ   ಅಧ್ಯಯನಗಳನ್ನು   ಮುಂದುವರಿಸುವಾಗ,ಅನೇಕ   ಕ್ರಿಶ್ಚಿಯನ್ ಸೆಮಿನರಿ ವಿದ್ಯಾರ್ಥಿಗಳು ಏಕಕಾಲದಲ್ಲಿ ಆಧುನಿಕ ಶಿಕ್ಷಣವನ್ನು ಪಡೆಯುತ್ತಾರೆ ಮತ್ತು   ವಿಜ್ಞಾನ,ಇತಿಹಾಸ,ತತ್ವಶಾಸ್ತ್ರ   ಮುಂತಾದ ವಿಷಯಗಳಲ್ಲಿ ಅರ್ಹತೆ ಪಡೆಯುತ್ತಾರೆ. ಇದರ ಪರಿಣಾಮವಾಗಿ,ಕ್ರಿಶ್ಚಿಯನ್ ಸೆಮಿನರಿಗಳಿಂದ ಪದವಿ ಪಡೆದ ಯುವಜನರು ಚೆನ್ನಾಗಿರುತ್ತಾರೆ ಮತ್ತು ಅದೇ ಸಮಯದಲ್ಲಿ,ವಿವಿಧ ಮಾನವೀಯ   ಕಾರಣಗಳಿಗೂ ಸಹ ತಮ್ಮ ಧ್ಯೇಯವನ್ನು ಮುಂದಕ್ಕೆ ತೆಗೆದುಕೊಳ್ಳಲು ಅರ್ಹತೆ ಹೊಂದಿರುತ್ತಾರೆ, ಅದರ ಮೂಲಕ ಅವರು ವಿಶಾಲ

ಸಮಾಜದಲ್ಲಿ ಅವರ ನಂಬಿಕೆ ಮತ್ತು ಸಮುದಾಯದ ಬಗ್ಗೆ ಗೌರವವನ್ನು ಮತ್ತು ಅವರ ಧರ್ಮದ ಬಗ್ಗೆ ಉತ್ತಮ ಅನಿಸಿಕೆಗಳನ್ನು ಸ್ಥಾಪಿಸುತ್ತಾರೆ.

xx   ಅಧಿಕಾರಶಾಹಿಯಲ್ಲಿ ಯಾವುದೇ ತಾರತಮ್ಯದ ಅಂಶಗಳಿಲ್ಲದೆ ಸ್ಪರ್ಧಾತ್ಮಕ ಪರೀಕ್ಷೆಗಳ ಮೂಲಕ ಸಂಪೂರ್ಣವಾಗಿ ಆಯ್ಕೆ ಮಾಡಲಾಗುತ್ತದೆ ಎಂಬುದನ್ನು ಇಲ್ಲಿ ಗಮನಿಸಬೇಕಾಗಿದೆ. ಈ ವಲಯದಲ್ಲಿ, ಮುಸ್ಲಿಂರ ಕಡಿಮೆ ಉಪಸ್ಥಿತಿಯು, ಅವರು ಈ ವಲಯದಲ್ಲಿ ಉದ್ಯೋಗಕ್ಕೆ ಅರ್ಹತೆ ಪಡೆಯಲು ಅಗತ್ಯವಾದ ಪರೀಕ್ಷೆಗಳಲ್ಲಿ, ಸಾಕಷ್ಟು ಮುಸ್ಲಿಂ ವಿದ್ಯಾರ್ಥಿಗಳು ಹಾಜರಾಗದಿರುವಿಕೆಯೇ ಕಾರಣವಾಗಿದೆ. ಆದ್ದರಿಂದ ಹೆಚ್ಚಿನ ಮುಸ್ಲಿಂರು ನಾಗರಿಕ ಸೇವೆಗಳಲ್ಲಿನ ಉದ್ಯೋಗವನ್ನು ಪ್ರವೇಶಿಸಬೇಕಾದರೆ, ಮುಸ್ಲಿಂ ಪದವೀಧರರ ಸಂಖ್ಯೆಯಲ್ಲಿ ಗಣನೀಯ ಹೆಚ್ಚಳವಾಗಬೇಕು. ಆದರೆ, ಮುಸ್ಲಿಂ ಸಂಘಟನೆಗಳು ಈ ವಿಷಯದ ಬಗ್ಗೆ ಸಾಕಷ್ಟು ಗಮನ ನೀಡುತ್ತಿದೆಯೇ?

xxi   ಅಂತಹ ಒಂದು ಗುಂಪು ನವದೆಹಲಿ ಮೂಲದ ಶಾಂತಿ ಮತ್ತು ಆಧ್ಯಾತ್ಮಿಕ ಕೇಂದ್ರ (ಸಿಪಿಎಸ್). ಸಿಪಿಎಸ್ ಪ್ರಮುಖ ಇಸ್ಲಾಮಿಕ್ ಬೋಧನೆಗಳನ್ನು ವಿವರಿಸುವ ಮೂಲಕ ಬಹಳ ಉಪಯುಕ್ತವಾದ ಸಾಹಿತ್ಯವನ್ನು ಹೊರತಂದಿದೆ ಮತ್ತು ಅಂತರ್ ಧರ್ಮದ ತಿಳುವಳಿಕೆಯನ್ನು ಉತ್ತೇಜಿಸುವ ಪ್ರಯತ್ನದಲ್ಲಿ ಬಹಳ ತೊಡಗಿಸಿಕೊಂಡಿದೆ. ಹೆಚ್ಚಿನ ವಿವರಗಳಿಗಾಗ, ಅವರ ವೆಬ್ ಸೈಟ್ www.cpsglobal.org ನೋಡಿ.

xxi   ಮಾನವೀಯತೆ ಎಲ್ಲಕ್ಕಿಂತ ಮಿಗಿಲಾದುದು: ಹಿಂದೂ ರೋಗಿಗೆ ರಕ್ತದಾನ ಮಾಡಲು ಮುಸ್ಲಿಂ ವ್ಯಕ್ತಿ ತನ್ನ ಉಪವಾಸವನ್ನು ಮುರಿಯುತ್ತಾನೆ (https://indianexpress.com/article/trending/trending-in-india/muslim-man-breaks-roza-to-donateblood-to-hindu-patient-5726914/) (ಮಾರ್ಚ್ 1. 2021 ರಂದು ಪ್ರವೇಶಿಸಲಾಗಿದೆ)

xxi   ಕೇರಳದ ಕ್ರಿಶ್ಚಿಯನ್ ಪಾದ್ರಿ, ಮುಸ್ಲಿಂ ಮಹಿಳೆಗೆ ಮೂತ್ರಪಿಂಡವನ್ನು ದಾನ ಮಾಡುತ್ತಾರೆ. (https://indianexpress.com/article/india/kerala-priest-donates-kidney-to-muslim-woman-4439312/) (ಮಾರ್ಚ್ 1. 2021 ರಂದು ಪ್ರವೇಶಿಸಲಾಗಿದೆ)

xxi   ಕೇರಳದಲ್ಲಿ ಪ್ರವಾಹದಿಂದ ಸ್ಥಳಾಂತರಗೊಂಡ ಹಿಂದೂ ಕುಟುಂಬಗಳಿಗೆ ಮಸೀದಿ ಆಶ್ರಯ ನೀಡುತ್ತದೆ.

(https://www.hindustantimes.com/india-news/mosque-gives-shelter-to-hindu-families-displaced-by-kerala-floods/story-yPsVL0k74ik1upcUXx4zoN.html) (ಮಾರ್ಚ್ 1. 2021 ರಂದು ಪ್ರವೇಶಿಸಲಾಗಿದೆ)

xxv ಮದರ್ ತೆರೇಸಾರವರ ಪ್ರಮುಖ 20 ಹೆಚ್ಚು ಸ್ಫೂರ್ತಿದಾಯಕ ಉಲ್ಲೇಖಗಳು (https://www.goalcast.com/2017/04/10/top-20-most-inspiring-mother-teresa-quotes) (ಮಾರ್ಚ್ 5, 2021 ರಂದು ಪ್ರವೇಶಿಸಲಾಗಿದೆ)

xxvi ಈ ಕಥೆಯನ್ನು ಸ್ವಲ್ಪ ವಿಭಿನ್ನ ರೀತಿಯಲ್ಲಿ ವಿವರಿಸಲಾಗಿದೆ. ಉದಾಹರಣೆಗೆ' ನನ್ನನ್ನು ಬದಲಾಯಿಸುವ ಮೂಲಕ ಜಗತ್ತನ್ನು ಬದಲಾಯಿಸಿ (https://rssb.org/2017-04-12.html)ಮತ್ತು ಜಗತ್ತನ್ನು ಬದಲಾಯಿಸುವ ಬಗ್ಗೆ ಮರೆತು ಬಿಡಿ https://www.islamicity.org/13320/forget-about-changing-the-world/) (ಎರಡನ್ನೂ ಫೆಬ್ರವರಿ 27, 2021ರಂದು ಪ್ರವೇಶಿಸಲಾಗಿದೆ)

xxvii ಭಾರತದ ಪ್ರಮುಖ ಸಮಕಾಲೀನ ಇಸ್ಲಾಮಿಕ ವಿದ್ವಾಂಸರಾದ ನವದೆಹಲಿ ಮೂಲದ ಮೌಲಾನಾ ವಹಿದುದ್ದೀನ್ ಖಾನ್ (ಜನನ 1925) ರವರು, ಶಾಂತಿ ನಿರ್ಮಾಣಕ್ಕೆ ಇಸ್ಲಾಮಿಕ್ ವಿಧಾನವನ್ನು ಉತ್ತೇಜಿಸುವಲ್ಲಿ ಆಳವಾಗಿ ತೊಡಗಿಸಿಕೊಂಡರು, ಇಸ್ಲಾಂ ಮತ್ತು ವಿಶ್ವ ಶಾಂತಿ, ಶಾಂತಿಯ ಪ್ರಣಾಳಿಕೆ, ಅಹಿಂಸೆ ಮತ್ತು ಇಸ್ಲಾಂ ಧರ್ಮ, ಕಾಶ್ಮೀರದಲ್ಲಿ ಶಾಂತಿ, ಶಾಂತಿ ಯುತ, ಇಸ್ಲಾಂ ಮತ್ತು ಶಾಂತಿ, ಪವಿತ್ರ ಭೂಮಿಯಲ್ಲಿ ಶಾಂತಿಯನ್ನು ಹೇಗೆ ಸ್ಥಾಪಿಸುವುದು, ಆದರ್ಶಗಳು ಸೇರಿದಂತೆ , ಇಸ್ಲಾಂ ಮತ್ತು ಶಾಂತಿ ಕುರಿತು ಅವರು ವ್ಯಾಪಕವಾಗಿ ಬರೆದಿದ್ದಾರೆ. ಶಾಂತಿ, ನಿಜವಾಧ ಜಿಹಾದ್ ಮತ್ತು ಇಸ್ಲಾಂನಲ್ಲಿ ಅಹಿಂಸೆ ಮತ್ತು ಶಾಂತಿ ನಿರ್ಮಾಣ, ಇವೆಲ್ಲವನ್ನೂ ಶಾಂತಿ ಮತ್ತು ಆಧ್ಯಾತ್ಮಿಕತೆಯ ಕೇಂದ್ರದ ವೆಬ್‌ಸೈಟ್ ನಿಂದ ಡೌನ್ ಲೋಡ್ ಮಾಡಬಹುದು (see https://cpsglobal.org/books/mwk/english).

ದಿವ್ಯ ಸಾನಿಧ್ಯದ ಸನ್ಮಾರ್ಗದಲ್ಲಿ ಶಾಂತಿ ನಡೆಯ ಭಾಯಾಚಿತ್ರಗಳು

ಸಿದ್ಧಗಂಗಾ ಮಠದ ಜಗದ್ಗುರುಗಳಾದ ಲಿಂಗೈಕ್ಯರಾದ ಶ್ರೀ.ಶ್ರೀ.ಶ್ರೀ. ಡಾ. ಶಿವಕುಮಾರ
ಸ್ವಾಮೀಜಿಯವರ ಶತಮಾನೋತ್ಸವ ಆಚರಣೆಯ ಸಮಾರಂಭದಲ್ಲಿ
ಕೆ. ರೆಹಮಾನ್‌ಖಾನ್‌ರವರನ್ನು ಸನ್ಮಾನಿಸಿದ ಸಂದರ್ಭ

ಸುತ್ತೂರು ಮಠದ ಜಗದ್ಗುರುಗಳಾದ ಶ್ರೀ.ಶ್ರೀ. ಶಿವರಾತ್ರಿ ದೇಶಿಕೇಂದ್ರ ಮಹಾಸ್ವಾಮೀಜಿಯವರೊಂದಿಗಿನ ಚರ್ಚೆಯಲ್ಲಿ ಶ್ರೀಕೆ. ರೆಹಮಾನ್ ಖಾನ್

ದಾವೂದಿ ಬೋಹ್ರಾ ಮುಸ್ಲಿಮರ ಮುಖ್ಯಸ್ಥ ದಿವಂಗತ ಸೈಯದ್ನಾ ಮೊಹಮ್ಮದ್ ಬುರ್ಹಾನುದ್ದೀನ್‌ರೊಂದಿಗಿನ ಚರ್ಚೆಯ ಸಂದರ್ಭ

ಮುಸ್ಲಿಂ ವೈಯುಕ್ತಿಕ ಕಾನೂನು ಮಂಡಳಿ ಅಧ್ಯಕ್ಷ ಮೌಲಾನ ರಬೆ ಹಸನ್ ನದ್ವಿ ಅವರನ್ನು ಭೇಟಿ ಮಾಡಿದ ಸಂದರ್ಭ

www.ingramcontent.com/pod-product-compliance
Lightning Source LLC
Chambersburg PA
CBHW060534160726
47991CB00001B/316